लेखक

गीता पिरामल

अनुवाद

अशोक जैन

मेहता पब्लिशिंग हाऊस

■ **BUSINESS MAHARAJAS**
by Gita Piramal
Originally Published by
Viking Penguin Book India (P) Ltd.,

■ **बिझिनेस महाराजे** / अनुवादित व्यक्तिचरित्र
अनुवाद : अशोक जैन

■ मराठी अनुवादाचे व प्रकाशनाचे हक्क
मेहता पब्लिशिंग हाऊस, पुणे.

■ प्रकाशक
सुनील अनिल मेहता,
मेहता पब्लिशिंग हाऊस,
१९४१, सदाशिव पेठ, माडीवाले कॉलनी,
पुणे - ३०. ✆ ०२०-२४४७६९२४
E-mail : info@mehtapublishinghouse.com
Website : www.mehtapublishinghouse.com

■ अक्षरजुळणी
एच्. एम्. टाईपसेटर्स,
११२०, सदाशिव पेठ,
पुणे - ३०.

■ प्रकाशनकाल
जानेवारी, १९९९
फेब्रुवारी, २०००
फेब्रुवारी, २००१
मे, २००३
ऑगस्ट, २००५
ऑक्टोबर, २००७
फेब्रुवारी, २००९
जून, २०१०
जून, २०१२
जुलै, २०१५
पुनर्मुद्रण : डिसेंबर, २०२०

■ मुखपृष्ठ
धनंजय सस्तकर

■ आतील चित्रे
वासुदेव कामत

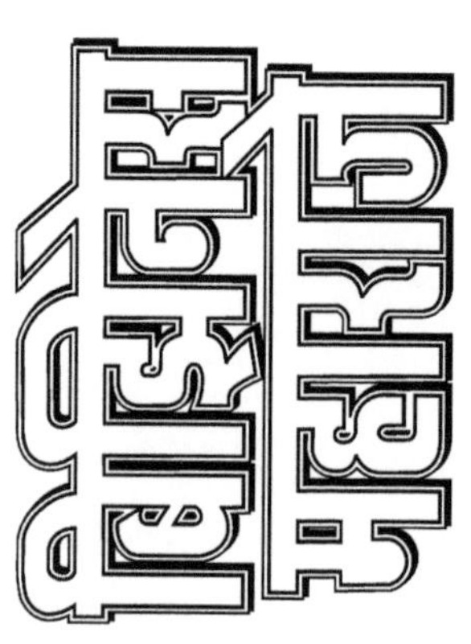

■ P Book ISBN 9788177661255
E Book ISBN 9788184988192
E Books available on :
play.google.com/store/books
www.amazon.in
https://books.apple.com

अर्पणा व राधिका या
माझ्या दोन छोट्या गुरूंना

– गीता पिरामल

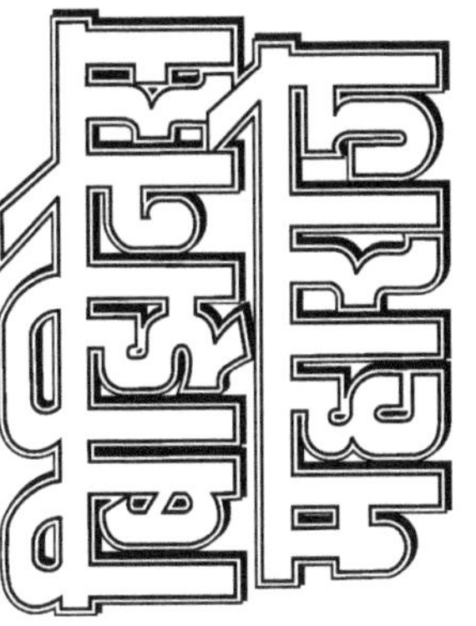

प्रास्ताविक

पूर्वीच्या संस्थानिकांप्रमाणं आज उद्योगपती साम्राज्यं चालवतात. आपल्या सीमेच्या आत व बाहेर बारीक नजर ठेवतात आणि आक्रमकांपासून आपल्या राज्याचं रक्षण करतात. या पुस्तकात समाविष्ट करण्यात आलेले आठ उद्योगपती हे भारतातील सर्वात सामर्थ्यशाली व्यक्तींपैकी आहेत. ५०० हून अधिक कंपन्यांद्वारे त्यांच्या उत्पादनाची विक्री सुमारे ५५००० कोटी रुपयांच्या घरात जाते. त्यांच्या एकूण कर्मचाऱ्यांची संख्या साडे सहा लक्ष आहे. तुम्ही दिवा लावा, चहाचा एक घोट घ्या, दाढी करा, संगीत ऐका, कामावर मोटारीनं जा, चित्रपट पाहा, झोपताना डोक्याशी उशी घ्या– हे करताना तुम्ही त्यांच्या कंपन्यांचं कुठलं ना कुठलं उत्पादन वापरत असणारच!

या उद्योगपतींत कितीतरी वैविध्य आहे. भिन्नता आहे. काही अत्यंत उच्चशिक्षित तर काहींनी कॉलेज शिक्षण अर्धवट सोडलेले, काही बड्या उद्योगसमूहाचे वारसदार तर काहींनी स्वतःच्या बळावर साम्राज्य उभारलेले. काहींनी वयाच्या विशीतच यशाचं शिखर गाठलेलं तर काहींनी पन्नाशीत सुरुवात केली. काही एका विशिष्ट उद्योगावर प्रभाव पाडून आहेत तर काहीजण एकापेक्षा अधिक उद्योगांवर नियंत्रण ठेवून आहेत. त्यांच्या कृतींचा, त्यांच्या विचारांचा केवळ त्यांचे ग्राहक, भागधारक, कर्मचारी आणि बँक व्यवस्थापक यांच्यावरच परिणाम होतो असं नव्हे तर सबंध अर्थव्यवस्थेवरच होत असतो. तेव्हा ते विचार कसा करतात? ते त्यांचा उद्योग कसा चालवतात? अब्जावधी रुपयाची गुंतवणूक करण्याचे गुंतागुंतीचे निर्णय कसे घेतात? आपल्या साम्राज्याचा कारभार पाहणाऱ्या अधिकाऱ्यांच्या नेमणुका ते कशा करतात वा त्यांना तडकाफडकी कसं काढून टाकतात?

एखादी कंपनी अमुक प्रकारेच का वागते, हे समजून घेण्यात, तसेच औद्योगिक घटनांमागील माणसं समजावून घेण्यात मला नेहमीच स्वारस्य वाटत

आलं आहे. साहजिकच त्यामुळे हे पुस्तक उद्योगातील व्यक्तींविषयी आहे. व्यवस्थापन क्षेत्रातील गुरू मानले जाणाऱ्या लोकांना धोरणं, निर्णय याबद्दल बोलायला आवडतं हे खरं परंतु व्यवस्थापनाचे निर्णय हे व्यक्तिगत अनुभवांवर आधारलेले असतात. एका व्यक्तीची ध्येये व दृष्टी यावर अवलंबून असतात असं माझं अभ्यासानंतर मत बनलं आहे. सर्वसाधारणपणे ही व्यक्ती म्हणजे उद्योगगृहाचा प्रमुख किंवा कंपनीचा अध्यक्ष असते. पण आश्चर्य म्हणजे कधी कधी महत्त्वाचे निर्णय अनपेक्षित व्यक्तीही घेत असतात असं मला या पुस्तकासाठी संशोधन करताना आढळून आलं.

उदाहरणच द्यायचं झालं तर युनियन कार्बाईड इंडिया ही कंपनी २९८ कोटी रुपयांना खरेदी करण्याचा विल्यम्सन मॅगॉर समूहाला निर्णय हा ४ मॅंगो लेन येथील कंपनीच्या कार्यालयातील बोर्डरूममध्ये संचालकांच्या खोलीत घेतला गेला नव्हता तर तो शांती खैतान यांच्या निवांत दिवाणखान्यात घेतला गेला. १९९४ साली जवळपास सर्वच आर्थिक नियतकालिकांनी या सौद्याला प्रसिद्धी दिली. भारताच्या औद्योगिक इतिहासातील कंपनी खरेदी करण्याचा सर्वात मोठा व्यवहार असं त्याचं वर्णन केलं गेलं. खैतान यांच्याशी चर्चा करताना हा सौदा आर्थिक हिशेबांच्यापेक्षा भावनिक बाबींवर आधारित होता असं मला आढळून आलं. आपला मुलगा दीपक हा इंजिनियरिंग कंपन्यांपेक्षा तीनशे घोड्यांच्या तबेल्यात अधिक वेळ घालवत होता. त्यामुळं खैतान काळजीत पडले होते. तेव्हा शांती खैतान यांनी आपले पती ब्रिज मोहन यांना युनियन कार्बाईड खरेदी करावी असं सुचवलं. दीपकला उद्योगात गुंतवून ठेवण्यासाठी हा सौदा उपयुक्त ठरेल असं त्यांचं मत होतं.

एकेकाळी भिकी शहा पण शांती खैतान यांच्यापेक्षाही अधिक काळजीत पडलेल्या होत्या. १९७०च्या दशकाच्या अखेरीला त्यांचा धाकटा मुलगा विजय यानं एक छोटं कार्यालय व कारखाना तेल अवीव जवळील सफात्झ इथं उभारला होता. त्याचा व्यवसाय इतका चांगला चालत होता की, १९८१ मध्ये इस्त्रायल सरकारनं निर्यातीचं सर्वोत्कृष्ट पारितोषिक त्याला दिलं. त्याची विक्री २० लाख डॉलर्सवरून २ कोटी १० लाख डॉलर्सवर गेली. इस्त्रालयमध्ये आपल्याला चांगलं भवितव्य आहे असं विजयला वाटत होतं. त्याला अस्खलित हिब्रू येत होतं. तेव्हा इस्त्रायलमध्येच स्थायिक व्हायचा त्याचा विचार होता. पण भिकी शहांनी हरकत घेतली. "बॉम्बची भीती आणि तत्सम घटना माझी आई दूरचित्रवाणीवर ऐकायची. अखेर अँटवर्प इथं स्थायिक व्हायचं आम्ही ठरवलं." असं विजय शहांनी सांगितलं. त्यांच्या या निर्णयामुळं बी. विजयकुमार अॅन्ड कंपनीचा सारा मार्गच बदलून गेला.

धीरूभाई अंबानींइतकं बहुरंगी व्यक्तिमत्त्व दुसरं नसेल. पेट्रोल पंपावर काम

करताना बर्मा शेलसारख्या बहुराष्ट्रीय कंपनीचे मालक बनण्याचं स्वप्न ते रंगवत असत. किशोरवयात सारेच अशी स्वप्नं पाहतात. पण ती प्रत्यक्षात साकार करण्याइतकी जिद्द व क्षमता कितीजणात असते? अंबानींनी एक धसमुसळी कंपनी स्थापन केली. प्रस्थापित कंपन्या व त्यांची कार्यपद्धती यांना त्यांनी आव्हानच दिलं. परवाने मिळावेत म्हणून त्यांनी संघर्ष केला आणि कापड गिरण्या, पेट्रो-केमिकल्स कारखाने उभारले.

रिलायन्स इंडस्ट्रीजचे औद्योगिक साम्राज्यात रूपांतर करताना त्यांनी व्यवस्थापनाचे नवे पायंडे पाडले. भारतातील बलाढ्य वृत्तपत्रांशी लढा दिला, पंतप्रधानांशी दोस्ती केली, राजीव गांधींइतकीच टीका सहन करावे लागणारे ते एकमेव उद्योगपती होते. १९६६ मध्ये केवळ एका दरवाजावर अंबानींनी आपल्या नावाचा फलक लावला. पण त्यानंतर दोन दशकात मोठं साम्राज्य उभारलं. त्यांची विक्री ९०० कोटींवर गेली व देशातील सर्वात मोठ्या दहा कंपन्यात त्यांच्या नावाचा अंतर्भाव केला गेला. पण अंबानी तेवढ्यावर समाधानी नव्हते. १९८४ मध्ये त्यांनी एक मोठा आराखडा तयार केला. आगामी दहा वर्षात अमुक नवे कारखाने सुरू करायचे, सध्याच्या कारखान्यात नवे विभाग सुरू करायचे अशी आखणी केली व दहा वर्षांनी रिलायन्स ८००० कोटी रुपयांची उलाढाल कंपनी बनेल असा अंदाज वर्तविला, त्या वेळी त्यांच्या योजनेवर बऱ्याचजणांचा विश्वास बसला नव्हता. पण अंबानींनी ते प्रत्यक्षात करून दाखवलं. १९९५ मध्ये त्यांची विक्री ७८०० कोटींवर गेली! अंबानी हे 'ॲंबिशन' व पैसा याचंच दुसरं नाव असं म्हटलं जाऊ लागलं. बहुधा ते खरंच आहे.

१९८० च्या दशकात रिलायन्सची ११०० टक्क्यांनी भव्य प्रगती झाली. विक्री २०० कोटींवरून १८०४ कोटींवर पोचली. परंतु भारतातील सर्वात वेगवान प्रगती करणारी ती कंपनी नव्हती. बजाजची वाढ १८५२ टक्के झाली होती! अंबानींच्या पुढं त्यांची कंपनी होती. याच दशकात राहुल बजाज यांच्या नेतृत्वाखालील पुण्याच्या त्या कंपनीची विक्री ५१.९ कोटींवरून १८५० कोटींवर गेली. रिलायन्स व बजाज ऑटो या मालकांच्या नेतृत्वावर चालणाऱ्या कंपन्या असल्या तरी दोन्हीही कंपन्यांची वैशिष्ट्ये, कार्यपद्धती, पार्श्वभूमी अगदी भिन्न भिन्न आहे. अंबानी व बजाज यांच्यात तर मुळीच साम्य नाही.

अंबानी त्यांच्या कुटुंबातले पाहिलेच उद्योगपती तर बजाज हे अंबानींचा जन्म होण्याआधीपासून श्रीमंत घराण्यातले होते. बाजारपेठेत अंबानींना धागे व नंतर कापड विकण्यासाठी भटकावं लागलं तर बजाज यांच्या वातानुकूलित कार्यालयाबाहेर स्कूटर मिळावी म्हणून लोकांची रांग लागलेली असे. अंबानींना राजकीय वर्तुळात संबंध प्रस्थापित करावे लागले. राहुल बजाज यांचा जन्मच देशभक्तांच्या कुटुंबात

झाला. महात्मा गांधी राहुल बजाज यांच्या आजोबांना 'तो आपला पाचवा मुलगाच आहे.' असं म्हणत. राहुल बजाज यांचे वडील काँग्रेस पक्षाचे खासदार होते. तरीही सरकारनं राहुल बजाज यांच्यावर दोनदा धाड टाकली.

नव्या कारखान्यांचे, विस्तारीकरणाचे त्यांचे प्रस्ताव रोखून ठेवले आणि अन्य उद्योगात त्यांना प्रवेश करू देण्यास अनुमती दिली नाही. १९८७ मध्ये त्यांना ट्रक उत्पादक अशोक लेलॅन्ड खरेदी करायची होती. त्यांना डॉलर्सची गरज होती. पण त्यांच्या रुपयाचे परिवर्तन करण्यास सरकारने मंजुरी दिली नाही व बजाज यांच्या हातून हा सौदा गेला. पण अवघड परिस्थितीतही त्यांनी बजाज ऑटो ही जागतिक दर्जाची कंपनी बनवली.

राहुल बजाज यांच्या प्रमाणेच राजकीय पार्श्वभूमी आदित्य बिर्लांनाही लाभली. धीरूभाई अंबानींइतकीच किंबहुना कांकणभर सरसच बिर्लांना साम्राज्य उभारण्याची प्रचंड भूक होती. त्यांनी दरवर्षी २-३ कारखाने उभारले. सतत तीस वर्षे त्यांचा हा नेम चालू होता व ठरलेल्या मुदतीत आर्थिक तरतुदीत त्यांनी हे करून दाखवलं. त्यांनी अशी काही अद्भुत कामगिरी करून दाखविली की कित्येक उद्योजकांना आदित्य बिर्ला आपला कारभार चालवतात तरी कसा असा प्रश्न पडायचा. एवढ्या अल्पकष्टात एवढं प्रचंड काम ते कसं करू शकले? बिर्लांची उद्योगधंद्यातील गुपितं शिकता येतील आणि त्यांची पुनरावृत्ती करता येईल? असं असलं तरी तीस वर्षे त्यांची सहचारिणी असलेल्या पत्नी म्हणतात, ''अधिकाधिक सामर्थ्य मिळावं म्हणून मी हे करतो. असं ते म्हणायचे. पण मला हे खरं वाटत नाही कारण त्या सामर्थ्याचा त्यांनी कधी वापर केला नाही. मग उपयोग काय त्याचा?''

अंबानी व बजाज यांच्यासारखेच आदित्य बिर्ला हे स्वतःची कंपनी उभारण्याचा ध्यास घेणारे. इतरांनी उभारलेल्या कंपन्या ताब्यात घेण्यापेक्षा स्वतःची कंपनी उभारण्यात त्यांचा अग्रक्रम असे. एकदा कंपन्या उभ्या राहिल्या व चालू झाल्या की मग त्यांचा ते अगदी ईर्षेने सांभाळ करीत, दुसऱ्या कोणी ती बळकावू नये म्हणून जागरूक असत. त्यांच्याच कुटुंबातील काही पुतण्यांना त्यांच्या कंपन्यांवर डोळा होता. त्यामुळं बिर्ला घराण्यातील संघर्ष निरखणं रोमहर्षक होतं.

कंपन्या खरीदणं, कब्जा मिळवणं यात ठासून नाट्य भरलेलं असतं. त्यामुळं अशा कहाण्यात लष्करी शब्दांचा वापर आढळतो. कंपन्या खरीदण्याच्या कलेत वस्ताद असलेले रमा प्रसाद गोएंका अशी काही गुप्तता पाळतात की त्यामुळं त्यांच्या कहाण्या खूप रोचक बनतात. कोण विकतंय आणि किती किंमतीला? तसंच कोण खरीदतंय व कितीला? जिथं राजकीय व्यक्ती सूत्रं हलवण्याची शक्यता असते, तिथं सारे हिशेब चुकू शकतात. गोएंकांना मात्र जे हवं ते सहज मिळतं. त्यांनी टायर उत्पादन करणारी सिएट व वीज उत्पादन करणारी 'कलकत्ता

वीज पुरवठा कॉर्पोरेशन,' (सीईएससी) खरीदली तेव्हा मोजकेच तरंग उमटले. या उलट धीरूभाई अंबानींवर टीका झाली की त्यांना 'लार्सन अ‍ॅन्ड टुब्रो'वर कब्जा मिळवण्याचा प्रयत्न सोडून द्यावा लागला.

कलकत्त्याची डंकन ब्रदर्स ही गोएकांनी हस्तगत केलेली पहिली कंपनी. या मॅनेजिंग एजन्सी असलेल्या प्रतिष्ठित कंपनीत दरमहा ३५०/- रुपये वेतनावर गोएकांच्या वडिलांनी त्यांना चिकटवलं होतं. परंतु येथे पक्षपात केला जातो, वंशवाद पाळला जातो म्हणून आठवड्याभरात रमा प्रसाद गोएंकांनी राजीनामा दिला होता, तेव्हा ब्रिटिशांची राजवट होती. रमा प्रसादांची ती पहिलीच नोकरी होती. तेव्हा त्यांच्या या वर्तनानं वडील संतापले. अखेर अपमान गिळून रमा प्रसादना पुन्हा कामावर रुजू व्हावं लागलं होतं. पुढे १९६३ मध्ये त्यांनी ही कंपनीच खरेदी केली. त्यानंतर डझनभर कंपन्या त्यांनी हस्तगत केल्या व देशातील पहिल्या वीस कंपन्यांत त्यांचा अंतर्भाव झाला. १९८९ मध्ये तेराव्या क्रमांकावरून त्यांनी चौथ्या क्रमांकावर झेप घेतली.

गोएंकांच्या निकटवर्ती दोस्तांपैकी चहासम्राट ब्रिजू बाबू हे एक. एकदा ते लंडनमध्ये खरेदीला गेले असताना हॅरॉड या प्रचंड भांडारानजीक बॉम्बस्फोट झाला व खैतान वीस यार्ड दूर फेकले गेले. या स्फोटात १९ जण ठार झाले. सुदैवाने खैतान बचावले. स्वातंत्र्यपूर्व काळात कलकत्त्यात झालेल्या दंगलीतूनही खैतान वाचले. नक्षलवादी चळवळीचा उद्रेक झाला व अन्य मारवाडी उद्योगपती दिल्ली व मुंबईला स्थलांतरित झाले, तेव्हा खैतान मात्र कलकत्त्यातच राहिले व त्याही चळवळीतून बचावले. खाजगी सेना बाळगणारे या पुस्तकातील ते एकमेव उद्योगपती. ही सेना त्यांच्या चहाच्या मळ्यावर रात्रंदिन पहारा करते.

अत्यंत धार्मिक वृत्तीच्या व स्वतःचं खाजगीपण जपणाऱ्या या उद्योगपतीला शरीररक्षक, बंदुका यांची आता सवयच झाली आहे. त्यांना ते आवडत नसलं तरी त्यांचा नाईलाज आहे. एरवी आसाममधील उल्फा, बोडो यांच्यासारख्या अतिरेक्यांना ते कसे हाताळणार? अतिरेक्यांनी प्रत्येक खून पाडला की खैतान यांना स्वतःचं व त्यांच्यावर अवलंबून असणाऱ्यांचं नीतीधैर्य टिकवून ठेवावं लागतं. गुळगुळीत कागदांवर छापलेले कंपन्यांचे अहवाल, कलकत्ता शेअर बाजार व मोठमोठे चहाचे लिलाव यापेक्षा या चहासम्राटाचे जीवन किती वेगळे आहे हे अनुभवायला मिळतं.

चहाच्या मळ्याइतकंच हिऱ्यांचं विश्वही धूसर व धोकादायक आहे. केवळ कर्णफुलं व नेकलेस घातलेल्या लावण्यवतींची व्हिडिओफिल्म म्हणजे हे जग नव्हे. भरत आणि विजय शहा यांच्या कार्यालयातील गुप्त कॅमेरे भेटायला येणाऱ्यांवर सूक्ष्म नजर ठेवून असतात आणि सुरक्षा व्हॉल्टचे रक्षण करणारे कर्मचारी बंदुका सरसावून उभे असतात.

कॉलेजचं शिक्षण अर्धवट सोडून दिलेल्या भरत आणि विजय यांनीदेखील धीरूभाई अंबानींसारखी शून्यातून सुरुवात केली. दहा वर्षांत या बंधूंनी ३५०० कोटी रुपयांचं आंतरराष्ट्रीय साम्राज्य उभारलं. तसंच जागतिक बाजारपेठेत स्पर्धा करू शकेल अशा भारतीय वस्तू ठेवल्या. या क्षेत्रात प्रवेश करताना हेसिडिक ज्यूंची वर्षानुवर्षे असलेली मक्तेदारी त्यांना तोडावी लागली. हा व्यवसाय डिबीअर्सच्या द. आफ्रिका व ऑस्ट्रेलियातील खाणींपासून ते न्यूयॉर्क व तेल अविव, अँटवर्प व लंडनमधील लिलाव दालनात पसरलेला होता. शहा व अन्य पालनपुरी जैनांनी तो सुरत व मुंबईला आणला. इथले कारागीर नाजूक हातांनी हिऱ्यांना पैलू पाडू लागले. हे सारं शहांनी कसं साध्य केलं?

टाटा या भारतातील सर्वांत मोठ्या उद्योगगृहाचे प्रमुख रतन टाटा यांनी टाटा उद्योग समूह जागतिक तोडीचा बनवायचा ध्यास घेतला आहे. १२५ वर्षांच्या इतिहासात टाटा एका अशा टप्प्यावर आले आहेत की घसरण सुरू होऊ नये म्हणून तातडीने पावले उचलणे आवश्यक आहे याचे रतन टाटांना भान आहे. 'टाटा' असणं ही मोठी कठीणच गोष्ट आहे. कारण 'टाटा' या आडनावामुळं अपयशाला वावच नसतो. रतन टाटांचा आरंभीचा काळ यशापेक्षा अपयशानंच भरलेला होता. कंपनीचे अध्यक्ष झाल्यावर गेल्या पाच वर्षांत मात्र टाटांनी खूप काही करून दाखवलं आहे. टाटा उद्योगसमूहाच्या विक्रीत व नफ्यात निम्म्याहून अधिक वाटा असलेल्या टेल्को व टिस्को या दोन्ही कंपन्यांचा कारभार त्यांच्या नेतृत्वाखाली पूर्वी कधी नव्हता एवढा चांगला चालला आहे. अन्य ८२ कंपन्यातही सुधारणा केल्या जात आहेत.

किंबहुना उद्योगाची पुनर्बांधणी, फेररचना हा खरं तर या पुस्तकातील सातही प्रकरणांचा विषय आहे. भविष्याबद्दल या उद्योगपतींना काय वाटते याचे प्रतिबिंब त्यात उमटले आहे. 'परवाना राज' संपुष्टात आलं त्यामुळे अधिक औद्योगिक संधी उपलब्ध झाल्या, देशी आणि आंतरराष्ट्रीय कठीण स्पर्धा निर्माण झाली, आर्थिक क्रांती झाली, परदेशी बाजारपेठांची भुरळ पडली, जागतिकीकरणाचं अस्थिर आश्वासन अशा उदारीकरणाच्या अनेक बाबींवर बरंच विचारमंथन झालं. भारतीय उद्योगांनी बदलाची कोणती दिशा अनुसरावी व ही आव्हाने स्वीकारण्यासाठी भारतीय उद्योगानं काय करावं याबद्दल चर्चा सुरू झाली. या पुस्तकात ज्या आठ व्यक्तींची शब्दचित्रे आहेत त्यापैकी जवळजवळ सर्वांनी आपापल्या कंपन्यात दूरगामी ठरणाऱ्या बदलांची प्रक्रिया सुरू केली आहे, किंवा करण्याच्या बेतात ते आहेत. त्यांनी आखलेली धोरणं व त्यामागची कारणमीमांसा या पुस्तकात देण्याचा प्रयत्न केला आहे.

केवळ पाच किंवा दहा बड्या उद्योगगृहांची माहिती देण्यापुरतंच हे 'बिझिनेस महाराजाज्' पुस्तक मर्यादित नसून भारतातील अत्यंत तळपत्या उद्योगपतींची ही

व्यक्तिचित्रे आहेत. त्यांची निवड कशी केली? निवड करताना भूतकाळ व भविष्यकाळ याचा मुख्यत्वे विचार करण्यात आला. विसाव्या शतकात स्थापन झालेल्या व एकविसाव्या शतकात ज्यांची भरभराट होईल अशा उद्योगसाम्राज्यांवर नियंत्रण असणाऱ्या व्यक्तींची निवड केली गेली. दे दणादण चमकणारे परंतु कालचे हिरो पण उद्याचे 'झीरो' होणाऱ्यांची निवड करण्यात काही अर्थ नव्हता.

या उद्योगपतींपेक्षा जास्त नसले तरी त्यांच्याइतके सुपरस्टार असलेले बरेच जण आहेत. मद्य उत्पादन क्षेत्रातील सम्राट विजय मल्या किंवा झी टीव्हीचे सुभाषचंद्र, रुईया, मित्तल व जिंदल यांच्यासारखे पोलाद क्षेत्रातील नवे महारथी, इलेक्ट्रॉनिक्स क्षेत्रात अग्रेसर असलेले व्हिडिओकॉनचे वेणुगोपाल धूत, ओनिडाचे मिरचंदानी बंधू, बीपीएलचे नंबियार, औषधांच्या क्षेत्रातील 'रणबक्षी' कंपनीचे भाई मोहनसिंग असे कितीतरी जण आहेत. त्यांच्यासाठी स्वतंत्र ग्रंथच लिहावा लागेल. भूतकाळ व भविष्याचा वेध घेणाऱ्या या ग्रंथासारखा नव्हे.

उद्योगपतींच्या प्रभावक्षेत्रांचा विचारही त्यांची नावे निवडताना करण्यात आला. त्यांनी निवडलेल्या क्षेत्रात ते अग्रेसर असायला हवेत अशीही कसोटी ठरवली होती. बी. एम. खैतान प्रतिवर्षी ६ कोटी ५० लाख किलो चहाचं उत्पादन करतात. भारतीय बाजारपेठेतील त्यांचा वाटा १० टक्के आहे व जागतिक उत्पादनात ५ टक्के आहे. अब्जावधी हिऱ्यांना पैलू पाडून पॉलिश करून बाजारपेठेत विक्री करणारे भारत व विजय शहा हे या क्षेत्रातील जगातील सर्वांत बडे उद्योगपती आहेत असं दक्षिण आफ्रिकेतील हिऱ्यांची बडी कंपनी डिबिअर्सचं म्हणणं आहे. दोनचाकी वाहनं बनवणारा जगातील चौथ्या क्रमांकाचा कारखाना राहुल बजाज यांनी पश्चिम भारतात उभारला आहे. एके काळी आर. पी. गोएंका हे भारतातील एकूण टायर्स उत्पादनापैकी ३५ टक्के उत्पादनावर नियंत्रण ठेवून होते. नंतर त्यांचे हे स्थान कमी झाले असले, तरी आता वीजनिर्मितीच्या क्षेत्रात ते असे स्थान निर्माण करू पाहात आहेत. तरुण वयातच अकाली निधन होण्यापूर्वी आदित्य बिर्ला हे व्हिस्कोज स्टेपल फायबर व पामतेल या क्षेत्रात जगात अग्रगण्य मानले जात. इन्सुलेटर क्षेत्रात त्यांचा क्रमांक तिसरा व कार्बन ब्लॅक उत्पादनात सहावा होता, भारतात ते सिमेंट, रेयॉन फिलॅमेन्ट यार्न, फ्लॅक्स वा कॉस्टिक सोडा या उत्पादनांचे सर्वांत मोठे निर्माते होते. वस्त्रोद्योग व पेट्रोकेमिकल्समध्ये साम्राज्य निर्माण केलेले धीरूभाई अंबानी भारताचे 'अर्को' बनण्याचे स्वप्न बाळगून आहेत, तर भारताच्या सर्वांत मोठ्या उद्योगसमूहाचे प्रमुख असलेले रतन टाटा यांचा ट्रक उत्पादनात खाजगी क्षेत्रात व पोलाद उत्पादनात पहिला क्रमांक आहे.

आणि आयटीसीचे किशन एल. चुग किंवा युनिलिव्हरचे सुशिम एम. दत्ता यांचं काय? रतन टाटा व आदित्य बिर्ला यांच्यासारखी त्यांचीही कामगिरी अभूतपूर्व

आहे. ते पण बड्या साम्राज्याचं नियंत्रण करीत नाहीत का? हे खरं असलं तरी व्यावसायिक अधिकाऱ्यांवर झोत टाकण्याचा या पुस्तकाचा उद्देश नसून उद्योग हा ज्यांचा कौटुंबिक व्यवसाय आहे अशांची निवड केलेली आहे.

उद्योजकतेसंबंधी एवढी वर्षे संशोधन केलं असल्यानं काही लोक यशस्वी होतात व काही होत नाहीत याची कारणं काय असावीत असा प्रश्न मला लोक विचारतात. यशाचे घटक, तत्त्वं सांगता येतील काय? याबाबत पंधरा वर्षांपूर्वी मला जे कोडं पडलं होतं ते कोडं आजही तसंच आहे.

येथे रेखाटलेल्या व्यक्तिचित्रात शून्यातून साम्राज्य उभारणारे तिघेजण (अंबानी, खैतान, दोन शहा बंधू) आहेत. ज्यांना उद्योगाचा वारसा मिळाला व ज्यांनी त्यात भर घातली असे तिघेजण (बिर्ला, बजाज आणि गोएंका) आहेत. उद्योगसमूहाचे पाच वर्षांपूर्वी अध्यक्ष बनलेले रतन टाटा आहेत.

केवळ दोघांकडे पदव्युत्तर पदवी आहे. बजाज यांनी हार्वर्ड बिझिनेस स्कूलमधून एम.बी.ए. केलं तर गोएंका कलकत्ता विद्यापीठाचे एम.ए. आहेत. बिर्लांनी बोस्टनच्या प्रख्यात एमआयटी मध्ये तर तेवढ्याच विख्यात कॉर्नेलमध्ये रतन टाटांनी शिक्षण घेतलं. केवळ मॅट्रिक झालेल्या अंबानींनी सतराव्या वर्षीच नोकरी धरली तर वडिलांच्या निधनानंतर विजय शहा यांनी लंडन स्कूल ऑफ इकॉनॉमिक्समधील शिक्षण अर्धवट सोडून दिलं. खैतान यांनी एका साध्या कॉलेजात शिक्षण घेतलं.

आपापल्या जहागिरी उभारताना ज्याची त्याची तत्त्वे, निकष वेगळे, त्यांची पार्श्वभूमी, स्वभाव व अनुभव यातून ही तत्त्वे निर्माण झाली. ते ज्या कंपन्यांचे प्रमुख आहेत त्या कंपन्यांतील उद्योग संस्कृतीत या तत्त्वांचे प्रतिबिंब पडलेले दिसते.

उदाहरणार्थ, ग्रासिम व हिंडाल्कोची झालेली शिस्तबद्ध प्रगती पाहा. इंडियन रेयॉनची सूत्रं हाती आली तेव्हा बिर्ला विशीत होते. छोट्या सूत गिरण्यांत त्यांच्या उत्पादनक्षमतेएवढे उत्पादन केले व थोडी थोडी यंत्रसामग्रीची भर घालत गेले तर नफ्यात नाट्यपूर्ण वाढ होते असं बिर्लांच्या लक्षात आलं. हे धोरण बिर्लांच्या तत्त्वज्ञानाचं सार बनलं! आदित्य बिर्ला एकदा म्हणाले होते, "अत्याधुनिकीकरण करत राहणं, खर्च कमी करणं, तांत्रिक सुधारणा करून उत्पादन वाढवणं (उत्पादन क्षमतेसह) आम्हाला आवडतं. एखादा कारखाना आहे तसाच दिवसेंदिवस चालवण्यात काही मजा नाही. केवळ तंत्रज्ञानासाठी तंत्रज्ञान असा विचार न करता उत्पादन खर्च कमी करणं हा तंत्रज्ञानाचा उद्देश असायला हवा." आज त्यांच्या कारखान्यातील उत्पादन खर्च खूप कमी आहे.

अंबानीचं तत्त्वज्ञान बिर्लांपेक्षा अगदी वेगळं आहे. मागणीच्या अंदाजाच्या आधारे 'सुरक्षित' क्षमतेचे कारखाने उभारण्यापेक्षा प्रचंड क्षमतेचे जागतिक दर्जाचे

कारखाने त्यांनी उभारले. उत्पादनांना स्थानिक मागणी तेवढी नसली अथवा त्या प्रमाणात वाढलेली नसली, तरी त्यांनी हे धाडस केलं. १९८४ साली त्यांनी पॉलिस्टर स्टेपल फायबरचं उत्पादन करायचं ठरवलं, तेव्हा मध्यम आकाराचा कारखाना (जर तो यशस्वी झाला तर पुढं विचार करता येईल असा) उभारला नाही. त्या वेळी पीएसएफचं स्थानिक उत्पादन ३७ हजार सीपीए होतं व १० हजार टन निर्यात केलं जात होतं. अशी स्थिती असूनही रिलायन्सनं ४५ हजार टन क्षमतेच्या कारखान्यासाठी अर्ज केला, याचा अर्थ त्यावेळच्या सर्व उत्पादनाइतके किंवा आयात केल्या जाणाऱ्या पीएसएफच्या ४.५ पटीने अधिक उत्पादन, त्याशिवाय इतर उद्योगपतींना छोट्या छोट्या क्षमतेच्या उत्पादनाचे अर्धा डझन परवाने देण्यात आले आहेत याची माहिती अंबानींना होती. एकदा धीरूभाई म्हणाले होते, ''मी नवा मार्ग घालून देणारा आहे. जंगलात मी इतरांसाठी वाट तयार करून देत आहे. आपण जे काही करू ते त्या क्षेत्रात सर्वप्रथम करणारे असलो पाहिजे. पैसे मिळवणं माझ्या भागधारकांसाठी आवश्यक असलं तरी पैसे मिळवण्यात मला काही रोमांचक वाटत नाही. काहीतरी करून दाखवण्याचं मला आकर्षण आहे. नेहमीचं चाकोरीबद्ध काम मी करू शकत नाही. या दालनात असामान्यच गोष्टी घडायला हव्यात!''

बिर्ला यापेक्षा वेगळे आहेत. अंबानी व बिर्ला यांच्यात फारच कमी साम्य आहे तर बजाज व टाटा यांचे दृष्टिकोण तर आणखीच भिन्न भिन्न आहेत. दोघांना आपापल्या कंपनीच्या बारीक सारीक गोष्टींची गुंतागुंतीची माहिती हवी असते, पण दोघातील साम्य इथंच संपतं. भागीदारी व महत्त्वपूर्ण युतींबाबत दोघांचे दृष्टिकोण भिन्न भिन्न आहेत. बजाज हे एकाकी आहेत तर टाटांचे अर्ध्या डझनाहून अधिक संयुक्त प्रकल्प आहेत.

आपल्या धोरणाचं समर्थन करताना बजाज म्हणतात, ''मला माझ्या देशात सत्ता, अधिकार व मालकी एखाद्या परदेशीयाबरोबर वाटून घेणं आवडत नाही. मी परदेशीयांच्या विरुद्ध नाही. तो काही मुद्दाच नाही. पण जनरल मोटर्समध्ये विदेशी इक्विटी नाही. सोनी व आयबीएम मध्येही नाही. जे दुबळे असतात त्यांच्यात अशी भागीदारी असते.'' या उलट ''इतरांबरोबर हातमिळवणी केल्यानं काहीच नुकसान होत नाही उलट खूप लाभ होतो असं टाटांचं मत आहे. आपण आपल्या वैयक्तिक सार्वभौमत्वाला फार महत्त्व देतो. परदेशाप्रमाणं आपणही संयुक्त प्रकल्पांचा शोध घ्यायला हवा. भागीदारी मानवी रसायनावर आधारित असते, तेव्हा दोघे भागीदार एक असल्यासारखे काम करू लागतात'' असं टाटांचं मत आहे.

'बिझिनेस महाराजाज्'तील उद्योगपतींनी सिंहासनाचा मार्ग स्वतः आखलेला आहे. त्यापैकी कोणतेही दोन मार्ग सारखे नसले तरी काही बाबतीत त्यांच्यात साम्य आहे.

व्यवस्थापनाचे दोन मूलभूत व साधे नियम हे सर्वजण पाळतात असे दिसून येईल. चांगल्या माणसांची नेमणूक करणे, त्यांना चांगली वागणूक देणे व त्यांच्यावर जबाबदारी टाकणे हा झाला पहिला नियम. दुसरं म्हणजे कारखाने उभारताना ते झटपट पुरे करून लवकरात लवकर कार्यान्वित करणे.

सर्व आठजणात तीन समान वैशिष्ट्ये आहेत. मोठ्या प्रकाशझोतात ते वावरतात, त्यांच्यात प्रचंड कार्यशक्ती आहे व त्यांना प्रचंड ध्यास आहे. आपल्या महत्त्वाकांक्षा पूर्ण करण्यास त्यांनी वाहून घेतले आहे व ते तास न् तास अविरत काम करत राहतात. एकदा का त्यांच्या मनात एखादी कल्पना रुजली की सहजासहजी ती ते सोडून देत नाहीत मग भले तुम्ही त्यांना आडमुठे म्हणा!

हे सर्वच जण अत्यंत हुशार, कुशाग्र बुद्धीचे आहेत हे निःसंशय. कोणत्याही अर्थव्यवस्थेत ते चमकू शकतील असं कोणालाही वाटेल. योग्य पार्श्वभूमी व उचित प्रशिक्षण याचा फायदा होतोच, पण उत्कृष्ट कामगिरी करणारे, उद्योगाशी संबंधित नसलेली गोष्ट देखील चांगली करून दाखवू शकतात. या आठही जणांच्या बाबतीत दोन बाह्य घटकांचा त्यांच्या यशात वाटा आहे. या घटकांवर त्यांचे नियंत्रण नाही व त्यांच्या वैयक्तिक क्षमतेशीही त्यांचा संबंध नाही. कितीही बुद्धिमान असले, तरी या दोन घटकांच्या शिवाय वैयक्तिक शिखर ते गाठू शकले नसते. या उद्योगपतींच्या बाबतीत कधीना कधी कोणी ना कोणी 'गुरू'नं त्यांना पुढं जाण्यास प्रोत्साहन दिलं आहे. तसंच त्यांच्या जीवनातील पहिल्या वळणावर त्यांना नशिबानं साथ दिलेली आहे. असे प्रसंग जरी क्षुल्लक वाटले तरी त्या वेळी जर त्यांनी ती संधी घेतली नसती तर त्यांची झपाट्याने प्रगती झाली नसती.

जेआरडींच्या मदतीविना रतन टाटा हे टाटा समूहाचे प्रमुख बनू शकले नसते आणि त्यांचे प्रतिस्पर्धी रुसी मोदी यांनी 'हिंदू' वृत्तपत्राला वादग्रस्त मुलाखत दिली नसती तर आज रतन टाटांच्या ऐवजी २४००० कोटी रुपयांच्या टाटा उद्योगाची फेररचना मोदी करीत असते. ॲन्टवर्पच्या क्रिग भागातून फेरफटका मारणाऱ्या विजय शहा यांना लंडनमधील हिऱ्यांच्या कंपनीचे संचालक मॉन्टी चार्ल्स यांनी हेरलं नसतं तर शहा बंधू आज कॅरट सम्राट बनले नसते. तसंच सुरत इथं त्यांना कारखान्यासाठी स्वस्तात जमीन मिळाली नसती तर कदाचित हिऱ्यांचं एवढं मोठं साम्राज्य त्यांना उभारता आलं नसतं. ब्रिटिश राजवटीचा अस्तझाल्यावर कलकत्त्यात शोकडो चहामळेवाले होते पण खैतान यांची रिचर्ड, मेगॉर यांच्याशी मैत्री असल्यानं ते 'बडासाब' बनू शकले तसंच जॉन गुथरी यांच्याशी थोडासा संबंध असल्यानंच खैतान यांना मॅकलिऑड रसेल कंपनी खरीदणं शक्य झालं व ते एका रात्रीत भारतातले अग्रगण्य चहा उत्पादक बनले.

हे पुस्तक लिहिताना मी व्यक्तिसापेक्ष आहे काय? असा प्रश्न केला तर त्याचं

उत्तर होय असं द्यावं लागेल. कोणतंही चरित्र निष्पक्ष कसं असू शकेल? किंबहुना त्याचा उलटाच परिणाम होण्याचा संभव असतो. पूर्णतः निष्पक्षपाती आणि संपूर्ण माहिती असणं अशक्यच आहे. दुसरं म्हणजे तपशील किती द्यावा? चरित्र किती मोठं असावं? तीस पानं की तीनशे पानं? 'बिझिनेस महाराजे' मध्ये आठ अत्यंत कार्यमग्न असलेल्या उद्योगपतींच्या आयुष्यातील महत्त्वाच्या घटनांचे 'स्नॅपशॉट्स' आहेत. तो काही पीएच.डीचा प्रबंध नव्हे.

जी. डी. बिर्ला स्वतः चांगले लेखक होते. कोणीही भारतीय चरित्र लिहू शकत नाही असे ते म्हणायचे. ते काहीही असलं तरी या महाराजांच्या जीवनात इतक्या काही रोचक घटना आहेत की त्या लिहिण्याचा मोह टाळता येत नाही.

– गीता पिरामल

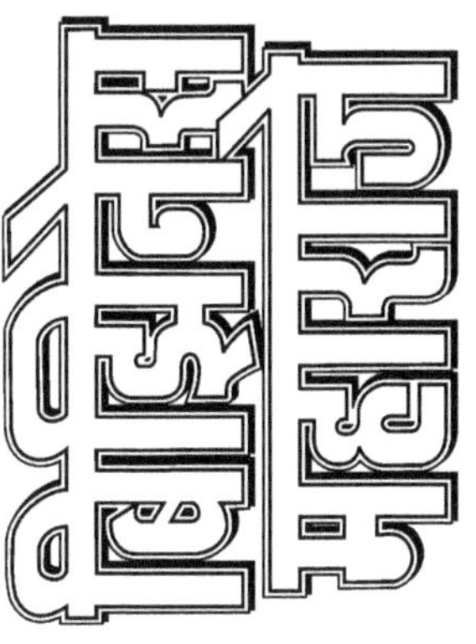

आभार

महाराजांचे– त्यांनी वेळ दिल्याबद्दल.
दिलीपचे माझ्यावर असलेल्या विश्वासाबद्दल.
खोजेम मर्चंट, निशित कोटेचा, सबनी बाबुता आणि शैलेश कोठारी यांचे– केलेल्या सूचनांबद्दल.
डेव्हिड दविदारचे– दिलेल्या प्रोत्साहनाबद्दल.
कृष्ण चोप्रांचे–विधायक टीकेबद्दल.
सिंधू साबळेचे– माहितीच्या संकलनाबद्दल.
माझ्या पालकांचे– दिलेल्या पाठिंब्याबद्दल.
हर्ष गोएंकांचे– पुस्तकाच्या शीर्षकाबद्दल.

– गीता पिरामल

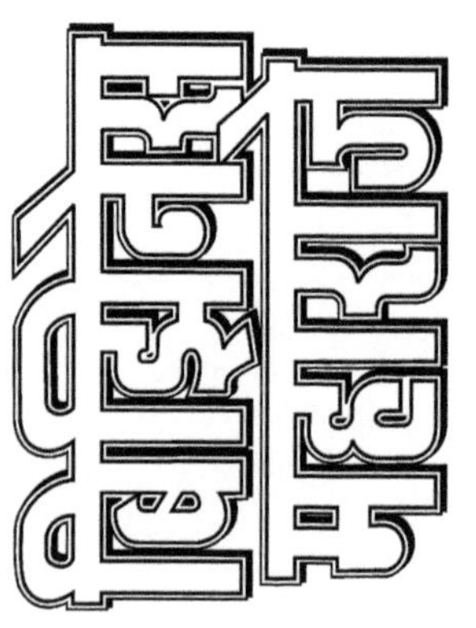

अनुवादकाचे मनोगत

उद्योगपती हे सामान्य माणसाच्या दृष्टीनं चित्रपट ताऱ्यांसारखेच चमचमणारे, अप्राप्य, गूढ, आकर्षण वाटणारे असतात. त्यांच्याबद्दल गैरसमजही भरपूर असतात. कामगारांची पिळवणूक करून भरमसाट कमाई करणारे, निव्वळ पैशांचे ते उपासक असतात, असं बऱ्याचजणांना वाटत असतं. स्वातंत्र्यपूर्व काळातील संस्थानिक गेले आणि त्यांच्या जागी हे नवे संस्थानिक आले असा सार्वजनिक समज आहे. गीता पिरामल यांनी त्याचमुळे आपल्या पुस्तकाचं नाव 'बिझिनेस महाराजाज्' असं ठेवलं असावं. परंतु या उद्योगपतींच्या शाही राहणीमानाचं चविष्ट, रसभरित वर्णन करणारं हे पुस्तक नाही. औद्योगिक साम्राज्याच्या पडद्याआड चालणाऱ्या हालचालींचा अनोखा तपशील देत देत उद्योगपतींनी घेतलेल्या उंच भरारीचे दर्शन त्या घडवतात. भारताच्या विकासात या 'महाराजांचा' किती मोलाचा वाटा आहे हे त्यातून स्पष्ट होत जातं. पिरामल या स्वतः एका औद्योगिक घराण्यातील असून त्यांनी या क्षेत्रातील अंतर्प्रवाह जवळून पाहिले आहेत. पत्रकारालाही ज्या वर्तुळात प्रवेश मिळणं अशक्य त्या वर्तुळात त्यांचा लीलया वावर असल्यानं कितीतरी नवी, आगळीवेगळी, रोचक आणि उद्बोधक माहिती त्या सहज देतात. त्यामुळे त्यांनी रेखाटलेल्या व्यक्तिरेखा म्हणजे निव्वळ नफा-तोट्याच्या आकडेवारीने भरलेला ताळेबंद नसून चैतन्यानं उसळणारी सजीव शब्दचित्रे आहेत. अनेकदा उद्योगपती आपली चरित्रे लिहून घेतात. ती बहुधा प्रशंसेचे रवंथ करणारी रटाळ असतात. हे पुस्तक तसं नाही. पिरामल यांनी उद्योगपतींचे कर्तृत्व मांडताना त्यांचे दोषही नमूद केले आहेत. या उद्योगपतींच्या विस्तृत मुलाखती घेऊन व परिश्रमपूर्वक सखोल संशोधन करून त्यांनी ही व्यक्तिचित्रे रेखाटली आहेत. या उद्योगपतींच्या कर्तृत्वगाथा विस्मयचकित करतात. त्यांनी आपली साम्राज्ये कशी उभारली? त्यांची व्यवस्थापनाची गुपितं कोणती? इतर उद्योगपती जेथे अयशस्वी ठरले तिथे यांनी यशाचे गड कसे

सर केले? भावी काळाचं त्यांचं भाकित काय आहे? बोर्डरूममध्ये झालेले लढे, झुंजी, संघर्ष, डावपेच, शह, काटशह यांची माहिती देणारं हे पुस्तक एखाद्या कादंबरीसारखं खिळवून ठेवतं. रमा प्रसाद गोएंकांनी आपल्यावतीनं पूजा करण्यासाठी पुजाऱ्यांचा पगारी तांडाच पदरी बाळगला आहे, तर उल्फाच्या कारवायांपासून संरक्षण करण्यासाठी बी. एम्. खैतान यांनी खाजगी सेना तैनात केली आहे. कै. आदित्य बिर्ला चित्रे काढायचे, रतन टाटांचा सर्वात निकटचा सोबती म्हणजे त्यांचा अल्सेशियन कुत्रा 'टिटो', हिरेसम्राट विजय शहा यांचा अँटवर्प- येथील बंगला जेम्स बॉन्डला शोभावा असा आहे, धीरूभाई अंबानी रविवारी मुलांना घेऊन उडुपी हॉटेलात इडली सांबार खाऊ घालत अशी वैयक्तिक माहिती त्या जाता जाता देतात. त्यामुळे पुस्तकाची वाचनीयता वाढली आहे.

मेहता पब्लिशिंग हाऊसचे अनिल व सुनील मेहता यांची त्यांच्या प्रकाशन संस्थेसाठी एखाद्या पुस्तकाचा मी अनुवाद करावा अशी बऱ्याच वर्षांची इच्छा होती. तो योग या पुस्तकाच्या निमित्ताने आला. प्रकाशन क्षेत्रातील महाराजे असे पुस्तक निघाले तर त्यात मेहतांचा अंतर्भाव करावा लागेल, इतका त्यांचा व्याप मोठा आहे. हा अनुवाद त्यांनी ससेमिरा लावल्यानेच पुरा होऊ शकला. तांत्रिक, आर्थिक शब्दांचे भाषांतर करण्यास महाराष्ट्र टाइम्सचे सहसंपादक श्री. हेमंत देसाई, व्यापार प्रतिनिधी श्री. जॉन कोलॅसो यांनी मोलाची मदत केली.

मूळ पुस्तकात उद्योगपतींची छायाचित्रे वा रेखाचित्रे नाहीत. मराठी अनुवादात ती असावीत असे ठरवले आणि प्रख्यात चित्रकार श्री. वासुदेव कामत यांनी ती तत्काळ काढून दिली. या सर्वांचा मी मनःपूर्वक आभारी आहे.

मराठी माणूस उद्योग क्षेत्रात पडण्यास कचरतो. त्याला सुरक्षित नोकरीचे कवच बरे वाटते. पण जिद्द, ध्यास, धडाडी असेल व परिश्रम करण्याची तयारी असेल तर या क्षेत्रातही यशस्वी होऊ शकू असा विश्वास हे पुस्तक त्यांच्या मनात निर्माण करील अशी अपेक्षा आहे.

विजयादशमी — **अशोक जैन**
१ ऑक्टोबर १९९८

अनुक्रमणिका

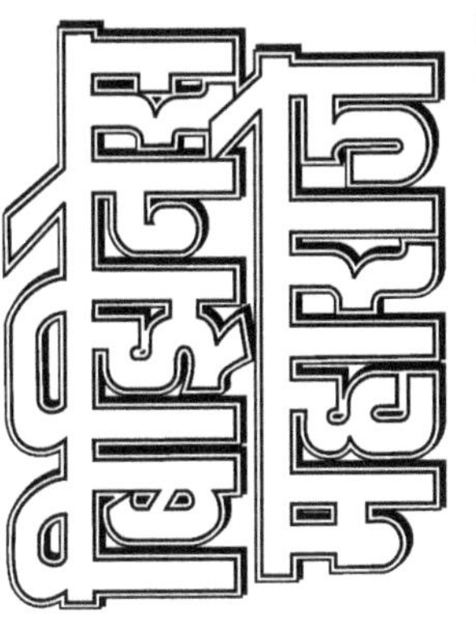

धीरूभाई अंबानी

शेअर बाजार ३० एप्रिल, १९८२

धीरजमल हिराचंद अंबानी हे प्रसिद्धीच्या झोतात आले ते ३० एप्रिल १९८२ च्या दुपारी! त्या दिवशी सकाळी जाग आली तेव्हा भविष्यात आपल्याला भारतीय शेअर बाजाराचा मसीहा म्हणून ओळखला जाईल याची त्यांनाही कल्पना नव्हती. त्या दिवशी भलताच उकाडा होता. तापमानानं ३३ अंश सेंटिग्रेडची पातळी ओलांडली होती आणि अंबानींच्या मनात एकमेव भावना खदखदत होती ती संतापाची. गेले दीड महिना दलालांच्या एका सिंडिकेटनं मुंबई शेअर बाजारात त्यांच्या कंपनीच्या शेअर्सना कोंडीत पकडलं होतं व अंबानींना ते काही आवडलेलं नव्हतं.

३० एप्रिल रोजी शुक्रवार होता. त्या दिवशी अंबानी आपला संताप व्यक्त करू शकत होते, सूड घेऊ शकत होते. कारण मुंबई शेअर बाजारात दर दुसरा शुक्रवार हा तडजोडीचा वार असतो. त्यावेळी आधीच्या पंधरवड्यात झालेले सर्व व्यवहार पुरे केले जातात, मंजूर केले जातात. विक्रेते खरीददारांना शेअर्स देतात, खरीददार ते स्वीकारतात, किंवा उभयतांपैकी कोणीही एकमेकांबद्दल नुकसानभरपाई वा बदला देऊन हा व्यवहार पंधरवड्यानं पुढे ढकलतो. असे व्यवहार पुढे करण्याचा शुक्रवारचा तो दिवस होता. शेअर बाजाराच्या इतिहासात सर्वात गोंधळाचा दिवस अशी त्याची नोंद होणार होती.

खरं तर त्या नाटकाची बीजं काही दिवस आधी म्हणजे १८ मार्च रोजी पेरली गेली होती. त्या दिवशी मुंबई शेअर बाजारात शेअर्स विकण्याची जणू लाटच आली होती. दुपारी १.३५ च्या सुमाराला घबराट सुरू झाली व सेंचुरी व टिस्कोसारख्या कंपन्यांच्या शेअर्सचे भाव २५ मिनिटांत १० टक्क्यांनी कोसळले! अंबानींच्या रिलायन्स इंडस्ट्रीजचे साडेतीन लाख शेअर्स बाजारपेठेत विक्रीस आले होते व त्याचा भाव १३१ वरून १२१ वर आला होता.

कलकत्त्यातील मंदीवाल्यांच्या एका सिंडिकेटनं हे सारं घडवून आणलं होतं. एक मारवाडी उद्योगपती (बहुधा ते बिर्लांपैकी असावेत.) या सिंडिकेटचे प्रमुख होते. अल्पकालीन विक्रीचं तंत्र या सिंडिकेटनं वापरलं. या तंत्रात सटोडिये किंमती उतरतील या विश्वासानं आपल्याकडे नसलेले शेअर्स विकायला काढतो व ते नंतर कमी भावाला खरेदी करून विक्रीची पूर्ती करतो. शेअर सिंडिकेटनं १६ कोटी रुपये

किंमतीचे ११ लक्ष शेअर्स विकले. हेच शेअर्स नंतर अगदी स्वस्तात खरेदी करून फायदा कमवायचा त्यांचा उद्देश होता. हे करताना दुसरा कोणीतरी बडा खरेदीदार उपटता कामा नये हे महत्त्वाचं होतं. सुताचा व्यापार करणारे उदयोन्मुख उद्योगपती अंबानी यांना त्यांनी फारसं महत्त्वच दिलं नाही. आपल्या या हल्ल्याला तोंड देण्याइतका रोख पैसा अंबानींकडे नसणार असं त्यांना वाटत होतं.

परंतु त्यांचं हे निदान पार फसलं. सिंडिकेटनं १८ मार्च रोजी शेअर्स विक्रीला काढताच रिलायन्सचे दलाल एकदम सक्रिय झाले, प्रत्येक शेअर त्यांनी खरेदी करण्याचा सपाटा लावला आणि दिवसाचे व्यवहार थांबले तेव्हा शेअर्सची किंमत १२५ वर नेली. दुसऱ्या, तिसऱ्या दिवशी व त्यानंतरही ते खरेदी करत सुटले व त्यामुळे शेअर्सची किंमत चढतच गेली. भारतात कंपन्यांच्या व्यवस्थापनांना त्यांचे स्वतःचे शेअर्स तांत्रिकदृष्ट्या खरेदी करता येत नाहीत. तेव्हा 'फ्रेंडस् ऑफ रिलायन्स असोसिएशन' अशी नवी संघटना स्थापन करण्यात आली व तिनं ११ लाख शेअर्सपैकी ८ लाख ५७ हजार शेअर्स खरेदी केले!

मारवाडी सिंडिकेटच्या योजनेनं दबून न जाता अंबानींनी सारी बाजू त्यांच्यावरच उलटवली! सिंडिकेटला त्यांनी धडा शिकवायचं ठरवलं होतं. त्या शुक्रवारी त्यांनी शेअर्सचे वितरण करण्याची मागणी केली. आपल्या व्यवसायाची बारीकसारीक माहिती असलेल्या अंबानींचा सिंडिकेटनं विकलेले शेअर्स त्यांच्याजवळ नसणार असा होरा होता! तो खराच ठरला. सिंडिकेटमध्ये घबराट उडाली व वचन पाळण्यासाठी मिळतील ते शेअर्स खरेदी करण्याचा त्यांनी सपाटा लावला. परंतु हे प्रयत्न पुरे ठरले नाहीत व शेअर्स देण्यासाठी मुदतवाढ मागणं त्यांना भाग पडलं. अंबानींच्या दलालांनी प्रत्येक शेअरमागे 'बदला' फी म्हणून ५० रुपये दिले तरच मुदतवाढ देऊ असं स्पष्ट केलं.

त्यानंतर अभूतपूर्व गोंधळ उडाला. मुंबई शेअर बाजार तीन दिवस बंद ठेवावा लागला. शेअर बाजाराच्या अधिकाऱ्यांनी तसूभरही न झुकणारे अंबानी (महाबैल) व गोंधळून गेलेले मंदीवाले (बेअर) सिंडिकेट यांच्यात तडजोड घडवून आणण्याचा प्रयत्न केला. परंतु समझोता होत नाही हे स्पष्ट झालं. घबराटीपायी शेअर खरेदी करण्यासाठी झुंबड उडाली. सिंडिकेटच्या सदस्यांनी देशातील शेअर बाजारांकडे धाव घेऊन खरेदी केली. त्यामुळं रिलायन्सच्या शेअर्सचा दर भरमसाठ वाढला. १० मे पर्यंत शेअर्सची विक्री व उपलब्धता यातील दरी जवळजवळ पुरी झाली आणि पेचप्रसंग मिटला.

या पेचप्रसंगामुळं अंबानी हे जणू दंतकथाच बनून गेले. परंतु शेअर बाजार त्यांच्यामुळं तीन दिवस बंद ठेवावा लागला किंवा त्यांनी सिंडिकेटला झुकवलं म्हणून ते शेअर बाजारचे मसीहा बनले नाहीत. त्यांचं हे धाडस, कर्तृत्व दिपवून

टाकणारं होतं हे निःसंशय. पण ते लवकरच एखाद्या पंथाचे प्रवर्तक बनले ते सामान्य शेअर होल्डरच्या पाठीशी खंबीरपणं उभे राहिले म्हणून!

अंबानी– (जे धीरूभाई म्हणून अधिक ओळखले जातात) हे सर्वसामान्य गुंतवणूकदार व त्याच्या गरजा ओळखणारे पहिले भारतीय उद्योगपती होत. तुमच्या यशाचं रहस्य काय असं विचारता ते म्हणाले होते, ‘‘प्रत्येकाला महत्त्वाकांक्षा असलीच पाहिजे व त्यानं माणसाची मनं ओळखलीच पाहिजेत.’’ वैयक्तिक अनुभवातून त्यांच्या मनात छोट्या भागधारकाविषयी आत्मीयता निर्माण झाली होती. एकतर दारिद्र्य काय असतं हे त्यांना ठाऊक होतं. आणि दुसरं म्हणजे कारखाने उभारण्यासाठी पैशाची अत्यंत निकड असताना बँकांनी त्यांना नकार दिला होता. तेव्हा पाठिंब्यासाठी उपलब्ध असलेल्या दुसऱ्या एकमेव पर्यायाकडं म्हणजे सार्वजनिक जनतेकडे ते वळले. त्यावेळी थेट छोट्या गुंतवणूकदारांकडून निधी उभारणं हे नेहमीच्या प्रथेला धरून नव्हतं. बहुतेक उद्योगपती हे भांडवली गुंतवणुकीसाठी सरकारी मालकीच्या आयडीबीआय किंवा आयसीआयसीआय कडून पैसे उभारीत.

आपल्या योजनेत पैसे गुंतवण्यासाठी जर जनतेला आकृष्ट करायचं असेल तर त्यांना एरवी मिळतं त्यापेक्षा अधिक काहीतरी द्यायला पाहिजे हे अंबानी जाणून होते. सामान्य भागदारांना ते अधिक महत्त्व देऊ लागले. अंबानींचा प्रवेश होण्यापूर्वी कंपन्या आपल्या शेअर्सच्या किंमतीची फारशी पर्वा बाळगत नसत. नफा कमावणे व लाभांश (डिव्हिडंड) जाहीर करणं ही कंपनीची कामे असून शेअर बाजारात हस्तक्षेप करणे, शेअर्सच्या किंमतीवर लक्ष ठेवणे व एखादा शेअर डळमळू लागला तर त्याला मदत करणे ही आपली कामे नव्हेत असा समज होता. या उलट अंबानींचा भागधारकांबद्दल कंपनीची काठी कर्तव्ये असून त्यांच्या हिताकडं लक्ष पुरवायला हवं यावर विश्वास होता. अगदी उदारपणं डिव्हिडंड जाहीर केला तरी त्यामुळं भागधारक शेअर्सचे कॅपिटल ॲप्रिसिएशन महत्त्वाचे असे त्यांचे मत होते.

ही कल्पना परकी होती. पाश्चिमात्य जगतातून अंबानींनी ती उचलली. आपलं हे तत्त्वज्ञान पटवून द्यायला अंबानींना पाच वर्षे लागली. पण एकदा त्यांच्या या कल्पनेनं मूळ धरल्यावर भारताच्या साऱ्या उद्योग क्षेत्राचा चेहरामोहराच बदलून गेला.

आपण जणू एका पायगिरणीवरच आरूढ झालो असून त्यावरून कधीही खाली उतरता येणार नाही याची त्यावेळी अंबानींना जाणीव झाली नाही. त्यानंतरच्या काही वर्षात या पायगिरणीचा वेग सतत वाढतच गेला व कधी तिच्यावरचा ताबा सुटेल की काय अशी भीती वाटत राहिली. लोकांचा पाठिंबा टिकून राहावा म्हणून रिलायन्सच्या शेअर्सची किंमत महिन्यामागून महिने, वर्षामागून वर्षे चढत जाईल याची काळजी धीरूभाईंना घ्यावी लागली. ते जोवर चक्रे फिरवत राहिले तोवर पैसा येत राहिला. भांडवल बाजारातून आपण मोठमोठ्या रकमा उभ्या करू शकतो हे

त्यांच्या लक्षात आले. त्यांची लोकप्रियता एवढी वाढली की लोक आपली बचत त्यांच्याकडे सोपवण्यासाठी धाव घेऊ लागले. अन्य उद्योगपतींचे शेअर्सचे इश्यू कोसळू शकत पण धीरूभाईंचे नाही.

'द मेगा इश्यू' (महाविक्री) हा शब्दच अंबानींनी तयार केला. दरवर्षी त्यांनी स्वतःचाच विक्रम मोडला. १९७७ चा अपवाद सोडला (जेव्हा रिलायन्स प्रथम सार्वजनिक क्षेत्रात उतरले) तर वर्षातील सर्वात मोठा इश्यू विक्रीला काढण्याचं श्रेय रिलायन्सला जातं. अंबानींनी १९९५ पर्यंत जनतेकडून ६४२३ कोटी रुपयांचं भांडवल उभारलं.

या प्रक्रियेत अंबानींनी रिलायन्सला देशातील एक सर्वात लोकप्रिय कंपनी बनवलं. ब्रिटिश गॅस या कंपनीने १९८८ मध्ये ३१ लक्ष भागधारक मिळविले. त्याच सुमारास रिलायन्सनं १६ लाख भागधारकांना आकृष्ट केलं व ती सर्वात जास्त शेअरधारक असलेली जगातील दुसऱ्या क्रमांकाची कंपनी झाली. १९७७ मध्ये रिलायन्समध्ये ५८ हजार गुंतवणूकदार होते. आज त्यांची संख्या ३७ लक्ष आहे.

एवढ्या मोठ्या व्यापामुळे प्रश्न निर्माण झाले व त्यावर तोडगेही काढण्यात आले. कंपनीच्या वार्षिक सर्वसाधारण बैठकीसाठी सभागृहे छोटी पडू लागली. रिलायन्सच्या भागधारकांना त्यांचा 'सम्राट' पाहयचा होता. तेव्हा रिलायन्स कंपनीची वार्षिक सर्वसाधारण बैठक फूटबॉल स्टेडियमवर भरवली जाऊ लागली. गुंतवणूकदारांना पाठवायची शेअर सर्टिफिकेटस्, वार्षिक अहवाल आणि कागदपत्रं इतकी प्रचंड होती की, भारतीय टपाल व्यवस्थेला हे काम झेपेनासं झालं. तेव्हा छोट्या शहरांना रिलायन्सचे अधिकारी विमानानं जाऊ लागले. भागधारकांना पाठवायची कागदपत्रं ते व्यक्तिगत सामान म्हणून बरोबर नेत व त्या शहरात पोचल्यावर स्थानिक टपाल सेवेद्वारा त्यांचं वितरण होई.

भारतातल्या प्रत्येक लहान शहरात गुंतवणूकदारांचा पंथ धीरूभाईंनी निर्माण केला ही त्यांची सर्वात मोठी कामगिरी होय. ग्रामीण शेअर बाजारातून भांडवल उभारण्याचा प्रयत्न त्यांनी केला. शेअर्समध्ये पैसे गुंतवण्याचा ज्यांच्या मनात कधीही विचार येणार नाही अशा मंडळींना शेअर्स कसे खरीदावेत, त्यांच्या भावातील चढउतारांचा कसा मागोवा घ्यावा, दलालांशी कसे व्यवहार करावेत, आर्थिक वृत्तपत्रे आणि शेअर बाजाराची वार्तापत्रे वाचण्याची सवय कशी लावावी हे त्यांनी शिकवलं. रिलायन्सच्या भागधारकांपैकी बहुतेकांकडे प्रत्येकी १०० हून कमी शेअर्स आहेत. भारतातील प्रत्येक चार गुंतवणूकदारांत एक रिलायन्सचा असतोच.

धीरूभाईंनी एकट्यानं भारतीय भांडवल बाजारात चैतन्य आणलं. रिलायन्स पेट्रोकेमिकल्सचे शेअर्स मोठ्या प्रमाणावर बाजारात विक्रीला येण्यापूर्वी देशात

एकूण ३० लाख भागधारक असावेत असा अंदाज होता. १९८८ मध्ये सरकारला देशात एक कोटी भागधारक असल्याची जाणीव झाली. हा आकडा त्यांनी अत्याधुनिक मोजणी यंत्रे वापरून वा बाजारपेठेचं विश्लेषण करून काढला नाही तर रिलायन्स डिबेंचरधारकांच्या संख्येला तीनने गुणले. अंबानींनी मात्र सध्याच्या व संभाव्य गुंतवणूकदारांची अत्यंत परिश्रमपूर्वक माहिती जमा केली तिचा दर्जा कोणत्याही उत्तम मर्चंट बँकेच्या माहितीवरही मात करेल असा होता.

रिलायन्सचे दर हे कायम अत्यंत वरच्या पातळीवर ठेवण्याच्या अंबानींच्या सततच्या प्रयत्नामुळं शेअर बाजाराचेही बाजारमूल्य वाढले. ते १९८० त ५४०० कोटी होते ते १९९० मध्ये ५१००० कोटींवर पोचले आणि १९९५ मध्ये तर ४३५५०० कोटी झाले. रिलायन्सचे मार्केट भांडवलीकरण १९८० मध्ये १२० कोटी होते ते १९९० मध्ये ९९६ कोटी व १९९५ मध्ये ९६२० कोटींवर गेले आणि अंबानी जगातील सर्वात श्रीमंत व्यक्तींपैकी एक बनले.

धीरूभाईंच्या आधुनिक विचारसरणीमुळं त्यांनी आणखी एक कामगिरी करून दाखवली. भारतीय उत्पादन हे जागतिक दर्जाचे असले पाहिजे याचा ध्यास त्यांनी घेतला. उत्पादनाचा आकार व दर्जा यांची आंतरराष्ट्रीय पातळीवर तुलना करता येईल अशा उत्कृष्ट सोयी उपलब्ध करणारे ते पहिले भारतीय उद्योगपती होते. 'अत्यंत स्वस्त दरात उत्तम दर्जाचं उत्पादन करणं हे माझं उद्दिष्ट होतं.' असं ते वारंवार म्हणत. "उत्तुंग, भव्य विचार करा," हे सूत्र ते सहकाऱ्यांना सांगत.

धीरूभाईंच्या आधी बव्हंशी भारतीय कारखाने हे 'पिग्मी' आकाराचे असत. त्याचं एक कारण म्हणजे कारखानदारांचं मर्यादित क्षितिज. 'त्यावेळी भारतीय उद्योगात प्रचलित असलेल्या पद्धतीपेक्षा रिलायन्सच्या उत्पादनाच्या सोयींचा, क्षमतेचा आकार खूप मोठा होता. मागणीच्या आराखड्यानुसार 'सुरक्षित' क्षमता निर्माण करण्याऐवजी जागतिक दर्जाशी स्पर्धा करू शकेल अशा रीतीनं अंबानींनी आंतरराष्ट्रीय तुलनेची क्षमता निर्माण केली." असं रिलायन्सचा अभ्यास करणारे व लंडन बिझिनेस स्कूलमधील 'स्ट्रॅटेजिक प्लॅनिंग' विभागाचे प्रमुख सुमंत्र घोषाल म्हणतात.

आयसीआय इंडियामध्ये वीस वर्षे नोकरी केल्यानंतर रिलायन्समध्ये दाखल झालेले व रिलायन्सच्या पॉलिष्टर स्टेपल फायबर डिव्हिजनचे अध्यक्ष एस. पी. सप्रा म्हणतात, "अन्य कंपन्यांना ज्या गोष्टी दिसत नसत त्या अंबानींना दिसत. माल उपलब्ध नसल्यानं वापरदार उद्योगाची अडचण होई. इतर कंपन्या ठराविक पद्धतीची बाजारपेठ पाहणी करीत. समजा या पाहणीत सध्याचा वापर २००० टीपीए आहे असं आढळलं तर त्या आधारावर ते भावी काळात किती मागणी असेल याचा आडाखा बांधीत. समजा ही मागणी ५००० टीपीए असेल असा अंदाज त्यांनी बांधला तर बाजारपेठेतील आपला हिस्सा लक्षात घेऊन २००० ते

३००० टीपीए उत्पादन क्षमतेचा कारखाना ते उभारीत. धीरूभाईंची विचार करण्याची पद्धती याहून फार वेगळी होती. ते प्रत्यक्ष मागणी व संभाव्य दडलेली मागणी यांच्यावर आधारित उत्पादन क्षमतेचा कारखाना उभारीत.''

आपला जागतिक दर्जाचा कारखाना उभारण्यापूर्वी शेकडो परवाने त्यांना काढावे लागत. त्यासाठी नोकरशाहीची मनोवृत्ती त्यांना बदलावी लागली. परवाना देण्याच्या धोरणाचा पुनर्विचार करण्यास धीरूभाईंनी त्यांना भाग पाडले. स्कूटर्सचे उत्पादक राहुल बजाज यांच्यासारख्या उद्योगपतींचा दृष्टिकोण अंबानीसारखा जागतिक होता परंतु आपले म्हणणं नोकरशाहीला ऐकायला लावण्याचं कौशल्य त्यांच्यापाशी नव्हतं. सरकारनं पटवून देण्यासाठी लवचिक दृष्टिकोण ठेवावा लागतो असं अंबानींचं मत आहे. ''सर्वात महत्त्वाचा बाह्य घटक म्हणजे भारत सरकार. तेव्हा आपली कल्पना पटवून देणं हे अत्यंत महत्त्वाचं. त्यासाठी सरकारमधील कोणालाही भेटायला मी तयार असतो. कोणालाही सलाम करायला माझी तयारी असते. माझ्यात तुम्हाला अहंकार नक्कीच आढळणार नाही.'' असं ते एकदा म्हणाले होते. त्यांच्या 'सलाम' या शब्दानं जुन्या उद्योगपतींना राग आला होता.

धीरूभाईंनी आपले पत्रकार स्नेही बी. एन. उनियाल यांची 'संडे ऑब्झर्व्हर' आणि 'बिझिनेस ॲन्ड पॉलिटिकल ऑब्झर्व्हर' या आपल्या दोन वृत्तपत्रांचे संपादक म्हणून नियुक्ती केली. 'परवाना राज' चालवणाऱ्यांना आपला दृष्टिकोण समजावून देण्यासाठी धीरूभाई तास न् तास खर्च करीत असं उनियाल म्हणतात. आकडेवारी व तपशील सादर करून नोकरशहांना आपलं म्हणणं पटवून द्यावं लागतं. तेव्हा ही माहिती घेतल्याशिवाय अंबानी व त्यांचे सहकारी कधी दिल्लीत जात नसत. असं सांगून ते म्हणाले, ''आपल्याला स्वारस्य असलेल्या क्षेत्रात जगात कोठे कोठे सध्या काय स्थिती आहे याचा अहवाल तयार करून ते राजकीय पुढारी व नोकरशहांना वाटीत. आपल्यावर राज्य करणाऱ्यांना आपण बदलू शकत नाही पण निदान आपल्यावर चांगलं राज्य करता यावं म्हणून त्यांना आपण मदत तर करू शकतो असं ते अधिकाऱ्यांना सांगत.

गुंतवणूकदारांच्या पंथाला उत्तेजन व उत्पादनाची जागतिक दृष्टी यामुळं अंबानींचा भारतीय राजकारण व अर्थकारण यावर कोणाही दुसऱ्या उद्योगपतीने पाडला नसेल इतका प्रभाव पडला. भारतात ज्यांनी वीज व पोलाद आणलं त्या जमशेदजी टाटा (१८३९ ते १९०४) यांचा देखील एवढा प्रभाव पडला नव्हता. राजकारणी व नोकरशहा यांच्या क्षेत्रावर धीरूभाईंनी अतिक्रमणच केलं. धीरूभाई म्हणतात, ''मी स्वतःला मार्ग शोधणारा समजतो. जंगलाचा तपास घेत मी भावीकाळात दुसऱ्यांना चालत जाता यावं म्हणून वाट तयार करतो. कोणतंही काम हाती घेताना त्या क्षेत्रात ते काम करणारी पहिलीच व्यक्ती आपण असलो पाहिजे असं मला वाटतं. माझ्या

भागधारकांसाठी पैसा मिळवणं गरजेचं असलं तरी त्यामुळे मला फार उचंबळून येत नाही. काही तरी कर्तृत्व करून दाखवल्यानं मला खरा आनंद होतो. सर्वसाधारण काम करणं मला जमत नाही. माझ्या या दालनात अभूतपूर्वच गोष्टी घडायला हव्यात.''

पण त्याच सुरात ते म्हणतात, 'आपण पहिल्या क्रमांकावर आहोत की नाही याला मी फारसं महत्त्व देत नाही. मी पूर्वी कोणीच नव्हतो–एक छोटा व्यापारी होतो इतकंच. आता मी या स्थानावर येऊन पोचलो त्याबद्दल मी स्वतःला सुदैवी मानतो. पण मला त्याचा गर्व वाटत नाही. पूर्वी मी जसा होतो तसाच आजही आहे.'

अंबानींच्या भरभराटीबरोबर ते वादग्रस्त ठरणं अपरिहार्यच होत. उद्योगक्षेत्रात त्यांच्याबद्दल दोन स्पष्ट मतप्रवाह व्यक्त केले जातात. काहींना ते द्रष्टे वाटतात तर काहींना ते लबाड व बदमाश वाटतात. परवाना मिळवण्यासाठी रांग तोडून ते पुढं घुसतात, आपल्या सार्वजनिक रोखे बाजारात विक्री खुली करण्यासाठी व भांडवली मालाच्या आयातीसाठी इतरांपेक्षा वेगाने परवानगी मिळवतात, रिलायन्सला अनुकूल (आणि प्रतिस्पर्ध्यांना प्रतिकूल) अशी धोरणं आखायला लावतात. असे आरोप अंबानींवर टीकाकार करतात.

कुशल व्यवस्थापनापेक्षा आपल्या राजकीय संबंधांमुळे धीरूभाई यशस्वी होत असतात व आपलं उद्दिष्ट साध्य करण्यासाठी ते वाटेल ते करतात, असं काहींचं म्हणणं आहे. १९९१ मध्ये नवं आर्थिक धोरण अमलात आलं व त्यामुळे 'परवाना राज' ची इतिश्री झाली. त्या आधी स्वतःला फायद्याचे व प्रतिस्पर्ध्यांना तोट्याचे ठरतील असे दर मिळवण्यात पटाईत होते असे असं म्हटलं जाई. भारतीय अर्थव्यवस्थेत जे जे चुकीचं आहे त्याचं प्रतीक म्हणजे अंबानी असं काहींना वाटतं. रिलायन्स हा काबूत ठेवता न येणारा सैतान बनला असून त्याचा बुडबुडा कोणत्याही क्षणी फुटेल असं काही उद्योगपतींना वाटत असतं.

वरवर पाहता या आरोपांनी अंबानी अस्वस्थ झालेले दिसत नाहीत. 'यशस्वी होताना वादविवादाची किंमत मोजावीच लागते. माणसाचं मानसशास्त्र तुम्ही ओळखलं पाहिजे. कारण काही वर्षांपूर्वी मी एक बाजारबुणगा होतो. लोक म्हणायचे 'कोण हा धीरूभाई? आमच्या केबिनबाहेर वाट पाहणारा तो एक हमाल होता. हे खरंच आहे व मला त्याची लाज वाटत नाही. सुदैवानं मी गेंड्याच्या कातडीचा आहे. परंतु एक मात्र खरं की हत्ती चालू लागला की कुत्री भुंकणारच!'

'यातला एकही आरोप खरा असता तर रिलायन्सची एवढी प्रगती झालीच नसती'. असं सांगून ते म्हणतात, ''जरा भूतकाळाकडे पाहा! मला एकट्यालाच परवाने मिळाले असे नव्हे तुम्हाला सरकारनं परवान्याचा एक कागद दिला याचा अर्थ आपोआप भांडवली बाजारातून तुम्ही पैसे उभारू शकता किंवा विक्रमी वेळात कारखाना उभारू शकता असा होत नाही. तसंच भागधारकांना तुम्ही चांगले रिटर्न्स

देऊ शकाल असं नाही. हेच तर ९८ टक्के काम असतं. कागदावरचं काम असतं केवळ दोन टक्के! मात्र रिलायन्सला कायम अनुकूल परवाने मिळाले हे ते मान्य करतात. पण त्याचबरोबर आपल्याला काही परवाने नाकारण्यातही आल्याचं सांगतात.

अनेक दृष्ट्या अंबानींनी जुन्या व नव्यातील दरी भरून काढली. मी एप्रिल १९८४ मध्ये अंबानींची पहिली मुलाखत घेतली तेव्हा अपरिवर्तनीय डिबेंचर्स परिवर्तनीय करण्याचा निर्णय रिलायन्सनं नुकताच जाहीर केला होता. या निर्णयावर खूप टीका झाली होती. त्यामुळं मुलाखतीच्यावेळी मला काहीसं अवघडल्यासारखंच वाटत होतं. पण त्यांनी स्वतःच सवाल करून मला गारच करून टाकलं! "मी बदमाश आहे असं तुम्ही मला माझ्या तोंडावरच का नाही म्हणत? मी जे काही करतोय तो 'घोटाळा' आहे असं काहींना वाटतं हे मला ठाऊक आहे" असं सांगून ते म्हणाले, "पण पत्रकारांनी माझी मुलाखत घेण्याआधी आंतरराष्ट्रीय आर्थिक बाजारपेठेत काम चालू आहे याचा अभ्यास करून मगच यावं." 'इम्प्रीन्ट' या मासिकानं (नंतर याच मासिकानं अंबानींचा टीका करून पिच्छा पुरवला होता) अंबानींच्या उद्योजकतेचं कौतुक करताना म्हटलं, "नवीन उद्योगपतीमधील ते सर्वोत्कृष्ट आहेत." तो काळ राजकारणी व नोकरशाही यांच्यातील संबंध भारतीय अर्थव्यवस्थेचं भवितव्य ठरवणारा होता.

स्वतःला हत्तीची उपमा देणारी रिलायन्स कंपनी तेव्हा उद्योगाच्या अरण्यात प्रभुत्व गाजवत होती. अंबानींचं साम्राज्य हे रतन टाटा आणि बसंत कुमार (बीके) बिर्ला यांच्यापेक्षा लहान होतं. तसंच या दोघांसारखी अंबानींची सुरुवातीलाच अनुकूल अशी स्थिती नव्हती. बिर्ला समूह सुमारे शंभर वर्षे अस्तित्वात होता आणि टाटा उद्योगसमूहाला १२५ वर्षे झाली होती. तर धीरूभाई शेल कंपनीच्या पेट्रोल पंपावर अटेन्डन्ट म्हणून काम करीत होते. एके दिवशी आपण शेलसारख्या बड्या कंपनीचं मालक बनायचं, तेलाचा शोध घ्यायचा व त्याचं शुद्धीकरण करायचं असं त्यांचं स्वप्न होतं. त्याच्याबद्दल त्यांची कुचेष्टा होई. परंतु धीरूभाईंनी चिकाटीनं हे स्वप्न साकार करून दाखवलं. रिलायन्स ही सध्या ९०० कोटी रुपयांची कंपनी आहे. ती दहा वर्षात ८००० कोटी रुपयांनी करून दाखवीन असं त्यांनी १९८६ मध्ये जाहीर तेलं. १९९५ मध्ये कंपनीची विक्री ७८०० कोटी रु. होती. त्यामुळे टीकाकारांची तोंडे बंद झाली. या शतकाच्या अखेरीस रिलायन्स ३०००० कोटी रुपयांची कंपनी होईल असा अंबानींना विश्वास वाटतो.

१९९५ साली पेट्रो केमिकल्स, तेल, कापड यांचे उत्पादन करणारी सर्वात मोठी कंपनी असा तिचा लौकिक झाला. विक्री, नफा, एकूण मालमत्ता आणि सर्व निकषांच्या दृष्टीनं हे खरं होतं. कंपनीचं बाजार मूल्य ९६०० कोटी रुपये होतं.

विकसनशील देशात मुख्य कार्यालये असलेल्या ५० मोठ्या कंपन्यांच्या 'बिझनेस विक'ने प्रसिद्ध केलेल्या यादीत आदल्या वर्षी प्रवेश करणारी ती एकमेव भारतीय कंपनी होती. १९७७ ते मार्च १९९६ या काळात कंपनीची विक्री १२० कोटी वरून ७८०० कोटींवर गेली. व्यापारी नफा १५ कोटी रुपयांवरून १७५० कोटींवर गेला, नक्त नफा २.५ कोटींवरून १३०० कोटीवर गेला, एकूण निव्वळ मालमत्ता १४ कोटींवरून ८४०० कोटींवर गेली आणि आधारभूत मालमत्ता ३१ कोटींवरून १५००० कोटींवर गेली. ही कामगिरी अभूतपूर्व, अविश्वसनीय आहे. त्यांना अनुकूल ठरणारे राजकीय व प्रशासकीय निर्णय घेतले गेले हे खरं असलं तरी त्यांची कामगिरी ही सर्वसामान्य नाही. अंबानींचे अत्यंत कुशल व्यावसायिक ज्ञान आणि दृष्टी यामुळं हे घडलं.

भारतातील खाजगी क्षेत्रातील तिसऱ्या क्रमांकाच्या या कंपनीचं कार्यालय मेकर चेंबर (क्र. चार), २२२ नरिमन पॉईंट इथं आहे. तेथे एकूण आनंद, समाधान असणार असं कोणाला वाटलं तर त्याला दोषी धरता येणार नाही. पण प्रत्यक्षात तसं नाही उलट आपल्याला कायम वेढा टाकलेला आहे अशी भावना तेथे असते. आपल्या शत्रूंनी अडथळे निर्माण केले नसते तर रिलायन्सने आणखी पुढची पावले टाकली असती, आणखी कितीतरी प्रगती केली असती असं त्यांना वाटतं. "आमच्या प्रतिस्पर्ध्यांच्या वतीनं राजकारणी मंडळींच्या कानात विष ओतण्याचं काम तथाकथित सत्याचा झेंडा उभारणारी मंडळी करत असतात." असं अंबानी म्हणतात.

असामान्य कर्तृत्व बजावणाऱ्यांना अशा गोष्टींना सामोरं जावंच लागतं. 'द रोड अहेड' या पुस्तकात बिल गेटस यांनी 'यश म्हणजे एक गबाळा शिक्षकच असतो' असे म्हटले आहे. जगातील सर्वात श्रीमंत व्यक्तीत गणना होण्याचा बिल गेटस यांनी 'मायक्रोसॉफ्ट' कंपनीची स्थापना केली. 'फॉर्च्युन' मासिकाने अमेरिकेतील भांडवलाच्या बाबतीत सर्वात मोठ्या दहा कंपन्यांपैकी 'मायक्रोसॉफ्ट' आहे असं म्हटलंय. 'मायक्रोसॉफ्ट' व 'विंडोज' ही संगणक पद्धत यांचा नुसता आकार, व्याप व त्यांनी केलेले विक्रम पाहिले तर आत्मसंतुष्टता येऊ शकली असती. पण त्या काळात गेटस् म्हणतात, 'मायक्रोसॉफ्टमधील दृष्टिकोण व बाहेरचा दृष्टिकोण यात फार फरक आहे.'

रिलायन्समध्येही अधीरतेची, काळजीची भावना असते. त्यामुळं अनेक स्वरूपाच्या चित्रविचित्र व धोकादायक अफवा पसरत असतात. त्या सर्वातून एकच अर्थ निघतो व ते म्हणजे रिलायन्सशी खेळणं म्हणजे आगीशीच खेळणं होय.

अंबानींना भेटलं तर त्यांच्या व्यक्तिमत्त्वाला काही काळीकुट्ट बाजू असेल असं वाटतं नाही. ते मनमुराद हसतात. ते खरंखुरं, प्रेमळ व आनंदी असतं. बोलता बोलता खळखळून हसण्याची त्यांची लकबच आहे. एखादा मुद्दा ठासून मांडताना

आपले हात एकमेकावर घासणं अथवा स्वतःच्या गुडघ्यावर चापटी मारण्याची त्यांची सवय आहे. ते कधी शुभ्र रंगाचा सफारी घालतात तर कधी गर्द रंगाचा सूट-बूट व लाल रंगाचा रेशमी टाय हा जणू त्यांचा ट्रेडमार्कच.

अंबानी 'रिलॅक्स' वाटत होते. नौसैनिकाचे असतात त्याहूनही बारीक केस त्यांनी कापलेले होते. भव्य कपाळावरच्या भिवया ते उंचावत होते. ही त्यांची सवयच आहे. तणावाच्या वेळीही ते अत्यंत शांत असतात. रमा प्रसाद गोएंकांपेक्षा काही वर्षांनी तरुण व रतन टाटांच्या वयापेक्षा काहीसे मोठे असलेले ६३ वर्षांचे अंबानी यांचा उत्साह अभूतपूर्व आहे.

१९८० च्या दशकाच्या मध्याला मुकेश व अनिल हे दोघे चिरंजीव कंपनीत सामील झाल्यापासून दैनंदिन कामकाजातून धीरूभाई मुक्त झाले. १९९० च्या दशकाच्या आरंभापासून मुख्य कार्यकारी अधिकाऱ्याच्या पदापासून ते वेगळे झाले. (तांत्रिक दृष्ट्या ते या पदावर अजून असले तरी) कंपनीची दीर्घकालीन उद्दिष्टे ठरवणे व कुटुंबियांसमवेत अधिक वेळ घालवणे यात ते मग्न असतात.

पूर्वीसारखे आता ते कार्यालयात खूप वेळ घालवत नाहीत, दुपारी ते येतात नि तीनेक तासानंतर घरी जातात. आर्थिक अहवालांचा विचार करण्यापेक्षा आपल्या नातवंडांशी खेळण्यात ते अधिक वेळ घालवतात. असं असलं तरी त्यांची भूमिकाही महत्त्वाची, निर्णायक असते. भावी योजना, धोरणं याचे ते शिल्पकार असले तरी अधून मधून छोट्या तपशिलांकडे ते लक्ष पुरवतात. आपण स्थापन केलेल्या कंपनीचे रक्षण करण्याची प्रबळ भावना त्यांच्या मनात सदोदित असते. त्यामुळे तिचं कामकाज सुरळीत चालावं म्हणून एखाद्या हटवादी ग्राहकाची समजूत काढणं, एखाद्या कडव्या राजकीय नेत्याला फोन करणं, एखाद्या प्रतिस्पर्ध्याशी वकिलाच्या पॉइंटवर चर्चा करणं अशी कामं ते करत असतात. निवृत्तीचा कधी विचार केला आहे का असं विचारता धीरूभाई चटकन उत्तरले, "कधीच नाही. अखेरच्या श्वासापर्यंत मी काम करत राहणार. सेवानिवृत्त होण्यासाठी एकच जागा आहे व ती म्हणजे स्मशानभूमी!"

स्वतःच ठरवलेला कामाचा वेग आणि अंगावर शहारे उभे करील अशा घडणाऱ्या सततच्या घटना यांचा परिणाम त्यांच्यावर झालाच. १९८६ मध्ये वयाच्या ५४ व्या वर्षी त्यांना अर्धांगवायूचा झटका आला. त्यातून ते पूर्णतः बरे झाले नाहीत. त्यांना पुन्हा कधीच चालता येणार नाही अशी शंका व्यक्त केली जात होती. परंतु त्यांचा धीर खचला नाही. त्यांनी एक सुसज्ज व्यायामशाळा उभारली आणि नियमित व्यायाम सुरू केला. काही महिन्यातच शेअरहोल्डर्सच्या बैठकीपुढं भाषण करायला ते हजर झाले. जणू ते चित्रपट नायक अमिताभ बच्चनच होते!

जीवनात त्यांनी जी वळणं घेतली, घूमजाव केलं त्याबद्दल आता आयुष्याच्या

शिशिर ऋतूत त्यांना फारशी खंत वाटत नाही. परंतु त्यांच्या साठाव्या वाढदिवशी 'तुम्हाला जीवनात काही उणीव वाटते काय?' असं विचारता धीरूभाई म्हणाले, "उद्योग आणि त्याचा विचार यातच माझी सारी कार्यशक्ती संपून जाते. सामाजिक कार्याला मी पुरेसा वेळ देऊ शकलो नाही याचं मला वाईट वाटतं. अर्थात रिलायन्सच्या यशाचा प्रत्यक्ष व अप्रत्यक्ष लाभ २३ लाख भागधारक व अन्य अगणित लोकांना झालेला आहे. तरीही सामाजिक क्षेत्रात खूप काही करण्यासारखं आहे."

त्यांची ही प्रांजळ कबुली आश्चर्याचा धक्का देणारी होती कारण औद्योगिक क्षेत्राचा धर्मादाय यावर टीका करताना तेच एकदा म्हणाले होते, "आमची सामाजिक बांधिलकी कोठली? एखाद्या अंधाला मदत करणं, धर्मादाय काम करणं की आणखी काही? उद्योगपती म्हणून वस्तूंचे उत्पादन करणं व गरज भागवणं हे माझं काम आहे. हे स्पष्टपणं लक्षात घेतलं पाहिजे. प्रत्येकाला त्याचं काम करायचं असतं. स्वस्त किंमतीला उत्तम दर्जाचे उत्पादन करणे ही माझी बांधिलकी आहे. तुम्ही जर प्रत्येक क्षेत्रात तोंडं खूपसू लागलात तर सारा गोंधळ होतो. तुम्ही तुमचे भागधारक कर्मचारी यांची काळजी न घेता अवघ्या विश्वाची चिंता करणं हे ढोंग आहे..."

एकाच गोष्टीवर लक्ष केंद्रित करण्याचा अंबानींचा स्वभाव आहे. त्याबद्दल ते अभिमानानं म्हणतात, "रिलायन्स सोडून मी कशाहीकडे लक्ष देत नाही. दुसऱ्या कोणत्याही कंपन्यांचा मी संचालक नाही. कोणत्याही संघटना वा तत्सम संस्था यात मी सक्रिय सहभाग घेत नाही. सकाळपासून ते रात्रीपर्यंत रिलायन्सला अधिक चांगलं कसं करता येईल याचा विचार मी करीत असतो." ते चित्रप्रदर्शनांना जात नाहीत, वा नाटकं-सिनेमा पाहात नाहीत व आपल्या सीडी प्लेअरचा ते क्वचितच वापर करतात.

"कशामुळं त्यांचं लक्ष असं एकाच गोष्टीभोवती केंद्रित राहू शकतं?" इंडियन ऑइल कॉर्पोरेशनचे माजी व्यवस्थापकीय संचालक व रिलायन्सच्या उत्पादन विभागाचे प्रमुख के. के. मलहोत्रा म्हणतात, "याचं उत्तर आहे 'नशा'. एकदा मी व धीरूभाई पाताळगंगा इथं भोजन घेत होतो. त्यांनी सूप व पापड अशी ऑर्डर दिली. मी एक अंड्याचं ऑम्लेट मागवलं. तेव्हा ते म्हणाले, "आपली गरज तर एवढीच आहे! आपण एवढंच खाऊ शकतो... पण काहीतरी उभारण्यात मजा असते... उसमें नशा है..."

रिलायन्सचं अजस्त्र साम्राज्य उभारताना धीरूभाईंनी आपलं व्यवहार्य डोकं वापरलं. वास्तवाची जाण आणि माहिती मिळवण्याची जबर इच्छा त्यांच्यापाशी आहे. ते स्वयंशिक्षितच आहेत. त्यांनी टॉम पीटर्सचं 'इन सर्च ऑफ एक्सलन्स' हे पुस्तक वाचलं असण्याची शक्यता नाही. दिलेला मंत्र अमलात आणण्याची शक्यता नाही. धीरूभाईंच्या वाचनात व्यवस्थापनात क्रमिक पुस्तकांचा अंतर्भाव

नसतो असं त्यांचे चिरंजीव अनिल अंबानी म्हणतात, "ते आर्थर स्टील किंवा ॲन रॅन्ड वाचणार नाहीत, परंतु बातम्यांची भूक भागविण्यासाठी ते 'इकॉनॉमिस्ट', 'टाइम', 'न्यूजवीक' वाचत असतात. ते 'हार्वर्ड बिझिनेस रिव्ह्यू' वाचत नाहीत. माझ्या व्यवस्थापनातील अधिकाऱ्यांनी ते वाचावं असं ते म्हणतात. असं असलं तरी धीरूभाई भरपूर वाचन करतात. त्यांना जागतिक खाद्यान्न बाजारपेठेचा अहवाल दिला तर ते तो वाचतील परंतु एखाद्या संघटनेच्या, संस्थेच्या रचनेबाबत धडे देणारं पुस्तक दिलं तर ते म्हणतील, "सॉरी, हा काही माझा प्रांत नव्हे!"

त्यांच्या या सवयीमुळं अर्थव्यवस्था, तिची शक्तिस्थाने व दुर्बलता यात प्रचंड रस ते घेतात. कंपनीतील काही तज्ज्ञांचा गट चोवीस तास विविध अहवाल तयार करत असतो. आंतरराष्ट्रीय नाणेनिधीची कर्जे या विषयापासून ते सहाव्या पंचवार्षिक योजनेतील त्रुटी अशा विषयांचा त्यात समावेश असू शकतो. त्यांच्या उत्पादन तंत्राइतकेच माहिती गोळा करण्याचे त्यांचे तंत्र अत्याधुनिक आहे. 'केमप्लास्ट' सोडून रिलायन्समध्ये आलेले आर. राममूर्ती म्हणतात, "अंबानी कमालीचे धाडसी आहेत परंतु त्यांचे निर्णय, कृती यावर त्यांच्याकडे असलेल्या प्रचंड माहितीच्या साठ्याचा प्रभाव पडलेला असतो. सरकारच्या प्रत्येक मंत्रालयात काय घडत आहे हे त्यांना ठाऊक असतं. त्यांना ग्राहकाची माहिती असते. आपल्या प्रतिस्पर्ध्यांची त्यांना तपशीलवार माहिती असते एवढंच नव्हे तर त्या कंपन्यांच्या ज्येष्ठ व्यवस्थापकांना नसेल एवढी त्यांच्या दैनंदिन कामकाजाची खडा न् खडा माहिती अंबानींना असते. पैसा कोठे वाहू लागेल हे त्यांना बरोबर ठाऊक असतं. कशाहीबद्दलचं ज्ञान ते सतत शोषत असतात. केवळ महत्त्वाकांक्षा ही त्यांची जादू नाही, तर माहितीसह महत्त्वाकांक्षा हे त्यांचे वैशिष्ट्य आहे.

असल्या बाबींमुळे धीरूभाई इतरांपेक्षा वेगळे वाटतात. मात्र त्यांच्या वागण्यात अद्ययावतपणा असतोच असं नाही. समारंभी थाटाचं वागणं त्यांना जमत नाही. शोफरनं येऊन गाडीचा दरवाजा उघडेपर्यंत ते थांबणार नाहीत, स्वतःच दरवाजा उघडून आत जाऊन बसतील. त्यांच्या बोलण्यात व्यवस्थापनविषयक वाक्प्रचार आढळणार नाहीत. धीरूभाई अखंड बडबड करत राहू शकतात व तीपण खास मुंबई शैलीतील हिंदीतून! अगदी घुम्या माणसालासुद्धा ते काही वाक्यं बोलायला भाग पाडतात. ते तुम्हाला चिथावणी देऊन बोलायला लावतात. बोलताना ते व्याकरण, योग्य वाक्ये असल्या गोष्टींचा फारसा विचार करत नाहीत, शक्य त्या मार्गानं आपलं म्हणणं समजलं की झालं हा त्यांचा हेतू असतो. बोलताना काही सुचलं नाही की ते हिंदीतून बोलून त्याची भरपाई करतात. गुजराती उच्चाराचं इंग्रजी ऐकण्याची जर माझ्यासारखी तुम्हाला सवय असेल तर मग काही अडचण नाही.

द 'झिरो' क्लब

अब्जाधीश बनण्यापूर्वी धीरूभाई आपण गरिबीतून कसे वर आलो हे लिहा असं पत्रकारांना नेहमी सांगत असत. "हे तुमच्या मासिकात जरूर छापा कारण त्यापासून इतरांनी स्फूर्ती घ्यावी. अशी माझी इच्छा आहे." असं ते म्हणत किंवा मी साधा मॅट्रिक्युलेट आहे याचा उल्लेख करावा असं मला वाटतं. कारण आपणही यशस्वी होऊ शकतो अशी आशा त्यांना वाटेल. असं सांगून क्रेडिट कॅपिटल या बँकेचे संस्थापक उदयन बोस म्हणतात, "जुन्या वळणाच्या मुशीतले ते नाहीत. आपण शून्यातून सुरुवात केली तेव्हा मी 'झिरो' क्लब वाला आहे असं ते विनोदाने नेहमी म्हणतात."

आपलं उच्च शिक्षण झालं नाही याचं शल्य धीरूभाईंना जाणवत असावं म्हणून त्यांनी मुकेश अंबानीला स्टॅनफर्ड व अनिल अंबानीला व्हार्टन इथं शिक्षणासाठी पाठवलं. धीरूभाई म्हणतात, "उच्च शिक्षण फार अत्यावश्यक आहे. तसं नसतं तर मी माझ्या मुलांना शिक्षण दिलंच नसतं. माझे मला फार परिश्रम घ्यावे लागले. जर माझं उच्च शिक्षण झालं असतं तर मला झपाट्यानं यश मिळालं असतं."

धीरूभाईंनी स्व-कर्तृत्वावर यश मिळवलं असलं तरी त्यांची प्रतिमा आधीच्या काळात विपरीत रंगवली गेल्याने त्यांना सार्वजनिक मान्यता मिळाली नाही. 'बिझिनेस इंडिया'नं धीरूभाई अंबानींना 'बिझिनेस मॅन ऑफ द इयर' हा प्रतिष्ठित पुरस्कार सुरू झाल्यावर बारा वर्षांनी दिला! टाटामधील तिघांना (रुसी मोदी, एस. मुळगांवकर व रतन टाटा) तो अंबानींच्या आधी मिळाला. तसंच एच. पी. नंदा, राहुल बजाज आणि केशूब महिंद्र हे त्यांच्या आधी या पुरस्काराचे मानकरी ठरले. अंबानींना अखेर १९९३ मध्ये तो देण्यात आला. 'नव्या भारतीय स्वप्नांचे प्रतीक' असं त्यांना देण्यात आलेल्या मानपत्रात म्हटले होते. पण एकूणच तो मिळायला विलंब लागला हे खरंच.

धीरूभाई हे जमना व हिराचंद (मृत्यू १९५१) अंबानी यांचे चिरंजीव. त्यांचा जन्म २८ डिसेंबर १९३२ रोजी झाला. एकूण पाच भावंडं. तीन मुलगे व दोन मुली. अंबानी हे मधले. गुजरातेतील जुनागड जिल्ह्यातील छोरवाड इथं हिराचंद हे शाळामास्तर होते. पोरबंदर हे महात्मा गांधींचे जन्मस्थान तेथून जवळच होतं.

सर्वात थोरले बंधू रमणिकलाल म्हणतात, "धीरूभाई नेहमी पैसे कमावण्याच्या योजनांचा विचार करत असे. एकदा मला शिवरात्रीच्या जत्रेत त्यानं गुजराथी गाठिया विकल्या होत्या!" छोरवाड येथील एकजण म्हणाला, "खेड्या-खेड्यांतून धीरूभाई सायकलवर भटकताना दिसे. एखादा धंदा करण्याची संधी मिळाली की तो ऑर्डर्स गोळा करायला जाई."

शाळामास्तरांना काही फारसं वेतन मिळत नाही. शहरातील शिक्षकांची परिस्थिती त्या मानानं बरी आहे. पण खेड्यातील शिक्षकांना आपल्या मुलांना उच्चशिक्षण देणं परवडत नसे. तेव्हा रमणिकलालप्रमाणेच मॅट्रिक झाल्यावर नोकरी शोधणं हाच धीरूभाईंपुढे मार्ग होता. रमणिकलाल एडनला गेलेले होते. त्यांनी इथं नोकरी मिळेल असा निरोप पाठवला व धीरूभाई पण एडनला गेले.

सर्वात धाकटा मुलगा नटवरलाल याला कॉलेज शिक्षणाची संधी मिळाली. एडनला गेलेले दोघेही मुलगे नियमितपणे पैसे पाठवू लागले तेव्हा आता मुंबईतील एखाद्या चांगल्या कॉलेजात नटवरलालला पाठवणं आपल्याला परवडेल असा हिराचंद यांनी विचार केला. नटवरलाल शिकून मोठा होईल, आपल्या कुटुंबाला गरिबीतून वर येऊन मध्यमवर्गीयासारखं जगता येईल अशी आशा त्यांना वाटत होती. पण प्रत्यक्षात हे केलं धीरूभाईंनी. एवढंच नव्हे तर त्यापेक्षा कितीतरी मोठं कर्तृत्व त्यांनी गाजवलं. त्यांच्या कामाची व 'फॉर्च्युन', फिनान्शिअल टाइम्स, ईस्टर्न इकॉनॉमिक रिव्ह्यू यांना दखल घ्यावी लागली.

वयाच्या १७ व्या वर्षी धीरूभाई एडनला पोचले. "मला चरितार्थासाठी पैसे कमवायचे होते. तेव्हा ताबडतोब पैसे मिळवायला सुरुवात करायची होती. चरितार्थ कसा करता येईल एवढा एकमेव विचार माझ्या डोक्यात घोळत होता, आपण जे काही करू त्यात यशस्वी व्हायचंच असा माझा निर्धार होता या गोष्टीला माझ्या जीवनात सर्वाधिक महत्त्व होतं."

एडनमध्ये 'शेल' कंपनीनं १९५३ साली तेलशुद्धीकरण कारखाना काढला होता. धीरूभाईंना तिथं नोकरी मिळाली. त्यांचा पगार होता महिन्याला ३०० रुपये! तिथं तेल उद्योगाबाबत त्यांना खूप काही शिकता आलं. पेट्रोल पंपावर त्यांनी काम केलं. नंतर विक्री व्यवस्थापन पदावर त्यांना बढती मिळाली. त्यानंतर ए. बीझ ॲन्ड कं. मध्ये (बर्मा शेलची उपकंपनी) त्यांनी पाच वर्षे कारकुनी केली, या काळात अरबी भाषेचं त्यांचं ज्ञान वाढत होतं. त्यांनी एडन सोडलं तेव्हा त्यांचं वेतन होतं दरमहा ११०० रुपये!

बर्मा शेलच्या एका छोट्याशा उपकंपनीत साधी नोकरी करणारे धीरूभाई शेल या जागतिक बड्या कंपनीचं कामकाज उत्सुकतेनं न्याहाळत होते. "आमची घरची स्थिती फारच वेगळी होती. दहा रुपये देखील खर्च करणं आम्हाला परवडत नसे, ही कंपनी मात्र तार पाठवायला पाच हजार रुपये सहज खर्च करीत असे! खर्चाची त्यांना पर्वा नसे. आवश्यक ती माहिती मिळवायलाच हवी हे त्यांचं ध्येय होतं. त्या काळात टेलेक्स हा प्रकार नव्हता. तेव्हा ते तारा पाठवत. कधी पाच हजार शब्दांच्या तर कधी २० हजार शब्दांच्या देखील त्या असत. ही खर्चाची उधळपट्टी नव्हती. योग्य वेळी योग्य गोष्ट करण्याची निकड लक्षात घेतली जात होती.

त्यापासून धीरूभाई शिकत गेले. ''बर्मा शेलसारखी कंपनी सुरू करण्याचं स्वप्न मी पाहू लागलो.''

धीरूभाईंनी एडनमध्ये आठ वर्षे काढली. ते म्हणतात, ''मी तेथे खूप आनंदात होतो. माझा फ्लॅट होता, गाडी घेतली. पण स्वतःचा काही व्यवसाय असावा असं मला वाटू लागलं. एडनमध्ये मी व्यवसाय करू शकलो असतो पण मला आपल्या देशात व्यवसाय करण्याची इच्छा होती तेव्हा ३१ डिसेंबर १९५८ रोजी मी मुंबईला परतलो. काही हजार रुपये माझ्याजवळ होते व त्यातून मला व्यवसाय सुरू करायचा होता.''

त्यांनी एडन सोडलं तेव्हा ते एकटे नव्हते. एक मुलगा व गरोदर पत्नीसमवेत ते परतले. कोकिळा आर. पटेल यांच्यांशी मार्च १९५४ मध्ये त्यांचा छोरवाड इथं विवाह झाला होता. १९५७ मध्ये मुकेशचा लंडनला जन्म झाला. अनिलचा जन्म जून १९५९ मध्ये मुंबईच्या खंबाला हिल रुग्णालयात झाला. दीप्ती दत्तराज साळगावकरचा जन्म जाने. १९६१ मध्ये व त्याच्या पुढील वर्षी जूनमध्ये नीना श्याम कोठारीचा जन्म झाला.

जमना अंबानींनी धीरूभाईंसाठी कोकिळाची केलेली निवड एकदम सुयोग्य ठरली. आता त्या आलिशान घर चालवतात, त्यासाठी ताजमहालमधील खाद्यपदार्थ-तज्ज्ञ बोलावला जातो. घरातील मुला-बाळांची त्या काळजी घेतात, साळगावकर व कोठारी नातवंडांसह पंचतारांकित सहलींना जातात. रिलायन्सच्या वार्षिक सर्वसाधारण सभेत कुटुंबातील अन्य स्त्रियांबरोबर पहिल्या रांगेत त्या बसतात. वयाच्या साठाव्या वर्षीही एकेकाळचा शिडशिडीत बांधा व सौंदर्य याच्या खुणा अजून दिसतात. सुरुवातीच्या काळात धीरूभाई जेव्हा कंपनीच्या कारखान्यांच्या कामात दिल्लीच्या वाऱ्या करण्यात मग्न असत तेव्हा कोकिळा अंबानी मुलांच्या संगोपनाकडं लक्ष देत. स्वयंपाक, धुणी-भांडी करणं, धीरूभाईंच्या शुभ्र कपड्यांना इस्त्री करून देणं यात त्या गढून जात.

मुंबईत त्यांनी स्थायिक व्हायचं ठरवलं. हिराचंद अंबानींचं १९५१ मध्ये निधन झालं. तेव्हा धीरूभाई १९ वर्षांचे होते, त्यांचं लग्न झालेलं नव्हतं. छोरवाडला राहावं असं तिथं काही नव्हतं तेव्हा सारं कुटुंबच मुंबईत आलं व कबुतरखान्याच्या जवळ त्यांनी एक फ्लॅट भाड्यानं घेतला.

''तुम्हाला कबुतरखाना भुलेश्वर कुठं आहे हे माहीत आहे? असा सवाल विचारून अनिल अंबानी म्हणाले, ''तिथं मगनलाल ड्रेसवाला आहे. दूधवाला आहे. आम्ही जयहिंद इस्टेटमध्ये पाचव्या मजल्यावर राहात असू. ती फार मोठी चाळ असून तेथे ५०० कुटुंबं राहतात, आमचं घर म्हणजे एक बेडरूमचा फ्लॅट होता. आई-वडील, आजी, काका, भाऊ व मी असे सारे आम्ही एकाच खोलीत

राहायचो.''

''आम्ही चाळीत खेळायचो. एका मजल्यावर वीस खोल्या आणि मोठा व्हरांडा होता, आम्ही नेहमी व्हरांड्यातच असू व रस्त्यावर काय चाललंय ते पाहत असू, त्याला कबुतरखाना म्हणत कारण, तिथं भरपूर कबुतरं येत व लोक त्यांना चणे खाऊ घालत. जवळच पांजरपोळ नावाचा दुधाचा बाजार होता. भरतकामाच्या वस्तूंचाही बाजार होता. हा कबुतरखाना कायमच गजबजलेला असे.

धीरूभाईंनी कर्ज घेऊन १५ हजार रुपयांच्या भांडवलावर 'रिलायन्स कमर्शियल कॉर्पोरेशन' ही व्यापारी पेढी सुरू केली. भात बाजार येथील एका उसन्या घेतलेल्या जागेत तिचं कार्यालय होतं. ''मी मुख्यतः साधारण स्वरूपाचा व्यापार करत होतो'' असं सांगून धीरूभाई त्या दिवसांबद्दल म्हणतात, 'रिलायन्स कमर्शियल कॉर्पोरेशन' वस्तूंची निर्यात करत असे. त्यात आले, वेलची, मिरी, हळद, काजू इत्यादींचा समावेश होता. एडनमध्ये आमचे अनेकांशी चांगले संबंध होते व त्याचा आम्ही उपयोग करून घेतला. एडन हे मुक्त बंदर असून अनेक वस्तूंना तेथे प्रचंड मागणी असे.''

''माझे वडील केवळ मसालेच निर्यात करत नसत तर साखर, तूप, वाळू, माती असं काहीही– ज्याला काही वाव आहे असं सारं ते निर्यात करीत'' असं अनिल म्हणाले. माती पण? एका अरबाला वाळवंटात गुलाब लावायचे होते व त्यानं भारतीय माती मागवली होती. हा खरंच अधिकृत सौदा होता की धीरूभाईंच्या मेंदूतून निघालेली कल्पना होती? ''एकदाच तर हा व्यवहार झाला, आमचं टेंडर त्या अरब शेखनं मंजूर केलं आणि आम्हाला पैसे मिळाले. आता ती माती शेख अरबी समुद्रात फेकून देतात की खातात याच्याशी आम्हाला काय करायचंय? संधी दिसली की ती सोडायची नाही एवढाच आमचा हेतू.

पैसे मिळू लागले व धीरूभाईंनी खेडवळ मनोवृत्ती सोडली– बहुधा त्यांची तशी मनोवृत्ती कधीच नव्हती. ते शहरी पद्धतीनं खर्च करू लागले. त्यांच्या मते ती उधळपट्टी नव्हती तर मन मोठं करणं होतं. त्यांनी हा धडा बर्मा शेलमध्ये शिकला होता, ''समजा मी व तुम्ही मिळून ताजला ड्रिंक्स घ्यायला गेलो, एका ड्रिंकला ६५ रुपये पडतात. तरी काही पेग घेऊन काहीच घडलं नाही अशा थाटात आपण बाहेर पडतो. पण माझ्या खेड्यातील एखाद्या माणसाला मी केवळ दारूवर ५०० रुपये खर्च केले असं कळलं तर त्याला धक्काच बसेल. तो म्हणेल याला वेड लागलंय, 'साला कंपनीका दिवाला निकाल देगा' मी संकुचित विचार करायचा नाही असं ठरवलंय पण ते खेड्यातील माझ्या मित्रांना उमजणार नाही.''

त्या काळात धीरूभाईंबरोबर अधूनमधून ड्रिंक घेणाऱ्यात, ब्रिजच्या एखाद्या डावात सामील होणाऱ्यात मुरली देवरा असायचे. देवरा मुंबई प्रदेश काँग्रेस कमिटीचे अध्यक्ष आणि अंबानी सुताचे छोटे व्यापारी होते. तेव्हांच्या आठवणी

सांगताना देवरा हसत हसत म्हणतात, ''आम्ही दिल्लीला एकत्र जायचो. हॉटेलमध्ये राहणं परवडायचं नाही. अशोक हॉटेलमध्ये फक्त बॅगा ठेवण्याची व्यवस्था आम्ही केलेली होती. सायंकाळच्या विमानानं आम्ही मुंबईला परतत असू.''

रविवारची सायंकाळ ही कुटुंबासाठी राखून ठेवलेली असे. चौपाटीच्या किनाऱ्यावर अथवा दादर सर्कल इथं फेरफटका मारायला सारे जात. फळांचा व खाद्य पदार्थांचा आस्वाद घेत. त्या दिवसांबद्दल बोलताना अनिल म्हणाले, ''आई-वडील दोघेही आमच्याकडं खूप लक्ष देत. आमच्यासाठी ते काहीही करून वेळ काढीतच. बालपणी स्वभावाची जडणघडण होते, प्रेरणा मिळत जाते यावर वडिलांचा विश्वास आहे. आमच्या जीवनात रविवार अत्यंत महत्त्वाचा असे. ते आम्हाला फूटबॉल व हॉकी सामन्यांना घेऊन जात, आम्हाला दोन खाद्यपदार्थ किंवा एक पेय व एक खाद्यपदार्थ घेण्याची मुभा असे, रविवार आला की आम्हाला अत्यानंद होई. कारण उडपी हॉटेलात इडली-सांबारचा समाचार घेण्याची संधी मिळे. रविवार हा खूप महत्त्वाचा दिवस वाटे.''

बऱ्याच सहलींना मुलं बसनं जात. शाळेत असताना आपल्या मालकीची जीप असली पाहिजे ही धीरूभाईंची सर्वांत मोठी महत्त्वाकांक्षा होती. ते म्हणतात, ''मी सिव्हिल गार्डस'चा सदस्य होतो. आजकालच्या एनसीसीसारखं ते दल होतं. जीपमधून चाललेल्या अधिकाऱ्यांना आम्हाला सलाम ठोकावा लागे. आपणही एके दिवशी जीपमध्ये आरूढ व्हावं व इतरांनी आपल्याला सलाम ठोकावा असं मला वाटे.'' १९६० या दशकाच्या मध्याला सरकारनं एक योजना सुरू केली. त्यानुसार रेयॉन कापडाच्या निर्यातीतून मिळणाऱ्या उत्पन्नाचा वापर नायलॉन धाग्याच्या आयातीसाठी करण्याची सवय होती. तेव्हा मसाल्याच्या व्यापारावरून कापडाच्या व्यापाराकडं अंबानी वळले. आणि त्यांनी जीप नव्हे तर मर्सिडिझ गाडी खरेदी केली. त्या आधी त्यांनी एक काळी कॅडिलॅक गाडी घेतली होती. तीस वर्षांनंतर अजूनही ती गाडी ते वापरतात. मुंबईतील ती सर्वांत प्रख्यात गाडी आहे! आणि अंबानींना सलाम करायची इच्छा असणाऱ्या लोकांची काही टंचाई नाही!

विकास हा जीवनाचा एक मार्ग

सुरुवातीच्या काळात धीरूभाई अंबानी आणि इतर सूत व्यापाऱ्यांत तसा फारसा फरक नव्हता. गजबजलेल्या सूतबाजारात इतर व्यापाऱ्यांप्रमाणेच घामाघूम होत, नाक्यावरील स्टॉलवर चहा पीत, सतत पान चघळत ते भटकत. त्यांचं मन जसं 'विशाल' होत गेलं तसं ते या गर्दीपासून दूर जाऊ लागले. फेब्रु. १९६६ मध्ये कै. आदित्य बिर्ला जेव्हा इंडियन रेयॉन कंपनी खरीदण्याची बोलणी करत होते, त्याच सुमारास अंबानींनी अहमदाबादपासून २० किलोमीटर अंतरावर नरोदा इथं

नवी गिरणी उभारली. दोन्ही सूत गिरण्याच होत्या व त्यांचं उत्पादन सारखंच होतं. बिर्लांनी इंडियन रेयॉन खरेदी करण्यासाठी ३० लक्ष रुपये मोजले तर अंबानींचा भांडवली खर्चच त्याच्या एक दशांश होता. उसने घेतलेल्या पैशातून २ लाख ८० हजार रुपयाला त्यांनी गिरणी उभारली. त्या वेळी अंबानी ३४ वर्षांचे तर बिर्ला २३ वर्षांचे होते. दोघांची पार्श्वभूमी वेगळी होती व निर्णय प्रक्रिया भिन्न होती तरीही सिंथेटिक वस्त्र हे भावीकाळचे वस्त्र आहे वा निष्कर्षावर उभयता पोचले होते.

अंबानींनी १५ लाख रुपये भरणा झालेल्या भांडवलावर 'रिलायन्स टेक्स्टाईल इंडस्ट्रीज'ची नोंद केली ती एक संयुक्त गिरणी म्हणून नव्हे तर यंत्रमाग गिरणी म्हणून! 'परवानाप्राप्त यंत्रमाग सोडून १०० टक्के सिंथेटिक फिलॅमेन्टचे उत्पादन करता येणार नाही असा नियम असल्यानं आम्ही यंत्रमाग गिरणीचा परवाना घेतला' असं ते म्हणतात, आदित्य बिर्लांनीही तेच केले. 'रिलायन्स नव्हे तर ग्वालीयर रेयॉन देखील यंत्रमाग कारखाना आहे. ग्वालीयरचे डॉर्नियर माग हे यंत्रमाग म्हणून ओळखले जातात! किती अजब आहे नाही! संयुक्त गिरणी असणं सर्वात चांगलं, यंत्रमाग गिरणी दुय्यम दर्जाची असते असं लोकांना वाटलं. हा समज मला दूर करायचा होता.'

संयुक्त गिरणी याचा अर्थ कापडनिर्मितीची सर्व प्रक्रिया एकाच ठिकाणी केली जाते. कापूस पिंजण्यापासून सूत काढणे, धागे विणून कापड तयार करणे, त्यावर छपाई आणि प्रक्रिया एकाच ठिकाणी होते. याउलट यंत्रमागाची स्थिती असते. एकतर आकारानं हे कारखाने छोटे असतात. ते बाहेरून सूत खरेदी करून 'ग्रे' किंवा फिनिश नसलेलं कापड बनवतात व त्यावर प्रक्रिया करण्यासाठी अन्य कारखान्यांना विकतात. छपाई व अन्य प्रक्रियांनंतर हे कापड (सर्वसाधारणतः अन्य कोणत्याच 'ब्रॅन्ड'चे नसते) घाऊक व्यापाऱ्यांना विकले जाते. घाऊक व्यापारीच या सर्व गोष्टींना अर्थपुरवठा करत असतात.

तेव्हा उलट्या मार्गानं एकत्रीकरण करण्याचं धीरूभाईंचं काही काळ स्वप्न होतं. त्या वेळी ते म्हणाले, ''उत्पादन करावं असा विचार सतत माझ्या मनात घोळत होता. निर्यातीसाठी दर्जेदार मालाचे उत्पादन करत नाही असं मला वाटत होतं. तेव्हा उलट्या मार्गानं एकत्रीकरण करण्याची गरज होती. जर आपल्याकडं तयार माल असेल तर उद्योगातील अन्य कारखान्यांवर अवलंबून राहावं लागणार नाही, आणि मालाचा दर्जा मला टिकवून ठेवता येईल.'' नंतर रिलायन्सच्या सर्व धोरणांचा हाच मुख्य गाभा राहील.

त्या वेळी उत्पादनासाठी लागणारे २ लाख ८० हजार रुपये उभे करणं अंबानींना फार कठीण गेलं. त्यांच्या योजनेबद्दल अनेकांना शंका होती. त्यात वीरेन शहा हे उद्योगपती होते. शहा पण अंबानींसारखे मूळचे छोरवाडचेच. शहा कुटुंब

हे तेथील मोठे जमीनदार होते. अंबानींनी ४ लाख रुपये कर्ज मागितलं तेव्हा नकार देताना शहा म्हणाले, ‘हा प्रकल्प काही चालणार नाही.’ परंतु त्यांचं हे भाकीत साफ चुकलं. ७० कामगार असलेल्या अंबानींच्या छोट्या कारखान्यानं पहिल्याच वर्षी ९ कोटीची विक्री केली व १३ लाख रुपये फायदा झाला. १९७७ मध्ये कंपनी शेअरबाजारात उतरली तेव्हा कंपनीचं उत्पादन ७० कोटींवर व नफा ४ कोटी ३३ लाखांवर पोचला होता.

दरवर्षी कंपनीत नवीन यंत्रं आणली की श्रद्धाळू स्वभावाचे अंबानी पंडितांकडून पूजा करीत. लहानपणी आम्ही ‘आज किसकी पूजा हो रही है?’ असं विचारत असू आणि कोणती तरी यंत्रसाम्रग्री आली असून त्यासाठी पूजा चालू आहे असं सांगितलं जाई’’ असं मुकेश म्हणतात. हा पूजेचा उपचार धीरूभाईंच्या व्यक्तिगत श्रद्धेपेक्षा ते ज्या सामाजिक वातावरणात वाढले त्याचा एक भाग होता. धीरूभाई म्हणतात, ‘माझा देवावर विश्वास आहे. पण मी काही दररोज पूजा करत नाही. माझे कोणी गुरू नाहीत. एक बात है डेस्टिनी कोई चीज है. धार्मिक विधींवर माझा विश्वास नाही. आर्य समाजाच्या संस्कारात मी वाढलो व धार्मिक विधी करू नयेत अशी शिकवणूक मला मिळाली अर्थात पूजेला हरकत नाही. पण ती छोटी साधी असायला हवी.’

नरोदा प्रकल्प वाढू लागला, विक्रीत वाढ होत होती आणि १९६६ मध्ये २ लाख ८० हजाराची मालमत्ता वाढून १९७७ मध्ये १४ कोटी ५० लाख झाली. १९७९ मध्ये तर दुपटीने वाढून ३७ कोटीवर हा आकडा पोचला. रिलायन्स पेट्रोकेमिकल्स क्षेत्रात पदार्पण करत होते तेव्हा १९८३ मध्ये रिलायन्स ही देशातील सर्वात मोठी संयुक्त गिरणी बनली, २ लाख ८० हजार चौरस मीटर क्षेत्रफळ व्यापणाऱ्या या गिरणीत दरमहा ३० लक्ष चौ. मीटर कापडाचे उत्पादन होऊ लागले व कामगारांची संख्या १० हजारावर पोचली!

व्यवसाय वाढू लागला तेव्हा धीरूभाईंनी आपले कुटुंबीय व निकटच्या मित्रांची मदत घेतली. रमणीकलाल एडनहून अहमदाबादला आले. नरोदा येथील प्रशासन व उत्पादन त्यांच्याकडे सोपवण्यात आलं. त्यांचा मेव्हणा रसिक मेसवाणी व नटवरलाल हे मुंबईत कंपनीचे अर्थखाते सांभाळू लागले. एडनमधील जुने सहकारी इंदुशेठ हेही अर्थखात्यात काम करू लागले. शेठ हे धीरूभाईंप्रमाणे एका निर्यात कंपनीत कारकून होते. इंदुशेठ यांचे बंधू एम. एफ. शेठ हे रिलायन्सचे निर्यात धोरण आखू लागले.

ठिकठिकाणाहून हुशार अनुभवी माणसांना भरती करण्याचं रिलायन्सचं व्यवस्थापकीय धोरण आहे. कागदोपत्री असलेल्या पात्रतेवर ते अवलंबून राहात नाहीत, किंबहुना जो कोणी धडाडी दाखवायला, पुढाकार घ्यायला तयार असेल त्याला नोकरी दिली जाते. रिलायन्सचे पहिले मार्केटिंग व्यवस्थापक नटवरलाल संघवी हे पेट्रोलियम

उत्पादनांचे विक्रेते होते. कंपनीतील नीटिंग मॅनेजर हे पूर्वी मोटारच्या सुट्या भागांचे विक्रेते होते. तांत्रिक बाबतीत मात्र धीरूभाईंचे धोरण या उलट होते. आपल्या प्रतिस्पर्ध्याकडील उत्तमोत्तम तंत्रज्ञांना धीरूभाईंनी आपल्या कंपनीत आणले. जे. के. सिंथेटिकमधील उत्कृष्ट धागातज्ज्ञ, न्यू स्वदेशी मिलचे चीफ इंजिनिअर, ग्रासिमचे ज्येष्ठ व्यवस्थापक अशा तंत्रज्ञांची त्यांनी भरती केली. बहुतेक सर्व मोठ्या सिंथेटिक गिरण्यांतील मंडळी त्यांनी आपल्या कंपनीत आणली.

यंत्रसामग्री घेताना ती सर्वोत्तम व अत्याधुनिक असली पाहिजे असे आदित्य बिर्लांसारखेच धीरूभाईंचे मत होते. ''तंत्रज्ञानाच्या बाबतीत सतत आघाडीवर, उद्याच्याही पुढे राहा.'' असे ते नेहमी आपल्या अधिकाऱ्यांना सांगतात. ''केवळ मॅट्रिक झालेल्या धीरूभाईंची मालाच्या दर्जाशी अतूट बांधिलकी आहे आणि तंत्रज्ञानाबद्दल तर ते अक्षरशः आधाशी आहेत, जगातील काही सर्वोत्कृष्ट तंत्रज्ञान असेल ते मिळवायचा ध्यास त्यांना सतत लागलेला असतो.'' असं 'जंटलमन' व 'बिझिनेस बॅरन' या मासिकांचे संस्थापक मिनाझ मर्चंट म्हणतात, १९७५ मध्ये जागतिक बँकेच्या एका पथकाने देशातील २४ प्रसिद्ध कापड गिरण्यांना भेट दिली. विकसित देशाच्या निकषांनुसार केवळ रिलायन्सही एकमेव गिरणी उत्कृष्ट आहे असे म्हणता येईल असा अहवाल या पथकाने दिला. अन्य गिरण्या म्हणजे झोपडपट्ट्या आहेत असं त्यांचं मत होतं!

''निर्यात बाजारपेठेतील गरजांनुसार आमच्या कारखान्याचा विचार केला जातो. 'टेक्स्चराईज्ड' व 'क्रिम्प्ड' कापडाची मागणी असली तर आम्ही टेक्स्चराईज्ड यंत्रसामग्रीची आयात करतो. निर्यातीच्या आधारावर आयात करायला मुभा असते. तेव्हा अत्यंत आधुनिक व अद्ययावत यंत्रसामग्री आयात करतो. हळूहळू आम्ही कारखान्याची क्षमता वाढवू लागलो. आता आमची गिरणी ही पूर्णतः एकत्रित, संयुक्त झाली आहे.'' असे इंदुशेठ म्हणतात.

प्रचंड नफ्याच्या पैशातून ही अत्याधुनिक सामग्री रिलायन्स मागवते. खाजगी कंपनी असल्यानं अंबानींना नफा वाटून द्यावा लागत नव्हता. सार्वजनिक कंपनीत रूपांतर होण्यापूर्वी नफ्यातील प्रत्येक पैसा ते कंपनीत गुंतवीत, स्वतः डिव्हिडंडही घेत नसत.

सरकारनं १९७१ साली 'हाय युनिट व्हॅल्यू योजना' सुरू केली व त्यामुळे भरपूर नफा होऊ लागला. या योजनेनुसार नायलॉनचे कापड निर्यात करून त्या आधारे पॉलिस्टर फिलॅमेन्ट धागा आयात करण्याची सवलत होती. हा खेळ कसा खेळावा याचं अंबानींना आधीच ज्ञान होतं. या योजनेखालील निर्यातीला रिलायन्स कमर्शिअल कॉर्पोरेशनचा ६० टक्के वाटा होता त्यामुळे योजनेचा सर्वाधिक लाभ आपल्याला मिळाला हे धिरूभाई कबूल करतात. रिलायन्सला उपयोगी पडावी म्हणूनच ही योजना आखण्यात आली असं बोललं जाऊ लागलं. तेव्हा पॉलिस्टरला

मुळजी जेठा मार्केटमध्ये 'चमक' असे म्हणत. तेव्हा अंबानी हे 'चमत्कार' झाले!

त्या वेळीही अंबानींनी वरील तर्काला तीव्र आक्षेप घेतला होता. ''इतरांनी डोळे मिटून घेतले होते तेव्हा आम्ही योजनांचा फायदा घेतला म्हणून तुम्ही आम्हाला दोषी धरू शकत नाही. नफा दिसत असेल तर तुम्ही काही आमंत्रणाची वाट पाहात बसत नाही. या उद्योगातील अन्य सहकाऱ्यांपेक्षा मी स्वतःला हुशार मानत नाही. जर यात फार मोठा नफा होता तर त्यांनी याचा लाभ का उठवला नाही? 'हाय युनिट व्हॅल्यू' योजनेचा रिलायन्सला सर्वाधिक फायदा झाल्याचे श्रेय मला देताना त्यांच्या अज्ञानाची त्यांना किंमत मोजावी लागली हे ते ध्यानात घेत नाहीत.''

''ही योजना आठ वर्षे चालू होती. बऱ्याच कंपन्या त्यात सहभागी झाल्या होत्या. त्यात त्यांना चांगली कामगिरी बजावता आली नाही याचं कारण ते आपला माल कदाचित निर्यात करू शकले नसावेत. आम्ही रशिया, पोलंड येथे 'फॅशन शो' आयोजित केले आणि वस्त्रे निर्यात केली. आम्ही विमान भरभरून माल झांबिया, युगांडा व सौदी अरेबियाला नेला. त्या काळात निर्यातीवर आमचा मुख्य भर होता कारण त्यामुळे सरकारमध्ये कंपनीची प्रतिष्ठा वाढत असे.''

''तुम्ही अर्थव्यवस्थेचा सर्वंकष विचार केला पाहिजे. सर्वंकष नफा व्हावा म्हणून आयात व निर्यातीचा एकत्रित विचार केला पाहिजे. रेयॉन कापडाची निर्यात केल्यामुळे आम्हाला नायलॉन आयात करता आले. काही बाबतीत रोख सवलतीही होत्या. नायलॉन धाग्यावर १०० ते ३०० टक्के प्रिमियम होता. एकदाच हा प्रिमियम ७०० टक्क्यांवर पोचला, आम्ही मोठ्या निर्यातदारांपैकी एक होतो आणि आमची उलाढाल १५ ते २५ लाखाच्या दरम्यान होती. 'हाय युनिट व्हॅल्यू' योजना आली तेव्हा आम्ही उत्पादन करून त्याची निर्यात करत होतो. नायलॉन वस्त्रे निर्यात करून पॉलिस्टर आयात करण्याची मुभा आम्हाला मिळाली होती.

१९७८ मध्ये ही योजना संपुष्टात आली तेव्हा देशातील बाजारपेठेकडे अंबानींनी आपले लक्ष वळवले. ''मी बाजारपेठेत प्रवेश केला तेव्हा सुमारे १० हजार मीटर्स उत्पादन होते. मला बाजारात छोटीशी फट, छोटीशी वाट हवी होती. ती सापडल्यावर मी यशस्वी झालो. आम्ही बाजारपेठेत फारसे कोणाला माहिती नव्हतो हीच काय ती एकमेव अडचण होती. तेव्हा 'विमल' हे ब्रॅन्ड नाव प्रस्थापित करणं याला आमचा अग्रक्रम होता. म्हणून आम्ही मोठी जाहिरात मोहीम उघडली.'' असे अंबानी सांगतात.

भारतात तरी अभूतपूर्व ठरेल अशी जाहिरात मोहीम होती. हिंदुस्थान लिव्हरसारख्या ग्राहक वस्तूंच्या क्षेत्रातील बड्या कंपनीशी तुलना करता येईल इतका खर्च रिलायन्सने जाहिरातीवर केला. मोठमोठे फलक, आकाशवाणी, दूरदर्शन वृत्तपत्रे अशा माध्यमातून जोरदार प्रचार करण्यात आला. 'ओन्ली विमल' ही घोषणा सर्वत्र झळकू लागली,

ऐकू येऊ लागली, 'स्त्री' ही अनेक भाषेत आपलं मनोगत व्यक्त करत असते, विमल त्यापैकी एक आहे' असे वाक्यही या घोषणेबरोबर होते. रमणिकलालचा मुलगा व धिरूभाईंचा पुतण्या याचं नाव विमल होतं. त्याचंच नाव रिलायन्सनं आपल्या वस्त्रांना दिले.

"तुलना करत बसा, इकडून तिकडे हिंडत बसा ही डोकेदुखी लोकांना नको असते. ते थेट दर्जा पाहतात. तेव्हा ग्राहकाचा विश्वास संपादन करायचा असेल तर दर्जा सर्वात महत्त्वाचा आहे हे मला आरंभापासूनच ठाऊक होतं." असे सांगून अंबानी म्हणाले, "कारखान्यात अत्याधुनिक तंत्रज्ञानावर भर देऊन आम्ही अधिक चांगल्या दर्जाचे कापड उत्पादन करत आहोत हे सांगण्यावर आम्ही जाहिरातीवर भर दिला. त्यावेळच्या बाजारपेठेतील वितरणाचे मार्ग हे अपुरे व असमाधानकारक वाटल्यामुळे आम्ही स्वतःची वितरण व्यवस्था तयार केली. योग्य उत्पादन, बाजारपेठेचा अचूक शोध व वितरण व्यवस्थेची उभारणी या तीन घटकांमुळे आम्ही यशस्वी झालो."

हे धोरण इतकं यशस्वी झालं की, एकदा एक बाजारपेठ विशेषज्ञ म्हणाले, "विमलचं आश्चर्य वाटतं. त्यांचं उत्पादन हे श्रीमंत, वरच्या वर्गासाठी असून त्याची किंमतही त्याच दृष्टीनं ठेवलेली आहे. पण त्याचे ग्राहक हे प्रामुख्याने मध्यम वर्गातून आलेले असतात!"

हे घडण्यापूर्वी अंबानींना काही अडथळे ओलांडावे लागले. "जेव्हा रिलायन्सनं बाजारपेठेत प्रथम प्रवेश केला तेव्हा पारंपरिक कापड बाजारात त्यांना विरोध झाला. या मंडळींची निष्ठा अन्य जुन्या कापड गिरण्यांवर होती." असं मुळजी जेठा मार्केटमधील एक व्यापारी म्हणतात.

पारंपरिक बाजारपेठेला डावलून अंबानींनी जागोजाग 'शो-रूम्स' उघडल्या, नवनव्या बाजारपेठा शोधल्या आणि कापड व्यवसायाची पार्श्वभूमी नसलेल्यांची एजंट म्हणून नियुक्ती केली. कंपनीच्या शो-रूम्स उघडणे या कल्पनेचे धीरूभाई जनक नव्हेत. बॉम्बे डाईंगनं हे त्यापूर्वी केलेलं होतं. अंबानींनी हे धोरण मोठ्या प्रमाणावर राबवलं असं घोषाल म्हणतात.

अंबानींनी देशभर दौरा काढून, कंपनीच्या मालाची एजन्सी आपल्या भागधारकांना देऊ केली. ज्यांच्याकडे दुकानासाठी जागा होती व ज्यांनी ही 'ऑफर' घेतली त्यांना आर्थिक व जाहिराताची मदत देण्याचं आश्वासन धीरूभाईंनी दिलं. अनेकजण तयार झाले. तसंच महानगरे वगळून अन्य शहरी भागातही त्यांनी 'शो-रूम्स' उघडल्या, छोट्या-छोट्या शहरात दुकाने उघडून चांगलाच नफा कमावणाऱ्या अंबानींकडे अन्य स्पर्धक पाहातच राहिले!

१९७७ ते १९८० या काळात जवळजवळ दररोज कुठे ना कुठे विमलची

शो-रूम उघडण्यात येत होती. वस्त्रोद्योग विभागाचे अध्यक्ष के. नारायण म्हणतात, "१९८० मध्ये तर एके दिवशी विमलच्या शंभर शो-रूम्स उघडल्या!" के. नारायण एका स्थानिक कॉलेजात प्राध्यापक होते. १९८० मध्ये रिलायन्सचे कापड देशात सर्वत्र मिळू लागले. कंपनीच्या मालकीची २० दुकाने, फ्रेंचाईज दिलेली एक हजार दुकाने व २० हजार नेहमीच्या किरकोळ दुकानात विमलची कापडं उपलब्ध झाली. धडाधड शो-रूम्स उघडण्याचे धीरूभाईंचे हे कर्तृत्व इटालियन बॅनेटॉन किंवा अमेरिकन मॅकडोनाल्डच्याच तोडीचे आहे.

विक्रेत्यांबाबत एखाद्या पित्यासारखा धीरूभाईंनी दृष्टिकोण ठेवला. त्यांच्याकडे अनेक वर्षे व्यवस्थापक असलेले नारायण म्हणतात, "आमच्याबरोबर व्यवहार करणं अगदी निर्धोक समजा असं मी व्यापाऱ्यांना सांगत असे. तुम्हाला तोटा झाला तर परत आमच्याकडे या, नफा झाला तर तो तुमचा. वस्त्रोद्योगात माल ग्राहकाला पसंत असणं गरजेचं आहे. पण व्यापाऱ्यानंही मदत करायला हवी. बहुतेक व्यापारी छोटे आहेत. मी जेव्हा एखाद्या व्यापाऱ्याला लक्ष्य ठरवून देतो तेव्हा ते गाठण्यासाठी तो निकराने परिश्रम करतो."

विमलची उत्पादनं खूप महाग असल्यानं पारंपरिक स्टॉकिस्टस हा माल ठेवायला अजूनही कचरत होते. कृत्रिम धाग्यांचं स्थानिक उत्पादन भारतीय कारखानदारांनी अद्याप सुरू केलं नव्हतं. सिंथेटिक्सचा वापर भारतासारख्या गरीब देशाला परवडणारा नाही असं सरकारचं मत होतं व त्यामुळं भरमसाट कस्टम्स कर बसवून आयातीला उत्तेजन न देण्याचं सरकारचं धोरण होतं.

अंबानींनी या दृष्टिकोणालाच आक्षेप घेतला. "गरीब देशातील गरीब जनतेच्या दृष्टीनं सर्वात उपयोगी सिंथेटिक वस्त्रे आहेत. दर्जाची खात्री असेल तर ग्राहक थोडे जास्त पैसे मोजायला तयार असतो," असं ठामपणं सांगून ते म्हणाले, "तुम्हाला ब्रि-नायलॉन आठवतंय? त्याचा प्रथम वापर सुरू झाला तेव्हा ब्रि-नायलॉनचा शर्ट घातलेला माणूस जणू जमिनीवरून दोन इंच वरच चालायचा! लोकांचा हा कल पाहून मी सिंथेटिक्स क्षेत्रात प्रवेश करायचं ठरवले. त्यावेळी करही एवढे जास्त नव्हते. त्यात नंतर वाढ झाली."

पण सरकार ऐकायला तयार नव्हतं. त्यानं कर वाढवला व उत्पादनाला लगाम घातला, स्थानिक मालाची टंचाई निर्माण झाली आणि तस्करांचं फावलं. १९८० च्या दशकात भारतात दरवर्षी ३००० कोटी रुपयांचे कापड बेकायदा आणण्यात आले असावे असा धीरूभाईंचा अंदाज आहे. जपान, कोरिया, तैवान, हाँगकाँग व सिंगापूर येथून संयुक्त अरब अमिरातला किती माल जातो याची परिश्रमपूर्वक माहिती जमवून धीरूभाईंनी हा अंदाज व्यक्त केला होता. भारतात होणारी चोरटी आयात (स्मगलिंग) या विषयावरचे ते तज्ज्ञ मानले जाऊ लागले. ग्राहकांना कमी

लेखणं वा त्यांना गृहीत धरून चालणं असा धीरूभाईंचा स्वभाव नव्हता. ग्राहकांच्या मनोव्यापाराची त्यांना चांगली जाण होती. जुन्या गिरण्यांचे लक्ष न गेलेल्या पॉलिस्टरवर बाजारपेठेचे महत्त्व अंबानींनी पुरेपूर ओळखले होते.

१९८० मध्ये विक्री २१० कोटींवर पोचली व ती वाढतच होती. परंतु रिलायन्सचं उत्पादन मागणीला पुरं पडत नव्हतं. तंत्रज्ञान सतत अद्ययावत करून व मंदगतीचे माग बदलून वेगवान मागांच्या साहाय्यानं अंबानी गिरणीच्या क्षमतेपेक्षा जास्त उत्पादन करत होते. पण त्यांना अधिक माग बसवण्यास परवानगी मिळत नव्हती. सरकारी धोरण हे यंत्रमाग क्षेत्राला व बड्या गिरणी मालकांना अनुकूल होतं. पण अंबानींनादेखील उत्पादन क्षमतेचा विस्तार करणं अवघड जाऊ लागलं. तेव्हा यंत्रमागधारकांकडून 'ग्रे' कापड मिळवून त्यावर नरोदा येथे प्रक्रिया करून ते 'विमल'च्या नावानं अंबानी विकू लागले.

अंबानींच्या यशोगाथेत नरोदा येथील गिरणीनं महत्त्वाची भूमिका बजावली आहे. या गिरणीमुळं सूत व धागे व्यापारी असलेले अंबानी गिरणी मालक म्हणून ओळखले जाऊ लागले. अहमदाबाद व मुंबई या शहरांतील बड्या गिरणी मालकांत त्यांची गणना होऊ लागली. भारताचे मँचेस्टर म्हणून ओळखली जाणारी ही दोन शहरे कापड उद्योगामुळं भरभराटीला आली, श्रीमंत झाली. ब्रिटिशांच्या राजवटीत बहुतेक गिरण्या स्थापन करण्यात आल्या. मफतलाल, वाडिया, साराभाई आणि लालभाई यांचे पश्चिम भारतातील बँकिंग वर्तुळात व मुंबईच्या ताजमहाल हॉटेलच्या बॉलरूममध्ये पिढ्यान् पिढ्या वर्चस्व राहिले. अशा या खास वर्तुळात रांगडे वाटणाऱ्या अंबानींचे अस्तित्व ठसू लागले.

एके काळी धाग्यांचे व्यापारी म्हणून बड्या बड्या शेठ मंडळींच्या कार्यालयापुढं अंबानी बसून असायचे. त्यांच्या मालाची कधी विक्री होई तर कधी होत नसे. त्यांच्याकडून माल खरेदी न करणाऱ्यांत नस्ली वाडिया हे होते. पुढे अंबानींचा त्यांच्याशी संघर्ष झाला त्याची हकिगत नंतर येईलच. आता अंबानी केवळ व्यापारी राहिलेले नाहीत, उद्योगपती बनले आहेत. तरीही अजून ते त्या वेळच्या शेठ मंडळींना शेठच म्हणतात. 'मी माझे जुने दिवस विसरू शकत नाही. हा माझा स्वभाव आहे, माझी संस्कृती आहे' असं ते म्हणतात.

भारतीय कापड उद्योग घसरणीला लागला होता. हा अस्ताला चाललेला धंदा आहे असंच म्हटलं जाई. या उद्योगात नव्यानं गुंतवणूक केली जात नव्हती, कोणी धडाडीची पावलं टाकत नव्हतं. जुन्या गिरण्या कोळिष्टकांनी भरलेल्या संग्रहालयासारख्या वाटत होत्या. नरोदा येथील अंबानींची गिरणी मात्र विकसित राष्ट्रात शोभावी अशी होती. अंबानी म्हणतात, 'यशस्वीपणे गिरणी उभारून मी दाखविली. आता ती पूर्णतः संयुक्त स्वरूपाची व जागतिक पातळीच्या दर्जाची करायची असं मी

ठरवलं. जपान, कोरिया, तैवान यांच्या तोडीची आपली गिरणी व्हावी असा माझा निर्धार होता.'

मफतलाल गगलभाई (१८७३-१९४४) हे सुरुवातीस कापडाचे कटपिसेस विकायचे. पुढं त्यांनी कापड उद्योगातील मोठं घराणं स्थापलं. त्याचप्रमाणे धीरूभाईंनी कापड व्यवसायाच्या भवितव्याला आत्मविश्वास आणि गतिशीलता दिली. मुंबई डाईंगची एकूण उलाढाल १०० कोटी व्हायला शंभर वर्षे जावी लागली, तर अंबानींनी डझनभर वर्षात हे करून दाखवलं.

अंबानींच्या या यशामुळं त्यांच्याबद्दलचा मत्सर फोफावला. रिलायन्सच्या प्रचंड यशाचं श्रेय हे त्यांच्या उत्तम व्यवस्थापनाला नसून काहीतरी गोलमाल करण्याच्या कौशल्याला आहे असं कुजबुजलं जाऊ लागलं. असल्या आरोपांविरुद्ध निषेध प्रकट करताना अंबानी म्हणाले, "देशाच्या कायद्याच्या व सरकारी नियमांच्या चौकटीतच राहून मी काम केले आहे. पण लोक मत्सरापोटी टीका करीत असतात. त्यातले बरेच कापड गिरणी मालक असून जेव्हा जेव्हा त्यांच्या नेतृत्वाला आमच्यामुळं धोका निर्माण झाला तेव्हा ते असं बोलू लागले. आमच्या कामाच्या पद्धती इतरांसारख्याच आहेत. फक्त आमची धडाडी व निष्ठा खूप मोठी आहे."

मुळजी जेठा मार्केटमध्ये व्यापारी म्हणून अंबानी असताना एकदा एका प्रतिस्पर्ध्यानं त्यांचं दिवाळं निघाल्याची अफवा पसरवली होती! आपल्या प्रतिष्ठेसाठी संघर्ष करण्याची अंबानींची ती काही पहिली आणि शेवटची वेळ नव्हती. धीरूभाईंनीदेखील त्यावेळी मार्केटच्या फलकावर जाहीर नोटिसच लावली होती! ज्यांच्याकडून आपण कर्ज काढलं आहे त्यांनी हवं तर येऊन पैसे घेऊन जावेत असं त्यात त्यांनी नमूद केलं होतं. "त्यावेळी अंबानींच्या खिशात दिडकी नव्हती" असं सांगून उनियाल म्हणतात, 'परंतु त्यांच्यात जबर आत्मविश्वास होता. आपण कर्ज परत करण्याची तयारी दर्शविली तर कोणीही ते परत मागणार नाही अशी त्यांची खात्री होती. आणि नेमकं घडलंही तसंच.'

एकदा अंबानींवर ते काळाबाजार करतात असा आरोप केला गेला तेव्हा आपल्या बदनामी मोहिमेने सीमाच गाठली असं त्यांना वाटलं. सिल्क अँड आर्ट सिल्क मिल्स असोसिएशनचे अध्यक्ष व जुने मित्र डी. एन. श्रॉफ यांना त्यांनी संघटनेच्या कार्यकारिणीची बैठक बोलाविण्याची विनंती केली. कार्यकारिणीचे सदस्य सिंथेटिक उद्योगातील दिग्गज मंडळी होती. त्यांच्या नजरेला नजर भिडवीत धीरूभाई म्हणाले, "तुम्ही माझ्यावर काळ्या बाजाराचा आरोप करत आहात. पण माझ्याशी व्यवहार न केलेला तुमच्यात एकजण तरी आहे काय?" कधी ना कधी त्यांच्यापैकी प्रत्येकानं अंबानींकडून धागे त्यावेळच्या दराने खरेदी केले होते वा विकले होते. त्यामुळे अंबानींच्या त्या प्रश्नानं साऱ्यांची तोंडं बंदच झाली.

रिलायन्सनं सर्व अफवांवर मात केली. दर दोन वर्षांनी विक्री दुप्पट झाली. १९७०- ४ कोटी ९० लाख, १९७२- १२ कोटी ७० लाख, १९७४- ३० कोटी २० लाख, १९७६- ६२ कोटी ८० लाख, १९७८- १२० कोटी १० लाख, १९८०- २०९ कोटी ७० लाख रु.

आता कबुतरखान्यातून अधिक चांगल्या वस्तीत राह्यला जाण्याची वेळ आली होती. त्या काळात 'उषा किरण' ही मुंबईतील सर्वात उंच इमारत होती. तेथे पाच लाख रुपये देऊन अंबानींनी फ्लॅट घेतला. नंतर त्यांनी आपल्या भावांसाठी आणखी दोन फ्लॅटस् घेतले. कधीमधी इमारतीच्या लिफ्टमध्ये कलकत्त्याचे प्रख्यात गिरणी मालक जगदीश प्रसाद गोएंका यांची गाठ पडे. नमस्कार-चमत्कार होई. पण हळूहळू गोएंका शेठ यांच्या नमस्कारातील उत्साह मावळू लागला. कारण त्यांची स्वान मिल ही आर्थिक संकटात सापडली. अखेर १९८७ मध्ये त्यांनी ती सोडून दिली. रिलायन्स मात्र दिवसेंदिवस सामर्थ्यवान बनत होती.

भाग- भांडवली पंथ

'उषा किरण'मध्ये राह्यला जाण्यापूर्वी अंबानींनी नवे शेअर्स विक्रीला काढले. १९६७ प्रमाणेच १९७७ मध्ये आपल्यावर लोकांनी विश्वास ठेवावा हे पटवून देण्यासाठी फारच कष्ट घ्यावे लागले. रिलायन्सचे शेअर्स विकत घ्यावेत म्हणून डी.एन. श्रॉफ यांनी सरकारमधील आपल्या मित्रांना विनंती केली. परंतु काही प्रतिसाद मिळेना. 'कोणाला जर शंभर शेअर्स तरी घ्या अशी विनंती केली तर तो जेमतेम दहाच घेई' असं अनिल अंबानी सांगतात.

१५ वर्षांनी मात्र शेअर्सच्या दररोजच्या उलाढालीत रिलायन्सनं टिस्कोलाही मागं टाकलं. रिलायन्सची दररोजची उलाढाल ३८६००० शेअर्स किंवा ९ कोटी ७६ लाख रुपये होती. तर टिस्कोची १६१८०० शेअर्स किंवा ३ कोटी ५७ लाख रुपये होती.

भांडवली बाजार आणि भारतीय गुंतवणूकदार यांच्या मानसशास्त्राची धीरूभाईइतकी माहिती अन्य दुसऱ्या कोणालाही नसेल. १९८५ मध्ये यशाच्या लाटेवर असताना ते म्हणाले, "माझा हिस्सा १६ टक्के असला तरी या शेअर होल्डिंगच्या आधारावर मी कंपनीवर नियंत्रण ठेवू शकत नाही. उत्तम कामगिरी करून आणि भागधारकांचा विश्वास संपादन करून मी कंपनीवर नियंत्रण ठेवतो. भागधारकांचा आपल्यावर विश्वास आहे याची खात्री असल्यानं मला कंपनीचा भांडवली पाया वाढवताना भीती वाटत नाही. माझा शेअर्सचा हिस्सा कमी झाला तरी त्याला माझी काही हरकत नाही. आणि तसा तो कमी होतोच आहे. कारण माझ्यावर भागधारकांचं जसं प्रेम आहे तसं प्रेम फार कमी कंपनी प्रमुखावर असतं." लार्सन ॲन्ड टुब्रोच्या बाबतीत

संघर्ष देताना हे शब्द त्यांच्या मनात घोळत होते.

आपल्या भागधारकांना समाधानी ठेवावं म्हणून 'बीएसई' निर्देशांकापेक्षा रिलायन्सच्या शेअर्सची कामगिरी चांगली राहील याची धीरूभाई नेहमीच काळजी घेतात. रिलायन्सनं शेअर विक्रीला काढले. त्यानंतर थोडक्याच काळात 'हाय युनिट व्हॅल्यू' योजना संपुष्टात आली. त्यामुळे अंबानी गडबडलेच. तेव्हा वेळ मिळावा म्हणून वार्षिक ताळेबंदाची मुदत रिलायन्सनं तीन महिन्यांनी वाढवली. त्यांनी आपलं आर्थिक वर्ष कॅलेंडरनुसार केलं. (त्यावेळी बहुतेक कंपन्या मात्र मार्चमध्ये वर्षअखेर करण्याची पद्धत अवलंबित होते.) नफा घटला तरी अंबानींनी २७ टक्के लाभांश जाहीर केला. १९७७ मध्ये त्यांनी १५ टक्के लाभांश दिला होता. १९७९ मध्ये २५ टक्के लाभांश तर त्यांनी दिलाच. पण ३ : ५ प्रमाणात बोनस शेअर्सही दिले. शेअरचे मूल्य ४५० टक्क्यांनी वाढले.

नवी कल्पक आर्थिक उपकरणं वापरणं व जुन्यांना नव्या अवतारात सादर करणं हे धीरूभाईंचं कौशल्य. १९७९ मध्ये त्यांना वूलन सूतगिरणीसाठी पैशाची निकड होती. विस्मृतीत गेलेल्या परिवर्तनीय डिबेंचरची त्यांना आठवण झाली. तो अंबानींचा शोध नव्हता. 'स्टँडर्ड अल्कली'नं त्याचा त्या आधी वापर केला होता. पण धीरूभाईंना भांडवल-शेअर नियंत्रकाकडून परवानगी मिळणं जड जाऊ लागलं. तेव्हा शेअर्समध्ये परिवर्तन करण्याची संधी आणि व्याजाच्याद्वारे पैसे मिळण्याची हमी यात आहे हे सरकारला पटवून देण्यात अंबानी अखेर यशस्वी झाले. गुंतवणूकदारांना तर ही कल्पना एवढी पसंत पडली की, १९७९ च्या विक्रीचा सहा पटीनं अधिक भरणा झाला. डिबेंचर्स (अंशतः परिवर्तनीय व पूर्णतः परिवर्तनीय) ही व्यवस्थापन व गुंतवणूकदार यांची निवड ठरू लागली.

१९७९ ते १९८२ या काळात रिलायन्सने चार वेळा डिबेंचर्सची यशस्वी विक्री केली. १९७९ च्या खुल्या विक्रीनंतर १९८० मध्ये (गिरणीचं आधुनिकीकरण करण्याकरिता), १९८१ मध्ये (पीएफवायच्या उत्पादनासाठी पैसा उभारण्याकरिता), डिबेंचर्स विक्रीला काढण्यात आले. १९८२ ला तर ५० कोटी रुपयांचे डिबेंचर्स विक्रीला काढण्याचा विक्रम करण्यात आला. त्याचवेळी 'बेअर सिंडिकेट'नं हल्ला करण्याचा प्रयत्न केला होता आणि शेअरबाजार तीन दिवस बंद ठेवणं भाग होतं. या घटनांनी थेट अंबानी राष्ट्रीय पातळीवरचे उद्योगपती गणले जाऊ लागले.

'शेअर्स'च्या भावाचं समर्थन करण्याखेरीज आपल्याला गत्यंतरच नव्हतं' असं अंबानींनी नंतर सांगितलं. २० मे १९८२ ला ५० कोटींच्या या डिबेंचर्सची विक्री बंद होणार होती. तोपर्यंतची ती सर्वात मोठी विक्री होती. त्यानंतर टेल्कोनं नवे शेअर्स विक्रीला काढले. त्यांनी ४७ कोटी रुपये उभारले. त्यावेळी टेल्को ही खाजगी क्षेत्रातील दुसऱ्या क्रमांकाची मोठी कंपनी होती. तेव्हा रिलायन्सचा समावेश

मात्र देशातील मोठ्या २० कंपन्यातदेखील नव्हता. १९९० मध्ये मुंबई शेअर बाजाराने एका आठवड्यात १०० कोटी ७० लाख रुपये उभारले. पण १९८० मध्ये १०० कोटी ७० लाख ही रक्कम सबंध वर्षाच्या परिश्रमाचे फलित होते. अंबानींना एकाच प्रयत्नात त्याच्या एकतृतीयांश रक्कम उभारावयाची होती. या खेळात जबर रक्कम प्रतिष्ठेला जुंपलेली होती.

दुसरं म्हणजे प्रत्येक कंपनी शेअर विक्रीला काढते तेव्हा तो खुला होण्यापूर्वी शेअरची किंमत वाढवते, याची जाणीव असल्यानं दलाल मंडळी किंमत जास्त असेल तेव्हा शेअर्स विकतात व त्या उतरल्या की ते खरेदी करतात. १९८२ मध्ये अंबानींनी ठाम भूमिका घेतल्यानं अनेक दलालांचे दिवाळे निघायची पाळी आली व त्यामुळं काही प्रभावी शत्रू निर्माण झाले. या शेअर्सचे पैसे देण्यासाठी अंबानींनी १२ कोटी रुपये कोठून आणले असा प्रश्न काहीजण विचारू लागले. पुढं यातून असं काही प्रकरण उद्भवलं की त्यामुळे अर्थमंत्र्यांच्या विश्वासार्हतेला व संसदेच्या पावित्र्यालाच तडाखा बसला.

खरं तर तो निव्वळ योगायोगच होता. भारतीय कंपन्यांतील अनिवासी भारतीयांच्या गुंतवणुकींचं स्वरूप याबाबतच्या प्रश्नांना २६ जुलै १९८३ रोजी राज्यसभेत उत्तर देताना त्यावेळचे अर्थमंत्री प्रणव मुखर्जी यांनी एप्रिल १९८२ ते मार्च १९८३ या काळात रिलायन्समध्ये २२ कोटी ५० लाख रुपये गुंतवणाऱ्या ११ कंपन्यांची यादी दिली. एस्कॉर्टस् व डीसीएम कंपन्या ताब्यात घेण्याचा स्वराज पॉल प्रयत्न करत होते व तो प्रश्न बहुधा त्या संदर्भात असावा. परंतु त्यांना अनपेक्षित लक्ष्य गवसलं. मुखर्जींनी उत्तरात जर तपशील दिला नसता तर अनिवासी भारतीयांच्या योजनेचा सर्वात अधिक लाभ रिलायन्सला झाला आहे हे समजलंच नसतं!

या कंपन्यांची नावंच अशी होती की, काही गोलमाल आहे असा संशय यायला वाव होता. आयोटा, क्रोकोडाईल, फिआस्को अशी कंपन्यांची नावं असतात काय? अशी गमतीची व विचित्र नावं कधी कोणी ठेवतं काय? कलकत्त्याच्या 'द टेलिग्राफ' दैनिकाला या प्रकाराचा सर्व प्रथम वास लागला. गुंतवणूक केली तेव्हा अकरा कंपन्यांपैकी आठ कंपन्या ब्रिटनमध्ये अस्तित्वातच नव्हत्या आणि प्रणव मुखर्जींनी संसदेत निवेदन केलं त्याच्या दुसऱ्या दिवशी त्यांची नोंदणी करण्यात आली अशी बातमीही 'टेलिग्राफ'नं दिली.

सुटीनंतर संसदेचं अधिवेशन जेव्हा परत सुरू झालं तेव्हा अनेक खासदारांनी 'टेलिग्राफ'च्या बातमीकडे लक्ष वेधून अर्थमंत्र्यांनी स्पष्टीकरण करावं अशी मागणी केली. प्रणव मुखर्जी यांच्याविरुद्ध दोन हक्कभंगाच्या नोटिसा देण्यात आल्या. लोकदलाचे सत्पाल मलिक यांनी राज्यसभेत तर जनता पक्षाचे मधू दंडवते यांनी लोकसभेत या नोटिसा दिल्या होत्या. खादीधारी व ध्येयवादी दंडवते यांना भावी

काळात अंबानींच्या आयुष्यात महत्वाची भूमिका पार पाडावी लागली.

फिआस्को-क्रोकोडाईल-आयोटा असल्या अजब नावांच्या कंपन्यांचं गूढ हळूहळू उकलले. 'आइल ऑफ मॅन' या प्रख्यात ठिकाणी नोव्हेंबर १९७९ ते जुलै १९८२ या काळात वरील अकरा कंपन्या नोंदविल्या असून त्या अनेक शहांच्या मालकीच्या आहेत, त्यातले काही एकमेकांचे नातलग आहेत असं पत्रकारांनी शोधून काढलं.

त्यामुळं संशयाचं धुकं आणखी गडद झालं. मे १९८२ मध्ये अंबानींनी दलालांशी संघर्ष दिल्यानंतर या कंपन्यांनी हे शेअर्स घेतले होते. तेव्हा या दोन्ही घटनात काही परस्परसंबंध होता काय? कंपन्या एकत्रितपणे काम करत असाव्यात असं सूचित होत होतं. किमान सहा कंपन्यांनी तरी रिलायन्सचे शेअर्स खरेदी केले. याचा अर्थ बहुधा खरीददार एकच असावा, तो कोण असावा व त्याच्याकडं २२.५ कोटी रुपये आले कोठून? कंपन्याचं भाग-भांडवल तर अगदी कमी होतं. प्रत्येकी २०० पौंडाहूनही कमी होतं व केवळ तीनच कंपन्यांनी या खरेदीसाठी पैसे उसने घेतले होते. ज्या कोणी हे सारे व्यवहार केले त्याला भारतीय नियमांची चांगलीच माहिती होती. अनिवासी भारतीयांच्या गुंतवणुकीवरील निर्बंध अर्थमंत्रालयाने शिथिल केले. (२० ऑगस्ट १९८३ रोजी) त्यानंतर तिसऱ्याच दिवशी तीन कंपन्यांनी रिलायन्सचे आणखी शेअर्स मिळावेत म्हणून रिझर्व्ह बँकेकडे अर्ज केले.

या प्रकरणात सरकारची पंचाईतच झाली. हे व्यवहार करणाऱ्या व्यक्तीचे गूढ उकलले नाही. मात्र तांत्रिकदृष्ट्या नियमांचा काही भंग झालेला नाही हे लक्षात आल्यावर वृत्तपत्रांचे या विषयातील स्वारस्य कमी झाले. तसेच या प्रकरणाची चौकशी करणाऱ्या रिझर्व्ह बँकेच्या समितीला रिलायन्सने जी तपशीलवार उत्तरं पाठविली त्यातही आक्षेपार्ह असं काही आढळलं नाही.

पाताळगंगा

परंतु २२.५ कोटी रुपयांचं काय झालं? दलालांशी मोठा संघर्ष करताना घेतलेलं कर्ज फेडण्यासाठी त्यातील काही पैसे खर्ची पडलेले असणार. ८,५०,००० शेअर्सच्या खरेदीसाठी अंबानींना १९ कोटी रुपये द्यावे लागले असतील व चढउतारात शेअरचा भाव टिकावा म्हणून जवळपास तेवढेच पैसे मोजावे लागले असतील. दरम्यान मुंबईपासून ७१ किलोमीटर अंतरावरील पाताळगंगा इथं पॉलिस्टर कारखाना तयार झाला होता. उत्पादन सुरू व्हायच्या बेतात होतं आणि बिलांचा ढीग येऊन पडला होता.

८० कोटींच्या या कारखान्याचं १९८१ मध्ये काम सुरू झालं. सुरुवातीपासूनच त्याबाबत अंबानींनी महत्त्वाकांक्षी दृष्टिकोण ठेवला होता. उत्कृष्ट यंत्रसामग्री व रचना असलेला जागतिक दर्जाचा तो कारखाना व्हावा असा त्यांचा निर्धार होता.

उलट्या मार्गानं एकत्रीकरण करण्याच्या धोरणाचे पुरस्कर्ते म्हणून केवळ ते या प्रकल्पाबद्दल उत्सुक होते असं नव्हे. स्पर्धात्मकतेच्या दृष्टीनं आपलं स्थान त्यामुळे सुधारेल असंही त्यांना वाटत होतं. याबाबत त्यांनी नंतर एकदा सांगितलं की, "जगातून सर्वत्र मी माल खरेदी करीत असे. त्यामुळं भारतात तसंच परदेशातही उत्पादकांचं काय चाललंय हे मला ठाऊक होतं. पश्चिमेतील एका बड्या कंपनीकडं मी गेलो होतो तेव्हा ते किती अकार्यक्षम आहेत हे माझ्या लक्षात आले. लोक काम करत नव्हते, भोजनाची तास न् तास सुटी घेत होते. बॉसदेखील आपल्या कामाशी निष्ठावान नव्हते. या सर्व अकार्यक्षमतेचा खर्च मालावर लादला जात होता आणि त्याची किंमत माझ्याकडून वसूल केली जात होती. त्यांच्यापेक्षा हा व्यवसाय आपण चांगला करू शकू, त्यांच्यापेक्षा अधिक कमाई करू शकू व आपल्या गिरण्यांना चांगला व स्वस्तात माल पुरवू शकू याची मला खात्री होती."

१९८० च्या प्रारंभी इंदिरा गांधी सरकारनं 'पीवायएफ' उत्पादनाचं क्षेत्र खाजगी उद्योगाला खुलं केलं. धीरूभाई याच क्षणाची वाट पाहात होते. त्यांनी परवान्यासाठी तत्काळ अर्ज केला. अन्य ४३ जणांनीही असे अर्ज केले. आपण एक उत्तम, प्रचंड कारखाना उभारू शकू याची अंबानींना खात्री होती. परंतु टाटा, बिर्ला, बांगुर, गरवारे, मफतलाल व थापर या बड्या बड्या उद्योगगृहांशी स्पर्धा होती. त्यावेळचे पेट्रोलियम मंत्री वीरेंद्र पाटील व अर्थमंत्री प्रणव मुखर्जी यांचा याबाबतचा शब्द महत्त्वाचा होता. पहिल्या फेरीत चार कंपन्यांच्या नावाची यादी तयार करण्यात आली. त्यात रिलायन्सचं नाव नव्हतं असं म्हटलं जातं.

परंतु जेव्हा निर्णयाची अंतिम प्रक्रिया पुरी झाली तेव्हा रिलायन्सची निवड झालेली होती! त्यामुळं ऑर्केचे मेहेरा, जिंदाल, सिंधानिया व मफतलाल यांना आश्चर्याचा धक्का बसला. १९८० मध्ये लोकसभा निवडणुकीत श्रीमती इंदिरा गांधी विजयी झाल्यावर अंबानींनी दिल्लीच्या पंचतारांकित हॉटेलात एक जंगी पार्टी दिली होती. त्यामुळं आणि राजकीय वर्तुळात उत्कृष्ट संपर्क असल्यामुळं अंबानींना हा परवाना मिळाला असं बोललं जाऊ लागलं. त्या वेळचा इंदिरा गांधींचा विजय हा फार महत्त्वाचा होता. जनता पक्षाची राजवट (१९७७-८०) संपुष्टात येऊन त्या पुन्हा सत्तेवर आल्या होत्या. पंतप्रधानपदाची सूत्रं हाती घेतल्यावर धीरूभाईंच्या पार्टीला त्यांची असलेली हजेरी हा त्यांचा पहिलाच जाहीर समारंभ होता.

'बिझिनेस इंडिया'च्या पेरेझ चन्द्रा यांच्या मते कपाल मेहरा यांचं नाव अंतिम विचारार्थ तयार केलेल्या यादीत होतं. ते लिहितात, 'ओर्केच्या मेहरांना परवाना मिळवण्यासाठी श्रीमती गांधींना निवेदन द्यावं लागलं.' अखेर १९८५ मध्ये त्यांना परवाना मिळाला. तरी रिलायन्सला १० हजार टीपीएचा मिळालेला परवाना हा ओर्केच्या परवान्यापेक्षा ४० टक्क्यांनी अधिक होता. तसंच प्रणव मुखर्जींनी जाता

जाता धीरूभाईंनी ज्या सोयी-सवलती दिल्या त्यात १५ हजार टीपीएपर्यंत उत्पादनक्षमता वाढवण्याचाही समावेश होता.

आपल्या राजकीय संबंधामुळं परवाना मिळाला हा तर्क फेटाळून लावताना धीरूभाई म्हणतात, 'आर्थिकदृष्ट्या माझा प्रस्ताव अधिक चांगला होता. मी कंपनीच्याच साधनातून कारखाना उभारणार आहे. तर इतरांना मात्र वित्तीय संस्थांकडून कर्ज काढावे लागेल असं मी सरकारला सांगितलं. आम्ही आमच्या साधनांचाच वापर करणार हे माझ्या प्रस्तावाचं वैशिष्ट्य होतं. पण प्रणव मुखर्जींनी पार पाडलेल्या भूमिकेचं काय? या आणि अन्य चार प्रस्तावांना मंजुरी मिळण्यासाठी त्यांनी मदत केली नव्हती काय? धीरूभाई म्हणतात, ''ज्यांना प्रणव मुखर्जींवर टीका करावयाची होती त्यांनी माझा वापर दारूगोळ्यासारखा केला. प्रणव मुखर्जी अर्थमंत्री होते आणि अर्थमंत्रालय परवाने देत नसते. तसंच भारतात परवाने कितीजणांना मिळाले आणि कितीजणांनी त्यांची अंमलबजावणी केली? जे लोक प्रकल्प त्वरित अमलात आणतात त्यांचं देशानं कौतुक करायला हवं.''

त्वरित प्रकल्प उभारण्याच्या कौशल्याबद्दल धीरूभाईंनी आधीच लौकिक कमावला होता. वूलन सूत कारखाना त्यांनी परवाना मिळाल्यावर केवळ आठ महिन्यात उभारला होता. पाताळगंगा इथं अंबानींनी पॉलिएस्टर फिलॅमेन्ट यार्न कारखाना उभारायला आवश्यक होती त्यापेक्षा वीस पट अधिक जमीन घेतली तेव्हा तेथील गावकऱ्यांना काय घडतंय हे उमजलंच नाही. हा कारखाना अठरा महिन्यात पुरा झाला. त्याबद्दल सर्वात उत्तम प्रशस्तीपत्र त्यावेळचे ड्यू पाँ इंटरनॅशनलचे अध्यक्ष रिचर्ड चिनमॅन यांचं आहे. ते म्हणाले, ''असा प्रकल्प उभारायला आम्हाला अमेरिकेत किमान २६ महिने लागले असते.'' नंतर पाताळगंगा व हाजिरा (गुजरात) इथं प्रचंड पेट्रोकेमिकल कारखाने उभारताना खर्च वाढू नये म्हणून रिलायन्सने अत्यंत वेगाने, तातडीने काम केले. प्रकल्प अंमलबजावणीला विलंब झाला तर नफ्याचे रूपांतर तोट्यात होऊ शकते असं आदित्य बिर्लासारखंच अंबानींचंही मत होतं. एकदा कारखाना चालू झाला की, मग पूर्ण उत्पादनक्षमतेसह तो अखंड चालू राहिला पाहिजे यावर त्यांचा भर असे.

पॉलिएस्टर फिलॅमेन्ट यार्न कारखाना उभारण्यासाठी धीरूभाईंनी स्टॅनफर्ड इथं एम.बी.ए. करत असलेला आपला मुलगा मुकेशला भारतात बोलावून घेतलं. त्याबद्दल मुकेश अंबानी म्हणतात, ''माझ्या वडिलांनी मला सांगितलं की, ''आता तू हे काम पाह्यचंस. रिलायन्समधून मी तुला फक्त एकच माणूस देईन. बाकी सर्व नवी मंडळी असली पाहिजेत. तेव्हा नवी टीम उभारायला हवी होती, योग्य त्या तंत्रज्ञानाची निवड करायला हवी होती. मी पहिल्या प्रथम जेव्हा ऑफिसात गेलो तेव्हा तेथे केवळ एकच व्यक्ती होती. मला त्याच्या बरोबर पुढील १० ते १५ वर्षं

काम करावं लागणार होतं. हळूहळू आम्ही इतरांची निवड केली. व्यावसायिकदृष्ट्या आम्ही अत्यंत कुशल मंडळी आहोत.

आम्ही कारखाना सुरू केला तेव्हा प्रत्येकाची भरती गुणवत्तेवर केली. वृत्तपत्रातून आम्ही जाहिराती देऊन अर्ज मागवले. आम्ही चांगली टीम उभारली याचं श्रेय माझ्या वडिलांना जातं.

खरं तर आपला १०० कोटी रुपयांचा प्रकल्प असून त्यासाठी महिना २० हजार रुपये पगार देऊन पॉलिएस्टर उद्योगात २५ वर्षे अनुभव असलेल्या एखाद्या व्यक्तीला तुम्ही नेमणं योग्य होईल असं मी वडिलांना सुचवलं होतं. त्यावर ते म्हणाले, 'नाही, तुलाच हे काम करायचं आहे. तुला आपण चुकतोय असं वाटत असेल तर माझ्याकडं ये. पण हे काम तूच कर.' अशा प्रकारच्या प्रोत्साहनाची आज गरज आहे. सुरुवातीला प्रत्येकजणच निराश होता, कोणाशीही मी बोललो तर तो काम अवघडच आहे असं म्हणत होता. पण आम्ही खुल्या मनानं उत्तम प्रयत्नांची शर्थ केली आणि ४८ तासात उत्पादन सुरूही झालं!'' तो दिवस होता १ नोव्हेंबर १९८२. शेअर बाजारातील त्या प्रख्यात महायुद्धानंतर काही महिन्यांतच अंबानी घराण्यातील आणखी एकानं कर्तृत्वाची ध्वजा फडकावली होती!

या कारखान्यासाठी बापलेकानं अमेरिकेच्या ड्यू पाँ द नेमोर्स कंपनीच्या तंत्रज्ञानाची निवड केली. आपल्या या निर्णयाबद्दल मुकेश अंबानी म्हणाले, ''आमचे या कंपनीबरोबर चांगले व्यावसायिक संबंध होते. ड्यू पाँला रिलायन्स माहीत नाही अशी स्थिती नव्हती. त्यांच्यासाठी आम्ही तंतूंची खरेदी करीत असू. आम्हाला नेमकं काय करायची इच्छा आहे हे आम्ही त्यांच्यापुढं मांडलं. आम्ही जर हे केलं नाही तर दुसरं कोणीतरी करील व आमच्या हातची संधी जाईल असंही त्यांना सांगितलं. त्यांना आमची कल्पना पसंत पडली. आमचा कारखाना उभारल्यावर भारताबरोबरचा ड्यू पाँचा व्यापार वाढला आहे. संयुक्त क्षेत्रातील पाच प्रकल्पांना त्यांनी तंत्रज्ञान विकलं आहे. तेव्हा त्यांच्या दृष्टीनं तो अत्यंत योग्य निर्णय ठरला.''

ड्यू पाँनं त्याचं तंत्रज्ञान द्यावं म्हणून धीरूभाईंनी भागीदारी सोडून त्यांना सारं काही देऊ केलं. आंतरराष्ट्रीय बाजारात हवं ते तंत्रज्ञान उपलब्ध आहे. तेव्हा एका विदेशी कंपनीला आपलं भागीदार बनवून त्याला ५१ टक्के सहभाग देण्याची मला गरजच काय? असं धीरूभाई म्हणतात.

काही भारतीय उद्योगपती जागतिक बड्या कंपन्यांचे तांत्रिक सहकार्य घेण्यास उत्सुक असतात. त्यामुळं धोका कमी होतो असं काहीजणांना वाटतं तर काहीजण पैशाची उपलब्धता व्हावी म्हणून असं सहकार्य घेऊ पाहतात. सरकारनं स्थानिक कंपन्यांवरील काही बंधनं शिथिल केल्यामुळे अंबानींना निधीसाठी अशा परकीय तांत्रिक सहकार्याची गरज फारशी नव्हती. ते म्हणाले होते, ''माझ्या गुंतवणूकदारांकडून

मला रुपयात निधी मिळतो. परकीय चलनाची गरज भागविण्यासाठी मी आंतरराष्ट्रीय बाजारात जाऊ शकतो. अर्थात जेथे आम्हाला सक्रिय भूमिका वठवायची असेल अशा संयुक्त प्रकल्पांचा विचार आम्ही करू शकतो.'' १९९४ पर्यंत धीरूभाईंनी जगातील १५ कंपन्यांशी तांत्रिक करार केले पण कोणालाही भागीदार केलं नाही.

राहुल बजाज यांच्याप्रमाणेच अंबानींनी भागीदार घेतले नाहीत कारण दुय्यम अथवा कोणाच्या हाताखाली काम करणं ते कधीच मान्य करणार नाहीत. तसंच धीरूभाईंना साऱ्या गोष्टी वेगानं पार पाडावयाच्या असतात. सेंचुरी एन्का (बिर्लांच्या सेंचुरी व हॉलंडच्या एन्का इंटरनॅशनल मधील संयुक्त प्रकल्प) मध्ये बी. के. बिर्ला यांनी ज्या शर्ती मान्य केल्या तशा अंबानी कधीच मान्य करणार नाहीत. एस. पी. सप्रा म्हणतात, ''सेंचुरी एन्कामध्ये प्रत्येक गोष्टीला एन्कांची परवानगी लागते. संथगतीनं काम करायची एन्कांची युरोपियन प्रवृत्ती. ते सावधपणे वागणारे, त्यामुळे बिर्लांची कामाची गती ते मंदावतात.'' धीरूभाईंनी ड्यू पाँबरोबर भागीदारी केली असती तर ज्यानं त्यानं 'वा! त्यांनी बारतात ड्यू पाँना आणलं अशी प्रशंसा केली असती. पण त्यामुळे सर्वत्र संथपणा आला असता.' मंदपणाचा तर धीरूभाईंना अत्यंत तिटकारा आहे. त्यांचे बराच काळ आर्थिक सल्लागार असलेले डी.एन. चतुर्वेदी म्हणतात, ''एकदा निर्णय झाला की, मग प्रकल्प अमलात येईपर्यंत धीरूभाई फार अधीर होऊन जातात.''

बर्मा शेलमध्ये कारकून म्हणून काम करत असताना हवी असेल ती माहिती मिळवायलाच हवी हा धडा धीरूभाईंनी घेतला होता. भारतीय कंपन्या व त्यांचे माल देण्याचे वेळापत्रक याबद्दल परदेशी कंपन्यांच्या मनात संशय असे. एक निर्यातदार म्हणून त्यांचा हा संशय दूर करण्याची जबाबदारी धीरूभाईंची होती. बहुधा त्यामुळंच त्यांनी कंपनीचं नाव 'रिलायन्स' ठेवलं असावं! त्यांनी खर्चाची पर्वा न करता दिलेला शब्द पाळला. वस्त्रोद्योग विभागाचे अध्यक्ष नारायण या बद्दलचं एक उदाहरण सांगताना म्हणाले, ''१९७३ साली नरोदा येथील कारखान्यातील रोटरी यंत्र एका शुक्रवारी सायंकाळी नादुरुस्त झालं. त्यासाठी लागणारा सुटा भाग परदेशाहून येण्यास २-३ महिने लागले असते, तेव्हा त्याच दिवशी रात्री मला परदेशी पाठवलं गेलं. हवा तो सुटा भाग घेऊन मी रविवारी रात्री परतलो! आणि सोमवार दुपारपासून कारखान्यात उत्पादन सुरू देखील झाले!''

धीरूभाईंना घालून दिलेल्या मुदतीत काम पार पाडण्यासाठी मुकेश अंबानी व त्यांच्या सहकाऱ्यांनी अनेक पायंडे, प्रथा मोडल्या. पत्रे लिहिणे, कागदांचे भारे चाळत बसणे याला मुकेश अंबानींनी पूर्ण फाटा देण्याचं ठरवले, ''कंत्राटदारांशी समोरासमोर प्रश्नांची चर्चा करून थेट निर्णय घेतले जाऊ लागले, प्रत्येक कंत्राटदार दुसऱ्याला व नंतर आम्हाला पत्र पाठवत बसला तर त्यात मूल्यवान वेळ खर्ची

पडला असता.'' असं मुकेश म्हणाले. सर्वात कमी किंमतीचं टेंडर स्वीकारण्याची प्रथाही मोडण्यात आली. ''कधी कधी सर्वात कमी किंमतीहून अडीचपटीने अधिक किंमतीची टेंडर्स आम्ही स्वीकारलेली आहेत.'' असंही त्यांनी सांगितलं. कंत्राटदार वेळेवर काम पुरं करू शकेल का नाही हा रिलायन्सचा मुख्य निकष असे.

स्वावलंबन व गती या दोन गोष्टींवर धीरूभाईंचा भर होता. पॉलिस्टर कारखाना उभारताना त्यांनी आकार व विक्री या घटकांनाही महत्त्व दिलं, या चार मूल्यांच्या आधारावर त्यांनी रिलायन्सची भव्य प्रगती घडवली.

पॉलिस्टरचा कारखाना सर्वसाधारणतः ६ हजार टीपीए, चा असतो. पण अंबानींनी १० हजार टीपीएचा कारखाना उभारला. एवढंच नव्हे तर त्याची क्षमता १५ हजारपर्यंत वाढवायची तरतूद केली. रिलायन्सला वित्तीय संस्थेचं पहिलं कर्ज मंजूर करणारे आयसीआयसीआयचे प्रमुख एच.टी. पारेख म्हणतात, ''धीरूभाई नेहमी आंतरराष्ट्रीय दर्जा व आकार याबद्दल बोलतात. परंतु त्यांनी स्वतःच्या कर्तृत्वानं या शंका फोल ठरवल्या.''

बहुतेक उद्योगपती मालाच्या मागणीबद्दल खात्री नसल्यानं छोटा कारखाना उभारून धोका न पत्करणं पसंत करतात. अंबानींनी या कल्पनेलाच सुरुंग लावला. सप्रा म्हणतात, ''मागणीत असलेले अडसर अंबानी पद्धतशीरपणे दूर करीत. पॉलिस्टरला मोठी मागणी आहे परंतु 'आर्ट-सिल्क' उद्योगातील धोरण विणकरांसाठी हे क्षेत्र राखून सरकारने ती दाबून ठेवली असं अंबानींचं मत होतं. बड्या गिरण्यांना कापूसच वापरावा लागे. हा मुख्य अडसर होता.''

ही समस्या सोडविण्यासाठी आम्ही मागणीला उत्तेजन देण्यासाठी रिलायन्सनं 'पुनर्खरेदीची' योजना सुरू केली. 'रिक्रॉन' छापाचा धागा छोट्या यंत्रमागधारकांना रिलायन्स विकत असे. हे यंत्रमागधारक मांजरपाटाचं कापड कंपनीला विकत असत. त्यावर प्रक्रिया करून ते 'विमल' नावाखाली कंपनी विकत असे. उत्पादनावर सरकारने घातलेल्या निर्बंधावर मात करण्यासाठी नरोदा इथं धीरूभाईंनी यंत्रमागाचा वापर केला होता. तेच त्यांनी इथंही केलंय. १९७७-१९८० या काळात विक्रेत्यांची जशी साखळी रिलायन्सनं उभारली तसंच त्यांनी याही वेळी केलं. बाजारपेठ फारशी विकसित झालेली नव्हती त्यामुळं प्रचंड उत्पादनक्षमतेच्या या कारखान्याच्या 'बाजारपेठा व विक्रीविभागावर अत्यंत ताण निर्माण होई.' आम्ही छोट्या विणकरांना मोठ्या प्रमाणावर आर्थिक साहाय्य दिलं असं सांगून सप्रा म्हणाले, ''मागणी निर्माण करण्यासाठी ९० दिवसांच्या मुदतीनं आम्ही त्यांना कर्जे दिली. एकदा मागणी निर्माण झाली की मग कंपनी नेहमीचं काटेकोर, कडक धोरण अमलात आणी. आज आमची ९० टक्के विक्री रोखीने होते. आज आम्ही जो माल निर्यात करतो त्याचे पैसे उद्या दुपारी दोन पर्यंत आम्हाला मिळतात!''

रिलायन्समध्ये पॉलिस्टर मोठी कमाई करणारे ठरले. उत्पादनक्षमतेत धीरूभाई वाढ करत गेले, तंत्रज्ञान अत्याधुनिक करत गेले. "सततच्या वाढीमुळे, सुधारणेमुळे सर्वात स्वस्तात पॉलिस्टर उत्पादन करणारा रिलायन्सचा कारखाना बनला" असं घोषाल सांगतात. "१९९४ मध्ये त्याचा परिवर्तनीय खर्च दर पौंडाला १८ सेंटस् होता, त्याचवेळी पश्चिम युरोपियन, उत्तर अमेरिकन आणि अतिपूर्वेकडील उत्पादकांचा खर्च मात्र अनुक्रमे ३४, २९ व २३ सेंटस् होता!"

हे घडण्यापूर्वी रिलायन्सला एका नैसर्गिक आपत्तीला तोंड द्यावं लागलं. मुसळधार वर्षावामुळे नदीला पूर आला व पाताळगंगा येथील कारखान्यात पाणीच पाणी झालं. ड्यू पाँ च्या तंत्रज्ञांना बराच खर्च करून पाचारण करण्यात आलं. त्यांनी कारखाना पुन्हा सुरू व्हायला ९० ते १०० दिवस लागतील असा अंदाज व्यक्त केला. स्थानिक वृत्तपत्रांनी भारतातील तज्ज्ञांच्या मते त्याहूनही अधिक दिवस लागण्याची शक्यता आहे असं म्हटलं होतं. परंतु प्रत्यक्षात केवळ २१ दिवसांत हा कारखाना पुन्हा सुरू झाला!

उत्पादन विभागाचे प्रमुख के. के. मल्होत्रा याबद्दल म्हणतात,"आमची फार मोठी हानी झाली होती. पाणी ओसरल्यावर आम्हाला सुमारे ५० हजार टन कचरा हलवावा लागला! त्यात गाळ, मृत जनावरं आणि अनंत वस्तू होत्या. कचरा हलवल्याखेरीज कामाला सुरुवात करणं शक्यच नव्हतं. आमची अत्याधुनिक विद्युत व इलेक्ट्रॉनिक उपकरणं कित्येक तास पाण्याखाली होती. सर्वप्रथम आम्ही बाह्य जगाशी संपर्क स्थापण्यासाठी एक नियंत्रण कक्ष सुरू केला. मग नेमकं किती नुकसान झालंय याची आम्ही काळजीपूर्वक पाहणी केली, कामाचं निश्चित स्वरूप ठरवलं त्याआधारे प्रत्येक कारखाना पुन्हा कधी सुरू होईल याची लक्ष्ये निश्चित केली, रोज सकाळी ११ वाजता कामाचा आढावा घेण्यासाठी मी बैठक घेई. तिसऱ्या दिवशी मी ड्यू पाँच्या अधिकाऱ्यांना विचारलं की, दोन मोठे कॉम्प्रेसर्स १४ दिवसात पुन्हा सुरू करण्याचं आम्ही ठरवलंय तुम्हाला काय वाटतं? त्यावर ते म्हणाले, "दोन पैकी एक कॉम्प्रेसर तुम्ही महिन्याभरात जरी सुरू करू शकलात तरी स्वतःला सुदैवी समजा!" मी त्या दिवशी सायंकाळी मुकेश अंबानींना फोन केला व सांगितलं की, "ही माणसं मला इथं नकोत, ते जर असंच बोलत राहिले तर ही भावना तळापर्यंत पसरेल आणि त्यामुळं निर्धारच कोसळेल."

आम्ही कॉम्प्रेसर्स ठरविलेल्या मुदतीच्या आधीच एक दिवस सुरू केले. आम्ही ठरवलं त्याच्या आधी एक आठवडा कारखाना पुन्हा सुरू झाला.

या वेगाचं खरं रहस्य दोन गोष्टीत दडलंय असं मल्होत्रा म्हणतात, "कामाचं नेमकं स्वरूप ठरवण्याकरिता काळजीपूर्वक नियोजन आणि त्यासाठी लागणारी साधनं उपलब्ध करून देणं. बऱ्याच कंपन्या कामाचं निश्चित स्वरूप, त्याला

लागणारी साधनं ठरवत नाहीत. आम्ही हे चोवीस महिन्यात पार पाडू असं म्हणणाऱ्या व्यक्तीने नीट नियोजन केलेलं नसतं. कारण असा सोयीचा सोपा आकडा योगायोगानंच येत असतो! आम्ही अगदी बारकाईनं गरजेचं मूल्यमापन करतो.''

''एकदा नियोजन केलं की, आम्ही त्यासाठी हव्या त्या साधनांचा मारा करतो. त्या कामाला लागेल तेवढी, ते काम शोषून घेऊ शकेल इतकी साधनसामग्री उपलब्ध करून देतो. एरवी वेळ असला तर साधनांची योग्य पातळी राखता येईलही पण उत्पादनाअभावी होणाऱ्या हानीचा विचार केला तर दुरुस्तीसाठी किती खर्च होईल याची फिकीर करायचं कारण नाही. जर उत्पादन लवकरात लवकर सुरू करता आलं तर त्याचा फायदाच होतो. वेळेच्या मूल्याचा जर तुम्ही विचार केला तर भरपूर साधनसामग्री उपलब्ध करण्याचं मर्म समजतं. तसंच क्षितिजसमांतर सुसूत्रीकरण करावं पण संकटसमयी उभं वरच्या दिशेने जावे हे तत्त्व आम्ही पाळतो. कामाच्या वेगासाठी ते आवश्यक आहे.''

मुकेश अंबानी पाताळगंगा प्रकल्पावर रुजू झाले तेव्हा अनिल अंबानी (मुंबईतील के.सी. कॉलेजातून केमिकल इंजिनियरिंगची पदवी त्यांनी घेतली होती.) व्हार्टन इथं मार्केटिंग विषयात एम.बी.ए. चा अभ्यास करत होते. एप्रिल १९८३ मध्ये ते परतले तेव्हा नरोदा येथील कारखान्यावर धीरूभाईंनी त्यांची तत्काळ रवानगी केली, ''परीक्षेचा अखेरचा पेपर लिहिल्यावर चार तासात मी भारताला यायला निघालो. इथं आल्यावर वडिलांना मी पदवीधर झालो असं सांगितलं, त्यावर ते म्हणाले, त्यात काय विशेष? चल ऑफिसला जाऊ या. त्यावर मी विचारलं, 'काही आराम, सुट्टी नाही?' त्यावर ते म्हणाले, ''मुळीच नाही, सुट्टी बिट्टी काही नाही.''

दिल्लीत वेगानं घडामोडी घडत होत्या. अनिल अंबानी मुंबई व नरोदा यात चकरा मारू लागले होते. इतक्यात सरकारनं धीरूभाईंच्या चार नव्या उत्पादनांच्या प्रस्तावांची छाननी पुरी केली. त्यासाठी ८ हजार कोटी रुपये उभारण्याची गरज होती. त्यापैकी दोन प्रस्तावांच्या अंमलबजावणीची दोघे बंधू तयारी करू लागले आणि पाताळगंगा पुन्हा गजबजून गेले.

कर्ज मिळावे

अंबानींचं जीवनाचं तत्त्वज्ञान साधं, सोपं आहे. कर्माच्या कल्पनेचाच लवचिक अन्वयार्थ ते लावतात. प्रत्येक जण हा एका वर्तुळात, चाकोरीत जन्मलेला असतो व तो आयुष्यभर बहुधा त्या कक्षेतच भ्रमण करत राहणार असतो. जग अशा कक्षांनी भरलेलं आहे. सर्वात खाली शिपाई, कारकून यांच्या भ्रमणकक्षा आहेत आणि प्रमुख उद्योगपती व राजकारणी यांच्या सर्वात वर आहेत. यशस्वी बनायचं असेल तर तुमची कक्षा भेदून तुम्ही वरच्या कक्षेत गेलं पाहिजे. त्या कक्षेत गिरकी

घेतल्यावर त्यावरच्या कक्षेत गेलं पाहिजे. असं करत करत सर्वात वर पोचलं पाहिजे. आपण अशा कक्षा पार करणार आहोत याची धीरूभाईंना किशोरवयातच जाणीव होती.

पेट्रोल पंपावरील अटेंडन्ट म्हणून काम केल्यावर ते कारकून झाले तेव्हा त्यांनी पहिली कक्षा ओलांडली, पगारी नोकरीचं सुरक्षा चक्र भेदून त्यांनी व्यापारी बनायचं ठरवलं तेव्हा त्यांनी दुसरी कक्षा पार केली. ते गिरणी मालक बनले तेव्हा त्यांनी चौथी कक्षा ओलांडली होती व पेट्रोकेमिकल्समध्ये प्रवेश करण्याचं ठरवलं तेव्हा ते सर्वोच्च कक्षेत पोचले होते.

'उलट एकत्रीकरणाच्या' आपल्या तत्त्वानुसार त्यांनी पीटीए (प्युरिफाईड टेरेफथॅलिक ॲसिड) पासून आरंभ केला. या पेट्रोकेमिकलपासून पॉलिस्टर- पीएफवाय व पीएसएक तयार करता येतात. मग त्यांनी एलएबी (लिनियर अल्काईल बेन्झिन - धुलाई पावडर उत्पादनासाठी लागणारा एक घटक), पीव्हीसी (पोलिव्हिनाइल क्लोराईड) सारखे थर्मोप्लॅस्टिक्स एचडीपीई (हाय डेन्सिटी पॉलिथिनिल - प्लॅस्टिकवर प्रक्रिया करणाऱ्यांना लागणारा घटक), यांचे उत्पादन सुरू केले. मग उलट एकत्रीकरण सुरू करून त्यांनी एमईजी (मोनोथिनिल ग्लायकोल), पॅराक्झिनिल, एन - पॅरॉफिन, मूळ कच्चा माल, एथिलिन आणि पेट्रोकेमिकल्सचे मूळ तेल यांच्या उत्पादनाकडे ते वळले. एथिलिन गॅस क्रॅकर आणि तेल शुद्धीकरण कारखाना उभारण्याचं काम सध्या वेगात चालू आहे. तेल उत्खनन प्रकल्पासाठी कायम टेंडर भरण्यांत रिलायन्स कंपनीचा समावेश असतो. पेट्रोल पंपावर एकेकाळी अटेंडन्ट म्हणून काम करणारे धीरूभाई बर्मा शेल सारखी कंपनी उभारण्याचं स्वप्न पुरं करण्याच्या मार्गावर आहेत.

१९८४ मध्ये परवाना मिळताच पीटीए कारखाना उभारण्याचं काम त्वरित सुरू झालं. पीटीएच्या उत्पादनावर त्यांची एवढी प्रभावी पकड होती की दशकभर त्यांना आव्हान देण्याची कोणाची हिंमत झाली नाही. आदित्य बिर्लासह अनेक उद्योगपतींनी सरकारकडे परवान्यासाठी अर्ज केले पण त्यांना नकार मिळाला. नरसिंह राव सरकारनं उदारीकरणाचं धोरण अमलात आणलं आणि पीटीएच्या कारखान्यांना मंजुरी मिळू लागली. पहिली परवानगी एटीव्ही प्रोजेक्टच्या महेश चतुर्वेदींना मिळाली. मथुरा इथं जे १२०,००० टी.पी.ए. क्षमतेचा कारखाना उभारण्यासाठी त्यांची योजना होती.

उलट एकत्रीकरणाच्या धोरणानुसार पीटीए कारखाना रिलायन्सच्या पॉलिस्टर कारखान्याला माल पुरवू लागला. त्याच संकुलात उभारल्या जात असलेल्या नव्या पॉलिस्टर कारखान्यालाही तो माल पुरवू शकेल. भारतीय कापड गिरण्या पीएसएफ व पीएसवाय या दोन्हींचा वापर करतात. या दोन्हींनाही मोठ्या प्रमाणावर पर्याय आहे.

अंबानी हे विशाल, व्यापक विचार करणारे असून पीएफवायच्या बाबतीत धोका पत्करण्याची त्यांची अभूतपूर्व क्षमताच दिसून आली. त्यांनी १९८४ मध्ये पीएसएफ साठी अर्ज केला तेव्हा त्याची टंचाई होती. पीएफवाय वर बरेच अबकारी कर असल्याने त्याच्या तुलनेनं पीएसएफ स्वस्त होते व गिरणीमालक त्याचा वापर करणं पसंत करीत. पीएसएफचं स्थानिक उत्पादन ३७ हजार टन होतं व १० हजार टन आयात केलं जात होतं. अंबानींनी ४५ हजार टन क्षमतेच्या कारखान्यासाठी अर्ज केला. याचाच अर्थ त्या वेळच्या आयातीच्यापेक्षा साडेचार पटीने जास्त. त्या खेरीज छोट्या छोट्या क्षमतेचे अर्धा डझन परवाने अन्य उद्योगपतींना देण्यात आले आहेत याचीही त्यांना जाणीव होती.

भांडवलाची प्रचंड भूक असलेल्या धीरूभाईंच्या या महत्त्वाकांक्षा पुऱ्या करण्यासाठी पैशाची गरज होती. १९८३ मध्ये मोठ्या प्रमाणावर शेअर्स विक्रीला आणून तसेच पाताळगंगा येथील पॉलिस्टर कारखान्यानं व नरोदा येथील गिरणीने भरीव नफा मिळवला असूनही अंबानींना भूक लागली होती. कंपन्यांवरील करांमध्ये झालेल्या छोट्याच पण महत्त्वपूर्ण बदलामुळं अंबानींना ही भूक अचानक लागली होती.

धीरूभाई हे आर्थिक जादूगारच आहेत. त्यांनी असं काही कर नियोजन केलं की रिलायन्सनं सुरुवातीपासूनच कॉर्पोरेट उत्पन्नावर जवळजवळ शून्य कर भरला. सतत भांडवली गुंतवणूक केल्यानं रिलायन्स हे साध्य करू शकलं. रिलायन्ससारख्या कंपन्यांना कर द्यायला लागावा म्हणून त्या वेळचे अर्थमंत्री प्रणव मुखर्जी यांनी १९८३ मध्ये अर्थसंकल्प मांडताना 'शून्य कर' कंपन्यांना नफ्यावर ३० टक्के कर द्यावा लागेल असे जाहीर केले.

तथापि आपला शून्य कर कंपनीचा दर्जा कायम ठेवण्यात रिलायन्सला यश मिळाले. आपली हिशेबाची पद्धतच त्यांनी बदलून टाकली. पूर्वी एखादा प्रकल्प सुरू होईपर्यंत त्यासाठी खरेदी केलेल्या स्थावर मालमत्तेसाठी घेतलेल्या दीर्घकालीन कर्जावरील व्याजाचे भांडवलीकरण करण्याची पद्धत होती. त्या ऐवजी कर्जाच्या संपूर्ण मुदतीवरील व्याजाचे भांडवलीकरण करण्याची पद्धत रिलायन्सने सुरू केली. कर्ज घेऊन ते फिटले जाईपर्यंत त्यावर व्याज लागू असते आणि सर्व कर्जे ठरलेल्या तारखांनाच फेडावी लागतात, या गृहीतकावर आधारलेली ही नवी हिशेब पद्धती होती.

हे अगदीच सोपं होतं. आम्ही घसारा साठू दिला. अन्य बऱ्याच कंपनींना हे शक्य होत नाही कारण मोठ्या प्रमाणावर भांडवली खर्च केला तरच घसारा साठू शकतो. तुम्ही जास्त पैसे खर्च केले तर घसाराही वाढतो. त्या वेळी मोठे भांडवली प्रकल्प आमच्या हातात होते. पुढच्या वर्षीच्या अर्थसंकल्पातून किमान कर काढून टाकण्यात आला. असं अनिल अंबानींनी सांगितलं.

१९८४ च्या सुरुवातीला अंबानींना आर्थिक टंचाई जाणवू लागली. क्रोकोडाईल

आयोटा, फिआस्कोच्या पैशाचा वापर झालेला होता. पैसे उभारण्याच्या योजनांचा विचार करताना अंबानींना एक विलक्षण कल्पना सुचली. रिलायन्सचे अपरिवर्तनीय डिबेंचर्सचे शेअर्समध्ये रूपांतर का करू नये? त्या वेळी त्यांचे एक प्रतिस्पर्धी म्हणाले होते, ''मोठ्या आर्थिक उलाढालीच्या गुंतागुंतीत धीरूभाई वाकबगार आहेत. त्यांच्या योजनांमागील मूळ कल्पना साध्या असतात. पण त्यातच त्यांच्या प्रज्ञेची चमक असते. शिवाय बेधडकपणं पुढं घुसत राहण्याचा त्यांचा स्वभाव आहेच.''

भांडवली शेअर्स विक्रीच्याबाबत नियंत्रकाचे जे नियम आहेत त्यात अंबानींची योजना बसणारी नव्हती. ज्याची अपरिवर्तनीय म्हणून विक्री करण्यात आली व ज्याचे मूल्य वेगळे व कामही वेगळे ठरवण्यात आले होते त्याची परिवर्तनीय डिबेंचर म्हणून कशी विक्री करता येईल? काही गुंतवणूकदारांचा त्यात फायदा झाला असता, पण इतरांच्या जीवांवर. असं असलं तरी अर्थमंत्रालयाला आपली योजना पटवून देण्यात रिलायन्सला यश आलं आणि त्यांची योजना निर्धोकपणे अमलात आली.

गेल्या पाच वर्षात रिलायन्सनं चार वेळा एकूण ९३ कोटी रुपयांचे अंशतः परिवर्तनीय डिबेंचर्स विक्रीला काढले होते. २३ कोटी रुपयांचा परिवर्तनीय हिस्सा आधीच शेअर्समध्ये रूपांतरित करण्यात आला होता. अपरिवर्तनीय हिश्श्यांवर १५ ते १८ टक्के सवलत दिली जात होती. एप्रिल १९८४ मध्ये अंबानींनी प्रत्येक १०० रुपये किंमतीचा डिबेंचर १.४ शेअर्सच्या बदल्यात देऊ केला. त्या वेळी डिबेंचरची किंमत ८४ रुपये व शेअरची किंमत ११५ रुपये होती. डिबेंचर धारकांच्या दृष्टीनं ही 'ऑफर' आकर्षक होती. त्याहीपेक्षा अंबानींच्या दृष्टीनं ती अधिक आकर्षक होती. डिबेंचरवर १३.५ टक्के व्याज होतं. १० रुपयांच्या शेअरवर कितीही उदारपणं लाभांश दिला तरी तो त्याहून कमी झाला असता, रिलायन्सच्या ताळेबंदातून ७० कोटींचं कर्ज गायब झालं असतं, (डिबेंचरला 'उसनी रक्कम' असं हिशेबनीस मानतात) भागभांडवल १० कोटीनं वाढलं असतं व पुढच्या निधी उभारणीच्या वेळी परिस्थिती अधिक सुदृढ दिसली असती. हीच तर जादू होती!

''१९८२ मधील मंदीवाल्यांनी केलेल्या हल्ल्यानंतर अंबानी छोट्या गुंतवणूकदारांचे शेअर बाजारातील दैवत बनले. १९८७ ते १९८२ या काळात काढण्यात आलेल्या डिबेंचर्सचा अपरिवर्तनीय भाग परिवर्तनीय करण्याची 'ऑफर' रिलायन्सनं दिली तेव्हा त्यांची ही प्रतिमा आणखीच दृढ बनली '' असं घोषाल म्हणतात. धीरूभाईंच्या या निर्णयाला संसदेत, वृत्तपत्रात, शेअर बाजारात आणि बाजारपेठात आक्षेप घेतला न जाण्याची तसेच प्रतिस्पर्ध्यांनी टीका न करण्याची ती बहुधा

शेवटचीच वेळ होती. ३१ ऑक्टोबर १९८४ रोजी श्रीमती इंदिरा गांधींची हत्या झाली व त्यांचे चिरंजीव राजीव गांधी पंतप्रधान झाले.

नवी दिल्लीत झालेल्या राजकीय बदलाचे आपल्या उद्योगावर काय परिणाम होतील याची धीरूभाईंना वर्षभर जाणीव झाली नाही. नव्या प्रशासनानं रिलायन्सच्या पीएसएफ कारखान्याला त्वरित परवानगी दिली. किंबहुना मंत्रिमंडळाच्या पहिल्या बैठकीत राजीव गांधींनी ज्या पहिल्या इरादा पत्राला मंजुरी दिली ते रिलायन्सचं होतं. तो ४६० कोटींचा पॉलिएस्टर फायबर कारखाना होता. नंतर पीव्हीसी, परकीय चलन पुरवठा योजनांसारख्या आमच्या अनेक प्रकल्पांना मंजुरी मिळाली असं अनिल अंबानी म्हणतात.

त्या वर्षी रिलायन्सनं ७१ कोटी रुपये एवढा विक्रमी नफा कमावला. धीरूभाईंची घोडदौड वेगानं चालू होती. ती कुठं थांबणारच नाही असं वाटत होतं. पण तिला अटकाव घातला गेला.

ब्रेक लावणारे होते राजीव गांधीच्या मंत्रिमंडळातील अर्थमंत्री विश्वनाथ प्रताप (मि. क्लीन) सिंग! उद्योधंद्यातील भ्रष्टाचारावर त्यांनी प्रहार केला. एका बाजूला त्यांनी जून १९८६ मधील अबकारी कराची थकबाकी असलेल्या २१ उद्योगगृहांची यादी तयार केली आणि त्यांच्याविरुद्ध कठोर धडक धाडसच सुरू केले तर दुसऱ्या बाजूला त्यांनी 'परवाना राज' शिथिल केले. रिलायन्सचा वित्त मंत्रालयात असलेला शिरकाव कमी झाला. कोणाही उद्योगपतीला व्यक्तिशः भेटायला सिंग यांनी नकार दिला. त्यांनी खुल्या बैठका आयोजित केल्या. अशा एका बैठकीला मुकेश अंबानी हजर आहेत असं एक छायाचित्र उपलब्ध आहे.

भावी काळात उद्भवणाऱ्या संकटाची चाहूल सरकारच्या एका आकस्मिक निर्णयानं लागली. २८ मे १९८५ रोजी 'एक्झिम पॉलिसी' चे नोटिफिकेशन काढण्यात आले. त्यात 'पीटीए' खुल्या परवान्याअंतर्गत यादीतून (ओजीएल - ओपन जनरल लायसेन्स) काढून 'मर्यादित परवाना यादीत' घालण्यात आले होते. ओजीएल मधील वस्तूची कोणीही आयात करू शकत होते. परंतु मर्यादित तांत्रिक विकास विभागाच्या सरसंचालकांची मंजुरी घेणे आवश्यक असते.

अनेकांना हा निर्णय धीरूभाईंना मदत करण्यासाठी घेतला असावा असे वाटले. रिलायन्सचा नवा पीटीए कारखाना उभारला जात होता व लौकरच त्यात उत्पादन सुरू होणार होते. पीटीएच्या आयातीवरील नव्या निर्बंधामुळे त्यांच्या स्थानिक पीटीए उत्पादनाच्या विक्रीस मदत होणार होती. परंतु वास्तवात याच्या उलट परिस्थिती होती. रिलायन्सच्या कारखान्यात उत्पादन सुरू होण्यास अजून वर्षभराचा कालावधी लागणार होता. तोवर आपल्या पॉलिस्टर कारखान्याला पुरवठा करण्यासाठी धीरूभाईंना पीटीए आयात करण्याची गरज होती. ते डीएमटीचा

(डायमेथाईल टेरेफ्थॅलॅट) वापर करू शकत होते. पण डीएमटीचा दर टनाला ४ हजार रुपये हा भाव आयात केल्या जाणाऱ्या पीटीए पेक्षा जास्त होता. अंबानींचा कच्च्या मालावरील खर्च ६० कोटी रुपयांनी वाढण्याचा संभव होता.

परंतु धीरूभाईंची जुनी चतुराई अजून शाबूत होती. सरकारी धोरणातील बदलाची चाहूल लागताच त्यांनी अत्यंत वेगानं हालचाली केल्या. आंतरराष्ट्रीय पुरवठादारांशी वाटाघाटी करून त्यांनी ६० हजार टन म्हणजे जवळजवळ वर्षभराचा पीटीएचा साठा खरेदी करायचं ठरवलं आणि अनेक बँकांना आपल्यासाठी 'पतपत्र' देण्याची विनंती केली. स्टँडर्ड चार्टर्ड बँक, सोसिएट जनरल, स्टेट बँक ऑफ इंडिया, कॅनरा बँक व बँक इन्डोसुएझ यांच्या मुंबईच्या शाखांनी मिळून एकूण १०१ कोटी रुपयांचे 'पतपत्र' दिले. शेवटचं 'लेटर' तर सरकारनं बदलेललं धोरण जाहीर करण्यापूर्वी काही तास आधी उघडण्यात आलं.

अंबानींनी आपल्या योजनेबाबत आधीच अटकळ बांधून मात करण्याचा प्रयत्न केला हे पाहून सरकारला काही समाधान झालं नाही. तेव्हा त्यांच्या बेतावर पाणी पडावं म्हणून सरकारनं ५० टक्के आयात उपकर बसवला. अंबानींनी ताबडतोब त्याला आक्षेप घेतला पण पहिली फेरी ते हरले होते.

पीटीए सवलतीच्या दरात आयात करण्याची अंबानींची योजना फसली हा अपवाद असावा असं वाटलं होतं. पण पुढचा प्रसंग तर त्यांचा पुरवठाभंग करणाराच होता.

बुधवार ११ जून १९८६ रोजी रिलायन्सच्या संचालक मंडळाची मुंबई इथं बैठक भरणार होती. अपरिवर्तनीय डिबेंचर्सचे रूपांतर परिवर्तनीयमध्ये (ई व एफ मालिका) दुसऱ्यांदा करण्याचा विचार या बैठकीत होणार होता. देशभराच्या शेअर बाजारात त्याबद्दल कमालीचे औत्सुक्य होते व सर्वजण घोषणेची प्रतीक्षा करत होते. अन्य कंपन्यांनी अशाच प्रकारच्या केलेल्या मागण्या सरकारनं फेटाळल्या असल्या तरी अंबानी मात्र एप्रिल १९८४ प्रमाणंच सरकारची परवानगी मिळवतील अशी दलालांना खात्री वाटत होती.

परंतु विश्वनाथ प्रताप सिंग यांनी नकार दिला. डिबेंचर्सच्या अशा परिवर्तनाला मंजुरी दिली जाणार नाही, असं अर्थ मंत्रालयानं मंगळवारी सायंकाळी जाहीर केलं. तासाभरात वृत्तपत्रांच्या कार्यालयातील टेलिप्रिंटर्सवर ही बातमी आली. सरकारी अधिकाऱ्यांनी दूरदर्शनला फोन करून हे वृत्त रात्री ९.३० च्या बातम्यात द्यावे अशा सूचना दिल्या. आर्थिक बातम्या देण्याची अशी सूचना दूरदर्शनाला करणं हे त्या काळात आश्चर्यच. कारण १९९० च्या दशकाच्या मध्यापर्यंत आर्थिक बातम्यांना दूरदर्शनवर प्राधान्य दिलं जात नव्हतं. अनारोग्यकारक व्यवहारांना बंदी घालण्यासाठी आपण हे पाऊल उचललं असं व्ही. पी. सिंग यांनी सांगितलं.

त्या वेळी अनिल अंबानी दिल्ली विमानतळावर होते. दुसऱ्या दिवशी मुंबईत असलेल्या संचालक मंडळाच्या बैठकीला हजर राहण्यासाठी मुंबईचं विमान त्यांना पकडायचं होतं. उड्डाणाला विलंब झालेला होता. मुंबईला पोचेपर्यंत त्यांना या सरकारी निर्णयाची कल्पना आली नाही. दुसऱ्या दिवशीच्या वृत्तपत्रात सरकारी निर्णयाची बातमी झळकली. संचालक मंडळाची बैठक स्थगित करण्यात आली. मुंबई शेअर बाजारात रिलायन्सच्या एका डिबेंचरची किंमत २२० रुपयांवरून १२० वर तर दुसऱ्याची किंमत २१० वरून १३४ रुपयांवर घसरली. रिलायन्सच्या गुंतवणूकदारांचे काही तासात सुमारे ३०० कोटी रुपये नुकसान झाले.

एका राष्ट्रीय वृत्तपत्रात प्रसिद्ध झालेल्या अनेक लेखांमुळं व्ही. पी. सिंग यांनी हा निर्णय घेतला असावा. २२ मार्च रोजी 'इंडियन एक्सप्रेस' मध्ये पहिल्या पानावर प्रसिद्ध झालेल्या डिबेंचर्सवरील लेखाचा मथळा होता : 'सब-रुल ऑर सबव्हर्सिव्ह रुल?' त्यात या वृत्तीला पायबंद घाला असं अर्थमंत्र्यांना आवाहन करण्यात आलं होतं. 'इंडियन एक्सप्रेस' व त्याचं भावंडं 'फायनान्शियल एक्सप्रेस' यांनी काही दिवस अंबानीविरुद्ध मोहीमच चालवली होती. शेअर्ससाठी कर्ज योजना अशी कल्पना अंबानींनी जून १९८५ मध्ये विकसित केली होती. त्याचं वर्णन 'रिलायन्स कर्ज मेळावे' असं या वृत्तपत्रांनी केलं आणि त्याबद्दल १६ ते १८ मे १९८६ या दिवशी तीन लेख छापले होते.

रिलायन्सच्या शेअर्स व डिबेंचर्सच्या हमीच्या बदल्यात ज्यांच्या पार्श्वभूमीचा काही ठावठिकाणा नाही अशा ६० गुंतवणूक कंपन्यांना १० किंवा त्याहून अधिक बँकांनी ६० कोटी रुपयांचे ओव्हरड्राफ्ट्स दिले असं 'इंडियन एक्सप्रेस'चं म्हणणं होतं. या कंपन्या रिलायन्सच्याच आहेत, असा एक्सप्रेसचा दावा होता. १३.५ व १५ टक्के व्याजदराने बँकेकडून या कंपन्यांनी कर्ज घेतले होते! पुढे केव्हा ना केव्हा या डिबेंचर्सचे रिलायन्सच्या जास्त भावाच्या शेअर्समध्ये रूपांतर केले तर या व्यवहाराला अर्थ प्राप्त होणार होता.

अर्थमंत्रालयातील बँक कारभार व विकास विभागानं तत्काळ या प्रकाराची चौकशी करण्याचे आदेश दिले. रिझर्व्ह बँकेच्या वरिष्ठ अधिकाऱ्यांचे एक पथक मुंबईहून तत्काळ दिल्लीला रवाना झाले. शेअर्स व डिबेंचर्सच्या आधारावर कर्ज देणे बेकायदा नसले तरी पैसा कोणत्या हेतूसाठी वापरला जात आहे यावर लक्ष ठेवले पाहिजे असा सावधानतेचा इशारा त्या वेळचे बँकिंग सचिव विमल जालान यांनी दिला. काही जणांवर कारवाई होणार अशी कुजबुज बँकिंग वर्तुळात होऊ लागली.

या योजनेत सहभागी नसलेल्या बँकेचा एक ज्येष्ठ अधिकारी म्हणाला, "१४ मेच्या 'फायनान्शियल एक्सप्रेस'मध्ये जेव्हा रिलायन्सच्या कर्ज मेळ्यांबद्दल मी पहिला लेख पाहिला तेव्हा माझ्या काळजाचा ठोकाच चुकला. पण जेव्हा मी

काळजीपूर्वक लेख वाचला तेव्हा आपल्या बँकेचं नाव यादीत नाही हे पाहून मी सुटकेचा निःश्वास टाकला. या उलट या योजनेत सहभागी असलेल्या बँकेचा एक अधिकारी म्हणाला, "ती योजनाच अत्यंत आकर्षक व मोह टाळता न येणारी होती. रिलायन्सच्या अत्यंत तेजीत असलेल्या शेअर्सवर ५० टक्के मार्जिन ठेवून आपली बँक कर्ज द्यायला तयार होती. तसेच कर्जाला रकमेपेक्षा दुप्पट रकमेच्या ठेवी देण्याचे आश्वासन देण्यात आले होते."

व्यापारी दृष्ट्या हा बँकिंग व्यवहार भक्कम स्वरूपाचा होता. रिलायन्सचे शेअर्स तेजीत होते व या योजनेचा सर्वांनाच लाभ होणार होता. अंबानींच्या योजनेत काहीच बेकायदा असल्याचं दिसत नव्हतं तसंच त्यांनी रिझर्व्ह बँकेच्या मार्गदर्शक तत्त्वांचे उल्लंघन केलेले नव्हते. पाश्चिमात्य देशात अशा योजना ही नेहमीचीच गोष्ट आहे. भारतात मात्र तिनं खळबळ माजवून दिली. अखेर रिझर्व्ह बँकेने कर्जे रद्द केली.

मर्फीचे तत्त्व

१९८५ आणि १९८६ मध्ये बहुतेक वेळ धीरूभाईंना मर्फीच्या तत्त्वाचा अनुभव आला, जे काही चुकणं शक्य आहे, ते चुकणारच असे मर्फीचे तत्त्व आहे. डिसेंबर १९८६ मध्ये नीना अंबानीचा श्याम कोठारीशी विवाह पार पडला एवढीच काय ती अंबानी कुटुंबातील एकमेव चांगली बातमी होती.

विवाह समारंभाच्या स्वागत समारंभात नव दांपत्याशेजारी पत्नी कोकिळाबरोबर उभे असलेले धीरूभाई मित्रांबरोबर हास्यविनोद करीत होते पण त्यांचं मन मात्र दोन वर्षांपूर्वीच्या एका विवाहसोहळ्यात रेंगाळत होते. राज साळगावकरबरोबर दीप्तीचा डिसेंबर १९८३ मध्ये विवाह झाला होता. तेव्हा नरोदा गिरणीतील १२ हजार कामगारांना धीरूभाईंनी भोजन दिलं होतं. आपल्या कुटुंबाच्या आनंदात कामगार सहभागी झालेले पाहून धीरूभाईंचा आनंद द्विगुणित झाला होता. एकेकाळी कामगार म्हणून त्यांनी काम केलं असल्यानं त्यांचा हा दृष्टिकोण केवळ व्यवस्थापनाच्या धोरणाचा एक भाग नव्हता तर त्यांना मजुरांबद्दल खरीखुरी ममता वाटत होती.

आपल्या दुसऱ्या कन्येच्या विवाहाच्या वेळी कामगारांना असं भोजन देण्याची संधी मिळणार नाही याचं त्यांना वाईट वाटत होतं. कामगारांविषयी वाटणारी आस्था अस्ताव्यस्त झाली होती. नरोदा गिरणीतील यंत्रमाग थंडावलेले होते, कामगार संपावर होते त्यामुळं भोजन देण्याचा प्रश्नच नव्हता.

कामगारांशी करावयाच्या वाटाघाटीच्या प्रश्नावरून अनिल व रमणिकलाल यांच्यात मतभेद होते व त्यामुळं धीरूभाई आणखीच व्यथित झाले होते. परखड व तापट स्वभावाच्या अनिल अंबानींचं रमणिकलाल यांच्याशी सुरुवातीपासून पटत नव्हतं. परंतु आता तर कुटुंबातच फूट पडणार अशी चिन्हं दिसत होती. नरोदाला

अनिलला पाठवण्यातच चूक झाली होती का? मुकेश अंबानीला पाताळगंगेला व अनिलला नरोदाला पाठवण्याचा निर्णय त्या वेळी तर्कसंगत वाटला होता. नटवरलाल काही वर्षांपूर्वीच वेगळे झालेले होते. आता रमणिकलाल यांची पाळी होती. भावांपासून विभक्त होणं धीरूभाईंना जड जात होतं. धीरूभाईंना कुटुंबाचं महत्त्व वाटत होतं व भावाभावात अगदी जवळचे संबंध होते. परंतु सत्ता आणि संपत्ती याची किंमत मोजावीच लागते आणि ती वेळ आता आली होती.

त्या विवाह सोहळ्यात मित्रांशी गप्पा मारताना, हास्यविनोद करताना, त्यांच्या पाठीवर थाप मारताना धीरूभाईंच्या मनात हे तणावाचं वादळ कसं भरून आलं होतं. पण नीनाच्या विवाहात कसलंही विघ्न येऊ देता कामा नये म्हणून मनातील या प्रश्नांना त्यांनी काही काळ दूर ठेवलं.

रिलायन्सचं वर्णन अनेकदा बुडबुडा असं केलं जातं. हा बुडबुडा फुटणार की काय असं वाटू लागलं होतं. त्या वेळी धीरूभाईंनी बिल गेटसूचं नाव ऐकलं नसणार आणि गेटस्नंही तेव्हा 'द रोड अहेड' लिहिलेलं नव्हतं. परंतु अडचणीत सापडलेल्या कंपनीबद्दल गेटस्नं त्या पुस्तकात जे नंतर लिहिलं ते रिलायन्सला लागू होतं. गेटस्नी लिहिलं की, "यशाच्या मार्गावर असलेल्या कंपनीत भरभराटीची हवा असते तर अपयशाच्या चक्रात सापडलेल्या कंपनीला सारंच रसातळाला गेल्यासारखं वाटत असतं. वृत्तपत्रे, विशेषांक यांना साऱ्या उणिवाच दिसत असतात व कोणाशी कोणाचं भांडण आहे, गैरव्यवस्थापनाला कोण जबाबदार आहे अशा अंतरंगाची वर्णनं ते करू लागतात. भावी काळात या कंपनीची उत्पादनं खरेदी करायची की नाही अशी ग्राहकांना शंका वाटू लागते. प्रत्येक बाबतीतच संशय व्यक्त केला जाऊ लागतो - अगदी चांगल्या गोष्टींबद्दल देखील!"

पाताळगंगा येथील पीएसएफ कारखान्यात काही तांत्रिक अडचणी उद्भवल्या आहेत अशा अफवा उठत होत्या. हा कारखाना विक्रमी काळात म्हणजे १४ महिन्यात उभारण्यात आला होता आणि एप्रिल १९८६ मध्ये तो सुरू करण्याचा अंबानींचा इरादा होता. पण आरंभीच्या काही अडचणींमुळे उत्पादन ऑगस्टपर्यंत पुढं ढकलावं लागलं. त्यामुळं पत्रकारांना वावड्या उठवायला संधीच मिळाली. कारखाना सुरू करताना येणाऱ्या अडचणी ही नेहमीचीच बाब आहे याकडं मुकेश आणि अनिल अंबानी यांनी लक्ष वेधलं पण झटपट अंमलबजावणीत तर आणखी गंभीर अडचणी होत्या. हा कारखाना १९८६ च्या मध्याला सुरू होईल अशी अंबानींची अपेक्षा होती. परंतु त्याला वर्षभर विलंब झाला. तो सुरू व्हायला १९८७ चा नोव्हेंबर महिना उजाडला.

वेगवेगळ्या घटकांमुळं नफ्याला खिंडार पडू लागलं याचं रिलायन्सला सर्वात जास्त दुःख होतं. विक्री वाढत होती. १९८६ मध्ये विक्रीत २४ टक्क्यांनी वाढ

होऊन ९११ कोटींवर ती गेली तरी २२२ नरिमन पॉईंट इथं आनंदी वातावरण नव्हतं. खुल्या परवाना अंतर्गत यादीत पीएसएफचा समावेश झाल्यावर धाग्याच्या किंमती घसरल्या होत्या. पीटीए व एलएबी प्रकल्पात अंदाजे खर्च ३०० कोटींनी वाढला होता. उत्पादनक्षमतेचा विस्तार हेही त्याचे जसे एक कारण तसेच एकूण खर्चात वाढ हेही होते. सरकारनं धीरूभाईंच्या एका महाडिबेंचर विक्रीत परवानगी द्यायला विलंब लावला. या तिन्ही कारणांमुळं व्यापारी नफा ७१ कोटींवरून (१९८५) १४ कोटींवर (१९८६) आला. तफावत भरून काढण्यासाठी अंबानींनी ३७ कोटी रुपये किंमतीचे युनिट ट्रस्टचे युनिट्स विकले. बँकेकडून घ्यावयाचे कर्ज ३८ कोटींवरून १३६ वर आणि हमीविना कर्ज ७० कोटींवरून १४४ कोटींवर नेणं भाग पडलं.

नरोदा येथील संप, पीएसएफ कारखान्याच्या आरंभीच्या अडचणी, रमणिकलालचे कुटुंबातून विभक्त होणे, पीटीए कारखान्याला झालेला विलंब, धाग्यांच्या किंमतीतील घसरण, 'जी' मालिकेला झालेला विलंब, नफ्याला पडलेलं खिंडार, पैशाची चणचण असे समस्यांचे एकावर एक डोंगरच उभे राहिले होते. या प्रश्नांच्या ओझ्यामुळं धीरूभाईंना ९ फेब्रुवारी १९८६ रोजी पक्षाघाताचा झटका आला. त्यातून ते पूर्णतः कधीच बरे झाले नाहीत.

डॉक्टरांनी काही दिवसांतच त्यांना जसलोक रुग्णालयाच्या अतिदक्षता विभागातून बाहेर हलवलं खरं परंतु सॅनडिआगो येथील अमेरिकन तज्ज्ञांचा उपचार घेण्याची सूचना केली. तिकडे रवाना होण्यापूर्वी एक दिवस आधी धीरूभाईंनी संचालक मंडळाची बैठक बोलावली. आपण परदेशात असताना शेअर्सच्या किंमतीत गडबड होऊ नये आणि आपल्याबद्दल वावड्या उठू नयेत म्हणून त्यांनी त्यांच्या कार्यालयात अनौपचारिक पत्रकार परिषदही घेतली. 'मी संचालक मंडळाच्या बैठकीसाठी आलोच होतो, तेव्हा काही आठवडे सुटीवर जाण्यापूर्वी आपल्या मित्रांना का भेटू नये असा विचार केला.' असं त्यांनी पत्रकारांना सांगितलं. ११ जूनच्या निष्फळ ठरलेल्या संचालक मंडळाच्या बैठकीसाठी ते भारतात आले पण लागलीच स्वित्झर्लंडला उपचारासाठी रवाना झाले. त्या वर्षी ऑगस्टमध्ये झालेल्या 'ईजीएम' बैठकीला धीरूभाई हजर होते. आपल्या पायावर उभे असलेल्या धीरूभाईंना पाहून उपस्थितांनी टाळ्यांचा कडकडाट केला. रिलायन्स व त्याचे तडफदार अध्यक्ष यांची एकापाठोपाठ एक वक्त्यांनी प्रशंसा केली.

धीरूभाईंची प्रकृती हा पुढील कित्येक वर्ष तर्क-कुर्तकाचा विषय बनून गेला. त्यांच्या सतत यशाचा ध्यास घेण्याच्या वृत्तीचंही मोजमाप आता प्रकृतीवरूनच केलं जात होतं. 'इंडिया टुडे' च्या एन. वासुकी यांना १९८९ मध्ये एक छान मुलाखत त्यांनी दिली. तुमच्या प्रकृतीच्या बाबतीत तुमचा अखेरचा शब्द काय? असं

विचारता धीरूभाई म्हणाले, ''तुम्हाला शब्दातच कशाला हवंय? मीच आहे ना तुमच्यापुढं? तुम्हाला कशी वाटतीय माझी प्रकृती? मी ठणठणीत आहे. पूर्वी असे तसाच मी आजही ऑफिसात येतो आणि काम करतो....''

परंतु शरीरावर एका मर्यादेपर्यंतच मन नियंत्रण ठेवू शकतं. १९८९ मधील मुलाखतीनंतर धीरूभाई सार्वजनिक समारंभातून जवळजवळ अदृश्यच झाले. रिलायन्स इंडस्ट्रीज व रिलायन्स पेट्रोकेमिकल्स या दोन कंपन्यांच्या विलीनीकरणाची घोषणा करण्यासाठी ऑगस्ट १९९१ मध्ये बोलावलेल्या पत्रकार परिषदेत त्यांनी दर्शन दिलं. त्या वेळी ते आत्मविश्वासपूर्ण वाटले. ते गुजरातीत बोलले. बोलताना त्यांचा एखाद दुसरा शब्द निसटत होता, त्या नंतर ऑक्टोबरमधील रिलायन्सच्या वार्षिक सर्वसाधारण बैठकीला ते हजर राहिले. त्या वेळी ते आजारी, थकलेले दिसत होते. त्यांचा एक हात जवळजवळ पंगूच झालेला होता. पण एखाद्या गोष्टीचा पाठपुरावा करण्याचे व्यवस्थापनाचे त्यांचे कौशल्य मात्र शाबूत होते. त्या बैठकीत अडचणीत टाकणाऱ्या प्रश्नांकडे पूर्ण दुर्लक्ष केलं जात होतं किंवा 'चला अध्यक्षांबरोबर चहा घेत हवं ते स्पष्टीकरण विचारू या' असं उत्तर दिलं जात होतं. असं 'टाइम्स ऑफ इंडियाने' बातमीत नमूद केलं होतं.

रिलायन्स अशा वाईट स्थितीतून जात असताना याच्या पाठीमागं कोण असावं याचा मुकेश व अनिल शोध घेत होते. त्यांच्या मते बळीचा बकरा ठरले नस्ली वाडिया. बॉम्बे डाईंग व ब्रिटानिया इंडस्ट्रीजचे अध्यक्ष असलेले वाडिया हेच आपल्या विरुद्ध आहेत अशी त्यांची ठाम समजूत झाली. महम्मद अली जिना यांचे नातू असलेल्या वाडियांना माफ करण्यास ते मुळीच तयार नव्हते.

धीरूभाईंपेक्षा वाडिया वयानं दहा वर्षांनी लहान, ब्रिटनमध्ये शिक्षण घेतलेले, तीक्ष्ण कायदेशीर वृत्तीचे, ख्रिश्चन असलेले पण नंतर पारशी झालेले वाडिया यांच्या आजोबांसारखेच हुशार आहेत. त्यांच्या उद्योगसमूहाची सर्वात मोठ्या २० उद्योगसमूहात गणना होत नसली तरी ते भारताचे पहिल्या क्रमांकाचे उद्योगपती बनू शकले असते. ते जेआरडी टाटांचे अतिशय लाडके. जेआरडींनी त्यांना टाटा उद्योगसमूहाचं प्रमुख पद देऊ केलं होतं पण वाडियांनी नकार दिला होता. अंबानी, आदित्य बिर्ला, रमा प्रसाद गोएंका, ब्रिजमोहन खैतान आणि रतन टाटा यांच्या जीवनात वाडिया योगायोगानंच आले पण ती प्रत्येक घटना हे मोक्याचं वळण ठरलं.

''मी जगभर भटकणारा जणू कोणी जेम्स बॉन्डच असून देशात अस्थैर्य माजवू पाहात आहे असं चित्र अंबानी रंगवत आहेत. हे कसं अगदी हिंदी चित्रपटासारखंच वाटतं. यात 'सेक्स' आहे, बनावट पासपोर्ट आहे, हेरगिरी आहे... मसाला चित्रपटात असतं ते सर्व काही आहे'' असं वाडिया यांनी 'बिझिनेस इंडिया' ला दिलेल्या एका मुलाखतीत म्हटलं होतं. वाडिया व अंबानी यांच्यातील संघर्ष अपरिहार्यच होता.

१९८० च्या दशकात राजकारण व उद्योग यात निर्माण झालेले अनिष्ट संबंध यातून हा संघर्ष उद्भवत होता. दोघांचेही राजकीय क्षेत्रात चांगले संबंध होते आणि त्यांचा आपल्या हितासाठी वापर करताना उभयतांना काहीही वाटत नव्हतं.

अंबानी- वाडिया संघर्षाची ठिणगी पडली कशामुळे? त्या बाबत अनेक कहाण्या सांगितल्या जातात. अंबानी किंवा वाडिया यांनी त्याबाबत आपली बाजू कधीच मांडली नसल्यानं त्यापैकी कोणती कहाणी खरी हे सांगणं जरा कठीणच आहे. एकमात्र खरं की, या संघर्षाचा संबंध वाडियांचा डीएमटी कारखाना उभारण्याचा निर्णय व अंबानींचा पीटीए मधील प्रवेश याच्याशी आहे.

पॉलिस्टर धागा व तंतू (पीएसएफ व पीएफवाय) याचा हे दोन्ही घटक कच्चा माल आहेत. जनता राजवटीत (१९७७ ते १९७९) वाडिया यांनी ६० हजार टीपीए क्षमतेचा डीएमटी कारखाना उभारण्याची परवनागी मिळविली आणि अमेरिकेतील हर्कोफिनाचा जुना कारखाना खरेदी केली. पण इरादापत्राचे परवान्यात रूपांतर होण्यापूर्वीच सरकार बदललं. नवीन काँग्रेस सरकारनं या ना त्या सबबीखाली त्यांना परवाना देणं १९८१ पर्यंत पुढे ढकललं. त्यानंतर पाच वर्षांनी वाडियांचा कारखाना सुरू झाला. अंबानी पीएफवायचे उत्पादक असल्यानं ते डीएमटी किंवा पीटीएचा वापर करू शकत होते. पण त्यांनी भावीकाळात वापरल्या जाणाऱ्या कच्च्या मालाची निवड केली. तसंच जेव्हा अंबानी धाग्याचा व्यापार दारोदारी जाऊन करत असत तेव्हा वाडियांनी त्यांचा माल घ्यायला नकार दिला होता. आता निराश व्हायची पाळी वाडियांची होती.

पीटीए कारखाना उभारण्याचा परवाना धीरूभाईंनी मिळवला आणि संघर्षाची ठिणगी पडली. पॅरॉक्झिलीन उत्पादनाचा प्रकल्प रिलायन्सनं उभारला व या ठिणगीचं ज्वालेत रूपांतर झालं. (पॅरॉक्झिलिन हा डीएमटीच्या उत्पादनातील एक महत्त्वाचा घटक आहे) वाडियांनी निकराचा विरोध केला तरीही पीटीए कारखाना उभारला गेला. १९८० व १९९० च्या दशकात डीएमटी व पीटीए साठी अनुकूल कर सवलती मिळवण्यात दोघा उद्योगपतींमध्ये स्पर्धा लागली. दोघात दिलजमाई घडवून आणण्याचा एक प्रयत्न झाला पण तो निष्फळ ठरला. डिसेंबर १९८५ मध्ये नीनाच्या लग्नाला वाडिया हजर होते. दोघे उद्योगपती हस्तांदोलन करत असल्याची छायाचित्रे तेव्हा उच्चभ्रू मासिकात झळकली होती!

परंतु लौकरच हा समझोता संपुष्टात आला आणि दोघांनी पुन्हा एकमेकांविरुद्ध आरोप प्रत्यारोपाच्या फैरी झाडायला आरंभ केला. कै. रामनाथ गोएंका यांच्या मालकीच्या 'इंडियन एक्सप्रेस' ने चालवलेल्या मोहिमेमुळे दोघांकडील शांततेचा तह संपुष्टात आला. गंमत म्हणजे या दोन्ही गिरणी मालकांचे मित्र म्हणून गोएंका यांना यात ओढण्यात आलं होतं. परंतु त्यांची मध्यस्थी फिसकटली. तेव्हा

गोएंकांनी वाडिया यांना पाठिंबा दिला व अंबानींविरुद्ध मोहीम चालवली.

कागदी तोफ

'आठही दिशांना तोफगोळे डागणारी कागदी तोफ' असं वर्णन रामनाथ गोएंका यांचं (१९०४ ते १९९१) केलं जाई. 'टाइम्स ऑफ इंडिया' नंतर देशातील दुसऱ्या क्रमांकाच्या सर्वात मोठ्या साखळी वृत्तपत्राचे ते प्रोप्रायटर होते. रिलायन्सच्या विरुद्ध बातम्यांची मोहीम चालू होती. तेव्हा आपल्या मित्राशी लढाई खेळण्यासाठी ते वृत्तपत्राचा वापर करीत आहेत अशी टीका झाली. स्वातंत्र्याच्यापूर्वी आणि नंतरही गोएंकांनी वृत्तपत्राचा वापर एक आयुध म्हणूनच केला. जवाहरलाल नेहरूंच्या विनंतीवरून त्यांनी फिरोज गांधींना (इंदिरा गांधींचे पती) नोकरी दिली पण काँग्रेस पक्षात फूट, बँकांचे राष्ट्रीयीकरण, संस्थानिकांचे तनखे रद्द केले जाणे, आणीबाणी लादणे याबद्दल इंदिरा गांधींविरुद्ध त्यांनी निर्भयपणे मोहिमा चालविल्या.

गोएंकांनी अनेक संपादकांना कामावर ठेवले व त्यांच्या संवेदनशीलतेची फिकीर न करता काढूनही टाकले. असं असलं तरीही नावलौकिकप्राप्त पत्रकारानं कधी ना कधी 'इंडियन एक्सप्रेस' मध्ये काम केलेलं आहे. त्यांच्या संपादकांनी सिमेंट घोटाळ्यावरून महाराष्ट्राचे मुख्य मंत्री ए. आर. अंतुले यांना घालवले. देवीलाल यांना त्यांनी आधी डोक्यावर घेतले पण नंतर खाली खेचले. रिलायन्सविरुद्धच्या मोहिमेसाठी गोएंकांनी मद्रासचे फारसे कोणाला ठाऊक नसलेले चार्टर्ड अकौन्टन्ट स्वामीनाथन् गुरुमूर्ती यांच निवड केली. गुरुमूर्तींनी काही सहकारी बरोबर घेतले. त्यात एका छोट्या कायदा पत्रिकेचे संपादक माणेक दावर होते.

गोएंकांनी वाडिया-अंबानी संघर्षाच्या आधी अर्धदशक अनेक लढाया लढल्या, अरुण शौरी व चित्रा सुब्रमण्यम यांनी बोफोर्स घोटाळ्याविरुद्ध मोहीम चालविली. एचडीडब्ल्यू पाणबुड्या खरेदीतील गैरव्यवहाराच्या बातम्या दिल्या. फेअरफॅक्स प्रकरण, राजीव गांधी आणि व्ही.पी. सिंग यांच्यातील संघर्ष, राजीव गांधी आणि अरुण नेहरू व अरुण सिंग यांच्यातील बेबनाव, अमिताभ बच्चन यांनी खासदारकीचा दिलेला राजीनामा अशा कितीतरी बातम्या एक्सप्रेसमध्ये झळकल्या.

शुभ्र धोतर व कुडता आणि साध्या काळ्या चपला हा गोएंकांचा नेहमीचा वेश. त्यांच्या रसाळ हिंदी भाषेत शिव्यांची पखरण असे. गोएंकाचं हे बाह्य रूप फसवं होतं. अंबानी सारखेच दंतकथा बनलेल्या गोएंकांचा स्वभावच लढाऊ होता. अनेक नियम तोडून त्यांनी आपलं साम्राज्य उभारलं असा आरोप केला जातो. परंतु त्यांची स्वतःची राहणी मात्र अगदी साधीसुधी होती. 'एक्सप्रेस टॉवर्स' च्या २५ व्या मजल्यावरील पेन्टहाऊसमध्येच ते बहुतेक वेळ घालवीत. तेथील त्यांच्या मोठ्या खिडक्या असलेल्या राहण्याच्या खोलीत रेक्झिनचे सोफे होते आणि जमिनीवर

साध्याच टाईल्स होत्या. १९८० च्या मध्याला आणि एक्सप्रेस रिलायन्ससुद्धा अगदी ऐन भरात आलं तेव्हा गोएंकांना साफ टक्कल पडलं होतं. जाड भिंगाच्या चष्म्याआडच्या डोळ्यात मात्र अजून तेज होतं.

गोएंका व अंबानींची पहिली भेट १९६४ मध्ये झाली. मुरली देवरांनी त्यांची ही भेट करून दिली. "दिल्लीला ताजमहाल हॉटेलात मी भोजन आयोजित केलं होतं. रामनाथजी सबंध सायंकाळ अंबानीचं निरीक्षण करीत होते. ते त्यांचं विश्लेषण करत आहेत असं मला वाटलं. तेव्हा तुम्हाला अंबानींबद्दल काय वाटतं असं मी विचारलं त्यावर ते म्हणाले, "ते ढोंगी नाहीत हे मला आवडलं." हा शेरा संदिग्ध असला तरी अंबानींमुळं ते प्रभावित झाले आहेत हे माझ्या लक्षात आलं. त्यानंतर ते धीरूभाईंना भेटत राहिले." असं देवरा म्हणतात.

एखाद्या रविवारी दोघे पत्तेही खेळायचे. मग उभयतात बिनसलं कसं? त्याबाबत परस्पर विरोधी तर्क-कुतर्क व्यक्त केले जातात. एकदा मुंबई- दिल्ली विमान प्रवासात दोघांची योगायोगानं भेट झाली. त्या वेळी कोणालाही विकत घेणं पैशानं शक्य आहे, 'इंडियन एक्सप्रेसच्या' काही वार्ताहरांना आपण नियमित पैसे देतो, आणि गोएंकांनाही खरेदी करणं काही अवघड नाही! असं अंबानी म्हणाले असे म्हणतात. आपण असं गमतीनं म्हणालो असा खुलासा त्यांनी नंतर केला खरा पण गोएंकांना आपला घोर अपमान झाला असं वाटलं. तो राग त्यांच्या मनात होता अशी एक गोष्ट सांगितली जाते. तर काहीजण असं म्हणतात की रिलायन्सच्या कारभाराची चौकशी करायला सीबीआयला सांगण्यात आलं आहे हे 'एक्सप्रेस' नं दिलेलं वृत्त चुकीचं आहे अशी बातमी प्रेस ट्रस्ट ऑफ इंडियानं (पीटीआय) द्यावी म्हणून अंबानींनी दबाव आणला होता, गोएंका हे एक्सप्रेसचे मालक होते, तसेच ते पीटीआयचे अध्यक्षही होते.

'संडे' साप्ताहिकाचे संपादक वीर संघवी यांचा तर्क मात्र वेगळा आहे. ते म्हणतात, "माझा तर्क सोपा आहे. अंबानींनी आपला विश्वासघात केला आहे असा गोएंकांचा समज झाला होता. रामनाथजी विश्वासघाताच्या कृत्याला कधी माफ करणारे नव्हते. ते नस्ली वाडियांना आपला मुलगा मानत. अंबानी त्याच्या मागे हात धुऊन लागले आहेत असं त्यांना वाटले. (वो बेचारा इंग्लिशमन है, मेरे जैसा बनिया थोडा है). अंबानी आपले दोस्तच आहेत तेव्हा त्यांना वाडियांना त्रास देण्यापासून आपण रोखू शकू असा त्यांना विश्वास वाटत होता, तेव्हा एक्स्प्रेस टॉवर इथं बैठक झाली. त्या बैठकीत अंबानींनी आपण वाडियांना त्रास देणार नाही असा शब्द दिला, परंतु तो पाळला नाही. या विश्वासघाताबद्दल गोएंकांनी अंबानींना कधीच क्षमा केली नाही."

विश्वासघात? मजेशीरच आहे! असे सांगून उनियाल म्हणाले, "त्या काळात धीरूभाई व गोएंका यांच्यात झालेल्या अनेक बैठकांना मीही हजर होतो. रिलायन्सवर

इंडियन एक्स्प्रेसमधून होणारे हल्ले थांबवण्याचं आश्वासन गोएंका प्रत्येक भेटीत अंबानींना देत. परंतु दिल्लीतील सुंदरनगरमधील आपल्या अतिथीगृहात गेल्यावर आपल्या वृत्तपत्रातून करावयाच्या नव्या आरोपांची आखणी करीत. दुसऱ्या दिवशीच्या वृत्तपत्रात हे आरोप प्रसिद्ध झाले की, मग सकाळीच सर्वप्रथम ते धीरूभाईंना फोन करून त्याबद्दल क्षमायाचना करीत. आपला आदेश धुडकावून लावला म्हणून संपादकांना शेलक्या शिव्या देत. हे असंच चालू राहिलं. रोज उभयतात लढाई होई व तहही होई.

"ढोंग हे रामनाथजीसारख्या योद्ध्याचं चिलखत आहे." असे धीरूभाईंनी एकदा उनियालना म्हटलं होतं." त्यांच्या या असल्या ढोंगानं मी पूर्ण फसणारा नसलो तरी ते करत असलेल्या प्रयत्नांबद्दल मला आदर आहे." असेही उद्‌गार त्यांनी काढले होते. आपल्याबद्दलच्या मत्सरातून गोएंकांनी मोहीम चालवली आहे असं धीरूभाईंना वाटत होते. "रामनाथजी माझे शत्रू नाहीत तर माझं यश हाच माझा कट्टर शत्रू आहे. जेव्हा अनेक जण प्रयत्न करतात पण फारच थोडे यशस्वी होतात तिथं मत्सर वाटणं साहजिकच आहे. अशा मत्सरी मंडळींच्या कारवाया यशस्वी होत नाहीत तेव्हा तर त्यांचा विद्वेष अधिकच तीव्र बनतो. माझ्या चारित्र्यहननाच्या मोहिमेचे कारण रामनाथजींना वाटणारा मत्सर हे आहे."

१९८६ मध्ये धीरूभाई रुग्णालयात होते तेव्हा मुकेश अंबानींनी गोएंकांना भेटायचं ठरवलं. त्यांनी त्यादृष्टीनं प्रयत्न केले, परंतु त्यांच्या फोनची दखल कोणी घेईना, तेव्हा 'गरज पडली तर अपॉईन्टमेंट न घेता थेट सुंदर हाऊस येथे त्यांना भेटायला जा' असं धीरूभाईंनी सुचवलं. मुकेश अंबानी त्याप्रमाणं गेलेही परंतु त्यांना बराच वेळ ताटकळत ठेवण्यात आलं व शेवटी गोएंका भेटू शकणार नाहीत असं सांगण्यात आले. मुकेश अंबानी परत जायला निघाले. जिन्यावरून ते खाली जात असताना त्यांना परत बोलावण्यात आले आणि दोघांची भेट झाली.

गोएंकांनी विविध आरोपांच्या फैरीच झाडल्या. मुकेश अंबानींनी नर्व्हस होऊन क्षमायाचना केली. आपले वडील बरे होईपर्यंत एक्स्प्रेसनं रिलायन्सच्या विरुद्ध काही छापू नये अशी विनंतीही त्यांनी केली. सॅनडिएगोहून धीरूभाई परतले. मुकेशच्या प्रयत्नांना फारसे यश येत नाही असे लक्षात आल्यावर आपणच गोएंकांना भेटावं असं त्यांनी ठरवलं." मी एक्सप्रेस टॉवरमध्ये तुम्हाला भेटायला येतो" असा निरोप त्यांनी पाठवला त्यावर 'तुम्ही कशाला मीच येतो' असं गोएंकांनी कळवलं. आपल्या कार्यालयापासून केवळ पाच मिनिटांच्या अंतरावर असलेल्या अंबानींना भेटायला गोएंका नेहमीप्रमाणं स्वतः मोटार चालवीत गेले. उभयतात झालेली ४५ मिनिटांची ती बैठक वादळी होती. मात्र जुलैत 'इंडियन एक्स्प्रेस'मध्ये नवीन संपादक येणार असून तोवर आपण रिलायन्सच्या विरुद्ध बातम्या प्रकाशित करणार

नाही असं आश्वासन गोएंकांनी दिलं.

उभयतांनी एकमेकांविरुद्ध आधीच टीकेचे तोफगोळे डागले नसते तर दोघातील शांततेचा समझोता तीन आठवडे टिकला त्यापेक्षा कदाचित अधिक काळ टिकू शकला असता असं काहींना वाटलं. जून १९८६ मध्ये वृत्तपत्रे, साप्ताहिके, मासिके यातून अंबानींच्या विरुद्ध टीकेची झोड उठली. फक्त 'ऑनलुकर'नं काय तो वाडियांवर हल्ला चढविला, अंबानींनी मुरली देवरा यांच्या मार्फत 'ऑनलुकर'मधील लेख रोखण्याचा प्रयत्न केला असं 'इंडिया टुडे'चं म्हणणं आहे. परंतु दुर्दैवानं 'ऑनलुकर'चे प्रोप्रायटर हे त्या वेळी तिरुपतीला गेलेले होते.

हळूहळू असल्या हल्ल्यांची अंबानींना सवय झाली, मग त्यांनीही काही ठोसे लगावले. धीरूभाई म्हणाले, "मी केलेलं कार्य हाच माझा सर्वोत्तम बचाव आहे; तथाकथित वादानंतर उरेल ते मी केलेलं कार्य आणि भारतीय उद्योगाला जागतिक उद्योगात स्थान मिळवून देण्यासाठी मी केलेले प्रयत्न, 'इंडियन एक्स्प्रेस' रोज जे विषारी गरळ ओकत आहे त्याचं किती जणांना स्मरण राहील याची मला शंकाच आहे! खोटे, अर्धसत्य आणि विकृत आरोपांना उत्तर देत बसणं माझ्या व वाचकांच्या दृष्टीनं निरर्थक आहे असं मला वाटतं."

असं असलं तरी तरुण मुकेश व अनिल अंबानींना 'इंडियन एक्सप्रेस'मधील मोहिमेनं भयभीत करून टाकलं असणार. धीरूभाईंवर वैद्यकीय उपचार चालू असताना या दोघांनी टीकेच्या हल्ल्यांपासून त्यांचे रक्षण केले. 'इंडिया टुडे'च्या व्यापार विभागाचे संपादक टी. एन. निनान यांनी रिलायन्स कर्ज मेळाव्यासंबंधी विचारलेल्या प्रत्येक परखड प्रश्नाला मुकेश अंबानींनी एका विस्तृत मुलाखतीत उत्तरं दिली. त्यानंतर काही आठवड्यांनी 'इंडियन एक्स्प्रेस'सह देशातील दहा बड्या वृत्तपत्रांत पंधरा जाहिरातींची मालिका रिलायन्सनं प्रसिद्ध केली. पैसे खर्चून जाहिराती दिल्यानं विश्वासार्हतेबद्दल प्रश्नचिन्ह निर्माण होतं. तरी रिलायन्सनं गोएंकांना जाहिराती देऊन टोले लगावले. 'सत्याची कदर'; 'नीतिमूल्यांची चाड', 'विकासाशी बांधिलकी' असे वाक्प्रयोग त्यांनी या जाहिरातीतून वापरले होते.

तेव्हा आणखी मोठमोठ्या बातम्या प्रसिद्ध करून गोएंकांनी प्रत्युत्तर दिलं. परवान्यांपेक्षा जास्त उत्पादनक्षमता रिलायन्सनं निर्मिली असून त्यासाठी देशात यंत्रांची बेकायदा आयात केली असा आरोप एका बातमीत करण्यात आला होता. त्यामुळे कस्टम्स खात्यानं कारणं दाखवा नोटिस रिलायन्सवर बजावली आणि ११९ कोटी रुपये दंड भरावा असं सांगितलं. त्याविरुद्ध झुंज देण्याची तयारी रिलायन्सचे वकील जुलै १९८६ मध्ये करत असतानाच आयात केलेल्या पीएफवायवरील कस्टम्स कर सरकारनं रद्द केला. नेमक्या त्याच वेळी रिलायन्सचा पीएफवाय कारखाना सुरू व्हायच्या बेतात होता. पीएफवायचे देशी उत्पादक–

विशेषतः रिलायन्स– आयात ड्यूटीमुळे प्रचंड नफा कमावत आहेत असा आरोप केला जात होता म्हणून सरकारनं ती ड्यूटी रद्द केली.

त्यामुळे रिलायन्सला जबर फटका बसला, पण गोएंका-वाडिया यांनाही फटके बसत होते. रिलायन्सवर जोरदार हल्ले चढवण्यात इम्प्रिन्ट (संपादक आर. व्ही. पंडित) मासिक आघाडीवर होते. १९८५ पर्यंत या मासिकाची अंशतः मालकी नस्ली व त्यांचे वडील नेव्हिल वाडिया यांच्याकडे होती हे उघड झालं. तसंच गोएंका व त्यांचे नातेवाईक यांना रिलायन्सचे डिबेंचर्स देण्यात आले आहेत वा त्यांनी मिळवले आहेत हे वास्तवही उघड झालं. हे अधिकच बदनामीकारक होतं.

रिलायन्सच्या 'जी' मालिकेला मिळालेलं यश हा वाडिया-गोएंका यांच्या मोहिमेला मिळालेला मोठा दणका होता. डिसेंबर १९८६ मध्ये ५०० कोटींचे संपूर्ण परिवर्तनीय डिबेंचर्स विक्रीला काढायचं रिलायन्सनं ठरवलं. ही नवी शेअर विक्री म्हणजे रिलायन्सबद्दल एक प्रकारचं सार्वमतच आहे असं वर्णन एका वृत्तपत्रानं केलं. गुंतवणूकदारांना थेट आवाहन करून अंबानी लढाई खेळू पाहात होते. या डिबेंचर्स विक्रीचा सातपटीनं भरणा झाला. पावणेअकरा लाख जणांनी अर्ज केले! रिलायन्सवर नाना आरोप केले, बदनामीकारक मोहीम चालवली तरी लक्षावधी शेअरहोल्डर्सनी कंपनीवर आपला विश्वास व्यक्त केला होता. या खेपेस थकलेल्या रामनाथजी गोएंका यांच्यावर रुग्णालयात दाखल व्हायची पाळी आली.

हळूहळू लाट उलटू लागली. 'जी' मालिकेचं यश, अमिताभ बच्चनच्या मध्यस्थीनं धीरूभाई व राजीव गांधी यांची झालेली (बहुधा ऑक्टो ८६ मध्ये) गुप्त भेट, विश्वनाथ प्रताप सिंग यांची अर्थखात्यातून संरक्षणखात्यात झालेली बदली या घटनांमुळे स्थिती बदलत आहे असं दिसत होते. सरकारचे काही निर्णयही रिलायन्सला अनुकूल ठरणारे होते. सरकारकडे काही काळ पडून राहिलेले परवान्यांचे प्रस्तावही अचानक मंजूर झाले. पीएसएफची थेट आयात करणं बंद करून सरकारी यंत्रणेमार्फत आयात होऊ लागली. पीटीएवरील दर किलोला तीन रुपये असलेली कस्टम ड्यूटी रद्द करण्यात आली. (रिलायन्स पीटीएची अजूनही आयात करत होतं.) पाताळगंगा प्रकल्पाला तेलशुद्धीकरण कारखान्याचा दर्जा देण्यात आला. त्यामुळे नॅफ्थासारख्या कच्च्या मालावरील अबकारी कर कमी झाले. 'जी' मालिकेतील डिबेंचर्सचे भांडवलात परिवर्तन करण्यास लौकर संमती मिळाल्यानं व्याजाच्या खर्चापोटी ३३ कोटी रुपयांची बचत झाली, पीटीए व एलएबी या नव्या कारखान्यातील उत्पादन सुरू होणार होते त्याच्याशी मेळ घालण्यासाठी हिशेबाचे वर्ष १८ महिन्यांपर्यंत वाढविण्यात आले– अशा या विस्तारित वर्षात रिलायन्सला ८० कोटी रुपये नफा झाला.

आता मर्फीचं तत्त्व मेकर चेंबर (क्र. ४) सोडून एक्स्प्रेस टॉवरला लागू आहे असं दिसू लागलं. संपादकांपैकी एक सुमन दुबे यांनी एप्रिल १९८७ मध्ये

राजीनामा दिला. १ सप्टेंबर रोजी एक्स्प्रेसच्या देशभरातील कार्यालयांवर धाडी घालण्यात आल्या व विविध न्यायालयात सुमारे २५० हून जास्त प्रकरणं दाखल करण्यात आली. एक्स्प्रेसच्या दिल्ली कार्यालयात (२८ ऑक्टो.) संप सुरू झाला. त्यानंतर थोड्याच दिवसांनी गोएंकांच्या ५५ वर्षे वयाच्या कन्या कृष्णा खैतान यांचं निधन झालं. गोएंकांची प्रकृती ढासळत चालली व त्यांना वारंवार रुग्णालयात जावं लागलं. १९९१ मध्ये गोएंकांचं निधन झाल्यावर त्यांचे वारस विवेक गोएंका यांनीही विरोधी मोहीम चालविली पण त्यात दम नव्हता.

उद्योगातील लोकशाही

१९८६ च्या हिवाळ्यात लार्सन अ‍ॅन्ड टुब्रो (एल अ‍ॅन्ड टी) कंपनी तणावाच्या अवस्थेतून जात होती. ज्येष्ठ अधिकाऱ्यात सत्ता संघर्ष उफाळून आला होता व त्यातून अनेक भानगडी चव्हाट्यावर येत होत्या. नौकानयन विभागातील गैरप्रकार, कंपनीचा फ्लॅट अगदी स्वस्तात विकणे, वादग्रस्त राजीनामे, आदींचा त्यात समावेश होता. अर्थ मंत्रालय व कंपनी लॉ बोर्डाशी एल अ‍ॅन्ड टीचा हिशेब व अन्य बाबींवरून वाद चालू होता. कंपनीच्या मालकांनी कारभार पाहणं थांबवल्यानं कंपनीत गोंधळ माजणं साहिजक होतं. कंपनीचे एस. टुब्रो व हेनिंग हॉल्क-लार्सन हे दोघे विदेशी प्रवर्तक काही वर्षांपूर्वीच भारत सोडून गेले होते आणि शेअर्सची मालकी अस्ताव्यस्त विखुरलेली होती. एल अ‍ॅन्ड टीची शिकार करायला १९८८ मधील उन्हाळ्याची वेळ योग्य होती. त्या वेळी कंपनीच्या व्यवस्थापनाचा सरकारशी वाद चालू होता व जो कोणी कंपनीच्या बाजूनं बळ उभं करील तो कंपनी ताब्यात घेऊ शकेल अशी स्थिती होती.

अंबानींना त्याचा मोह पडला. एल अ‍ॅन्ड टी ही भारतातील मोठी बांधकाम कंपनी होती.(१९८८ मधील विक्री ५०० कोटी, १९९५ मधील विक्री ३३०० कोटी) तिचा प्रगतीचा इतिहास नेत्रदीपक होता, कंपनी ताब्यात घेण्याच्या दृष्टीनं मुकेश व अनिल कामाला लागले. त्यांनी अर्थमंत्रालयाचा व पंतप्रधानांच्या कार्यालयाचा होकार मिळवला, मनु छाब्रियांना बाजूला सारून कंपनीचे अध्यक्ष एन. एम. ऊर्फ 'निक्की' देसाई यांना त्यांनी आपल्या बाजूला वळवले. आता आवश्यक ती कामे आपण पूर्ण केली आहेत अशी खात्री वाटून त्यांनी एल अ‍ॅन्ड टी चे शेअर्स खरीदले.

८० कोटी रुपयांच्या परिवर्तनीय डिबेंचर्सची विक्री चालू असतानाच २३ सप्टेंबर रोजी बोलावलेल्या एल अ‍ॅन्ड टीच्या संचालक मंडळाच्या बैठकीत देसाई यांनी एक प्रस्ताव मांडून मुकेश अंबानी आणि रिलायन्सचे दीर्घकाळ संचालक असलेले चार्टर्ड अकौंटंट एम. एल. भक्त यांना संचालक मंडळात सामील होण्याचे निमंत्रण दिले. संचालकाला आवश्यक असणारे १०० शेअर्स खरेदी

करून दोघांनीही हे आमंत्रण स्वीकारले. त्यानंतर काही आठवड्यांनी मुकेश अंबानी व भक्त यांचा संचालक मंडळात औपचारिक समावेश करण्यात आला. ३० डिसेंबर रोजी अनिल अंबानी यांनाही संचालक मंडळावर स्वीकृत करून घेण्यात आले. २८ एप्रिल १९८९ रोजी देसाईंनी राजीनामा दिला आणि अशा प्रकारे धीरूभाई एल ॲन्ड टी चे अध्यक्ष झाले.

पण त्यानंतर बरोबर एक वर्षांनी त्यांनी राजीनामा दिला.

त्या वर्षभरात असं काय घडलं? देसाई यांचा दृष्टिकोण बदलला आहे व काहीतरी गडबड आहे याची चिन्हं दिसू लागली होती. अंबानींना संचालक मंडळात सामील व्हायचं आमंत्रण दिलं तेव्हा ते अगदी निकराची झुंज देत होते. देसाई व त्यांच्या पत्नीवर खास मर्जी दाखवली जात आहे म्हणून अर्थ मंत्रालयानं कंपनी लॉ बोर्डामार्फत एल ॲन्ड टी व त्यांचे संचालक यांच्यावर 'कारणे दाखवा' नोटिसा बजावल्या होत्या. बाजारभावापेक्षा खूप कमी दरानं फ्लॅट खरेदी करण्यास परवानगी देणे, पत्नी व मुलगी यांचा संबंध असलेल्या संघटनांना देणग्या देणे आणि चुकीच्या नव्या क्षेत्रात पदार्पण यामुळे तोटा झाला असे विविध आरोप देसाईंवर होते. छाब्रिया व अंबानी हे दोघेही एल ॲन्ड टीचा ताबा घेण्यास उत्सुक होते. पण या अडचणींतून अंबानी आपल्याला बाहेर काढतील असं देसाईंना वाटलं, तसंच एल ॲन्ड टी आपणच चालवत राहू, अंबानींची भूमिका मर्यादित असेल असा त्यांचा होरा होता, पण असं समजून चालणं चुकीचं आहे हे चार महिन्यातच त्यांच्या लक्षात आलं.

एल ॲन्ड टीचा कारभार पाहायला देसाई योग्य आहेत असं आरंभी अंबानींना वाटत होतं. वयाच्या बाविसाव्या वर्षीच एल ॲन्ड टी मध्ये देसाई दाखल झाले होते. कंपनीच्या अध्यक्षपदाची सूत्रे हाती घेतल्यावर विक्री, मालमत्ता आणि नफा यात चांगलीच भरीव वाढ झाली होती. एल ॲन्ड टी चालवायला अंबानींना कोणीतरी हवंच होतं आणि देसाई हे लायक आहेत असं त्यांना वाटत होतं. परंतु एकदा एल ॲन्ड टी मध्ये शिरकाव झाल्यावर धीरूभाईंचं मत बदललं. रिलायन्सच्या 'झपाटा' शैलीत कारभार करायचा असेल तर एल ॲन्ड टीच्या व्यवस्थापनात मोठ्या प्रमाणात फेरफार करावे लागतील असं धीरूभाईंना वाटू लागलं. देसाईंच्या कारकीर्दीत १९८२ ते १९८९या काळात एल ॲन्ड टीचा महसूलावरील उत्पन्न ८ टक्क्यांवरून ४ टक्क्यांवर, निव्वळ मालमत्तेवरील उत्पन्न २२ वरून १० टक्क्यांवर आणि मालमत्तेवरील उत्पन्न ७ वरून ३ टक्क्यांवर आल्याचं लक्षात यायला अंबानींना फार वेळ लागला नाही. तेव्हा आरंभी सबुरीनं व नंतर खंबीर भाषेत तुम्ही सर्वेसर्वा नसून अंबानींची व्यवस्थापकीय टीम सूत्र हाती घेईल असं देसाईंना सांगण्यात आलं.

एल ॲन्ड टी आपल्या हातातून जाणार हे वास्तव स्वीकारणं देसाईंना फार जड होतं. अंबानींना कंपनीत आणायला ते एवढे उत्सुक होते की, 'तृष्णा इन्व्हेस्टमेन्टस'या अंबानींच्या कंपनीला त्यांच्या कुटुंबियांनी शेअर्स विकले होते (त्यांनी नंतर याचा इन्कार करायचा प्रयत्न केला पण या शेअर्सच्या हस्तांतरणाची रजिस्टरमध्ये नोंद आहे असा दावा एल ॲन्ड टीनं केला) एप्रिल १९८९ मध्ये संचालक मंडळाच्या बैठकीत देसाईंनी निषेध प्रकट करण्याचा प्रयत्न केला पण त्याची परिणती त्यांच्याच राजीनाम्यात झाली.

कंपनी ताब्यात घेण्याच्या अंबानींच्या प्रयत्नात दुसरा अडथळा निर्माण झाला. ऑगस्ट १९८९ मध्ये 'इंडियन एक्स्प्रेस' चे एस्. गुरुमूर्ती यांनी या व्यवहाराचा शोध घेण्याचा प्रयत्न केला आणि हाती आलेली माहिती पाहताच ते खवळून उठले. 'बीओबी फिस्कल' या नव्या कंपनीचा मध्यस्थ म्हणून वापर करून वित्तीय संस्थांकडून शेअर्स खरेदी केले गेले असा गुरुमूर्तींचा दावा होता. वित्तीय संस्था खाजगी पार्टीजना शेअर्स विकू शकत नाहीत तेव्हा या बाबतीत फसवणूक करण्यात आली आहे असं त्यांचं म्हणणं होत.

१९८८ च्या मध्याला अंबानींच्या चार उपकंपन्यांची (स्कायलॅब डिटर्जंटस, ऑस्कर केमिकल्स व प्रो-लॅब सिन्थेटिक्स) एका गुंतवणूक कंपनीत ३० कोटी रुपयांच्या ठेवी ठेवल्या. त्या गुंतवणूक कंपनीने 'बीओबी फिस्कल' कंपनीत हे पैसे ठेवले. जुलै १९८८ मध्ये बीओबी फिस्कलने एल ॲन्ड टी चे ३ लाख ३० हजार शेअर्स आयुर्विमा महामंडळ, जनरल इन्शुरन्स व अन्य वित्तीय संस्थांकडून खरेदी केले. काही दिवसानंतर फरक 'ॲडजस्ट' करून तृष्णा इन्व्हेस्टमेन्टने हे शेअर्स ताब्यात घेतले. त्यात बाजारातून काही शेअर्स खरेदी करून भर टाकण्यात आली. ६ जानेवारी १९८९ रोजी एल ॲन्ड टीच्या रजिस्टरमध्ये बीओबी फिस्कलच्या नावावर नोंदण्यात आलेले ३ लाख ९० हजार शेअरचे तृष्णा इन्व्हेस्टमेन्टला हस्तांतरण करण्यात आले.

गुरुमूर्तींनी 'इंडियन एक्स्प्रेस'मध्ये लिहिलं की, एल ॲन्ड टी कंपनी चालू राहावी ही रिलायन्सची गरज होती. रिलायन्स पेट्रोकेमिकल्सच्या हाजिरा प्रकल्पाला पैसा पुरवण्यासाठी एल ॲन्ड टी ताब्यात घेण्यात आली आहे. रिलायन्सने लोकांना डिबेंचर्स विकून ६०० कोटी रुपये रिलायन्स पेट्रोकेमिकल्ससाठी उभारले. परंतु रिलायन्सच्या शेअर्स किंमती टिकवून ठेवण्यासारख्या अनुत्पादक कामात हा पैसा वापरण्यात आला. तेव्हा आता खरी पैशाची निकड रिलायन्सला आहे असं गुरुमूर्तींचं म्हणणं होतं. एल ॲन्ड टीने २१ ऑगस्ट १९८९ रोजी ८२० कोटी रुपयांचे डिबेंचर्स विक्रीला काढले. या पैशातून एल ॲन्ड टी ६०० कोटी रुपये मालपुरवठ्यावरील कर्ज म्हणून रिलायन्स पेट्रोकेमिकल्सला देणार होते. आपला

पेट्रोकेमिकल्स प्रकल्प उभारण्याकरिता अंबानींना अखेर असा पैसा सापडला होता.

सप्टेंबर १९८९ मध्ये हे प्रकरण न्यायालयात गेलं. दोघा अर्जदारांनी एल ॲन्ड टी च्या डिबेंचर्स विक्रीत हरकत घेतली. एल ॲन्ड टी अंबानींच्या ताब्यात देण्याच्या व्यवहारात वित्तीय संस्थांनी बजावलेल्या भूमिकेलाही त्यांनी आक्षेप घेतला. मुंबई उच्च न्यायालयाचे न्यायमूर्ती कोतवाल यांनी अर्ज फेटाळून लावताना एल ॲन्ड टी वर अंबानींचे नियंत्रण नाही असे म्हटले होते. एल ॲन्ड टी ने डिबेंचर्स विक्रीबाबत दिलेल्या मोठ्या जाहिरातीत ती रिलायन्स उद्योगसमूहातील कंपनी आहे असे नमूद केलं होतं तरी न्यायमूर्तींनी असा निकाल दिला होता. तेव्हा अर्जदारांनी सर्वोच्च न्यायालयात अपील केलं. बीओबी फिस्कल व तृष्णा यांच्यातील व्यवहारामधील अनेक गैरप्रकारांकडे अर्जदारांनी लक्ष वेधलं. तसेच बीओबी फिस्कलचे अध्यक्ष प्रेमजित सिंग यांच्या कुटुंबाला रिलायन्सकडून दरवर्षी पाच लाख रुपये नफा मिळतो असं दाखवून दिलं.

न्यायालयात आपली केस काही अपेक्षेप्रमाणं चाललेली नाही हे लक्षात आल्याने शेअर्स पुन्हा बीओबी फिस्कलला विकण्याची तयारी अंबानींनी दर्शवली. आरंभी ना नफा-ना तोटा तत्त्वावर हा व्यवहार करावा असं अंबानींचं म्हणणं होतं, पण अर्थसचिवांनी (एस. वेंकटरमण यांच्या जागी गोपी आरोरा आले होते) त्याला आक्षेप घेतला तेव्हा १२ कोटी रुपये तोटा सहन करायला ते तयार झाले आणि हा व्यवहार नोव्हेंबरमध्ये पुरा झाला. आता हे प्रकरण इथंच संपेल असं अंबानींना वाटत होतं पण तसं घडलं नाही. नवनवे आरोप होत राहिले. रिलायन्सचे शेअर खरेदी करण्यासाठी एल ॲन्ड टी नं ७५ कोटी रुपये खर्च केले असा एक आरोप होता, या शेअरर्सच्या मूल्यात घट होत असल्यानं शेअर होल्डर्सचे पैसे अशा प्रकारे खर्च करणे हिताचे नव्हते असे अर्जदारांचे म्हणणे होते.

त्या वेळी अर्जदारांचे वकील राम जेठमलानी यांनी अंबानींना एल ॲन्ड टीच्या संचालक मंडळावर राहू द्यावे की नाही याचा निर्णय शेअरहोल्डर्सनी घ्यावा व त्यासाठी भागधारकांची विशेष सभा बोलवावी असं सुचविलं. छोट्या शेअरहोल्डर्सचे हितकर्ते अशी धीरूभाईंची प्रतिमा असली तरी या बैठकीमुळे गंभीर धोका निर्माण झाला, डिसेंबर १९८९ मध्ये राजीव गांधी निवडणुकीत पराभूत झाले होते आणि विश्वनाथ प्रताप सिंग पंतप्रधान झाले होते. त्यामुळे काहीजणांची उचलबांगडी होणार अशी अपेक्षा होती व ती खरी ठरली. प्रेमजित सिंगना रजेवर पाठवण्यात आलं व यूटीआय चे मनोहर फेरवानी यांनाही मार्च १९९० मध्ये रजेवर धाडण्यात आले. सर्वोच्च न्यायालयाच्या निर्णयाची वाट न पाहता आयुर्विमा महामंडळाला एल ॲन्ड टीच्या भागधारकांची विशेष सभा बोलावण्याची विनंती करण्यास सांगण्यात आलं. धीरूभाई, मुकेश, अनिल व भक्त या चौघा संचालकांना काढून टाकण्याची मागणी

करण्यासाठी ही बैठक बोलाविली जाणार होती. या चौघा संचालकांच्या जागी आयुर्विमा महामंडळ, युनिट ट्रस्ट, जनरल इन्शुरन्स व आय. डी. बी. आय. यांचे प्रतिनिधी नियुक्त केले जाणार होते.

अंबानींनी तत्काळ मुंबईत काढलेल्या प्रसिद्धी पत्रकात म्हटलं होतं, 'सरकार अशी बेकायदा व लोकशाहीविरोधी कारवाई करणार असं आम्हाला वाटतच होतं. यावरून सरकारची सूडाची व दडपशाहीची वृत्तीच दिसून येते. या प्रश्नावर इंडियन एक्स्प्रेसने चालविलेल्या विषारी मोहिमेमुळं सरकारची दिशाभूल झालेली दिसते. न्यायासाठी आम्ही जनतेकडे जाऊ.'

त्यानंतर चोवीस तासांनी मुकेश अंबानीला दिल्लीतील पत्रकारांना सामोरं जावं लागलं. ते नर्व्हस, गांगरून गेल्यासारखे वाटत होते. पण आत्मविश्वास वाटत नव्हता म्हणून नव्हे तर त्यांच्या अंतर्मुख प्रवृत्तीचे ते प्रतिबिंब असावे असं 'संडे' साप्ताहिकात ओल्गा टेलिस यांनी लिहिले. (नंतर या टेलिस अंबानींच्या 'संडे ऑब्झर्व्हर'मध्ये नोकरीवर होत्या) रिलायन्सच्या संचालकांना काढून टाकण्याची कारवाई बेकायदेशीर होती असे सांगून मुकेश अंबानी म्हणाले, "आम्ही न्यायालयात व जनेतकडे जाऊ. एल ॲन्ड टीचे संचालक का बदलावेत याबाबत आयुर्विमा महामंडळाने कारणे दिली नव्हती. त्यामुळं कायद्याचं उल्लंघन झालं आहे असं अंबानींचं म्हणणं होतं. तसंच आयुर्विमा महामंडळाच्या कृत्यानं रिलायन्स व शेअरहोल्डर्स या नात्यानं अंबानी दुखावले गेले होते. आयुर्विमा महामंडळाला भागधारकांची विशेष सभा केव्हाही बोलवायचा अधिकार आहे आणि बेकायदेशीरपणाचा आरोप अंबानींनी सिद्ध करून दाखववावा असं पत्रकारांनी म्हटलं. तेव्हा मुकेश अंबानी ते सिद्ध करण्याचा प्रयत्न करू लागले. पण पत्रकारपरिषदेचा मुख्य हेतूच त्यामुळं हरवला.

आपण अडचणीत आहोत याची जाणीव झाल्यानं धीरूभाईंनी राजीनामा दिला व एप्रिल १९९० मध्ये त्यांच्या जागेवर डी. एन. घोष आले. ते स्टेट बँकेचे माजी अध्यक्ष असले तरी एल ॲन्ड टीचे प्रमुखपद सांभाळणं अवघडच होतं. त्यांनीही दहा महिन्यांनंतर राजीनामा दिला.

केसाला रुपेरी छटा व डोळ्यावर चष्मा असलेले घोष हे विचारवंत वाटत. त्यावेळचे अर्थसचिव विमल जालान यांनीच घोष यांची निवड केली होती. अंबानींच्या दृष्टीने ही निवड काही आनंददायी नव्हती. जून १९८५ मध्ये जेव्हा रिलायन्सच्या कर्ज मेळाव्याचं प्रकरण तापत होतं तेव्हा घोष यांनी अंबानींवर जाहीर टीका केली होती. "मी रिझर्व्ह बँकेत कनिष्ठ अधिकारी असताना १९७० मध्ये बँकेच्या मार्गदर्शक तत्त्वांचा मूळ मसुदा तयार केला होता. या कामासाठी बँकांनी कर्जे द्यावीत असा उद्देश नाही," असे उद्गार त्यांनी त्यावेळी उद्वेगानं काढले होते.

आपल्या १० महिन्यांच्या कारकीर्दीत घोष यांनी एल ॲन्ड टीच्या डिबेंचर्सच्या योजनेत कपात करून ती ६४० कोटींवर आणली, रिलायन्सला त्यांच्या पेट्रोकेमिकल्स प्रकल्पासाठी मालपुरवठ्यावरील कर्ज देण्यास नकार दिला आणि एल ॲन्ड टीच्या ताब्यात असलेले रिलायन्सचे शेअर्स काही प्रमाणात काढून टाकले.

विश्वनाथ प्रताप सिंग यांच्यानंतर चंद्रशेखर पंतप्रधान झाले. त्यानंतर तीन महिन्यांनी अर्थमंत्री यशवंत सिन्हा यांनी १५ फेब्रुवारी १९९१ रोजी घोष यांना दिल्लीत एका बैठकीसाठी बोलावलं. घोष यांनी आपला राजीनामा टाईप करून बरोबर नेलेलाच होता. 'यात वैयक्तिक काही नाही' असं सिन्हा म्हणाले. पण घोष यांनी काहीही मल्लीनाथी न करता त्यांच्या हातात राजीनाम्याचं पत्र ठेवलं. मुंबईत अनिल अंबानींचा चित्रपटतारका टिना मुनीमशी विवाह ठरला होता. घोष यांच्या राजीनाम्याइतका दुसरा कोणताही चांगला आहेर त्यांना मिळाला नसता.

घोष यांच्या राजीनाम्यानं वृत्तपत्रात अपेक्षित खळबळ उडाली. एल ॲन्ड टी पुन्हा अंबानींच्या दावणीला बांधली जाणार असं 'इंडियन एक्स्प्रेस'ने लिहिले. बीपीओनं अंबीनींचं समर्थन केलं. या वृत्तपत्राचे व्यवस्थापकीय संपादक उनियाल यांनी वापरलेल्या विखारी भाषेचं आश्चर्यच वाटलं. वृत्तपत्रातील वादविवाद कदाचितच एवढ्या खालच्या पातळीवर जातात. त्यामुळं उनियाल गडबडून मात्र गेले नाहीत. 'मला निर्भर्त्सना, द्वेषारोप आवडतात. मी ब्रिटनमध्ये बराच काळ काढला असून तिथं तर या गोष्टी नित्याच्याच आहेत' असं ते म्हणाले.

रंगतदार भाषेचा प्रश्न घटकाभर बाजूला ठेवला तरी अंबानींच्या एलॲन्डटीमधील पुनरागमनाच्या मार्गात अनेक कायदेशीर अडथळे होते. सर्वोच्च न्यायालयातील प्रकरणं अजून पडून होती. संसदेचं अधिवेशन चालू होतं, चंद्रशेखर यांच्यापुढील प्रश्न वाढतच होते. संसदेच्या अधिवेशनावर या प्रकरणाचं सावट पडू न देण्याची त्यांची इच्छा होती. पंतप्रधानांच्या कार्यालयाचे प्रमुख व मुंबईचे उद्योगपती कमल मोरारका यांनी धीरूभाईंना 'जरा धीरानं घ्या' असा सल्ला दिला. काही दिवसांतच भाजपनं पाठिंबा काढून घेतल्यानं चंद्रशेखर यांचं सरकार कोसळलं व सर्वसाधारण निवडणुकांची घोषणा झाली.

जून १९९१ मध्ये काँग्रेस पक्ष पुन्हा सत्तेवर आला. नवे अर्थमंत्री मनमोहन सिंग यांनी भागधारकांनी जर अंबानींच्या पुनरागमनाला मान्यता दिली तर वित्तीय संस्था तटस्थ राहतील असं आश्वासन दिलं. ज्याच्याकडे १० टक्के शेअर्स आहेत त्याला भागधारकांची विशेष सभा बोलावण्याचा अधिकार असतो. तेव्हा या खेपेस तृष्णा इन्व्हेस्टमेन्टसनं २६ ऑगस्टला बैठक बोलावली.

त्याआधी मोठी प्रॉक्झी मोहीम हाती घेण्यात आली. मुकेश व अनिल यांनी कित्येक भागधारकांशी फोनवरून संपर्क साधला व प्रॉक्झी देण्याची विनंती केली,

प्रॉक्झी फॉर्म्स गोळा करण्याचे काम करण्यासाठी ८०० जणांची नेमणूक केली गेली. तेव्हा कोठे अंबानी-विरोधी गटांना जाग आली. भागधारकांच्या त्या खळबळजनक विशेष सभेत आयुर्विमा महामंडळानं ती पुढं ढकलावी अशी मागणी केली. तेव्हा २१ सप्टेंबरपर्यंत ती पुढे ढकलण्यात आली. दरम्यान बहुधा अर्थमंत्रालयाचा दबाव आल्यानं तृष्णा इन्व्हेस्टमेन्टसने भागधारकांची विशेष सभा बोलावण्याची आपली विनंती मागे घेतली. धीरूभाईंना अटक झाल्याची निराधार अफवा पसरवण्यात आली. त्यामुळं रिलायन्सच्या शेअर्सची किंमत कोसळली.

अध्यक्षपदाचा प्रश्न तसाच लोंबकळत राहिला. संचालक मंडळाच्या बैठका होत राहिल्या. पण अनिश्चित राजकीय परिस्थितीमुळं हा विषय कार्यक्रमपत्रिकेवरही उपस्थित केलेला नसे. सप्टेंबरच्या अखेरीस होल्क-लार्सन यांनी यू. व्ही. राव यांची अध्यक्षपदी नियुक्ती करावी अशी सूचना अर्थमंत्रालयाला केली.

राव हे 'निक्की' देसाईंचे मित्र नव्हते. एल ॲन्ड टीच्या फायदेशीर स्विचगियर व इलेक्ट्रॉनिक्स डिव्हिजनच्या उपाध्यक्षपदावरून राव यांनी राजीनामा दिला होता. कारण देसाई यांनी राव यांच्याऐवजी एस.आर.आर. सुब्रमण्यम् यांना अध्यक्षपदी बढती दिली होती. देसाई यांनी अंबानींना एल ॲन्ड टींमध्ये आणण्याचा घाट घातला तेव्हा ऑक्टोबरमधील संचालक मंडळाची बैठक व भागधारकांच्या विशेष सभेपासूनही राव दूरच राहिले होते. देसाई बाहेर पडल्यानंतर अंबानींनी राव यांच्याबरोबर जुळवून घेतलं व एप्रिल १९८९ मध्ये त्यांना व्यवस्थापकीय संचालकपद देऊ केलं. ते त्यांनी स्वीकारलं. परंतु १९९१ मध्ये अध्यक्षपदाची सूत्रं हाती घेतल्यावर सुब्रमण्यम यांच्याप्रमाणे अंबानींपासून चार हात दूर राहणं त्यांनी पसंत केलं. ''आम्हाला अंबानी, छाब्रिया किंवा हिंदुजा , स्वराज पॉल यांची गरज नाही. एल ॲन्ड टीचा कारभार चालविण्यास व तिला आणखी उंचीवर नेण्यास आम्ही समर्थ आहोत,'' असं राव म्हणाले. तर 'आमच्या व्यवस्थापनासाठी आम्हाला बाहेरच्यांची गरज नाही' असं त्यांच्या सुरात सूर मिळवीत सुब्रमण्यम यांनी सांगितलं.

मनमोहन सिंग यांनी तटस्थतेची भूमिका स्वीकारलेली होती आणि राव व सुब्रमण्यम यांना हटवण्याच्या प्रयत्नाला यश येईल की नाही याची खात्री नसल्यानं अंबानींनी काही काळ वाट पाह्यचं ठरवलं.

१९९४ मध्ये एका क्षणी असं वाटलं की, रिलायन्सच्या बाजूनं वारं वाहते आहे. अंबानींचे दोन कट्टर विरोधक एप्रिलमध्ये निवृत्त झाले आणि एल ॲन्ड टीचे १९ जणांचे संचालक मंडळ त्यांच्या बाजूनं झुकू लागलं. एक स्वतंत्र व्यावसायिक डी. व्ही. कपूर हे अंबानींचे समर्थक मानले जात. वित्त संस्थांचे चार प्रतिनिधीही त्यांच्या बाजूनं मत देतील अशी अपेक्षा होती व अन्य दोघे त्यांचं अनुकरण करण्याची शक्यता होती. मुकेश, अनिल व भक्त हे संचालक मंडळावर आधीच

होते. अशा प्रकारे संचालक मंडळावर अंबानींचे दहा सदस्य होते. केवळ अर्थमंत्रालयाचा होकार मिळायला हवा होता. मनमोहन सिंग यांनी अजून अनुमती दिली नव्हती. तेव्हा अंबानींनी योग्य वेळेची वाट पाह्यचं ठरवलं.

अंबानी म्हणजेच अँबिशन आणि पैशाचं दुसरं नाव म्हणजेच अंबानी असं नेहमी म्हटलं जातं. धीरूभाईंच्या या प्रेरणा असतील तर त्यांच्या मुलांचं काय? धीरूभाई व त्यांच्या मुलात कोणत्या गोष्टी समान आहेत? काय फरक आहेत? आजचे रिलायन्स पूर्वीपेक्षा फार बदलले आहे. दहापटीने ही कंपनी मोठी झाली. एवढंच नव्हे तर तिची नफ्याची केंद्रेही बदलली आहेत. निर्यातीची जागा वस्त्रांनी घेतली. वस्त्रांची पॉलिस्टरनं, पॉलिस्टरची पेट्रोकेमिकल्सनं घेतली व इ.स. २००० मध्ये हा पेट्रोकेमिकल्स प्रकल्प सर्वात मोठी कमाई करणारा ठरेल. कापडउद्योगाच्या अनुभवातून धीरूभाई घडले तर त्यांचे चिरंजीव हे 'पेट्रो-किंग' आहेत. ज्येष्ठ अंबानी परवाना राज्याच्या सावटाखाली वाढले तर कनिष्ठ अंबानी १९९१ च्या नव्या आर्थिक धोरणाच्या प्रकाशात काम करीत आहेत.

बारा तास काम केल्यावर रिलायन्सच्या कार्यालयात सर्वात शेवटी दिवे मालवले जायचे ते अध्यक्षांच्या ऑफिसातील! आताही सर्वात शेवटी कार्यालयातून बाहेर पडतात ते अनिल व मुकेश अंबानीच. 'सहप्रमुख कार्यकारी अधिकारी' (को-सीइओ) अशी पदं त्यांना धीरूभाईंनी दिली असून १९९० पासून ते मुख्यत्वे निर्णय घेतात. स्वतःबद्दल तुम्हाला काय वाटतं? असं विचारता मुकेश अंबानी म्हणाले, ''आमचा शंभर वर्षांचा जुना कौटुंबिक इतिहास आहे, आमची बहुराष्ट्रीय कंपनी आहे असा दावा न करू शकणारे आम्ही दोघे चुणचुणीत भारतीय तरुण आहोत. आमच्यात जिद्द आहे. 'कुछ करके दिखाना है।' ही वृत्ती आम्हाला स्फूर्ती देत राहते.'

सर्वच भारतीय उद्योगसमूहांप्रमाणं सर्वात अंतिम निर्णय कुटुंबीयच घेत असले तरी रिलायन्स ही व्यावसायिक तत्त्वावर चालणारी कंपनी आहे यावर त्यांचा विश्वास आहे. सर्वात प्रथम कामावर अनिल अंबानी हजर होतात. ते म्हणतात, 'आमच्याकडे प्रख्यात शैक्षणिक संस्थांच्या पदव्या आहेत आणि संधीचा लाभ करून घेणाऱ्या व्यावसायिकांचे पथक आम्ही उभारतो.'

तुमची कामाची पद्धत काय? ''आम्ही टीम म्हणून काम करतो. आम्ही दोघात कामाची अदलाबदल करत राहतो. त्यामुळं दोघांनाही चौफेर अनुभव मिळतो. आर्थिक बाबी व कर्मचारी यांच्यावरील नियंत्रण या सर्वात महत्त्वाच्या गोष्टी आहेत. कोणती माणसं घ्यावीत, प्रशिक्षण काय द्यावं, आमचं भवितव्य आदि सर्व गोष्टींबाबत आम्ही विचारविनिमय करतो'' असं मुकेश म्हणतात. तर अनिल सांगतात, 'वडील आणि मुकेश यांच्याबरोबर काम करणं, धोरण आखणं आणि अग्निशामक दलासारखी हवी ती मदत करणं ही माझी भूमिका आहे. कंपनीचा

दैनंदिन कारभार आम्ही चालवत नाही. आमच्या व्यवसायातील प्रमुख ते करतात.'

'दोघे बंधू एकमेकांच्या अगदी जवळ आहेत' असं एक सहकारी सांगतात. 'रोज ते तीन तास एकमेकांच्या संगतीत घालवतात. मुकेश अंबानींच्या दिवसभरातील सर्व अपॉइन्टमेंटसची यादी अनिलना पाठवली जाते तर अनिल अंबानींची यादी मुकेश अंबानींना धाडली जाते. त्या दोघांत फूट पडावी म्हणून बऱ्याच शक्ती कार्यरत असल्या तरी दोघे एखादे पति-पत्नी नसतील इतके एकमेकांच्या जवळ आहेत.' दोघांत स्पर्धा आहे अशा अफवांना आळा घालण्यासाठी रिलायन्सच्या वरिष्ठ वर्तुळात फेरबदल होणार अशी बातमी 'बिझिनेस टुडे'ला प्रसिद्ध करण्यास अंबानींनी सप्टें. ९५ मध्ये परवानगी दिली. परंतु तरीही तर्क-कुतर्क व्यक्त करणं चालूच राहिलं.

धीरूभाई स्वतःसाठी व आपल्या बरोबर काम करणाऱ्यांसाठी नेहमीच उच्च ध्येये ठरवून देतात. 'उद्देशाने प्रेरित असलेला कर्मचारी असणं सर्वात महत्त्वाचं. रिलायन्समधले आम्ही खूप परिश्रम करतो. कसलीही कसूर ठेवत नाही. सर्वोत्कृष्ट असेल ते साध्य करण्यासाठी अहर्निश झटतो. माझ्या कर्मचाऱ्यांशी माझे उत्तम संबंध आहेत. हवं तेव्हा ते माझ्याशी संपर्क साधू शकतात. रिलायन्स सोडून मी स्वतः दुसऱ्या कशाकडेही लक्ष देत नाही.' असं अंबानी एकदा म्हणाले होते.

हीच निष्ठा आपल्या अधिकाऱ्यांनी दाखवावी अशी अंबानींची अपेक्षा असते. अन्य बड्या कंपन्यात असते तेवढं रिलायन्समध्ये शैक्षणिक पात्रतेला महत्त्व नाही. तसंच पदांपेक्षा जबाबदारीला अधिक महत्त्व आहे. ठरलेली उद्दिष्टे पुरी झाली नाहीत तर त्याचा परिणाम साधा व अपरिहार्य आहे. पुढच्या खेपेस त्या व्यक्तीला महत्त्वाचं काम दिलं जात नाही! खास कामासाठी धीरूभाईंनी बोलावून घेणं हे रिलायन्समधले सर्वोत्कृष्ट बक्षीस मानलं जातं. कामगिरीत चमक न दाखवणाऱ्यांना क्वचितच काढून टाकलं जातं. त्यांना त्याचा अर्थ तत्काळ उमजतो. अंबानींच्या आपण निकट आहोत असं दिसणं हे सर्वात महत्त्वाचं.

बूझ, ॲलेन ॲन्ड हॅमिल्टन या आंतरराष्ट्रीय सल्लागार कंपन्यात वीस वर्षे काम केल्यानंतर रिलायन्समध्ये दाखल झालेले, हार्वर्ड येथून एमबीएची पदवी घेतलेले प्रफुल्ल गुप्ता म्हणतात, 'आमच्या कंपनीत अधिकारांची औपचारिक अशी विभागणी नाही. तुम्ही अमुक एका पदावर आहात तेव्हा अमुक मर्यादेपर्यंत स्वाक्षरी करण्याचा तुम्हाला अधिकार आहे असं काही नाही. कदाचित एकाच पातळीवर असलेल्या दोघांपैकी एकाला आठ आकडी रकमेच्या चेकवर सही करण्याचा तर दुसऱ्याला क्षुल्लक रकमांच्या चेकवर सह्या करण्याचा अधिकार असू शकेल.'

घोषाल म्हणतात, 'अशा व्यवस्थापकीय रचनेत मोठी संदिग्धता असली तरी मोठ्या प्रमाणावर लवचिकताही असते. कंपनीत बाहेरून माणसं आणणं सोपं जातं,

जाहीरपणं वाच्यता न करता जबाबदारीची तडजोड करता येते, नवी पदं तत्काळ निर्माण करता येतात व रद्दही करता येतात.' घोषाल यांनी रिलायन्स व्यवस्थापनाचा चांगला सखोल अभ्यास केला आहे. वरिष्ठांच्या एका पथकातील अधिकाऱ्यांची तीन प्रकारची अत्यंत भिन्न भिन्न पार्श्वभूमी असून ते सारे थेट अंबानी कुटुंबाला आपले अहवाल देत असतात असं त्यांना आढळून आलं.

धीरूभाईंच्या पहिल्या अधिकारी गटात जुने सहकारी आहेत. त्यात एडनमध्ये त्यांच्यासमवेत काम करणारेही आहेत. ते धीरूभाईंच्या आर्थिक कामात मध्यस्थ म्हणून, सरकारी अधिकाऱ्यांशी संबंध राखण्याच्या कामी आणि धीरूभाईंच्या योजनांच्या अंमलबजावणीतील कोंडी दूर करण्याचं कार्य करतात. या गटाचं महत्त्व १९९४ नंतर कमी झालं तरी अजूनही काही जण सल्लागार म्हणून काम करतात.

दुसऱ्या गटात भारतातील बड्या कंपन्यांतून आणलेले ज्येष्ठ अधिकारी आहेत. त्यातील बहुतेक पूर्वी सार्वजनिक क्षेत्रातील कंपन्यांत होते. 'सार्वजनिक क्षेत्रातील व्यवस्थापक हे कुचकामी असतात, त्यांच्यात निर्णय घेण्याची क्षमता नसते, केवळ ते फायली निर्माण करतात असं बहुतेक खाजगी कंपन्यांच्या प्रमुखांचं मत असतं. परंतु धीरूभाईंचं मात्र तसं मत नाही. आपल्याला ज्या प्रचंड आकाराचे प्रकल्प उभारायचे आहेत तशा प्रकल्पांचा अनुभव केवळ सार्वजनिक क्षेत्रातील अधिकाऱ्यांना असतो' असं एका अधिकाऱ्यानं सांगितलं. याच अधिकाऱ्यांनी हाजिरा येथील पेट्रोकेमिकल्स प्रकल्प उभारला. आज या जुन्या व्यक्तींचं महत्त्व कमी झालंय. 'सार्वजनिक क्षेत्रातील संस्कृती कंपनीला जागतिक पथावर नेऊ शकत नाही' असं प्रमुख अधिकारी (ऑपरेशन्स) अखिल गुप्ता म्हणतात.

या दोन्ही अधिकाऱ्यांच्या गटाची जागा आता तरुण व्यवस्थापकांनी घेतली असून त्यात काही विदेशी अधिकारीही आहेत. या सर्वांची मुकेश आणि अनिल अंबानी यांनी अगदी काळजीपूर्वक निवड केली आहे. भारत व भारताबाहेरील उत्कृष्ट व्यवस्थापकीय व तंत्रज्ञान संस्थात प्रशिक्षित झालेले हे अधिकारी असून आंतरराष्ट्रीय पुरवठादार व ग्राहक यांच्यासमवेत काम करण्याचा बराच अनुभव त्यांच्यापाशी आहे.

या तिन्ही गटांचे रिलायन्सनं दृढीकरण करण्याची गरज आहे असं घोषाल यांना वाटतं. पण प्रश्न आहे तो हे कसं करायचं? आरंभीच्या काळातील नेत्रदीपक भरभराट बाहेरील हुशार व्यक्तींमुळे घडून आली. संघभावना निर्माण करण्यास सवडच झाली नाही, किंवा व्यवस्थापनातील व्यक्तींचा नियोजनपूर्वक विकास करण्याकडे लक्ष पुरवता आलं नाही. संघकार्याच्या अभावामुळं ताण जाणवतो. विविध व्यवसाय सांभाळण्याचा व विविध कार्ये करणाऱ्या विभागांच्या प्रमुखात फार कमी सहकार्य आहे. प्रत्येकाची पार्श्वभूमी वेगळी व कामाची पद्धत वेगळी. सध्याच्या व्यवस्थेत त्यांना एक सामूहिक कार्य संस्कृती तयार करण्यास प्रोत्साहन

मिळत नाही. कंपनीच्या मनुष्यबळाचे संगोपन व विकास याची प्रक्रिया निर्माण करण्याची गरज आहे. त्यासाठी व्यवस्थापनातील औपचारिक रचनात्मक बदलांपेक्षा व्यवस्थापन शैलीत मूलगामी बदल घडवून आणण्याची गरज आहे असं घोषाल म्हणतात. ज्यांच्यात खूप मोठी कार्यक्षमता आहे अशांसाठी एक गतिमान वाहिनी निर्माण करणे आणि बढतीबाबतच्या धोरणात अधिक पारदर्शकता आणणे या दोन प्रस्तावांवर मुकेश व अनिल सध्या विचार करीत आहेत. 'एकदा अधिक पारदर्शकता आली की, अधिकाऱ्यांना काम करण्यास हुरूप वाटेल अशी आम्हाला खात्री वाटते' असं मुकेश म्हणतात.

धीरूभाईंचे आपल्या कर्मचाऱ्यांवर पितृवत प्रेम आहे. ''काहीतरी घडलं नि माझं कुटुंब अडचणीत आलं तर रिलायन्स आपली सारी ताकद माझ्या पाठीशी उभी करील याची मला खात्री आहे असं सांगून के. नारायण म्हणतात, 'आणि हे केवळ ज्येष्ठ अधिकाऱ्यांपुरतं मर्यादित नाही. ते ज्येष्ठ पातळीवरील लोकांसाठी जे करतात ते मी खालच्या पातळीवरील लोकांसाठी करतो. कधीकधी कारकुनाचं मूल गंभीर आजारी असेल तर मी त्याला गाडी वापरण्यासाठी देतो. नवी पिढी ही परंपरा पुढं चालू ठेवील.''

योग्य व्यवस्थापक मिळणं रतन टाटांप्रमाणेच अंबानींनाही दुरापास्त झालंय. प्रफुल्ल गुप्ता म्हणतात, 'तेलक्षेत्राचा विकास व उत्पादन या क्षेत्रात आम्ही आता प्रवेश करीत आहोत. या व्यवसायाकरिता भारतात तंत्रज्ञ भरपूर उपलब्ध आहेत. पण व्यवस्थापकांची वानवा आहे. हे प्रकल्प १० कोटी ते १०० कोटी डॉलर्सचे असून ते जागतिक दर्जाच्या पातळीवर चालवणे अत्यावश्यक आहे. तेव्हा आमच्यापुढं तीन पर्याय आहेत. परदेशातून माणसं निवडून भरती करणं व भारतीय वातावरणात काम करण्याची सवय म्हणून त्यांना मदत करणे किंवा पॉलिस्टरच्या बाबतीत केलं तसं तंत्रज्ञान खरेदी करणं वा परवाना देणं आणि हळूहळू आपली क्षमता वाढवत जाणं अथवा परदेशी सहकार्याबद्दलचा दृष्टिकोण बदलून नव्या उद्योगात झटकन प्रवेश करण्यासाठी अधिकाधिक भागीदारी मिळवणं.'

भावी वातावरणाला सामोरं जाण्यासाठी मुकेश व अनिल अंबानींना त्यांच्या व्यवस्थापकीय टीमची फेरआखणी करावी लागेल. धीरूभाईंच्या नेतृत्वाखाली रिलायन्स भारतातील पहिल्या क्रमांकाची कंपनी बनली होती. आता इतरही कंपन्या पुढं येत आहेत. हे आव्हान मोठं आहे, असं अनिल मान्य करतात, 'आमचे नजीकचे प्रतिस्पर्धी एक बहुराष्ट्रीय कंपनी आहे' असं ते म्हणतात.

एस. पी. सप्रा म्हणतात, 'रिलायन्सचं यश पाहून इतरांनाही भव्य दिव्य विचार करण्याचं धाडस होतं. रिलायन्सचा फॉर्म्युला हा काही आता गुप्त राहिलेला नाही. तसंच आम्हाला ज्या अडचणीतून जावं लागलं त्या त्यांच्यापुढं नाहीत. त्यातून

तुलना करण्यासाठी आमचं उदाहरण त्यांच्याजवळ आहेच. जागतिक कंपन्यांतही बदल झाला आहे. पूर्वी त्यांना भारतात फारसं स्वारस्य नव्हतं, भारतात विश्वासार्हता नव्हती. आता भारतात विकासाची मोठी संधी आहे असं त्यांना वाटतं. त्यामुळं त्यांना भारतात यावंसं वाटतं. ते आपलं तंत्रज्ञान विकण्याचा प्रयत्न करणार, आमच्या देशी स्पर्धकांना प्रशिक्षण देणार.'

परदेशीयांच्या प्रवेशावरील निर्बंध शिथिल झाले याची चिंता अंबानींना वाटत नाही. अनिल म्हणतात, 'बर्मा शेलला भारतात आमच्यावर मात करायची असेल तर ८०० कोटी डॉलर्स एवढी गुंतवणूक करावी लागेल. त्यांच्या जागतिक कारभारासाठी लागणारा निधी लक्षात घेतला तर एवढी प्रचंड रक्कम एका बाजारपेठेसाठी ते उपलब्ध करून देऊ शकणार नाहीत.' तरी धीरूभाई, मुकेश आणि अनिल रिलायन्सच्या धोरणाचा पुनर्विचार आपल्या अधिकाऱ्यांसमवेत करत असतात.

सर्वात महत्त्वाचा मुद्दा आहे तो व्यवसायाचे अन्य क्षेत्रात विस्तारीकरण करण्याचा. उलट्या पद्धतीनं एकत्रीकरण करण्याच्या तत्त्वावर कंपनीची ऐतिहासिक वाढ घडून आली. त्यावेळी अन्य कंपन्या विविध व्यवसायांत शिरकाव करत होत्या. एकाच क्षेत्रात वरच्या गतीनं प्रगती करण्यावर केंद्रीकरण करणारी भारतातील एकमेव मोठी कंपनी याचा रिलायन्सला त्यावेळी अभिमान होता. परंतु निर्बंध शिथिल झाले व दळणवळण, वीज आणि विमा या बड्या क्षेत्रात संधी निर्माण झाली, वा मूळ व्यवसायाशी संबंधित नसलेल्या क्षेत्रात झेप घेण्यासाठी रिलायन्सनं निधीची जमवाजमव करावी काय? तसं करायचं झालं तर भागीदार घ्यावेत काय?

अन्य क्षेत्रात पाऊल टाकण्याचा धीरूभाईंनी कधी विचारच केला नव्हता असं नव्हे. आदित्य बिर्लांप्रमाणे त्यांनीही रंगीत दूरचित्रवाणी संचाच्या पिक्चर ट्यूब, ग्लास शेल उत्पादनाचा विचार केला होता. पण १९८० च्या मध्याला त्यांनी तो प्रकल्प सोडून दिला. १९९० मध्ये त्यांनी मोटार उत्पादनाबाबत चर्चा केली. पण प्रस्ताव नाकारला. १९९५ मध्ये वीज, दळणवळण आणि विमा या क्षेत्रात प्रवेश करण्याचा धीरूभाई, मुकेश व अनिल विचार करीत आहेत, ते काय दृष्टिकोण घेतात हे पाहणं उद्‌बोधक ठरेल. धीरूभाई म्हणतात, 'या आणि नफा मिळवा असं काही कोणी आमंत्रण देत नसतं. परिस्थितीचं मूल्यमापन करा आणि त्याचा जास्तीत जास्त फायदा घ्या.'

या साऱ्या यशाच्या समस्या असतात. १९८६ व १९८९ मधील आगी केव्हाच विझल्या आहेत. त्यांचे बहुतेक शत्रू मरण तरी पावले अथवा वरवर तरी त्यांनी जुळवून घेतलं आहे. रिलायन्स हा बुडबुडा असून तो केव्हाही फुटेल असं वाटणाऱ्या मंडळींना धीरूभाईंनी फसवलं आहे. त्यावेळी ते शक्य नव्हतं व आता

कंपनीचा व्याप एवढा मोठा झाला आहे की आताही ते घडणं शक्य नाही. अनिल म्हणतात त्याप्रमाणं, ‘नाण्याच्या एका बाजूला टीका आहे तर दुसऱ्या बाजूला आमच्या प्रगतीचे बोलके आकडे आहेत. फार मोठा विचार करणं व काळाच्या पुढं राहणं ही बहुधा माझ्या वडिलांची चूक असावी!’

सध्या रोज थोडा वेळच धीरूभाई ऑफिसात येत असले तरी त्यांची प्रगतीची भूक अमर्याद आहे. ‘प्रगतीला रिलायन्समध्ये सीमा नाही. मी माझी दृष्टी सुधारत राहतो. दृष्टी ही हवेत असता कामा नये. तर पूर्ती करण्याजोगी हवी. या शतकाअखेर आमची कंपनी ३०००० कोटी रुपयांची होईल अशी अपेक्षा आहे. नवं काहीतरी का करून पाहू नये या विचारातून नवनव्या कल्पना सुचत राहतात.

आपल्या टेरेसवरील उद्यानातील संगमरवरी झोपाळ्यावर बसून धीरूभाई मरिन लाईन्सचा रमणीय देखावा पाहात असतात, शेजारच्याच छोट्या पोहण्याच्या तलावाजवळ नातवंडं खेळत असतात. तेव्हा धीरूभाईंभोवती शाश्वत वलय आहे असं वाटत राहातं. जगणं, पैसा व सत्ता याबाबतचा ध्यास मुळीच कमी न झालेले, वृद्ध न झालेले ते उद्योगपती वाटतात. अखेर ते प्रस्थापित झाले असं इतरांना वाटत असेलही पण त्यांना मात्र आताशी तर कुठं सुरुवात झालीय असंच वाटत असणार!

□

राहुल बजाज

आकुर्डी १७ जून, १९७९

व्हरांड्यात उभा असलेला तेरा वर्षांचा तो मुलगा आईला अधिकच बिलगला. तिचा हात त्यानं घट्ट पकडला. एका बाजूला असलेल्या गर्द झाडीमुळं त्यांना खाली काय चाललंय हे जरी दिसत नसलं तरी संतापाचे व हिंसेचे आवाज मात्र ऐकू येत होते. तो पावसाळ्याचा दिवस होता, हवा चिंब झालेली होती आणि नुकताच कुठं सूर्योदय झाला होता.

"जुन्या घराच्या बाल्कनीत मी आईच्या बरोबर उभा होतो. सारी रात्र तणावानं भरलेली होती. नेमकं काय बिनसलं आहे हे मला त्यावेळी ठाऊक नव्हतं. अचानक उसळलेल्या ज्वाळा दिसल्या. कामगारांनी एक जीप उलटी करून ती पेटवून दिल्याचं मला नंतर समजलं. काही क्षणातच बंदुकीच्या गोळ्यांचे आवाज आले." आता तिशीत असलेले राजीव बजाज सांगत होते.

पुण्याजवळील आकुर्डी येथील बजाज ऑटो. लि. या स्कूटर उत्पादन कंपनीत १९७९ च्या उन्हाळ्यात कामगारांचा वाद धुमसत होता व त्याचीच परिणती त्या दिवशीच्या पोलिस गोळीबारात झाली होती. कामगार संघटनेची सूत्रे रूपमय चटर्जी या नव्या तरुण बंगाली नेत्याकडे गेली होती. पुण्याचा डॉ. दत्ता सामंत बनण्याची त्याची ईर्षा होती. राजीवचे वडील राहुल बजाज हे व्यवस्थापनाचे प्रमुख होते. त्यावेळी ते अवघे ४० वर्षांचे होते व कंपनीचा कारभार सुधारण्याचा त्यांचा निर्धार चळवळीच्या उत्साहाइतकाच ठाम होता.

बजाज ऑटोमधील परिस्थिती १६ जूनच्या संध्याकाळी हाताबाहेर जाऊ लागली. अवजारे खाली ठेवण्याचे आवाहन दोघा कामगारांनी केले होते. पण चटर्जींना कंपनीनं जाब विचारला तेव्हा त्यांनी हात झटकले. 'अशी अनधिकृत कृत्ये' करण्याविरुद्ध व्यवस्थापनाने त्या दोघांना लेखी इशारा दिला होता. हे पत्र 'आरोपपत्र' आहे असे मानून ते दोघे कामगार व त्यांचे समर्थक कारखान्यातून बाहेर पडले व इमारतीच्या प्रवेशद्वाराबाहेरील हिरवळीवर त्यांनी धरणे धरले. सुरक्षा अधिकाऱ्यानं कामगारांशी बोलताना प्रक्षोभक भाषा वापरली व त्यामुळं वातावरण बिथरून गडबड सुरू झाली असं पोलिस आयुक्तांचं म्हणणं होतं. कामगार गोंधळ घालू लागले, त्यांनी खिडक्यांची तावदाने फोडली. जेव्हा पोलिसांना पाचारण करण्यात आले तेव्हा त्यांच्यावर कारखान्यातील सुट्या भागांचा मारा करण्यात

आला. त्यात २५ पोलिस जखमी झाले. त्यापूर्वी कामगार मुख्य कार्यालयात घुसले. त्यावेळी राहुल बजाज जुन्या इमारतीच्या पहिल्या मजल्यावरील आपल्या ऑफिसात काम करत बसले होते. ''आमच्या सुरक्षा अधिकाऱ्यांच्या डोक्याला दगड लागल्यानं रक्त भळाभळा वाहात होतं. कामगार चाल करून येण्यापूर्वी चार वॉचमन माझ्या ऑफिसात पोचले होते. त्यांनी कसंबसं कामगारांना थोपवलं. कामगारांनी घोषणा दिल्या. भाषणं केली. पोलिस आल्यावर कामगार पांगले,'' असं त्या प्रसंगाबद्दल राहुल बजाज सांगतात.

परंतु त्या दिवशी त्यांना शांत झोप लागली नाही. कारण रात्रभर वातावरण तापतच गेलं. दुसऱ्या दिवशी सकाळी कारखाना पुन्हा सुरू होताना काही गडबड होऊ नये म्हणून प्रवेशद्वाराशी पोलिस तैनात करण्यात आले. सहा वाजल्यापासून कामगार हळूहळू येऊ लागले. तासाभरात त्यांची संख्या वाढली. सुमारे ९०० जणांचा जमाव प्रक्षुब्ध झाला. त्यांनी एक पोलिस वायरलेस व्हॅन उलटी केली व तिला आग लावून दिली. पोलिसांनी आपला पाठलाग करू नये म्हणून कामगारांनी त्यांच्यावर ॲसिड फेकले व रस्त्यांवर पिंपे उभी केली. कामगारांनी क्लार्कची खोली, भंगार माल यांच्या होळ्या पेटवल्या. परिस्थितीवर काबू ठेवता येईना, तेव्हा अखेरीस पोलिसांनी बंदुकीच्या २९ फैरी झाडल्या. त्यात दोन मजूर व जमावातील एक भैया ठार झाला. ४० पोलिस जखमी झाले.

या घटनेनंतर १४ वर्षांनी मुंबई उच्च न्यायालयाने ३१ कामगारांना १ लाख रुपये दंडाची शिक्षा ठोठावली. कामगारांवर प्रथमच एवढा मोठा दंड ठोठावण्यात आला. खालच्या न्यायालयाने या कामगारांना तीन वर्षे सक्तमजुरीची शिक्षा सुनावली होती. त्यानंतर आकुर्डी येथील कारखान्यात कधीच संप झाला नाही. (१९८७ मध्ये वाळुंज येथील कारखान्यात मात्र आठ महिने टाळेबंदी पुकारलेली होती.)

''आम्ही काहीतरी करून वातावरण सुधारलं व आमचे संबंध सुधारतच गेले. चटर्जी व माझ्यात उत्तम संबंध प्रस्थापित झाले. त्यानंतर आम्ही आणखी एक करार केला. चटर्जी यांच्या मृत्यूनंतर त्यांचे उपनेते आंबेडकर यांच्याशी आम्ही करार केला. त्यावेळी सारं कसं आलबेल होतं,'' असं बजाज म्हणतात.

चटर्जींच्या अंत्ययात्रेला हजर राहणारे राहुल बजाज हे एकमेव उद्योगपती होते. चटर्जींबद्दल ते म्हणतात, ''ते सद्गृहस्थ होते. त्यांची पूर्वपीठिका मला ठाऊक नाही. ते नेहमी सायकलवरून भटकायचे. १९७० च्या दशकातदेखील कामगारनेते मोटारीतून वा निदान स्कूटरवरून फिरत असत. परंतु चटर्जी याला अपवाद होते. त्यांचा पोशाख अगदी कामगारांसारखाच असे. ते चणे आवडीनं खात.'' कामगारांबद्दल मात्र बजाज एवढे प्रेमळ शब्द वापरत नाहीत. ते म्हणतात, ''आता एवढ्या वर्षांनंतरदेखील एक दिवस (१७ जून) कामावर न येण्याचा प्रघात चालू ठेवण्यात

काय हशील आहे? त्या दिवसाचं उत्पादन व वेतन गमावण्यापेक्षा काम करून दंगलीत ठार झालेल्या तिघा जणांच्या कुटुंबियांना तेच वेतन का देत नाहीत?''

असा पुरोगामी दृष्टिकोण बाळगणं हे राहुल बजाज यांचं वैशिष्ट्यच आहे. किंबहुना त्यामुळंच भारतातील एक अत्यंत यशस्वी उद्योगपती असा त्यांचा लौकिक आहे. यशस्वी माणसं अत्यंत उद्योगप्रिय असतात. परंतु बजाज या व्याख्येत बसणारे नव्हेत. या पुस्तकातील अन्य उद्योगपतींच्या तुलनेनं बजाज गतिमान वाटण्यापेक्षा काहीसे रंगहीनच वाटतात. अतिशय स्वच्छ अशी त्यांची प्रतिमा असून त्यांनी कधीही इतर कंपन्या संशयास्पदरीत्या ताब्यात घेतलेल्या नाहीत. अन्य उद्योगपतींबरोबर त्यांनी कधी रस्त्यावर येऊन भांडणं केलेली नाहीत. तसेच कोणाच्या प्रकल्पाचे 'अपहरण' केलेले नाही. यशाचे शिखर गाठण्यासाठी त्यांनी उगाच अव्वाच्या सव्वा धडपड केली नाही. धीम्या गतीनं पण खंबीरपणं वाटचाल करण्याचा त्यांचा स्वभाव आहे. कठीण परिश्रम करून त्यांनी आपलं ध्येय गाठलं आहे. तरीही धीरूभाई अंबानी व कै. बिर्ला यांच्यासारख्या देशातील आदरणीय उद्योगपतीच्या बरोबरीचं स्थान त्यांनी कमावले आहे.

भारतातील प्रख्यात मर्चंट बँकर उदय कोटक हे अंबानी व बजाज यांची मार्मिक तुलना करताना म्हणतात, ''दोघांची व्यक्तिमत्त्वे अगदी भिन्न आहेत. धीरूभाई हे मोठा धोका पत्करणारे आहेत, तर राहुल बजाज हे फार विचारी. ते अगदी सावधपणं पावलं उचलतात. उंचेपुरे (६ फूट, १ इंच), देखणे, (पण टक्कल असलेले) हे मारवाडी 'एशिया वीक' ते 'पूना डायजेस्ट' अशा विविध नियतकालिकांच्या मुखपृष्ठावर गेल्या दहा वर्षात झळकले आहेत. त्यांची बजाज ऑटो ही स्कूटर उत्पादन क्षेत्रातील जगातील चौथ्या क्रमांकाची कंपनी असून (एकूण विक्री १९९५ साली २२०० कोटी रु.) भारतातील आर्थिक पत्रकार त्यांना मानतात. बिगर आर्थिक पत्रकार कोणत्याही विषयावरील स्पष्ट मतांसाठी पुण्याच्या या 'बीबीसी' (बजाज ब्रॉडकास्टिंग कॉर्पोरेशन) कडे धाव घेतात!

प्रत्येक गोष्टीबद्दल बजाज यांचं काही ना काही मत असतंच. त्यांच्यात निष्ठा व सुसंगती यांचा मेळ आहे. वैयक्तिक पातळीवर रोज दहा डनहिल (रेड) सिगारेट्सचं व्यसन त्यांना आहे, तर व्यावसायिक पातळीवर कमालीच्या निर्धाराने काम करत राहण्याची जिद्द आहे. १९६४ पासून ते स्कूटरचे उत्पादन करीत असून पुढील शतकातही ते करत राहण्यात त्यांना पूर्ण समाधान आहे. ''या क्षेत्रात बजाज ऑटो जर जागतिक स्थान प्रस्थापित करू शकत नसेल, तर मला अन्य उत्पादनांकडे वळण्याचा अधिकार नाही. तुम्ही ताकदवान असाल तर अन्य उत्पादनांकडे वळावे. कमकुवत असाल तर नाही.'' असं ते ठामपणं म्हणतात. जगातील स्कूटरच्या एकूण उत्पादनात पुण्याच्या या कंपनीचा सहा टक्के वाटा आहे. पण आजपर्यंत

त्यांचं उत्पादन हे बहुतेक भारतापुरतंच आहे. आंतरराष्ट्रीय पातळीवर ते स्वीकारलं जावं म्हणून त्यांना महत्त्वाच्या तांत्रिक सुधारणा कराव्या लागतील.

"बजाज यांचा एकूण स्वभाव पाहता त्यांना प्रसिद्धी माध्यमाचं असलेलं आकर्षण आश्चर्यकारक वाटतं. आपल्याबद्दल आणि आपल्या कंपनीबद्दल वृत्तपत्रात छापून आलेला मजकूर वाचायला त्यांना आवडतं. व्ही. हरिहरन व मोहन केयाध हे त्यांचे सचिव वृत्तपत्रातील सर्व कात्रणे नीट जपून ठेवतात. बजाज यांच्या प्रवासाची आखणी करणे व त्यांच्या अपॉईंटमेंटस् ठरवणे ही कामेही ते पार पाडतात. हे काम तसं कठीणच असतं. बजाज यांच्या भेटीगाठी नेहमीच ठरवून दिलेल्या वेळेपेक्षा लांबतात. त्यांना प्रत्येक गोष्टीच्या मुळाशी जाण्याची सवय असल्यानं असं होतं असं समर्थन काही जण करतात, तर बडबड करण्याच्या सवयीमुळं असं घडतं असं काहींचं मत आहे. जेथे दहा शब्द वापरून भागेल तेथे शंभर शब्द ते वापरतात असं बिझिनेस स्टॅन्डर्डचे संपादक टी. एन. निनान यांचं मत आहे. बहुतेक बैठका बजाज यांच्या आलीशान ऑफिसात होतात. तिथं किरमिजी रंगाच्या चामड्याचे सोफे, देखणं लाकडी पॅनेलिंग व क्रीम रंगाचा गालिचा आहे. या ऑफिसच्या खिडकीतून फुललेला गुलमोहर व रंगीबेरंगी लॅन्टाना बुशेस दिसतात. बजाज यांच्या टेबलासमोरील भिंतीवर जयपूरचे चित्रकार जया व्हीटन यांनी काढलेलं पागोटं घातलेल्या राजस्थानी माणसाचं चित्र आहे.

चैतन्यानं ओसंडणाऱ्या या उद्योगपतीच्या ऑफिसावर त्यांच्या व्यक्तिमत्त्वाचा ठसा नाही. ऑफिसची रचना व फर्निचर राहुल बजाज यांच्या पसंतीनं ठरवण्यात आलं, तर त्यांची पत्नी रूपा हिनं चित्रांची निवड केली. भेटवस्तू व स्मरण चिन्हे ठेवली आहेत. तसंच टेबल व भिंतीवर मिळून एकूण तीन घड्याळे आहेत. शांततेच्या या बेटावर बाह्य जगाचा प्रवेश होतो तो १४ इंची टीव्ही सेटमुळं. त्याचा वापर सीएनएनच्या बातम्या पाहण्यासाठी होतो.

बजाज यांच्यातील अस्वस्थता व काहीसा अधिकारयुक्त स्वभाव व बातम्यांची स्पंदनं यात साम्य असावं. आपल्या विचारांची तार ज्यांच्याशी जुळत नाही त्यांच्याशी ते आश्चर्य वाटेल अशा असहिष्णुतेनं वागू शकतात. तसंच मूर्खांना ते सहन करू शकत नाहीत. एखाद्या बाबीवर फार काळ लक्ष केन्द्रित करण्याची त्यांची वृत्ती नसली तरी त्यांचं मूल्यमापन मात्र ठाम व धारदार असतं. त्यांच्या हालचालीत कायमच एक प्रकारची बेचैनी असते व बोलताना ते सतत हातवारे करत असतात.

रोज सकाळी १०.३० वाजता बजाज ऑफिसला जायला निघतात तेव्हा त्यांच्यातील ही अस्वस्थता विशेषत्वानं प्रकट होते. कारखान्याच्या आवारातच बजाज राहतात. घरापासून त्यांचं ऑफिस अवघं १५० मीटर अंतरावर आहे. १९८४ मध्ये हृदयविकाराचा झटका येऊन गेलेल्या बजाज यांनी हे अंतर चालत

जाणंच फायद्याचं ठरेल. परंतु डावखुरे बजाज पिवळ्या रंगाच्या मर्सिडीज ३०० डी - १९९० या आपल्या गाडीतून वेगानं जाणंच पसंत करतात. गाडीतून उतरून ते ऑफिसला गेल्यावर बजाज ऑटोच्या या अध्यक्ष व व्यवस्थापकीय संचालकाची ती एकमेव गाडी तेथील चकचकीत कोपऱ्यावर पार्क केली जाते.

मर्सिडीझ हे एकमेव वैभवाचं, प्रतिष्ठेचं प्रतीक राहुल बजाज बाळगताना दिसतात. देशातील प्रख्यात उद्योगसत्ताधिशांपैकी एक असलेले बजाज हे मुकुंद लिमिटेडमधील त्यांचे भागीदार वीरेन जे. शाह यांच्या जुहू येथील आलीशान प्रासादतुल्य बंगल्यासारखा बंगला बांधू शकले असते. पण बजाज यांच्या आकुर्डी येथील निवासस्थानातील सर्वात श्रीमंती बाब म्हणजे रूपा बजाज यांनी फुलवलेली आर्किडची बाग होय.

देशभक्त कुटुंब

मारवाडी व्यापारी कमलनयन (१९१५ ते १९७२) व सावित्री बजाज यांचे राहुल हे सुपुत्र. त्यांचा जन्म १० जून १९३८ रोजी कलकत्ता इथं झाला. हे कुटुंब सुखवस्तू होतं व व्यापारातून उद्योगाकडे वळण्याची प्रक्रिया सुरू झाली होती. राहुल बजाज यांचं शिक्षण मुंबईच्या नामवंत कॅथड्रल व जॉन कॉनन शाळेत झालं आणि दिल्लीच्या सेंट स्टीफन्स कॉलेजातून त्यांनी अर्थशास्त्रात बी.ए.(ऑनर्स) पदवी १९५८ मध्ये संपादन केली. त्यानंतर ते मुंबईला आले. सकाळी लॉ कॉलेजला ते जाऊ लागले व बजाज इलेक्ट्रिकल्समध्ये काम करू लागले. १९६१ ते ६२ या काळात मुकुंद कंपनीत ते ज्युनियर पर्चेस ऑफिसर होते. नंतर हॉर्वर्डला जाऊन १९६४ मध्ये त्यांनी एम. बी. ए. पदवी संपादन केली. दरम्यान १९६१ च्या डिसेंबरमध्ये त्यांनी सौंदर्यसम्राज्ञी व एक उदयोन्मुख मॉडेल रूपा घोलप हिच्याशी विवाह केला. त्यांना तीन मुले राजीव (जन्म १९६६), संजीव (जन्म १९६९) व सुनयन केजरियाल (जन्म १९७१) आहेत.

आदित्य बिर्लाप्रमाणेच राहुल यांच्या कुटुंबात राजकीय वातावरण होतं. त्यांचे आजोबा जमनालाल बजाज (१८८९ -१९४२) यांना महात्मा गांधी आपला पाचवा पुत्र मानीत. राष्ट्रीय आंदोलनाला व काँग्रेस पक्षाला ते आर्थिक मदत करीत. पक्षाचे ते काही काळ खजिनदारही होते. पुढच्या पिढीतही ही राजकीय परंपरा चालू राहिली. भारताच्या स्वातंत्र्य आंदोलनात बजाज कुटुंबातील बहुतेक प्रौढ सदस्यांनी १९३९ ते १९४७ या काळात कारावास भोगला. नंतर कमलनयन हे काँग्रेसचे खासदार झाले. १९६९ मध्ये काँग्रेस पक्षात फूट पडली तेव्हा त्यांनी इंदिरा गांधींची साथ सोडून संघटना काँग्रेसमध्ये प्रवेश केला.

बजाज यांना व्यक्तिगत राजकीय महत्त्वाकांक्षा नसली तरी राजकारणातील

'सक्रिय' मंडळींची साथसंगत त्यांना आवडते. बजाज व नेहरू घराण्याशी त्यांचे तीन पिढ्यांचे संबंध आहेत. कमलनयन व इंदिरा गांधी काही काळ एकाच शाळेत शिकत होते. कमलनयन यांच्या पहिल्या मुलाचे नाव राहुल हे जवाहरलाल नेहरूंनी सुचवले होते. त्यामुळं इंदिरा गांधी खवळल्या होत्या. कारण त्यांना आपल्या मुलाचे नाव राहुल ठेवायचे होते असं रूपा बजाज म्हणतात. (योगायोग म्हणजे राहुल-रूपा दांपत्यानं आपल्या पहिल्या मुलाचं नाव ठेवलं राजीव आणि राजीव-सोनिया दांपत्यानं आपल्या मुलाचं नाव ठेवलं राहुल!) राजीव गांधी पंतप्रधान असताना राहुल बजाज यांचा सल्ला घेत असत. महाराष्ट्राचे चार वेळा मुख्य मंत्री असलेले शरद पवार यांच्या 'किचन कॅबिनेट' मध्ये राहुल बजाज यांचा समावेश होता.

उद्योगपतींच्या घराण्यात सहसा न आढळणाऱ्या धैर्यशील वातावरणात राहुल बजाज वाढले. कमलनयन हे महात्मा गांधींच्या वर्धा आश्रमात वाढले होते. त्या तुलनेने त्यांची मुले राहुल, सुमन व शिशिर ही मुंबईच्या अत्याधुनिक, पॉश कारमायकेल रोडवरील सुखासीन वातावरणात वाढली. पं. नेहरूंपेक्षा महात्मा गांधींच्या मूल्यांशी राहुल बजाज यांची अधिक जवळीक. त्यावर उच्चभ्रू कुटुंबापेक्षा मध्यमवर्गीय ठसा होता. कारखान्यातील कामगारांच्या मुलांबरोबर खेळण्यात राहुल बजाज सुटी घालवीत. त्यामुळं कारखान्याच्याच परिसरात राहण्याची कल्पना त्यांना खटकली नाही. "शब्दांपेक्षा कृती अधिक बोलकी असते. माझा दुरून जमीनदारी करण्यावर कधीच विश्वास नव्हता आणि नाही," असं बजाज ठामपणं म्हणतात.

बजाज यांचं पहिलं ऑफिस अगदीच साधंसुधं होतं. ते म्हणतात, "जरी मी एम. बी. ए. झालेलो असलो तरी आपल्याला सेक्रेटरी, कर्मचारी वर्ग असावा अशा फॅन्सी कल्पना माझ्या डोक्यात कधीच नव्हत्या." रोखठोक थेट विषयालाच भिडण्याचा त्यांचा स्वभाव. त्यामुळं या भारतीय 'रोड सम्राट' च्या भोवती एक वलय निर्माण झालं. आपल्या या प्रतिमेवर ते बेहद्द खूश असतात.

आपण मध्यमवर्गीय आहोत ही प्रतिमा ठसवण्यासाठी कधी कधी ते टोकाला जाऊन प्रयत्न करतात. त्यांच्या अर्ध्या बाह्यांच्या सफारी सूटच्या खिशातून त्यांचं ओळखपत्र लोंबताना दिसतं. ओळखपत्र बाळगण्याचा त्यांचा आग्रह हा त्यापैकीच. बजाज कंपनीचे अधिकारी रुपेरी पट्टी असलेलं ओळखपत्र बाळगतात, राहुल बजाज यांचे छायाचित्र असलेल्या ओळखपत्रावर सोनेरी पट्टा आहे. राहुल बजाजना ओळखपत्र विचारण्याची कोणा सुरक्षा कर्मचाऱ्याची हिंमत आहे का? पण तरीही ते ओळखपत्र जवळ ठेवूनच सर्वत्र वावरत असतात.

कारखान्याच्या परिसरात गेली तीन दशके बजाज दांपत्य राहात आहे. मुंबईहून ते पुण्याला जेव्हा सर्वप्रथम गेले तेव्हा बजाज अतिथिगृहातील १०'×१२' आकाराची एक खोली त्यांना देण्यात आली. अतिथिगृहाचा उरलेला सारा भाग हा बजाज

इलेक्ट्रिकल्स या कंपनीच्या महाव्यवस्थापकांसाठी राखून ठेवलेला होता (सध्या या कंपनीचे प्रमुख शेखर बजाज आहेत) १९६५ च्या दसऱ्याच्या दिवशी बजाज दांपत्य नव्या घरात राहायला गेले. १९७९ मध्ये झालेल्या पोलिस गोळीबारामध्ये तणावाचे क्षण अधूनमधून होत असूनही कारखान्याच्या वसाहतीत राहणं राहुल बजाज इतकंच रूपा बजाजनाही आवडतं.

१९७९ मधील कामगारांच्या दंगलीबद्दल रूपा बजाज म्हणतात, ''त्या रात्री आम्हाला झोप आलीच नाही. मी मुलांना घेऊन मुंबईला निघून जावं अशी सूचना देणारे काही फोन आले. त्या सूचनेचा आम्ही दोघांनी विचार केला. मी अन्यत्र जायला नकार दिला. परिस्थिती कठीण बनताच राहुलची पत्नी व मुलं मुंबईला निघून गेली असं वसाहतीतील मंडळींना वाटू नये अशी माझी इच्छा होती. तसंच मला राहुलबरोबरच राहायचं होतं. दुसरं म्हणजे मी एकदा का निघून गेले तर परत यायला फार वेळ लागला असता. अशा परिस्थितीत पुन्हा परतणं कठीण असतं. गोळीबार झाल्याने त्याची चौकशी होणार व ती दीर्घकाळ लढा देण्याचा कामगारांचा मूड होता. या काळात राहुलबरोबरच रहायचा माझा निर्धार होता.''

परंतु काळ बदलत असतो. पुढच्या पिढीचे विचार वेगळे असतात. राहुल बजाज यांचे चिरंजीव संजीव बजाज म्हणतात, ''या बाबत अगदी ताठर दृष्टिकोण बाळगता कामा नये. अनेक उद्योगपती आपल्या कारखान्यापासून दूर मोठ्या शहरात राहतात. कंपनीचं काम कसं चाललंय, व्यवस्थापनाची पद्धत काय हे जाणणं अधिक महत्वाचं.'' २६ नोव्हेंबर १९६४ रोजी २६ वर्षांचे राहुल बजाज हे 'बजाज टेम्पो' त दाखल झाले. त्या वेळी त्यांच्या जागी जर संजीव असते तर त्यांचे विचार यापेक्षा वेगळे असते.

टेम्पोची टिमटिम

बजाज टेम्पोत उपमहाव्यवस्थापक म्हणून राहुल काम पाहू लागले. ''मला कंपनीच्या व्यापार विभागाकडे लक्ष पुरवावं लागलं. त्यात खरेदी, मार्केटिंग, विक्री, हिशेब, अर्थपुरवठा, ऑडिट आदींचा अंतर्भाव होता, उत्पादन विभागाचा नव्हता.'' त्या वेळी बजाज ऑटोचे प्रमुख व बजाज टेम्पोचे व्यवस्थापकीय संचालक असलेले नवल के. फिरोदिया (१९१० ते १९९७) हे राहुल बजाज यांचे 'बॉस' होते.

सडपातळ देहयष्टी व साधूसारखे दिसणारे फिरोदिया अहमदनगरचे वकील होते. १९४२ च्या चलेजाव चळवळीत भाग घेतल्याने त्यांना येरवडा इथं कारावास भोगावा लागला. काँग्रेस पक्षामुळं त्यांची १९२० च्या दशकात बजाज कुटुंबियांशी ओळख झाली होती. खादीचे कपडे व डोक्यावर गांधी टोपी असा त्यांचा पेहराव असे. स्वातंत्र्यानंतर बजाज उद्योगसमूहात फिरोदिया दाखल झाले. स्कूटर्स व

ऑटोरिक्षा उत्पादनासाठी संयुक्त प्रकल्प उभारण्यात त्यांनी साहाय्य केले. १९५७ मध्ये बजाज टेम्पोमध्ये जर्मन तंत्रज्ञान वापरून तिचाकी वाहनांचे उत्पादन सुरू झाले. मुंबईतील गोरेगाव या उपनगरातील एका गॅरेजमधून बजाज ऑटोने उत्पादित केलेली पहिली व्हेस्पा स्कूटर बाहेर पडली. बजाज ऑटोचे उत्पादन कुर्ला येथूनही होई. हे दोन्ही कारखाने नंतर आकुर्डी येथे नेण्यात आले. या दोन कारखान्यात केवळ एक गवताचा पट्टा होता. आता त्या पट्ट्यावर भिंत उभी आहे.

ही भिंत फिरोदिया आणि बजाज यांच्यातील फुटीचं कायम स्मरण करून देते! पूर्वी या दोन्ही कुटुंबातील मंडळी भेटण्यासाठी, सल्ला घेण्यासाठी गवताचा तो पट्टा ओलांडून येत असत. आता तिथे समजा भिंत नसती तरीही एकमेकांना सहज भेटावं असा विचार त्यांच्या स्वप्नातही येणार नाही. पूर्वीच्या स्नेहाचं रूपांतर शीतयुद्धात झालं आणि २० वर्षे चालत आलेल्या भागीदारीची सप्टेंबर १९६८ मध्ये पार वाताहत झाली. राहुल बजाज यांनी बजाज टेम्पोचा व फिरोदिया यांनी बजाज ऑटोचा राजीनामा दिला. फिरोदिया यांनी 'बजाज टेम्पो' वर कब्जा केला, तर बजाज यांच्याकडे 'बजाज ऑटो' राहिली. दोन्ही कंपन्यांची विक्री ७ कोटी होती.

दोन्ही कुटुंबातील संघर्षाबाबत बोलायचं उभयता टाळतात. "त्यांनी आमची कंपनी पळवली असं मला वाटतं. अर्थात या विषयी त्यांचीही काही बाजू असणारच," एवढंच काय ते या विषयावर राहुल बोलतात. फिरोदियाही इतकेच नाराज आहेत. त्यांच्या वाट्याला 'बजाज टेम्पो' ही कंपनी आली असली तरी 'बजाज ऑटो' आपल्याला मिळायला हवी होती असे त्यांना वाटते. त्या वेळी बाजारपेठेत ऑटो कंपनीची मक्तेदारी होती. टेम्पोच्या वाढीला तत्काळ वाव नसून ऑटोचे व बजाजचे भवितव्य मात्र उज्ज्वल होते. बजाज ऑटो तर आपणच उभारली असे त्यांचे मत होते.

राहुल बजाज हे बजाज टेम्पोत दाखल झाले व त्यानंतर थोड्याच काळात उभय कुटुंबियांच्या संबंधात बिघाड निर्माण होऊ लागला. असे या कुटुंबियांच्या एका स्नेह्याचे मत आहे. "यांच्यातील संघर्षाकडे योग्य दृष्टिकोणातून पाहायला हवे. बजाज ऑटो आणि बजाज टेम्पो या कंपन्यांची उभारणी करण्यात नवलमल फिरोदिया यांनी महत्त्वाची भूमिका पार पडली आहे. ते व त्यांचे बंधू एल. के. फिरोदिया हे उत्तम व्यवस्थापक असून दोन्ही कंपन्यांसाठी त्यांनी खूप काही केलं आहे असं बजाजही मान्य करतात. परंतु दरमहा ५०० रुपये पगारावर बच्छराज ट्रेडिंग कंपनीत फिरोदिया काम करीत होते याचा विसर पडू देता कामा नये. जेव्हा बजाज ऑटो व बजाज टेम्पो या कंपन्या सुरू करण्यात आल्या तेव्हा मॅनेजिंग एजन्सी कंपनीत एकचतुर्थांश शेअर्स फिरोदियांचे असले तरी टेम्पो व ऑटो कंपनीला भाग भांडवल बजाज यांनीच पुरवले. परंतु राहुल बजाज दाखल झाल्यावर बहुधा १९६७ च्या मध्यापासून बाजारातून शेअर्स खरेदी करून फिरोदिया बजाज

ऑटोतील आपले आर्थिक स्थान बळकट करू लागले. ही बाब बजाज यांच्या लक्षात आली. राहुल बजाज हे कंपनीचा व्यापार विभाग पाहात असल्याने शेअर्स हस्तांतरणासाठी जेव्हा त्यांच्याकडे गेले तेव्हा त्यांनी त्याला नकार दिला. संघर्षाचा माझ्या मते हा गाभा असावा.''

विभक्त होण्यापूर्वी 'बजाज ऑटो' वर कब्जा करण्याचा लढा प्रथम बोर्डरूममध्ये व नंतर शेअर बाजारात लढला गेला. फिरोदिया व बजाज यांच्यात शेअर्स मिळवण्यासाठी निकराची झुंजच लागली. बजाज ऑटोच्या इश्यूड भागभांडवलाच्या १०४२५० शेअर्सपैकी १३ टक्के शेअर्स सुरुवातीला फिरोदियांकडे होते. पण १९६८ च्या फेब्रुवारी अखेर त्यांनी २३ टक्के शेअर्स हस्तगत केले. बजाज यांच्याकडे २८ टक्के शेअर्स होते. त्यांनी ५१ टक्के शेअर्स मिळवले. आयुर्विमा महामंडळ व युनिट ट्रस्ट या वित्तीय संस्थांकडे असलेल्या महत्त्वपूर्ण चार टक्के शेअर्सवर कब्जा मिळवण्यासाठी उभयतात अटीतटीचा संघर्ष झाला. बाजारात शेअर्सची किंमत २६० रुपये होती. फिरोदियांनी प्रत्येक शेअरला २६२ रु. ५० पैसे देऊ केले. पण राहुल बजाज हे आक्रमक व धाडसी. दर शेअरमागे त्यांनी ४११ रुपये देऊ केले! आमच्याकडे उधळायला पैसे नाहीत असे सांगून फिरोदिया या लिलावातून बाहेर पडले.

बाकी बोर्डरूम, नंतर शेअर बाजारात रंगलेली ही लढाई अखेर थेट न्यायालयातच पोचली. राहुल बजाज यांना त्यांनी बाजारातून खरेदी केलेल्या शेअर्सचे हस्तांतरण करणे भाग पडावे म्हणून फिरोदिया यांनी सर्वोच्च न्यायालयात त्यांच्या बाजूने निर्णय दिला नाही. १९८८ मध्ये 'संडे ऑब्झर्व्हर'ला दिलेल्या एका मुलाखतीत राहुल बजाज यांनी 'बजाज टेम्पो' ही कंपनी एकेदिवशी बजाज उद्योग समूहाचा अविभक्त भाग बनेल' असा ठाम विश्वास प्रकट केला. 'तेव्हा कावळ्याच्या शापानं गाई मरत नसतात' असं प्रत्युत्तर फिरोदियांनी दिलं होतं.

सुमारे दोन दशकापूर्वी उभय कुटुंबात सुरू झालेला हा लढा अजून शमलेला नाही. चिखलफेक, कोर्टबाजी चालू आहे आणि आजही उभयतातील तणावाचा कधी स्फोट होईल याचा नेम नाही. याचे कारण हे उभयता वेगवेगळे झाले असले तरी प्रत्येकाकडे एकमेकांच्या कंपन्यातील शेअर्सचा मोठा वाटा आहे.

फिरोदियांकडे बजाज ऑटोचे २३ टक्के शेअर्स असल्यानं त्यांच्या परवानगीशिवाय राहुल बजाजना खास ठराव मंजूर करून घेता येईना आणि हाच मुख्य प्रश्न होता. परंतु १९९० च्या आरंभी फिरोदियांनी बजाज ऑटो कंपनीच्या महत्त्वाकांक्षी विस्तार प्रकल्पासाठी निधी उभारण्याकरिता आपल्या शेअर्सचा वाटा हळूहळू विक्रीला काढला. त्यामुळे बजाजवरील तणाव कमी झाला. बजाज टेम्पोतील आपले स्थान घसरत चालल्याची फिरोदियांना जाणीव झाली.

उभयता विभक्त झाल्यावर फिरोदियांनी बजाज टेम्पोमधील आपले शेअर्सचे प्रमाण नियोजनपूर्वक वाढवून १३ टक्क्यांवरून २६ टक्क्यांवर नेले. परंतु विस्तार योजनेमुळं त्यांना अनेकदा राइटस् इश्यू काढावे लागले. त्यामुळं त्यांचं होल्डिंग घटलं. १९९१-९२ मध्ये त्यांची परिस्थिती अल्पकाळ काहीशी डळमळीत झाली तेव्हा त्या संधीचा फायदा धनवान बजाज कुटुंबियांनी उठवला. त्यांचे बजाज टेम्पोत २३ टक्के शेअर्स होते. राहुल बजाज यांनी आणखी ३ टक्के शेअर्स मिळवले. त्यामुळं जर्मन्स, फिरोदिया व बजाज या प्रत्येकाचे शेअर्सचे प्रमाण २६ टक्के झाले. उरलेले २२ टक्के शेअर्स हे लोकात विखुरलेले होते. परंतु १९९३ मध्ये बजाज टेम्पोने शेअर्स काढले. डेल्मर बेन्झ कंपनीला फिरोदियांना आपले हक्क देण्यात त्यांचे मन वळवले त्यामुळं बजाज यांची संधी हुकली.

सध्या बजाज टेम्पोत फिरोदियांचे बहुधा ३६ टक्के, बजाज यांचे २६ टक्के व डेल्मर बेन्झ यांचे १६ टक्के शेअर्स असावेत. त्यामुळे बजाज टेम्पो (१९९५ साली एकूण विक्री ५६५ कोटी रु.) खरीदणे शक्य नाही असं राहुल बजाज मान्य करतात. असं असेल तर मग हे शेअर्स स्वतःकडे का ठेवायचे? त्यामागं त्यांचा हेतू काय? यावरचं बजाज यांचं उत्तर मार्मिक आहे. ते म्हणतात, "ती चांगली गुंतवणूक आहे, बजाज टेम्पो ही कंपनी फिरोदिया उत्तम चालवीत आहेत. त्यांची आतापावेतोची कामगिरी हेच दर्शविते. जेव्हा केव्हा मला शेअर्स विकावेसे वाटतील तेव्हा मला चांगलीच किंमत मिळेल. बजाज यांचा दृष्टिकोण व खासकरून शेअर्स रोखून धरण्याची त्यांची क्षमता यामुळे फिरोदिया यांना असुरक्षित वाटतं. जोवर ही भावना त्यांच्यात आहे व जोवर ती दूर करण्याची बजाज यांची इच्छा होत नाही तोवर या उभयतातील शीतयुद्धात काही विघ्न उत्पन्न होण्याचा संभव नाही. पियागिओ या इटलीच्या ॲग्नेलिस यांच्या स्कूटर कंपनीशीही बजाज यांचे असे ताणतणावपूर्ण संबंध आहेत. तुरीन येथील हा उद्योगसमूह म्हणजे प्रचंड, बडं प्रस्थच असून ते इतकं मोठं व सामर्थ्यवान आहे की कोणत्याही इटालियन सरकारला त्यांच्याकडं दुर्लक्ष करणं वा त्यांच्या हिताला बाधा येईल असं धोरण अंगीकारणं शक्य नाही असं 'द मनी मेकर्स' ग्रंथाचे लेखक डेव्हिड लोमॅक्स यांनी म्हटलं आहे.

१९६० च्या आरंभी भारतात स्कूटर्स उत्पादनाचा बजाज व पियागिओमध्ये करार झाला. युरोपात व्हेस्पा ही स्कूटर जेवढी लोकप्रिय होती तेवढीच ती भारततही होती. श्रीमंत आणि गरिबांनाही ही स्कूटर आवडली. तरुण ब्रिटिश डिझायनर सर टेरेन्स कॉनरॉन लंडनमधून व्हेस्पावरून भटकायचे, तर दिल्लीत कॉलेजला जाताना राहुल बजाजना आपल्या व्हेस्पामुळं आपली लोकप्रियता वाढते आहे असं वाटायचं. इंदिरा गांधी सरकारनं मुदतवाढ नाकारल्यानं या उभय कंपन्यांतील तांत्रिक करार १९७१ मध्ये संपुष्टात आला. एक प्रकारे हे वरदानच होतं असं काही

तज्ज्ञांचं मत आहे. राहुल यांच्या शिस्तबद्ध कडक धोरणामुळं कंपनीच्या बजाज चेतक व सुपर मॉडेल्सना भारतीय बाजारपेठेत मागणी येऊ लागली व त्या दंतकथा बनून गेल्या असं एका विशेषज्ञाचं मत आहे.

ज्या दिवशी करार अधिकृतरीत्या संपुष्टात आला त्या दिवशी पियागिओनं बजाजना पाठवलेल्या पत्रात अनेक वर्षांच्या अत्यंत मैत्रीपूर्ण सहकार्याबद्दल आभार मानले होते व बजाज ऑटोला भविष्यकाळ अत्यंत यशाचा जावो अशी शुभेच्छा व्यक्त केली होती. या पत्रावर १ एप्रिल - म्हणचे अखिल मूर्ख दिन! - ही तारीख होती हा विचित्र योगायोगच. कारण आमची डिझाइन्स बजाज यांनी चोरली असा दावा पियागिओनं एका दशकानंतर कॅलिफोर्निया येथील डिस्ट्रिक्ट कोर्टात गुदरला होता!

बजाज यांनी निर्यातीच्या आघाडीवर दिलेल्या धडकेमुळे पियागिओ बिथरले. जागतिक क्षेत्रात भूमिका वठवण्याची स्वप्नं आता पुण्याच्या स्कूटर सम्राटाला पडू लागली होती. १९७८ ते १९८१ या काळात बजाज ऑटोची निर्यात ६ कोटी ३५ लाखांवरून १३ कोटी ३२ लाखांवर गेली! त्यामुळं आनंदून गेलेल्या बजाज यांनी 'टाइम्स' या प्रख्यात अमेरिकन साप्ताहिकात जाहिरात मोहीम उघडली! बहुधा अशा जाहिराती करणारे ते पहिलेच कारखानदार असावेत.

परंतु महाकाय पियागिओच्या तुलनेनं बजाज कंपनी छोटी होती. पियागिओचं उत्पादन १९८१ मध्ये ९ लाख, ५ हजार वाहने इतकं होतं, तर बजाज ऑटोचं १ लाख, ५३ हजार. पियागिओची विक्री ६२६ अब्ज लिरा (त्या वेळच्या विनिमय दरानुसार ४७० कोटी रुपये) तर बजाजची विक्री ११६ कोटी रुपये होती.

पियागिओनं अमेरिका व पश्चिम जर्मनीत खटले भरल्यानं बजाजचा डामडौल उतरला. बजाजने मूळ आराखडे परत केलेले नाहीत आणि कराराचे उल्लंघन केलेले आहे तेव्हा त्यांना स्कूटर उत्पादनाचा हक्कच नाही असे इटालियनांचे म्हणणे होते.

"आम्हाला पियागिओ यांची मूक अनुमती होतीच," असा बजाज यांचा दावा होता, "नाहीतर आम्ही उत्पादन चालू कसं ठेवलं असतं? एके दिवशी उत्पादन बंद करावं लागेल आणि कोट्यवधी रुपयांची आपली गुंतवणूक वाया जाईल हे जर ठाऊक असतं तर आम्ही एवढी रक्कम कारखाना आणि यंत्रसामग्री उभारण्यात खर्च केली असती का? आणि जर आमचं कृत्य मान्य नसतं तर त्यांनी त्याचवेळी कारवाई का केली नाही? त्यासाठी ते दहा वर्षे का थांबले?" पियागिओच्या भारतातील वकिलांना हे म्हणणं फारसं रुचलं नाही. विदेशी कंपन्यांबरोबर केलेले करार भारतीय कंपन्यांनी पाळणं ही राष्ट्रीय महत्त्वाची बाब आहे. आपल्याला मोठ्या प्रमाणावर विदेशी तंत्रज्ञान हवं आहे. पण जर आपण कराराचा भंग करू लागलो तर त्यामुळं विश्वासार्हता कशी राहणार?

राहुल बजाज हे म्हणणं फेटाळून लावताना म्हणतात, "जिनेव्हा इथं काढलेला आठवडा मला अद्याप आठवतो. त्या वेळी एका कराराला अंतिम रूप दिलं जात होतं. काहीही मोबदला व फी न आकारता तसेच आमच्या कंपनीत इक्विटी न मागता त्यांच्या स्कूटर्स व तीनचाकी वाहनांचे आराखडे द्यायला ते तयार होते. त्याच्या मोबदल्यात आमची वाहने जगभर निर्यात करण्याचे हक्क त्यांना देण्यात येणार होते. पुढील दहा वर्षांसाठी दर वर्षाकरिता त्यांनी किमान किती निर्यात करावयाची हे आम्ही ठरवलं. एका मुद्द्यावर आमचं बोलणं खुंटलं. संशोधन व विकास याबाबत आम्हाला त्यांचं सहकार्य हवं होतं पण त्याला ते तयार होईनात. तेव्हा आम्ही करार न करण्याचे ठरवले. तेही १९७१ सालच्या प्रमाणे, सामोपचारानं. त्यानंतर आमची निर्यात वाढली. परंतु ती चिमूटभर असली तरी त्याचा पियागिओला धोका वाटला."

आपली बाजू मांडण्यासाठी बेकर मॅकेन्झ या आंतरराष्ट्रीय कायदा कंपनीला बजाज यांनी नेमलं. त्यांची फी १० लक्ष डॉलर्स होती. एखाद्या भारतीय कंपनीच्या दृष्टीनं ही रक्कम त्याकाळी खूपच मोठी होती.

स्कूटरचं हे महायुद्ध फुसकंच ठरलं. पियागिओनं अमेरिकेत न्यायालयाबाहेर सामोपचारानं हे प्रकरण मिटवण्याची तयारी दर्शवली. लक्षावधी डॉलर्स नुकसान भरपाई म्हणून मिळावी ही मागणी कमी करून ५० हजार डॉलर्स मिळावेत अशी मागणी करण्यात आली. पण बजाज काही त्यापुढं नमले नाहीत. पियागिओच्या डिझाइन्सच्या बजाज स्कूटर्स अमेरिकेत विकणार नाही एवढंच आश्वासन बजाजनं दिलं. एवीतेवी अमेरिकेत स्कूटर्सना मागणी नव्हतीच. जर्मनीत खालच्या कोर्टात बजाज ऑटोच्या विरुद्ध निर्णय दिला गेला. परंतु सुप्रीम कोर्टात त्यांच्या बाजूनं निकाल लागला.

बजाज हरले नाहीत पण जिंकलेही नाहीत. राहुल बजाज म्हणतात, "कोर्टातलं प्रकरण चार-पाच वर्षे चाललं होतं व त्या काळात आमच्या निर्यातीला फटका बसला. याबाबतीत पियागिओचा हेतू सफल झाला. इंडोनेशिया आणि तैवानला होणारी आमची निर्यात मात्र थांबली नव्हती. त्या वेळी या आमच्या दोन मोठ्या बाजारपेठा होत्या. नंतर स्थानिक, राजकीय व आर्थिक कारणांमुळे ही निर्यात थांबली."

"पत्रकारांना एखादी गोष्ट नाट्यमय करायला आवडतं. परंतु खर सांगायचं तर आमच्या मनात द्वेषाची भावना नव्हती. तो एक गंभीर व्यापारी संघर्ष होता. मी त्यांच्या जागी असतो तर असंच केलं असतं." असंही ते म्हणतात. आपल्या मार्गात पियागिओ आपली स्कूटर दामटत असून आपण त्याबद्दल काहीच करू शकत नाही याचं शल्य राहुल बजाजना वाटत होतं.

१९९० च्या दशकाच्या मध्याला हलक्या व्यापारी वाहन (लाइट कमर्शिअल

व्हेइकिल - एल.सी.व्ही) उद्योगांवरील निर्बंध सैल करण्यात आले व सरकारने दोन चाकी वाहन क्षेत्रात नव्या गुंतवणुकीला परवानगी दिली. त्यामुळं परकीय गुंतवणुकीची जणू लाटच आली. पियागिओ टपून बसलेले होतेच. त्यांनी लोहिया मशिन्स (ही कंपनी एलएमएल नावानं ओळखली जायची) आणि आंध्रप्रदेश स्कूटर्स या दोन कंपन्यांशी तांत्रिक करार केले. त्यामुळं राहुल बजाज नाराज झाले व आजही आहेत. आमच्यापाशी अधिक चांगलं तंत्रज्ञान, अधिक चांगलं वाहन व भारतीय ग्राहकाच्या दृष्टीनं अधिक लाभाचा ठरणारा सौदा आहे असा पियागिओचा दावा होता. बजाज म्हणतात, "ते जर एवढे चांगले असते तर अमेरिका व जर्मनीत आमच्यावर ते सहज मात करू शकले असते. मग त्यांनी कोर्टाचा आधार का घेतला? पण शेवटी तेही धंद्यात आहेत व आम्हीही आहोत. त्यांना पुन्हा भारतात प्रवेश करण्यास परवानगी दिली याबद्दल माझा राग केंद्र सरकारवर होता. त्यामुळं माझं रक्त तापलं. सरकारचं नवं धोरण चुकीच होतं. मी काही त्यांच्या स्पर्धेला घाबरत नव्हतो. आणि ते कालांतरानं सिद्धही झालं. 'भारतीय निर्यातदारांविरुद्ध असलेले खटले आधी काढा व मगच भारतात या' असं त्यांना सरकारनं सांगायला हवं होतं.'

१९८९ च्या ऑक्टोबरमध्ये काहीतरी दिलजमाई होण्याची चिन्हं दिसू लागली. पियागिओंना आपल्या मायदेशात जपान्यांशी संघर्ष द्यावा लागत होता. लोहिया मशिन्स कंपनी धड चालत नव्हती. या कंपनीत गुंतवणूक करणं खरंच शहाणपणाचं होतं का अशी शंका त्यांना वाटू लागली. प्रख्यात उद्योगपती गियानी अग्नेलींचे पुतणे फियाट साम्राज्याचे वारस व पियागिओचे उपाध्यक्ष गिवोवाग्नी अल्बर्टो अग्नेली यांनी येथील पियागिओच्या पुस्तकालयात बजाज व त्यांच्या पथकाशी महत्त्वाची बोलणी करण्यासाठी गुप्त भेट ठरवली. एकमेकांच्या कंपनीत १० टक्के 'क्रॉस होल्डिंग' असावं असा मुद्दा होता. तसंच सुट्या भागांच्या निर्मितीसाठी सहकार्य करणे आणि जर्मन न्यायालयातच बरीच वर्षे चाललेले युद्ध समाप्त करावे हेही मुद्दे वाटाघाटीत होते.

परंतु पूर्वीप्रमाणेच या वाटाघाटी फिसकटल्या. दरम्यान लोहिया मशिन्सची स्थिती आणखीच खालावली. त्यांची प्रतिमा सुधारण्यासाठी पियागिओने १९९० साली ८ कोटी रुपयांची २५.५ टक्के इक्विटी घेतली. परंतु हे ताजं इंधनही लवकरच संपलं. १९९३ साली लोहिया मशिन्सचा तोटा ३६ कोटी रुपयांवर पोचला. 'बजाजच्या वाढच्या विक्रीला खीळ घालण्याचा पियागिओनं प्रयत्न केला खरा, परंतु त्यात त्यांचेच हात पोळले' असं बिझिनेस इंडियानं लिहिलं. १९९३ च्या सप्टेंबरमध्ये तिसऱ्यांदा समेटाचा निष्फळ प्रयत्न करण्यात आला. तुरीनहून अग्नेली पुण्याला आले. सिंघानियांऐवजी दुसऱ्या भागीदाराच्या शोधात पियागिओ कंपनी होती. बजाज या प्रस्तावाचा विचार करील काय? असा त्यांचा प्रश्न होता.

परंतु त्याऐवजी पूर्वीचाच '१० टक्के क्रॉस होल्डिंग असावे' या सूचनेवर पुनर्विचार करावा असा आग्रह बजाज यांनी धरला. बोलणी यशस्वी होण्याच्या टप्प्यात होती. परंतु क्रॉस होल्डिंगचे प्रमाण वाढविण्याची भाषा पियागिओ करू लागले. लोहिया मशिन्स मागत असलेली किंमत अचानक फार मोठी वाटू लागली. जादा इक्विटीची पियागिओची मागणी बजाजने मान्य केली असती तर त्यामुळं त्यांची दुबळी बाजू उघड झाली असती. १९९३ मध्ये बजाज ऑटोच्या ३७ कोटी भाग भांडवलापैकी ५१ टक्के बजाज कुटुंबाकडे, साधारणतः १० टक्के कंपनी विक्रेत्यांकडे आणि सुमारे २० टक्के फिरोदियांकडे होते. बजाज यांनी १० टक्क्यांहून अधिक शेअर्स देऊ केले असते आणि पुढं जर पियागिओशी बिनसले असते तर त्याचा वापर त्यांचा शत्रू करू शकण्याचा संभव होता.

संधीचा वास येताच भारतीय उद्योगपतींची इटलीला रीघच लागली. त्यात एस्कॉर्टस्‌चे उपाध्यक्ष राजन नंदा हे करार करण्यात यशस्वी होणार असं एका क्षणी वाटत होतं. परंतु शेवटी सिंघानियांची साथ न सोडण्याचं पियागिओनं ठरवलं. अजूनही ॲग्नेली व बजाज परस्परांवर बारीक नजर ठेवून असल्यानं हे प्रकरण अजून सुरूच आहे.

बजाज यांच्यावर मात करणं अशक्य

आकुर्डी व वाळुंज (औरंगाबाद नजीक) येथील उत्पादनाच्या अत्याधुनिक सोयी पाहिल्या की या कंपनीला सरकारी छळाला तोंड द्यावं लागलं यावर विश्वासच बसत नाही. विशेषतः १९७० व १९८० दशके त्यांना कठीण गेली. बजाज कुटुंबाचा १९२० पासून कॉँग्रेस पक्षाशी निकटचा संबंध होता. परंतु १९६९ मध्ये पक्षात फूट पडली तेव्हा कमलनयन बजाज यांनी इंदिरा गांधींची साथ सोडली व तेव्हापासून हे संबंध वितळून गेले. बजाज ऑटोची मक्तेदारी असल्यानं समाजवादाच्या तत्त्वाचा आधार घेऊन इंदिरा गांधी सरकारने कंपनीच्या विस्तार योजना ठामपणे फेटाळून लावल्या.

"माझं रक्त तापून उठे. देशाला दुचाकी वाहनांची गरज होती. बजाज स्कूटर मिळवण्यासाठी दहा वर्षे प्रतीक्षा करावी लागे. तरीही मला विस्तार करायला परवानगी नव्हती. हा कसला समाजवाद?" असा सवाल राहुल बजाज करतात.

बजाज नेहमी कॉँग्रेसलाच मत देत आले. पण राहुल बजाज यांनी आर्थिक धोरणावर कडक प्रहार केल्यामुळं त्याची किंमत त्यांना मोजावी लागली. "वरवर पाहता नेहरू- गांधी घराण्याशी संबंध सलोख्याचे असले तरी तुम्ही समजता त्या प्रकारचे हे संबंध नव्हते. स्वातंत्र्य संग्रामात आम्ही होतो हे खरं. परंतु त्या ओळखींचा आम्ही आमच्या व्यवसायासाठी फायदा उठवला नाही. इतरांनी लाभ

उठवलाही असेल. ते काहीही असलं तरी अशा संबंधाचा त्या वेळच्या सरकारशी मग ते इंदिरा गांधींच्या नेतृत्वाखालील काँग्रेस सरकार असो वा १९७९ मध्ये आकुर्डीत संप झाला तेव्हा मोरारजी देसाई यांच्या नेतृत्वाखालचं जनता सरकार असो - काही देणंघेणं नव्हतं.''

धनशक्तीचं काय? असं विचारता ते म्हणतात, ''पैसे देऊन काही परवाने मिळाले असतेही. परंतु कोणा मंत्र्याला वा कोणा ज्येष्ठ सनदी अधिकाऱ्याला परवाना मिळवण्यासाठी एक दमडीही मी दिलेली नाही,'' असं ताठर धोरण राखूनही बजाज ऑटोची प्रगती झाली. पहिल्या वर्षात (१९६२) या कारखान्यात ३९९५ स्कूटर्सचं उत्पादन झालं, उत्पादनाच्या भारतीयकरणाची प्रक्रिया त्यांनी चालू ठेवली. त्यामुळं पियागिओंशी सहकार्य चालू ठेवण्यास इंदिरा गांधी सरकारनं नकार दिला तरी कारखाना टिकाव धरून राहिला. १९७१ मध्ये बजाज स्कूटर पूर्णतः भारतीय बनली, त्यात इटलीहून आयात केलेला एकही भाग नव्हता. १९९४ पासून दरवर्षी १० लक्ष स्कूटर्सचं उत्पादन हा कारखाना करीत आहे.

बजाज ऑटोच्या या यशोगाथेचं बव्हंशी श्रेय राहुल बजाज यांना आहे हे सारेच मान्य करतात. १९७० मध्ये मॅनेजिंग एजन्सी पद्धत रद्द केल्यावर राहुल बजाज व्यवस्थापकीय संचालक बनले आणि वडिलांच्या मृत्यूनंतर १९७२ मध्ये कंपनीचे अध्यक्ष झाले. त्यांनी बजाज स्कूटर इतकी लोकप्रिय केली की तिचा मोठ्या प्रमाणात काळाबाजार होऊ लागला. चेतक किंवा सुपर स्कूटर मिळालेल्या ग्राहकाला लगेच स्कूटर विकायची असेल तर दुप्पट किंमत येई. प्रतीक्षा यादी डावलून अग्रक्रमानं स्कूटर देण्यासाठी विक्रेते अनधिकृतपणे भरमसाट जादा पैसे घेत. मध्यमवर्गीय कुटुंबात हुंडा म्हणून अजूनही बजाज स्कूटरची मागणी केली जाते. भारतीय चित्रपटात सध्याच्या संगणकीय निर्मित पाठलाग दृश्यांइतकीच स्कूटरवरून पाठलाग करण्याची दृश्ये वीस वर्षापूर्वी लोकप्रिय होती.

या परिस्थितीचा फायदा बजाज यांनी उठवला नाही. किंमत वाढवायची नाही हे नैतिक मूल्य त्यांनी पाळले. बालपणी मिळालेली गांधीवादाची शिकवण ते विसरले नव्हते. ''ग्राहकाला शक्य तितक्या कमी किंमतीत उत्कृष्ट माल विकायला हवा आणि कामगाराला उचित वेतन मिळायला हवे ही उद्योगातील नैतिकतेची मुख्य तत्त्वे आहेत.'' असं आग्रही प्रतिपादन ते करतात. आपल्या सामर्थ्यशाली स्थितीचा बजाज यांनी गैरफायदा उठवला नाही हे सरकारने मान्य केलं पण तरीही उत्पादनावरचे निर्बंध शिथिल करण्यास नकार दिला. पूर्वी स्कूटर्स लिमिटेड व ऑटोमोबाईल प्रॉडक्टस् ऑफ इंडिया सारख्या स्पर्धकांनी जोरदार लॉबिंग केल्यानं बड्या उद्योगांच्या शक्तीबद्दल सरकारी वर्तुळातील अस्वस्थता वाढली.

'परवाना राज'चा तो काळ बजाज यांच्या दृष्टीने अग्निदिव्याचा व अत्यंत

कठीण होता. ''एखाद्या परवान्यासाठी दिल्लीत पाठपुरावा करत राहणं किती कठीण असतं हे मला ठाऊक आहे. त्यातून कोणा मूर्खाला काही बिदागी हवी असते व त्यामुळं तो सारा प्रकल्पच रखडवतो, विलंब लावतो. जादा उत्पादन केल्याबद्दल शासन करणारा भारत हा जगात बहुधा एकमेव देश असावा.'' अशा नियमांची बजाज टर उडवितात. ''माझे पालक स्वातंत्र्यांदोलनात तुरुंगात गेले तसा मी जादा उत्पादन केल्याबद्दल कारावास भोगायला तयार आहे असं मी म्हणाल्याचं वारंवार म्हटलं जात असलं तरी प्रत्यक्षात मला कधी शासन झालं नाही हे सुदैवच.'' असं राहुल बजाज सांगतात.

मोठ्या उत्पादनविस्तार योजनेला जनता सरकारच्या काळात (१९७७-७९) परवानगी मिळाली हे विशेष. त्यावेळचे उद्योगमंत्री जार्ज फर्नांडिस यांनी उत्पादन दुपटीने वाढवून ते १ लाख, ६० हजार करण्याची संमती दिली. उत्पादनवाढीला मिळालेल्या या परवानगीमुळं अनेकांच्या भिवया प्रश्नार्थक उंचावल्या. राहुल बजाज हे काँग्रेसवाले असून त्यांची शरद पवार यांच्याशी खास दोस्ती आहे हे सर्वांनाच ठाऊक होते. काँग्रेसने अनेक वर्षे परवानगी रोखून ठेवली असताना ती जनता सरकारने का दिली? त्यात काही देवाणघेवाण होती का?

''फर्नांडिस यांच्याविषयी अफवांना ऊत आला. फर्नांडिस हे वीरेन शहा यांचे दोस्त. आणीबाणी संपण्यापूर्वी (१९७५-७७) बडोदा डायनामाईट खटला प्रकरणी फर्नांडिस यांना अटक करण्याचं वॉरंट निघालं होतं. आपण फर्नांडिस यांना आश्रय दिला नव्हता, परंतु भूमिगत असताना ते कोठे आहेत याची आपल्याला कल्पना होती आणि आंतरराष्ट्रीय वृत्तपत्रांच्या प्रतिनिधींच्या त्यांच्याशी मुलाखती आपण ठरवल्या होत्या, असं शहा मान्य करतात. आणीबाणीतील अतिरेकी कृत्याबद्दल आंतरराष्ट्रीय पातळीवर नाराजीचे प्रतिसाद उमटले व इंदिरा गांधी यांनी १९७७ मध्ये निवडणुका घेतल्या. त्यात त्यांचा पराभव झाला व जनता सरकार सत्तेवर आले. तेव्हा फर्नांडिस हे उपकारांची परतफेड करत होते काय?

''हा आरोप अगदीच हास्यास्पद आहे,'' असं वीरेन शहा म्हणतात, ''जॉर्ज फर्नांडिस काही तत्त्वं पाळणारे आहेत. देशात जादा उद्योग, जादा कारखाने निर्माण झाले पाहिजेत. असं मानणारे ते आहेत. त्यांनी घेतलेले निर्णय पाहिले तर त्यांच्या काळात अनेक कंपन्यांना विस्तार करण्याची अनुमती दिल्याचे आढळून येईल.'' शहा काहीही म्हणत असले तरी कोकाकोला व आयबीएमसारख्या कंपन्यांना भारताच्या बाहेर घालवून आंतरराष्ट्रीय उद्योगाला अलग करणे तसेच भारतीय उद्योगांची उंदरांशी तुलना करणे, यासाठी फर्नांडिस जास्त ओळखले जातात.

बजाज ऑटोला दुसऱ्यांदा विस्ताराची संमती मिळाली ती ७ ऑक्टोबर १९८२ रोजी. त्या वेळी अर्थव्यवस्था खुली करावी असे राजीव गांधींचे मत होते

व त्याला मान्यता देण्यास इंदिरा गांधींनी नुकतीच सुरुवात केली होती. "औद्योगिक परवाना पद्धत राजीव गांधी नष्ट करू शकले नाहीत. पण आम्हाला हवे तेवढे परवाने त्यांनी दिले." बजाज म्हणाले. त्या वेळचे उद्योगमंत्री नारायणदत्त तिवारी यांनी वाळुंज येथे ३ लक्ष स्कूटर्स उत्पादन क्षमतेचा प्रकल्प उभारण्यास मंजुरी दिली. दोन अब्ज रुपये खर्चाचा हा कारखाना अवघ्या १४ महिन्यात उभारण्यात आला. ५ नोव्हेंबर १९८५ रोजी राष्ट्रपती ग्यानी झैलसिंग यांच्या हस्ते त्याचे उद्‌घाटन झाले. त्यानंतर तीन वर्षात राजीव गांधींच्या कारकीर्दीत या कारखान्याची उत्पादन क्षमता वाढवून ती थेट १० लाखावर नेण्यात आली.

"शेवटची मंजुरी अगदी वेळेवर मिळाली. गेल्या दशकात स्थानिक व आंतरराष्ट्रीय पातळीवरील स्पर्धा वाढत होती. त्यामुळं जागतिक स्तराचा प्रचंड कारखाना असणं बजाज ऑटोला फायद्याचं होतं. त्याच्या या मोठ्या आकारामुळं आर्थिक गणित परवडणारं होतं. इतरांपेक्षा आमच्या स्कूटर्स या २० टक्के स्वस्त असतात आणि आम्हाला नफाही २० टक्के होतो." असं बजाज सांगतात.

राजकीय सूड

या प्रचंड नफ्यावर सरकारी खात्याचं बारीक लक्ष असतं. सरकारला उचित भरणा केला जात नाही अशी शंका त्यांना दोनदा आली व त्यामुळं धाडी ठाकण्यात आल्या. आणीबाणीच्या काळात १८ मे १९७६ रोजी पहिली धाड टाकण्यात आली. पण ती केवळ बजाज ऑटोपुरतीच मर्यादित होती. त्या वेळी विश्वनाथ प्रताप सिंग हे अर्थमंत्री होते. दोन्ही वेळेला धाड टाकणाऱ्या कुटुंबाची लक्तरे होण्याऐवजी राजकीय कारणासाठी उद्योगपतींना छळण्यात येत आहे अशी टीका झाली.

वर्षानुवर्षे बजाज काँग्रेसला मत देत असले तरी या दोन्ही वेळेस काँग्रेस प्रशासनानेच या धाडी टाकण्यास अनुमती दिली होती. तेव्हा ते श्रीमती इंदिरा गांधी यांच्या मर्जीतून का उतरले? १९७६ साली देशभरातील बजाज यांच्या ११४ कार्यालयांवर आयकर खात्याच्या ११०० अधिकाऱ्यांनी एकाच वेळी धाडी का टाकल्या? राहुल यांच्या ८४ वर्षांच्या आजी जानकीदेवी यांनाही त्यांनी प्रश्न का विचारले? १९४२ मध्ये जमनालाल बजाज यांचे निधन झाल्यानंतर जानकीदेवी वर्धा येथील एका आश्रमात राहात होत्या.

त्यानंतर दीड वर्षांनी आणीबाणीतील अत्याचारांबरोबर नेमलेल्या शहा आयोगापुढं राहुल व त्यांचे चुलते रामकृष्ण (१९२३ ते १९९४) यांनी या धाडीबद्दल शंका व्यक्त केल्या होत्या. आयोगाला वाचून दाखवलेल्या आपल्या लेखी निवेदनात रामकृष्ण बजाज यांनी या धाडी म्हणजे राजकीय सूडाचा प्रकार होता असा आरोप केला. इंदिरा गांधींनी १९६६ साली सर्वप्रथम पंतप्रधानपदी दावा सांगितला तेव्हा

आपले बंधू कमलनयन यांनी विरोध केला होता. तेव्हापासून गांधी घराण्याशी असलेले आमचे संबंध बिघडत गेले असे कमलनयन यांनी साक्ष देताना सांगितले, "जे आपल्याबरोबर नाहीत ते विरोधातच आहेत अशी आधीच्या सरकारची भूमिका असल्याने आमचे कुटुंब त्यांच्या विरोधात आहे असा ग्रह त्यांनी करून घेतला."

दिल्लीतील विश्वयुवक केंद्राचे रामकृष्ण हे व्यवस्थापकीय विश्वस्त होते. सरकारला हे केंद्र ताब्यात घेऊ देण्यास रामकृष्ण बजाज यांनी विरोध केल्यानं ते मर्जीतून उतरले होते. बडोदा डायनामाईट खटल्यातील एक आरोपी असलेले वीरेन शहा हे बजाज यांचे भागीदार आहेत यामुळंही परिस्थितीत काहीही फरक पडला नाही. आदरणीय समाजवादी, स्वातंत्र्यसैनिक जयप्रकाश नारायण (१९०२ - १९७९) यांनी आणीबाणीचा निषेध केला व तिचा विरोध करावा असे आवाहन मृत्यू शय्येवरून जसलोक रुग्णालयातून केले होते. तेव्हापासून तर बजाज कुटुंबाचे व गांधी घराण्याचे संबंध पारच बिघडले. नारायण व बजाज यांच्यातील संबंध चांगले होते व आणीबाणीच्या काळात बजाज कुटुंबातील अनेक सदस्य रुग्णालयात जाऊन नारायण यांना भेटत असत. त्यामुळं हे कुटुंब आपल्या विरोधात आहे या इंदिरा गांधींच्या मताला पुष्टीच मिळत होती.

त्यात आणखी तेल ओतलं गेलं ते आचार्य विनोबा भावे यांच्याशी असलेल्या बजाज कुटुंबाच्या संबंधामुळं. रामकृष्णाचे मेव्हणे श्रीमन नारायण यांनी जानेवारी १९७६ मध्ये आचार्य विनोबा भावे यांच्यासाठी एक संमेलन भरवले होते व त्यासाठी बजाज समूहाने अंशतः निधी पुरवला होता. विनोबा भावे यांनी मुळात आणीबाणीला अप्रत्यक्ष पाठिंबा दर्शविला होता. परंतु या संमेलनाचा वापर त्यांनी आणीबाणीला विरोध करण्यासाठी केला. आणीबाणी रद्द करावी व सर्व राजकीय स्थानबद्धांची सुटका करावी अशी मागणी त्यांनी या संमेलनात बोलताना केली. जेव्हा दुसऱ्या संमेलनाची तयारी सुरू झाली तेव्हा ते रद्द करण्याचा वा पुढे ढकलण्याचा गांधी सरकारनं प्रयत्न केला. त्या वेळी श्रीमन नारायण व विनोबा भावे यांचे मन वळवावे म्हणून एका मित्रानं आपल्याशी कसा संपर्क साधला होता हे शहा आयोगापुढं रामकृष्ण बजाज यांनी सांगितलं तेव्हा त्या दालनातील श्रोते अवाक्‌च झाले. रामकृष्ण बजाज यांनी असं करणं उचित होणार नाही असं सांगून तेव्हा नकार दिला होता. सरकारला त्याचं आश्चर्य वाटलं नव्हतं.

बजाज यांच्या साक्षीनं आयकर खात्यात खळबळच माजली. न्या. शाह यांनी प्रश्नांची सरबत्ती केली तेव्हा थोडं फार सत्य बाहेर आलं. त्या वेळी सेंट्रल बोर्ड ऑफ डायरेक्ट टॅक्सेसचे अध्यक्ष असलेले एस.आर. मेहता यांच्या दिशेनं संशयाची सुई दिसू लागली. देखरेख खात्याच्या एका उपसंचालकाला बजाज उद्योगसमूहाबद्दल गैरप्रकारांची माहिती गोळा करण्यासाठी मार्च ७६ मध्ये मुंबईत पाठवण्यात आलं होतं. त्याची

मोहीम अयशस्वी ठरली. परंतु त्यानं दिलेला सल्ला धुडकावून लावून तपासणी विभागाचे संचालक हरिहर लाल यांनी धाडी घालण्याचे आदेश दिले. बजाज यांच्या विरुद्धच्या या मोहिमेतील उणिवा, गलथानपणा त्यामुळं उघड झाला. तरीही नेमका कोणी व केव्हा धाडींचा आदेश दिला याबद्दल खरी माहिती बाहेर आली नाही.

रूपा बजाज यांचा याबद्दलचा तर्क वेगळा आहे. त्या म्हणतात, ''राहुल अहमदाबादला गेला होता व तेथे एका सभेत बोलताना त्यानं संजय गांधींवर टीका केली व त्याच्याविरुद्ध काही विधानं केली होती. त्यामुळं आमच्यावर धाडी टाकण्यात आल्याचं आम्हाला सांगण्यात आलं. अर्थात या तर्काला कधी पुष्टी मिळाली नाही.'' याबद्दल राहुल बजाज यांचं काही निश्चित म्हणणं नाही. ''ही सारी अनुमानं आहेत. नक्की काय झालं याबद्दल आम्हाला ठाऊक नाही. शाह आयोगापुढं संबंधित आयकर अधिकाऱ्यांनी या धाडीचं समर्थन करता येण्यासारखा पुरावा नाही असं स्पष्ट केलं. आम्ही आणीबाणीच्या विरोधात होतो हे तर सर्वज्ञातच होतं.''

१९७६ च्या धाडीमागे राजकीय सूडबुद्धी असेल तर १९८५ मधील धाडींमागे त्याहूनही अधिक दुष्ट हेतू होता. विश्वनाथ प्रताप ऊर्फ 'मि. क्लीन' सिंग हे राजीव गांधींच्या सरकारमध्ये अर्थमंत्री होते व त्यांनी या धाडी घालण्याचे आदेश दिले होते. उद्योगक्षेत्रात स्वच्छतेची मोहीम त्यांनी काढली होती व त्याचाच भाग म्हणून बजाज ऑटोवर आयकर खात्याने छापे घातले होते. या धडक मोहिमेत ६००० धाडी घालण्यात आल्या, एक लाख निवासस्थानांची झडती घेण्यात आली व सुमारे पाच लक्ष जणांच्या जबान्या घेण्यात आल्या.

याबाबत आपला दृष्टिकोण पूर्णतः निष्पक्षपाती आहे हे दिसावं म्हणून पुण्याचे द्रष्टे उद्योगपती शंतनुराव किर्लोस्कर ते डॉक्टर, वकील, चित्रपट तारे, अमली पदार्थाचा धंदा करणारे आणि तस्कर यांच्यावरही धाडी घालण्यात आल्या. व्ही. पी. सिंग यांच्या मोहिमेत डायरेक्टोरेट ऑफ रेव्हेन्यू इंटिलिजन्स, डायरेक्टोरेट ऑफ एन्फोर्समेंट व डायरेक्टोरेट ऑफ ॲन्टी इव्हेजन यांचे अधिकारी सामील झाले होते. त्यांची अतिव्यापक मोहीम व वृत्तपत्रातून झळकलेल्या अवमानकारक बातम्या यामुळं एकूणच उद्योगपती, व्यापारीवर्ग आधी बधिर, सुन्न झाला. पण नंतर एकच खळबळ उडाली. नाराजी व निषेधाच्या गर्जनांनी वातावरण दुमदुमून गेलं आणि अखेर याची परिणती व्ही. पीं. सिंग यांची अर्थमंत्रिपदावरून संरक्षणमंत्रिपदावर बदली होण्यात झाली. (२४ जानेवारी १९८७)

बजाज ऑटोवर आयकर खात्याच्या धाडीचे वृत्त देशभर पसरले तेव्हा त्यावर कोणाचा विश्वास बसेना. ''कंपनीचे स्थान प्रभावी असूनही त्याचा कधीही त्यांनी गैरवापर केलेला नाही.'' असं प्रशस्तीपत्र सरकारनंच या कंपनीला दिलेलं होतं आणि त्यानंतर आता मात्र ही कंपनी आयकरात बनवाबनवी करत आहे असा

सरकार दावा करत होतं! बजाजच्या वाहनांना अव्वाच्या सव्वा प्रीमियम पडतो यावर सरकारचा सारा भर होता. बजाज ऑटो सुमारे ३३ हजार तिचाकी वाहनांचे उत्पादन करत होते व त्यावर १० ते २० हजार रुपये जादा प्रीमियम घेतला जात होता. त्यामुळं कमी उत्पन्न दाखवायला भरपूर वाव होता असं सरकारचं म्हणणं होतं.

पाटणा येथील एका बजाज विक्रेत्यावर धाड घातली असता डुप्लिकेट नोंदीची वही आढळली होती व त्यात कंपनीच्या एका वरिष्ठ अधिकाऱ्याला १२ लाख रुपये दिल्याची नोंद होती. त्यामुळं संशय निर्माण झाल्याचं सरकारी अधिकाऱ्यांचं म्हणणं होतं. या धाडीचा अहवाल अर्थमंत्रालयात पाठविण्यात आला व त्यांनी पुढील तपास करण्याचे आदेश दिले होते. त्या वेळी उत्तर प्रदेशातून नुकतेच मुंबईत बदली झालेल्या डायरेक्टर ऑफ इन्व्हेस्टीगेशनचे डी. एन. पाठक यांच्याकडे तपास सोपवण्यात आला. सुमारे पाच महिने पाठक यांच्या पथकानं बजाज विक्रेत्यांची माहिती गोळा केली. धाड घालण्यापूर्वी एक दिवस आधी एका शाळा शिक्षकांनी व उपसंचालकांनी (इंटेलिजन्स) बजाज कारखान्याला भेट दिली. कारखान्याच्या प्रवेशद्वारावर व महत्त्वाच्या ठिकाणांवर त्यांची नजर होती. पुण्याच्या आयकर आयुक्तांना एक सीलबंद लखोटा पाठवण्यात आला होता. त्यात तुमच्या कचेरीतील १०० कर्मचारी तयार ठेवा. तसेच बसेस व टॅक्सीजची सोय करण्याची विनंती करण्यात आली होती. १७ डिसेंबरला सकाळी ७.४५ वाजता पुणे व मुंबईतील २८५ आयकर अधिकारी ६५ ठिकाणी धाडी घालण्यासाठी रवाना झाले. पाठक यांनी १०१ सर्च वॉरंटवर स्वाक्षऱ्या केल्या होत्या.

बजाज यांच्या निवासस्थानी अधिकारी पोचले तेव्हा ते घरी नव्हते. आदल्याच रात्री ते मुंबईला रवाना झाले होते. ही माहिती आपल्याला आधी कशी मिळाली नाही या विचारानं अधिकाऱ्यांचा चडफडाट झाला. पण त्यांनी तत्काळ मुंबईला फोन करून तेथील अधिकाऱ्यांना पेडर रोडवरील 'माउन्ट युनिक' या गगनचुंबी इमारतीतील बजाज यांच्या निवासस्थानी अधिकाऱ्यांचे पथक तातडीने पाठवण्यास सांगितले. बजाज भेटले की नाही अशी विचारणा करण्यासाठी पुण्याहून मुंबईला वारंवार फोन होत राहिले. अखेर बजाज आपला अत्यंत लाडका 'उद्योग' करताना म्हणजे फोनवर बोलताना आढळले. अधिकाऱ्यांची ओळख पटल्यावर नरिमन पॉइन्ट येथील 'बजाज भवन' मधील कार्यालयात चलण्याची 'विनंती' त्यांनी केली. तेथे सहा तास त्यांची जबानी घेण्यात आली.

राहुल बजाज, त्यांचे अधिकारी व विक्रेते यांच्या घरी, कार्यालयात आणि बँक लॉकर्स यांची झाडाझडती घेतल्यावर अधिकाऱ्यांनी पत्रकार परिषद घेतली. बेहिशेबी रोख २० लाख रुपये, ८० लाख रुपये किंमतीचे जडजवाहिर व अन्य वस्तू, १५०० अमेरिकन डॉलर्स व अन्य परकीय चलने मिळाल्याचे मोठ्या विजयी मुद्रेने अधिकाऱ्यांनी

जाहीर केलं. संबंधित व्यक्तींनी जप्त केलेला माल हे आपले दडवून ठेवलेले उत्पन्न व संपत्ती आहे असं कबूल केल्याचे 'प्रसिद्धी पत्रकात' नमूद केले होते. आश्चर्य म्हणजे या 'प्रसिद्धी पत्रकात' कोणाच्याही नावाचा मात्र उल्लेख नव्हता.

आयकर खात्याच्या पत्रकाला उत्तर देणारं पत्रक राहुल बजाज यांनी काढलं. बजाज ऑटोने काहीही गैरप्रकार केल्याचा साफ इन्कार त्यांनी केला. जादा रक्कम (प्रीमियम) ही विक्रेत्यांनी घेतली, कंपनीने नव्हे. जर आपल्याला जादा उत्पादनाला परवानगी मिळाली तर प्रीमियम घेणे आपोआपच थांबेल असं त्यांनी त्यात नमूद केलं. बजाज यांच्या या आरोपांबाबत आयकर खात्याला विचारता कंपनीच्या हिशेब वह्या अत्यंत चोख आहेत आणि धाडीत जप्त केलेली रक्कम, वस्तू या विक्रेत्यांच्या आहेत असं खात्यानं मान्य केलं.

अर्थमंत्र्यांनी बजाज यांच्यावर धाडी घातल्यावर जेमतेम पाच महिन्यांच्या आत राजीव गांधी यांनी इंडियन एअर लाइन्सचं अध्यक्षपद राहुल बजाज यांना दिलं हे आश्चर्यकारकच. या पदावर प्रथमच खाजगी क्षेत्रातील व्यक्तीची नियुक्ती करण्यात आली. प्रायश्चित्ताच्या भावनेतून ही नेमणूक झाली काय? असं विचारता ही कल्पना झिडकारून लावीत बजाज म्हणाले, "या नेमणुकीचा आणि धाडीचा काहीही संबंध नाही त्यामुळे व्ही. पी. सिंग यांची पंचाईत झाली असेलही, पण धाडींशी त्यांचा काही संबंध आहे असं मला वाटत नाही."

इंडियन एअर लाइन्सचे अध्यक्ष झाल्यानं बजाजना आंतरराष्ट्रीय प्रवासाची तिकिटं मोफत मिळू लागली. पंतप्रधानांशी संपर्क वाढला. भरपूर प्रसिद्धी मिळू लागली, एअर लाइन्सच्या सह-संचालिका व चित्रतारका शर्मिला टागोर यांची गाठ पडू लागली, तसेच डोक्याची कटकटही वाढली. इंडियन एअर लाइन्सची विमानं क्वचितच वेळेवर सुटत, कर्मचाऱ्यांचं नीतिधैर्य खचलेलं होतं व ग्राहकांचं समाधान तर त्याहूनही खालावलं होतं. विमानांची कायमच टंचाई असल्यानं त्यांची देखभालही नीट होत नव्हती. त्यामुळे विचित्र, दुर्दैवी तर कधी हास्यास्पद घटना घडत. १९ ऑक्टोबर १९८८ रोजी मुंबई-अहमदाबाद विमानाला अपघात होऊन १३३ प्रवासी ठार झाले. त्याआधी घडलेल्या एका प्रसंगी एका विमानातून २७९ प्रवासी उतरण्याची तयारी करत असताना विमान धावपट्टीवर आपटले. कारण दोन्ही वैमानिक आपापसात बोलत होते. दोनदा तर विमान उतरण्याआधी 'अंडरकॅरेज' उघडायलाच वैमानिक विसरले. बजाज हे 'नॉन एक्झिक्युटिव्ह' अध्यक्ष होते व आपण असहाय आहोत, काही करू शकत नाही याची जाणीव त्यांना झाली.

सी आय आयनं (कॉन्फडरेशन ऑफ इंडियन इंडस्ट्रीज) कलकत्त्याला आयोजिलेल्या एका सभेत बोलताना त्यांनी विमान कंपनीच्या संचालक मंडळावर टीका केली. उत्तम कामगिरी करून दाखवण्याची जबाबदारी नसलेली एक केवळ कायदेशीर

संस्था असं त्यांनी संचालक मंडळाचं वर्णन केलं होतं. नागरी हवाई वाहतूक मंत्रालयातील अधिकारी, राजकीय नेते, विमान कंपनीचं व्यवस्थापन व त्यांचे संचालक मंडळ यांच्यात चालू असलेल्या धुसफुशीच्या बातम्या त्याआधीच कित्येक महिने वृत्तपत्रातून झळकत होत्या. किती विमानं खरेदी करावीत, जनरल सेल्स एजंटची संख्या जास्त असावी काय? कालबाह्य झालेली विमानं वायुदूतला किती किंमतीला विकावी, विमानामध्ये धूम्रपानाला बंदी करावी काय... अशा निर्णयामध्ये राजकीय हस्तक्षेप एवढा वाढला होता की त्यामुळं निर्णय घेण्यास प्रचंड विलंब होऊ लागला. त्यामुळं बजाज यांची सहनशक्ती ताणली जाऊ लागली. एअर इंडियाचे अध्यक्ष रतन टाटा होते व तेथील कटकटी, भांडणं त्याहूनही जास्त आहेत हे वृत्त दिलासादायक नव्हतं.

या बेबनावानं नोकरशहा व पुढारी मात्र खुशीत होते. कारण अशा पदांवर उद्योगपती नेमण्यालाच त्यांचा मुळात विरोध होता. १९८७ च्या मार्चमध्ये संसदेच्या सार्वजनिक उपक्रम समितीनं इंडियन एअर लाइन्सच्या अध्यक्षपदी बजाज यांची नियुक्ती का केली गेली याबाबत विमान कंपनीच्या अधिकाऱ्यांवर प्रश्नांची सरबत्ती केली. अनेक तास ही बैठक चालली तरी बजाज व टाटा यांची विमान कंपन्यांच्या अध्यक्षपदी राजीव गांधींनी का नेमणूक केली याचं समाधानकारक उत्तर अधिकारी देऊ शकले नाहीत.

विमान कंपन्यांच्या कारभारात अधिक व्यावसायिक कौशल्य व कार्यक्षमता यावी या हेतूनं बजाज व टाटा यांच्या नेमणुका राजीव गांधी यांनी केल्या होत्या. परंतु या प्रयोगाचं यश संमिश्र होतं. कंपनीचा कारभार सुधारावा म्हणून संचालक मंडळानं अनेक निर्णय घेतले ही झाली जमेची बाजू. ''आरंभी आम्ही डोळ्यापुढं तीन उद्दिष्टं ठेवली होती. एक म्हणजे विमानांची उपलब्धता वाढवणे, बाजारपेठेचं तंत्रज्ञान नेटकं करणे, ते सुधारणे आणि प्रशिक्षित बाबींची अधिक भर घालणे.'' असं बजाज म्हणतात. त्यांच्या २१ महिन्यांच्या अध्यक्षपदाच्या कारकीर्दीत इंडियन एअर लाइन्सच्या नफ्याच्या प्रमाणात वाढ झाली. विमानांच्या ताफ्यात डझनभर नव्या विमानांची भर पडली. सेल्स एजंटची संख्या वाढविण्याचे ठरले (त्यांची संख्या पाच वर्षे ४०० वर गोठवण्यात आली होती.) दुसऱ्या बाजूला अहमदाबादला झालेला विमान अपघात, वैमानिकांना दिले जाणारे प्रशिक्षण सरासरी पातळीपेक्षा कमी असल्याची जाणीव व ग्राहकांचे वाढत असलेले असमाधान या कंपनीची प्रतिमा खालावणाऱ्या बाबी होत्या. जानेवारी १९८९ च्या सुमारास तक्रारी वाढू लागल्या आणि टीकेची धार तीव्र बनू लागली तेव्हा बजाज म्हणाले, ''या वेळी राजीनामा देणे भ्याडपणाचे ठरेल. बुडणारी बोट उंदीर सोडून जातात. मी त्यापैकी नाही.'' त्यावर त्यांच्या टीकाकारांनी सवाल केला, ''बोट बुडण्यासारखी परिस्थिती कोणी निर्माण केली?''

हा क्लेशदायक अनुभव अखेर डिसेंबर १९८९ मध्ये संपुष्टात आला. लोकसभा निवडणुकीत राजीव गांधींचा पक्ष पराभूत झाला. एअर इंडियाच्या रतन टाटांबरोबरच राहुल बजाज यांनीही राजीनामा दिला. यांच्या या शालीन कृत्याचे जनतेनं स्वागत केलं. डिसेंबर १९८६ ते डिसेंबर ८९ पर्यंतच्या राहुल बजाज यांच्या ताणतणावानं भरलेल्या अध्यक्षीय कारकीर्दीबद्दल रूपा बजाज म्हणाल्या, ''हे पद राहुलना खूप मोलाचं वाटायचं.''

मनी ऑन द टेबल

फिरोदिया आणि जपानची होन्डा मोटार कंपनी ह्या बजाज यांच्या सततच्या डोकेदुखीच्या बाबी. या दोघांनी १९८६ मध्ये स्कूटर्स बनवण्याचा करार केला! ४० देशात ८३ ठिकाणी उत्पादनाच्या सोयी असलेल्या होन्डा कंपनीशी स्पर्धा करणं ही अत्यंत कठीण गोष्ट होती. जगातील दुचाकी वाहने निर्माण करणाऱ्या या बड्या कंपनीला अद्ययावत तंत्रज्ञान व इंजिनिअरिंगमधील नवे कौशल्य यामुळं आपल्यापुढं स्पर्धक नामोहरम होणार असा गर्व होता.

होन्डा कंपनीचा बरीच वर्षे भारतातील बाजारपेठेवर डोळा होता. भारत सरकारनं दुचाकी वाहनक्षेत्रात गुंतवणुकीची कवाडे उघडताच एक किंवा दोन संयुक्त प्रकल्प भागीदारांबरोबर भारतात उभारण्याचा आपला संकल्प होन्डानं जाहीर केला. त्यांच्याकडं अर्जांचा ओघच लागला. १५० अर्ज आले. अगदी परिश्रमपूर्वक छाननी करण्याच्या जपानी वृत्तीप्रमाणं होन्डानं हे अर्ज काळजीपूर्वक तपासले व संभाव्य भागीदार म्हणून १२ जणांची यादी केली. आणखी छाननी करून त्यांनी त्यातील तिघांची नावे उत्कृष्ट म्हणून मुक्रर केली. १९८३-८४ मध्ये होन्डाचे अधिकारी भारतात आले व बाराही जणांच्या उत्पादन सोयींची त्यांनी पाहणी केली. राहुल बजाज, फिरोदिया आणि दिल्लीतील सायकल उत्पादक 'हिरो मोटार्स'चे ब्रिजमोहनलाल मुंजाल या तिघांपैकी दोघांची निवड होणार असे स्पष्ट होऊ लागले. टोकियोत होन्डाच्या संचालकांनी त्यापैकी दोघा कमकुवत कंपन्यांशी करार करायचं ठरवलं. बजाजपेक्षा फिरोदिया व मुंजाल त्यांना योग्य वाटले याचे कारण बजाज यांची मागणी खूप मोठी होती व त्यामुळे भागीदारी टिकणं अवघड होतं. हिरो होन्डा मोटार्सच्या मार्फत मोटार सायकलींचे उत्पादन करण्यासाठी होन्डानं मुंजाल यांच्याशी तांत्रिक सहकार्याचा करार केला. तसंच कायनेटिक होंडाच्या मार्फत स्कूटर्सचे उत्पादन करण्याचा फिरोदियांशी संयुक्त इक्विटी करार केला.

भारतात होन्डानं दणदणीत प्रवेश करायचा ठरवला तेव्हा बजाज काहीसे बेचैन झाले. पुण्यातील आधुनिक ग्राहकांना कायनेटिक होन्डाची नवी स्कूटर, तिचं चटपटीत डिझाइन, इंधनाचा कमी वापर आणि अत्याधुनिक सोयी या गोष्टी

आवडल्या, देशातील अन्य ठिकाणच्या ग्राहकांना ती महागडी वाटली. हळूहळू बजाज यांच्यावरील ताण कमी झाला. १९९३ मध्ये कायनेटिक होन्डाच्या स्कूटर्सची विक्री ८५ हजार (बाजार पेठेतील एकूण विक्रीच्या ११ टक्के) तर बजाज ऑटोची ५ लाख, ३८ हजार, (७६ टक्के) होती.

या क्षेत्रात भारतात नेतृत्वपद काबीज करायचंच असा निर्धार केलेल्या होन्डा कंपनीची या आकडेवारीकडे पाहण्याची दृष्टी वेगळी होती. स्कूटर्सची बाजारपेठ एकूण १२ टक्क्यांनी घटलेली असताना होन्डानं ८५ हजार स्कूटर्सची विक्री करणं ही चांगली कामगिरी होती असं होन्डाचे भारतातील प्रतिनिधी कीजी नाकाझोने यांचं मत होतं. १९९३ मध्ये कायनेटिक होन्डाने शेअर्समधील आपला हिस्सा ५१ टक्क्यांवर नेला, संचालक मंडळावरील आपली पकड सामर्थ्यशाली केली आणि स्कूटर निर्मितिक्षमता वाढविली. बजाजनं आता खूप पल्ला गाठला असला तरी सर्वोच्च स्कूटर युद्धाची ते तयारी करत आहेत. क्लेनवॉर्ट बेन्सन यांच्या लंडन कार्यालयात बजाज ऑटोचा २० ऑक्टोबर ९४ रोजी 'रोड शो' असताना मर्चंट बँकरनं "२५ वर्षे जुनाट असलेल्या व्हेस्पाच्या साहाय्याने तुम्ही ही लढाई कशी जिंकणार?" असा सवाल विचारला. तेव्हा बजाज उत्तरले, "लोकांना स्कूटरपासून काय हवं असतं? आकार, इंधनबचत, किंमत आणि एमिशिन्स. होन्डानं भारतात अद्ययावत आणि उत्तम तंत्रज्ञान आणले, परंतु ग्राहकांना बदल हवा असतो, तंत्रज्ञान हवंच असतं असं नाही. माझं इंजिन त्यांच्यापेक्षा जास्त चांगलं नसलं तरीही त्यांच्या इतकंच उत्तम आहे. आकाराचं म्हणाल तर ग्राहकांना नवा आकार, रूप हवं असतं. १९९७ मध्ये त्यांना अद्ययावत आकाराची स्कूटर मिळेल."

जर्मन डेमोक्रॅटिक रिपब्लिकमधील बजाज ऑटोने काढलेल्या शेअर्सच्या इश्यूला अभूतपूर्व प्रतिसाद मिळाला. शेअर्स मिळावेत म्हणून झुंबड उडाली. बजाज स्वस्थचित्त होते. आपली प्रतिष्ठा पणाला लागलेली आहे आणि होन्डाला जे बदल अमलात आणायला दोन वर्षे लागतात त्यासाठी आपल्याला चार वर्षे लागतात याची त्यांना जाणीव होती.

होन्डाचे आव्हान स्वीकारण्याची बजाज तयारी करत होते. अनेक दशके बजाज ऑटोत पणन विभाग (मार्केटिंग) नव्हता, केवळ वितरण विभाग (डिस्पॅच) होता, बजाज स्कूटरसाठी दहा-दहा वर्षे थांबावं लागण्याचा सुवर्णकाळ संपुष्टात आला तेव्हा बजाज यांनी कंपनी प्रशासनाची फेररचना केली. त्यांनी नेमलेल्या हुशार अधिकाऱ्यांनी बहुमुखी धोरण आखले. बजाज विक्रेत्यांच्या जाळ्यात १०० नव्या विक्रेत्यांची भर पडली. स्पर्धक कंपन्यांचे काम करणाऱ्या ४० विक्रेत्यांना आपल्याकडे वळवून घेण्यात आले होते. बजाज ऑटोने स्कूटर्सची चार नवी मॉडेल्स आणली व स्कूटरची आणखी नवीनवी मॉडेल्स आणली जात आहेत. अचानक ही कंपनी

भारतातील सर्वांत मोठी जाहिरातदार बनली. दूरचित्रवाणीवर या कंपनीच्या चटपटीत जाहिराती झळकू लागल्या. पैशाची चणचण भासणाऱ्या ग्राहकांना हप्त्याने स्कूटर खरेदीसाठी उद्युक्त करण्यासाठी ऑटो फायनान्स ही नवी कंपनी सुरू करण्यात आली. भारतीय बाजारपेठेत बजाज आघाडी मिळवू लागले तेव्हा 'फिनान्शिअल टाइम्स'ने लिहिलं, ''जगातील उत्कृष्ट कंपन्यांशी स्पर्धा करू शकणाऱ्या भारतातील थोड्याच बड्या कंपन्यांपैकी बजाज एक आहे... अलीकडे त्यांचा बाजारपेठेतील हिस्सा वाढला आहे.''

दरम्यान मोटारसायकलच्या आघाडीवर होन्डाला अडचणींना तोंड द्यावे लागत होते. १९८५ मध्ये हिरो होंडाची 'फिल इट, शट इट, फरगेट इट' (भरा इंधन, लावा झाकण आणि जा विसरून!) ही जाहिरात खूप गाजली होती. मोटार सायकलच्या इंधन कालक्षमतेवर ही जाहिरात आधारलेली होती. परंतु १९९० मध्ये बजाजची (जपानच्या कावासाकी कंपनीच्या सहकार्याने बनवलेली) केबी ४ एस बाजारात आली आणि होन्डाला आपले पुढारीपण टिकविण्यासाठी सुधारणा कराव्या लागल्या. बाजारात होन्डाला बजाजमुळं हळूहळू माघार घ्यावी लागत आहे असे मत मोटार सायकल उद्योगातील अग्रगण्य कंपन्यांचे विश्लेषण करणाऱ्या आंतरराष्ट्रीय कॉस्बी या कंपनीने व्यक्त केले. बजाज ऑटोचा बाजारातील हिस्सा ३०.५४ टक्क्यांवर पोचला तर हिरो होन्डाचा २८.१८ इतका वाटा होता. टीव्हीएस सुझुकीचा हिस्सा १३.३५ टक्के होता. हिरो होन्डा आपल्या मोटार सायकलींबरोबर ग्राहकांना मोफत पेट्रोल देऊ लागले.

भविष्याचं काय? भारतात प्रथम क्रमांकाचं स्थान मिळावे म्हणून दुचाकी क्षेत्रातील होन्डा, यामाहा, सुझुकी व पियागिओ या रथीमहारथीत स्पर्धा लागली आहे. उत्तरेला जगातील दुसऱ्या क्रमांकाच्या यामाहानं एस्कॉर्टबरोबर करार केलेला होता. या प्रकल्पात पैसा, तसेच अती तंत्रज्ञान ओतण्याची त्यांची योजना आहे. तर दक्षिणेला सुझुकी आणि टीव्हीएस एकत्र आले आहेत. पियागिओ ही या चौघात सर्वांत कमकुवत असली तरी बजाजना तिच्याकडे दुर्लक्ष करता येणार नाही. कारण त्यांची उत्पादने बजाज उत्पादनांसारखीच आहेत. या सर्व कंपन्यांत शिखरस्थानी आहे होन्डा.

''यामाहा, सुझुकी आणि व्हेस्पा या कंपन्यांचं सारं काही त्यांच्या देशातील त्यांची स्थिती कशी आहे यावर अवलंबून आहे. आपापल्या देशात त्या सामर्थ्यवान असल्या तरी इथं त्या शक्तिशाली स्पर्धक असतील.'' असं बजाज म्हणतात. या कंपन्यांच्या देशातील बाजारपेठेत प्रवेश करून त्यांच्यावर बाजू उलटवण्याचा बजाज यांचा बेत आहे. बजाज ऑटोची भारतीय बाजारपेठेतील मागणी वाढत असली तरी त्यांचा हेतू जागतिक क्षेत्रात आघाडी मिळवणं हा आहे. ''या क्षेत्रात

जागतिक नेतृत्व करण्याची राजीवची महत्त्वाकांक्षा आहे. होन्डानंतर आपला क्रमांक असावा (म्हणजे दुसरा) असं माझं म्हणणं. पियागिओ व कावासाकी यांच्यावर आम्ही आधीच मात केलेली आहे.'' असं बजाज विनयानं सांगतात.

आंतरराष्ट्रीयदृष्ट्या स्वीकारार्ह होईल असं उत्पादन नसूनही बजाज जागतिक बाजारपेठ कशी काबीज करू इच्छितात हे पाहणं उद्‌बोधक ठरेल. केवळ भारतीयांना व इटालियन्सना स्कूटर आवडते. उरलेल्या जगात मोटार किंवा मोटारसायकली वापरल्या जातात. बजाज ऑटो मोटारींचे उत्पादन करत नाही. मोटारसायकल क्षेत्रात कावासाकीचा वाटा छोटा आहे.

जगात स्थान प्रस्थापित करण्याचा एक मार्ग म्हणजे सध्याची एखादी आंतरराष्ट्रीय कंपनी खरेदी करणे. ''बजाजना पियागिओ खरीदणं शक्य आहे. त्यांनी पहिल्या क्रमांकाचं स्थान गमावलं आहे हे विसरू नका. आम्ही फियाट व अन्य उद्योगावर लक्ष केंद्रित करू असं एक दिवस ॲग्नेली कुटुंब म्हणण्याची शक्यता आहे.'' असं क्रिसिलचे माजी अध्यक्ष व सध्या अमेरिकन फिनान्सर जॉर्ज सोरोसचे सहकारी प्रदीप शहा म्हणतात.

अन्य कंपन्या गिळंकृत करणारा आंतरराष्ट्रीय शार्क बजाजना बनायचं आहे का? असं विचारलं तर बजाज केवळ गूढपणं खांदे उडवतात इतकेच.

शक्तिशाली मोटारसायकलींची लोकप्रिय मॉडेल्स विकसित करण्याचा बजाज प्रयत्न करू शकतात. परंतु प्रश्न आहे बजाजचा संशोधन व विकास विभाग कसा आहे हा. त्याबद्दल फारसं काही लिहिण्यासारखं नाही. ज्या कंपनीची उत्पादनं गरम चपात्यासारखी खपत असतात, त्यांचा संशोधन व विकास विभाग असा असणार यात काही आश्चर्यकारक नाही. बजाजना तंत्रज्ञानाची आवश्यकता आहे. परंतु भावी जायंट किलरला तंत्रज्ञान द्यायला कोण तयार होणार?

कोटक हा तर्क धुडकावून लावतात. ''भारत ही फार मोठी बाजारपेठ आहे. बजाज ऑटोची ताकद लक्षात घेऊन अनेक जण त्यांच्याशी हातमिळवणी करायला तयार होतील.'' असे ते म्हणतात. यावर जोरजोरात असहमती दर्शवत बजाज म्हणतात, ''माझ्याच देशात मला सत्ता, अधिकार व मालकी यात कोणा विदेशी कंपनीला सहभागी करून घेण्याची माझी इच्छा नाही. परदेशीयांविरुद्ध मी नाही. मुद्दा तो नाही. परंतु जनरल मोटर्स, होन्डा या कंपन्यांत परकीय भांडवल नाही. सोनी किंवा आयबीएममध्येही नाही. जे दुबळे असतात त्यांच्यात हे परकीय भांडवल असते.''

'मी परदेशीयांविरुद्ध नाही'

त्यांच्या या भांडखोर दृष्टिकोणामुळं १९९३ साली मोटार उत्पादनक्षेत्रात सुरू झालेल्या शर्यतीत आरंभीलाच बजाज मागे पडले. प्रवासी मोटारवाहनांच्या उत्पादनाचे

क्षेत्र सरकारने खाजगी क्षेत्राला खुले करताच सुमारे डझनभर उद्योगपतींमध्ये जगातील उत्तम व बड्या कंपन्यांशी सहकार्याचे करार करण्यासाठी अहमहमिकाच लागली.

एकामागोमाग एक 'लग्नं' जुळू लागली, जनरल मोटर्सनं बिर्ला समूहाचे चंद्रकांत बिर्ला यांच्याशी लग्न जमवलं, तर फोर्डनं जीप उत्पादक महिंद्र यांच्या गळ्यात माळ घातली. पियागिओला प्रीमिअर ऑटोचे विनोद दोशी पसंत पडले, तर टेल्कोच्या रतन टाटांची मर्सिडीझनं निवड केली. होन्डानं 'सिव्हिक' आणि 'ॲकॉर्ड' ही मॉडेल्स भारतात निर्मिण्याचा करार श्रीराम उद्योगसमूहाबरोबर केला. बजाजची अवस्था एखाद्या नापसंत मुलीसारखी झाली.

साहजिकच बजाजवर त्यांच्या मित्रांनी टीका केली. सीआयआयनं सप्टेंबर १९९५ मध्ये आयोजिलेल्या एका परिसंवादात बोलताना मारुती उद्योगचे अध्यक्ष व व्यवस्थापकीय संचालक आर. सी. भार्गव म्हणाले, "बजाज मोटारउत्पादन करायला किती उत्सुक आहेत हे कळलं असतं तर मारुतीनं त्यांच्याबरोबर करार केला असता." या विनोदाला बजाज यांनी दिलेला प्रतिसाद वाईट होता. "माझ्या कंपनीचं नेतृत्व करायचं खुलं आमंत्रण मी देतो." असं भार्गवना ते म्हणाले, 'फायनान्शिअल एक्सप्रेस'च्या एका जागरूक वार्ताहरानं या परिसंवादानंतर बजाज यांची क्रिस्लर, रेनॉ आणि फूजी यांच्याशी बोलणी चालू आहेत अशी बातमी दुसऱ्या दिवशी देऊन टाकली! म्हणजे "बजाज ब्रॉडकास्टिंग कॉर्पोरेशनचं काम जोरात चालू होतं. तिघांशी ही बोलणी चालू आहेत हे जाहीर करायची काय गरज होती?" असा सवाल परिसंवादाला हजर असलेल्या एका उद्योगपतीनं केला.

उत्तमोत्तम वर दुसऱ्यांनी पळवल्यामुळे उरल्यासुरल्याबरोबर घरोबा करण्याचा विचार करण्याचं बजाजच्या नशिबी आलं. भारतीय बाजारपेठेला उपयुक्त ठरेल अशा छोट्या मोटारचं मॉडेल क्रिस्लरपाशी नसल्यानं महिंद्रांनी त्यांना नकार दिला होता. बजाजशी सहकार्य करणं हे क्रिस्लरच्या दृष्टीनं पुढचं पाऊल असलं तरी बजाजच्या दृष्टीनं मात्र फोर्डच्या तुलनेनं माघारीचं पाऊल ठरलं असतं. (कारण फोर्डशी झालेली बोलणी फिसकटली होती व त्यांनी महिंद्राशी करार केला होता.) हिंदुजांनी रेनॉशी झालेला करार रद्द केला होता व टोयाटोची उपकंपनी दहित्सुशी करार करण्याचे त्यांचे प्रयत्न चालू होते. आपला वाटा बहुमताचा असला पाहिजे हा बजाज यांचा आग्रह अडथळा निर्माण करीत होता काय?

"मुळीच नाही," असं बजाज म्हणतात, "वृत्तपत्रातून काहीही प्रसिद्ध होत असलं तरी हा महत्त्वाचा मुद्दा नव्हताच. फूजी व रेनॉ दोघेही मला ५१ टक्के भागीदारी द्यायला तयार होते. क्रिस्लरशी ५० : ५० टक्के भागीदारी बोलणी चालू होती. परंतु जोवर योग्य उत्पादन व योग्य प्रकल्प निश्चित होत नाही तोवर मोटार उत्पादन क्षेत्रात प्रवेश न करण्याचा आपला निर्धार होता. प्रत्येकी २० हजार

मोटारींची निर्मिती करणाऱ्या अनेक उत्पादकांची गरज काय? मारुतीवर मात करायची तर तुम्ही दोन लक्ष मोटारींचे– निदान एक लक्ष मोटारींचे– उत्पादन करायला हवं. मला जर ते शक्य नसेल तर मी या क्षेत्रात उतरणार नाही.''

१९९६ च्या मध्याला परदेशी भागीदार नसलेली बजाज ऑटो ही एकमेव कंपनी होती. मोटार उद्योगातील अन्य निर्मात्यांनी सुटकेचा निःश्वास टाकला. बजाज व टाटा यांची युती कितीतरी प्रभावी ठरली असती. दोघांनी मिळून सर्व बाजारपेठाच गिळंकृत केल्या असत्या असे उद्‌गार एका निर्मात्यानं काढले. एप्रिल ९६ मध्ये टोयोटा व हिंदुजा यांचं फिसकटलं आणि टोयाटोनं स्वतंत्ररीत्या काम करण्याचे अथवा बजाज यांच्याशी पुन्हा वाटाघाटी करण्याचे दरवाजे खुले झाले.

हिंदुजा कुटुंबात चार बंधू आहेत. ब्रिटनमधील श्रीमंत कुटुंबात हिंदुजांचा आठवा क्रमांक असून इंग्लंडच्या राणीपेक्षाही ते श्रीमंत आहेत असं 'सन्डे टाइम्स'नंच म्हटलं आहे. इराणमध्ये खोमेनींनी शहांची सत्ता उलथून पाडली त्यापूर्वीच्या दिवसात हिंदुजांनी भरपूर कमाई केली. हिंदुजा सिंधी असून शाकाहारी आहेत. मद्य, सिगरेट यांचं व्यसन त्यांना नाही. श्रीचंद व गोपीचंद हे दोघे थोरले बंधू लंडनमध्ये राहतात. प्रकाश जिनेव्हात असून तो एका बँकेचा प्रमुख आहे. सर्वात तरुण अशोक हिंदुजांचे मुंबईत वास्तव्य असते. १९८० च्या मध्यापासून कोणत्या ना कोणत्या महत्त्वाच्या वादग्रस्त प्रकरणांशी हिंदुजांचे नाव जोडले जात आहे. कधी बरोबर, तर कधी चुकीनं, विशेषतः बोफोर्स तोफा खरेदी प्रकरणात नाव घेतले गेले. या प्रकरणामुळंच १९८९ मध्ये राजीव गांधींना निवडणुकीत पराभव पत्करावा लागला.

लंडन इथं दहित्सु कंपनीशी करार केला (मेमोरन्डम ऑफ अंडरस्टँडिंग) तेव्हा हिंदुजांच्या मनात वादग्रस्त प्रकरणांचा विचार घोळत नव्हता. दहित्सुशी नातं अल्पकाळ टिकलं. पण जेव्हा करार झाला तेव्हा जल्लोष साजरा करायची वेळ होती. अल्कोहोलविरहित शँपेनसारख्या दिसणाऱ्या द्राक्षांच्या रसाचा पेला उंचावून हिंदुजा बंधू एकमेकांना चिअर्स करत होते! लंडन ते मुंबई या हवाई प्रवासात गोपीचंद यांची योगायोगानं राहुल बजाज यांच्याशी गाठ पडली. तेव्हा काहीशा समजावणीच्या सुरात गोपीचंद हात फैलावून म्हणाले, ''आधी अशोक लेलॅन्ड'' व आता टोयाटो... मला ठाऊक आहे. पण मी काय करणार? अशा गोष्टी घडतच असतात हे तुम्हाला ठाऊक आहे.'' सात वर्षापूर्वी मद्रासमधील अशोक लेलॅन्ड कंपनी (टेल्कोनंतरची देशातील दुसऱ्या क्रमांकाची ट्रक्स उत्पादन करणारी कंपनी) बजाजवर मात करून हिंदुजांनी आपल्या पंखाखाली आणली होती त्यांचा संदर्भ या उद्‌गारांमागे होता.

जून १९८७ मध्ये ब्रिटनच्या रोव्हर उद्योग समूहानं अशोक लेलॅन्डमधील आपले ३१ टक्के रोखे विक्रीस काढले व तेव्हापासून बजाज-हिंदुजा संघर्षाला

आरंभ झाला. मर्चंट बँकर, हिल सॅम्युएल यांना भारत, जपान व हॉलंड येथून सुमारे वीस प्रस्ताव आले होते. सप्टेंबरमध्ये ब्रिटनमध्ये झालेल्या पहिल्या फेरीत बजाज, हिंदुजा व एम. आर. छाब्रिया (दुबईतील या इलेक्ट्रॉनिक्स व्यापाऱ्यानं आर. पी. गोएंका यांच्या भागीदारीत डनलॉप इंडिया ही टायर कंपनी मिळवली होती) ही तीन नावे अग्रभागी होती.

या व्यवहारात बजाज यांची सरशी होणार असा हिंदुजांचा अंदाज होता. एकतर बजाज उत्सुक होते (गेली तीन वर्षे ते सावजाच्या शोधात होते.) त्यांना ऑटोमोटिव्ह उद्योग क्षेत्रातील अनुभव होता. अशोक लेलॅन्डचं २ टक्के भांडवल त्यांच्याकडं होतं आणि रोव्हर ग्रुपला त्यांची माहिती होती. ''आमची पार्श्वभूमी लक्षात घेता रोव्हरचे अध्यक्ष व वित्तीय संचालक आम्हाला अनुकूल होते असं म्हटलं जातं, अर्थात तसा पुरावा नाही. हिंदुजा अत्यंत श्रीमंत असले तरी ते एक व्यापार करणारे कुटुंब होते. ऑटोमोटिव्ह तर सोडाच कोणत्याही उद्योगात त्या वेळी ते नव्हते.'' असं राहुल बजाज म्हणतात.

या स्पर्धेत सप्टेंबरच्या अखेरीला मनु छाब्रिया मागे पडले. कारण त्यांचा प्रस्ताव इतरांपेक्षा ५० लक्ष पौंडांनी कमी होता. आता खरी निकराची स्पर्धा होती बजाज आणि हिंदुजा यांच्यामध्येच.

बोली बोलायला तिघांनाही लंडनमध्ये १९८७ च्या हिवाळ्यात आमंत्रित करण्यात आलं आणि तो निर्णायकी क्षण जवळ येऊन ठेपला. १२ ऑक्टोबरला रोव्हर ग्रुपच्या संचालक मंडळांनी हिंदुजांशी वाटाघाटी केल्या. त्यानंतर दोन दिवसात छाब्रिया व बजाज यांच्याशी त्यांनी चर्चा केली. बोलीचा आकार, अशोक लेलॅन्डला द्यावयाचे तंत्रसाहाय्य व स्थानिक व्यवस्थापनाचा लाभ या तीन मुद्द्यांवर रोव्हरनं भर दिला. १६ ऑक्टोबरला रोव्हरच्या संचालक मंडळाची बैठक भरली. त्या आधी बजाज यांनी बोली वाढवून २ कोटी ७४.५ लक्ष एवढी केली.

आपला प्रस्ताव जास्तीतजास्त आकर्षक बजाज यांनी बनवला खरा, परंतु रोव्हरच्या अंतिम निर्णयाबद्दल अधिकृतरीत्या काही कळण्यापूर्वीच ते लंडनहून पुण्याला रवाना झाले. हिंदुजापेक्षा आपला अंतिम प्रस्ताव मोठा असला आणि रक्कम अदा करण्याचा काळ छोटा असला तरी हिंदुजा आपल्यावर मात करतील असं बजाजना वाटत होतं. रोव्हरच्या 'नॉन-एक्झिक्युटिव्ह' संचालकांनी हिंदुजांची निवड केली असं हिल सॅम्युएल यांनी सांगितलं. खरं तर काही महिन्यांपूर्वी बजाज यांना याचा अंदाज आला होता. त्यामुळं अप्रिय वृत्त ऐकण्यासाठी कशाला उगाच थांबायचं असा विचार करून त्यांनी लंडन सोडलं होतं. काहीशा विलंबानंच म्हणजे २६ ऑक्टोबर रोजी अधिकृत घोषणा झाली.

बिगर आर्थिक बाबींच्या आधारे निर्णय घेतला गेला हे उघडच होतं.

निर्णय घेताना स्थानिक व्यवस्थापनाची 'सोय' हा एक मुद्दा विचारात घेतला गेला असावा. अशोक लेलॅन्डचे व्यवस्थापकीय संचालक आर. जे. शहानी यांना हिंदुजाच हवे होते का? तसं असेल तर ते समजण्यासारखं आहे. बजाज यांनी जर कंपनी घेतली असती तर घरचाच व्यवस्थापक मिळाला असता. पण हिंदुजांनी घेतली तर त्यांच्या व्यापार व वित्तीय सेवेतील सामर्थ्य लक्षात घेता त्यांनी कार्यक्षम व्यावसायिक व्यवस्थापकांकडे कंपनीचा कारभार सोपवणे पसंत केले असते. याबाबत शहानी यांना विचारता त्यांनी 'नो कॉमेन्टस्' एवढंच सांगितलं.

बजाज यांच्याकडे ट्रक उत्पादनाचं तंत्रज्ञान नव्हतं हे कारण असू शकेल? ते असण्याची शक्यता आहे. ही मोठीच उणीव होती व ती भरून काढण्यासाठी इटलीच्या इव्हेको कंपनीशी तांत्रिक सहकार्य करण्याचा बजाज यांनी प्रयत्न केला परंतु बोलणी फिसकटली. "फियाट इव्हेकोशी जर करार झाला असता तर त्यांना लेलॅन्ड कंपनी मिळाली असती. ती मिळावी म्हणून त्यांनी निश्चितच निकराचे प्रयत्न केले. इव्हेकोला अशोक लेलॅन्डमध्ये आपले तंत्रज्ञान आणावयाचे होते, तर बजाजना त्याबाबत पर्याय खुला ठेवायचा होता. त्यामुळे बोलणी फिसकटली असे मेरिल लिन्च व एएनझेड बँकेचे मत आहे. एकूण कॉन्सॉर्टिमची रचना व आपली बोली यशस्वी झाल्यावर अशोक लेलॅन्डमध्ये राइटस इश्यू ठेवण्याची बजाज यांची योजना इव्हेकोना मान्य नव्हती असे अशोक लेलॅन्डच्या एका संचालकांनी सांगितले. सप्टेंबरअखेरपर्यंत उभयपक्षात बोलणी चालू होती. अखेर इव्हेकोनं हिंदुजांच्या बाजूनं कौल दिला."

एका मर्चंट बँकरच्या मते, हिंदुजा यांचा प्रभाव मोठा आहे. अगदी पंतप्रधानांपासून ते खालच्या पातळीपर्यंत हिंदुजाचे ब्रिटमध्येही उच्च वर्तुळात चांगले संबंध आहेत. त्यांच्या दिवाळीच्या पार्टीला त्या वेळच्या पंतप्रधान मार्गारेट थॅचर उपस्थित राहिल्या होत्या. त्यांच्या यशात अशा जनसंपर्काचाही वाटा असावा. बजाजना मात्र हे मान्य नाही. "...त्याचा थोडासा वाटा असेलही परंतु ब्रिटिश कंपन्या अशा तत्त्वावर काम करतात असं मला वाटत नाही." असं ते म्हणतात. बजाज यांची बोली २ कोटी ७४.५ लाखाची होती, तर हिंदुजांची बोली २ कोटी ६० लाख होती. आमची बोली त्यांच्यापेक्षा जास्त असली तरी त्यांच्यापाशी परकीय चलन होते व आमच्यापाशी ते नव्हते असं त्यांचं म्हणणं आहे.

बजाज ऑटोकडे १२० कोटी रुपयांचा (त्या वेळी डॉलरचा दर २० रुपयाला १ डॉलर होता) खास निधी होता. परंतु डॉलर्स नव्हते. इतर कंपन्यांसारखा बजाज यांच्याकडे परदेशात निधी नव्हता. परकीय चलनासाठी बजाजना सरकारच्या मदतीची गरज होती. राजीव गांधींच्या प्रशासनानं आवश्यक ते परकीय चलन देण्यास नकार दिला तेव्हा बजाज यांनी बड्या आंतरराष्ट्रीय व्यापारी बँकांशी संपर्क साधला. मोरिल

लिन्च बजाज यांच्या मदतीला तयार झाले. त्यांच्या बोलीची हमी घेण्यासाठी आंतरराष्ट्रीय गुंतवणूकदारांचा समूह त्यांनी स्थापन केला. रोव्हर ग्रुपला मेरिल पैसे देणार होते व जर बजाजच्या ताब्यात अशोक लेलॅन्ड कंपनी आली असती तर राइटस् इश्यूच्या द्वारा गुंतवणूदार समूह ही रक्कम परत करणार होते.

आज यासंबंधी राहुल बजाज म्हणतात, ''मी केलेला व्यवहार रोव्हर ग्रुपच्या बिगर एक्झिक्युटिव्ह संचालकांना फारसा पसंत पडला नाही. त्यांनी अनेक अटी घातल्या, परंतु मुख्य गोष्ट म्हणजे आमच्याकडे रोख पैसे नव्हते व हिंदुजांकडे होते. जेव्हा भारतीय भूमीवरील परकीयांच्या नियंत्रणाखालील एखादी भारतीय कंपनी परकीय कंपन्या स्वतंत्रतेने विक्रीला काढतात तेव्हा जर ती एखाद्या भारतवासीयाला खरेदी करावयाची असेल तर विदेशी कंपनी वा अनिवासी भारतीय यांच्या तुलनेत त्याला अडचण येऊ नये म्हणून काय उपाय योजावेत याचा सरकारने विचार करायला हवा. हिंदुजांच्या वागण्यात काहीच चुकीचं नव्हतं. त्यांच्यावर परकीय चलनाबाबत काहीच बंधनं नव्हती. मी त्यांना दोष देऊ शकत नाही. कंपनी विकणाऱ्यालाही मी दोष देऊ शकत नाही. मी केवळ आपल्या सरकारला प्रश्न विचारू शकतो.''

सरकारवर टीका करण्याची त्यांची ही पहिली व अखेरची वेळ नव्हती. १९९३ साली पुन्हा बजाजनी सरकारवर टीका केली. आर्थिक सुधारणा घडवून आणण्याच्या सुसाट घाईत भारतीय कंपन्यांना सरकार मदत करत नाही असा आरोप त्यांनी केला. त्यामुळं त्यांच्या अतिधवल प्रतिमेवर शिंतोडे उडाले. 'मी काही सुधारणांच्या विरुद्ध नाही' असं सांगायचा त्यांनी प्रयत्न केला खरा परंतु तो निष्फळ ठरला. ''भारतीय कंपन्या या बहुराष्ट्रीय कंपन्या बनाव्या अशी आमची इच्छा आहे. त्यासाठी भारतीय कंपन्यांची वाढ व्हायला हवी. स्पर्धेला आम्हाला तोंड देता यावं म्हणून सरकारनं मदत करावी एवढंच आमचं म्हणणं आहे.'' असे म्हणणारे बजाज काही एकटेच नव्हते. त्यांना उद्योगपतींच्या एका गटाचा पाठिंबा होता. मुंबईतील ओबेरॉय हॉटेलच्या 'बेल्वेदेर' इथं या गटाची पहिली बैठक झाली. त्यामुळं त्याला 'बॉम्बे क्लब' असं म्हणतात.

मुंबईत अनेक खास क्लब असून त्यात 'बेल्वेदेर' हा सर्वोत्कृष्ट ठरावा. चकचकीत ग्रॅनाईट, सुबक लाकडी पॅनेलिंग, चॉकलेटी व मरून रंगाचे कोच असलेली ही एकदम आरामदायी जागा. ओबेरॉयच्या लॉबीतून चटकन लक्षात येणार नाही अशा प्रवेशद्वारातून सदस्य आत येतात. ओबेरॉयच्या प्रशिक्षण महाविद्यालयात शिक्षण घेतलेल्या निवडक सेवकांची तेथे नेमणूक केलेली असून शुभ्र हातमोजे घातलेले हे वेटर्स तत्परतेनं ग्राहकांची सेवा करताना दिसतात.

दालनातील भोजन व्यवस्थेच्या बाजूची भिंत म्हणजे मोठ्या आकाराच्या भव्य

खिडक्याच आहेत. मुंबईतील प्रख्यात उद्योगपतींचे ठिकाण शोभावे अशीच ही जागा. वातानुकूलित थंड वातावरण, शुभ्र टॉवेल्स, चमचमीत स्वादिष्ट खाद्यपदार्थ ही इथली खासियत. भोजन कक्षाकडे जाणाऱ्या लॉबीच्या बाजूला खाजगी चर्चेसाठी दालनं आहेत. बाहेर खाली रस्त्यावर ताडाच्या झुलत्या झाडांखाली भिकारी दिसतात. तर इथं आतमध्ये मात्र अब्जावधी रुपयांचे करार होत असतात किंवा मोडले जात असतात.

१९९३ च्या सप्टेंबरपूर्वी त्या उबदार सकाळी भोजनापूर्वी काही सदस्य तेथील सुसज्ज बारमध्ये आरामात मद्य प्राशन करत होते. राहुल बजाज आत आले तेव्हा त्यांच्याकडं कोणाचं लक्ष गेलं नाही. 'बेल्वेदेर' मध्ये धनाढ्य व प्रतिष्ठित मंडळी तर सततच येत जात असतात. हरी शंकर सिंघानिया जेव्हा आत आले तेव्हा काहींनी भिवया उंचावून पाहिलं. पण जेव्हा दिल्ली, कलकत्ता व मद्रास येथील उद्योगक्षेत्रातील सुमारे डझनभर अतिरथी महारथींनी प्रवेश केला तेव्हा सर्वांच्याच नजरा त्यांच्याकडे वळल्या. हे सारे लॉबीच्या जवळील एका खाजगी चर्चा दालनात शिरले. कुजबुज झाली, आश्चर्योद्गार बाहेर पडले. ललित मोहन थापर, एम. व्ही अरुणाचलम व डॉ. भरत राम यासारखी मंडळी भारतातील अत्यंत बड्या कंपन्यांचं नियंत्रण करतात, ती इथं जमलेली आहेत म्हणजे काहीतरी नक्कीच शिजतंय, पण काय? आणि यात बजाज यांचा काय संबंध? अशी कुजबूज होऊ लागली.

या बैठकीचा तपशील जाहीर झाल्यावर उद्योगपती, राजकारणी, नोकरशहा व अर्थतज्ज्ञ यांची दोन गटात विभागणी झाली. 'बॉम्बे क्लब'चे समर्थक व विरोधक अशा या विभागणीत विरोधकांचा आवाज मोठा होता.

या बैठकीचे अनेक पडसाद उमटले. सुटकेचा श्वास टाकीत एक उद्योगपती म्हणाला, "त्या बैठकीला अगदी योगायोगानं मी गैरहजर राहिलो! (दुसऱ्या कामात मी अडकून पडलो.) मला जेव्हा त्या बैठकीला निमंत्रण आलं तेव्हा चर्चेचा विषय मला ठाऊक नव्हता. मी त्या बैठकीत हजर राहिलो नाही हे सुदैवच! खाजगी गप्पात 'बॉम्बे क्लब'च्या मताशी आपण सहमत आहोत. परंतु असं ओरडून सगळ्या जगाला सांगून स्वतःची कत्तल कशाला करून घ्यायची?" असं तो म्हणतो. इतरांनी तर एवढीसुद्धा प्रतिक्रिया द्यायला नकार दिला.

या नव्या क्लबमध्ये सामील व्हायला आर. पी. गोएंका, एस. आर. समूहाचे शशी व रवी रूईया यांनी स्पष्ट नकार दिला. धीरुभाई अंबानींसारख्यांनी नकार देताना चतुराईनं म्हटलं, "उदारीकरणाच्या बाजूनं मी शंभर टक्के आहे. कोणी उद्योगपती त्याविरुद्ध असेल असं मला वाटत नाही. परंतु अनुचित स्पर्धेपासून आपण आपल्या उद्योगाचं रक्षण करायला हवं. जगात मंदीचं वातावरण आहे व मंदीतील स्पर्धेला व मोठ्या प्रमाणावर माल थोपवण्याला आपल्याला सामोरं जावं लागण्याचं भय आहे. विकासाच्या या टप्प्यावर आपल्याला हे परवडणारं नाही."

आदित्य बिर्लांसारखीच बहुतेकांनी सहानुभूती प्रकट केली परंतु ती खाजगी चर्चा दालनातच. गोएंका किंवा रूईया यांच्या प्रमाणंच बिर्लांनी बॉम्बे क्लबचं सदस्य होण्यास तत्परतेनं नकार दिला. परंतु ते या क्लबचे कडक टीकाकार आहेत ही सारी वृत्तपत्रांनी तयार केलेली प्रतिमा होती असं टाटा समूहातील अर्थतज्ज्ञ डॉ. फ्रेडी मेहता म्हणतात. ''भारत व विदेशी उद्योगांना समान पातळीवर स्पर्धेचं मैदान खुलं राहावं असा बॉम्बे क्लबचा दृष्टिकोण असेल तर मी पूर्णतः क्लबच्या बाजूनं उभा राहीन असं त्यांनी मला सांगितलं. बॉम्बे क्लबनं ज्या पद्धतीनं आपलं म्हणणं मांडलं त्यामुळं अनेकांनी चुकीचे निष्कर्ष काढले. संरक्षक भिंतीआड दडण्याचा आमचा प्रयत्न नाही हे क्लबनं स्पष्ट करायला हवं.'' असं मेहता म्हणाले.

परदेशी स्पर्धेविरुद्ध भारतीय उद्योगांचे संरक्षण करणे हा क्लबचा उद्देश होता. परंतु त्यांचा नेमका कार्यक्रम तरी काय? आणि भरभक्कम कंपनी असलेल्या बजाजना भीती वाटून त्यांनी आपल्यापेक्षा पूर्ण भिन्न कॉर्पोरेट संस्कृती व मूल्ये असलेल्यांच्या या कळपात सामील व्हावं?

बजाज यांच्या दृष्टीने प्रश्न साधे सरळ होते. ''सरकारनं दशकानुदशकं भारतीय उद्योगांना मुक्तपणे वावरू दिलं नव्हतं. आता अर्थव्यवस्थेची कवाडे खुली करताना व विदेशी कंपन्यांचा स्वागतासाठी लाल गालिचा अंथरताना बलाढ्य जागतिक कंपन्यांशी भारतीय उद्योगांना स्पर्धा करायला भाग पाडण्याआधी येथे सारं ठाकठीक करण्याची सरकारची जबाबदारी आहे.''

क्लबच्या इतर सदस्यांची कारणं वेगवेगळी होती. काही महिन्यांपूर्वीच काही उद्योगांचा कब्जा बड्या कंपन्यांनी घेतला होता व त्याचे भय काहींना वाटत होते. रमेश चौहान यांनी आपला शीतपेयाचा उद्योग व 'थम्स अप' हा 'ब्रॅण्ड' कोका कोलाला विकला होता, गोदरेज यांनी 'प्रॉक्टर अँड गॅम्बल'ला आपला ज्येष्ठ भागीदार करून घेतले होते (नंतर ही जोडी फुटली) आणि टाटांनी टाटा ऑइल मिल ही युनिलिव्हरच्या एका सहकंपनीला देऊन टाकली होती. बहुराष्ट्रीय कंपन्या भारतच खरेदी करत आहेत असा ओरडा सुरू झाला. २००० साली एखादा तरी भारतीय ब्रॅण्ड शिल्लक राहील का असा सवाल केला जाऊ लागला.

बहुराष्ट्रीय कोलगेट-पॉमॉलिव्हसारख्या कंपन्यांना अगदी स्वस्त दरात त्यांच्या भारतीय सहकंपन्यांतील भांडवल वाढवण्यास परवानगी देण्यात आली, परंतु भारतीय कंपन्यांना मात्र शेअर होल्डरच्या ते हिताचे होणार नाही असे सांगून असे करण्यास नकार देण्यात आला, याबद्दल बऱ्याच भारतीय कंपन्या नाराज होत्या. परंतु कालबाह्य झालेल्या आपल्या कारखान्यात सुधारणा घडवून आणण्यासाठी भारतीय कंपन्यांना पैशाची गरज होती. त्यांना निधी उभारावा लागणार होता. परंतु आपले होल्डिंग टिकवून ठेवण्यासाठी नवीन शेअर्स अधिकृतरीत्या खरेदी करण्यासाठी

लागणारा पैसा थोड्याच उद्योगपतींकडे होता. पूर्वीच्या प्राप्तिकर नियमांमुळे अशी स्थिती उद्भवली होती. नॉन व्होटिंग शेअर्स व अन्य असाच काही मार्ग उपलब्ध करून द्यावा अशी मागणी बॉम्बे क्लबनं केली. भारत सरकारने १९९४ साली याविषयी उपाय योजना केली खरी, परंतु तोवर जे काही नुकसान व्हायचं ते झालेलं होतं.

आपल्या पहिल्या बैठकीनंतर दोन महिन्यांनी म्हणजे ९ नोव्हेंबर १९९३ रोजी बॉम्बे क्लबनं १३ मागण्यांचं एक पत्र त्या वेळचे अर्थमंत्री डॉ. मनमोहन सिंग व त्यांचे खास सल्लागार मोन्तेकसिंग अहलुवालिया यांना सादर केलं. या मागण्या साध्याच होत्या. पैसे उभारण्याचे नवे मार्ग उभारणे व व्याजदर कमी करणे यासंबंधी प्रामुख्याने या मागण्या होत्या. बॉम्बे क्लबची एवढीच मागणी असेल तर त्याला कोणीही शास्त्रशुद्ध विचार करणारा विरोध करणार नाही.

"आमच्या कंपन्या जागतिक दर्जाच्या व्हायला हव्या असतील तर आंतरराष्ट्रीय आर्थिक नियुक्तांशी सुसंगत असे नियम हवेत हे सांगायला आम्हाला बॉम्बे क्लबची गरज पडू नये. असं इकॉनॉमिक टाइम्सचे संपादक स्वामिनाथन अंकलेसारिया अय्यर यांनी लिहिलं. मनमोहन सिंग यांनी सहानुभूतिपूर्वक विचार करण्याचं आश्वासन दिलं तर त्या वेळचे वाणिज्यमंत्री व माजी अर्थमंत्री प्रणव मुखर्जी यांनी भारतीय कंपन्यांचा आम्ही धुव्वा उडू देणार नाही." असं सांगितलं.

"भारतीय कंपन्यांना रास्त संधी उपलब्ध करून देणे आणि त्याचे संरक्षण करणे यातील सीमारेषा म्हणजे तारेवरची कसरत होती. भारतीय कंपन्यांना किती वेळ द्यायचा? भारतात पाश्चात्त्यांपेक्षा पैशाची किंमत अधिक होती आणि मूलभूत सोयींमधील उणिवा एवढ्या होत्या की, खऱ्या अर्थानं समपातळीवर स्पर्धा अशक्य होती. या प्रश्नांची उत्तरं सोपी नव्हती. 'बॉम्बे क्लब म्हणजे स्पर्धेला घाबरणाऱ्या अकार्यक्षम उत्पादकांचा गट आहे.' अशी टीका होऊ लागली. आपल्यावरच सारं उलटायचं या भीतीनं पुढील काही आठवड्यात हळूच एकेक सदस्य क्लबमधून बाहेर पडले. वर्षाच्या अखेरीस थापर, सिंघानिया, अरुणाचलम, बी. के. मोदी, भरतराम आणि बजाज एवढेच सदस्य उरले. १९९४ च्या शेवटी तर एकाच सदस्याचा क्लब उरला." असं बजाज उद्वेगानं म्हणतात.

हमारा बजाज

हिंदुजांनी अशोक लेलॅन्ड कंपनी ताब्यात घेतली तेव्हा १९८७ मध्ये बिझिनेस इंडियानं त्यांच्यावर मुखपृष्ठ कथा केली होती. ऑक्टोबर ९३ मध्ये त्यांनी राहुल बजाज यांच्यावर केलेल्या मुखपृष्ठ कथेचं शीर्षक होतं 'हमारा बजाज'. बजाज ऑटोच्या प्रख्यात जाहिरात मोहिमेतीलच ही घोषणा होती. मुखपृष्ठावर राजीव आपल्या वडिलांच्या पाया पडत आहे असं छायाचित्र होतं. शीर्षक आणि छायाचित्रावरून

बजाज ऑटोचा वारस राजीव आहे हे सूचित होत होतं. आता हा योगायोग होता की त्या बातमीदाराचे अचूक भाकीत! हे सांगणे कठीण आहे. १९९५ मध्ये ४०.२५ अब्ज रुपयांच्या बजाज उद्योग समूहाची धुरा पाच सक्रिय सदस्यांकडे होती. राहुल आणि शिशिर (कमलनयन यांचे चिरंजीव), आता शेखर, मधुर आणि नीरज (रामकृष्णांचे चिरंजीव) शाह यांच्याबरोबर भागीदारीत असलेली मुकुंद लि. ही कंपनी वगळता बजाज समूहात इंजिनिअरिंग उद्योगातील २० कंपन्या असून कामगारांची संख्या २९ हजार आहे. बजाज ऑटो ही सर्वात मोठी व सर्वाधिक नफा कमावणारी या समूहातील कंपनी आहे. २१ सप्टेंबर १९९४ रोजी चुलते रामकृष्ण बजाज यांचे निधन झाल्यावर या समूहाचे राहुल बजाज प्रमुख झाले.

'बिझिनेस इंडिया'च्या मुखपृष्ठ कथेत मधुरचा उल्लेख नाही. संजीवचे तर या वृत्तकथेत छायाचित्रदेखील नाही. अर्थात हा योगायोग आहे. कारण 'छायाचित्रकार आकुर्डीला आला तेव्हा आम्ही वाळुंजला होतो.' असे संजीव म्हणतो. हे खरं असेलही परंतु बजाज कुटुंबात वारशाचा नाजूक प्रश्न आहे ही बाब लपून राहात नाही. दुसऱ्या कोणत्या बड्या उद्योगात फूट पडली की लागलीच बजाज कुटुंबाबद्दल तर्ककुतर्क सुरू होतात. राहुल बजाज हे कुटुंब टिकवून ठेवू शकतील का? मधुर राजीव व संजीव यांना स्वीकारतील की विभक्त होण्याची मागणी करतील? राजीव मधुरबद्दल हवा तसा आदर बाळगतील काय? बजाज ऑटोत इतरांइतकाच नीरजलाही हक्क आहे तेव्हा किती काळ मुकुंद लि. चं ते काम पाहात राहतील? त्यांना बजाज ऑटोत पद हवंय का? आपल्या भोवतालच्या या कुजबुजीकडं बजाज अनेकदा दुर्लक्ष करतात.

याचा मागोवा घेणं हे कठीण काम तेव्हा वस्तुस्थिती स्वीकारून त्यानुसार शोध घ्यायला हवा. बजाज कुटुंबातील एक सदस्य म्हणतात, ''समजा एखादा 'क्ष' भाऊ त्याला दिलेलं काम करण्यात कुशल नसेल तरी शेवटी तो बजाज आहे व मालकीत त्याचा वाटा आहे. तेव्हा त्याला आहे त्याच पदावर ठेवण्याचं आमचं धोरण आहे. त्याच्या मदतीला योग्य व्यवस्थापक आम्ही देतो.'' राजीव व संजीवबद्दल बोलायचं तर त्यांच्या कारकीर्दीची सुरुवात बजाज ऑटोत सुरू झाली असली तरी 'तो आमचा जन्मसिद्ध हक्क आहे' असं ते कधीच म्हणू शकत नाहीत. याबद्दल आरंभी काहीही बोलायला राहुल बजाज तयार नव्हते. परंतु या विषयावर गेल्या वर्षभरात कुटुंबाच्या अनेक बैठका झाल्या आहेत अशी माहिती अखेर त्यांनी दिलीच. ''पण फूट पडलीच तर १:४ किंवा २:३ अशी पडेल. याखेरीज दुसरी काही शक्यता नाही. एखाद्याला विभक्त व्हायचं असेल तर काही प्रश्न नाही. तो निघून जाईल व अन्य चौघांना त्याला काही द्यायची इच्छा नसेल तर त्याला काही मिळायचं नाही. त्याला त्याचा संपत्तीतलाच जो काही हिस्सा, पैसे असतील ते मिळतील. पण त्याला बजाज ऑटो मग तो कोणीही असो अगदी मी असलो तरी

मिळणार नाही.''

''दोघांना विभक्त व्हायचं असेल तर दोघे कोण यावर ते अवलंबून आहे. मी व भाऊ असलो तर स्थिती वेगळी व मी आणि अन्य तिघांपैकी कोणी असेल तर त्याहून काहीशी वेगळी स्थिती राहील. मग उद्योगसमूह दोन तुकड्यात विभागला जाईल. तिघाजणांच्या गटाला बहुधा बजाज ऑटो मिळेल आणि दोघांच्या गटाला नफा, विक्री व अन्य हिशेब पाहून उरलेलं मिळेल. बजाज ऑटोचे दोन भाग करता येतील असं मला वाटत नाही व करताही कामा नये. बजाज उद्योग समूहात फूट पडण्याची लोकांना चिंता वाटते, पण चिंता करण्यासारखं काही नाही असं मला वाटतं. दोन आणि तीन अशा जोड्या विभक्त झाल्या तर झाल्या. जर १:४ अशी विभागणी झाली तर त्याचे गंभीर परिणाम होणार नाहीत. आणि मी असेपर्यंत तसं होणारही नाही. माझ्यानंतर काय घडेल ते काही मी सांगू शकत नाही.''

''काय घडेल हे पाहावं लागेल. दहा-दहा वर्ष आधीपासूनच लोक विचार करत बसतात आणि आयुष्यातील चांगल्या काळाची अशा प्रश्नांची वाट लावतात मग ते वैवाहिक आयुष्य असो वा औद्योगिक, वाईट असं काय घडणार? भाऊ भांडतील, समूहात फूट पडेल याला मी कमी लेखतो आहे असा याचा अर्थ नव्हे. जे घडायचं असेल ते घडेल. दोघं बाहेर पडतील तेव्हा काय तो प्रश्न उद्भवेल. परंतु पुढील दहा वर्षे तरी हे घडेल असं मला वाटत नाही. तेव्हा हे सारं बकवास आहे. आणि तसं घडलंच तर आम्ही त्याला सामोरं जाऊ.''

आमच्या या संभाषणाच्या आदल्या दिवशी म्हणजे १२ ऑगस्ट १९९४ रोजी ५७ वर्षांचे राहुल बजाज आपल्या आवडत्या आरामखुर्चीत आराम करत होते. बाहेर एक घनदाट सर पडून गेली होती आणि मृद्‌गंध घेऊन एक सुखद झुळूक आली. आत रूपा भोजनाची तयारी करत होत्या. तिन्ही मुलं घरीच होती व त्यांच्या वाग्दत्त वधू येणार होत्या. 'बिझिनेस वर्ल्ड'ची प्रत घेऊन बजाज ती चाळू लागले. भारतात गुंतवणुकीची जी लाट आली आहे त्यावर पूरक लेख होता. तो पाहून ते थबकले. त्यांच्या अवतीभवतीचे सारे उद्योगपती विकासाचे नवनवे मार्ग आक्रमकरीत्या शोधत होते. ज्यांची कधीही नावं ऐकली नव्हती अशी नवनवी मंडळी मोठमोठे प्रकल्प उभारत होती. प्रकल्पांचे आकारही वाढत होते. एक हजार कोटींच्या खाली असलेला एखादा प्रकल्प कानावर पडत नव्हता. मग बजाज स्वतः काय करताहेत? एक हजार तर सोडाच, ५०० कोटीचा एखादा प्रकल्पही त्यांच्या हाती नव्हता. या स्पर्धेत ते मागं राहणार का? परंतु या गळेकापू स्पर्धेला काही अर्थ आहे का?

लहानपणापासूनच नेतृत्व करण्याची बजाज यांची वृत्ती. शाळेत ते बहुतेक वेळा पहिला क्रमांक पटकावीत. ''मी उत्कृष्ट परिपूर्ण हाऊस कॅप्टन होतो. बॉक्सिंग कॅप्टन होतो.'' तीन दशकं त्यांनी जणू वैयक्तिक जहागीर आहे अशा थाटात बजाज

ऑटोचा कारभार चालवला. बारीक-सारीक तपशिलावर ते देखरेख करत व अगदी छोट्या रकमेचा चेकही त्यांच्या सहीविना दिला जात नसे. सध्याचं मोठं कॉर्पोरेट कार्यालय उभारण्यापूर्वी बजाज यांचे कार्यालय कारखान्याच्या आवारातच होतं व त्यांच्या खिडक्यातून सारा कारभार दिसत असे. वयाची पन्नाशी गाठली तेव्हा त्यांनी मनात योजलेली उद्दिष्टंही गाठली होती. आता हळूहळू वेग कमी करून नव्या पिढीच्या हाती सूत्रं देण्याची वेळ आली आहे का? त्यांना खरोखरच आता थकवा आला आहे का?

१९८० च्या दशकात बजाज ऑटो ही देशातील सर्वात वेगवान प्रगती करणारी कंपनी होती. त्या दशकात विक्री ५१ कोटी ९० लाखावरून १८५० कोटींवर गेली. याचा अर्थ विकासाचा वेग १८५२ टक्के होता. त्या तुलनेनं धीरूभाई अंबानींच्या रिलायन्स इंडस्ट्रीजची वाढ ११०० टक्के झाली. त्यांची विक्री २०० कोटींवरून १८४० कोटींवर गेली.

काम करत राहिलं नाहीतर बजाज दुसरं काय करणार? शाळेत असताना ते बॉक्सिग चँपियन होते व ते टेबल टेनिस खेळत. आता जीवन इतकं बिझी झालंय की इच्छा असूनही छंदांचा पाठपुरावा करता येत नाही. ''काहीसा विरंगुळा असणं चांगलं असतं असं लोक म्हणतात. तो काहींच्यासाठी चांगला असेलही पण मला त्याची कधीच गरज भासली नाही.'' असं बजाज अभिमानानं म्हणत. कामाचं अतोनात वेड असलेल्या माणसांप्रमाणंच त्यांना फावल्या वेळात काय करावं हे उमजत नाही. ते मासिकं वाचतात. पण फार नव्हे. ते सुटीही घेत नाहीत. ''सुटी घेतली पाहिजे ही पण एक रूढीच बनली आहे. मला माझं काम करण्यात आनंद मिळतो. १९६५ ते १९८४ या काळात मी केवळ चार वेळा सुटी घेतली.'' ''राहुलला इंग्रजी चित्रपट पाहायला आवडतात. वेस्टर्नस्, थरारपट, देमारपट पण उगाच हिंसात्मक नव्हे, तर कथानक असलेले चित्रपट त्यांना आवडतात.'' असं संजीव म्हणतो, ''दिलखुलास मनोरंजन करणारे एडीमर्फी धर्तीचे चित्रपटही त्यांना आवडतात. आम्हा सर्वांनाच चित्रपट पाहायला आवडतं. त्यामुळं ते जेव्हा घरी असतात तेव्हा आम्ही सर्वच एकत्र बसून चित्रपट पाहतो.''

''आता बहुधा माझ्यात ती उसळणारी आग नसावी.'' असं ते म्हणतात. हृदयविकाराचा झटका आल्यावर बजाज ऑटोवरील आपली पकड त्यांनी काहीशी सैल केली. धोरण व अंमलबजावणीसाठी वरिष्ठ अधिकाऱ्यांना काहीसा वाव दिला. अर्थात आपण केवळ काम सोपवलंय, अधिकार सोडला नाही हे त्याच वेळी त्यांनी बजावलं. ''सर्व सहमतीनं निर्णय घेण्यावर ली आयकोका सारखा माझा विश्वास नाही. महत्त्वाच्या गोष्टींवर मी इतरांची मतं ऐकून घेतो, त्यांना न्याय्य संधी देतो. परंतु मी मतदान घेत बसत नाही, मी निर्णय घेतो.'' पूर्वीप्रमाणं ते कारखान्याभोवती

आता चक्कर मारीत नाहीत. वितरणासाठी तयार असलेल्या स्कूटर्सची चाचणी घ्यायला ते कधीतरी जातात तेव्हा काहीशी घबराटच उडते. पेट्रोल आणण्यासाठी शिपायाची धावपळ उडते. राहुल बजाज चेतक क्लासिकवर स्वार होतात व त्यांनी किक मारताच स्कूटर चालू लागते तेव्हा इंजिनियर्स सुटकेचा श्वास सोडतात.

हाती असलेल्या जादा वेळेचा उपयोग त्यांनी चांगला करून घेतला आहे. उद्योग संघटनांमध्ये त्यांना खूप स्वारस्य आहे. भारतातील केवळ एका बड्या उद्योगाचा प्रमुख म्हणून नव्हे, तर ब्रिटनच्या आयसीआयचे सर हार्वे जोन्स किंवा जपानच्या सोनी कार्पोरेशन्सचे कै. अकिओ मोरिता यांच्याप्रमाणे देशाच्या उद्योगजगतातील एक ज्येष्ठ नेते म्हणून ते वावरतात. असोचेम व फिकीपेक्षा सीसीआयला प्रभावी संघटना बनवण्यात त्यांनी महत्त्वपूर्ण भूमिका बजावली. वर्ल्ड इकॉनॉमिक फोरम् डॅव्होस येथे आयोजित करत असलेल्या वार्षिक आंतरराष्ट्रीय परिसंवादात भारताच्या शिष्टमंडळाचे नेतृत्व ते गेले दशकभर करत आहेत. तसेच 'इंडो-ब्रिटिश पार्टनरशिप इनिशिएटिव्ह'चे ते आश्रयदाते सदस्य आहेत.

आज हा जुना योद्धा समाधानी वाटतो हे आश्चर्यच. आपण मागे पडलो याची ते फिकीर करीत नाहीत. बहुधा ते तेवढं आश्चर्यकारक नसावं. उद्योगाची नवी क्षेत्रे धुंडाळण्यापेक्षा आहे तेच 'विणकाम' ते करत बसतात अशी टीका १९८० साली त्यांच्यावर केली आहे. तसेच कर योजनेतील उणिवांचा लाभ उठवण्याऐवजी ते कराच्या प्रचंड रकमा भरत राहतात असं म्हटलं जाई. सार्वजनिक मताची त्यांनी कधीच फिकीर बाळगली नाही. मग आता तरी त्यांनी ती का करावी ?

□

आदित्य विक्रम बिर्ला

इल पॅलाझो २७ मे, १९९५

(**आ**दित्य विक्रम बिर्ला यांचे १ ऑक्टोबर १९९५ रोजी निधन झाले. त्या आधी हे प्रकरण लिहिलेले आहे.)

सारख्या पंखाचे पक्षी एकत्र राहतात असं म्हणतात. धनिक मंडळींचंही तसंच आहे. हाँगकाँगमधील 'पिक', लंडनमधील 'मेफेअर' आणि मुंबईत मलबार हिल या भागात श्रीमंत मंडळींची वस्ती आहे. मलबार हिलच्या दक्षिण टोकाला 'इल पॅलाझो' ही इमारत आहे. तिथं राहायला मिळावं हे कोणाही श्रीमंताचं स्वप्न. सुमारे १०० फ्लॅट्स असलेली ही गजबजलेली इमारत आहे. सायंकाळी गजबज हळूहळू शांत व्हायला लागते आणि रात्री ११.३० पर्यंत जवळपास सारे दिवे मालवतात.

२७ मे १९९५ ची सायंकाळ होती. त्या दिवशी खूप उकडत होतं. तापमान ३५ अंश सेंटिग्रेडवर पोचलं होतं. सूर्यास्त झाल्यावर देखील शहरावर उष्णतेचं सावट पसरलेलं होतं. इमारतीचे सुरक्षा कर्मचारीही उकाड्यानं हैराण झाले होते, त्यांच्या कपाळावर घामाचे थेंब जमलेले होते.

इतक्यात जुन्या लोखंडी प्रवेशद्वारापाशी एक रुग्णवाहिका येऊन थडकली. तिच्या आवाजानं आळसावलेले कर्मचारी खडबडून जागे झाले. त्यांच्यात क्षणभर कुजबुज झाली व प्रवेशद्वार उघडण्यात आले. पार्किंगच्या जागेत कंटाळून उभे असलेले ड्रायव्हर्स काय झाले हे बघायला गोळा झाले. रुग्णवाहिकेत स्ट्रेचरवर आदित्यकुमार बिर्ला पहुडले होते व परिचारिका आणि अन्य वैद्यकीय कर्मचाऱ्यांची धावपळ चालू होती. ती पाहून ड्रायव्हर्सना धक्काच बसला. जगप्रसिद्ध उद्योगपती ए. के. बिर्ला वेदनेनं कण्हत होते. त्यांचं वजन कमी झालेलं जाणवत होतं. बिर्लांना घेऊन रुग्णवाहिका सहार विमानतळाच्या दिशेनं निघाली. डॉक्टर्स, कुटुंबीय मंडळी, अधिकारी भराभर मोटारीत बसले, दरवाजे खटाखट बंद झाले आणि हा ताफा निघाला.

काही सेकंदातच हा प्रकार घडला व त्या इमारतीतील वातावरण पूर्वपदावर आलं. इमारतीत राहणाऱ्या काही जणांनी बाहेरचा हा प्रकार स्वतः डोळ्यांनी पाहिला तर काहींच्या कानावर त्याची माहिती आली. बिर्लांना त्या रात्री ब्रिटिश एअरवेजच्या विमानानं अमेरिकेला नेण्यात आलं होतं. बाल्टिमोर येथील जॉन हॉपकिन्स रुग्णालयात त्यांना दाखल करण्यात आलं हा तपशील काही आठवड्यांनंतर रहिवाशांना

समजला. भारतात बिर्ला पुन्हा जिवंत परतू शकणार नाहीत असं त्या वेळा कोणाला स्वप्नात देखील वाटलं नव्हतं.

धावपट्टीवर विमान उभं होतं. कस्टम इमिग्रेशन वगैरेची कार्यालये असलेली इमारत टाळून रुग्णवाहिका थेट धावपट्टीवरच नेण्यात आली. ऐनवेळी सूचना मिळाल्यामुळे विमानात स्ट्रेचरसारखी जागा निर्माण करणं ब्रिटिश एअरवेजच्या कर्मचाऱ्यांना शक्य नव्हते. प्रथमवर्गातील खुर्ची पूर्ण आडवी केली तरी त्याचं स्ट्रेचर होणं शक्य नव्हतं. बिर्लांच्या वेदना वाढतच होत्या. त्या लांबलचक प्रवासामुळे सोबतच्या मंडळींच्या चेहऱ्यावर चिंतेचं जाळं पसरलं होतं. कसाबसा धीर धरून त्यांनी हा वेळ काढला.

बिर्लांना झालेल्या प्रोस्टेट कॅन्सरबाबत 'इकॉनॉमिक टाइम्स'नं दोन आठवड्यानंतर पहिल्या पानावर एक बातमी छापली. पण बाल्टिमोरहून दिलेल्या एका मुलाखतीत आदित्यकुमारांचे वडील वसंतकुमार (बीके) बिर्ला यांनी त्याचा इन्कार केला. ते म्हणाले, "आदित्यांना स्लिप डिस्कचा विकार झाला आहे. त्यांच्या प्रकृतीत झपाट्यानं सुधारणा होत असून, आम्ही दोन आठवड्यात भारतात परतू." परंतु दोन आठवडे लोटले व महिने उलटले तरी बिर्ला रुग्णालयातच होते. त्यांना सायटिकाचा विकार झाला यावर कोणाचा विश्वास बसेना तरी बहुतेकांनी ते ग्राह्य मानले. अब्जावधी डॉलर्सचं साम्राज्य एकट्यानं उभारणारा एक भला गृहस्थ अशी बिर्लांची प्रतिमा होती. लोकांच्या मनात त्यांच्याबद्दल अपार सदिच्छा होत्या. अर्थात प्रत्येकाला असं वाटत नव्हतं. कौटुंबिक कलह हे बिर्ला घराण्याचं वैशिष्ट्य. या कलहानं जवळजवळ दशकभर त्यांना सतावलं होतं.

भारतीय वृत्तपत्रांची कार्यपद्धती वेगळी आहे. त्यामुळे बी. के. बिर्लांनी आजारपणाबद्दल दिलेल्या माहितीची शहानिशा करण्यासाठी बातमीदारांनी रुग्णालयाबाहेर तळ ठोकून शोध घेण्याचा प्रयत्न केला नाही किंवा डॉक्टरांचा पिच्छा पुरवला नाही. त्याऐवजी बिर्ला कुटुंबियांच्या सदस्यांकडून मुंबईत ते आजारपणाची माहिती मिळवायचा प्रयत्न करत होते. कुटुंबियांनी त्यांना चार हात दूरच ठेवलं. "त्यांच्या आजारपणाची माहिती गुप्त राखली नाही तर रोख्यांच्या भावावर त्याचा परिणाम होईल" असं एका पुतण्यानं सांगून वार्ताहरांना दरवाजा बंद केला.

दूरच्या नातेवाईकांना विचारण्यात येणारे प्रश्न अडचणीचे वाटू लागले. आदित्य बिर्लांना आपल्या आजाराबद्दल बोलायला आवडत नव्हतं. विशेषतः ज्यांच्यावर आपला विश्वास नाही असे चुलते-पुतणे यांच्याशी तर मुळीच नाही. त्यांचे मित्रही मौन पाळून होते. अंत्यसंस्कार पार पडल्यावर अफवांना ऊत आला तेव्हा त्यांचं निराकरण करण्यासाठी बी. के. बिर्लांच्या वतीने अधिकृत निवेदन करण्यात आलं. त्यात आदित्यकुमार बिर्ला यांना प्रोस्टेट कॅन्सर झाला होता हे

मान्य केलेलं होतं. एवढी गुप्तता पाळण्याची खरंच गरज होती का? त्याचा उलटाच परिणाम नसता का झाला? असं आदित्य बिर्लांच्या पत्नी राजश्री यांना विचारलं.

त्यावर त्या म्हणाल्या, "लोकांनी आपल्याशी आजारपणाबद्दल बोलावं, अथवा सहानुभूती दाखववी अशी त्यांची इच्छा नव्हती. गुप्तता राखण्यामागं हे कारण होतं. एखादा माणूस आजारी असला की लोक सतत त्याबद्दल बोलत राहतात. त्यामुळे तुम्ही आजारी आहात याची एक प्रकारे सतत आठवण करून दिली जात असते. त्यांनी अगदी जवळच्या दोन-तीन मित्रांना आपल्या आजाराबद्दल सांगितलं होतं, पण माझ्या आईला देखील कल्पना दिली नव्हती कारण त्यांना धक्का बसावा असं त्यांना वाटत नव्हतं, नेहमीसारखं जीवन त्यांना जगायचं होतं, पण काहीतरी चुकलंय हे समजायच्या आतच कॅन्सर झपाट्याने पसरला. त्यांनी कधी दुखण्याबाबत तक्रार केली नाही, ते आपले काम करत राहिले... एक पीएसए नावाची चाचणी असते. १९९३ च्या मे मध्ये ही चाचणी झाली तेव्हा सारं कसं ठीक होतं..."

आदित्य बिर्लांचा स्वभाव तसा एकलकोंडाच. फोर्बस जगातील अब्जाधीशांची जी यादी प्रसिद्ध करते त्यात बिर्लांचं नाव नेहमीच झळकायचं परंतु आपल्या उद्योगाच्या एखाद्या विशिष्ट पैलूविषयी आवश्यकता असेल तरच ते पत्रकारांशी बोलत. स्वतःबद्दल बोलण्यापेक्षा आपल्या कंपन्या चालवण्यात त्यांना अधिक स्वारस्य होतं. १९८० च्या दशकाच्या अखेरीस ते आपल्या कोशातून काही काळ बाहेर आले. वडिलांच्या सत्तराव्या वाढदिवसानिमित्त त्यांनी भारतातील चार मोठ्या शहरात भोजन पार्ट्या दिल्या. कुमार मंगलम याच्या विवाहाप्रीत्यर्थ स्वागत सोहळे आयोजिले, चित्रप्रदर्शने भरवली. (त्याबद्दलचा आणखी तपशील पुढं येईलच.) या कौटुंबिक कार्यक्रमांना आपल्या संपर्कात आलेल्या सर्वांना ते आमंत्रित करत. ही सारी मंडळी त्यांच्याभोवती जमत, त्यांचं अभिनंदन करत, रिलायन्स इंडस्ट्रीजच्या अंबानींपासून अगदी सूताचे वितरकापर्यंत या समारंभाचं निमंत्रण कोणी नाकारलं असण्याची शक्यता नाही. या पाट्यांचे दिवस संपले आणि आदित्य बिर्ला पुन्हा आपल्या संगमरवरी मनोऱ्यात, आपल्या कोशात रममाण झाले.

दुर्दैवानं अशा समारंभावर कौटुंबिक कलहाचं सावट पडे. अशाच एका प्रसंगाची आठवण राजश्री बिर्लांच्या मनात घर करून आहे.

बिर्लांच्या अवघ्या ५३ वर्षांच्या आयुष्यात ८ ऑगस्ट १९८८ हा दिवस अत्यानंदाचा होता, आपला एकुलता एक मुलगा कुमार मंगलम याच्यासाठी योग्य वधूचा शोध आदित्य व राजश्री काही वर्षे घेत होते. नीरजा कासलीवाल ही अनुरूप वधू आहे असं उभयतांना वाटत होतं परंतु त्या दोघांची पसंती महत्त्वाची होती. भावी नातेवाईकांशी विवाहाबद्दल दुपारी बोलणीही झाली होती.

पण कलकत्त्याहून एक फोन आला आणि शांतता भंग पावली. राजश्री

म्हणतात, "त्यांना कलकत्त्याला जायची इच्छा नव्हती. कुमार मंगलमच्या वाङ्‌निश्चयाचं वृत्त स्वतःच्या जवळच्या मित्रांना कळवायला त्यांना आवडलं असतं, पण हे काम मला करावं लागलं."

सांताक्रूझ विमानतळाकडं जाताना बिर्लांच्या मनात संमिश्र विचारांचा कोलाहल उसळलेला असणार. वाङ्‌निश्चयाचा आनंद साजरा करणाऱ्या भोजन पार्टीत सामील होणं त्यांच्या नशिबी नव्हतं. त्या ऐवजी विमानातील प्लॅस्टिक ट्रेमधील जेवण घेण्याचा प्रसंग त्यांच्यावर ओढवला होता. चुलते व चुलतभाऊ यांच्याबरोबरच्या अप्रिय संघर्षाला सामोरं जायला ते निघाले होते. प्रवासाची तशी त्यांना खूप सवय होती. वर्षभरातून किमान शंभर वेळा तरी विमान प्रवास त्यांना करावा लागे. मुंबई ते कलकत्ता या विमान प्रवासाला दोन तास वीस मिनिटं लागणार होती. तेथील वसंत विहार या आपल्या बंगल्यापर्यंत पोचायला चाळीस मिनिटं लागतील व रात्री ११ वाजता बहुधा झोपायला मिळेल असा मनोमनी त्यांनी हिशेब केला. दुसऱ्या दिवशी सकाळी त्यांना लौकर उठावं लागणार होतं.

१९९४ मध्ये त्यांचं सेसना सायटेशन एस. २ हे खाजगी विमान आलं. (चैन म्हणून नव्हे तर गरज म्हणून) त्या दिवशी मात्र इंडियन एअरलाइन्सच्या विमानानं प्रवास करण्याखेरीज पर्याय नव्हता. आखडलेले हातपाय ताणून देण्याचा त्यांनी प्रयत्न केला पण तो नाद सोडून दिला. लहानपणापासूनच कानाचा विकार असल्यानं विमान प्रवास त्यांना तापदायक होई. वेदना कमी करण्यासाठी आणखी काही कापसाचे बोळे त्यांनी कानात सरकवले.

विमान धावपट्टीवर उतरलं. विमानतळावरून ते बाहेर पडले व त्यांना घ्यायला आलेल्या मोटारीत बसले. आदित्य बिर्ला आपल्या समवेत विमानात होते याची जाणीव फारच थोड्या प्रवाशांना झाली. आपण कोण आहोत हे कळू न देण्याची किमया बिर्लांपाशी होती. त्यांच्या चष्म्याच्या फ्रेमसारखा त्यांचा चेहराही चौकोनी होता, पासपोर्टवरील त्यांचं वर्णन त्यांच्या वयाच्या कोणाही भारतीय पुरुषाला लागू पडेल असंच होतं. वैशिष्ट्ये नेहमीचीच. कातडीचा रंग गव्हाळ, उंची ५ फूट ६ इंच, डोळे गर्द किरमिजी. प्रथमदर्शनी ते सर्वसामान्य आहेत असं वाटे. त्यांचा गहिरा, सशक्त आवाज वगळून, ते शब्द मोजकेच वापरत, परंतु बोलणं ठाम व भारतीयाला न शोभणारं असं सडेतोड.

दिल्लीतील युरोमनी परिषद ते लंडनमधील डॉर्चेस्टर किंवा बॉम्बे जिमखाना, इथं केवळ मोजकीच उच्चभ्रू मंडळी या अब्जाधीशाला ओळखत. गडद रंगाचा सूट, स्टार्च केलेला स्विस सुती शर्ट आणि महागडा टाय असा त्यांचा पोशाख असे. फॅशनेबल कपड्यांची त्यांना हौस नव्हती. वर्षानुवर्षे एकाच पद्धतीचे कपडे ते वापरत. राहुल बजाज किंवा रमा प्रसाद गोएंका या मारवाड्यांप्रमाणं त्यांनी 'सफारी'चा

कधी वापर केला नाही.

त्या महत्त्वाच्या बैठकीला हजर राहण्यासाठी दुसऱ्या दिवशी सकाळी ७ वाजताच ते उठले. केवळ बदलासाठी बदल अशी त्यांची वृत्ती नव्हती. ते सवयींचे गुलाम होते. ते काटेकोरपणं वेळ पाळत. त्यांचं वागणं हे सराईत व्यावसायिकासारखं, मुद्द्याला धरून असे. त्या दिवशीच्या बैठकीत आदित्य बिर्लांची सरशी झाली. ग्रासिम व हिन्डालको या दोन बड्या कंपन्या त्यांच्या हातातून निसटण्याचा प्रसंग जवळजवळ ओढवणारच होता. परंतु त्यांनी बाजू उलटवली व संभाव्य पराभवाचं विजयात कुशलतेनं परिवर्तन केलं. कलकत्त्याची ती भेट सार्थकी लागली होती.

खुशवंत सिंग यांनी 'विथ मॅलिस टोवर्डस वन अॅन्ड ऑल' वा त्यांच्या सदरात एकदा म्हटलं होतं. ''बहुतेक लोकांना बिर्ला म्हणजे पैसा असं वाटत असतं'' बिर्ला घराण्यातील सहा शाखा तेरा वर्षे पैशावरून एकमेकांशी भांडत होत्या, घनश्यामदास बिर्ला (१८९४ ते १९८३) (त्यांना 'जीडी' म्हटलं जाई) यांच्या निधनानंतर ही भांडणं उफाळून आली होती. लंडनच्या रिजन्ट स्ट्रीटवरील सिंगापूर एअरलाइन्सच्या कार्यालयासमोर ११ जून रोजी जीडी बिर्ला कोसळले. काही तासांतच त्यांना मृत्यू आला. बरीच गुंतागुंतीची इस्टेट मागं ठेवून त्यांनी या जगाचा निरोप घेतला होता.

त्यांची संपत्ती ३००० कोटी रुपयांच्या आसपास किंवा त्याहून अधिक असावी असा अंदाज होता. त्यांच्या सुमारे शंभर कंपन्या होत्या. त्यापैकी जवळपास निम्म्या 'ब्लू-चिप' कंपन्या होत्या. मोठ्या प्रमाणावर जमीनजुमला (रियल इस्टेट) होती आणि भलीमोठी गुंतवणूक होती. आयकर खात्याला देखील बिर्लांची एकूण संपत्ती किती आहे याचा अंदाज नव्हता.

सुरुवातीला एकजूट राखण्याचा बिर्ला घराण्यानं प्रयत्न केला. 'जीडी'च्या पार्थिवावर लंडनच्या 'गोल्डर्स ग्रीन' इथं अंत्यसंस्कार केल्यावर त्यांचे ज्येष्ठ चिरंजीव लक्ष्मी निवास यांच्या कलकत्त्याच्या अलिपूर येथील निवासस्थानी शोकसभेस सारेजण एकत्र आले होते. अभेद्य खडकासारखी आपली एकजूट दाखवण्यासाठी बिर्ला घराण्यातील तीन पिढ्यांचं प्रतिनिधित्व करणाऱ्या दहा पुरुषांनी 'इंडिया टुडे'च्या कव्हरसाठी रघुराय यांना छायाचित्रे काढू दिली होती. त्या वेळचे वार्ताहर टी. एन. निनान (हे नंतर बिझिनेस वर्ल्ड व बिझिनेस स्टॅण्डर्डचे संपादक झाले) यांना मुलाखत देताना बिर्लामंडळींनी आपल्या उद्योगसमूहात कधीच फूट पडणार नाही असं ठामपणं सांगितलं होतं.

परंतु हा चतुराईनं चढवलेला मुखवटा होता. कुटुंबात कलह चालू झाला होता. जीडी हयात असताना कोणाची बोलायची हिम्मत नव्हती. त्यांचा शब्द म्हणजे कायदा होता. सर्वात उत्तम गोष्टी त्यांनी बीके व आदित्यना दिल्या, आपल्याला मात्र उरलं सुरलं मिळालं अशी अन्य बिर्लांची भावना होती.

मंदिरातील घंटा नि लाडू !

१९४३ मध्ये या घराण्यात कलहाचं वातावरण नव्हतं. घरात उदबत्तीचा सुगंध दरवळत होता. तेव्हा देशात ब्रिटिशांची राजवट होती. महात्मा गांधींचे दूत म्हणून जीडी हिज मॅजिस्टि महाराजांबरोबर भोजन घेत असत, किंवा बापूंच्या समोर इंग्रजांचे किंवा इंग्रजांसमोर बापूंचे समर्थन करण्यात गढलेले असत. 'इन द शॅडो ऑफ द महात्मा' पुस्तकात त्यांनीच असं म्हटलं आहे. त्यांचे तीन मुलगे, पुतणे हे ताग व कापड गिरण्या, साखर कंपन्या, विमान कंपनी आणि अन्य व्यवसायात गढलेली होती. तो काळ उद्योग साम्राज्य उभारण्याचा होता, भांडण्याचा नव्हे. नवी दिल्लीतील बिर्ला हाऊस इथं 'तीन नंबरच्या खोलीत रविवारी रात्री ११ वाजून ७ मिनिटांनी (मार्गशीर्ष कृष्ण ३, संवत २०००– म्हणजेच ४ नोव्हेंबर १९४३) बीके व सरला दांपत्याला पुत्र झाला तेव्हा मंदिरातील घंटा घणघणल्या व लाडू वाटण्यात आले. आदित्याच्या जन्मानंतर दोन कन्यारत्नं झाली– १९५१ मध्ये जयश्री मोहता व १९५७ मध्ये मंजुश्री खैतान.

आदित्य व त्यांच्या बहिणी यांचं बालपण अत्यानंदात गेलं. वार्षिक सुटीत ही मुले गिरीभ्रमण, नौकानयन व अश्वारोहण यात वेळ घालवायची. सायंकाळी घरातील मंडळी गाण्याच्या भेंड्या व तत्सम खेळ खेळायची. सरला बिर्ला नेहमी डोक्यावरून पदर घेऊन वावरत असल्या तरी त्यांचं व्यक्तित्व खेळकर होतं व चांगलं जगण्याची ऊर्मी त्यांच्यात होती. आल्प्समधील पर्वतावर साडी नेसलेल्या सरला बिर्ला बर्फावरून स्किइंग करत आहेत असं एक छायाचित्र कुटुंबाच्या आल्बममध्ये आहे.

आदित्य बिर्लांचं बालपण बव्हंशी कलकत्त्यातच गेलं. १९५५ पर्यंत बिर्ला पार्क इथं ते राहात होते. त्यानंतर बीकेंनी बांधलेल्या 'वसंतकुमार विहार' येथे ते राह्यला गेले. (बिर्ला पार्कचं नंतर बिर्ला औद्योगिक व तंत्रज्ञान संग्रहालयात रूपांतर करण्यात आलं) आदित्य बिर्लांची पहिली शाळा होती– ४ आयर्न साइड रोडवरील महादेवी बिर्ला शिशुविहार ही. खास त्यांच्यासाठीच ही शाळा स्थापन करण्यात आली होती. अडीच वर्षानंतर ते हिंदी हायस्कूलमध्ये दाखल झाले. शाळा चार वाजता सुटली तरी त्यांचं शिक्षण संपायचं नाही, घरी शिकवणी घ्यायला शिक्षक वाट पाहात थांबलेले असायचे. मॅट्रिक झाल्यावर त्यांनी सेंट झेवियर्स कॉलेजात प्रवेश घेतला व विज्ञान विषयात पदवी संपादन केली.

शाळा व कॉलेजातील त्यांची कामगिरी चांगली होती. त्यांचे वडील अभ्यासात जेमतेमच होते. "मी शिक्षणात कधी चमकलो नाही" अशी प्रांजळ कबुली त्यांनी दिलेली आहे. एका महत्त्वाच्या परीक्षेच्या आधी जीडींनी बीकेंना परदेशी जायला

सांगितले तेव्हा बीकेंनी सुटकेचा निःश्वास टाकला होता. ते म्हणतात, ''परीक्षेत मी नापास झालो असतो तर अपमान सहन करावा लागला असता व सबंध आयुष्यभर त्याची खंत मला वाटत राहिली असती. त्यापासून वाचवण्यासाठीच बहुधा ईश्वरानं मला परदेशी पाठवलं असावं.''

बी. एस्सी. झाल्यावर शिक्षण घ्यायला परदेशात जावं अशी आदित्य बिर्लांची इच्छा होती. परदेशात शिकायला जाणारे ते बिर्ला घराण्यातील पहिलेच सदस्य ठरणार होते. त्यांना परदेशी पाठवण्याच्या कल्पनेनं बीके धास्तावले होते. बिटल्स, हिप्पी, लैंगिक क्रांती या गोष्टींनी पाश्चात्त्य समाजात त्याकाळी धुमाकूळ माजवलेला होता. आपला एकुलता एक मुलगा अशा गोष्टींच्या दबावाखाली आला तर काय होईल या विचारानं ते अस्वस्थ झाले. आदित्यशी त्यांनी चर्चा केली. त्याला धोक्याचा इशारा देताना ते म्हणाले, ''बिर्ला घराण्याला नाव, प्रतिष्ठा आहे, नीतिमूल्ये आहेत. ही परंपरा तुला पूर्णतः राखावी लागेल. अभ्यास करणं हेच तुझे एकमेव उद्दिष्ट असले पाहिजे, यशस्वी होऊन आपल्या मायभूमीला, आपल्या घरी परत ये, त्यात तुझी, आमची प्रतिष्ठा आहे.''

साडे अठरा वर्षे वयाच्या आपल्या तरुण मुलाला परदेशात एवढी वर्षे पाठवावं की नाही याबद्दल बीकेंनी पत्नी सरला हिच्याशी चर्चा केली. आदित्यला भारतात सर्व सुखसोयी उपलब्ध होत्या, हर्षू नावाचा खास नोकर त्याच्यासाठी ठेवलेला होता, मोटार होती, शिकवणी घ्यायला शिक्षक होते, प्रेम करणारे, काळजी घेणारे दादाजी, आई, वडील, बहिणी व इतर कुटुंबीय होते. गरज पडेल तेव्हा डॉक्टर उपलब्ध होते. कलकत्त्यात एकदा देखील ट्रॅम, बस वा टॅक्सीनं प्रवास करायची त्यांच्यावर पाळी आली नव्हती. अमेरिकेत त्याची अशी सारी व्यवस्था, बडदास्त झाली नसती. त्याला स्वतःलाच स्वयंपाक करणं, भांडी व कपडे धुणं, फ्लॅट स्वच्छ करणं, बुटांना पॉलिश करणं, सार्वजनिक वाहनानं प्रवास करणं या साऱ्या गोष्टी कराव्या लागणार होत्या. परंतु बीकेंनी या साऱ्या शंका कुशंका निग्रहाने दूर ठेवल्या, १९६२ च्या सप्टेंबरमध्ये आदित्य बोस्टनला रवाना झाले. तेथे तीन वर्षे ते एखाद्या सर्वसामान्य माणसासारखे राहिले. अर्थात देवी आल्याने त्यांना रुग्णालयात भरती व्हावं लागलं, तो काळ वगळून या आजारपणामुळे बीके– सरला यांना फार काळजी वाटू लागली. त्यांनी बोस्टनला जायचं ठरवलं, त्या काळात परदेशी जाणं सोपं नव्हतं. सरकारची परवानगी काढावी लागे, पण आम्हाला चाचाजींनी हालचाल करून तत्काळ 'पी' फॉर्म मिळवून दिला होता. असं बीके सांगतात.

बोस्टनच्या लोगन विमानतळावरून ते थेट रुग्णालयातच गेले. आदित्यचं नीतिधैर्य खचलंय हे त्यांच्या लक्षात आलं. त्याचं घरमालकाशी भांडण झालं होतं. त्यामुळे त्याने फ्लॅट बदलला होता. अमेरिकन शब्दोच्चार त्याला समजत नसत.

स्वयंपाक करणं त्याला आवडत नसे. बोस्टनचे थंडगार, झोंबरं वारंही त्याला आवडायचं नाही. वर्गातील तो सर्वात तरुण विद्यार्थी होता. अभ्यासक्रम फारच कठीण होता व तो आपण पुरा करू शकू की नाही याची चिंता त्याला भेडसावत होती. सरला बिर्ला यांनी वाणसामान आणलं व स्वयंपाक केला अशी आठवण सांगून बीके म्हणाले, ''आमच्या उपस्थितीमुळे तो बरा होण्यास मदत झाली. त्याला जणू नवजीवनच लाभलं. आता स्वयंपाक करायची कटकट त्याच्यामागे नव्हती, त्याला रोज गरमागरम चवदार जेवण मिळू लागलं.'' सरला बिर्ला कलकत्त्याला परतल्यावर एक स्वयंपाकीण बाई बोस्टनला पाठवून देण्यात आल्या.

बरं झाल्यावर आयुष्य पूर्ववत सुरू झालं. एमआयटीची (मॅसॅच्युसेटस इन्स्टिटयूट ऑफ टेक्नॉलॉजी) पदवी त्यांनी संपादन केली. इतर पदवीधरांप्रमाणेच त्यांनीही तत्काळ आपली व्हिजिटिंग कार्डस् छापून घेतली. त्यासाठी निवडलेला अक्षरांचा टाइप त्यांच्या स्वभावासारखाच ठाशीव व भक्कम होता, कार्डावर नाजूक नक्षीकाम वगैरे काही नव्हतं. आदित्य बिर्ला केमिकल इंजिनियर झाले होते तेव्हा औद्योगिक प्रकल्प निवडताना या ज्ञानाचा परिणाम झाला का? असं विचारता आदित्य म्हणाले, ''माझ्या तंत्रज्ञानाचा जास्त वापर केला असता तर आमच्या कंपन्या आतापावेतो निकालात निघाल्या असत्या, नेतृत्व देणं, उद्योगजकता दाखवणं, मार्गदर्शन करणं, एक टीम म्हणून काम करायला अधिकारी, कर्मचारी यांना उत्तेजन देणं अशी आपली भूमिका आहे असं त्यांचं म्हणणं. ''माझ्या तंत्रज्ञानाच्या ज्ञानाचा एक लाभ म्हणजे मला कोणी बनवू शकत नाही. तांत्रिकदृष्ट्या काय घडतंय हे मला नक्की ठाऊक असतं.'' असेही ते म्हणाले.

आपल्या आजोबांप्रमाणेच आदित्य बिर्लांना लहान वयातच उद्योगाची आवड निर्माण झाली. एमआयटीत शिकत असताना (नोव्हेंबर १९६३ मध्ये) आपल्या पालकांना पाठवलेल्या एका पत्रात त्यांनी म्हटलं होतं–

आदरणीय मा, काकोजी,

आज ५ नोव्हेंबर आहे व माझा वाढदिवस १४ तारखेला आहे.

मा, का कोणास ठाऊक माझा दृष्टिकोण खूप बदलला आहे. आतापर्यंत मी फक्त अभ्यास एके अभ्यास एवढाच विचार करीत होतो. माझा अभ्यास अजून सात महिन्यांनी संपेल व त्यानंतर कामाला जुंपून घ्यावं लागेल असा विचार माझ्या मनात तरळत असतो. शक्य तितक्या लवकर व्यवसायात शिरून काहीतरी मोठं - खूप काहीतरी मोठं - खरंखुरं मोठं काम करावं असं वाटतं. अभ्यास आता लौकरच संपणार हे जाणवतंय. एमआयटीत दाखल होणं हे या आधी उद्दिष्ट होतं. त्यानंतर एमआयटीतून पदवी मिळवणं हे उद्दिष्ट झालं. आता उद्योगधंद्यात खूप मोठं, महत्त्वाचं बनायचं हे उद्दिष्ट आहे.

मोठं नि महत्त्वाचं केवळ उद्योग क्षेत्रातच नव्हे तर जीवनाच्या इतर पैलूंमध्ये पण!

आजकाल मी माझी खोली अगदी नीटनेटकी ठेवतो. कामवाली नव्हती तेव्हा देखील मी ती नीटनेटकीच ठेवत असे. प्रत्येक गोष्टीत टापटीप राखली आहे. फक्त अभ्यास एके अभ्यास हेच उद्दिष्ट फार महत्त्वाचे नाही हा तुमचा सल्ला मला आठवतो. जीवनाला इतर अंगातही माणसानं कसं परिपूर्ण असलं पाहिजे. माझ्या दृष्टिकोणात हा बदल कसा घडून आला हे मला ठाऊक नाही. आजकाल मी व्यवस्थित पोशाख करतो. नुकतीच मी काही खरेदी केली. त्यात चांगल्या कपड्यांचाही अंतर्भाव होता.

कधीकधी मला तुम्हा सर्वांची फार आठवण येते. माझ्या वाढदिवसाचा मी विचार करू लागलो तेव्हा तर तुमची आठवण तीव्रतेनं येते. अशा वेळी तुमची अनुपस्थिती मला फार जाणवते.

मी आनंदात आहे. कृपा करून माझी काळजी करू नका

तुमचा लाडका
आदित्य

भारतात परतल्यावर सहा महिन्यांनंतर आदित्य बिर्ला यांचं राजश्री (ऊर्फ राजकुमारी) फॉर्मा हिच्याशी १९ जाने. १९६५ रोजी लग्न झालं. साडेसात वर्षापूर्वी त्यांचा वाङ्‌निश्चय झाला होता. उभयतांना १९५७ मध्ये जीडींनी आशिर्वाद दिला. तेव्हा आदित्य १४ वर्षाचे तर राजकुमारी १० वर्षांची होती. आदित्य २२ व्या वर्षी पिताजी झाले. १४ जाने. १९६७ रोजी कुमारमंगलमचा आणि १० जून १९७६ रोजी वासवदत्ताचा जन्म झाला. आपल्या विवाहाची आठवण सांगताना राजश्री बिर्ला म्हणतात, ''तरुणांना साजेसाच तो सोहळा होता. त्या दिवशी आदित्य नर्व्हस नसला तरी गंभीर होता. आपल्या विवाह सोहळ्याची फिल्म अलीकडंच मी परत पाहिली व तो एवढा गंभीर का बरं असेल याचा विचार करू लागले. बहुधा ज्या गांभीर्यात तो उद्योगधंद्याचा विचार करतो तसाच विवाहाचाही विचार करत असावा. पण स्वभावानं तो मौजमजेची आवड असलेला, साहस करण्याची इच्छा असलेला होता.''

मात्र बिर्लांनी काही साहस करावं अशी अपेक्षा नव्हती. घराण्यातील शिष्टाचार, नोकरांची रेलचेल व काळजी घेणारे प्रेमळ कुटुंबीय या गोष्टी साहसाच्या आड येत, पण कधीकधी आदित्य त्यातूनही मार्ग काढायचेच. एमआयटीतील शिक्षण पुरं झाल्यावर आश्विन कोठारी व ओम भालोटिया या मित्रांबरोबर कंटाळलेल्या आदित्य बिर्लांनी तीन आठवडे अमेरिकेची मोटारीतून सैर केली. जीडी या सहलीला परवानगी देत नव्हते पण बीके व सरला यांनी आदित्यची बाजू घेतली तेव्हा कोठे ते राजी झाले. परंतु जीडी या काळात न्यूयार्कला तळ ठोकून बसले. दिवसातून निदान तीन वेळा तरी 'मला फोन करत जा' अशा सूचना त्यांनी आदित्यला दिल्या होत्या.

आदित्य बिर्लांनी ही अट मान्य केली. खुद्द बीके नर्व्हस स्वभावाचे वडील असूनही त्यांना एवढी काळजी घेणं हास्यास्पद वाटत होतं. एकदा गंमतच झाली. एका हॉटेलात वेळेच्या आधीच एक तास आदित्य व त्याचे मित्र पोचले. पण त्यामुळे हायसं वाटायच्या ऐवजी जीडी वैतागले. तुम्ही आधी पोचला याचा अर्थ अधिक वेगानं तुम्ही ड्रायव्हिंग करत होता. ते का? आदित्यला त्यांनी सुनावलं. बीकेंनी मुलाला सांगितलं की, "लवकर पोचला तरी ते काळजी करतात, आणि उशिरा पोचलं तरीही करतात. तेव्हा तुम्ही वेळेवर पोचत जा पाहू कसे. नाहीतर चिंतेच्या वर चिंतेचा डोंगर उभा राहील!"

खरंच काहीतरी मोठं

आदित्य बिर्ला भारतात आले तेव्हा त्यांचं लग्न होण्यापूर्वी त्यांना हिंडाल्कोत सामील करून घ्यावं अशी जीडींची इच्छा होती. (हिंडाल्को ही बिर्ला उद्योगसमूहातील मोठ्या कंपन्यांपैकी एक असून तिच्यात अल्युमिनियमचे उत्पादन केले जाते.) परंतु बीकेंच्या मनात वेगळेच विचार घोळत होते. आदित्य बिर्लांचे अमेरिकेतील वर्गमित्र नोकऱ्यांसाठी अर्ज खरडत होते तेव्हा, आदित्य बिर्लांसाठी एक नव्हे तर दोन प्रकल्पांची योजना त्यांचे वडील आखत होते.

पहिला प्रकल्प होता छोट्या सूत गिरणीचा. त्यासाठी औद्योगिक परवाना मिळवलेला होता. त्या वेळी बिर्ला उद्योगसमूहावर सरकारची मर्जी नव्हती. त्यामुळं हा परवाना मिळवायला बराच विलंब लागला होता. खूप कष्ट करावे लागले होते. महात्मा गांधींची हत्या होऊन काही काळ लोटला होता. नेहरू घराण्याशी बिर्ला कुटुंबाची कधीच फारशी जवळीक नव्हती. भारतीय राजकारणात समाजवादाचे वारे वाहू लागले होते. ब्रिटिशांच्या राजवटीत नफा कमावण्याचं ध्येय हे पूर्णतः वैध व मानवी स्वभावाचा एक भाग मानलं जाई. परंतु नेहरूप्रणीत समाजवादात मात्र तो एक वाईट शब्द समजला जाऊ लागला होता. उद्योगातील बड्या कुटुंबांना आता 'मक्तेदार' असं संबोधलं जात होतं.

जुलै १९६४ मध्ये सूत गिरणीचा परवाना आदित्य बिर्लांच्या हातात ठेवताना बीके म्हणाले, "हा परवाना म्हणजे कागदाचा नुसता एक कपटा आहे. तुला त्यात रस असेल तर तू तो घे, नाही तर फाडून टाक." दुसरा प्रकल्प हिंदुस्तान गॅस कंपनीची सुधारणा करणं हा होता. तीन कोटी रुपयांची ही कंपनी बीकेंनी १९४४ मध्ये स्थापन केलेली होती.

एमआयटीहून शिक्षण घेऊन परतलेल्या त्या तरुणाचं 'द ईस्टर्न स्पिनिंग मिल' हे काही स्वप्न नव्हतं. तरी ८० लक्ष रुपयाच्या या प्रकल्पानं त्याला खूप संधी उपलब्ध करून दिली. बीकेंची या योजनेवर सर्वसाधारण देखरेख असली तरी

नोकरीवर कोणाला घ्यावं, कोणती यंत्रसामग्री आणावी, इमारती कशा असाव्यात याचं पूर्ण स्वातंत्र्य आदित्य बिर्लांना देण्यात आलं होतं. बीके म्हणतात, ''मला त्याची काळजी वाटत नव्हती. समजा या प्रक्रियेत दहा-पंधरा लाख रुपये आदित्यनं गमावले असते तरी काही फारसं बिघडलं नसतं. अपयशातून त्यानं योग्य तो बोध घेतला असता. त्यासाठी एवढी छोटी किंमत मोजण्यात काहीच वावगं ठरलं नसतं.''

या गिरणीची स्थापना केल्यानंतर वर्षभरातच तिचा विस्तार करण्याचे वेध बिर्लांना लागले. त्याच वेळी त्यांच्या कुटुंबाचे स्नेही शांतीलाल थार यांनी योगायोगानं एक प्रस्ताव मांडला. एक छोटी सूत गिरणी विकत घेण्यात स्वारस्य आहे का? असं त्यांनी विचारलं. जीडी तो प्रस्ताव फेटाळण्याच्या बेतात होते. गिरणी मालकाला लगेच पैसे हवे होते. ''एवढ्या कमी वेळात ३० लाख रुपये कसे उभारणार? निदान एक आठवड्याचा तरी वेळ द्यायला हवा होता. असं ते कुरकुरत म्हणाले. आदित्य बिर्लांना मात्र या व्यवहारात रस होता. त्यांनी आजोबांचं मन वळवून त्यांच्याकडून पैसे मिळवले. असं नेहमीच घडायचं. आदित्य बिर्लांना जे हवं असेल, ते त्यांच्यापुढं अगदी थाटात हजर व्हायचं.'' १९४५ सालचीच गोष्ट घ्या. आदित्य तेव्हा फक्त दोन वर्षांचा होता. आम्ही त्याच्या शिक्षणाबद्दल चर्चा करत होतो. तेव्हा वाटलं ''त्याच्यासाठी नवी शाळाच का स्थापन करू नये?'' अशी आठवण या संदर्भात बीके सांगतात.

१९६६ च्या ऑक्टोबरमध्ये आदित्य बिर्लांनी ३० लक्ष रुपयाला इंडियन रेयॉन कंपनी विकत घेतली. त्याच वेळी फारसा कोणाला माहीत नसलेला सुताचा एक व्यापारी गुजरातमधील नरोदा इथं तीन लाख रुपयात एक सूत गिरणी उभारीत होता. सहा महिन्यानंतर धीरूभाई अंबानींच्या रिलायन्स टेक्स्टाईल इंडस्ट्रीजला उत्पादनाचा वेग मागणीच्या तुलनेलं कमी पडत होता. तर बिर्लांची गुंतवणूक मात्र वाया जाणार अशी चिन्हं दिसत होती.

२१ एप्रिल १९६७ रोजी बीके व आदित्य बिर्ला सायंकाळचं भोजन घेत होते तेव्हा शेकडो मैल दूर घडत असलेल्या एका दुर्घटनेची त्यांना काही कल्पना नव्हती. मुंबईच्या नेपियन सी रोडजवळील बिर्ला हाऊस या आलीशान बंगल्यात काही काळ घालवायला दोघे आले होते. (आता हा बंगला आदित्य बिर्लांचे पुतणे यशोवर्धन यांच्याकडं आहे.) तो दिवस खूपच घाईगडबडीचा गेला होता. आणि आता बंगल्याच्या पाठीमागील बागेत किंवा तळमजल्यावरील एखाद्या शोभिवंत दालनात आराम करण्याचा त्यांचा विचार होता. इतक्यात वेरावळ येथून गिरणीच्या व्यवस्थापकाचा फोन आला, इंडियन रेयॉन कारखान्याला आग लागली होती.

रात्री आठ वाजता सुरू झालेली आग पहाटे पाचपर्यंत चालू होती. बीके म्हणाले, ''ती रात्र आम्ही कशी काढली हे आमचं आम्हालाच ठाऊक! आम्ही एका

खोलीत सबंध रात्रभर बसून होतो. आग आटोक्यात आली आहे. यंत्रसामग्री सुरक्षित आहे, कारखाना अजून उभा आहे अशा बातम्यांची वाट पाहात होतो.'' आदित्य बिर्ला कमालीचे अस्वस्थ होते. ते खोलीत येरझाऱ्या घालत होते. दर दहा मिनिटांनी वेरावळला फोन करत होते. त्या वेळी ते केवळ २४ वर्षांचे होते. इंडियन रेयॉन कारखाना हे त्यांचं अपत्य होतं. जीडी किंवा बीके यांनी आरंभी त्याचा फारसा विचारही केलेला नव्हता.

'इंडियन रेयॉनमुळं आदित्य आनंदून गेला होता.' असं बीके म्हणतात. परंतु सुरुवातीपासूनच त्यांना समस्यांना तोंड द्यावं लागलं होतं. तो कारखाना फारच लहान असल्यानं किफायतशीर होत नव्हता. तो खरीदण्याआधीच कर्जाची थकबाकी ३ कोटी ७५ लक्ष साचली होती. कंपनी ताब्यात घेतल्यावर कामगार संपावर गेले. कारखान्याला आग लागली व कर्जाची थकबाकी फुगत गेली. तुम्ही आदित्यला मरतुकड्या घोड्यावर बसवलं आहे असं जीडी थारना म्हणू लागले. पण ,''खरं तर शांतिलालचा काहीच दोष नव्हता. आम्ही डोळे उघडे ठेवूनच या व्यवसायात शिरलो होतो.'' असं बीकेंचं म्हणणं होतं. आदित्य बिर्लांचा अहंकार दुखावला गेला. पण त्यांनी 'इंडियन रेयॉन'ला यशस्वी करण्यासाठी कंबर कसली.

कारखान्याच्या पूर्ण क्षमतेइतकं उत्पादन करणं आणि आर्थिक दृष्ट्या तो वरच्या पातळीवर नेणं यालाच त्यांनी अग्रक्रम दिला. सुताचं उत्पादन ५ टीपीडी (टन्स पर डे) वरून १२.५ टीपीडी आणि १९७१ मध्ये २२ टीपीडीवर गेलं. त्यानंतर गिरणीची प्रगती झपाट्यानं झाली. वीव्हिंग विभागातही स्पिनिंग यंत्राची भर टाकण्यात आली. चांगली किंमत मिळावी व नफा व्हावा म्हणून त्यांनी सुताचा दर्जा वाढवला. रंगीत सुताची मुहूर्तमेढ रोवली. तोट्याचं परिवर्तन नफ्यात झालं. १९८० च्या दशकात बिर्लांनी कंपनीच्या उत्पादनात वैविध्य आणलं. सिमेन्ट व कार्बन ब्लॅकचं उत्पादन सुरू झालं. नंतर १९९० च्या दशकात ॲरगॉन गॅस व सी वॉटर मॅग्नेशिया विभागही जोडण्यात आले.

१९७४ साली थार यांनी इंडियन रेयॉन बिर्लांना विकली तेव्हा खाजगी क्षेत्रातील भारतातील ती महत्त्वपूर्ण कंपनी ठरेल असं उभयतांनाही वाटलं नसणार. (१९९५ साली या कंपनीचा २३ वा क्रमांक होता.) जीडींनी आदित्य बिर्लांना ग्रासिममध्ये घेतलं तेव्हा ती आदित्य यांची अग्रगण्य कंपनी आहे असा पत्रकार उल्लेख करीत. पण खरं सांगयचं तर आदित्य बिर्ला व त्यांच्या उद्योगसमूहाची भरघोस वाढ घडवून आणली.

इंडियन रेयॉन खरीदल्यावर थोड्याच दिवसात आदित्य बिर्लांनी आपला मुक्काम कलकत्त्याहून मुंबईला हलवला, बॅकबे रिक्लेमेशन परिसरात, नरिमन पॉईन्टजवळ असलेल्या 'इंडस्ट्री हाऊस' या साध्याच इमारतीत त्यांनी कार्यालय थाटलं.

आदित्य बिर्ला हयात होते तेव्हा होतं आजही ते कार्यालय तसंच आहे. फ्लूरोसेन्ट प्रकाशानं उजळलेल्या त्या दालनातील एक संपूर्ण भिंत म्हणजे प्लेट-ग्लासची खिडकी आहे. त्यातून हिरवीगार झाडं असलेली बाल्कनी दिसते. धुरकट काच असलेल्या एका मोठ्या लाकडी टेबलापाशी आदित्य बिर्ला बसत. उजवीकडं तांबड्या रंगाची चामड्याची डायरी आहे. 'इकॉनॉमिस्ट' च्या डेस्क डायरीच्या धर्तीवर बिर्लांनी स्वतः ही डायरी डिझाईन केलेली होती. त्यात भारताबद्दलच्या विविध माहितीची भर घातलेली होती. दरवर्षी या डायरीची अद्ययावत केलेली आवृत्ती ते नातेवाईक व मित्रांना भेट देत असत. बाजूलाच संगणक मॉनिटर आहे आणि समोरच्या बाजूला भेटायला येण्यासाठी खास दालन आहे. काळ्या रंगाच्या चामड्याच्या खुर्च्यांच्या वरच्या बाजूला एम.एफ. हुसेन यांच्या अश्वचित्रमालिकेतील एक जुनं चित्र लावलेलं आहे.

चौथ्या मजल्यावरील हे कार्यालयीन दालन आरामदायी आहे. जुन्या वातावरणाशी मिळती जुळती सजावट आहे. लाकडी पॅनेलिंग आहे. कलात्मक वस्तू आहेत. रतन टाटांच्या कार्यालयासारखे ते एखादं 'क्लिनिक' वाटत नाही. सर्वत्र छायाचित्रे आहेत. सोनेरी, रुपेरी व लाकडी फोटो फ्रेम्स आणि रुपेरी मुलामा दिलेल्या ट्रॉफीज यांची रेलचेल आहे. बिर्लांच्या आयुष्यातले महत्त्वाचे प्रसंग टिपणारा प्रत्येक फोटो आहे. इंदिरा गांधी, राजीव गांधी, जागतिक नेते यांच्याबरोबरचे फोटो आहेत. तसेच छोट्या मोठ्या कारखान्यांच्या उद्‌घाटन समारंभाच्या फोटोंचाही अंतर्भाव आहे. कौटुंबिक फोटोही आहेत. आदित्य, राजश्री, कन्या वासवदत्ता, चिरंजीव कुमारमंगलम, सून नीरजा असा एक फोटो त्यात आहे. बीकेंनी बांधलेल्या एका मंदिराच्या उद्‌घाटन प्रसंगी सरलाकडं पाहून ते स्मित करतानाचा कोमल क्षण टिपणारा फोटो आहे. तर दुसऱ्या एका फोटोत जीडींच्या शेजारी आदित्य बिर्ला आरामात बसलेले दिसतात.

या कार्यालयात सतत गजबज असे. राजश्री बिर्लांना भेटायला मी गेले तेव्हा टेबलामागून हलकेच उठत त्यांनी माझं स्वागत केलं. मागच्या खेपेला मी या कार्यालयात आले होते तेव्हा आदित्य बिर्ला येरझाऱ्या घालत होते.सतत फोनवर बोलत होते. ''मला प्रकल्प हवा आहे. आपल्याला एखादा नवीन प्रकल्प हाती घ्यावा लागेल नाहीतर करापोटी खूप पैसे मोजावे लागतील'' असं ते कोणालातरी ओरडून सांगत होते. त्यांच्यावर ताण आहे असं वाटत होतं. ते कोणातरी आपल्या अधिकाऱ्याशी– बहुतेक ग्वाल्हेरमधील– बोलत होते. पुढच्या आठवड्यात बैठक ठरली होती. जादा पैशाच्या गुंतवणुकीसाठी नव्या कल्पना घेऊन बैठकीला या असं ते सुचवीत होते. या कार्यालयात बिर्ला खूप वेळ घालवीत. आराखडे आखण्यात, डावपेच, धोरणं ठरवण्यात, आपल्या चारही सचिवांना (दोन मुंबईत, एकेक दिल्ली व कलकत्त्यात) बिझी ठेवण्यात त्यांचा वेळ जाई.

शून्यातून कारखाना उभारण्याचं आदित्य बिर्लांसारखे कौशल्य आपल्यापाशी आहे असा दावा भारतातील अन्य उद्योगपतींना करता येणार नाही. त्यांची तुलना केवळ वालचंद हिराचंद (१८८२ ते १९५३) यांच्याशी करता येईल. बोटी बांधणे, विमानांचे उत्पादन करणे, मोठी जलाशये व महत्त्वाचे रस्ते बांधणे अशा क्षेत्रात भारताचा प्रवेश करण्याची प्रज्ञावंत दूर दृष्टी शेठ वालचंद यांनी दाखवली होती. वालचंद यांच्याप्रमाणं आदित्य बिर्ला इतरांचे स्फूर्तिस्थान बनले. सीईएससीचे प्रमुख व सतत खंडित होणाऱ्या वीजपुरवठ्याच्या कटकटीतून ज्यांनी कलकत्त्याला मुक्त केले ते संजय गोएंका हे बिर्लांचे चाहते आहेत. ते म्हणतात, ''माझा त्यांच्याशी कधी थेट संपर्क नव्हता परंतु ते मला आदर्शवत होते. किती छोट्या अवधीत त्यांनी किती मोठ्या गोष्टी करून दाखवल्या! त्याच्या एकदशांश जरी मी करू शकलो तरी काहीतरी आपण केलं असं मला वाटेल.'' बिर्ला घराण्यात आदित्य बिर्लांबद्दल संमिश्र भावना होत्या. एक माणूस म्हणून त्यांच्या कामगिरीबद्दल आदर होता.

पंचवीस वर्षांच्या काळात आदित्य बिर्लांनी ७० कारखाने उभारले. त्यात अॅक्रेलिक फायबर, अॅल्युमिनियम, अॅल्युमिनियम फ्लोराईड, अॅन्ड्रिस सोडियम सल्फेट, अरगॉन गॅस, ब्लिचिंग पावडर, कार्बन ब्लॅक, कार्बन डायसल्फाइड, कॉस्टिक सोडा, क्लोरोसल्फेनिक अॅसिड, नारळाचं तेल, खतं, फ्लॅक्स, होजपाईप्स, हायड्रोजन पॅरॉक्साईड, औद्योगिक यंत्रसामग्री, इन्सुलेटर्स, लायटिंग अॅरेस्टर्स व कन्डेन्सर्स, पाम तेल, पॉली अॅल्युमिनियम क्लोराईड, कागद, पॉलिएस्टर फिलॅमेन्ट यार्न, पॉलिनोसिक व अन्य खास धागे, पोर्टलॅन्ड सिमेंट, रेयॉन ग्रेड पल्प, सी वॉटर मॅग्नेशिया, स्पाँज आयर्न, सोडियम ट्रिपॉलिफॉस्फेट, एसटीपीपी (धुलाई पावडरीतील एक द्रव्य) सल्फ्युरिक अॅसिड, वस्त्रे, व्हिस्कोज फिलॅमेन्ट रेयॉन यार्न, व्हिस्कोज स्टेपल फायबर व शुभ्र सिमेंट अशी कितीतरी उत्पादनं करणाऱ्या कारखान्यांचा त्यात समावेश आहे. त्या खेरीज छोटी वीज निर्मिती केंद्रे त्यांनी उभारली. जणू एक मानवी कारखाना - उभारत होता हे कारखानेच कारखाने! त्यांच्या या कामगिरीबद्दल इतर उद्योगपती बिर्लांना आदरानं 'आदित्य बाबू' असं संबोधीत.

वाढणारं वय व कॅन्सरसारखी व्याधी त्यांच्या उत्साहाला रोखू शकली नाही. उलट त्यामुळे त्यांची उद्योजकता अधिकच तीव्र, प्रखर बनली. १९९० मध्ये ते एकदा म्हणाले होते, ''एका विशिष्ट काळानंतर आपल्यावर असलेल्या बोजाचा विचार करावा लागतो. आज परवाना मिळवण्याचा प्रश्न राहिलेला नाही. ते पर्व केव्हाच संपलं. आता परवाने सहज उपलब्ध आहेत. चांगली माणसं कशी उपलब्ध होतील, आर्थिक तरतूद कशी करावी त्याचा हल्ली विचार करावा लागतो. कदाचित गेल्या पाच वर्षात मला अधिक समाधानी वाटत असावं. माझ्यावर किती बोजा आहे आणि एखादा नवा प्रकल्प हाती घेतला तर तो बोजा वाढवण्याच्या

पात्रतेचा आहे का असा विचार मी करू लागतो.'' त्यानंतर तीन वर्षांनी वयाच्या पन्नाशीत स्वतःच्या आजाराबद्दल डॉक्टरांनी दिलेलं वाईट वृत्त समजलं तेव्हा ते म्हणाले, ''आता आपण अधिक आक्रमक बनलं पाहिजे.''

आजारपणाच्या काळात काम करणं हाच त्यांचा एकमेव छंद बनला असं सांगून राजश्री बिर्ला म्हणाल्या, ''मौज मजेची खूप आवड आणि खूप साहसाचं वेड असलेले बिर्ला शेवटच्या तीन-चार वर्षात खूप परिश्रम, खूप काम करत राहिले. पूर्वी आम्ही नाटकांना जायचो, व्हीडीओ पाहायचो, त्यांना अमिताभ बच्चनचे चित्रपट आवडायचे. परंतु अखेरच्या वर्षात नुसतं काम एके काम ते करत राहिले.'' पूर्वी बड्या बड्या प्रकल्पांचे आराखडे त्यांच्या टेबलावर तयार होत, १९९३ नंतर त्यांच्या रुग्णशय्येवरून आराखड्यांचा वर्षाव होऊ लागला.

योगायोगानं त्याच सुमारास नरसिंह राव सरकारनं विविध क्षेत्रं खाजगी क्षेत्राला खुली करण्याचं धोरण अंगीकारलं. उदारीकरणाच्या धोरणामुळं बिर्ला यांच्या मनात यापूर्वी कधी न कल्पिलेले बडे बडे प्रकल्प आकार घेऊ लागले. नानाविध खाद्यपदार्थांनी खचाखच भरलेलं टेबल असावं तसं, विविध कल्पनांनी त्यांचं डोकं भरून गेलं. धीरूभाई अंबानींच्या हाजिरा येथील प्रकल्पासारखा एक भव्य पेट्रोकेमिकल प्रकल्प, आंध्रमधील विशाखापट्टणम येथे हिंदुजा बंधू उभारत असलेल्या वीज प्रकल्पासारखे १००० मेगॅवॅट क्षमतेचे वीज निर्मिती केंद्र अशा योजना त्यांनी आखल्या. त्यांचे कर्मचारी आराखडे तयार करत होते. एक तेलशुद्धीकरण कारखाना, कॉपर स्मेल्टर, हॉटरोल्ड कॉईल स्टील मिल यांच्या योजना आकार घेत होत्या आणि दळणवळण क्षेत्रातही प्रवेश करण्याचा त्यांचा मनसुबा होता. टांझानियातील एक कारखाना खरेदी करण्याची चर्चा चालू होती व सरकारी कार्बन ब्लॅक कारखाना त्यांना विकण्यासाठी रुमानियन सरकार उत्सुक होते.

आदित्य बिर्लांच्या कर्तृत्वाच्या झगमगत्या आलेखात एक रेषा मात्र काळवंडलेली होती. ग्रासिम कंपनीचा विक्रम इस्पात हा स्पाँज आयर्न विभाग नीट चालत नव्हता. अर्थात बिर्लांची प्रतिष्ठा व उद्योगसमूह एवढा अफाट की त्यात हे अपयश जिरून गेले.

पण या समस्येकडं दुर्लक्ष केलेलं नव्हतं. राजश्री बिर्ला म्हणतात, ''स्पाँज आयर्न कारखान्याबद्दल आदित्यना चिंता वाटत असे. दररोज नवनवीन समस्या उभी राहायची. एखादा प्रश्न सोडवला जातोय न जातो तोच पुढच्या आठवड्यात नवीन प्रश्न निर्माण व्हायचा, त्यामुळं ते अस्वस्थ झाले नाहीत. उलट ते आव्हान त्यांनी स्वीकारलं होतं. एकदा एका भाषणाच्या वेळी त्यांना कोणीतरी विचारलं तुमचा सर्वात आवडता कारखाना कोणता? त्यांनी उत्तर दिलं होतं की, समस्यांनी अडचणीत आला आहे तो! कारण आपल्या सर्वात कमकुवत अपत्याबद्दल बापाला अधिक प्रेम वाटत असतं व त्यांचा रोख विक्रम इस्पातला उद्देशून असावा असं मला वाटतं.''

पोलाद उत्पादनातील कच्चा माल म्हणजे स्पाँज आयर्न. आयात केले जाणारे पोलाद - स्क्रॅप भारतीय रोलिंग मिल्स वापरीत. त्याला पर्याय म्हणजे स्पाँज आयर्न. पोलाद उत्पादनास प्रोत्साहन देणे व आयात केल्या जाणाऱ्या महागड्या स्क्रॅपवरील खर्च कमी करणे या उद्देशानं इंदिरा गांधी सरकारनं स्पाँज आयर्न उत्पादनाबाबतचं धोरण १९८४ मध्ये शिथिल केलं होतं. आदित्य बिर्ला यांनी या क्षेत्रात अन्य अर्धा डझन उद्योगपतींबरोबर उडी घेतली. राजीव गांधी यांनी पंतप्रधान झाल्यावर या प्रक्रियेला वेग दिला. परवान्याकरिता ज्यांनी अर्ज केले होते त्यापैकी बहुतेक अर्ज मंजूर झाले. रिलायन्सचे अंबानी, एस्सार समूहाचे शशी व रवी रुइया, दिल्लीच्या मोदी समूहाचे उमेश मोदी, इस्पात समूहाचे एम. एल. मित्तल, भारत फोर्जचे नीळकंठ कल्याणी, लंडनमधील उद्योगपती पी.बी. भारद्वाज आणि आदित्य बिर्ला यांचा त्यात समावेश होता.

एरवी न आढळणाऱ्या सरकारी कार्यक्षमतेचं आणि उदार धोरणाचं स्वागत मात्र निराशाजनक झालं. सरकारकडून कारखान्याला परवाना मिळाला म्हणजे जणू नोटा छापायचीच परवानगी मिळाली असं समजायची भारतीय उद्योगपतींची सवय. सरकारने प्रत्येकाला संधी दिली होती. सर्वांनी प्रकल्प उभारले असते तर मालाची टंचाई संपून गरजेपेक्षा जास्त उत्पादन होऊन गंभीर प्रसंग ओढवला असता. सरकारनं आणखी एक धक्का दिला. बिर्ला व रुइया यांना ८ लाख टीपीए क्षमतेचे व कोळशावर आधारित प्रकल्प उभारायला परवानगी दिली होती. पण इतरांना मात्र १ ते १॥ लाख टीपीए क्षमतेचे व कोळशावर आधारित प्रकल्प सुरू करायला परवानगी दिली. त्यामुळं एकेकानं काढता पाय घेतला. बिर्ला, रुईया, मोदी व भारद्वाज हे चौघेच मैदानात उरले.

दोन वर्षे उलटली तरी मोदी, भारद्वाज व बिर्ला कारखाना उभारण्यात यशस्वी झाले नाहीत. रुईयांनी मात्र १ ऑगस्ट १९९० रोजी आपला स्पाँज आयर्न कारखाना सुरू केला. "आम्हाला नशिबानंच साथ दिली" असं रवी रुईया म्हणतात. एम्डेन (जर्मनी) इथं एका हॉटेलातील खोलीत रवी व शशी बसले होते. काही व्यापारी मासिकं चाळत असताना एका जाहिरातीनं शशी रुईयांचं लक्ष वेधून घेतलं. प्रत्येकी ४ लाख ४० हजार टन क्षमतेचे दोन मोड्यूल्स असलेल्या पाच वर्षांच्या जुन्या गॅसवर आधारित कारखाना विकणे आहे अशी जाहिरात होती. या कारखान्याचे मालक नॉर्डफेरोवर्क प्रा. लि. यांनी १९८१ मध्ये केवळ सहा महिने हा कारखाना चालवला होता. गॅसच्या महागड्या दरांमुळं त्यांनी तो बंद केला होता. "जुना कारखाना खेरदी करणं हे जुनी मोटार खरीदण्यासारखंच असतं. अशी खरेदी यशस्वी तरी होते किंवा कुचकामी ठरते." असं रवी म्हणतात.

त्यांनी त्या कारखान्याची मोहीम काढली तेव्हा तो मुळीच कुचकामी नसल्याचं

आढळलं. किंबहुना त्याच्यामुळं पोलाद, तेल उत्खनन व तेल शुद्धीकरण या क्षेत्रात त्यांचा प्रवेश होणार होता. एक लहान नौकानयन कंपनी असलेला एस्सार समूह हा दशकातील सर्वात झपाट्यानं प्रगती करणारा उद्योगसमूह बनणार होता.

जाने. ८७ मध्ये अगदीच स्वस्तात तो कारखाना रुईया यांनी खरेदी केला. १७ हजार टनांच्या त्या कारखान्याची यंत्रसामग्री सुटी करून, बोटीनं भारतात पाठवून कारखाना पुन्हा हाजिरा इथं काढायला दोन वर्षे लागली. रुईयांना एकूण ४.१६ अब्ज रुपये खर्च आला असला तरी तो खूपच स्वस्तात पडला - केवळ बिर्लांना त्यासाठी दुप्पट खर्च येणार होता म्हणून नव्हे. तर कारखाना उभारताना अगदी आरंभी ज्या अडचणी असतात त्यातून तो एम्डन येथे पार पडलेला होता. रवी म्हणतात, "जर्मनांनी हा कारखाना स्पाँज आयर्न क्षेत्रातील कॅडिलॅक गाडी असावी अशा थाटात उभारला होता. त्यामुळं अगदी पहिल्या दिवसापासून तो चालू झाला." तो सुरू करायला दोन वर्षे लागली. त्यामुळं १५ टक्के खर्च वाढला तरी व्याज वाचलं आणि बाजारपेठेचा मोठा हिस्सा एस्सार समूहाला ताब्यात घेता आला.

बिर्ला यांनी देखील तंत्रज्ञानाच्या काळात वेगळा प्रयोग केला. रुईया यांनी ठाऊक असलेलं तंत्रज्ञान स्वीकारलं तर बिर्ला अपिरिचित तंत्रज्ञानाबरोबर खेळत राहिले. स्पाँज आयर्न कारखान्यासाठी बिर्लांनी मेक्सिकोच्या 'हिल्सा एस. ए. द सीव्ही' यांच्याशी करार केला. त्यांनी प्रक्रिया व उत्पादन क्षेत्रातील अद्ययावत व सर्वोत्कृष्ट तंत्रज्ञान देण्याचं आश्वासन दिलं. या तंत्रज्ञानात एकच उणीव होती व ती म्हणजे ते नवखं होतं, अजून चाचणी झालेली नव्हती. सुरुवातीला बिर्लांना खर्चावर काबू ठेवता आला नाही व वेळापत्रकही पाळता आलं नाही. रुईया बंधूंनी बिर्लांवर आघाडी मारली होती. वरवर बिर्ला अस्वस्थ दिसत नसले तरी त्यांना विक्रम इस्पातच्या मंदगतीचा त्रास झालेलाच असणार.

विक्रम इस्पात कारखाना चालू झाला खरा तरी त्याचे प्रश्न ९६च्या अखेरीपर्यंत सुटलेले नव्हते. हा कारखाना स्वतःच्या पायानं चालावा, हे कुमारमंगलम यांच्या दृष्टीनं आव्हानच ठरणार आहे असं एका माहीतगाराचं म्हणणं आहे. "मुकुंद व मस्को हे स्पाँज आयर्न क्षेत्रात का शिरले नाहीत?" असा सवाल करून तो म्हणतो, "त्यांना देखील हा प्रकल्प ऑफर केलेला होता परंतु मर्चन्ट प्लान्ट उभारण्यात काही अर्थ नाही. वस्तूशी संघर्ष करणारं उत्पादन कशासाठी करायचं? त्यातून फायदा होण्याचा संभव नाही. कुमारमंगलमना एचआरसी (हॉट रोल्ड कॉईल) कारखाना उभारावा लागेल. एकेकाळी विक्रम इस्पातचा तोटा ८० कोटींवर गेला होता. रुईयांचा प्रकल्प वेगळा होता, त्यांनी एखाद्या व्यापाऱ्यासारखी दृष्टी ठेवली आणि नशिबानंही त्यांना साथ दिली, त्यांनी कारखाना परदेशहून आणून इथं उभारला तेव्हा स्क्रॅपची प्रचंड टंचाई होती. त्यामुळं वर्षात त्यांनी एवढी कमाई केली

की त्यांनी या कारखान्यावर केलेला सारा खर्च भरून निघाला.''

इंडिया इनकॉर्पोरेटेड

बिर्ला हे मुरब्बी व सावध उद्योगपती. स्पाँज आयर्न प्रकल्पात झेप घेण्याआधी या सर्व पैलूंचा त्यांनी विचार केला असणारच, पण कदाचित तो पुरेसा नसावा. ज्या क्षेत्रात प्रवेश मिळावा अशी त्यांची अर्धशतकाची इच्छा होती त्या क्षेत्रात या प्रकल्पामुळं बिर्लांचा शिरकाव होणार होता. जेआरडी टाटांच्या टिस्को कंपनीसारखा आपलाही पोलाद कारखाना असावा ही जीडींची इच्छा अपुरी राहिलेली होती. आदित्य बिर्लांनी १९७० च्या दशकाच्या मध्याला या महत्त्वपूर्ण क्षेत्रात शिरकाव करण्याचा प्रयत्न केला होता. परंतु त्यांचेच हात पोळले.

आपल्या आजोबांना पोलाद प्रकल्पाचा किती ध्यास आहे हे ठाऊक असल्यानं आदित्य बिर्लांनी एकदा पिग आयर्न कारखान्याचा आराखडा तयार केला होता. ईस्टर्न स्पिनिंग, हिंदुस्तान गॅस आणि इंडियन रेयॉन यांचा अनुभव गाठीशी असलेले बिर्ला नवं आव्हान स्वीकारायला तयार होते. एक कारखाना त्यांनी उभारला होता, दुसरा टप्प्यावर अजून ठेवला होता, तारुण्यसुलभ उत्साह व आत्मविश्वासानं ते सळसळत होते. त्यामुळं एक भव्य प्रकल्प आपण हाती घेऊ शकतो असा विश्वास त्यांना वाटत होता. परंतु या प्रयत्नात ते तोंडघशी पडले.

कोणाही अनुभवी उद्योगपतीला तो प्रकल्प सुरुवातीपासूनच अतिमहत्त्वाकांक्षी वाटला असता, जेथे जीडींसारखे मुरब्बी अयशस्वी झाले होते तेथे आदित्य बिर्ला यशस्वी होऊ शकतील काय? क्षणभर तसं वाटत होतं. अमेरिकेतून जाऊन त्यांनी बिहारमध्ये १० कोटी डॉलर्सचा कारखाना उभारण्यासाठी जगातील सर्वात मोठी मेटल कंपनी कैसर कॉर्पोरेशनचं सहकार्य मिळवलं. मायदेशी परतताना आदित्य स्वतःवरच खूश होते.

परंतु सरकारनं परवानगी नाकारली व हा बुडबुडा फुटला, केंद्र सरकारने एकात्मिक पोलाद उत्पादन सार्वजिनिक क्षेत्रासाठी राखून ठेवलेलं होतं. पण या बाबतीत पुरता बोजवारा उडाला असं नाही. हिंडाल्कोला परवानगी देऊन पंतप्रधान पं. जवाहरलाल नेहरू व अर्थमंत्री टी. टी. कृष्णम्माचारी यांनी काहीशी भरपाई केली.

आदित्य बिर्ला परत अमेरिकेला गेले आणि त्या वेळी पोलादासाठी नव्हे तर ॲल्युमिनियमसाठी त्यांनी कैसर कंपनीशी वाटाघाटी केल्या. हिंडाल्को ही जीडींची अत्यंत लाडकी कंपनी बनली. आदित्य बिर्ला यांनी मात्र पोलादाचा नाद सोडला नाही. नियम शिथिल करण्यात आल्यावर त्यांनी विक्रम इस्पात कंपनी स्थापन केली. दुसऱ्या कंपन्या ताब्यात घेणे त्यांना आवडत नसले तरी 'विझाग स्टील' खरेदी करण्याबाबत त्यांनी बोलणी केली. (परंतु ती फिसकटली). डिसेंबर १९९१

मध्ये सेंचुरी टेक्स्टाईल्सनं पं. बंगालमधील मिदनापूर इथं ६०० कोटी रुपयांचा पिग आयर्न प्रकल्प उभारण्याचा मनोरथ जाहीर केला, तर १९९५ मध्ये जयललिता यांच्या तामिळनाडू सरकारनं ग्रासिमशी ३३०० कोटी रुपयांचा एकात्मिक पोलाद कारखाना उभारण्याचा करार केला.

पिग आयर्न प्रकल्पाच्या बाबतीत आलेल्या अनुभवांचा आदित्य बिर्लांवर खोलवर परिणाम झालेला होता, लाल फितीचा कारभार व नोकरशहांना वैतागून त्यांनी भारताबाहेर संधी शोधण्यास सुरुवात केली. "त्या वेळी कितीतरी सरकारी निर्बंध होते, अनेक परवानग्या काढाव्या लागत. त्यात इतका वेळ जाई की मी देशाबाहेर शोध घ्यायचं ठरवलं. आपल्याला मान्यता मिळावी ही इच्छा त्यामागं असावी. स्वतः काहीतरी करून दाखवायची इच्छा प्रत्येकाला असतेच. भारतात मी काहीही केलं तरी अखेर ते सागरातला एक थेंबच ठरणार! भारताबाहेर काहीतरी करून दाखवणं हाच एकमेव मार्ग होता" असं त्या वेळी ते म्हणाले होते.

परदेशात त्यांनी खरंच भव्य कामगिरी करून दाखवली. १९९४ पर्यंत बिर्ला हे जगातले पहिल्या क्रमांकाचे व्हिस्कोज उत्पादक, पाम तेलाचे मोठे उत्पादक, इन्सुलेटरचे तिसऱ्या क्रमांकाचे व कार्बन ब्लॅकचे सहा क्रमांकाचे उत्पादक मानले जाऊ लागले.

परदेशात संधी शोधताना परकीय चलन निर्बंधामुळं बिर्लांचे खिसे काही परकीय चलनानं ओसंडून वाहात नव्हते. अमेरिका अथवा युरोपातील प्रकल्प यांच्या आवाक्याबाहेरचे होते परंतु दक्षिण पूर्व आशियात थोड्या डॉलर्सच्या आधारे बरंच काही खरीदणं शक्य होतं. जीडी व फिलिपाईन्सचे फर्डिनांड मार्कोस यांची चांगली ओळख होती. आजोबांच्या या जुन्या स्नेह्याला आदित्य बिर्ला भेटायला गेले तेव्हा त्यांनी तत्काळ बिर्लांची भारतातील फिलिपाईन्सचे ऑनररी काऊन्सल म्हणून नेमणूक केली. व्हीसा देणे, पासपोर्टवर स्वाक्षऱ्या करणे या गोष्टींचा तरुण आदित्यला आनंद झाला.

मात्र उद्योगधंद्याच्या दृष्टीनं थायलंडनं त्यांना खूप सोयी, सवलती दिल्या. १९६०-७० च्या काळात थायलंड सरकार परकीयांना गुंतवणूक करण्यास उत्तेजन देत होते. कंपनी कर व लाभांश करातून आठ वर्षे सूट व भांडवली उपकरणांच्या आयातीवर कर नाही अशा सवलती दिल्या जात होत्या, एक कोटी रुपये गुंतवणुकीची कापड गिरणी उभारणं हा बिर्लांचा पहिला आंतराष्ट्रीय प्रकल्प होता. थाई एअरवेजच्या कर्मचाऱ्यांच्या गणवेशाची त्यांना मोठी ऑर्डर मिळाली. या कापड गिरणीनंतर थायलंड, इंडोनेशिया व फिलिपाईन्स इथं आणखी तीन कापड गिरण्या त्यांनी उभारल्या. त्यामुळं इतरही कारखाने उभारायला त्यांना हुरूप आला. १९९० च्या दशकाच्या मध्याला त्यांनी मलेशियात जगातील सर्वात मोठा पाम तेल शुद्धीकरण

कारखाना स्थापन केला, पण त्यांची सर्वात मोठी गुंतवणूक थायलंडमध्ये होती. बिर्ला केवळ थायलंडमधील सर्वात मोठे भारतीय गुंतवणूकदारच नव्हते तर त्या देशात सर्वाधिक मालमत्ता असलेल्यात त्यांचा दुसरा क्रमांक होता असं 'निक्केई वीकली' नं म्हटलं होतं. १९७० ते १९८० यांनी दक्षिण पूर्व आशियात बिर्लांनी दहा कंपन्या सुरू केल्या. त्यांची एकूण विक्री १० कोटी डॉलर्स होती.

मात्र १९८६ मध्ये त्यांना एक कारखाना गमवावा लागला. फिलिपाइन्समध्ये बंड होऊन कॉरझॉन ॲक्विना सत्तेवर आल्या व फर्डिनंड व इमेल्डा मार्कोस हे अमेरिकेला पळून गेले. त्या वेळी बिर्लांच्या खोबरेल तेल शुद्धीकरण कारखान्याचे राष्ट्रीयीकरण करण्यात आले. त्यांच्या कापड गिरणीला मात्र हात लावण्यात आला नाही. निराशेचा हा घोट पचवून आदित्य बिर्ला पुन्हा कामाला लागले. ॲक्विनोच्या जागी फिडेल रॅमोस सत्तेवर आले. फिलिपाइन्सची अर्थव्यवस्था सुधारण्याची उपाययोजना आखण्यात आली, बिर्ला पण परत नव्या योजना आखू लागले. साडेपाच कोटी डॉलर्सचा २३ हजार टनी रेयॉन फायबरचा कारखाना उभारण्यासाठी त्यांनी १९८७ मध्ये घोषणा केली. फिलिपाइन्समध्ये इंडो-फिलकॉर्न केमिकल्स ही चौथी कंपनी त्यांनी स्थापन केली.

१९९० मध्ये थायलंड,मलेशिया, इंडोनेशिया व फिलिपाईन्स येथे मिळून १२ कंपन्यांचे १२०० कोटी रुपयांचे बिर्लांचे साम्राज्य होते. खऱ्या अर्थानं बहुधा त्यांची पहिलीच भारतीय बहुराष्ट्रीय कंपनी असावी. त्यांच्या १९९५ मध्ये १४ देशात १७ कंपन्या झाल्या आणि एकूण विक्री ५२०० कोटी रुपयांवर पोचली, तेव्हा आनंदानं बीके बिर्ला म्हणाले, या देशात प्रकल्प काढायचा इतर भारतीयांनी प्रयत्न केला होता. परंतु १९८४-८५ पर्यंत बहुतेकांना अपयश आलं.

हे उद्गार एका पित्याला वाटणाऱ्या अभिमानाचे द्योतक आहेत की एस. के. बिर्लांच्या सिंगापूर येथील आणि आफ्रिकेतील सी.के. बिर्लांच्या व्यवसायाला मारलेला टोमणा आहे असा प्रश्न बिर्ला घराण्यातील काही मंडळींना पडला.

१९९० च्या आरंभापर्यंत बिर्लांच्या द. पूर्व आशियातील उद्योगातील व त्यांच्या झपाट्यानं होणाऱ्या वाढीची भारतात फारशी कल्पना नव्हती. त्याबद्दल शक्यतो कमीच बोलण्याचा बिर्लांचा दृष्टिकोण होता, मक्तेदारी व्यवहार नियंत्रण नियम व फेरा कायदा यांच्यामुळं व्यवहारात पारदर्शकता राखण्याला वातावरण अनुकूल नव्हतं. खरं रूप कळावं म्हणून धुक्याचे पडदे दूर करण्याची कोणाला गरज वाटत नव्हती. बहुतेक कंपन्यांवर आपल्याच मंडळींचा घट्ट कब्जा होता. १३ कंपन्यांपैकी थाई रेयॉन व थाई कार्बन या दोनच कंपन्यांच्या शेअर्सचे दर स्थानिक शेअर बाजारात नोंदलेले दिसत.

१९९० नंतर बिर्लांनी धुक्याचे ते पडदे वितळू दिले. आपली कामगिरी जाहीर

करण्यास काळ योग्य होता. प्रकाशझोतापासून दूर राहण्याला आपला न्याय त्यांनी बदलला. कंपन्या चांगला नफा कमवत होत्या, ते म्हणाले होते, "अमेरिकन, जपानी, युरोपियन्स व द. पूर्व आशियाई देश यांची तीव्र स्पर्धा असूनही आम्ही भरघोस नफा मिळवत आहोत. गतवर्षी आम्ही ५० ते १०० टक्के लाभांश दिला. आम्ही स्वतःकडेच जादा शेअर्स ठेवले असते तर बरं झालं असतं."

उदारपणं लाभांश देण्यामागं त्यांचा अंतस्थ हेतु होता असं एका आंतरराष्ट्रीय बँक तज्ज्ञाचं म्हणणं आहे. परदेशांतील कंपन्यात बिर्लांचं भांडवल कमी आहे. परंतु मलेशिया वगळता अन्यत्र व्यवस्थापन कंत्राटांच्यामार्फत ते कंपन्यांवर नियंत्रण ठेवतात, त्यांच्या बहुतेक कंपन्यात अनिवासी भारतीय गुंतवणूकदारांचा मोठा भरणा आहे. त्यात गेम्बेलचे रश्मी मेहता यांच्यासारखे बव्हंशी पालनपुरी जैन समाजातील हिरे व्यापारी आहेत. या कंपन्या खाजगी असल्यामुळं गुंतवणूकदारांच्या शेअर्सच्या भांडवली वृद्धीचा निकष लावून लाभ मोजता येत नाही. तेव्हा उदारपणं लाभांश, बोनस देऊन बिर्ला त्यांना खूश ठेवतात, या कंपन्यांवर आपल्या वडिलांसारखी कुमारमंगलमना पकड ठेवता येईल काय हा खरा प्रश्न आहे, असंही ते म्हणतात.

त्यांना बिर्लांच्या धोरणाचं मर्म ठाऊक नसावं. आदित्य बिर्ला कंपन्या फायदेशीर कशा चालतील याबद्दल सतत जागरूक असत. बिर्लांच्या भारतातील कंपन्या भरपूर कमाई करणाऱ्या आहेत. 'बिझिनेस वर्ल्ड' ने १९९३ मध्ये केलेल्या एका पाहणीनुसार ग्रासिम ही भारतातील दुसऱ्या क्रमांकाची श्रीमंत कंपनी होती तर हिंडाल्कोचा क्रमांक सहावा होता. (आयसीआय, ग्रासिम, टेल्को, टाटा, केम, एचडीएफसी, हिंडाल्को, आयटीसी, टाटा टी, नोसिल, स्पिक) भाग-भांडवलाच्या किमान २२ टक्के उत्पन्न मिळत नसेल तर त्या व्यवसायात बिर्ला क्वचितच प्रवेश करतात. 'बिझिनेस टुडे' ने त्यांना 'सुरक्षित उद्योगपती' असं त्यांना म्हटलं होतं. आंतरराष्ट्रीय पातळीवरही धोका पत्करण्यास बिर्ला तयार नसत.

अपरिचित उद्योगात बिर्ला सहसा शिरत नाहीत. त्यांचे आंतरराष्ट्रीय व्यवसाय हे भारतातील त्यांच्या अनुभवांचे प्रतिबिंब असलेले आहेत, भारतात ते तयार करत असलेलीच उत्पादने ते बव्हंशी परदेशात बनवतात. भारतात औद्योगिक व्यवस्थापनाचा आलेला अनुभव त्यांना उपयोगी पडे. उदाहरणार्थ १९६६ मध्ये त्यांनी इंडिया रेयॉन ही छोटी सूतगिरणी खरेदी केली. तीन वर्षांनंतर (१९६९ मध्ये) त्यांनी १२,७६८ चात्या असलेली १ कोटी रुपयांची इंडो-थाई सिंथेटिक्स ही गिरणी उभारली. तसंच ग्रासिम रेयॉनचा उत्पादन कार्यक्रम आखत असताना त्याच सुमारास (१९७४ मध्ये) त्यांनी ग्रासिम व थाई उद्योग यांच्या संयुक्त सहकार्यानं थाई रेयॉनची उभारणी केली. १९८८ च्या मध्याला इंडियन रेयॉनच्या उत्पादनात त्यांनी कार्बन ब्लॅकची भर टाकली. भारतातील २० हजार टीपीए (पुढं ही क्षमता वाढवून १९८९ मध्ये ५०

हजार टीपीएवर नेण्यात आली) कारखान्यापासून त्यांनी सुरुवात केली पण पुढं थायलंड व इजिप्त येथे कारखाने उभारून या उत्पादनाचे ते जगातले सहाव्या क्रमांकाचे कारखानदार बनले. अलीकडेच पोलंड व रुमानिया येथून कार्बन ब्लॅक कारखाने उभारण्याचे प्रस्ताव त्यांना आले होते.

ज्या देशांच्या अर्थव्यवस्थेची बिर्लांना उत्तम माहिती होती. त्या अर्थव्यवस्थेशी निगडीत वस्तूंचे उत्पादन ते करत. बिर्लांच्या मलेशियन कारखान्यातील पामतेल आणि थायलंडमधील बरीच उत्पादने भारताला निर्यात केली जात. बाजारपेठेचं आकर्षण तंत्र आवश्यक असणाऱ्या ग्राहकोपयोगी उत्पादनांपासून ते दूर राहिले. औद्योगिक वस्तू इंटरमीडिएटस् यांच्या उत्पादनांवर (भारतात व परदेशातही) लक्ष केंद्रित केले. अशा उत्पादनात ॲक्रिलिक तंतू, कार्बन ब्लॅक, सिंथेटिक धागे, पाम तेल, फॅटी ॲसिडस, डिटर्जंट इंटरमेडिएटस्, एपॉक्सी रेझिन्स, हायड्रोजन पॅरॉक्साईड यांचा समावेश होता. ग्राहकोपयोगी उत्पादनाच्या क्षेत्रात नफा अधिक, पण धोकाही अधिक त्यामुळं त्यात प्रवेश करायला आदित्य बिर्ला तयार नसत हा त्यांचा कमकुवतपणा आहे असं अनेकांना वाटे.

स्पर्धेला तोंड देण्यास आपण घाबरतो असल्या आरोपांनी बिर्ला चिडत, "आम्ही स्पर्धेला घाबरत नसतो, स्पर्धेनं आम्हाला घाबरावं" असं आव्हान देत ते मला म्हणाले, "मी स्पर्धेच्या आधारावरच प्रगती करतो. आंतरराष्ट्रीय स्पर्धेला कसं तोंड द्यावं हे किती भारतीय उद्योगपतींना ठाऊक आहे? दक्षिण पूर्व आशियात उद्योगाला संरक्षण नाही. तिथल्या बाजारपेठेत अमेरिकन, जपानी, पूर्व युरोपियन व खुद्द द. पूर्व आशियाई यांच्याशी स्पर्धा करावी लागते. अनेकांपैकी आपण एक असतो. उद्योगात कठोर स्पर्धेला तोंड द्यावं लागत असलं तरी आम्ही भरघोस नफा कमवत आहोत."

बिर्लांच्या यशाचा लौकिक पसरू लागला. नाना देशांचे प्रमुख आमंत्रण देण्यासाठी त्यांचे दरवाजे ठोठावू लागले. १९९३ मध्ये भूतानचे राजे सरकारी भेटीवर भारताला आले होते. कोणातरी भारतीय कारखानदाराने आपल्या देशातील चुनखडीच्या साठ्याचा वापर करावा, सिमेंट कारखाना उभारावा व त्याचा काही माल आसाम व प. बंगालला निर्यात करावा अशी त्यांची इच्छा होती. आदित्य बिर्ला व अंबुजा सिमेंटचे सुरेश नेवाटिया या दोघांची नावे त्यांच्या समोर होती. थायलंडमधील बिर्ला समूहाच्या उद्योगाच्या रौप्यमहोत्सवानिमित्त आदित्य बिर्लांचे अभिनंदन करण्यासाठी थायलंडचे पंतप्रधान चाऊन लिकपाई खास भारतात आले होते. भूतानचे राजे रिक्तहस्ते परत गेले तर थायलंडच्या पंतप्रधानांचे आणखी ४० कोटी डॉलर्सच्या भांडवली गुंतवणुकीचे आश्वासन मिळाले.

त्यानंतर रशियाचं निमंत्रण आलं. बिर्लांना रेयॉन दर्जाच्या लगद्याची नेहमी

टंचाई भासे. तेव्हा लगद्याचा कारखाना रशियात का नाही सुरू करत? असं सुचवण्यात आलं. उत्तर पूर्व रशियात ७०० मजूर काम करत असलेला १ लाख २० हजार टन क्षमतेचा कारखाना रशियाला विकायचा होता. चार महिने तो कारखाना बंद होता व अगदी स्वस्त किंमतीत द्यायला ते तयार होते. बिर्लांनी अशा प्रकारे डिसेंबर १९९४ मध्ये रशियात शिरकाव केला. त्या वर्षी बिर्लांचे भारतातील उत्पादन १ लाख २० हजार टन होते. बाजारपेठेत त्यांचा हिस्सा ९० टक्के होता. इंडियन रेयॉनने रशियात खरेदी केलेला कारखाना तेवढ्याच क्षमतेचा होता. याचा अर्थ बिर्लांचे उत्पादन एकदम दुप्पट झाले.

आजारपणानंतर ते केवळ भारतातच नव्हे तर द.पूर्व आशियातही दुप्पट जोमानं काम करू लागले. भारतानंतर थायलंड हे बिर्ला समूहाचे उत्पादनाचे दुसऱ्या क्रमांकाचे केंद्र बनले. त्या शिवाय व्हिएटनाममध्ये कापडगिरणी, इजिप्तमधील कार्बन ब्लॅक उत्पादनाचा मोठा विस्तार आणि मलेशिया, फिलिपाईन्स व इंडोनेशिया येथे छोट्या छोट्या योजना आकार घेत होत्या. 'इकॉनॉमिक टाइम्स' नं त्यांची प्रशंसा करत लिहिलं - "परदेशातील स्पर्धेनं आम्हाला घाबरावं! असं बिर्ला जाहीर करू शकतात."

मोठ्या अपेक्षा

बिर्लांच्या देशातील व परदेशातील यशामुळं त्यांचा मत्सर वाटणं अपरिहार्यच होतं. बाहेरच्या मंडळींपेक्षा कुटुंबातील सदस्यांत मत्सराची भावना तीव्र होती. अनेक वर्षे कोंडून राहिलेली ही भावना जीडींच्या मृत्यूनंतर उफाळून आली. जीडींची बीकेंवर असलेली खास मर्जी व आदित्य बिर्लांवरचं प्रेम याचा त्यांना मत्सर वाटायचा. कलकत्त्यात असताना जीडी बिर्ला बीकेंकडे व मुंबईत असताना आदित्यकडे राहायचे हेही त्यांना खुपायचं. पण जीडींबद्दल आदर असल्यानं ते आपली नाराजी उघडपणे प्रकट करत नसत. खाजगीत मात्र आपल्या भावनांना ते मोकळी वाट करून देत. आदित्य बिर्लांचा परिस स्पर्श, किंवा जीडींचे खरे वारसदार असा वृत्तपत्रांनी उल्लेख केला की या मंडळींचा जळफळाट होई.

बिर्लांच्या अविभक्त हिंदू कुटुंबात तणाव खदखदत होता. जीडींच्या निधनानंतर आपल्याला न्याय्य वाटा मिळाला नाही असं कुटुंबातील काही तरुण सदस्यांना वाटत होतं. ज्येष्ठ मंडळींनी वाटणीबाबत मांडलेला प्रस्ताव त्यांना नामंजूर होता आणि त्याविरुद्ध लढण्यास ते तयार होते. आदित्य बिर्लांच्या निधनानंतरही हा संघर्ष मिटलेला नाही.

खरं तर बिर्लांच्या या महाभारताची बीजं जीडींच्या निधनापूर्वी फार आधीच पेरली गेली असावीत. १९७०च्या दशकात जेव्हा जीडींनी आदित्य बिर्लांना हिंडाल्को व

ग्रासिममध्ये आणलं तेव्हा त्याची सुरुवात झाली असं काहींचं मत आहे. आपल्या मृत्यूनंतर या कंपन्यांची सूत्रं आदित्य बिर्लांकडं सोपवली जावीत अशी जीडींनी स्पष्ट इच्छा प्रकट केली तेव्हा कुटुंबातील काही जण मत्सरानं पेटून उठले.

बिर्ला कुटुंबीतील जीडींचे तीन चिरंजीव (लक्ष्मीनिवास, कृष्णकुमार व बीके) त्यांचे पुतणे, बंधू गंगाप्रसाद व माधोप्रसाद यांनी १९८३ मध्ये कलह मिटवण्याचा प्रयत्न केला होता. त्यांना त्यात यश येईल असं आरंभी वाटत होतं. जीडींच्या निधनानंतर भारतातील या दुसऱ्या क्रमांकाच्या उद्योगसमूहाचे प्रमुख लक्ष्मीनिवास (१९१०-१९९४) 'इंडिया टुडे' शी बोलताना म्हणाले, "लोक समजतात त्या अर्थानं आमचा उद्योगसमूह नाही. कुटुंबातील प्रत्येक सदस्याच्या आपापल्या कंपन्या असून त्यांच्या कारभारात इतर हस्तक्षेप करत नाहीत. सर्व अधिकार ज्याच्या हाती एकवटले आहेत अशी कोणीही एक व्यक्ती नाही. माझ्या वडिलांकडे त्यांना खास आवडणाऱ्या कंपन्यांचीच थेट जबाबदारी होती."

या 'खास आवडत्या' कंपन्यात हिंडाल्को व मैसूर सिमेंट यांचा समावेश होता. त्यामुळं त्यांचे एक नातू आदित्य याच्याकडे हिंडाल्कोची सूत्रं द्यावीत हे ओघानंच आलं. या कंपनीचा कारभार ते आधी पाहात होतेच. दुसरे नातू सुदर्शन (एसके) यांच्याकडे मैसूर सिमेंटची सूत्रं आली. जीडींना सहा नाती (तीन मुलांच्या कन्या) तसंच जीडींचे अनेक नातू आहेत (चंद्रकला डागा, अनुसूयादेवी तापुरिया व शांतीदेवी महेश्वरी या कन्यांची अपत्यं). परंतु मारवाडी कुटुंबात सूत्रं वडिलांकडून मुलाच्या हाती जातात. हुंड्याची देवाण घेवाण वगळता मुलींना काही महत्त्व असत नाही.

जीडींच्या इच्छेची अंमलबजावणी करताना मैसूर सिमेंटपेक्षा हिंडाल्को दहा पटीनं मोठी आहे याचा उल्लेख त्यांच्या मुलानी केला नाही. (१९८३ मध्ये हिंडाल्कोची विक्री १८७० कोटी रुपये तर मैसूर सिमेंटची १७ कोटी ८० लक्ष होती.) बिर्लांच्या समूहातील सर्वात मोठ्या व फायदेशीर असलेल्या कंपन्या बीके व आदित्य यांच्या नियंत्रणाखाली आहेत हेही त्यांनी सांगितलं नाही. या कंपन्यांपैकी बहुतेकांच्या उभारणीत आदित्य बिर्लांचा फार मोठा वाटा होता. तेव्हा त्यांच्याकडं त्यांची सूत्र का असू नयेत असं त्यांच्या मित्रांचं म्हणणं आहे.

कंपन्यांच्या वाटपात सर्वात नाराज होते सुदर्शन बिर्ला असं आदित्य यांनी एकदा प्रांजळपणं मान्य केलं होतं. जीडींना देखील आयुष्याच्या अखेरीला त्याबद्दल काहीसं अपराधी वाटत होते. त्यामुळं मृत्यूपूर्वी त्यांनी जियाजीराव कापड गिरणी व सौराष्ट्र केमिकल्स या कंपन्यांची सूत्रं सुदर्शन यांच्याकडं सोपवली होती. पण ग्रासिमचे अध्यक्ष आदित्य बिर्लांना करण्याचं ठरलं तेव्हा संपत्तीचं पारडं त्यांच्या बाजूनंच झुकलेलं होतं. नंतर उशिरा सुदर्शन बिर्लांचे चिरंजीव सिद्धार्थ यांच्याकडं 'सिमको' कंपनी सोपवून याची भरपाई केली गेली.

१९८३ साली झालेल्या वाटण्यांविरूद्ध संघर्षाचे ढग १९८६ मध्ये जमू लागले. त्यात पुढाकर घेत होते एसके व केके बिर्ला. राज्यसभेतील काँग्रेसचे खासदार असलेले केके बिर्ला १९८३ मध्ये म्हणाले होते, ''बिर्ला साम्राज्याचं वाटप करणं कठीण आहे व ते करता येईल असं मला वाटत नाही.'' १९८६ नंतर ते त्यांच्या पुतण्याइतकेच नाराज होते व संघर्ष करायला तयार होते.

''जीडींच्या महत्त्वाच्या कंपन्यांपैकी आपल्याला एकही मिळाली नाही याबद्दल केके नाराज होते हे मला ठाऊक आहे. ग्रासिम, सेंचुरी, हिंडाल्को व केसोराम या सर्व कंपन्या बीके व आदित्य यांना मिळाल्या व केकेंच्या वाट्याला काहीच आलं नाही'' असं केके बिर्लांचे एक स्नेही म्हणतात. केकेंच्या वाट्याला आलेल्या बव्हंशी कंपन्या (झुआरी अॅग्रो, टेक्समॅको, इंडियन स्टीमशीप व साखर कारखाने) वा त्यांनीच स्थापन केलेल्या अथवा मिळवलेल्या होत्या. ''केकेंकडं वारसा आला नाही याचे काहीसं कारण त्यांना तीन मुली. मुलगा नाही हे असावं. तसंच जीडींनी आग्रह करून देखील त्यांच्या कंपनीत सामील व्हायला केकेंनी नकार दिला होता. बापलेकांचं मुळीच पटत नसे हेही एक कारण होतंच असं निनान म्हणतात. यात दुर्दैवाचाही काहीसा भाग होता. कोळसा व 'तांबे' आणि विमा क्षेत्रातील त्यांच्या कंपन्याचं राष्ट्रीयकरण झालं. तसंच ब्रह्मदेशातील स्टार्चचा कारखाना त्या देशातील राजकीय परिस्थितीमुळं विकावा लागला. १९४० मध्ये सुरू केलेला परदेशातील बिर्लांचा तो पहिलाच कारखाना होता.

विविध अंतर्प्रवाहामुळं बिर्ला कंपन्यांच्या एकूण व्यवस्थेवर ताण पडत होता असं बीकेही मान्य करतात. ते म्हणतात, ''कंपन्याचं वाटप केलं नाही तर प्रश्न निर्माण होतील. गैरसमज आणि नाराजीही निर्माण होईल अशी चिन्हं १९८३ मध्ये दिसू लागली. वेगळे होण्याची बोलणी त्याच वेळी कशी सुरू करायची असं आम्हा चौघांना वाटत होतं.''

उद्योगसमूहाची घडी उस्कटणं हे फार कठीण काम होतं. परस्परातील भाग भांडवलाच्या कॉस-शेअर होल्डिंगच्या घट्ट विणकामानं हा समूह एकमेकाशी बांधलेला होता. रतन टाटा बॉम्बे हाऊसमध्ये आणू पाहात होते तशा प्रकारचं हे नियोजनपूर्वक विभक्तीकरण नव्हतं. नवीन प्रकल्प हाती घेताना आपल्या सहकंपन्याकडे निधी उभारण्यासाठी जाण्याची ऐतिहासिक परंपरा असलेला बिर्ला समूह होता. चार बिर्ला बंधूंनी आपल्या उत्पादक कंपन्या, कौटुंबिक विश्वस्त निधी, गुंतवणूक कंपन्या यांचा वापर करून संयुक्त प्रकल्प सुरू केले होते. त्यामुळं या कंपन्या 'मूलभूत' बनल्या होत्या. तेव्हा सेंचुरी (बीकेंच्या नियंत्रणाखालील) यांचे झुआरी अॅग्रोत (केकेंची कंपनी) मोठे भांडवल होते तर ग्रासिमचे (आदित्यांची कंपनी) मैसूर सिमेंट (सुदर्शन बिर्लांची कंपनी) मध्ये मोठ्या प्रमाणावर शेअर्स होते.

मालकी व व्यवस्थापकीय नियंत्रण भिन्न भिन्न लोकांकडे होते. कंपन्या विभक्त करायच्या तर बाजारभावानी एकमेकांना शेअर्स विकायला लागले असते. त्यात कर गोळा करणाऱ्या सरकारचा फायदा झाला असता. प्रत्येकाला जबर भांडवली लाभ कर भरावा लागला असताच त्या शिवाय गुंतागुंत सोडवताना वकिलांची भरमसाट फी मोजावी लागली असती. तेव्हा जीडींचे 'प्रत्यक्ष नियंत्रण रेषे' चं तत्त्व पाळावं असं १९८३ मध्ये ठरवण्यात आलं. याचा अर्थ कंपन्या विभक्त करायच्या पण परस्परांचा भांडवली हिस्सा तसाच ठेवायचा. त्यामुळं २५ ते ५० कोटी रु. करापोटी भरावे लागणार होते. तरीही आता काही झालं तरी विभागणी करायचीच असं १९८६ मध्ये ठरवण्यात आलं.

आरंभी संघर्ष हा घराण्यातील जीडींच्या शाखेपुरता मर्यादित होता. वृज मोहन व रामेश्वर दास या शाखा त्यापासून दूर अलिप्त राहिल्या होत्या. परंतु त्याचे प्रचंड शेअर होल्डिंग असल्याने नंतर तेही या वादात ओढले गेले. आदित्य व एसके हेच काय ते जीडींचे नातू आहेत असं चित्र रंगवणं थांबलं. आधी आपण चौघे होतो व आताही पुन्हा चौघेच आहोत याची नव्या पिढीनं याद करून दिली. याचा अर्थ जीडी व त्यांचे तीन बंधू व आता सीके आणि अशोक. या वादामुळं तिजोरीत धूळ खात पडलेल्या शेअर्सची किंमत वधारली. कुटुंबातील संघर्ष तीव्र होत गेला तेव्हा काही सदस्यांनी हातमिळवणी करून शक्तिस्थानं निर्माण केली. या शक्तिस्थानांनी कंपन्यांच्या वास्तविक नियंत्रणाच्या तत्त्वाला मोठा धक्का दिला.

या कटु लढाईत एका बिर्लानं मात्र आपली शान टिकवून ठेवली. त्यांची प्रशंसा करताना बीकेंनी लिहिलं, "चर्चेच्या वेळी अशोक बिर्लांचा दृष्टिकोण हा सर्वात चांगला होता. एकाच बैठकीला ते हजर राहिले. कुटुंबातील अन्य सदस्यांना ते म्हणाले, "हे पाहा, माझं मत हे असं आहे, तुम्हाला जे द्यावसं वाटेल ते मला द्या. यासंबंधात मला काही वादावादीत शिरायची इच्छा नाही. जे मूळ मूल्यमापन व करार आदित्यला स्वीकारार्ह असेल ते मलाही मान्य असेल." अखेरीपर्यंत ते आपल्या या निर्णयाला चिकटून राहिले.

बीके बिर्लांनी 'अ रिअल लिगसी' या पुस्तकात अशी प्रशंसा केली. पण तोवर विलंब झाला होता. १४ फेब्रुवारी १९९० रोजी इंडियन एअर लाईन्सचं (उड्डाण क्र. आयसी ६०५) हे विमान बंगलोरजवळ कोसळून ९० जण ठार झाले. त्यात अशोक, त्यांची पत्नी सुनंदा, कन्या सुजाता व त्यांच्या कंपनींचे बरेच अधिकारी यांचा समावेश होता. अमेरिकेच्या ३ एम या कंपनीच्या संयुक्त सहकार्याने उभारलेल्या प्रकल्पाचे उद्‌घाटन करण्यास ते बंगलोरला चालले होते. या कुटुंबातील यशोवर्धन काय तो बचावला कारण तो त्या वेळी अमेरिकेत शिकत होता.

केकेंनी आपल्या कंपन्या आपल्या तीन कन्यांना वाटून दिल्या. त्यामुळे

१९८६ मधील वादाला तोंड फुटलं. एक कन्या शोभा भारतीय यांची 'हिंदुस्तान टाइम्स' च्या संचालक मंडळावर नियुक्ती झाली. दिल्लीतील कार्यालयात त्या हजर राहू लागल्या आणि संपादकपदासाठी उमेदवारांच्या मुलाखती घेऊ लागल्या. त्यांचे हे कृत्य घाईघाईचे आहे. साऱ्या गोष्टीचा निवाडा होण्याआधीच अशी सूत्रे हाती घेणे उचित नाही असं काही सदस्यांचं म्हणणं होतं. तसंच 'हिंदुस्तान टाइम्स' हा सर्व घराण्याचा आहे, कुटुंबातील एका विशिष्ट शाखेचा नव्हे असं त्यांचं मत होतं.

१९८६ च्या एप्रिलमध्ये कलकत्ता इथं सर्व कुटुंबियांची बैठक भरली. तेव्हा कोंडीतून मार्ग काढण्यासाठी गंगाप्रसाद यांनी नव्याने प्रयत्न करावेत अशी विनंती त्यांना करण्यात आली. १५ ऑगस्ट रोजी स्वातंत्र्यदिनी पुन्हा तासभर बैठक झाली. दुसऱ्या दिवशी बिर्ला कुटुंबातील दहा सदस्यात बोलणी पुढं चालू राहिली. या वाटाघाटी सौजन्यपूर्ण वातावरणात चालू होत्या. तरुण सदस्य ज्येष्ठांशी असलेला मदभेद स्पष्टपणे मांडत होती. पण बोलताना कोणाचा आवाज चढला नाही, शांत संयमानं जो तो आपलं म्हणणं मांडत होता. ही बोलणी अपुरी राहिली. वरवरच्या शांतपणाखाली दडलेला तणाव आता काही फार दूर नव्हता, व चार महिन्याच्या सखोल चर्चेनंतर न्याय्य व उचित तोडगा सापडण्याची चिन्हे दिसू लागली, असं बीके म्हणतात. शेअर बाजारात नोंद असलेल्या कंपन्यांसाठी १४ ऑगस्टला असलेली बाजारातील किंमत, शेअरबाजारात नोंद नसलेल्या कंपन्यांसाठी त्यांचे जे थेट मूल्य असेल ते व गुंतवणूक कंपन्यांसाठी त्यांचे जे वास्तविक मूल्य असेल ते हा विभागणीचा एकूण पाया निश्चित करण्यात आला.

ही भव्य तडजोड योजना अमलात येऊ शकणार नाही हे काही आठवड्यातच स्पष्ट झाले. बी. के. म्हणाले, "या योजनेने सर्व महत्त्वाच्या समस्या सुटतील अशी आशा वाटत होती. परंतु करार फिसकटला. चार महिन्यांचे परिश्रम वाया गेले त्यामुळे स्वाभाविकच कटुता निर्माण झाली." बीकेंवरील जबाबदारी १५ ते २० कोटी रुपयांवरून २०० कोटी रुपयांवर पोचली. त्यामुळे ते एकूण मालमत्तेचे कसून मूल्यमापन करू लागले. "१९८७ मध्ये सबंध वर्षभर वादावादी, हुज्जत चालू होती. क्षणात आशा तर क्षणात निराशा असं वातावरण होते." असं ते म्हणाले.

१९८६ प्रमाणे १९८७ सालीही पहिला खटका उडाला तो केकें मुळेच. या खेपेस 'अप्पर गँजेस शुगर' कंपनीवरून केके आणि गंगाप्रसाद यांच्यातच थेट संघर्ष जुंपला. बृज मोहन यांनी स्थापन केलेल्या या कंपनीत गंगाप्रसाद यांचे ३० टक्के रोखे होते. परंतु अनेक वर्षे या कंपनीचे काम केकेच पाहात होते. १९८३ च्या तडजोडीनुसार केके यांनीच कंपनीचं काम पाहणं चालू ठेवलं होतं. परंतु १९८६ मध्ये छोट्या कंपनीची विक्री ३८ कोटी ८० लाखांवरून ६१ कोटी ९० लाखांवर गेली. नफा चांगला झाला. १९८६-८७ मधील तणावाच्या वेळी गंगाप्रसाद यांनी ही कंपनी

आपल्याला परत मिळावी अशी मागणी केली. त्यामुळं दुखावलेले केके म्हणाले, ''एकदा भेट म्हणून दिलेली वस्तू परत घ्यायची नसते.'' त्यांनी गंगाप्रसाद यांचे शेअर्स विकत घेण्याची तयारी दर्शवली. परंतु किंमतीवरून घोडं अडलं. अखेर या भांडणात कलकत्ता स्टॉक एक्सचेंजला हस्तक्षेप करावा लागला.

नातेवाईकांकडील शेअर्स मिळवण्यासाठी बिर्ला कुटुंबियात तीव्र स्पर्धा सुरू झाली आणि संघर्ष वाढला. सुदर्शनची मावशी-माहेश्वरी यांच्याकडे बिर्लांच्या काही महत्त्वपूर्ण कंपन्यांचे १० ते १५ टक्के शेअर्स होते, त्यात पिलानी इन्व्हेस्टमेंट्सचाही अंतर्भाव होता. सुदर्शन बिर्ला यांनी हे शेअर्स खरीदण्यासाठी माहेश्वरींशी संपर्क साधला. 'पूल' अकौन्टसाठी ते खरेदी करत असावेत असा माहेश्वरींचा समज झाला. आदित्य बिर्ला यांनीही माहेश्वरींशी संपर्क साधला, त्यांनी जादा भाव देऊ केला पण तोवर उशीर झाला होता. माहेश्वरींनी आपले शेअर्स विकण्याची तयारी पूर्वी दर्शविली होती. तेव्हा केवळ दिलेला शब्द पाळण्याचं काम आपण करत होतो असं सुदर्शन यांचं म्हणणं होतं.

बिर्लांच्या आर्थिक महाशक्तीचं उदाहरण म्हणजे सतलज कॉटन, नगण्य असलेल्या या कंपनीची किंमत ९ कोटी व विक्री ३५ कोटी रुपये होती. परंतु ती महत्त्वाची कंपनी होती, तिच्यात बिर्लांच्या अन्य कंपन्यांचे बरेच शेअर्स होते. त्यात १८ लाख ५० हजार ग्रासिमचे शेअर्स (तिच्या एकूण भागभांडवलाच्या ८.५ टक्के) हिंडाल्कोचे १२ लाख ४० हजार शेअर्स (९ टक्के), १० लाख झुआरी ॲग्रोचे, ५ लाख युनिव्हर्सल केबलचे, ६ लाख ५० हजार रत्नाकर शिपिंगचे, ६४ हजार पिलानी इन्व्हेस्टमेंन्टसचे आणि ६७५० सेंचुरीचे होते. नोंदवहीत त्यांचे मूल्य २ कोटी ९८ लक्ष रुपये होते. १९८६ मध्ये बाजारपेठेत ग्रासिमच्या शेअर्सचे एकूण मूल्य १७ कोटी व हिंडाल्कोचे १२ कोटी होते. सतलजच्या शेअर्सची वित्तीय संस्था (११ टक्के) सर्वसाधारण जनता (२५ टक्के) आणि बिर्ला (६४ टक्के) यांच्यात झाली होती. बिर्लांच्या शेअर्समध्ये केकेंचा वाटा सुमारे २० टक्के होता.

आपल्या स्थानाला आव्हान देता येऊ नये म्हणून केकेंनी आपली पकड घट्ट करण्याचा प्रयत्न केला. सतलजमधील जनरल इन्शुअरन्स कॉर्पोरेशनचे (जीआयसी) शेअर्स त्यांनी गाजावाजा न करता ताब्यात घेतले. त्यानंतर लौकरच त्यांनी 'राईटस् इश्यू' काढायचा प्रयत्न केला. प्रत्येकी दर्शनी मूल्य १० रुपये असलेले व प्रत्येकी १५ रुपये प्रीमियम असलेले २४०,००० शेअर्स राईटस् इश्यू काढण्याचा सतलज कॉटनचा विचार आहे, अशी बातमी 'हिंदुस्तान टाइम्स' ने प्रसिद्ध केली. बाजारात शेअर्सची किंमत २३ रुपये होती. याचा अर्थ कंपनीच्या भाग भांडवलाचा पाया दुप्पट होणार होता.

या इश्यूची घोषणा करण्यापूर्वी कुटुंबातील अन्य सदस्यांशी केके बिर्लांनी चर्चा

केली नव्हती हे उघड आहे. तेव्हा काही सदस्यांनी आक्षेप घेतला. सतलजमध्ये कुटुंबातील कोणत्याच शाखेचे प्रभुत्व नसून ती सबंध कुटुंबाच्या मालकीची आहे असे त्यांचे म्हणणे होते. तसंच एवढा मोठा प्रीमियम देण्यावरूनही मतभेद निर्माण झाले. पण आता माघार घ्यायला केकेंनी नकार दिला व शेअरबाजारात घडामोडींचं केंद्र गेलं. १९८६ च्या ऑगस्ट महिन्यात भाव २५ रुपयांवरून ३५ वर गेला आणि एक वर्षानंतर तर तो ११८ रुपयांवर पोचला! कलकत्ता स्टॉक एक्स्चेंजला पुन्हा हस्तक्षेप करावा लागला. केकेंना राइटस् शेअर्स विक्रीला काढण्याचा प्रस्ताव सोडून द्यावा लागला.

या संघर्षामुळं कुटुंबात अनपेक्षित गट पडले. गंगाप्रसाद व प्रियंवदा (माधो प्रसाद यांच्या विधवा पत्नी) आणि सुदर्शन (ताज्या करारानुसार सारे विक्रेते) हे एकत्र आले व त्यांनी बीके व केके (सारे खरीददार) यांच्याशी लढा दिला.

याच सुमारास धाकटे बंधू बीके यांच्याशी आपले विचार खूप मिळते-जुळते आहेत याची जाणीव केकेंना झाली! १९८७ मध्ये केके बिर्लांचे 'इंदिरा गांधी : रेमिनन्सेस' हे पुस्तक प्रकाशित झालं. ते लिहितांना बालपणातील आठवणी त्यांच्या मनात पिंगा घालू लागल्या. आपल्याला वाटतं तितके आदित्य बिर्ला वाईट नाहीत हे त्यांना उमजलं. त्यांनी लिहिलं, "१९७१ च्या लोकसभा निवडणुकीत माझा तरुण पुतण्या आदित्य, माझा भाचा बसंतकुमार आणि त्याची पत्नी सरला यांनी मला खूप मदत केली. त्यांनी अहोरात्र परिश्रम केले, मी पराभूत झालो याचं त्यांना अतिशय दुःख झाले. आदित्याला तर विशेष वाईट वाटलं, त्याला जवळजवळ रडूच कोसळलं. माझ्या जीवनातील हा सर्वात दुःखद दिवस आहे असं त्यानं प्रामाणिकपणं सांगितलं."

आदित्य बिर्लांच्या दृष्टीनं चुलत्यांचा पाठिंबा अगदी वेळेवर मिळाला. 'जीपी-पीएमपी-एस' यांच्याकडं पिलानी इन्व्हेस्टमेन्टस आणि जियाजीराव कॉटन मिल्स या दोन महत्त्वाच्या कंपन्यांचे निम्म्याहून अधिक शेअर्स होते. या दोन कंपन्यांची बीके व केकेंच्या कंपन्यात मोठी गुंतवणूक होती. आदित्य जणू कड्याच्या टोकावर उभे होते. त्यांच्या हातून ग्रासिम व हिंडाल्को गमावल्या जातील की काय असा धोका वाटत होता.

मोठ्या रकमेचा वास आल्यानं बाहेरचे दलाल पण सक्रिय झाले. जुलै-ऑगस्ट १९८७ या काळात बिर्लांच्या शेअर्सची किंमत एकदम वाढली. जियाजीराव कॉटनच्या शेअर्सचा दर एका आठवड्यात १८ रुपयांवरून ३४ वर पोचला तर ग्रासिमचा ७६ वरून १०० वर गेला, हिंडाल्कोचा भाव ७४ वरून ११७ झाला.

आदित्य बिर्लांच्या व्यावसायिक जीवनातील तो बहुधा सर्वात धोक्याचा क्षण होता. परंतु त्यांनी स्पर्धकांवर मात करील अशी पावले उचलली. गेली काही वर्षे

बाजारातून योग्य वेळी 'खरेदी' करून त्यांनी आपलं स्थान बळकट केलं होतं. छोट्या दलालांकरवी छोट्या प्रमाणात त्यांनीही खरेदी केलेली होती. तसेच त्यांच्या हाती एक हुकमी एक्का होता व तो म्हणजे आर्थिक चणचणीच्यावेळी वित्तीय संस्थांनी त्यांना निश्चित पाठिंबा दिला असता. त्यांनी अचूक खेळी खेळली. इतरांनी त्यांना शेअर्स विकण्यास मान्यता दिली. ऑगस्ट १९८८ मध्ये तोडगा तयार झाला. तणाव कमी झाला व आदित्य बिर्लांचं स्थान दृढ झालं.

कुमारमंगलम यांचा नीरजाशी झालेला विवाह तणावमय कौटुंबिक वातावरणात दिलाशाची प्रसन्न झुळूक आणणारा ठरला.पण शांतता काही फार काळ टिकली नाही. विवाह समारंभ झाल्यानंतर कुटुंबात पूर्ववत कलह सुरू झाला. १९९० पर्यंत कॉटन-शेअर होल्डिंगचा जोडणारा दुवा जवळपास तोडण्यात आला. मे १९९६ पर्यंत सेंचुरी टेक्स्टाईल्सच्या अधिकार वाटपाचं प्रमाण ठरवलं गेलं. त्यामुळे कोणाचंच पूर्ण समाधान झालं नसतं हे खरं. पण किमान स्वीकारार्ह अशी व्यवस्था झाल्याने कुटुंबातील सदस्य निदान एकमेकांच्या उरावर बसणं तरी थांबलं असतं. या तडजोडीत प्रचंड रकमा गुंतलेल्या होत्या, बीके व आदित्य यांनी सुमारे १०० ते २०० कोटी रुपये इतरांना व करखात्याला दिले असावेत.

आदित्य बिर्लांसारखी हुशार, चाणाक्ष व्यक्ती, ग्रासिम व हिंडाल्कोच्या बाबतीत अडचणीत आली कशी? असं विचारता राजश्री बिर्ला म्हणाल्या, "आदित्य इतरांवर खूप विश्वास टाकत हे याचं कारण असावं. सर्व सदस्य हे एकाच कुटुंबातले आहेत या भावनेनं ते वागत. आपल्या शेअर होल्डिंगची त्यांना काळजी वाटत नसे. अशा प्रकारचे प्रश्न उद्भवतील याची त्यांना जाणीवच नव्हती."

"कुटुंबातील अमुक शाखेच्या हाती बव्हंशी सत्ता एकवटली आहे व तमुक शाखेची नाही असा विचार त्यांनी कधी केला नाही, सारं कुटुंब आपलेच आहे असं ते मानत, पण काहीजणांनी आपला हिस्सा कसा मोठा होईल यासाठी प्रयत्न केला." असं सांगून कुमारमंगलम म्हणाले, "मी कोणाला दोष देत नाही, माझं एवढंच म्हणणं आहे की, काळ बदलत असतो. प्रत्येकाला वाटत होतं की, माझे वडील हातातील कंपनी जाऊ देण्याची शक्यताच नाही, परंतु त्यांनी अन्याय केला. ते उद्धटपणे वागले असं कोणीही म्हणू शकणार नाही, खंत वाटायची पाळी येऊ नये." अशा पद्धतीनं त्यांनी निर्णय घेतले. शालीनतेनं, आब राखून त्यांनी प्रश्न सोडवले. त्यात लपवाछपवी, काळंबेरं काही नव्हतं, हे सारं त्यांनी कुटुंबातील कोणाचाही पाठिंबा न घेता एकट्यानं पार पाडलं हे विशेष."

कालूवेट्टूकुझियल मूसा

७ फेब्रुवारी १९८८ रोजी कालूवेट्टूकुझियल मूसा आपल्या घरातून बाहेर

पडला, जवळच्याच चहाच्या दुकानात चहा घेता घेता त्याला वृत्तपत्र वाचायचं होतं. तो काम करत असलेला कारखाना बंद पडल्यापासून गेले ३१ महिने त्याचा हा दिनक्रमच झाला होता. वृत्तपत्र चाळताना त्याचं लक्ष एका बातमीकडं गेलं. मावूर इथं ग्रासिमचा पल्प आणि व्हिस्कोज फायबर कारखाना होता. या कारखान्याचे व्यवस्थापन आणि केरळ सरकार यांच्यातील वाटाघाटी परत फिसकटल्या असं त्या बातमीत म्हटलं होतं. त्यानं वृत्तपत्र घडी करून ठेवून दिलं आणि घरी जाऊन गळफास लावून आत्महत्या केली.

मूसाचं हे प्राणार्पण वाया गेलं नाही. त्याआधी १२ कामगारांनीही आत्महत्या केल्या होत्या परंतु त्याची कोणी दखल घेतली नव्हती. या खेपेस मात्र मार्क्सवादी सरकारनं बिर्लांच्या कंपनीतील पेचप्रसंग मिटावा आणि कारखाना परत सुरू व्हावा म्हणून गांभीर्यानं प्रयत्न सुरू केले.

संघर्षाचे मुख्य कारण लाकूड हे होतं. लगद्यासाठी ग्रासिम व्यवस्थापनानं १९६५ मध्ये ३० हजार एकर वनजमीन खरेदी केली होती. त्यावेळी या जंगलांचे पुढील ६० वर्षे राष्ट्रीयीकरण केले जाणार नाही असं आश्वासन राज्य सरकारनं दिलं होतं. सरकार बदलले व त्यानं आधीचा निर्णय फिरवला, १९७४ मध्ये नवा करार झाला, त्यानुसार कारखान्याला गरजेच्या दोनतृतीयांश म्हणजे २ लाख टन कच्चा माल पुरवण्याचं आश्वासन राज्य सरकारनं दिलं. परंतु १९८१ मध्ये त्यात कपात झाली. त्यामुळे कारखान्याच्या क्षमतेच्या एक पंचमांशहूनही कमी उत्पादन होऊ लागलं. कच्च्या मालाचा तुटपुंजा पुरवठा आणि फुगत चाललेला तोटा यामुळं बिर्लांनी जुलै १९८५ मध्ये कारखाना बंद केला. कच्च्या मालाचा पुरेसा पुरवठा राज्य सरकारने योग्य दराने केला तर कारखाना पुन्हा सुरू केला जाईल असं आश्वासनही देण्यात आलं.

कारखाना बंद झाल्यानं चार हजार कामगार बेकार झाले. केरळमधील प्रत्येक राजकीय पुढाऱ्याच्या दृष्टीनं हे कामगार म्हणजे मतपेटीच होती. विविध मंत्र्यांबरोबर वाटाघाटी झाल्या पण काही निष्पन्न होईना, राष्ट्रीयीकरण करण्याचे अनेकदा इशारे देण्यात आले पण सरकार दरवेळी माघार घेई. अखेर जाने. १९८९ मध्ये सरकारनं नमतं घेतलं व हा पेचप्रसंग मिटला.

दिलेला शब्द न पाळण्याची वृत्ती आणि केंद्र व राज्यपातळीवर राजकीय नेते ज्या प्रकारे कारभार चालवत होते त्यामुळे बिर्लांना पुढाऱ्यांविषयी आदर वाटेनासा झाला. राहुल बजाज यांच्याप्रमाणे आदित्य बिर्लांना आपल्या घराण्याचा राजकीय वारसा ठाऊक होता. परंतु बजाज यांच्याप्रमाणे राजकीय नेत्यांची संगत त्यांनी ठेवली नाही. ते म्हणाले, "आपण प्रकाशझोतापासून दूर राहणं इष्ट. आपल्या कंपन्यांचे ताळेबंद हेच काय ते आपले प्रवक्ते!" १९९० च्या दशकात एकेक

उद्योगपती भाजपचं समर्थन करू लागले तेव्हा त्या वादात न पडता आदित्य बिर्ला म्हणाले, ''आपण सर्वप्रथम भारतीय आहोत याचं भान ठेवलं पाहिजे.''

१९६०-१९७० या काळात के.के.बिर्लांचे श्रीमती इंदिरा गांधींशी उत्तम संबंध असूनही बिर्ला घराणं सरकारच्या मर्जीत नव्हतं. आदित्य बिर्लांचे कितीतरी प्रस्ताव रोखून ठेवले होते किंवा नाकारण्यात आले होते. नोकरशाहीच्या अडेलतट्टू धोरणाला वैतागून त्यांनी आपलं लक्ष दक्षिण पूर्व आशियाकडं वळवलं. ते म्हणायचे, ''आपण करत असलेल्या कामात आनंद मिळायला हवा. तो मिळत नसेल तर ते सोडून देणंच इष्ट. संघर्ष करण्यानं हाती काहीच पडत नाही. उद्योगधंदे सुरू करायला अवघं जग माझ्यापुढं खुलं आहे. अमुक एका देशातच काम करत राहावं असं काही माझ्यावर बंधन नाही. त्यामुळे मला भीक मागायची गरज नाही. जगात आम्ही व्यवसाय करतो तो आमचं व्यवस्थापन व कर्मचारी यांच्या बळावर, सरकारशी बोलणी करून नव्हे!''

तरी भारत हा त्यांच्या उद्योगाचा मूळ पाया होता व जेथे जेथे शक्य होतं तेथे ते कारखाने उभारत राहिले. ते म्हणत, ''पूर्वी केवळ आपल्या निवडीनुसार निर्णय घेतले जात नसत. अमुक एका विशिष्ट क्षेत्रात परवाने उपलब्ध आहेत म्हणून निर्णय घेतले जात. परंतु हे चुकीचं होतं. उदाहरणार्थ सिंमेट उद्योगात एकदम वाढ झाली कारण त्यात परवान्याची पद्धत काढून टाकण्यात आली, परंतु जर उद्योगावरील नियमन दूर केले असते तर कदाचित स्पाँज आयर्न क्षेत्रात आम्ही कितीतरी आधी प्रवेश केला असता.''

प्रगतीची प्रत्येक संधी बिर्लांनी घेतली. सिंमेट क्षेत्रात संधी दिसताच त्यांनी ती सोडली नाही. १९७० च्या दशकात टाटांची एसीसी ही कंपनी भारतातील सिंमेटची सर्वात मोठी कंपनी होती. १९९० च्या दशकात या क्षेत्रात पहिल्या क्रमांकाचे स्थान मिळवण्याच्या प्रयत्नात बिर्ला होते. भारतीय सिमेंट उद्योगात सर्वात मोठी भूमिका त्यांना पार पाडावयाची होती काय? त्याबद्दल ते म्हणाले, ''मला अशी महत्त्वाकांक्षा नाही, आमची कंपनी मोठी आहे हे खरं पण इतरांच्या तुलनेत तिचा आकार केवढा आहे याचं मला महत्त्व नाही. कारखाना कार्यक्षमतेनं चालवणं हे महत्त्वाचं. माझे कारखाने त्यांच्या क्षमतेइतकं व दर्जेदार उत्पादन करत आहेत हे माझ्यादृष्टीनं समाधानकारक असतं.''

नरसिंह राव सरकारचं आर्थिक उदारीकरणाचं धोरण गतिमान बनलं तेव्हा त्याचं स्वागत करताना आदित्य म्हणाले, ''परंतु अजूनही खूप नियम व बंधनं आहेत. प्रत्येक क्षेत्रात सरकारची लुडबूड आहे. सरकार चांगलं काम करत आहे. परंतु त्याचा परिणाम तळापर्यंत पोचायला हवा. एखाद्या औद्योगिक संस्थेची संस्कृती बदलायला वेळ लागतो. तेव्हा सबंध देशाची व सरकारची संस्कृती

बदलणं हे काही सोपं नाही, त्याला वेळ लागेल.''

नव्या गुंतवणुकीचे आराखडे ते आखू लागले पण राजकीय नेते व नोकरशाही यांच्याबद्दलचं त्यांचं मत बदललं नव्हतं. ''भारतात कारखाना सुरू करणं फायद्याचं असेल तरच आम्ही तो उभारू. केवळ भारतीय बाजारपेठ डोळ्यासमोर ठेवून प्रकल्पाचे नियोजन करण्याचे दिवस आता गेले.'' असा इशारा त्यांनी दिला. सरकारी कारभारानं त्रस्त झालेल्या उद्योगपतीकडून यापेक्षा वेगळं काही अपेक्षित नव्हतं.

प्रकल्पांना मंजुरी देण्यास नोकरशाही वेळ लावत होती. मंगलोर तेलशुद्धीकरण प्रकल्पाला परवानगी मिळायला ११ वर्षे, स्पाँज आयर्नला नऊ वर्षे, पॉलिस्टर फिलॉमेन्ट यार्न कारखान्याला सहा वर्षे, ॲर्गान वायू व हायड्रोजन पॅरॉक्साईड कारखान्याला तीन वर्षे व खत कारखान्याला दोन वर्षे लागली, ग्लास शेल प्रकल्पाला मंजुरी द्यायला तर सरकारनं एवढा वेळ लावला की तोवर परिस्थिती पालटली होती. असा प्रकल्प व्यवहार्य ठरणार नाही म्हणून बिर्लांनी तो उभारण्याचा बेतच अखेर रद्द केला. त्यांच्या अनेक प्रस्तावांना मंजुरीच मिळाली नाही. त्यात इंडियन रेयॉन कंपनीचा आंध्र प्रदेशात १००० मेगॅवॅट क्षमतेचं वीज केंद्र उभारण्याचा प्रस्ताव होता, नरसिंह राव सरकारनं अखेर हिंदुजांना असा प्रकल्प उभारायला मंजुरी दिली, कॅप्रोलॅक्टम प्लीट ग्लास व पेट्रो-केमिकल कारखान्यांचे बिर्लांचे प्रस्तावही फेटाळण्यात आले. मंगलोर तेलशुद्धीकरण कारखान्याचं प्रकरण तर बिर्लांना उद्विग्न करणारे अनुभव कसे येत होते याचंच उदाहरण आहे.

राजीव गांधी सरकारची आर्थिक स्थिती बिकट होती तेव्हा सप्टें. १९८५ मध्ये तेलशुद्धीकरण क्षेत्रात सार्वजनिक उद्योगांच्या संयुक्त सहकार्यानं खाजगी उद्योगपतींना कारखाने उभारायला परवानगी देण्याचं सरकारनं ठरवलं. बरेच प्रस्ताव आले त्यात कर्नाल (हरयाणा), औरिया (उ. प्रदेश) व मंगलोर (कर्नाटक) यांचा समावेश होता.

योगायोगानं त्या वेळी आदित्य बिर्ला इंडो-गल्फ उभारणीत मग्न होते व स्पाँज आयर्न प्रकल्पाचा ते विचार करत होते. मंगलोर प्रकल्पानं त्यांचं लक्ष वेधून घेतलं. त्या प्रकल्पात तेलशुद्धीकरण कारखान्याला एक मोठा नॅफ्था प्रकल्प जोडलेला होता. धीरूभाई अंबानींची पेट्रो-केमिकल्स क्षेत्रातील प्रगती आदित्य बिर्ला बारकाईनं पाहात होते व त्यांना आपलाही 'क्रॅकर' कारखाना असावा असं वाटत होतं. त्यादृष्टीनं मंगलोर प्रकल्प हा उत्तम मार्ग होता, हायड्रोकार्बनचं सारं क्षेत्रच खुलं होत होतं. तेल आणि पेट्रोकेमिकल्स या दोन्हीतही एकाच वेळी प्रवेश करण्याची संधी भुरळ पाडणारी होती.

अन्य उद्योगपतींनाही असंच वाटत होतं. सोळा जणांनी आपले प्रस्ताव पाठवले परंतु हळूहळू बिर्ला या शर्यतीत पुढे गेले. पेट्रोलियम मंत्रालयानं १९८६ मध्ये अंतिम निवडीसाठी जी यादी तयार केली त्यात अग्रभागी बिर्लांचं नाव होतं.

दुसऱ्या क्रमांकावर एस्सार समूहाचे शशी व रवी रुईया होते तर चुलते के. के. बिर्ला तिसऱ्या क्रमांकावर होते. आता हा प्रकल्प आपल्यालाच मिळणार असं बिर्लांना वाटत होतं. २ फेब्रुवारी १९८७ रोजी केंद्र सरकारनं एक प्रसिद्धीपत्रक काढून मंगलोर पेट्रोकेमिकल कॉम्प्लेक्ससंबंधी इंडियन रेयॉन कॉर्पोरेशनला सहप्रवर्तक म्हणून करण्याची शक्यता आहे काय, तसेच या प्रकल्पाचा तपशीलवार अहवाल तयार करण्यासंबंधी सरकार चाचपणी करत आहे असं जाहीर केलं. या पत्रकामुळं अधिकच प्रश्न निर्माण झाले. हे पत्रक एवढं संदिग्ध का? जर अजून निर्णयच झालेला नाही तर मग प्रसिद्धी पत्रक कशाला काढलं? त्यात फक्त पेट्रोकेमिकल प्रकल्पाचा उल्लेख आहे. मग तेलशुद्धी-करण कारखान्याचं काय?

याचा अर्थ या योजनेविरुद्ध कोणीतरी हालचाल करत होतं हे निश्चित, त्याचं लक्ष्य राज्य सरकार होतं, की बिर्ला होतं की केवळ या प्रकल्पाला खीळ घालण्याचा त्याचा हेतू होता? बिर्लांनी जूनमध्ये हिंदुस्तान पेट्रोलियम कॉर्पोरेशनशी संयुक्तपणे ३० लक्ष टीपीए क्षमतेचा तेलशुद्धीकरण कारखाना व २५०,००० टीपीए नॅफ्था क्रॅकर कारखाना उभारण्याचा करार केला (MOU/9). तेव्हाही हा प्रश्न अनुत्तरितच राहिला. भावीकाळात सहा पेट्रोकेमिकल युनिटसची भर टाकण्याची तरतूदही करारात होती. आपल्याला राज्यसरकारचा पाठिंबा मिळणारच असा बिर्लांना विश्वास वाटत होता. तेव्हा ते आवश्यक त्या परवानग्या मिळवण्याच्या कामाला जोमानं लागले.

या कराराची शाई वळते ना वाळते तोच त्यावर पुन्हा टीकेचा वर्षाव होऊ लागला. एप्रिल १९८९ मध्ये तर बिर्लांपुढं पेचप्रसंगच उभा राहिला. मंगलोर प्रकल्पाचा फेरविचार करावा असा प्रकल्प गुंतवणूक बोर्डाला (प्रॉजेक्ट इन्व्हेस्टमेन्ट बोर्ड- पीआयबी) एका आंतरमंत्रालयीन समितीनं आदेश दिला. तो आदेश अनपेक्षित व अभूतपूर्वच होता! नियोजन मंडळाचे एक सदस्य आबिद हुसेन यांनी सादर केलेल्या अहवालाच्या आधारे हा आदेश देण्यात आला आहे असं समर्थन करण्यात आलं. गॅसपेक्षा नॅफ्थावर आधारित क्रॅकर कारखाना असावा असं हुसेन यांनी सुचवलं होतं. सरकारनं त्यांची ही सूचना स्वीकारली तर त्याचा फायदा अंबानींच्या क्रॅकर कारखाना प्रस्तावाला झाला असता आणि बिर्लांच्या तेलशुद्धीकरण कारखान्याच्या प्रस्तावाला धक्का पोचला नसता तरी अप्रत्यक्षपणे त्यांचा क्रॅकरचा प्रस्ताव मात्र निकालात निघाला असता.

मंगलोर प्रकल्पावर प्रवर्तकांनी २० कोटी रुपये खर्च केलेले होते. पीआयबीने या प्रकल्पाला मंजुरीही दिली होती. आता पीआयबीला त्याचा फेरविचार करण्याचा अचानक आदेश दिल्यामुळे कर्नाटकात असंतोष पसरला. स्थानिक अधिकाऱ्यांशी काहीच सल्लामसलत न करता केंद्राने आदेश दिला म्हणून राज्य सरकार नाराज झाले. उत्तर प्रदेशाला औरिया इथं गॅस क्रॅकर प्रकल्प मंजूर झालेला असल्यानं

आपला प्रकल्प उ. प्रदेश पळवील अशी कर्नाटक सरकारला भीती वाटू लागली. जनता पार्टी व जनता दल निषेध प्रकट करण्याची तयारी करू लागले. या प्रकल्पाची सुरुवात होण्याआधीच तो राजकीय व नोकरशाहीच्या वादळात अडकला.

या टीकेच्या वादळातून बिर्ला बचावले परंतु व्ही. पी. सिंग यांच्या राजवटीतही या प्रकल्पावर आक्षेप घेतले जात होते. २ डिसेंबर रोजी सिंग यांनी पंतप्रधानपदाची सूत्रं हाती घेतली होती. कर्नाटकचे मुख्य मंत्री वीरेंद्र पाटील हे सिंग यांच्याशी या प्रकल्पाबाबत चर्चा करायला दिल्लीला गेले. तेव्हा १९९० च्या फेब्रुवारीपर्यंत आपण निर्णय कळवू असे सिंग यांनी त्यांना सांगितले. बिर्लांच्या आशेला पालवी फुटली. 'आमच्या हाल्दियाच्या व धीरूभाई यांच्या अशा तिघांच्या क्रॅकरच्या प्रस्तावाला मंजुरी मिळेल असं त्यांनी काही मित्रांना सांगितलंही होतं. परंतु त्यांना निराशेचा धक्का बसणार होता. साधनांची टंचाई असल्यानं नव्या प्रकल्पांऐवजी सध्याच्याच कारखान्यांचा विस्तार करणं इष्ट होईल असं सरकारनं मार्च १९९० मध्ये जाहीर केलं. कर्नाटकचे माजी मुख्य मंत्री व त्या वेळचे नियोजन मंडळाचे उपाध्यक्ष रामकृष्ण हेगडे आणि कर्नाटकचे असलेले त्या वेळचे पेट्रोलियम मंत्री एम. एस. गुरुपादस्वामी यांनी बिर्लांच्या प्रस्तावाला संमती मिळावी म्हणून खूप प्रयत्न केले पण त्यांची अवस्था 'ॲलिस थ्रू द लुकिंग ग्लास' या कथेतील लाल सम्राज्ञीसारखी झाली! म्हणजे ते जागच्या जागीच फिरत राहिले.

'कैसर' प्रकरणातून शहाणपण शिकलेले बिर्ला यांनी सर्व परिस्थितीचा गांभीर्यानं फेरविचार केला. मंगलोर प्रकल्पाला मंजुरी मिळवण्यात त्यांनी पाच वर्षे घालवली होती. 'प्युरिफाईड टेरिफॅथेलिक ॲसिड' (पीटीए - कृत्रिम वस्त्रोद्योगात वापरले जाणारे रसायन - या उद्योगात रिलायन्सचे वर्चस्व आहे.) उत्पादनासाठी परवाना मिळावा म्हणून त्यांनी केलेला अर्ज कोणत्यातरी खात्यात धूळ खात पडलेला होता. 'एचडीपीई' (प्लॅस्टिक उद्योगात वापरले जाणारे एक रसायन) उत्पादनास परवानगी मिळावी अशी ग्रासिमने वारंवार विनंती करूनही सरकारनं ती फेटाळून लावली होती. तसेच 'लॅब' (LAB - धुलाई पावडरमधील एक घटक) उत्पादनाच्या प्रस्तावालाही नकार घंटा मिळाली होती. क्रॅकरमुळे तेलशुद्धीकरण कारखान्याला परवानगी मिळायला विलंब होत आहे हे बिर्लांच्या ध्यानी आले. आधीच पाच वर्षे वाया गेलेली होती. तेव्हा पेट्रोकेमिकल क्षेत्रात प्रवेश करण्याचा नाद सोडून द्यावा, क्रॅकरचा बेत रद्द करावा आणि तेलशुद्धीकरण कारखान्यावर लक्ष केंद्रित करावे असं त्यांनी ठरविलं. पीआयबीची नोव्हेंबर १९९० मध्ये बैठक भरली पण अस्थिर राजकीय परिस्थितीमुळे त्यांनी काहीही निर्णय घेतला नाही. त्यानंतर दोन दिवसांनी चंद्रशेखर यांचा पंतप्रधान म्हणून शपथविधी झाला.

पुन्हा प्रवेशाची दारं किलकिली व्हावीत म्हणून अशा काही बदलाची बिर्लांना

गरज होती. चंद्रशेखर यांनी पंतप्रधानपदाची सूत्रं हाती घेताच मंगलोर तेलशुद्धीकरण कारखान्याला पीआयबीची मंजुरी देण्याचा निर्णय त्यांनी घेतला. एवढंच नव्हे तर सरकारनं ११ एप्रिल १९९१ रोजी बहुतेकांचे अर्ज मंजूर केले. त्यामुळं आधीची स्पर्धा निरर्थक ठरली. तरीही बिर्लांचा प्रकल्प हा त्या कोलाहलात हरवून गेला.

एरवी खंबीर असणारे बिर्ला यांनी याबाबत आपली वैफल्याची भावना व्यक्त करताना म्हटले, ''आम्हीच बनवलेल्या कार्य पद्धतीवरला ताबा गेला. असा महाप्रकल्प उभारू शकणारे या देशात फार कमी उद्योगपती आहेत. तेलशुद्धीकरण कारखान्याच्या प्रस्तावाला लाल फितीचा फटका बसला. चार वर्षांपूर्वी सामंजस्याचा करार झाला असूनही योजना या ना त्या मंजुरीपायी लोंबकळतच पडली आहे.''

१९९२ च्या अखेरीपर्यंत आवश्यक त्या परवानग्या हस्तगत करण्यात त्यांना यश आले. परंतु पेट्रोकेमिकल्स हे दूरस्थ स्वप्नच राहिले. तरीही न डगमगता तेलशुद्धीकरण कारखान्यानंतर पेट्रोकेमिकल प्रकल्पाकडे वळू असे त्यांनी जाहीर केले. ऑक्टोबर १९९४ मध्ये क्रॅकरसाठी व १९९५ मध्ये पीटीएसाठी त्यांनी पुन्हा अर्ज केला. त्या वेळी अंबानी तेलशुद्धीकरण कारखान्यांच्या तयारीत होते. बाजारपेठेत या दोन बलाढ्य उद्योगपतींची थेट स्पर्धा पाहणं रंजक ठरणार होतं.

मंगलोर प्रकल्पाच्या आड मुद्दाम अडथळे निर्माण केले जात होते काय? असं मी कुमारमंगलम यांना विचारलं तेव्हा ते ठामपणं उत्तरले, ''नाही. कोणताही मोठा प्रकल्प उभारताना ज्या प्रकारच्या अडचणी येतात तशाच त्या होत्या. त्या मागं कोणाचा हात होता असं मला वाटत नाही.'' तेलशुद्धीकरण कारखान्याच्या प्रस्तावित जागेला काही मच्छीमारांचा विरोध होता व तो प्रश्न हाताळण्यात कुमारमंगलम गढले होते तेव्हा (डिसेंबर १९९५) आमचं हे बोलणं झालं.

या प्रकरणी अडचणी नसल्या तरी 'हायड्रोजन पॅरॉक्साईड' मधील आदित्य बिर्लांच्या प्रवेशाला खीळ घालण्याचा प्रयत्न काही अज्ञात शक्ती करीत होत्या.

भारतातील वस्त्रोद्योग व कागद उद्योग या क्षेत्रात या गॅसचा विपुल वापर केला जात होता. या क्षेत्रात अनेक दशके नस्ली वाडियांची मक्तेदारी होती. वाडियांचे राजकारणी मंडळींशी उत्तम संबंध होते. बिर्लांनी या मक्तेदारीला आव्हान द्यायचं ठरवलं. पण त्यांना परवाना मिळायला चार वर्षे लागली.

मंजुरी मिळताच बिर्लांनी लागलीच अमेरिकेतील एफएनसीशी करार केला. गॅसचे जगातील सर्वाधिक उत्पादन करणाऱ्या या कंपनीच्या सहकार्याने मध्यप्रदेश व बँकॉक येथे कारखाने उभारायची बिर्लांनी योजना आखली. नागदा येथील कारखाना काही उभारला गेला नाही. थायलंडमधील कारखान्यात व्यापारी तत्त्वावर उत्पादन सुरू झालं खरं पण तेथील सरकारनं कडक बंधनं लादली.

काही भारतीय कंपन्या आपल्या देशात हायड्रोजन पॅरॉक्साईडचा साठा लादत

आहेत अशा तक्रारी आल्याने तेथील सरकारने दंड म्हणून ३० टक्के कर लागू केला. थाई पॅरॉक्साईड या स्थानिक कंपनीच्या तक्रारीमुळे परदेश व्यापार मंत्रालयाने ही कृती केली होती. उत्पादन खर्चापेक्षाही कमी दराने गॅस विकत आहेत असे या कंपनीचे म्हणणे होते. दर किलोला भारतीय कंपन्यांचा उत्पादन खर्च २६ रुपये ६० पैसे होता, पण निर्यात किंमत मात्र १५ रुपये ३६ पैसेच होती! भारतीय कंपन्या जर मोठ्या प्रमाणात आपला माल बाजारात आणू लागले तर स्थानिक उत्पादकांचे प्रचंड साठे गोदामात पडून राहतील असा धोक्याचा इशारा 'थाई पॅरॉक्साईड' कंपनीनं दिला. थायलंडला हायड्रोजन पॅरॉक्साईड निर्यात करणाऱ्या भारतीय कंपन्यांनी उत्पादन खर्चाचा विस्तृत तपशील द्यावा अशी मागणी बिर्लांच्या थायलंडमधील कंपनीनं केली अशी गुपितं कोणतीही कंपनी सहजासहजी सांगणार नाही हे बिर्लांच्या कंपनीला ठाऊक होतं. वाडियांच्या 'नॅशनल पॅरॉक्साईड' कंपनीनं थायलंडमधील बाजारपेठेतून अंग काढून घेतलं.

सरकारने बिर्लांचे अनेक प्रस्ताव फेटाळून लावले असले तरी 'व्हिस्कोज' च्या क्षेत्रात बिर्लांचीच राजवट होती! व्हिस्कोजच्या उत्पादनातून सतत होणारा नफा हे बिर्लांचे आर्थिक बलस्थान होते. १९९४ पर्यंत जगातील व्हिस्कोज फायबरचे बिर्ला हे सर्वात मोठे उत्पादक होते. बी. के. व आदित्य बिर्लांच्या कंपन्या मिळून देशातील एकूण उत्पादनाच्या ९० टक्के व्हिस्कोज व ६० टक्के व्हिस्कोज फिलॅमेन्ट यार्नचे उत्पादन होते. पीटी ही जशी अंबानींची वर्चस्वभूमी तशीच बिर्लांची व्हिस्कोज ही प्रभावभूमी, "मी काही केवळ गंमतीखातर उद्योगव्यवसायात नसून हाडाचा उद्योगपती आहे!"

आपण उगाच नको तेथे लुडबूड करू नये हे बहुतेक उद्योगपतींना ठाऊक असतं. पण आक्रमक स्वभावाचे दिल्लीचे सुशीलकुमार मोदी याला अपवाद आहेत. पाच भावांतील सर्वात तरुण असलेले मोदी आपल्याला जे हवं त्यासाठी संघर्ष करायला नेहमीच तयार असतात. १९७० च्या दशकात भारतातील पहिल्या २० बड्या उद्योगसमूहात त्यांचा अंतर्भाव झाला. मोदींनी व्हिस्कोज कारखाना उभारण्याचा आपला हेतू जाहीर केला आणि बिर्ला यांच्या हालचालींना वेग आला.

मोदी आणि बिर्ला यांच्यातील संघर्षाच्या बातम्या १९८० च्या दशकात वृत्तपत्रातून झळकत राहिल्या. पण आमची मोदींना रोखण्याची मोहीम नव्हती, असं बिर्ला यांनी त्यावेळी व नंतरही स्पष्ट केलं. "आमची काही मोदींशी लढाई नाही. स्पर्धेला आम्हाला उत्तेजन द्यायचं नसतं तर थापरना कारखाना विकायला आम्ही कशाला तयार झालो असतो? साऊथ इंडिया व्हिस्कोजला आम्ही त्या आधी कारखाना उभारून दिला होता. आम्ही यंत्रसामग्रीचे उत्पादक व पुरवठादार आहोत. मोदींना जर कारखाना उभारायचा असेल तर त्यांना माझी यंत्रसामग्री विकायला मी तयार आहे. डीजीटीडी च्या नियमानुसार जर त्यांनी गॅझेटमध्ये यंत्रसामग्रीसाठी

जाहिरात दिली तर आम्ही ती पुरवायला का पुढाकार घेणार नाही? द. कोरिया, क्युबा, थायलंड व इंडोनेशियाला आंतरराष्ट्रीय दर्जाची यंत्रसामग्री पुरवून जागतिक स्पर्धेत आम्ही टिकाव धरलेला आहे. आम्ही यंत्रसामग्री विकतो ती स्पर्धा थांबविण्यासाठी नव्हे!'' असं ते म्हणतात. या क्षेत्रात बिर्ला यांची मक्तेदारी अजून टिकून असून मोदी अजूनही आवश्यक त्या परवानग्यांची प्रतीक्षा करत आहेत!

'पडता' पद्धत

बिर्लांची अद्‌भुत, आश्चर्यजनक कारकीर्द पाहिली की साहजिकच वाटतं की त्यांनी हे कसं साध्य केलं? हवेत एवढे चेंडू एकाच वेळी उडवूनही त्यातील एकही पडू न देता ते कसे खेळत राहिले? त्यांच्यात असं काय खास व्यवस्थापकीय कौशल्य होतं?

व्यवस्थापनाचे खास शिक्षण देणाऱ्या संस्था नव्हत्या तेव्हा वडिलांचे विश्वासू व्यवस्थापक हेच एमबीएचे प्रशिक्षक होते आणि जाडजूड कागदांच्या लठ्ठ रोजमेळाची रजिस्टर्स हीच क्रमिक पुस्तकं होती. इंडियन रेयॉन कंपनीनंच आदित्य बिर्लांना व्यवस्थापनाचे प्राथमिक धडे दिले. एक तर ही कंपनी म्हणजे उत्कृष्ट शाळा होती किंवा बिर्ला हे उत्कृष्ट विद्यार्थी होते.

सतत प्रगती करत राहण्याचं महत्त्व सूत गिरणी चालवताना आदित्य बिर्लांना उमगलं. इंडियन रेयॉनच्या स्पिनिंग व वीव्हिंग क्षमतेत ते दरवर्षी वाढ करत गेले. किंबहुना आपल्या नियंत्रणाखाली प्रत्येक कंपनीत त्यांनी हे तत्त्व अनुसरलं. जीडी बिर्ला यांच्या निधनानंतर हिंडाल्कोच्या विस्ताराचा कार्यक्रम त्यांनी आखला. १९८३ मध्ये कंपनी उत्पादन ९३८८३ टन होते. दहा वर्षानंतर ते १५७८२६ टन झाले. सतत वाढ करत राहणे हे या उद्योगसमूहाचे तत्त्वच बनून गेले आहे.

"तांत्रिक सुधारणा करून आधुनिकीकरण, कोंडी होण्यापासून बचाव करणे, उत्पादन खर्च कमी करणे, क्षमतेसह उत्पादन वाढविणे आम्हाला आवडते. कारखाना आहे तसाच दिवसेंदिवस चालवत ठेवण्यात काही आव्हान नाही. केवळ तंत्रज्ञानासाठी तंत्रज्ञान असता कामा नये तर तांत्रिक प्रगतीचा मुख्य उद्देश उत्पादन खर्च कमी करणे हा असला पाहिजे '' असं ते एकदा म्हणाले होते.

कारखान्यांच्या किमान आकाराबाबत केंद्र सरकारचा असलेला दृष्टिकोण बदलण्यास अंबानींनी सरकारला भाग पाडले. त्यामुळे भारतीय उद्योगपतींना मोठे कारखाने उभारण्याची संधी मिळाली. बिर्लांनी सरकारशी संघर्षाची भूमिका न घेता सरकारने ठरवून दिलेल्या निकषांच्या मर्यादेत राहून काम केले. सुरुवात ते छोट्या कारखान्यानं करीत पण मग त्याची क्षमता हळूहळू पण सतत वाढवीत राहात. दरवर्षी ते विस्तार करण्यासाठी अर्ज करीत. अखेर उभयतांची सारखीच वाढ होई. बिर्लांनी

मंगलोर तेलशुद्धीकरण कारखान्याचा विस्तार करून त्याची क्षमता रिलायन्सइतकीच म्हणजे ९० लक्ष टन केली. अर्थात आवश्यक तेथे स्पष्टीकरणं मिळवत व सोयी सवलती हस्तगत करीत. भारतातील पॉलिस्टरचे अंबानी शहेनशहा असतील. बिर्ला हे व्हिस्कोजचे सम्राट झाले. दोघेही मक्तेदार होते. पण अंबानींच्या बाबतीत मार्ग काहीसा कठीण होता. आपल्या उत्साहाला खीळ घालणाऱ्या शासनाच्या लालफितीच्या कारभाराला दोघेही वैतागलेले होते.

इंडियन रेयॉनमध्ये सतत प्रगती राहण्याचा धडा आदित्य बिर्लांनी गिरवला तर झटपट प्रकल्प अंमलबाजावणी करण्याचं महत्त्व त्यांना दक्षिण पूर्व आशियात आपलं साम्राज्य उभारताना उमजलं. हा सोपा व्यवसाय मंत्र बिर्लांना नवा नव्हता. इतरांनाही तो ठाऊक होता व त्यांनी तो अंगीकारलेला होता. धीरूभाईंनी तो एडनला आत्मसात केला तर औरंगाबाद येथे बजाज ऑटोचा कारखाना उभारताना राहुल बजाज यांनी तो अमलात आणला तर आदित्य बिर्लांनी या मंत्राची दीक्षा फिलिपाईन्समध्ये घेतली.

१९७५ मध्ये इंडो-फिल टेक्स्टाईल मिल्स इनकार्पोरेटेड कारखान्याची उभारणी केवळ पाच महिने ११ दिवसात करण्याचा विक्रम त्यांनी केला होता. झटपट अंमलबाजावणीमुळं त्याचा खर्च कमी झाला एवढंच नव्हे तर नफ्याचं प्रमाणं वाढलं हे त्यांच्या लक्षात आलं. त्यांनी नंतर हे तत्त्व काटेकोरपणं वापरलं. मलेशियन गुंतवणूकदारांबरोबर त्यांनी भागीदारी करून सेंचुरी एडिबल ऑइल्स प्रकल्प उभारायचं ठरवलं. परदेशातील त्यांचा हा सर्वात मोठा महत्त्वाकांक्षी प्रकल्प होता. १२ महिन्यात हा कारखाना उभारण्यात आला व त्यानंतर उत्पादनही लगेच सुरू झालं.

भारतात 'चलता है' ही वृत्ती बोकाळलेली पण बिर्ला यांनी आपल्या कार्यपद्धतीचा मंत्र वापरून आपल्या उद्योगसमूहातून या वृत्तीचं उच्चाटन केलं. ७२० कोटी रुपयांचा इंडो-गल्फ फर्टिलायझर्स कारखाना जगदीशपूर (उ. प्रदेश) इथं त्यांनी कमी खर्चात व निर्धारित वेळेआधीच उभारला तेव्हा बँकर्स व सरकारी अधिकाऱ्यांनी त्यांची मुक्तकंठाने प्रशंसा केली. ३८ महिन्यात प्रायोगिक तत्त्वावर उत्पादन सुरू झालं व त्यानंतर लगेचच (१ नोव्हेंबर १९८८) त्याच्या क्षमतेइतकं व्यापारी उत्पादन सुरूही झालं व त्या आधी काही महिने इंडियन रेयॉनचं कार्बन ब्लॅकचं उत्पादन पहिल्याच वर्षात क्षमतेच्या ८० टक्क्यांपर्यंत जाऊन पोचलं होतं. प्रत्येक वेळी व प्रत्येक प्रकल्पाच्या बाबतीत आपल्या बॉसला कसलीही तडजोड केलेली, हयगय केलेली चालत नाही हे अधिकाऱ्यांना उमगलं होतं.

बिर्ला उद्योगसमूहातील एक सामर्थ्यशाली अधिकारी महेश सी. बागडोरिया या बाबत म्हणतात, 'प्रकल्प वेळेवर सुरू व्हावा म्हणून एरव्ही सहसा ज्या गोष्टी करणार नाहीत त्याही 'बाबू' करत असत. इंडो-गल्फ उभारताना गॅस पुरवठ्याची अडचण उभी राहिली होती तेव्हा आदित्य बिर्ला स्वतः गॅस ऑथॉरिटी ऑफ

इंडियाच्या अध्यक्षांना भेटायला दिल्लीला गेले होते. बारीकसारीक प्रश्न सोडवायला जेव्हा एखाद्या बड्या उद्योगसमूहाचा प्रमुख जातीनं भेटायला येतो, तेव्हा फरक पडतोच. पुरवठादारांना वेळच्यावेळी माल पुरवण्याचं महत्त्व समजतं व त्यानुसार ते पुरवठा करतात.

'बिझिनेस स्टँडर्डनं' त्यांना एकदा 'बडे बिर्ला' (बिग बिर्ला) असं म्हटलं आणि हे संबोधन त्यांना चिकटलंच. कारखान्याच्या आकाराबद्दल ते म्हणाले, "उत्पादनाची नवी क्षेत्रं धुंडाळायला हवी यावर माझा विश्वास आहे पण त्याच वेळी उत्पादकाच्या आर्थिक बाजूचा विचार करून कारखाना मोठाही असायला हवा असं माझं मत आहे. आमच्या कारखान्यात हेच धोरण अमलात आणलं जातं. व्हिस्कोज फायबर उत्पादनात आम्ही सर्वात मोठे आहोत, भारतात कॉस्टिक सोड्याच्या उत्पादनात आमचा दुसरा क्रमांक आहे. जगात एकाच ठिकाणी सर्वाधित सिमेंट उत्पादन करणाऱ्या कारखान्यात विक्रम सिमेंटचा अंतर्भाव होतो."

अंबानींच्या रिलायन्स इंडस्ट्रीजचं एकाच क्षेत्रात केंद्रीकरण आहे तर बिर्लांचे कारखाने विशेषतः जुने कारखाने यामध्ये उत्पादनाचं वैविध्य आहे. विविध उद्योगसमूह आपल्या उद्योगांच्या फेररचनेत गढले असताना तुमचं काय चाललंय असं विचारता बिर्ला म्हणाले, "या साऱ्या मूलभूत गोष्टी आहेत. कापडासाठी व्हिस्कोजची गरज असते तर घर बांधायला तुम्हाला स्पाँज आयर्न, पोलाद व सिमेंट लागतं. आम्ही उच्च दर्जा ठेवलाच तर या वस्तूच्या मागणीबद्दलचे आमचे आडाखे चुकणार नाहीत. आमच्या कडक व्यवस्थापन नियंत्रणामुळं आमच्या मालाचा दर्जा उत्तम असतो. कंपनीच्या उत्पादनात वैविध्य असलं पाहिजे, त्यामुळं एखाद्या मालातील चढ उताराचा तीव्र परिणाम होत नाही असं माझं तत्त्वज्ञान आहे."

कारखान्याच्या आकाराबाबत त्यांच्या दृष्टिकोणाचा प्रत्यय हायड्रोजन पॅरॉक्साईड क्षेत्रात त्यांनी पदार्पण केलं तेव्हा आला, खरं पाहता हा काही फार मोठा उद्योग नव्हे. पण तो नफा देणारा असून या क्षेत्रात एकाच उद्योगपतीची मक्तेदारी होती. बिर्लांनी या प्रकल्पाला मंजुरी मिळावी म्हणून चार वर्षे प्रयत्न केले. या क्षेत्रात शिरकाव करण्याचा तुमचा एवढा आग्रह का? त्यातील मक्तेदारी मोडून काढणं हा प्रतिमेचा प्रश्न बनला होता काय? असं मी एकदा बिर्लांना विचारलं तेव्हा ते म्हणाले,"नाही नाही. मी असं म्हणणार नाही. नस्ली वाडियांची मक्तेदारी आम्हाला मोडून काढायची नाही. नफा होणार असेल, त्या मालाला जर मागणी असेल व ती मागणी लक्षात घेऊन किमान आकाराचा कारखाना उभारणं शक्य असेल आणि सर्वात महत्त्वाचं म्हणजे तेवढ्या आकाराच्या कारखान्यावर खर्च केल्यावर पुरेसं उत्पन्न मिळणार असेल तरच आम्ही त्या मालाचे उत्पादन करतो."

सतत प्रगती व कारखान्याचा आकार या दोन घटकांबरोबरच बिर्लांनी नेहमीच

मालाच्या दर्जाला महत्त्व दिलं आहे. १९७० च्या दशकात जेव्हा दर्जा टिकवण्याचा आग्रह बिर्ला धरू लागले तेव्हा ते बिर्ला घराण्याच्या परंपरेविरुद्ध मानलं गेले. टंचाईच्या युगात वाढलेल्या व बनिया असलेल्या जीडी बिर्लांनी दर्जाची पर्वा बाळगली नाही. नफा हाच पुरक हेतू असला पाहिजे आणि बाजारपेठ ही विक्रेत्यांची आहे असं त्यांचं तत्त्वज्ञान होतं. ग्राहकांना बिर्लांची उत्पादनं खपवून घेण्याखेरीज गत्यंतर नव्हतं. बिर्ला शेअरहोल्डर्सचं हित जपतात तर टाटा ग्राहकांचं हित जपतात असं बाजारात म्हटलं जाऊ लागलं, आदित्य बिर्लांनी जीडींपेक्षा दर्जाचा अधिक विचार केला आणि बिर्लांची अपकीर्ती पुसून टाकण्याचा प्रयत्न केला.

''यंत्रसामग्रीच्या दर्जाबाबत तडजोड करण्याची आधी प्रवृत्ती होती. पण चांगल्या यंत्रसामग्रीसाठी जादा खर्च आला तरी चालेल पण त्याचा दूरगामी फायदा होतो हे मला उमगलं. यंत्रसामग्री चांगली असेल तर उत्पादन असतं. त्यामुळं विक्री चांगली होते व नफाही चांगला होतो. आता आम्ही सर्वोत्कृष्ट ॲल्युमिनियम, इन्सुलेटर्स बनवतो. ज्या प्रकारचे सूटिंग्ज आम्ही बनवतो त्यात आम्ही सर्वात उत्तम आहोत. कार्बन ब्लॅकच्या बाबतीत तर आम्ही भारत व परदेशातही उत्कृष्ट आहोत, पाहिजे तर इंडोनेशियातील आमच्या प्रतिस्पर्ध्यांना विचारून तुम्ही खात्री करून घेऊ शकता, ॲक्रिलिक फायबर व सोडियम फॉस्फेटमध्येही आम्ही सर्वोत्कृष्ट आहोत. फिलॅमेन्ट यार्न क्षेत्रात आम्ही एकमेव सर्वोत्कृष्ट नसलो तरी सर्वोत्कृष्ट असलेल्यांपैकी एक आहोत.''

हे तत्त्वज्ञान व्यवस्थापनाच्या विविध थरांत मुरलं असून बिर्लांच्या कंपन्यांना अनेक पुरस्कार मिळाले आहेत. देशी तंत्रज्ञानाचा विकास केल्याबद्दल १९७४ मध्ये ग्रासिमच्या हरिहर येथील रेयॉन ग्रेड पल्प कारखान्याला सर पी.सी.रॉय पारितोषिक मिळाले. त्यानंतर काही वर्षांनी कोरिया येथे ७० लाख डॉलर्सचा कारखाना ग्रासिमनं उभारला. जपानच्या सिंथेटिक टेक्स्टाईल इन्स्पेक्शन इन्स्टिट्यूटनं या कारखान्याचं उत्पादन जपानच्या तोडीचं आहे असा निर्वाळा दिला. १९७१ मध्ये इंडो-फिल टेक्स्टाईल मिल्सच्या यंत्रसामग्रीच्या कार्यक्षमतेची जागतिक बँकेच्या तज्ज्ञांनी स्तुती केली. ऑक्टोबर १९९४ मध्ये 'आयएसओ ९००२' प्रशस्तीपत्र मिळवणारा इंडो-गल्फ हा पहिला खत कारखाना ठरला. अशा मानमान्यतेचं आदित्यना खूप अप्रूप होतं.

दर्जाचा एवढा बोलबाला जीडींना कदाचित समजला नसता. नक्कल करणं शक्य असेल तर परदेशी मंडीळींना कशाला उगाच पैसे द्यायचे असं जीडींना वाटायचं. १९५०-६० मध्ये हे ठीक होतं पण आदित्य बिर्ला स्वतः इंजिनियर असल्यानं मालाचा दर्जा राखणं या गोष्टीचा त्यांना ध्यास होता. त्यामुळं जगातल्या कंपन्यांबरोबर एका मागून एक त्यांनी तांत्रिक सहकार्याचे करार केले. बँकॉकजवळ उभारलेल्या कार्बन ब्लॅक कारखान्यासाठी अमेरिकेच्या फिलिप्स पेट्रोलियमशी त्यांनी तांत्रिक करार केला होता. ग्रासिमच्या नागदा येथील इंजिनियरिंग आणि

डेव्हलपमेंट डिव्हिजनकरता जर्मनीच्या 'न्यूमॅग' शी त्यांनी करार केला.

याचा अर्थ आदित्यना जीडीबद्दल आदर नव्हता असा नव्हे. किंबहुना उद्योग वाढवतानाची आपली ध्येये, नीतिमूल्ये व उत्साह यावर जीडींचा प्रभाव आहे असा ते नेहमीच कृतज्ञतापूर्वक उल्लेख करतात, उद्योगाच्या खुब्या बीकेंनी समजावून दिल्या. तसंच आर्थिक दृष्ट्या कंपन्यांवर कसं नियंत्रण राखावं याचं प्रशिक्षणही बीकेंनी दिलं असं ते म्हणतात.

मारवाड्यांची हिशेब ठेवण्याची शेकडो वर्षांची जुनी 'पडता' परंपरा असून बीकेंच्या देखरेखीखाली आदित्य बिर्ला यांनी ती आत्मसात केली. १९ व्या शतकात मारवाडी कंपन्यात 'पडता' पद्धतीचा मोठ्या प्रमाणावर वापर होत असला तरी हळूहळू बऱ्याच जणांनी तिचा त्याग केला. बिर्ला मात्र तिचा अजूनही मोठ्या प्रमाणावर वापर करतात. १९८० च्या अखेरीला बिर्लांनी जगातील आपल्या ज्येष्ठ अधिकाऱ्यांची बैठक 'पडता' पद्धतीची चर्चा करण्यासाठी व अन्य हिशेब पद्धतींशी तुलना करण्याकरिता बोलावलेली होती. ''या पद्धतीमुळं आपण जवळ जवळ १०० कोटींची बचत करत आहोत असं आढळलं तेव्हा त्यांना खूप आनंद झाला होता'' असं राजश्री म्हणतात.

'एखादं उत्पादन करायला खर्च किती येतो?' या प्रश्नाचं उत्तर देणारी ही 'पडता' पद्धती आहे. उत्पादनाचा खर्च व अंदाजित नफ्याच्या तुलनेत रोज होणारा रोख नफा याचा हिशेब मांडणारी ही पद्धत मारवाड्यांनी विकसित केली. त्यात आणखी काही तपशील भरण्याची व अत्यंत काटेकोरपणे त्याचे पालन करण्याची सुधारणा जीडींनी केली. अमुक इतक्या उत्पादनाला अंदाजे किती खर्च येईल व त्याच्या विक्रीतून किती नफा होईल याचे कोष्टक प्रत्येक कंपनीला तयार करावे लागते. बीके व आदित्य या दोघांनाही या पद्धतीवर आपला ठसा उमटवला. व्यवस्थापकीय केंद्रीय नियंत्रण आणि अधिकाऱ्यांना दिलेले अधिकार यांच्या परस्परविरोधी गरजांचे एकत्रीकरण करण्यासाठी ही पद्धती आदर्श आहे असं आदित्य बिर्लांचं मत होते. ''त्यामुळे अधिकाऱ्यांना जे काही करायचं असेल ते करण्याचा पूर्ण अधिकार मिळतो तसंच आपण जे करत आहोत त्याचा काय परिणाम होत आहे हेही पडताळून पाहता येते.'' असं ते म्हणाले.

त्यांचे एक पुतणे सिद्धार्थ बिर्ला म्हणतात, ''पडता पद्धतीचे अनेक फायदे आहेत. वेगानं माहिती उपलब्ध करण्यावर तिचा भर असतो. या प्रक्रियेत अचूकतेचा काहीसा बळी जात असला तरी ही पद्धती उपयुक्त आहे. त्यामुळं रोज कामगिरी करून दाखवली पाहिजे असा मानसिक दबाव व्यवस्थापकावर राहतो. खर्चाची अत्यंत तपशीलवार माहिती या पद्धतीत दिली जाते. हिशेबात हस्तक्षेप करता येत नाही. काही अडचण आली तर थेट बॉसशी संपर्क साधावा असा दंडक घालून दिलेला आहे.''

''मंदीच्या काळात ही हिशेब पद्धती आम्ही स्वीकारली असे चुलते गंगाप्रसाद बिर्ला म्हणतात,'' ''त्या वेळी पैशाची परिस्थिती कठीण होती, कर्ज सहजासहजी मिळत नव्हतं. तेव्हा इतर कशाहीपेक्षा पैशाचीच जास्त काळजी करावी लागत होती.''

कार्यक्षमता वाढवण्यासाठी आदित्य बिर्लांनी 'पडता' पद्धती अधिक धारदार बनवली, रोजच्या खर्चाचा हिशेब ठेवला जातो व पूर्वनियोजित लक्ष्यापेक्षा किती तफावत आहे हे दर्शवले जाते. ही लक्ष्ये प्रत्येक कर्मचाऱ्यासाठी व कंपन्यासाठी निश्चित केली जातात. त्यात होणाऱ्या बदलाची माहिती दररोज बिर्लांच्या मुंबईतील कार्यालयाला कळविली जाते. ''तुम्ही त्या दिवशी जास्त कर्मचारी वापरले वा जादा कच्चा माल वापरला तर ते लगेच लक्षात येते. तसंच उत्पादन जर कमी झालं असेल तर तेही समजतं'' असं ते म्हणतात.

''आमच्या मासिक बैठकीत मी तीन अहवाल पाहतो. एक 'पडता' पद्धतीचा, दुसरा मासिक प्रगतीचा आढावा आणि तिसरा त्या वेळच्या स्थितीची माहिती देणारं निवेदन. 'पडता' किंवा कॉस्टिंग हे दर सहा महिन्यांनी तयार केलं जातं. ठरवून दिलेल्या निकषांच्या तुलनेत अधिकाऱ्यानं काय कामगिरी केली याचा अहवाल मांडला जातो. बाजारपेठेतील चढउतार लक्षात घेऊन महिन्याच्या सुरुवातीला लक्ष्य ठरवलं जातं. ते कितपत साध्य झालं याचा आढावा मासिक अहवालात घेतला जातो. ते साध्य झालं नसेल तर त्याच्या कारणांचा ऊहापोह करून पुढील महिन्यात ते गाठण्याच्या दृष्टीनं करावयाची उपाययोजना निश्चित केली जाते. त्या त्या वेळेच्या स्थितीचं निवेदन हीच कार्यक्रमपत्रिका असते.'' एकदा लक्ष्य ठरलं की, मग ते साध्य करण्याची जबाबदारी ते अधिकाऱ्यांवर सोडून देतात. या धोरणामुळं कामगिरीत सातत्य राहातं. टाटा कंपन्यात व्यक्तिगत अधिकाऱ्यांवर कामगिरी अवलंबून असते तर आदित्य बिर्ला समूहात ती कार्य पद्धतींवर अवलंबून असते.

खर्च नियंत्रणाखाली राहावा म्हणून 'पडता' हिशेब पद्धती बरोबरच बिर्ला आणखी एक महत्त्वाचं उपकरण वापरतात व ते म्हणजे मापदंड निश्चित करणे! राहुल बजाज म्हणतात, ''जवळ जवळ दहा वर्षांपूर्वीपासूनच स्पर्धात्मक तत्त्वावर मापदंड ठरविण्याच्या वापर करण्याचा विचार त्यांनी केला व तो अमलातही आणला. त्यांचे प्रतिस्पर्धी व समकालीन उद्योगपती यांनी पाच वर्षांपूर्वी ही पद्धती अनुसरली. देशातील व परदेशातील सर्वोत्कृष्ट उत्पादनांच्या तुलनेने आपला खर्च, उत्पादने यांचं लक्ष्य निर्दिष्ट करीत. आपल्या कच्च्या मालाचेही ते मापदंड ठरवून देत.

मला एक प्रसंग आठवतोय. एकदा आमच्या बैठकीत आदित्य बिर्लांनी मला विचारलं होतं की, बजाज ऑटोचे 'ओव्हर टाइम' बाबतचे धोरण, खर्च व कामगारांवरील एकूण खर्चाशी त्याचं प्रमाण काय आहे? मग त्यांनी झटपट आकडेमोड केली तेव्हा त्यांच्या कंपन्यांपेक्षा आमच्या कंपन्यातील प्रमाण अधिक

अनुकूल आहे असं त्यांच्या ध्यानात आलं. ते एकदम गंभीर बनले पण मग हसत म्हणाले, ''राहुल तुझं प्रमाण माझ्यापेक्षा चांगलं असणार नाही. मी तुझ्यापेक्षा अधिक कार्यक्षम आहे!''

''इतक्या मोठ्या औद्योगिक साम्राज्याचा अध्यक्ष स्वतः इतक्या तपशिलात विचार करतो याचं मला आश्चर्य वाटलं. एवढंच नव्हे तर काही दिवसांनी बिर्लांच्या ज्येष्ठ अधिकाऱ्यांनी आमच्याशी संपर्क साधून ओव्हरटाईमच्या खर्चाचं व्यवस्थापन आम्ही कसं करतो, आमचं धोरण काय आदी माहिती घेतली. यावरून आदित्य बिर्ला किती तल्लख बुद्धिमत्तेचे होते व किती हिरीरीने स्पर्धा करण्यासाठी त्यांची इच्छा होती हे दिसून येतं.''

१९९३ मधील आपल्या आजारपणानंतर बिर्लांनी आपल्या तत्त्वप्रणालीत दोन महत्त्वाचे बदल केले. पूर्वी कंपन्या खरेदी करणं ते टाळीत. पण १९९५ मध्ये त्यांनी रुमानियन व टांझानियन कंपन्या खरेदी करण्याच्या दृष्टीनं त्या सरकारांशी वाटाघाटी सुरू केल्या. दुसरं म्हणजे आरंभापासूनच स्वावलंबनाचं त्यांचं धोरण असे परंतु १९९४ मध्ये त्यांनी 'एटी अॅन्ड टी' कंपनीला भागीदार म्हणून घेतलं.

कंपन्या खरेदी करण्यास तयार नसलेले बिर्ला औद्योगिक क्षेत्रात इतरांपासून वेगळे वाटायचे, उठून दिसायचे. आरपीजी एंटरप्राईजेसचे रमा प्रसाद गोएंका, जम्बो इलेक्ट्रॉनिक्सचे मनु छाब्रिया, चहा सम्राट बी. एम. खैतान व मद्य उत्पादनातील बडे उद्योगपती विजय मल्या यांनी दुसऱ्या कंपन्या खरेदी करून आपलं साम्राज्य उभारले. बिर्लांनी मात्र तसं केलं नाही. कंपन्या खरेदी करत सुटणं ही त्यांच्या कामाची पद्धतच नव्हती. मात्र अशा प्रयत्नांना हाणून कस पाडायचं हे त्यांना चांगलंच ठाऊक होतं. त्यांच्याच कुटुंबातील काही जणांनी त्यांच्याच समूहातील कंपन्या खरीदण्याचा प्रयत्न केला तेव्हा त्यांनी हे कौशल्य दाखवलं होतं. स्वतःच्या आजारपणानंतर मात्र कंपन्या खरीदण्याचा विचार सुरू झाला. बिर्लांच्या नेहमीच्या औद्योगिक तत्त्वज्ञानातील हा महत्त्वाचा बदल होता. बिर्ला यांना आता घाई झालेली होती.

''मी अन्य कंपन्या खरीदण्याच्या विरुद्ध नाही परंतु योग्य प्रस्ताव यायला हवा'' असं ते म्हणत. दलाल मंडळी त्यांच्या मतानुसार सर्वोत्कृष्ट प्रस्ताव मांडीत पण क्वचितच तो चांगला असे. 'आयटीसीं' चा प्रस्ताव त्यांनी अबकारी कराच्या प्रश्नांमुळे नाकारला होता, 'पूर्वेकडील चहाच्या मळ्यात मला स्वारस्य नसल्याने मी जोकाई कंपनी खरीदणार नाही' असं ते म्हणत. कंपन्यांचा कबजा घेण्याच्या प्रस्तावानं आपण उल्हसित होत नाही हे ते मान्य करीत. ''प्रत्येकाचं आपलं उद्दिष्ट असतं. तुम्ही नवे प्रकल्प उभारायलाच हवेत हे माझं उद्दिष्ट असे. मला अशा प्रकल्पामुळं खूप समाधान मिळतं कारण तुम्ही खरंच संपत्ती निर्माण करत असता. तुम्ही एखादी कंपनी ताब्यात घेता तेव्हा तुम्ही संपत्ती निर्माण करत नसता, कारण

कोणीतरी आधीच उभारलेल्या कंपनीचा तुम्ही कबजा घेत असता. त्यामुळं मला यात तेवढं समाधान मिळत नाही.''

सर्वच सम्राटाची माणसं

आपल्या भोवतालच्या सहकाऱ्यांना व स्वतःलाही संघटित करण्याचं अप्रतिम कौशल्य ही बिर्लांच्या यशाची गुरुकिल्ली होती असं शशी रुईया यांचं मत आहे. ते आदरानं म्हणतात, ''आदित्य बिर्ला अत्यंत पद्धतशीरपणं काम करत, आपल्या सहकाऱ्यांना ठोस प्रोत्साहन देत व परिश्रम करायला लावीत. ते स्वतःदेखील कठोर परिश्रम करीत, आपल्या सहकाऱ्यांमधील गुणांचा उत्तम वापर कसा करून घ्यायचा हे त्यांना ठाऊक होतं.''

कागदावरील प्रकल्पाचे आराखडे प्रत्यक्षात साकार करण्यासाठी विसंबून राहता येईल, अशा चांगल्या सहकाऱ्यांची गरज आहे हे त्यांना ठाऊक होतं. विश्वास टाकण्याच्या स्वभावामुळं अधिकाऱ्यांना ते सहज अधिकार देत. त्यामुळं विसंबून राहावं अशा हुशार अधिकाऱ्यांचा ताफा त्यांच्याभोवती तयार झाला होता. हे कसं शक्य झालं? हे सांगताना ते एकदा म्हणाले, ''लोकांना आकर्षित करण्यासाठी काय करायला हवं? त्यांच्या कामगिरीवर नजर ठेवताना त्यांना मुबलक अधिकार आणि स्वातंत्र्य द्या. आम्ही आमच्या अधिकाऱ्यांना निर्णय घेण्याचे धोरण ठरवण्याचे भरपूर अधिकार देतो. तसेच त्यांच्या कामगिरीवर लक्ष ठेवणे ही आमच्या यशाची कारणे आहेत.''

आदित्य बिर्ला जेव्हा समूहात दाखल झाले त्याच सुमारास (१९६० च्या दशकात) बहुतेक अधिकारी या समूहात सामील झालेले आहेत, आज हे अधिकारी म्हणजे कुमारमंगलम यांचे फाईव्हस्टार जनरल्सच आहेत. आदित्य बिर्लांची स्वप्ने आणि उद्योगसमूह याबद्दल त्यांना बिर्लांच्या मुलांपेक्षा अधिक माहिती आहे. २५ वर्षात ७० कारखाने उभारण्यास बिर्लांना याच अधिकाऱ्यांनी मदत केली आहे.

महत्त्वपूर्ण निर्णय घेणाऱ्यात बँकॉक येथून काम करणारे श्यामसुंदर महनसरिया (बिर्लांच्या दक्षिणपूर्व आशियातील कारभाराचे प्रमुख), एस. बी. आगरवाल (इंडियन रेयॉन), ए.के. आगरवाल (हिंडाल्को), इंदु हेमचंद्र पारेख (ग्रासिम) आणि विश्वनाथ पूरनमालका (इंडो-गल्फ) यांचा समावेश होता. या सर्वात अग्रक्रम आहे तो महेश सी. बागरोडिया यांचा. ''माझ्यानंतर समूहाचं सारं चित्र त्यांना ठाऊक आहे'' असं आदित्य बिर्ला एकदा म्हणाले होते.

जीडींनी अगदी काळजीपूर्वक निवडलेल्या अधिकाऱ्यांच्या पथकाला हे सारं श्रेय द्यायला हवं असं बिर्ला कुटुंबातील फारशा यशस्वी न झालेल्या एका सदस्याचं मत आहे. परंतु बी. के. त्याचा इन्कार करतात. १९६० च्या दशकाच्या मध्याला

आदित्य बिर्ला यांनी व्यवसायाला आरंभ केला तेव्हा त्यांना त्यांच्या पसंतीचे सहकारी घेण्यास प्रोत्साहन देण्यात आलं होतं. बी. के. म्हणतात, ''माझी माणसं मी त्याला देऊ इच्छित नव्हतो कारण त्याच्या खांद्यावरून ती माणसं माझ्याकडे पाहात राहिली असती. आदित्यनं निवडलेले सहकारी चांगले होते.''

त्यांचे बहुतेक सहकारी मारवाडी होते. पिलानीपासून ५० किलोमीटरच्या क्षेत्रात पाळेमुळे असणारे हे अधिकारी होते. पण मारवाडी जमातीच्या अधिकाऱ्यांवर त्यांची खास मर्जी आहे. या आरोपाचा बिर्ला इन्कार करतात, ते म्हणाले, ''माझ्या चार सचिवांपैकी दोघे दक्षिण भारतीय व एक महाराष्ट्रीय आहे. माझ्या जमातीवर खास मर्जीचं धोरण असतं तर अशा विश्वासू पदांवर मी मारवाड्यांचीच नेमणूक केली असती!'' पण टाटामध्ये ज्येष्ठ व्यवस्थापन पदावर पारशी आहेत त्याचप्रमाणं आपल्या ज्येष्ठ पदांवर मारवाड्यांचाच भरणा आहे, हे ते मान्य करतात. ''ते स्वाभाविकही आहे. मारवाड्यांची संख्या जास्त असेल तर मला त्यात गैर वाटत नाही. आपापल्या जमातीची टक्केवारी अधिक नाही असा एखादा उद्योग समूह आहे काय?''

आदित्य बिर्लांप्रमाणेच त्यांचे ज्येष्ठ अधिकारी हेही शाकाहारी, मद्यपान न करणारे, धूम्रपान न करणारे, सतत काम करत राहण्याचं व्यसन असलेले व जगभर भ्रमण करणारे आहेत. बिर्ला समूहात दोनच कारणांसाठी ज्येष्ठ अधिकाऱ्यांची हकालपट्टी होऊ शकते. एक पैशांचा गैरव्यवहार व दुसरं म्हणजे 'सैल' वागणं. एरवी त्यांना हवी ती उद्योगप्रणवता दाखवायला मुभा असते. त्यांच्या वेतनातून सर्वात मोठा हिस्सा म्हणजे त्यांना देण्यात आलेलं स्वातंत्र्य. असं बिर्ला म्हणायचे. तसेच हयातभर नोकरी सुरक्षित असण्याची हमी असते. पण त्याचबरोबर चांगली कामगिरी करून दाखवण्याचे व 'बॉस' साठी नव्यानव्या प्रकल्पांचा विचार करत राहण्याचं प्रचंड दडपणही असतं. त्यावर नाराजी प्रकट करत बिर्ला म्हणाले होते की, ''आमच्या कंपन्या काही 'आत्माविहिन' नाहीत. प्रत्येक कारखान्याचे प्रमुख त्याचे अध्यक्षच असतात व कोणताही नवा प्रकल्प ही सर्वस्वी त्यांची जबाबदारी असते.''

या उद्योगसमूहाच्या व्यवस्थापनाची रचना आता जीर्ण होऊ लागली असून त्याचे फायदे तसेच तोटेही आहेत. महनसारिया साठीचे झाले आहेत, बागरोडिया ५६ वयाचे असले तरी कुमारमंगलम २८ वर्षांचे आहेत. जुन्या अधिकाऱ्यांच्या भवितव्याचा प्रश्न आहे. कुमारमंगलम नवीन अधिकाऱ्यांचं पथक तयार करतील की जुन्यांनाच ठेवतील? बिर्लांचे जनरल्स त्यांच्यासारखेच सुरक्षा कवचात राहतात. आयुष्यभराची सुरक्षा याचा हाच अर्थ आहे. अर्थात आज बरेच नवे चेहरे कंपनीत दिसतात. जे.आर.डी. टाटांनी वरिष्ठ पातळीवर हा प्रश्न हाताळण्यास दुबळेपणानं नकार दिला होता. आदित्य बिर्लांनी मात्र ज्येष्ठ पातळीवरील सत्तांतराचा प्रश्न नियोजन करून यशस्वीपणे हाताळला.

त्यांनी स्वतः अनेकांच्या मुलाखती घेतल्या व नेमणुका केल्या. अमेरिकेला शेवटची भेट देण्यापूर्वी त्यांनी आपले व्यवस्थापन चोख, सुसज्ज बनवले. "आमच्याकडे मजबूत दुसरी फळीच नव्हे तर तिसरीही फळी तयार आहे. आमचे ८० टक्के ज्येष्ठ अधिकारी त्यांच्या कंपन्यांबरोबरच वाढले आहेत. तरीही सूत्रे हाती घेऊ शकतील असे बरेच जण प्रतीक्षेत आहेत. त्यामुळे आता चौथी फळी उभारण्यावर आम्ही लक्ष केंद्रित करत आहोत." असे बिर्लांनी सांगितले होते.

बिर्लांचे बहुतेक 'जनरल्स' हे भूमिपुत्रांच्या मुशीतले असून दरबारी सेठ किंवा रुसी मोदी यांच्याप्रमाणं सतत विमानातून भटकणारे नाहीत. त्यांच्या नावापुढं फॅन्सी पदव्या अथवा अन्य किताबांचे लटांबर नाही. अर्थात शहांच्या उद्योगात हजारात केवळ तीन एमबीए असतात तशी बिर्लांत परिस्थिती नाही. मात्र मुकेश अंबानींच्या कंपनीत इंजिनिअर्सना जसं प्राधान्य दिलं जातं तसंच बिर्ला समूहात सीएंना (चार्टर्ड अकौन्टंट्सना) दिलं जातं.

बिर्ला समूहात एमबीए कमी आहेत आणि महिला तर त्याहूनही कमी आहेत, महिलांविषयी पूर्वग्रह नाही असं ठामपणं सांगून बिर्ला म्हणतात. परदेशातील आमच्या कंपन्यात कर्मचारी व अधिकाऱ्यात ८० टक्के महिलाच आहेत. "भारतात कंपन्यातील पारंपरिक संस्कृतीमुळं महिलांची संख्या कमी आहे. इकडं तिकडं एक दोन महिला असल्या तर त्यांना अवघड वाटतं" असं त्यांचं म्हणणं.

सीएंना (चार्टर्ड अकौन्टन्ट) प्राधान्य दिले जाते. याबाबत ते म्हणतात, "मी एमबीएंच्या विरोधात नाही. एमबीए हे अत्यंत बुद्धिमान, चमकदार असतात. त्यांच्यात काहीच वावगं नाही. पण त्यांना जे प्रशिक्षण दिलं जातं ते बहुराष्ट्रीय कंपन्यांना अधिक उपयुक्त आहे. सीएंची पार्श्वभूमी फार चांगली असते. भारतात जे काही घडतंय, कंपनी फायदा आणि हिशेब, मूलभूत गोष्टी याचं त्यांना उत्तम ज्ञान असतं, समज असते. त्यांचं वळण पाश्चिमात्य शैलीचं नसतं आणि ते काही इंग्रजी धर्तीचे लाटसाब बनत नाहीत. व्यवस्थापनाचे पदवीधर हे सर्वसाधारण गटात मोडणारे - जनरलॅस्टिस असतात. सीए हा व्यवसायात दाखल होताना एका विशिष्ट श्रेणीत सामील होतो. अकौन्टन्ट म्हणून तो नोकरीला आरंभ करू शकतो आणि मग एकेक शिड्या चढत वरच्या पदावर पोहोचू शकतो. व्यवस्थापन प्रशिक्षण देणाऱ्या संस्थांच्या मनात विक्रीबद्दल दुर्दैवाने पूर्वग्रह आहे आणि त्यांची सारी संस्कृती पाश्चिमात्य आहे. त्यामुळं भारतीय संस्कृतीत खरं तर ते बसू शकत नाहीत."

एमबीए विषयी फारशी आस्था त्यांना नाही त्याचं कारण बाजारपेठेत चमत्कार घडवणाऱ्या या तरुणांची त्यांना कित्येक वर्षे गरजच नव्हती. व्हिस्कोजच्या क्षेत्रात त्यांची बहुतेक उत्पादने ही औद्योगिक साहित्याच्या स्वरूपाची होती. मोठ्या प्रमाणावर जाहिरातींची गरज असलेली किंवा एखादा ब्रँड ठसवण्यासाठी कौशल्य

आवश्यक असलेली ग्राहक उत्पादने फार कमी होती. तसंच उद्योगसमूहात मुख्यत्वे आर्थिक बाबींवर भर होता. पण नवनवीन क्षेत्रात जसे या समूहाचे विस्तारीकरण होऊ लागले तसतसे त्याच्यात मोठा कायापालट होऊ लागला. समूहात दाखल होणाऱ्या बिगर मारवाड्यांची संख्या वाढू लागली; एक नवा मनुष्यबळ विकास कार्यक्रम हाती घेण्यात आला आणि इंडियन इन्स्टिट्यूट ऑफ मॅनेजमेन्टसच्या परिसरात जाऊन बिर्लांचे वरिष्ठ अधिकारी नव्या एमबीएंची भरती करू लागले.

आदित्य स्वतः केमिकल इंजिनिअर होते. कुमारमंगलमच्या बाबतीत आपण जे बोलू ते अंमलात आणण्याचं त्यांचं धोरण होतं.

कुमारमंगलम यांच्याबद्दल ते म्हणाले, ''तो शैक्षणिकदृष्ट्या अत्यंत पात्र आहे. त्यानं सीए (म्हणजे त्यांच्याकडं विशिष्ट कामाचे कौशल्य आहे) केलंय; तो एमबीए (त्यामुळं त्याच्यापाशी व्यापक दृष्टी आहे.) आहे. तो ज्या पदावर आहे त्यासाठी या दोन्ही पदव्या असणं ही सर्वोत्तम बाब आहे. आमच्या सर्व समूहात या दोन्ही पदव्या असलेलं दुसरं कोणीही नाही. त्याशिवाय उद्योगाच्या प्रत्येक बाबतीत दोन ते तीन वर्षे मी त्याला प्रशिक्षण दिलंय. आम्हा चौघात तो सर्वात यशस्वी ठरेल अशी आशा आहे.

आपली कन्या वासवदत्ता हिच्याबद्दल मात्र त्यांचा दृष्टिकोण बराचसा पारंपरिक, ताठर होता. अन्य मारवाडी कुटुंबाप्रमाणेच मुलींनी पदवी, पाककला व पुष्परचना या पलीकडे आणखी काही कौशल्य अवगत करण्याची गरज आहे असे बिर्लांना वाटत नसे. कुमारमंगलम बिझिनेस ॲडमिनिस्ट्रेशनची पदवी घेण्याकरिता कोणत्या विद्यापीठात प्रवेश घ्यावा याची यादी करत होता तेव्हा वासवदत्तालाही शिक्षणासाठी परदेशी जायला परवनागी मिळेल काय? असं मी राजश्रींना विचारलं होतं. तेव्हा ''नाही, इतका पल्ला गाठायची काही गरज नाही. कुमारला आम्ही शिक्षण देत आहोत पण वासवदत्ताच्या बाबतीत एक चांगली कॉन्व्हेंट शाळा व नंतर विवाह एवढं पुरे होईल'' असं ठामपणं त्यांनी सांगितलं होतं. पाच वर्षानंतर लंडन ते झुरिक या विमान प्रवासात बोलताना बी.के. म्हणाले, ''वासवदत्ताला शिक्षणासाठी परदेशी जायची इच्छा आहे. आम्ही त्यावर विचार करतो आहोत. मुंबईतील महाविद्यालयातील शिक्षणाचा दर्जा खालावलाय तेव्हा परदेशी जायची तिची फार इच्छा आहे.''

वासवदत्ताला उद्योगात सामील व्हायची इच्छा असेल तर तिला परवानगी मिळेल? असं विचारता आदित्य बिर्ला म्हणाले होते, ''माझ्या मुलीनं उद्योगात सामील व्हायला मी हरकत घेणार नाही. परंतु त्या पेक्षा कितीतरी चांगल्या गोष्टी करण्यासारख्या आहेत असा सल्ला मी तिला देईन, अनेक स्त्रिया व्यवसाय अत्यंत यशस्वीपणं करताना दिसतात. पण मला वाटतं की समाजात त्यांना त्याहून फार मोठी भूमिका पार पाडावाची असते. कुटुंबाचे पालन पोषण करत जीवनाच्या

सांस्कृतिक, सामाजिक व अन्य पैलूत त्या भर घालू शकतात. तेव्हा त्यांनी तसं का करू नये?''

''कदाचित आमचं निदान चुकीचं असावं. आता विचार बदलले आहेत.'' असं राजश्री विषादानं म्हणतात. ''मुलींनी आपल्या पायावर उभं राहायला शिकलं पाहिजे. वासवदत्ता आता अकौन्टस शिकते आहे. बघू या काय करते ते..'' अलीकडेच चार मोठ्या कंपन्यांच्या संचालक मंडळावर राजश्री बिर्लांची नियुक्ती झाली आहे. बदलाचे वारे या समूहात वाहात आहेत परंतु हळूहळू!

खाजगी क्षेत्र कितपत खाजगी?

''आदित्य बिर्लांना बँकर्स आवडत नाहीत'' असं एका बँकरनं मला एका मद्यपान पार्टीत सांगितलं होतं. तेव्हा मी आश्चर्यानं त्यांच्याकडं पाहिलं. हा बँकर बड्या बिर्लांच्या अगदी निकटचा समजला जाई व काही मोठ्या सौद्यात त्यानं बिर्लांना मदत केलेली होती. तो म्हणाला, ''बँकर अत्यंत महत्त्वाचा असतो व त्यांना तो सर्वोत्तमच हवा असे. व त्यांना तसा मिळतही असे. त्याच्यासाठी आणखी आपण काय करू शकतो असं ते विचारीत. मग त्याचं समाधान करण्याचे आणखी मार्ग आम्ही शोधत असू.'' बँकर्सना कदाचित ते आवडत नसतील? ''नाही, तसं नाही. आम्हाला ते आवडतात. त्यांचं वागणं परखड असतं. ते काम पार पाडतात. त्यांच्याबरोबर काम करताना तुमचं स्थान कोठे आहे हे तुम्हाला निश्चित ठाऊक असतं. त्यांना बँकर्स का आवडत नाहीत हे मला उमजत नाही.''

बँकर्स त्यांच्याशी नेहमीच सरळ, स्पष्ट वागत नसत. त्यामुळं कदाचित बिर्लांना ते आवडत नसावेत. एकदा दुधानं तोंड पोळलं की माणूस ताकही फुंकून पितो तसं बिर्लांचं झालं असावं. दुर्दैवानं त्यांना बँकर्सची गरज होती. उत्पादनाची चक्र चालू ठेवण्यासाठी ते पैशाचा पुरवठा करीत. आपल्या कार्यकारी व्यवस्थापकानंतर बिर्ला थेट व्यवहार करीत तो बँकर्सशीच, परंतु १९९४ च्या हिंडाल्कोच्या जीडीआर (ग्लोबल डिपॉझिटरी रिसीट) प्रकरणी बँकर्सनी जी टाळाटाळ केली त्यामुळं त्यांच्या बद्दलच्या अविश्वासाच्या भावनेवर शिक्कामोर्तबच झालं. तो त्यांचा एक सर्वात वाईट अनुभव होता परंतु तो अनुभव पहिलाच नव्हता.

आंतरराष्ट्रीय भांडवल बाजाराचा वेध घेणं ही भारतीय कंपनीच्या दृष्टीनं महत्त्वाची बाब होती. पाश्चिमात्य भांडवलदारांकडून निधी मिळवणं ही महाकठीण गोष्ट होती. ती साध्य झाली तर वित्त मंत्रालयही तुमची प्रशंसा करते. ''तेव्हा यात यशस्वी होऊन दाखवणं ही फार मोठी गोष्ट आहे असं आदित्यना वाटे'' असं राजश्री बिर्ला म्हणतात. भारतात कारखाना उभारणे ही त्यांच्या दृष्टीनं नेहमीची गोष्ट झाली होती. ते कसे उभारायचे हे त्यांना ठाऊक होतं. पण हे त्यांना पूर्णतः नवे

व आव्हानात्मक क्षेत्र होते.'' असं त्या म्हणतात.

पाश्चात्त्य बाजारपेठेचा शोध घेण्याकरिता जीडीआर 'ऑफर' करणारे ते काही पहिले भारतीय नव्हते. तो मान नवनव्या उपक्रमाच्या बाबतीत अग्रेसर असलेल्या धीरूभाई अंबानींना जातो. अंबानींच्या पावलावर पाऊल टाकण्यात बिर्ला पूर्ण समाधानी होते. आदित्यना यात नवलाई नव्हती तर आपल्या भाग-भांडवलावर किती अधिमूल्य (प्रीमियम) मिळेल यात स्वारस्य होते.

अंबानींवर अनेक पातकं केल्याचा आरोप केला जातो परंतु निष्काळजीपणाचा आरोप कोणी करत नाही. १५ कोटी डॉलर्सच्या इश्यूसाठी धीरूभाई अंबानींचे पुत्र मुकेश व अनिल १९९१ च्या नोव्हेंबरात कामाला लागले. हा 'इश्यू' क्रांतिकारी ठरणार याची जाणीव असल्यानं प्रत्येक पैलूची छाननी करण्यात आली, प्रत्येक संभाव्य समस्येचा अंदाज घेण्यात आला, या 'ऑफर'च्या परिपत्रकात अगदी काळजीपूर्वक शब्दयोजना करण्यात आली. जगातील महत्त्वाच्या व्यापारी राजधान्यांतून या शेअर्स विक्रीचा प्रचार करण्यासाठी दौरा आखण्यात आला. संभाव्य गुंतवणूकदारांच्या अपॉईन्टमेन्टस ठरवण्यात आल्या. जसजसे महिने जाऊ लागले तसतसे अंबानींच्या मुंबईतील मेकर चेंबर- चार येथील कार्यालयात व लंडनच्या ब्रॉडगेट येथील लेहमान ब्रदर्सच्या अत्याधुनिक कार्यालयातील धडधड वाढू लागली.

अखेर मे १९९२ मध्ये रिलायन्सनं या इश्यूच्या बाबतील आगेकूच करायचं ठरवलं. त्याच वेळी हर्षद मेहता प्रकरणाला उद्रेक झाला. शेअर बाजार व बँकात पेचप्रसंग निर्माण झाला. हर्षद मेहता या 'महाबैला'च्या (बिग बुल) व्यवहारातील गैरप्रकारांच्या झळा जाणवू लागल्या. न्यायालयीन चौकशीतून भारताच्या बँकिंग व शेअरबाजारविषयक नियमातील उणिवा उघडकीस आल्या. भांडवल उभारणी करणारे व्यवस्थापक आपापल्या कोशात जणू अंतर्धान पावले.

बिर्लांनी 'इंडस्ट्री हाऊस' मधील कार्यालयात आपले अधिकारी व मर्चंट बँकर्सची बैठक बोलावली. सिटीकॉर्प (द बुकरनर) व मेरिल लिन्च (संयुक्त व्यवस्थापक) यांचे प्रतिनिधी हजर होते. रिलायन्सच्या अनुभवाच्या प्रत्येक पैलूवर या बैठकीत चर्चा झाली. टाटादेखील युरो बाजारपेठेत उतरणार होते. पण 'जीडीआर' ऑफर करणारी ग्रासिम ही दुसरी भारतीय कंपनी ठरणार होती. ग्रासिमला जर यश आलं तर हिंडाल्कोही या क्षेत्रात उतरणार होती. बिर्ला व त्यांचं पथक कित्येक महिन्यांपासून तयारच होतं पण त्या वेळी परिस्थिती काही फारशी अनुकूल नव्हती. खरं तर बाजारपेठेत उतरण्याला अजून अवधी देणं योग्य ठरलं असतं परंतु या निधीच्या व्यवस्थापकांना शेअर्सची विक्री पुढे ढकलून काही फायदा होईल असं वाटत नव्हतं कारण हर्षद मेहता घोटाळ्याने नवनवे पैलू प्रकाशात येत होते. तेव्हा आपलं नशीब अजमावून पाहण्याचं बिर्लांनी ठरवलं.

तो निर्णय धाडसी होता. नोव्हेंबर १९९२ मध्ये या शेअर्स विक्रीला आरंभ झाला व त्याला चांगलाच दणका बसला. रिलायन्सच्या बाबतीत शेअर्स विक्रीचा पूर्ण भरणा झाला होता. पण भरपूर सूट देऊनही अपेक्षित १० कोटींपैकी नऊ कोटी डॉलर्स ग्रासिमला उभारता आले.

'बिझिनेस टुडे'चे वार्ताहर दिलीप मैत्र यांच्या मते हे नऊ कोटी देखील संशयास्पद आहेत. त्यांनी केलेल्या आकडेमोडीनुसार केवळ ६० टक्केच भरणा झाला होता. या शेअर विक्रीला चांगला प्रतिसाद मिळावा म्हणून ग्रासिमला बिर्लांच्याच परदेशातील कंपन्यांकडे धाव घ्यावी लागली. त्यांनी ३ कोटी डॉलर्स ओतले. एवढ्या अल्पमुदतीत इतकी रोख रक्कम उभारणं अशक्य असल्यानं सिटी बँकेनं अल्पमुदतीची तफावत भरून काढणारी कर्जे (ब्रिज-कर्जे) देऊन त्यांना मदत केली असं मैत्रा यांनी स्पष्टपणे लिहिलं होतं.

बिर्लांच्या उसळत्या उत्साहाचा फुगा ग्रासिमच्या अडचणींमुळे फुटला. एरवी फारसं न बोलणाऱ्या व शेखी न मिरवणाऱ्या आदित्य बिर्लांनी काही महिन्यांपूर्वीच "परदेशात शेअर्स विकण्यात मला काहीच अडचणी नाहीत" असं अभिमानानं सांगितलं होतं. "मला ते खूपच सोपं आहे. दक्षिण पूर्व आशियातील कोणत्याही देशात मी नवीन प्रकल्प काढायचा ठरवला तर मला पाहिजे त्याहून दसपट भांडवल देण्याच्या 'ऑफर्स' येतील आणि त्यातील कितीजणांना नकार द्यायचा असा प्रश्न पडेल. आम्ही शेअर्स विकत नाही तर 'अॅलॉट' करतो!" प्रत्यक्षात मात्र अजून एक दणका बसायचा होता, मंगलोर रिफायनरीजचा ५६० कोटी रुपयांचा अपरिवर्तनीय डिबेंचर्स इश्यू पण कोसळला. बिर्लांच्या दृष्टीनं ते दिवसच दुर्दैवाचे होते.

रिलायन्सपेक्षा अधिक लाभदायी बाबी असूनही 'ग्रासिम'च्या शेअर्स विक्रीला प्रतिसाद का मिळाला नाही? अंबानींच्या बाबतीत 'शेअर घोटाळा' प्रकरणाचे सावट तर होतेच त्याशिवाय अनेक अदृश्य अडथळेही त्यांना ओलांडावे लागले होते. अंबानींचा लौकिक तेवढासा चांगला नाही असं निधी व्यवस्थापकांचं मत होतं. संयुक्त लीड व्यवस्थापक मॉर्गन स्टॅन्ले यांचा लौकिक तर त्याहूनही वाईट होता. लंडनच्या स्ट्रँड भागातील सॅव्हॉय हॉटेल येथे झालेल्या रिलायन्सच्या शेअर प्रचार बैठकीत एक निधी व्यवस्थापक टूशे रेमनान्ट यांनी "इंडोनेशियन कंपनीबद्दलचा संशोधनानंतर काढलेला निष्कर्ष चुकीचा ठरल्यावरही मॉर्गन स्टॅन्ले रिलायन्सचा प्रस्ताव कसा काय आणतात?" असा सवाल केला होता. रिलायन्सबद्दल गैरसमज असूनही त्यांच्या शेअर्सचा भरणा झाला व जवळपास बाजारातील किंमतीला त्याची विक्री झाली.

बिर्लांच्या बाबतीत असं संशयाचं धुकं नसूनही ग्रासिमच्या इश्यूची भरपूर सूट देऊन विक्री करावी लागली, 'बुकरनर'ची केलेली निवड हे याचं एक कारण

असावं. एका मत्सरी सिंडिकेट व्यवस्थापकानं भरपूर प्रयत्न केला पण त्याला यश आलं नाही. तो म्हणाला, ''सिटीकॉर्पला यश आलं याचं कारण त्यांचे बिर्लांशी असलेले संबंध, परंतु ती मुख्यत्वे व्यापारी बँक आहे. त्यांच्याकडं गुंतवणुकीचा पायाच नव्हता. मेरिल लिन्च कंपनीकडं होता परंतु ते संयुक्त प्रवर्तक होते!''

ग्रासिमच्या सौद्यात या निधीच्या व्यवस्थापकांनी मात्र पैसा कमावला. त्या वेळेला बिर्लांच्या ध्यानात याचं गांभीर्य आलं नाही. त्यांना त्यांचे भाग-भांडवल स्वस्तात विकावे लागले आणि हा कडू घोट गिळावा लागला, पण जेव्हा ते पुन्हा बाजारपेठेकडं वळले तेव्हा निधी व्यवस्थापकांना आनंद झाला. बिर्लांची सुरुवात जरी चांगली झाली नाही तरी नंतरच्या वर्षात त्यांनी त्याची भरपाई भरून काढली. भारतीय शेअर बाजाराचे धीरूभाई अंबानी हे जादूगार होते तर आंतरराष्ट्रीय जीडीआर बाजारात ते स्थान बिर्ला पटकावणार होते.

जाने. १९९४ पर्यंत बिर्ला यशाच्या लाटेवर आरूढ झाले. इंडोगल्फ व इंडियन रेयॉन यांनी मिळून ३०० कोटी डॉलर्स भांडवल उभारले आणि त्यांनी जणू विक्रमच प्रस्थापित केला. खरं तर त्यांची मागणी २५ कोटी डॉलर्सचीच होती. नोव्हेंबर १९९२ मध्ये त्यांना विक्रीच्या दरात सूट दिली होती. आता ते मागतील तो भाव मिळत होता, त्या किंमतीला ३० कोटी डॉलर्स हे स्वस्तात पडले होते. त्या वेळी शेअर प्रचार मोहिमेत प्रथमच उतरलेले कुमारमंगलम हे दोघात अधिक शांत वाटत होते हे आश्चर्यकारकच. ते म्हणतात, ''त्या वेळाला मेंढरासारखं अनुकरण करण्याची वृत्ती होती. एका गुंतवणूकदारानं शेअर खरीदला म्हणून दुसराही त्याचं अनुकरण करत होता. त्यामुळे प्रत्येक भारतीय शेअर्स विक्रीला चांगला प्रतिसाद मिळत होता, तसा आम्हालाही मिळाला.''

बिर्लांच्या यशामुळे ते काही सौदेबाजांचे लक्ष्यही बनले. बिर्लांचा दुसरा सौदा हिंडाल्कोच्या दुसऱ्या जीडीआर इश्यूचा होता. सराईत दलालांनी असे काही डावपेच आखले की त्याची बिर्ला व त्यांच्या सल्लागारांना कल्पनाच आली नाही आणि या गुप्त हालचालींची कल्पना जेव्हा आली तोवर हिंडाल्कोला जबर फटका बसला होता.

गुरुवार, ७ जुलै १९९४ रोजी सायंकाळी लंडन येथे आपल्या निधी व्यवस्थापकांची बैठक बिर्लांनी घेतली व १० कोटी डॉलर्सच्या नव्या शेअर्स विक्रीची किंमत ठरवून नुकसानीचे नियंत्रण करण्याची उपाययोजना आखण्यात आली. दुसऱ्या दिवशी प्रत्येक जीडीआरची किंमत २४ डॉलर्स ठरवण्यात आली.

याचा अर्थ त्याच्या मुंबई शेअर बाजारातील मूल्यावर ८.५ टक्के सूट दिली जाणार होती. या शेअर्स विक्रीचे बुकरनर लेहमान ब्रदर्स व संयुक्त व्यवस्थापक (जॉईंट लीड) जे. पी. मॉर्गन २६ ते २७ डॉलर्स अशी किंमत सूचित करत होते. त्या वेळी जुन्या जीडीआरचे मूल्य प्रत्येकी २९.२५ डॉलर्स होते. त्या पेक्षा नवीन

जीडीआर हा स्वस्त होता. अशा परिस्थितीत आदित्य बिर्लांनी हिंडाल्कोचा शेअर २४ डॉलर्सना विकण्याची अनुमती का दिली? त्या वेळी भारतात हिंडाल्कोच्या शेअरचा दर प्रत्येकी ९२० रुपये होता आणि युरो बाजारपेठेत नव्या जीडीआरना पुरेशी मागणीही असताना त्यांनी असं का करावं? ''हिंडाल्कोला चांगली मागणी आली. ती आशिया व अमेरिकेतून होती. अपेक्षेपेक्षा या शेअर्स विक्रीचा जादा भरणा झाला,'' असं लेहमान कंपनीच्या एका प्रवक्त्याने मान्य केले.

लंडनमध्ये ज्या दिवशी जीडीआरचं मूल्य ठरवण्यात आलं त्याच्या आदल्या दिवशी म्हणजे बुधवारी भारतीय शेअर बाजारात हिंडाल्कोच्या दरात फारच चढउतार झाले होते हे २४ डॉलर्सला शेअर विक्रीला काढण्यामागचं बहुधा कारण असावं. त्या दिवशी हिंडाल्कोचा दर ९२० वरून ८२५ वर आला आणि दिवसाच्या अखेरीला ८६० रुपयांवर स्थिरावला, याचा अर्थ कोणा आंतरराष्ट्रीय वित्त कंपनीनं मोठ्या प्रमाणावर बाजारात शेअर्स विक्रीला आणले असावेत. त्यामागचा हेतू काय असावा? स्थानिक बाजारपेठेत भावात घट घडवून आणून आंतरराष्ट्रीय बाजारपेठेत जीडीआरची किंमत कमी व्हावी हा उद्देश असावा, त्यामुळे निधी व्यवस्थापकांना भारतात जादा दराने शेअर विकणे व युरोपात कमी दराने खरीदणे शक्य झाले. शेअर खुला झाला त्यादिवशी हिंडाल्कोचा दर २६.५० डॉलर्स होता. ज्यांनी शेअर खरीदले होते त्यांना काही तासात प्रत्येक शेअरमागे २.५० डॉलर्स नफा झाला.

त्या परिस्थितीत फारसं काही करणं बिर्लांच्या हाती नव्हतं. ते मृदू बोलणारे असले तरी बेधडक वागणारे नव्हते. तेव्हा परखड बोलण्याचा उपलब्ध असलेला एकमेव मार्ग त्यांनी अनुसरला, ९ जुलै, शुक्रवार रोजी जार्डिन फ्लेमिंग इंडिया इन्व्हेस्टमेन्ट ट्रस्टचे प्रमुख जोनादन बॉवर यांनी त्यांना फोन केला. आपल्या कंपनीला हिंडाल्कोचे काही शेअर्स मिळाले नाहीत म्हणून ते चिडलेले होते. त्यांनी बिर्लांना विचारले व ''मी कोण आहे हे ठाऊक आहे तुम्हाला? माझी सर्वात मोठी आंतरराष्ट्रीय वित्त कंपनी आहे.'' बिर्लांनी शांत स्वरात त्यांना सांगितले, ''तुम्ही हाँगकाँगला राहता ना? माझ्या माहितीनुसार ते बंदर आहे, तेव्हा तुम्ही समुद्रात का नाही उडी मारत?''

बिर्लांचा केवळ युरोपियन बँकर्सवर अविश्वास होता असं नव्हे तर भारतीय बँकर्स बद्दलही त्यांना फारसं प्रेम नव्हतं. 'जीपी-पीएमपीएस'शी त्यांनी केलेल्या संघर्षात बँकर्सनी त्यांना मदत केली व त्यामुळे ग्रासिम-हिंडाल्को आणि सेंचुरीवर त्यांचे नियंत्रण टिकून राहिले हे खरं असलं तरी १९९० मध्ये वित्तीय संस्थांपासून खाजगी क्षेत्राचं रक्षण करणं आवश्यक आहे यासाठी त्यांनी मोहीम उघडली. खाजगी क्षेत्रातील खाजगीपणाच ते उद्ध्वस्त करत आहेत अशी त्यांची खात्री पटली होती. या विषयावर त्यांनी वर्षभर मोहीम चालवली, अर्थमंत्रालयात प्रचार

केला, वृत्तपत्रात लेख लिहिले व तपशीलवार तांत्रिक परिपत्रके वाटली.

बऱ्याच कंपन्यांमध्ये वित्तीय संस्थांचा वाटा ४० टक्के, ५० टक्के व काहीमध्ये तर ६० टक्के आहे, हे हास्यास्पद आहे. आपली मिश्र अर्थव्यवस्था आहे असे आपण म्हणतो परंतु खाजगी कंपन्या जर वित्तीय संस्था नियंत्रित करत असतील तर मग खाजगी क्षेत्र राहिलेच कोठे? बहुतेक कंपन्यात प्रवर्तकांचा भाग भांडवलात सुमारे २५ टक्के हिस्सा असतो. त्याच्या दुप्पट वाटा जर वित्तीय संस्थांचा असेल तर आपण या कंपनीचे मालक आहोत ही भावनाच कमी होते. त्याची परिणती उद्योजक म्हणून असलेल्या प्रेरणा, ऊर्मी यांचाच नाश होतो. असं घडणं अत्यंत धोक्याचं असतं कारण उद्योजक हा भारतातील एक फार मोठा घटक आहे, परंतु कंपन्यांवर वित्तीय संस्थांना ताबा ठेवायला लावून सरकार ही संपत्ती उद्ध्वस्त करीत आहे, असे बिर्लांचे म्हणणे होते.

बिर्ला संतापानं विचारीत, "गंमत म्हणजे पैशाची टंचाई आहे अशी तक्रार वित्तीय संस्था करीत असतात. असं असेल तर कंपन्यांचे सर्व शेअर मिळावेत म्हणून ते धडपडत का असतात? कंपन्यांचे नियंत्रण मिळावे म्हणून त्यांच्यात चुरस का असते? नफा गुंतवणुकीसाठी सध्याच्या कंपन्यातील आपला हिस्सा ते विकून का टाकीत नाहीत?"

बिर्लांच्या या उद्रेकानं अनेकजण आश्चर्यचकित झाले, परंतु त्या वेळचा काळ लक्षात घेतला असता तर त्यांना त्यात काही वावगं वाटलं नसतं. त्या वेळी लार्सन ॲन्ड टुब्रोवर नियंत्रण मिळवण्यासाठी अंबानी झुंज देत होते. प्रत्येक बदलत्या सरकारबरोबर या कंपनीचं अध्यक्षपद घड्याळ्याच्या लंबकाप्रमाणं हेलकावत होतं. ग्रासिम व हिंडाल्कोवर नियंत्रण मिळवण्यासाठी कुटुंबातील काहीजण प्रयत्न करत होते व त्यांच्यावर मात करून बिर्लांनी नुकताच कोठे सुटकेचा श्वास सोडला होता. बॉम्बे हाऊसमध्ये रतन टाटांचा रुसी मोदी व दरबारी सेठ यांच्याशी निकराचा संघर्ष सुरू होता. उद्योगपतींचा त्यांच्या कंपन्यात शेअर्सचा बहुसंख्य हिस्सा असावा हा जीडींचा सल्ला धूसर झाला असं वाटत असलं तरी तो अजूनही व्यवहार्य होता.

आदित्य बिर्लांचा त्यांच्या कंपन्यात मोठ्या प्रमाणावर शेअर्सचा हिस्सा असावा असा तर्क होता, परंतु तसं ते नसावं असं प्रचार मोहिमेत सूचित केलं जात होतं. कंपन्यांच्या विस्तार कार्यक्रमासाठी त्यांना त्यांचा शेअर्सचा हिस्सा कमी करण्यास भाग पाडलं जात होतं. कधी कधी तर ते धोक्याच्या पातळीपर्यंत कमी करावं लागे. १९८० च्या दशकात जीडींनी आदित्य बिर्लांना ते उचलीत असलेल्या धोक्यांबद्दल इशाराही दिला होता, परंतु आपल्या कंपन्यांची भरभराट करण्याचा ध्यास आदित्य बिर्लांनी घेतला होता. जीडींचा सल्ला न मानण्याचं धाडस करणारे ते बिर्ला कुटुंबातील एकमेव सदस्य होते.

उदाहरणार्थ १९८१ मध्ये आदित्य बिर्ला यांची इंडियन रेयॉनने परिवर्तनीय डिबेंचर्स काढावेत अशी इच्छा होती. अंबानींनी अशा डिबेंचर्सना बळ प्राप्त करून दिलं होतं. बीके म्हणतात, ''माझ्या वडिलांचा या डिबेंचर्सना विरोध होता कारण त्यामुळे कंपनीत आमचा असलेला १८ टक्के हिस्सा कमी झाला असता, त्यामुळे कंपनीवरील आमचं नियंत्रण धोक्यात येण्याची शक्यता होती, परंतु आपल्याला विस्तार कार्यक्रम हाती घ्यायचा असून पैसे उभारण्याचा अन्य दुसरा मार्ग आपल्यापाशी नाही असं आदित्य बिर्लांचं म्हणणं होतं. त्यामुळे माझ्या वडिलांचा विरोध असूनही, किंबहुना ते चिडले असूनही आदित्य यांनी आपला बेत अमलात आणला. जीडींच्या दृष्टिकोणाशी ते असहमत होते असं नव्हे परंतु त्यांच्यासमोर दुसरा काही पर्याय नव्हता. १९९३ मध्ये ३४० कोटी रुपयांचे शेअर्स विक्रीला काढून आदित्य बिर्लांनी आपला हिस्सा १३.२ टक्क्यांवरून २०.४ टक्क्यांवर नेण्यात यश मिळवले.''

१९८० नंतर बिर्लांनी जेव्हा जेव्हा वित्तीय संस्थांकडून कर्ज घेतलं तेव्हा तेव्हा त्यांना त्यांच्या कंपनीतील शेअर्सचा हिस्सा कमी कारणं भाग पडलं. कारण कर्जाच्या करारातच परिवर्तनीयतेचे कलम समाविष्ट केलेलं असे. त्यामुळे त्यांच्या महत्त्वाच्या कंपन्यात वित्तीय संस्थांना भाग-भांडवलाचा मोठा भाग खरीदता येत असे. वित्तीय संस्थांविरुद्धच्या आपल्या मोहिमेत बिर्लांनी अधिक योग्य असा पर्याय सुचवला होता. ते म्हणत, ''खाजगी कंपनीत वित्तीय संस्थांचे किती होल्डिंग असावे यावर काहीतरी मर्यादा हवी. जास्तीत जास्त २५ टक्के अशी मर्यादा घालणं इष्ट होईल. त्यापेक्षा त्यांचे होल्डिंग जास्त असेल तर सरकारनं कायदा करून जादा होल्डिंगच्या बाबतीत मतदानाचा अधिकार ठेवू नये. त्यामुळे उद्या निवडणूक झाली तर खाजगी उद्योगजकाला न्याय्य संधी मिळेल. वित्तीय संस्थेकडे ५० टक्के व खाजगी उद्योगपतीकडे २५ टक्केच हिस्सा असेल तर उद्योगपतीला काहीच संधी मिळत नाही.''

मनमोहन सिंग अर्थमंत्री बनेपर्यंत बिर्लांच्या या सल्ल्याशी सहमत होणारं फारसं कोणी नव्हतं. अर्थात अर्थतज्ज्ञ असलेले मनमोहन सिंग त्याबाबत फारसं काही करू शकत नसले तरी निदान ते म्हणणं ऐकून घेणारे होते. आदित्य बिर्लांच्या भावना त्यांनी समजून घेतल्या. दोघात मैत्री निर्माण झाली. त्यामुळे रविवार १४ जानेवारी १९९४ रोजी आदित्य बिर्लांनी सर्वप्रथम त्यांना ती आनंदवार्ता कळवली. लंडनमधील टाटांच्या सेंट जेम्स हॉटेलात मनमोहन सिंग उतरले होते. तेथून जवळच 'रिट्झ'च्या नजीक असलेल्या आर्लिंग्टन हाऊसमधील बीकेंच्या तळमजल्यावरील फ्लॅटमध्ये आदित्य उतरलेले होते. इंडो-गल्फच्या १० कोटी डॉलर्सच्या इश्यूला १५० कोटी डॉलर्स इतका प्रतिसाद मिळाल्याची ती आनंदवार्ता होती व बिर्लांनी सर्वप्रथम ती मनमोहन सिंगना कळवली होती.

त्या दोघांची मैत्री एकमेकाला पूरक, उपकारक ठरली. स्वातंत्र्यानंतर उद्योगपती

व राजकीय पुढारी यांच्यात असा स्नेह आढळत नसे. किंबहुना उद्योगपती आणि राजकीय नेते, उद्योगपती आणि नोकरशहा किंवा नोकरशहा व पुढारी यांच्यात संघर्षाचाच दृष्टिकोण असतो. याला पुष्टी देणारं एक छोटं उदाहरण सूचक आहे.

भारतीय कागद उद्योगाच्या दृष्टीनं १९९४ मध्ये युरो-बाजारपेठ भेलकांडलेल्या अवस्थेत होती. जीडीआर बाजारपेठेत नवे चैतन्य आणण्यासाठी एखाद्या महा शेअर विक्रीची गरज होती. व्हीएसएनएलची शेअर्सची विक्री इतर सुमारे ४० खाजगी कंपन्यांच्या समवेत खुली होणार होती. ट्यूब इन्व्हेस्टमेन्ट, डीसीडब्लू आणि बीआयएलटी या कंपन्यांचे नवे शेअर विक्रीला येणार होते पण त्यांचे प्रमाण छोटे होते आणि फटका बसू नये म्हणून त्यांचे मूल्य फार ठेवलेले नव्हते. अशा या बाजारपेठेत एक दणदणीत नवी शेअर विक्री यावी असे अर्थमंत्रालयाला वाटत होते व त्यादृष्टीनं बिर्ला हे अगदी लायक होते. अन्य वीस कंपन्यांना (रिलायन्स व आरपीजी एन्टरप्राईजेस सारख्या बड्या कंपन्या) देखील बिर्लाइतके वेळेचे अचूक भान नव्हते. बाजार वर तरी जात होता अथवा खाली तरी येत होता.

मे ९४ मध्ये आंतरराष्ट्रीय वित्तीय कंपन्यांनी बिर्लांना तत्काळ युरो-बाजारपेठेत उतरावे असे सुचवले. आतापर्यंत कोमट वाटणारा प्रतिसाद आता मात्र वाढू लागला होता. तीन शेअर्स विक्री मोहिमा (ट्यूब इन्व्हेस्टमेन्टस, डीसीडब्लू व बल्लारपूर पेपर) सुरळीत पार पडल्या होत्या आणि दुय्यम बाजारपेठेत नक्कीच वाव होता. बिर्लांनी मान्यता दिली. अनेक महिने ते यासाठी तयारी करत होते व ग्रासिम दुसऱ्यांदा या बाजारपेठेत उतरायला सज्ज होते. ३१ मेला त्यांची मोहीम सिंगापूरला सुरू झाली आणि ७ जूनला एडिंबर्गला संपली.

या शेअर्स विक्रीला बिर्ला तयार आहेत याची कल्पना २१ मे पर्यंत त्यांचे मुख्यव्यवस्थापक बार्कलेज द जोयेत वेड आणि संयुक्त व्यवस्थापक सिटीकॉर्प यांना कल्पनाच नव्हती. या विक्रीची तयारी करायला, प्रचार मोहीम सुरू करायला, वृत्तपत्रातून प्रसिद्धी करायला, संभाव्य गुंतवणूकदारांना कळवायला, तज्ज्ञांच्या पथकाचा दौरा आखायला, त्यांची विमानाची तिकिटे काढायला, हॉटेलात आरक्षण करायला, दृकश्राव्य कार्यक्रम तयार करायला त्यांच्यापाशी केवळ दहा दिवसच उरले होते. मुख्य म्हणजे या शेअर्स विक्रीला अर्थ मंत्रालयाची अजून मंजुरी मिळाली नव्हती. बिर्लांनी मनमोहन सिंग यांना फोन केला आणि काम झालं. शेअर्सचा प्रचार सुरू झाला. जीडीआरचा दर प्रत्येकी २०.५० डॉलर ठेवण्यात आला. या विक्रीचा पूर्ण भरणा झाला. मनमोहन सिंग यांचा बिर्लांवरील विश्वास अनाठायी नाही हे सिद्ध झालं

कलात्मक बाजू

कारखान्यांचे आराखडे आणि हिशेबांच्या वह्या यात सतत मग्न असूनही

आपले छंद पुरे करण्यासाठी बिर्ला सवड काढीत. संगीत कला केंद्र ही ना नफा ना तोटा तत्त्वावरील सांस्कृतिक संघटना चालवणं हा त्यांचा आवडीचा छंद होता. बीकेंनी १९४५ साली कलकत्ता इथं सुरू केलेल्या संगीत कला मंदिराच्या धर्तीवर ही संस्था आदित्य बिर्लांनी सुरू केली, सदस्यांकडून नाममात्र वार्षिक शुल्क घेतलं जातं आणि सदस्यांसाठी खास कार्यक्रम आयोजिण्यात ती रक्कम खर्च केली जाते. दरवर्षी इंग्लिश, गुजराती व हिंदीतील नाटके, शास्त्रोक्त गायन व वादनाचे कार्यक्रम, मैफिली आणि टॅलेन्ट स्पर्धा, आनंद जत्रा आदी विविध कार्यक्रम आयोजिले जातात. या कार्यक्रमांचे तिकीट नेहमीपेक्षा निम्म्याएवढे असते. सदस्यांना वेळच्यावेळी आमंत्रणे मिळतात आणि कार्यक्रम वेळेवर सुरू होतात. बिर्ला अन्य गोष्टी ज्या कार्यक्षमतेनं आणि सुरळीतपणे चालवतात त्याच पद्धतीनं हा क्लबही चालवतात.

फावल्या वेळेत चित्रं काढण्याचा बिर्लांना छंद आहे. १९९० च्या सप्टेंबरमध्ये बी. विठ्ठल यांच्या गॅलरीत त्यांच्या चित्रांचं प्रदर्शन भरलं होतं. प्रख्यात चित्रकारांच्या कलाकृतींची कॉपी करण्याचा त्यांना ध्यास होता, प्रदर्शनात मांडलेली चित्रं काढायला त्यांना सोळा वर्षे लागली होती. जनतेला आपली चित्रं दाखवण्याची खरं तर बिर्लांची फारशी इच्छा नव्हती. पण समीक्षकांनी प्रदर्शनातील कलाकृतींबाबत व्यक्त केलेल्या प्रतिक्रियांनी ते आश्चर्यचकित झाले. ''माझ्या कोट्यवधी रुपयांच्या प्रकल्पांपेक्षा माझ्या चित्रप्रदर्शनाकडे अधिक लोक आकृष्ट झाले.'' असे उद्गार त्यांनी काढले होते.

आपण चित्रं काढू शकतो याची जाणीव १९७४ सालच्या त्यांच्या आठवड्याच्या आजारपणात त्यांना झाली. रुग्णशय्येवर पडून त्यांना कंटाळा आला होता. तेव्हा ब्रश, रंग त्यांनी मागवून घेतले आणि एक प्रशिक्षकही त्यांना चित्रकलेचे धडे देऊ लागला. पोर्ट्रेटस व हिमालयाचे निसर्ग सौंदर्य याची त्यांना खास आवड. लिओनार्दो द व्हिन्सीची 'मोनालिसा', स्वेतोस्लाव रोएरिक यांनी काढलेले पर्वतराजींचे चित्र यांच्या कॉपीज त्यांनी केल्या. पाब्लो पिकासो वा सतीश गुजराल यांच्या धर्तीची वादळी चित्रं त्यांनी काढली नाहीत. ''मी आराम मिळावा म्हणून चित्रं काढतो. जेव्हा तुम्ही चित्रं काढत असता तेव्हा तुम्ही चित्रांचाच विचार करता, व्यापाराचा विचार मनात येत नाही. मनाला शांती देणारे हे क्षण असतात. आपण काही तरी निर्माण करत आहोत याचा आनंद देणारे हे क्षण असतात. ... मला अजून स्वतःचं, ओरिजिनल चित्रं काढायचं आहे, बहुधा पुढचं चित्र ते असेल असं ते म्हणाले होते. परंतु ते पुढचं चित्र काढायचं राहूनच गेलं.

बिर्लांच्या कुटुंबात प्रकृती सुदृढ राखण्याला महत्त्व दिलं जातं. आदित्य बिर्लांचं अल्पायुष्य मात्र या परंपरेशी विसंगत ठरलं. सर्वसाधारणतः बिर्ला मंडळी व्यवस्थित जेवतात. लवकर झोपतात, दीर्घकाळ जगतात व त्यांची भरभराट होत असते. जी. डीं ना ८९ व्या वर्षी मृत्यू आला, बंधू जुगल किशोर, रामेश्वर दास व

बृजमोहन अनुक्रमे ८४, ८१ व ७७ व्या वर्षी निधन पावले. बीकेंच्या मते (सत्तरी पार केलेले बीके असूनही जगभर भ्रमण करत असतात.) योग्य जीवनपद्धती अनुसरल्यानं हे शक्य झालं. धूम्रपान, मद्यपान आणि नृत्य करणं हे वाईट. आमच्या कुटुंबाच्या संस्कृतीत हे बसत नाही. बी. के. कडक शाकाहारी आहेत. त्यामुळं बिर्ला उद्योगसमूह हॉटेल, चर्मोद्योग या व्यवसायात दिसत नाहीत.

जीडींनी कडक नियमच घालून दिले होते व ते प्रत्येक बिर्लांने पाळावेत अशी अपेक्षा होती. ते असे-केवळ शाकाहारीच पदार्थ खावेत, कधीही मद्यपान वा धूम्रपान करू नये, लवकर उठावे, तरुणपणी विवाह करावा, खोलीतून बाहेर पडताना दिवे मालवावेत. नियमित सवयी असाव्यात, रोज पायी चालण्याचा व्यायाम करावा, कुटुंबाशी संपर्क राखावा आणि सर्वात महत्त्वाचे म्हणजे उधळपट्टी करू नये.

एखाद दुसरा अपवाद वगळता हे नियम कोणी तोडले नाहीत. आदित्य बिर्लांनी तर कधीच त्यांचा भंग केला नाही. जीडींनी घालून दिलेली शिस्त त्यांनी पूरेपूर अंगात बाणवली होती. आदित्य बिर्लांच्या पत्नी राजश्री म्हणाल्या, "ते सकाळी सुमारे ७ वाजता उठत. वृत्तपत्रं वाचताना त्यांचे मालिश चालू असे. स्नान झाल्यावर काही मिनिटे ते प्रार्थना करत. त्यानंतर न्याहारी करत. ९ ते ९.३० च्या दरम्यान ते कार्यालयाकडं रवाना होत. सर्वसाधारणतः सायंकाळी ७ पर्यंत ते कार्यालयात असत, कधी कधी त्यांना रात्री ९.३० - १० पर्यंत उशीर होई. जेव्हा ते ७ वाजता घरी परतत तेव्हा आम्ही ९ च्या सुमारास भोजन घेत असू. आठवड्यातून तीन वेळा ते बॅडमिंटन खेळत. सर्वसाधारणतः कार्यालयीन काम घरी आणणं त्यांना पसंत नव्हतं. पण कधी कधी त्यांना ते आणावं लागे. पार्ट्या, सभा-समारंभ यात सामील व्हायला वेळच नसे.

आदित्य बिर्ला मुंबईत असत तेव्हा इंडस्ट्री हाऊसच्या सर्वात वरच्या मजल्यावरील खाजगी दालनात भोजन घेत. अधिकाऱ्यांसाठी असलेल्या मोठ्या भोजन दालनात पडदा घालून ही वेगळी केलेली खोली होती. भोजन साधंच पण जीवनसत्त्वांनी युक्त अशा पदार्थांचा मेनू असे. सोबत संत्र्याचा रस अथवा खारी लस्सी असे. बहुतेक वेळा कोणी ना कोणी पाहुणा असेच. ज्याच्याजवळ अधिक माहिती करून घ्यायची आहे अथवा ज्याच्यासाठी एखादा सौदा करायचा आहे. अशा व्यक्तीला ते आमंत्रित करत. अनेकदा गंगाप्रसाद लॉयल्का, आश्विन कोठारी, ओम भालोटिया, ललित डागा, सुरेश तापरिया किंवा प्रदीप जाजोदिया यांना आमंत्रित केलं जाई. जेवताना गप्पा कंटाळवाण्या होत नाहीत ना हे पाहणं त्यांचं मुख्य काम असे. बिर्लांनी त्यांच्या मृत्युपत्रात आपल्या मित्रांसाठी पैशाची मोठी तरतूद केली असून त्यातील प्रत्येक जण कोट्यधीश झाला आहे.

प्रकृती सुदृढ राखण्यास उत्सुक असलेले आदित्य बिर्ला बॉम्बे जिमखाना इथं

नियमितपणे खेळावयास जात. एकदा बॅडमिंटन स्पर्धेचे उद्घाटन करायला त्यांना आमंत्रित केलं असताना त्यांनी प्रख्यात बॅडमिंटनपटु प्रकाश पदुकोन यांच्याबरोबर एक सामना खेळला व दोन पॉईंटही मिळवले. तेव्हा टाळ्यांचा कडकडाट झाला! त्यांनी अश्वारोहणात नैपुण्य मिळवलं होतं व शालेय जीवनात त्यांना त्यात बक्षीसही मिळालं होतं.

नियमित व्यायाम व भोजनात जादा कॅलरीज टाळण्यावर भर याचा इष्ट परिणाम झाला, उन्हाळ्यात लंडनमध्ये सुटी घालवण्याचा त्यांचा प्रघात होता. तेथे एकदा पंधरवड्यात त्यांनी ८ किलो वजन घटवलं. वयाच्या ५० व्या वर्षी त्यांच्या कमरेचा घेर २० वर्षाच्या तरुणाला शोभेलसा होता. त्यांना हळूहळू टक्कल पडू लागलं आणि केसही करड्या रंगाचे बनू लागले पण १९९३ पर्यंत त्यांचा चेहरा तरुणासारखा टवटवीत होता, त्यावर सुरकुत्या नव्हत्या. १९९३ नंतर मात्र ते दहा वर्षांनी म्हातारे दिसू लागले!

आदित्य बिर्लांच्या प्रचंड उद्योजकतेचा वारसा कुमारमंगलम यांच्या खांद्यावर आहे. त्यांना तो सांभाळावा लागेल व अधिकाऱ्यांचा ताफाही टिकवावा लागेल. बीकेंच्या संपन्न अनुभवांचा पाठिंबा असला तरी १५००० कोटी रुपयांचं साम्राज्य टिकवून ठेवण्यासाठी कुमारमंगलम यांना खऱ्या वाघाची तडफ दाखवावी लागेल. तेल शद्धीकरण क्षेत्रात त्यांचा सामना मुकेश व अनिल अंबानींशी आहे. स्पाँज आयर्न व हॉट रोल्ड स्टील क्षेत्रात शशी व रवी रुइया यांच्याशी त्यांची स्पर्धा आहे. लंडन येथील मेटडिस्टचे राज बागडी यांच्यापेक्षा अधिक वेगाने व अधिक चांगला कॉपर स्मेल्टर ते उभारू शकतील काय? त्यांच्या अनेक प्रतिस्पर्ध्यांपैकी हे काही प्रतिस्पर्धी. दरम्यान उद्योगधंद्याची सूत्रे घेताना काही कटकटी झाल्याच उदा. सेंचुरीतील कौटुंबिक कलह, मंगलोर येथील मच्छीमारांची नाराजी, कलकत्ता येथील जयश्री कापड गिरणीतील औद्योगिक कारवाई. सुरुवातीच्या एका मुलाखतीत कुमारमंगलम म्हणाले, ''माझ्यापाशी अत्यंत तीक्ष्ण कान व डोळे आहेत. मी ते उघडे ठेवून माझ्या फायद्यासाठी वापरतो.'' त्यांना खरंच त्याची गरज आहे.

□

रमा प्रसाद गोएंका

नैनीताल तुरुंग ३ ऑक्टोबर १९७७

नैनीताल तुरुंगातील थंडगार फरशीवर रमा प्रसाद गोएंका बसले आणि त्यांनी सभोवार नजर टाकली. ओबडधोबड भिंती व लोखंडी गज या खेरीज पाहण्यासारखे तिथं दुसरं काही नव्हतंच. सुदैवानं त्यांच्या कोठडीत दुसरं कोणी नव्हतं. त्या दिवशी पहाटे त्यांना पोलिस स्टेशनात आणण्यात आलं होतं. बराच वेळ हुज्जत घातल्यावर आणि अनेक टेलिफोन केल्यावर निदान आजतरी कोणीही न्यायाधीश आपल्याला जामिनावर मुक्त करणार नाही हे त्यांना उमगलं होतं. कुडकुडणाऱ्या त्या अब्जाधीश उद्योगपतीकडं एका दयाळू पोलिसानं ब्लँकेट भिरकावलं. त्या जाड्याभरड्या, फाटक्यातुटक्या व कसलासा वास येणाऱ्या ब्लँकेटमधून गोएंकांनी बोटं फिरवली, ते अंगावर ओढून घ्यावं की अंथरूण म्हणून वापरावं? जसजशी रात्र होत गेली तसतशी थंडी वाढत गेली तेव्हा अखेर ते अंगावर ओढून घेतलं.

दिल्लीपासून ३०० कि.मी.अंतरावर शिवालिक पर्वतराजीत वसलेलं नैनीताल हे रमणीय थंड हवेचं ठिकाण. वीस वर्षांपूर्वी उन्हाळ्यात श्रीमंत मंडळी सुटी घालवायला तिथं येत. तेथील मोहक तळं आणि डोंगराची सुंदर दृश्य हे चित्रपट निर्मात्यांचं खास आकर्षण. रात्री तारे निरखण्याचा आनंदही आगळावेगळाच.

दिवाळीच्या सुटीचे ते आरामदायी दिवस होते. पण अशावेळी भारतातील एक उद्योगपती तेथील तुरुंगात कसे? त्याचं उत्तर दिल्लीत शोधायला हवं. गोएंकांना त्यांच्या कोठडीकडं नेलं जात होतं त्याच वेळी दिल्लीचे पोलिस इंदिरा गांधींना अटक करण्यासाठी त्यांच्या १२ विलिंग्डन क्रेसेण्ट या निवासस्थानी पोचले होते. गोएंका हे इंदिरा गांधींचे औद्योगिक क्षेत्रातील निकटवर्ती चेले होते. त्याची किंमत त्यांना आता मोजावी लागत होती.

भारतीय दंड संहितेशी गोएंकांचा आलेला हा संबंध अल्पजीवीच ठरला. दुसऱ्या दिवशी सुटका झाली तेव्हा ते म्हणाले, "तुरुंगात काढलेला एक दिवसही पुरेसा होता," काहीसं गंभीर होत ते पुढं म्हणाले, "अटक होण्यापूर्वी मी काहीसा घाबरलोच होतो. आपल्या कुटुंबियांना काय वाटेल, ते काय म्हणतील याची काळजी वाटत होती. नंतर मात्र मला भीती वाटली नाही." जनता राजवटीत (१९७७-७९) अशी कसोटी गोएंकांना द्यावी लागत होती. या काळात त्यांच्या

घरावर, कार्यालयांवर मिळून एकूण ४३ वेळा धाडी टाकण्यात आल्या होत्या. 'बजाज ऑटो'च्या विस्तार योजनेवर इंदिरा गांधींनी घातलेली बंदी उठवून राहुल बजाजना याच प्रशासनानं अनुमती दिली होती.

आपल्यावर पडलेल्या धाडींविषयी गोएंका म्हणतात, 'खरं तर या कारवाईच्या प्रमुख अधिकाऱ्यांशी माझी दोस्तीच झाली, त्यांना आमच्याकडं दर आठवड्याला आक्षेपार्ह कागदपत्रं कोठून मिळणार? तेव्हा टीव्हीवर क्रिकेटचा सामना पाहू का असं तो अधिकारी विचारत असे.'

आपल्या अटकेपेक्षा अन्य उद्योगपतींच्या दृष्टिकोणाचं गोएंकांना अधिक दुःख वाटत होतं."अटक होण्याच्या काहीसं आधी उद्योगपती– विशेषतः, मुंबईचे– मी जणू अस्पृश्य आहे असं वागायचे. कोणाची ओळख करून देण्यासाठी वा काही कामासाठी माझ्या मागं धावणारे लोक माझ्याशी बोलेनासे झाले!"

१९७७ सालीच, गोएंकांच्या पदरी एका सौद्याच्या प्रकरणी घोर निराशा पडली होती. ते म्हणतात, "आसाम फ्रांटियर चहा कंपनी खरीदण्याचे आम्ही ठरवलं होतं. २१ लक्ष पौंडाचा हा सौदा तसा चांगला होता. १०० टक्के हिस्सा मिळणार होता व दर किलोला ७५ पेन्स हे एकूण मूल्य ठरलं होतं. आदल्याच वर्षी 'जोकाई टीं'चा २२ रुपये किलोला सौदा झाला होता, १६ मार्च रोजी सर्व परवानग्या आमच्या हाती होत्या. त्यावेळी लोकसभा निवडणुका होत्या. त्यामुळं आठवडाभरानं पैसे देण्याचे आम्ही ठरवलं. परंतु सरकार बदललं आणि हा सौदा रद्द झाला."

या निवडणुकीआधी श्रीमती इंदिरा गांधींनी 'काँग्रेसवर सर्वस्वी अवलंबून राहू नका' असा सल्ला गोएंकांना दिला होता. १ मार्च १९७७ रोजी दिल्लीतील १, सफदरजंग रोड येथील कार्यालयात त्यांनी सायंकाळी पंतप्रधानांची भेट घेतली होती. बाहेरील प्रतीक्षादालनात एकच गोंधळ उडाला होता. काही फुटकळ मंत्री व इच्छुक उमेदवार यांची गर्दी झाली होती. श्रीमती गांधींचे विश्वासू सचिव आर. के. धवन गर्दीला शिस्त लावायचा प्रयत्न करत होते. गोएंकांना मात्र प्रतीक्षा करावी लागली नाही. त्यांना पाहताच इंदिरा गांधींच्या कार्यालयात धवन त्यांना घेऊन गेले. श्रीमती गांधींनी थेट मुद्द्यालाच हात घातला, निवडणूक हरण्याची दाट शक्यता होती. तेव्हा उद्योगपती म्हणून त्यांनी काळजी घ्यावी अशी विनंती त्यांनी केली, "त्यापेक्षा मी तुमच्या पाठीशी उभं राहणं पसंत करीन" असं गोएंकांनी त्यांना सांगितलं. पत्रकारांशी बोलताना "मला एकच मत असून मी ते श्रीमती गांधींनाच देईन" असंही त्यांनी ठामपणे सांगितलं.

श्रीमती गांधींना जोरदार पाठिंबा देण्याची गोएंकांची ही कृती म्हणजे राजकीय संधिसाधूपणा आहे असं अनेक उद्योगपतींना वाटलं. गोएंकांच्या (आरपी) टीकाकारांत प्रख्यात उद्योगपती जे. आर. डी. टाटा (१९०४ ते १९९३) होते. प्रीतीश नंदी

यांना 'इलस्ट्रेटेड वीकली'साठी मुलाखत देताना ८२ वर्षांचे टाटा यांनी सांगितलं की, "तत्त्वांशी तडजोड करायला नकार दिल्यामुळं इंदिरा गांधींचं प्रशासन टाटांच्या प्रगतीत अडथळे आणीत आहे." टाटा केमिकल्सला खत कारखाना उभारण्यास परवानगी नाकारली म्हणून टाटा नाराज होते. त्यांनी सांगितलं की, "टाटांचं साम्राज्य अवाढव्य असल्यानं परवानगी नाकारली असं नंतर सांगण्यात आलं. आम्ही बिर्ला किंवा गोएंका असतो तर मात्र आम्हाला परवानगी मिळाली असती."

पंतप्रधानांना गोएंका कधीही सहज भेटू शकत असत. त्यांच्या या निकटतेमुळे टाटांचं पित्त खवळलं होतं. श्रीमती गांधींशी त्यांचे संबंध याच्या उलट होते. टाटा म्हणत,"मी बोलत असताना त्या कागदावर रेघोट्या ओढत, पाकिटं फोडून त्यातील पत्र काढीत. माझ्याकडे दुर्लक्ष करत. इतक्या वर्षात श्रीमती गांधींनी मला जेह, तुम्हाला काय वाटतं? असं कधीही विचारलं नाही." इंदिरा गांधींशी असलेल्या आपल्या संबंधात पोकळता आहे असं त्यांना जाणवे. या उलट गोएंकांना नियोजन मंडळावर सामील होण्यासाठी श्रीमती गांधींनी आमंत्रित केलं होतं. पंतप्रधानांचा पाठिंबा असल्याने सारे अडथळे ओलांडून एका पाठोपाठ एक सौदे आर. पी. यशस्वीरीत्या पार पाडत होते.

श्रीमती गांधींशी असलेली जवळीक अथवा आर. के. धवन, प्रणव मुखर्जी या त्यांच्या सल्लागारांशी असलेली दोस्ती यांचा उपयोग आपल्या उद्योगात झाला या गोष्टींचा आर. पी. साफ इन्कार करतात. ते म्हणतात, "असं म्हणणं निव्वळ नॉनसेन्स आहे. अनुकूल सरकार असलं तर काही क्षुल्लक लाभ होतील पण त्या पलीकडं कुठलंही सरकार जात नसतं. कोणत्याही अधिकाऱ्याला फोन करून हे गोएंकांचं काम आहे, ते झालं पाहिजे असं धवन कधी सांगणार नाहीत."

कंपन्या ताब्यात घेण्याच्या कलेत भारतातील सर्वात कुशल असलेल्या या उद्योगपतीचं खास अर्थानं स्वतःचं असं कार्यालयच नाही. आर. पी. जी. उद्योगसमूहाचं (१९९५ मधील एकूण विक्री ४५०० कोटी रु.) कार्यालय मुंबईतील 'सिएट महल' हे आहे. आर. पीं. चे थोरले चिरंजीव हर्षवर्धन हे तेथील प्रमुख आहेत, हर्षवर्धन यांचे धाकटे बंधू संजीव हे कलकत्ता येथील व्हिक्टोरिया हाऊस येथून काम पाहतात, गोएंका (कनिष्ठांचे आरपीजी, मित्रांचे रमाबाबू) हे कधी पंचतारांकित हॉटेलातून, आपल्या अर्ध्या डझन निवासस्थानातून व प्रसंगी विमानाच्या प्रथम वर्गाच्या केबिनमधून काम पाहतात. एकदा विमानातील आसनावर स्थानापन्न झालं की, शांत पडून राहण्याऐवजी विमानात आणखी कोण आहे याची पाहणी ते करतात नि कामाला लागतात. १९९० च्या दशकात केंद्र सरकारने उदारमतवादी धोरण जाहीर केलं तेव्हा बऱ्याच उद्योगपतींनी खाजगी विमानं खरीदली पण गोएंका त्या फंदात पडले नाहीत, "आपल्या खाजगी विमानात आपण एकटेच आहोत ही कल्पनाच त्यांना सहन व्हायची नाही" असं

पुण्याचे उद्योगपती नीलकंठ कल्याणी म्हणतात.

जगभर भटकणाऱ्या गोएंकांना कलकत्यातील अलिपूर येथील आपला बंगला प्रिय आहे. ब्रिटिश राजवटीच्या परंपरा नि नबाबी थाट यांचा तिथं मिलाफ आहे. या भव्य बंगल्याच्या तळमजल्यावरील बड्या दिवाणखान्यात भारतीय बैठक आहे. चपला काढून खुशाल तेथील लोडावर रेलून बसावं आणि गोएंकांचा आवडता पत्त्यांचा 'स्वीप'चा डाव खेळत बसावं. पॅसेजच्या पल्याड औपचारिक बैठकीची खोली आहे. लुई क्वात्रोझ पद्धतीच्या या रचनेत युरोपियन कलावस्तू व सोफे आहेत.

आणि पुस्तकं? गोएंकांनी गेल्या अनेक वर्षात मोठाच ग्रंथसंग्रह जमवला असून तो सुमारे डझनभर शहरात विखुरलेला आहे. ग्रंथांचे कॅटलॉगिंग केलेलं नाही. आपण कोणती पुस्तकं वाचतो याचा थांगपत्ता गोएंका लागू देत नाहीत, त्यामुळे कदाचित आपल्या व्यक्तिमत्त्वाची झलक कळेल असं त्यांना वाटत असावं. तेव्हा आपली आवडती पुस्तकं ते त्यांच्या खाजगी दालनातच ठेवतात. त्यांचं प्रदर्शन करत नाहीत. बुटके, लठ्ठ व टक्कल असलेले गोएंका हे तसे खूप गुंतागुंतीचे व्यक्तिमत्त्व. आपण कोणीतरी गूढ आहोत ही कल्पना त्यांना भावते व ही प्रतिमा टिकवण्याचा ते प्रयत्न करतात.

''इंग्रजी साहित्यात जवाहरलाल नेहरू व विस्टन चर्चिल हे माझे हिरो आहेत तर हिंदीतील जयशंकर प्रसाद हे मला आवडतात. बंगालीबद्दल बोलायचं तर शंकर आणि पत्रकार बरुण सेनगुप्त यांचं लिखाण मी कधी चुकवत नाही'' असं ते म्हणतात.

सतत प्रवास करणं, विविध लोकांना भेटणं, वाचन करणं, प्राचीन व आधुनिक कलावस्तू जमवणं यात आर. पी. रममाण असतात. दररोज सायंकाळी अर्धातास मालिश करवून घेताना अमिताभ बच्चन अथवा मीनाकुमारीचा एखादा चित्रपट ते व्हिडीयोवर पाहतात, दररोज काहीतरी नवं करण्याचा आरपींचा निर्धार असतो. त्यामुळं कदाचित रोजच्या चाकोरीचा त्यांना कंटाळा येत असावा. एखादी कंपनी खरेदी करण्याची शक्यता आहे असा नुसता वास लागला तरी ते सुखावून जातात, याबाबत ते कुशल शिकारीच आहेत, परंतु आपल्या उत्साहाला ते मुखवट्यामागं दडवतात, फारतर त्यांचे मोठे डोळे अधिक चौकस बनतात नि त्यांच्या हनुवटीवरची खळी अधिक गहिरी होते इतकंच. एकदा शिकार केली की मग तो सौदा पुरा करण्याची जबाबदारी हर्ष व संजीव यांच्यावर ते टाकतात. नंतर ताब्यात घेतलेली कंपनी चालवण्यासाठी सार्वजनिक व खाजगी क्षेत्रातील व्यवस्थापकांना लठ्ठ पगारावर घेतलं जातं.

गोएंका अधिकृतरीत्या वयाच्या साठाव्या वर्षी निवृत्त झाले. त्याची तयारी पाच वर्षे आधी उदेपूरच्या आलीशान लेक पॅलेस हॉटेलात सुरू झाली. जाने. १९८५ मध्ये आरपीजी उद्योग समूहातील जेष्ठ अधिकाऱ्यांना तिथं पाचारण करण्यात आलं

होतं. त्यावेळी त्यांना परखड इशारा आर. पीं. नी दिला. त्यासंबंधी ते म्हणतात, "१९९० मध्ये मी निवृत्त होणार आहे, त्या आधी निवृत्त होणार असतील त्यांचा काही प्रश्न नाही, परंतु त्यानंतर ज्यांना काम करायचं आहे त्यांना हर्षच्या अध्यक्षतेखाली काम करायचं की नाही हे ठरवावं लागेल असं मी त्यांना सांगितलं. ज्यांना त्याच्या हाताखाली काम करायचं नसेल त्यांनी आत्ताच काय ते स्पष्ट सांगून टाकावं, आरपींचा हा इशारा त्यांच्याबरोबर २५ वर्षे काम केलेले अत्यंत वरिष्ठ अधिकारी पी.के.गुप्ता यांनी गांभीर्यानं घेतला.

एका फटक्यात एका बड्या उद्योगसमूहाचे हर्ष (वय तीस वर्षे) हे सर्वात तरुण अध्यक्ष बनले. संजीवनं वडिलांच्या या निर्णयाला निःसंदिग्ध, स्पष्ट शब्दात आपला पाठिंबा दिला. तो म्हणाला, हर्ष हा 'सुप्रीमो' आहे. मी दुसऱ्या क्रमांकाचं स्थान स्वीकारलंय". या नव्या व्यवस्थेत आरपींनी तृतीय स्थान आनंदानं पत्करलं पण नियुक्ती याचा अर्थ ते उद्योगधंदा करणं सोडून देणार असा नव्हे. "माझ्या मुलांवर मी अवलंबून राहू इच्छित नाही. पैशासाठी त्यांच्याकडं जाण्याची, किंवा बाबा, हे घ्या ५० हजार रुपये असं त्यांनी म्हणावं अशी परिस्थिती निर्माण करण्याची माझी इच्छा नाही."

हर्ष गोएंकांचं वास्तव्य मुंबईत असल्यानं या उद्योगसमूहाचं मुख्यालय कलकत्त्याहून 'सिएट महल' इथं हलवण्यात आलं. राजकारणाबद्दलचं प्रेम लक्षात घेता दिल्लीत हे कार्यालय का नेलं नाही? याबद्दल आर. पी. त्यावेळी म्हणाले होते "कशाला? राजकारण्यांमागे धावायला? साऱ्या आयुष्यभर मी हेच केलं. त्यांना (हर्ष व संजीव) आधी उद्योगपती म्हणून आपलं आसनं स्थिर करू देत मग ते काय ते ठरवतील."

या त्रिमूर्तींमध्ये आरपींची भूमिका नेमकी कुठं संपते आणि त्यांच्या दोघां चिरंजीवांची कोठे सुरू होते? 'चेअरमन एमिरेट्स' असलेले आरपी हे कायद्याच्या दृष्टीने प्रमुख आहेत. ते संचालक मंडळाच्या बैठकांना क्वचितच हजर राहतात आणि त्यांच्या समूहातील कंपन्यांचे मासिक प्रगती अहवाल आता त्यांच्याकडे येत नाहीत, "काही सौद्यांमध्ये ते सक्रिय असतात इतकंच' असं वर्णन हॉवर्ड बिझिनेस स्कूलमधील प्राध्यापक तरुण खन्ना यांनी केलंय. परंतु प्रत्यक्षात आरपींनी मान डोलवल्याविना, होकार दिल्याशिवाय काहीही घडत नाही. या त्रिमूर्तीत प्रत्यक्ष कारवाईची सूत्रं संजीव हलवतात तर अधिकाऱ्यांच्या भरतीची मुख्य जबाबदारी हर्ष सांभाळतात, अलीकडं त्यांनी महत्त्वाची धोरणं आखण्याच्या कामातही लक्ष घातलंय.

संधीचा शोध घेत राहण्याची महत्त्वपूर्ण भूमिकाही आरपी बजावत असतात, राजकीय व नोकरशाहीच्या वर्तुळात कोणाची चलती आहे, कोणाची पीछेहाट आहे यावर त्यांची बारीक नजर असते. तसंच हल्दिया पेट्रोकेमिकल्स प्रकल्पात लक्ष घालण्यासाठी मोकळीक मिळावी म्हणूनही आरपींनी सूत्रं चिरंजीवांकडं सुपूर्द केली. हल्दिया प्रस्ताव बारगळला हा भाग अलाहिदा. सध्या वीजनिर्मिती क्षेत्रात लक्ष

घालण्यात आरपींचा बहुतेक वेळ जातो. तसंच ज्या क्षेत्रात अजून नियमनाचं धोरण तयार केलं जात आहे अशाबाबत पडद्यामागील हालचालीत ते मग्न असतात.

२६ क्षेत्रात आरपीजीच्या २२ कंपन्या असून त्यांची स्थूलमानानं दोन भागात वर्गवारी करता येते. संजीव 'सीई एससी' सह पूर्व व दक्षिणेतील कंपन्या पाहतात तर हर्ष पश्चिम भारतातील कंपन्या व सिएटचा कारभार चालवतात, ही व्यवस्था त्या दोघांतील संघर्षाला कारणीभूत ठरू शकेल. या शतकाच्या अखेरीस वीज क्षेत्रातील गुंतवणूक (संजीवच्या अधिपत्याखाली) ही टायर क्षेत्रातील गुंतवणुकींवर (हर्षच्या नियंत्रणाखाली) मात करील. दोघा भावातील समतोल बिघडला तर एक ठिणगी पडू शकेल. आरपी या मताशी सहमत नाहीत, ते म्हणतात, "असं घडेल असं मला वाटत नाही. वीजक्षेत्रात आमची एकच कंपनी नव्हे तर तीन चार वेगवेगळ्या कंपन्या असतील. त्यामुळे समतोल राखायचा असेल तर दोघांना एकत्र बसून ते ठरवावं लागेल."

सध्या या त्रिमूर्तीतील संबंध अत्यंत निकटचे आहेत, जगात ते कोठेही असले तरी दररोज त्यांचं एकमेकांशी बोलणं होतं. कोण कोणाला भेटतंय याची तासा-तासाची माहिती एकमेकाला असते, दोघाही चिरजीवांना वडिलांबद्दल आदर आहे. आरपी म्हणतात, "माझ्या एखाद्या कंपनीत संप झाला, टाळेबंदी पुकारली गेली तर मी भावनिकदृष्ट्या अस्वस्थ होत नाही. पण माझ्या मुलांची प्रकृती व दिल्लीचा माझ्याबद्दलचा दृष्टिकोण या दोन गोष्टींची मला काळजी वाटते."

आपली मुलं कायम सुसंवादाने काम करत राहतील अशी आशा आयुष्याच्या शिशिर ऋतूत असलेल्या आरपींना वाटते. हर्ष व संजीव यांना आतापर्यंत एकेकच मुलगा असून त्यामुळंही सुसंवादित्व टिकून राहील. आरपी आशावादी असले तरी कलहानं ग्रस्त असलेले कुटुंब बळेबळे एकत्र राखण्यात काही अर्थ नसतो असं अनुभवाने ते शिकले आहेत. १९६३ मध्ये त्यांचे वडील व काका वेगळे झाले या घटनेचा तरुण आरपींवर फार परिणाम झाल होता. सोळा वर्षांनी इतिहासाची पुन्हा पुनरावृत्ती झाली तेव्हा आरपी व त्यांचे बंधू विभक्त झाले होते. ५९ वर्षांचे जगदीश प्रसाद व ५६ वर्षांचे गौरी प्रसाद यांनी वेगळे व्हायचा निर्णय घेतला होता, आयुष्यात एका अत्यंत महत्त्वाच्या वळणाशी आरपी उभे होते.

'एकेक गड सर'

रुक्मिणी देवी आणि केशव प्रसाद (१९१२ ते १९८३) यांचे रमा प्रसाद गोएंका हे चिरंजीव. त्यांचा जन्म १ मार्च १९३० रोजी कलकत्ता इथं आला. पाच भावंडातील ते सर्वात थोरले. त्यांचे शालेय शिक्षण बनारसला झालं व कलकत्त्याच्या

प्रेसिडेन्सी कॉलेजातून इतिहास घेऊन ते ऑनर्स झाले. विसाव्या वर्षी सुशीला कनोरिया यांच्याशी त्यांचा विवाह झाला. हर्षचा १९५७ साली तर संजीवचा १९६१ साली जन्म झाला.

कलकत्त्याच्या मारवाडी उच्चभ्रू समाजातील गोएंका हे प्रतिष्ठित, खानदानी घराणं. ''आमच्या समाजात आम्ही त्यांना राजघराणंच मानतो'' असं आरपींचे निकटवर्ती स्नेही व भारताचे 'चहा' क्षेत्रातील महाराजे बी. एम. खैतान म्हणतात. भारतातील राहणीचा विचार करता आरपी हे काहीसे पाश्चिमात्य वातावरणातच वाढले. गोएंका घराण्याची भरभराट ब्रिटिशांशी असलेल्या संबंधातून झाली. आरपीं चे आजोबा बद्रीदास व चुलते हरिराम यांचा ब्रिटिश साम्राज्यानं 'नाईटहूड' देऊन सन्मान केलेला होता. सर बद्रीदास हे इंपीरिअल बँकेचे १९३३ साली पहिले भारतीय अध्यक्ष बनले.

मारवाडी मंडळी व्यापारातील कौशल्याबाबत ओळखली जातात, या समाजात वैज्ञानिक वगैरे क्वचितच निर्माण होतात. परंतु सर बद्रीदास हे भौतिकविज्ञान व रसायनशास्त्राचे विद्यार्थी होते आणि मारवाडी समाजातील प्रेसिडेन्सी कॉलेजातून पदवीधर होणारे बहुधा पहिलेच विद्यार्थी होते, त्यांचा नातू आरपी हे अर्थशास्त्र घेऊन बी. ए. झाले, हॉवर्ड मधून पीएचडी घेण्याची त्यांची इच्छा होती. ते म्हणतात ''१९६८ साली अथेन्स इथं मी पंधरा दिवस व हॉवर्ड इथं तीन महिने संशोधन करण्यात घालवले. पेरिक्लस आणि चंद्रगुप्त मौर्य यांचा तुलनात्मक अभ्यास मला करावयाचा होता. परंतु त्यांना माझ्या प्रबंधात खूप उणिवा आढळल्या.''

उदारमतवादी वातावरणात आर.पी. वाढले असले तरी ते स्वभावानं कर्मठ. तरुणांनी आपल्या पाया पडून अभिवादन करायला हवं अशी त्यांची अपेक्षा असते. घरातील स्त्रियांनी घरीच राहून मुलांचा सांभाळ, पालनपोषण करावं असं त्यांना वाटतं. आपल्या मुलांना त्यांनी हीच शिकवण दिली. अलीकडं मात्र या विचारसरणीत बदल झालेला दिसतो. १९९६ च्या आरंभापासून माला (हर्ष गोएंकांच्या पत्नी) एचएमव्ही या कंपनीच्या कामात रस घेऊ लागल्या आहेत.

इंग्रजीतून भाषण करताना आर.पीं.च्या तोंडी काही हिंदी वाक्प्रचार येतात. घरात बंगाली पद्धतीचं धोतर व क्रीम रंगाचा कुडता असा त्यांचा वेश असतो. ऑफिसात अर्ध्या बाह्यांचे शुभ्र सफारी सूट घालणं ते पसंत करतात. त्यांच्या जमान्यातील मारवाडी उद्योगपती असेच सफारी सूट वापरतात. असं असलं तरी बरीच वर्षे पँटवर जोधपुरी कोट घालून गोएंका वावरायचे. त्यांच्या पहिल्या नोकरीत जाणवलेल्या वांशिक भेदभावाचा सूक्ष्म निषेध म्हणून ते असा पेहराव करत. पूर्वी ब्रिटिश व भारतीय असा भेदभाव होता, स्वातंत्र्यानंतर त्याची जागा बंगाली व मारवाडी यातील भेदभावानं घेतली होती. १९९१ साली संजीवला 'कलकत्ता

क्लब' चे सभासदत्व नाकारण्यात आले होते. सफारी सुटातील ढेरपोट्या मारवाड्यांना "बंगाली वाघांना कोंडीत पकडू देता कामा नये" असं कुत्सित उद्गार त्यावेळी काढले गेले होते. परंतु या घटना नंतरच्या काळातील आहेत.

१९व्या शतकाच्या अखेरीस गोएंका कुटुंब सावकारीचा पारंपरिक मारवाडी व्यवसाय करी. ब्रिटिश अमदानीत त्यांनी युरोपियन मॅनेजिंग एजन्सी असलेल्या रॅलीजइंडिया (आर्मोनियन), केटलवेल बुलेन अॅन्ड बर्ड हेल्जर्स (इंग्लिश) व डंकन ब्रदर्स (स्कॉटिश) अशा कंपन्यांचे बनिया (कमिशन एजंटस) म्हणून काम पाहिले. केशव प्रसाद यांनी डंकन ब्रदर्स या कंपनीत ३५० रुपये महिना पगारावर आरपींना नोकरी मिळवून दिली.

आपल्या नोकरीच्या पहिल्या दिवसाचं वर्णन करताना आरपी म्हणतात, " तो १ मे १९५१ चा दिवस होता. मी भोजन दालनात गेलो. तिथं बरीच टेबले होती. एकूण आठ ब्रिटिश व मी एकमेव भारतीय होतो. एक ब्रिटिश दुसऱ्या ब्रिटिश गृहस्थाला म्हणाला, "टाय न लावता आलेल्यांना भोजन करण्याची मुभा आपण देतो काय? त्यानं उत्तर दिलं नाही. मग आपण त्याला निघून जायला सांगायला नको का? हा संवाद ऐकताच मी नोकरीचा राजीनामा देऊन घरी निघून आलो."

त्यामुळं केशवप्रसाद संतापून म्हणाले, "तू डंकन ब्रदर्सच्या रीतिरिवाजांविरुद्ध का वागलास? आणि त्यांनी तर तुला काहीच म्हटलं नाही. ते आपापसात बोलत होते ना?" आरपींना राजीनामा परत घेण्यास भाग पाडण्यात आलं. परंतु आरपी कलकत्त्याच्या त्या सबंध भयंकर उन्हाळ्यात कोट घालूनच कामावर जात.

डंकन ब्रदर्सचा व्यापार वाढत होता. तसेच 'अँग्लो इंडिया ज्यूट' व 'बिरपारा टी' या कंपन्या त्यांच्या मालकीच्या होत्या. डंकन ब्रदर्स ही कंपनी ताब्यात घेण्याचं केशव प्रसाद यांचं स्वप्न होतं. "त्यांच्या संचालक मंडळाचं अध्यक्ष बनायचं, कंपनीचं मालक बनून तिचं पूर्ण भारतीयीकरण करायचं ही माझी एकमेव महत्त्वाकांक्षा होती' असे उद्गार अनेक वर्षांनंतर पत्रकारांशी बोलताना त्यांनी काढले होते. त्यांचं धोरण 'आस्ते कदम' होते. आपल्या स्वप्नातला पहिला टप्पा १९५७ मध्ये त्यांनी पुरा केला. त्यानंतर सहा वर्षांनी त्यांनी हे स्वप्न पूर्ण साकार केलं. त्यावेळची ती औद्योगिक क्षेत्रातील सर्वात मोठी क्रांतिकारी घटना आहे असं वर्णन वृत्तपत्रांनी केलं होतं.

चहाच्या उद्योगातील नफा वाढू लागला आणि डंकन ब्रदर्सची कमाई खूप वाढली. आपल्या चिरंजिवांच्या मदतीनं केशव प्रसाद एकामागून एक कंपन्या ताब्यात घेत सुटले. उदा. कुर्ला मिल्स (१९६६), एशियन केबल्स (१९६६), ज्युबिली मिल्स (१९६९), स्वान मिल्स (१९७१), बी. एन. एलियस समूह (१९७३, आगरपारा ज्यूट व नॅशनल टोबॅकोसह) आणि मर्फी इंडिया (१९७४). असे एकेक गड सर करत असताना काही बाबतीत अपयशही आले. रॅलीस इंडिया,

बामर लॉरी, रेमिंग्टन रॅन्ड (थोरल्या गोएंकांनी केशूब महिंद्रांकडून दुसऱ्या प्रयत्नात ही कंपनी १९९१ साली मिळवली परंतु ती शेवटी १ रुपयाला विकण्यात आली) आणि बॉम्बे डाईंग.

बॉम्बे डाईंग ताब्यात घेण्याची कल्पना सर्वस्वी आरपींची होती. पारशी कुटुंबाच्या मालकीची ही कंपनी ताब्यात घेण्यासाठी आरपींनी केलेले प्रयत्न म्हणजे नवशिकेपणा व उद्धटपणा यांचं मिश्रण होतं.

बॉम्बे डाईंगची मालकी वाडिया कुटुंबाकडे दशकानुदशकं होती. पेट्रोकेमिकल व वस्त्रोद्योग क्षेत्रातील, सध्या १००० कोटी रुपयांच्या या कंपनीचे प्रमुख नस्ली वाडिया आहेत. उद्योग क्षेत्रातील एक लढवय्ये समुराईच ते मानले जातात. विश्वनाथ प्रताप सिंग, राजीव गांधी व धीरूभाई अंबानी यांच्याशी त्यांनी झुंज दिलेली आहे. गोएंका यांचा बॉम्बे डाईंगशी संघर्ष झाला तेव्हा ते ४२ वर्षांचे होते. त्यावेळी अवघ्या २६ वर्षांच्या वाडियांनी त्यांच्यावर मात केली होती.

बॉम्बे डाईंग घेण्याचा गोएंकांचा विचार काही शत्रुत्वाच्या भावनेतून आला नव्हता, नस्ली वाडियांचे वडील नेव्हिल वाडिया यांनी १९७१ मध्ये कंपनी विकण्याचे ठरविले होते. त्यावेळी कंपनी आर्थिक पेचप्रसंगात सापडली होती व वाडियांकडे ती पूर्वपदावर आणण्यासाठी साधने नव्हती. त्याचवेळी परदेशातील शिक्षण संपवून नस्ली वाडिया मुंबईला परतले होते व गिरणीत काम करण्याची त्यांची इच्छा होती. आपल्या वडिलांच्या मनसुब्याची त्यांना काही कल्पना नव्हती.

त्यावेळच्या घटनांबद्दल गोएंका म्हणतात, ''आम्ही नेव्हिल वाडियांबरोबर सौदा केला होता, करार झाला होता, त्या कराराची कागदपत्रं अजूनही जसवंत ठक्कर यांच्या ऑफिसात तुम्हाला पाहायला मिळतील. नेव्हिल वाडिया यांनी करारावर सही केल्यावर नस्लीनं मात्र विरोध केला. करार परत करावा म्हणून नेव्हिल यांनी मला पाच लाख रुपये देऊ केले. हे प्रकरण जर न्यायालयात नेलं तर करार अस्तित्वात असून विक्रीचा सौदा वैध आहे असे आपण सांगू असे आश्वासन पालनजी मिस्त्री यांनी दिले होते. परंतु मी मूर्खासारखं नेव्हिलला म्हणालो,'' जर तू मला 'ड्रिंक ऑफर', केलंस तर मी सौदा रद्द करीन'' त्यानं रॉयल सॅल्यूटची सर्वात्कृष्ट बाटली हजर केली ! माझाच गाढवपणा झाला. उद्योगात भावनांना कधी वाव नसतो!''

या सौद्यातून अंग काढून घ्यावं म्हणून इतरांनी दबाव आणला. त्यात जे.आर.डी. टाटा होते. ते नस्लीच्या मदतीला धावून आले. निपुत्रिक टाटांना नस्लीबद्दल असलेलं प्रेम सर्वश्रुत होतं. त्यातून बांधकाम क्षेत्रातील अग्रणी असलेले पालनजी मिस्त्री यांच्याशी टाटांचं बिनसलं होतं. टाटा सन्स या मुख्य होल्डिंग कंपनीत खुद्द टाटांपेक्षा पालनजी मिस्त्री यांचे शेअर होल्डिंग जास्त होतं! तसंच बॉम्बे डाईंगमधील

७ टक्के शेअर्सचे नियंत्रण करणाऱ्या नौरोसजी वाडिया अ‍ॅन्ड कंपनीची ४० टक्के मालकी मिस्त्रींची होती!

टाटांच्या पाठिंब्याच्या आधारे नस्लीनी कंपनीतील आपलं स्थान बळकट केलं. आई दिना व त्यांच्या बहिणीला कंपनी विकायच्या कल्पनेनं धक्काच बसला होता, या दोघींचे काही शेअर्स घेऊन नस्ली यांनी बॉम्बे डाईंगमध्ये ११ टक्के इक्विटी मिळवली. कंपनीच्या व्यवस्थापनातील अधिकारीही मदतीला धावून आले. ७०० जणांनी एक संयुक्त पत्रक काढून शेअर्स खरेदी करण्यासाठी बचत म्हणून ठेवलेली आपली रक्कम देऊ केली. कंपनीतील कामगार संघटनेनंही नस्लींना पाठिंबा दर्शविला, हे चारी हुकमी एक्के घेऊन नस्ली वडिलांशी अंतिम सामना करायला लंडनला रवाना झाले. नेव्हिल हे पिकॅडली भागातील रिट्झ या हॉटेलात राहात होते. इंदिरा गांधींचं हे लाडकं हॉटेल विख्यात आहे. वाडिया पिता-पुत्र व गोएंका हे रिट्झमध्ये भेटले. दरम्यान सरकारनं हा विक्री व्यवहार रोखला नाही तर त्याविरुद्धच्या मोहिमेचं आपण नेतृत्व करू असा इशारा जे.आर.डी.टाटांनी वरिष्ठ सरकारी व रिझर्व्ह बँक अधिकाऱ्यांपुढे बोलताना दिला होता.

या प्रकरणात जातवार उद्योगपतींची विभागणी झाली काय? एक पारशी कंपनी ताब्यात घेण्याच्या मारवाड्यांच्या प्रयत्नाविरुद्ध मुंबईत पारशी उद्योगपती एकत्र आले असं वर्णन बिझिनेस स्टँडर्डनं केलं. गोएंकांना हे मान्य नाही. मारवाडी विरोधी भावना जर असल्या तर पालनजी मिस्त्री व मुल्ला अ‍ॅन्ड कंपनीचे पेटिगारा यांनी आम्हाला पाठिंबा कसा दिला असता? असा सवाल ते करतात.

नंतरच्या काळात 'सिएट टायर्स' कलकत्ता इलेक्ट्रिक सप्लाय कॉर्पोरेशन (सीईएससी) सारख्या कंपन्या गोएंकांनी ताब्यात घेतल्या त्यामुळं ते आता बॉम्बे डाईंगचा सौदा फिसकटला याबाबत तत्त्वज्ञाच्या भूमिकेतून बोलतात. त्यावेळी मात्र त्यांचे अपयश ढळढळीत वाटलं होतं. १९७० च्या दशकात एका स्थितिजन्य टप्प्यातून उद्योग समूह चालत होता व त्याचं ते प्रतीक होतं. १९६० च्या दशकात केशव प्रसाद व त्यांच्या तीन चिरंजीवांनी बऱ्याच गिरण्या ताब्यात घेतल्या होत्या व 'एशियन केबल्स' घेऊन मुंबईत पाय रोवले होते. या दशकात 'बी. एन. एलियास' समूहाखेरीज आणखीही कंपन्या ताब्यात घेण्यात आल्या होत्या. आर. पी. गोएंकांना गुदमरल्यासारखं वाटत होतं व आपण आपला स्वतंत्र उद्योग थाटावा असे विचार त्यांच्या मनात घोळत होते. याच विचारानं त्यांनी डंकन समूहात विभक्तीकरण घडवून आणलं.

"वेगळं होण्याची विनंती मी केली. माझ्या बंधूंना ते नको होतं. दोघांनी त्यांना विरोध केला" असं आरपी म्हणतात. आपल्या तिन्ही मुलांतील मतभेदांनी केशव प्रसाद अगदी हताशच होऊन गेले होते. सततच्या मतभेदांनी ते हैराण झाले होते.

अखेर वाटण्या करण्यास ते तयार झाले. १९७९ च्या आरंभी मुंबईतील कारमायकेल रोडवरील आपल्या आलीशान फ्लॅटमध्ये त्यांनी सर्वात तरुण मुलगा गौरी याला बोलावून घेतलं. त्याला तीन याद्या दाखवल्या व त्यातून निवड करायला सांगितली. त्यानंतर पाळी होती जगदीशची. शेवटची यादी आरपींना देण्यात आली. अंदाजे १४५० कोटी रुपये मालमत्ता असलेल्या १५ कंपन्यांची अवघ्या वीस मिनिटात वाटणी झाली. प्रत्येकाला आपल्या वाट्याला कमीच आलं असं वाटलं.

आरपींच्या मनात ही भावना तर अधिक प्रबळ होती. परंतु खंत वाटत असली तरी दिलासाही होता. आता आपला गतकाळ बाजूला ठेवून ते नव्यानं सुरुवात करू शकणार होते. दुसऱ्याला काय वाटेल याचा विचार करण्याची आता त्यांना गरज नव्हती, दुसऱ्या कोणाच्या निर्णयशक्तीवर नव्हे तर स्वतःच्याच क्षमतेवर अवलंबून राह्यचं होतं. आपल्याला हवा तो सौदा करायचं स्वातंत्र्य त्यांना मिळालं होतं.

जगदीश हा आपला वडिलांचा सर्वात लाडका आहे असं आरपींना लहानपणापासून वाटत असे. आपल्या कौटुंबिक कंपनीत सामील झाल्यापासून केशव प्रसादांशी चकमक घडणं ही जवळजवळ नित्याचीच बाब झाली होती. आपल्या भावांच्या प्रस्तावापेक्षा केशव प्रसाद आपल्या प्रस्तावाची अत्यंत कडक छाननी करतात असं आरपींना वाटे. वडिलांशी असलेल्या संबंधात निर्माण झालेल्या तणावांची सावली भावांशी असलेल्या संबंधांवरही पडली. १९६३ साली आरपींच्या दृष्टीनं हे फार कठीण ठरलं. नौकानयनासंबंधीचा एक प्रस्ताव मोठ्या मेहनतीनं त्यांनी तयार केला होता परंतु वडिलांनी तो फेटाळून लावला.

''सरकारनं आम्हाला बारा बोटींचा ताफा तयार करण्याची परवानगी दिली होती. मी काही साऱ्या बाराही बोटींचा विचार करीत नव्हतो, पण 'कोचीन रिफायनरीज्' ने तीन तेलवाहू बोटींचा वापर करण्याचे मान्य केले होते. या योजनेतून तीन वर्षातच पैसा मिळू लागला असता. परंतु माझे वडील याबाबत ताठर होते. अडीच वर्षात पैसे परत मिळायला हवेत असा त्यांचा आग्रह होता, त्यामुळे आमची योजना फिसकटली'' असं सांगून आर. पी. सहज म्हणतात. ''त्या वेळी वडिलांशी माझे मतभेद होते ना!''

राजकारण व राजकारणी यांच्या विषयी आरपींना वाटणारं प्रेम हाही वडील व भावांशी असलेल्या संबंधातील एक वादाचा मुद्दा होता, १९६६ साली श्रीमती इंदिरा गांधींनी नियोजन मंडळाचं सदस्यत्व आरपींना देऊ केलं. त्यामुळं आनंदून गेलेल्या आरपींनी ''मला चोवीस तास काम करावं नाही ना लागणार?'' असं विचारलं होतं. केशव प्रसाद व आरपींचे बंधू यांना ही कल्पना मुळीच पसंत नव्हती. हे म्हणजे बकवास आहे अशी मल्लीनाथी त्यांनी केली, पंतप्रधानांना नकार देण्याखेरीज आरपींना गत्यंतरच उरलं नाही. या घटनेविषयी बोलताना त्या क्लेशकारक

आठवणी त्यांच्या मनात दाटून आल्या. गोएंकांचा सूर काहीसा कडक झाला. काही क्षण आमच्या संवादाचं सूत्रच हरवलं कारण गोएंका नुसतेच रोखून पाहात राहिले.

आणीबाणीच्या काळात व १९७७ च्या काँग्रेस पराभवानंतर आरपींनी इंदिरा गांधींवर दाखवलेल्या एकनिष्ठेमुळे गोएंका कुटुंबातील तणाव वाढले, "त्या जेव्हा सत्तेवर होत्या तेव्हा कधीकधी आम्ही त्यांच्या मर्जीतून उतरायचो आणि कामं काही धड पार पडायची नाहीत. अर्थात तितक्याच चांगल्या गोष्टीही घडायच्या, १९७७-७९ या काळात त्या सत्तेवर नव्हत्या तेव्हा केवळ वाईट गोष्टींचीच दखल घेतली गेली" असे काहीशा कडवटपणानंच आरपी सांगतात.

सततच्या कुरकुरीनं आरपी कावून गेले आणि आपण स्वतंत्र मार्ग अनुसरावा असे विचार त्यांच्या मनात घोळू लागले. आपण जर एकत्रित कुटुंबात राहिलो तर आपल्या दोन्ही मुलांना काही भविष्यच राहणार नाही, अशी शंका त्यांना वाटू लागली. "आता एकत्र राहण्यात काही अर्थ नाही असं १९७९ मध्ये मला वाटू लागलं." असं तेच म्हणतात. त्यांचा वेगळं व्हायचा विचार जगदीश व गौरी यांना मात्र पसंत नव्हता. उद्योगातला मोठा भाग त्यांच्याकडं देण्याची त्यांनी तयारी दाखवली, जादा काम देण्याची, जादा अधिकार देण्याची तयारीही त्यांनी दाखविली परंतु ही ऑफर म्हणजे जखमेवर मीठ चोळणंच होतं. कारण काही वर्षांपूर्वी केशवप्रसाद यांनी अँग्लो-इंडिया ज्यूट मिल्सच्या व्यवस्थापनावरून आरपींना तडकाफडकी हटवून त्याची सूत्रं जगदीशकडे सोपविली होती. एकाच छपराखाली असलेली ती जगातील सर्वात मोठी तागाची गिरणी होती व आरपींची पदावनती करण्यात आल्यानं त्यांना खूपच नुकसान सोसावं लागलं होतं.

१९७९ नंतर आरपी स्वतंत्रपणानं वागू लागले. वरवर पाहता तिघे बंधू सलोख्याने वागत आहेत असं वाटलं तरी त्यांच्यातील स्पर्धा तीव्र बनली होती. प्रत्येक जण दुसऱ्यापेक्षा उद्योगाचं मोठं साम्राज्य उभारण्याच्या प्रयत्नात होता, इतर दोघा भावांपेक्षा गौरीनंच परखड भूमिका घेतली. "आजपासून दहा वर्षांनी कोणता घोडा जिंकेल?" असा त्याचा सवाल होता.

केशव प्रसादांनी वाटण्या केल्या. त्या करारानुसार प्रत्येकाच्या वाट्याला एकूण ७५ कोटी विक्री असलेल्या कंपन्या आल्या, प्रत्येकाला मिळालेल्या कंपन्यात 'कार्बन ब्लॅक' बनवणारी एकेक कंपनी होतीच. 'कार्बन ब्लॅक' हा टायर उत्पादनातील एक घटक होता व या उद्योगातील ६० टक्के बाजारपेठ गोएंकांनी काबीज केलेली होती. प्रत्येकाला मिळालेला अन्य कंपन्यांचा फायदा व त्यांची भावी क्षमता वेगवेगळी होती.

आरपींच्या वाट्याला आलेल्या उरल्यासुरल्या कंपन्यांत फिलिप्स कार्बन ब्लॅक, एशियन केबल्स आणि आगरपारा ज्यूट व मर्फी इंडिया या दोन भिकार कंपन्यांचा

अंतर्भाव होता. जगदीश यांच्याकडे वस्त्रोद्योगातील अँग्लो-इंडिया ज्यूट गेली तर डंकन अॅग्रो इंडस्ट्रिज ही सर्वात उत्तम कंपनी गौरी यांना मिळाली. आरपी व जगदीश हे त्यामुळं नाराज झालेच. चहा व सिगरेट्सचे उत्पादन करणाऱ्या डंकनची मालमत्ता सुमारे ५४ कोटी होती. बिर्लांच्या 'सेंचुरी' सारखी प्रतिष्ठा या कंपनीला लाभलेली होती तसेच खाजगी क्षेत्रातील १०० कंपन्यांच्या बिझिनेस स्टँडर्डने केलेल्या यादीत गोएंकांच्या केवळ याच कंपनीचा अंतर्भाव होता.

विभक्तीकरणानं आरपी स्वतंत्र झाले व त्यांच्यातील उद्योजकप्रवृत्ती उफाळून आली. "आम्ही जेव्हा एकत्र होतो तेव्हा व्यवसाय करण्याची इच्छा प्रबळ नव्हती, परंतु मी अधिक सावध होतो. आता माझ्यात जास्त साहसवाद आहे असं मला वाटतं. तसंच तुम्ही तुमच्या पायावर उभे असाल तर तुम्ही अधिक झटपट निर्णय घेऊ शकता" असं गोएंका म्हणाले.

रोख पैसा हाती असावा म्हणून त्यांनी आगरपारा ज्यूट विकून टाकली आणि मग नव्या खरेदीच्या शोधात ते गढले. सर्वप्रथम १९८१ मध्ये त्यांनी सिएट टायर्स ही कंपनी विकत घेतली. सिएटचा रौप्यमहोत्सव साजरा होणार होता त्या आधी गोएंकांनी ती मिळवली. मोदी व डनलॉप यांच्या नंतर टायर उत्पादनात सिएटचा तिसरा क्रमांक होता, कंपनी फायद्यात चाललेली होती, रोख निधी मोठा असल्यानं कंपनी श्रीमंत होती, तिची जमीन व अन्य मालमत्ता होती, कंपनी उत्तम चालली होती व तिचे नाव दुमदुमत होते, 'सिएट'ची ती उपकंपनी होती. मूळ कंपनी आर्थिक पेचप्रसंगातून जात असल्यानं भारतातील सिएट विक्रीला काढली होती, परंतु ती खरीदायला फारसं कोणी तयार नव्हतं.

'सिएट टायर्स' आधी टाटांना देऊ करण्यात आली. खरं तर टाटा या कंपनीचे मूळ प्रमोटर होते. परंतु टेल्कोचे अध्यक्ष सुमंत मुळगांवकर यांना सिएट खरीदण्यात फारसा रस नव्हता आणि जे. आर. डी. टाटांनाही त्यात स्वारस्य नव्हतं असं म्हटलं जातं. टाटांनी नकार दिल्यावर मोदींना ती देऊ करण्यात आली. मोदी हा दिल्लीतील आक्रमक उद्योगसमूह होता व १९७१ मध्ये त्यांनी टायर कारखाना सुरू केला होता. परंतु मोदी रबर स्वतःच्याच अडचणीतून वर येण्याच्या प्रयत्नात असल्यानं त्यांना सिएट खरेदी करणं शक्य नव्हतं.

अन्य काही कंपन्या 'सिएट' खरेदी करू शकल्या असत्या परंतु टायर उद्योगातील अनिश्चिततेमुळं त्यांनी आपला बेत पुढे ढकलला, १९६० च्या दशकात टायर उद्योगात भरपूर कमाई होत होती व त्यामुळे त्यात मोठ्या प्रमाणावर भांडवल गुंतवणूक झाली होती. त्या पुढच्या दशकात टायर्स उत्पादनक्षमता मोठ्या प्रमाणावर वाढली. दरम्यान १९७० दशकाच्या मध्याला तेल पेचप्रसंगामुळे कच्च्या मालाचे भाव वाढले. त्यामुळं सिएट टायर्सचे भविष्य उज्ज्वल असले तरी संधी डळमळीत

होती. परंतु आरपी गोएंकांनी त्याची पर्वा केली नाही. तुरीन येथे सिएटच्या मुख्यालयात खरेदीचा झालेला करार इतका गुप्त ठेवण्यात आला होता की, भारतात त्याचे तरंगही जाणवले नाहीत.

कागदपत्रांची देवाणघेवाण झाल्यावरही सिएट टायर्स ऑफ इंडियामध्ये प्रत्येक शेअरला २०५ रुपये (किंवा एकूण १ कोटी २० लाख रु.) याप्रमाणे गोएंकांनी इक्विटी खरीदली आहे व मूळ इटालियन कंपनीकडे ३९ टक्के विदेशी होल्डिंग आहे. एवढीच माहिती उभय कंपनीचे व्यवस्थापन पाहणार होते. १५ ऑक्टोबर १९८१ रोजी कंपनीच्या संचालक मंडळावर हर्ष गोएंकांची नियुक्ती झाली. त्या वेळी बाजारात त्यांच्या शेअरचा भाव १९५ रुपये होता. इटालियन कंपनीनं व्यवस्थापन जवळजवळ गोएंकांच्या हवाली का केलं, असा प्रश्न विचारला जाऊ लागला. गोएंकांनी आपलं होल्डिंग वाढवलं असलं तरी तो प्रश्न अजून अनुत्तरितच आहे.

गोएंकांच्या धाडसी निर्णयाचा अपेक्षेहूनही चांगला परिणाम झाला, मूळ कंपनीपासून विभक्त झाल्याने भारतीय व्यवस्थापकांना चांगली कामगिरी करून दाखवण्याचा हुरूप आला. आरपी तसे सुदैवीच. टायर निर्मिती क्षेत्रात त्या वेळी पुन्हा चैतन्य आले. 'सिएट टायर्स ऑफ इंडिया' (नंतर तिचे नुसते 'सिएट लिमिटेड' असं नामकरण करण्यात आलं) उत्तम चालू लागली आणि गोएंका अन्य कंपन्या ताब्यात घेण्याच्या उद्योगाला लागले. त्यांनी केईसी (१९८२ मध्ये, सर्ल इंडिया १९८३), डनलॉप (१९८४, मनु छाब्रिया बरोबर भागीदारीत) बायर (१९८५, त्यात छोटाच हिस्सा होता नंतर तो विकून टाकण्यात आला). आणि एच. एम. व्ही (१९८८) या कंपन्या खरीदल्या. १९८९ हे वर्ष तर कंपन्यांवर कब्जा मिळविणाऱ्या गोएंकांच्या दृष्टीनं भव्यदिव्य ठरलं. एक वीज कंपनी, दोन मळे व संगणक हार्डवेअर कंपन्या सी ई एस सी, हॅरियन्स मल्याळम, स्पेन्सर ॲन्ड कंपनी आणि आय सी आय एम) त्यांनी खरेदी केल्या तेव्हा विशेषज्ञ श्वास रोखून पाहातच राहिले.

गोएंका उद्योगसमूहाची एकूण विक्री ७७० कोटी रुपये होती. या नव्या कंपन्या हस्तगत केल्याने त्यात १००० कोटींची भर पडली. आरपीजी एंटरप्राईजेसचा आकाराच्या बाबतीत तेरावा क्रमांक होता. आता १९८८ साली ते चौथ्या क्रमांकावर पोचले.

१९७९ मध्ये गोएंका कंपन्यांचे विभाजन झाले तेव्हा आरपींकडे ७० कोटी रुपयांच्या कंपन्या होत्या. १९९२ मध्ये 'आरपीजी एन्टरप्राईजेस' १०० कोटी डॉलर (३३०० कोटी रुपये) क्लबात सामील झाली. १९९५ मध्ये या समूहाची विक्री ४५०० कोटी रुपयांवर पोचली व नफा ७७० कोटी झाला.

आरपी असे एकेक गड सर करत राहिले आणि त्यांची भूक वाढतच गेली. १९८२ च्या जूनमध्ये प्रीमियर ऑटोमोबॉईल्स लि. घेण्याचा त्यांनी प्रयत्न केला.

त्या काळात प्रीमियर फारशा आधुनिक मोटारी बनवत नव्हते. १९६६ च्या प्रीमियर ११०० या जुन्याच मॉडेलची 'पद्मिनी' ही कालबाह्य आवृत्ती काढत होते. कंपनी तोट्यात होती नि डोक्यावर कर्जाचं ओझं होतं. मात्र 'मारुती' गाड्यांचे उत्पादन सुरू होण्याआधी वालचंद समूहाची प्रीमियर ही भारतातील दोन मोटार उत्पादकांपैकी एक कंपनी होती (दुसरी कंपनी हिंदुस्तान मोटर्स). आपणही या खास उत्पादन क्षेत्रात सामील व्हावं असं आरपींना वाटत होतं. सुरुवातीला प्रीमियर ताब्यात घ्यावी असा आरपींचा विचार नव्हता. आपणच मोटार उत्पादनाचा कारखाना काढावा असा विचार त्यांच्या मनात घोळत होता. इटलीच्या फियाट कंपनीचे अध्यक्ष गियोन्नी ॲग्नेली यांच्याशी हर्ष गोएंकांची योगायोगाने गाठ पडली आणि त्यातून कारखाना काढण्याची कल्पना व महत्त्वाकांक्षा रुजली. आरपी म्हणतात, 'मी त्या वेळी लंडन इथं होतो. हर्ष सिएटचे मुख्य कार्यालय असलेला तुरिनला गेला होता. तेथे फियाटचे अध्यक्ष त्याला भेटले. त्यांना छोट्या मोटारीचं तंत्रज्ञान प्रीमियरला द्यायचं नव्हतं, त्यांनी ते हर्षला देऊ केलं. तेव्हा हर्षनं तसं पत्र त्यांच्याकडून घेतलं. ते पत्र घेऊन आम्ही मुंबईतील इंटस्ट्रिअल डेव्हलपमेन्ट बँक ऑफ इंडिया (आयडीबीआय) कडे गेलो. त्यांनी प्रीमियरच्या संचालक मंडळात आम्ही सामील व्हावं अशी सूचना केली, फियाटनं दिलेलं ते पत्र व प्रीमियरच्या संचालक मंडळात जागा देण्याची आयडीबीआयची ऑफर पाहता प्रीमियरच ताब्यात का घेऊ नये? असा विचार आम्ही करू लागलो.''

मग त्या दृष्टीनं बापलेक आखणी करू लागले. प्रीमियरच्या भाग-भांडवलात सर्वात मोठा हिस्सा आयुर्विमा महामंडळाचा होता. त्यांच्याकडं १ लाख १५ हजार शेअर्स (१४.५ टक्के) होते. गोएंका आणि आयुर्विमा महामंडळाचे अध्यक्ष यांच्यात चर्चा झाली आणि काही दिवसांतच आयुर्विमा महामंडळाने आपले २८ हजार शेअर्स सिएट फायनान्स व सिएट इन्व्हेस्टमेन्ट च्या नावावर करण्यासाठी प्रीमियरच्या शेअर्स विभागाकडे पाठवून दिले. बाजारातून आणखी शेअर्स खरीदण्यात आले त्यामुळं गोएंकांचा हिस्सा ८ टक्के झाला.

बॅलॉर्ड इस्टेट येथील 'कन्स्ट्रक्शन हाऊस' या प्रीमियरच्या आलीशान कार्यालयात तेव्हा धोक्याच्या घंटा घणघणू लागल्या. पाईप ओढणारे, नाटकातून भूमिका करणारे उद्योगपती व प्रीमियरचे अध्यक्ष विनोद दोशी म्हणाले, ''आम्ही आश्चर्यचकितच झालो. आपल्याला कसला फटका बसला आहे हे आम्हाला उमजलंच नाही.'' दोशींची घबराहट उडाली, प्रीमियरच्या इक्विटीत वालचंद उद्योग समूहाचे सर्व मिळून ५६ हजार शेअर्स (म्हणजे अवघे ७ टक्के) होते. आयुर्विमा महामंडळ, आय डी बी आय आणि युनिट ट्रस्ट ऑफ इंडिया यांच्याकडे सर्व मिळून ३० टक्के शेअर्स होते. गोएंकांना किती शेअर्स विकायचं आयुर्विमा महामंडळानं ठरवलं

होतं? आयुर्विमा महामंडळाचं आणखी कोण अनुकरण करणार होतं?

गोएंकांच्या सततच्या दबावामुळं सप्टेंबर १९८२ मध्ये प्रीमियरचा भाव २८ टक्क्यांनी वधारला आणि ऑक्टोबरच्या आरंभी मुंबईच्या स्टॉक एक्सचेंजच्या इमारतीतील दलालांना कंपनी खरेदी केली जात आहे याचा वास लागला. ५ ऑक्टोबरला प्रीमियरच्या शेअरची किंमत ३९५ रुपयांवरून ४२९ वर पोचली. २० डिसेंबरला कंपनीची वार्षिक सर्वसाधारण सभा भरणार होती. तो दिवस जसजसा जवळ येऊ लागला तसतशी कन्स्ट्रक्शन हाऊसमधील 'धडकन' वाढली. वातावरण घबराटीचं होतं. व्यवस्थापनानं कंपनीच्या कामगिरीची माहिती देणाऱ्या जाहिराती देशभरातील वृत्तपत्रातून दिल्या. संघर्षाला तोंड लागताच 'प्रॉक्सी वॉर'च सुरू झालं. पाठिंबा हवा म्हणून भागधारकांशी वैयक्तिक संपर्क साधण्याची मोहीम उघडण्यात आली.

वालचंद कुटुंबियांनी आपापसातील मतभेद दूर ठेवले. शेअर खरेदीची गोएंकांची मोहीम रोखणं हा विनोद दोशींचा मुख्य प्रयत्न होता, दोशींचे पुतणे व हिंदुस्थान कन्स्ट्रक्शन कंपनीचे अध्यक्ष अजित गुलाबचंद यांनी विमानानं पुणे गाठलं. स्कूटर निर्मितीतील अग्रगण्य व प्रभावशाली उद्योगपती राहुल बजाज यांना आपल्या बाजूला वळविण्याचा त्यांचा प्रयत्न होता. त्यांनी नकार दिलाच तर निदान मध्यस्थाची भूमिका पार पाडाल काय असं त्यांना विचारायचं त्यांनी ठरवलं होतं. तसंच बाजारातून शेअर्स खरेदीसाठी अडीच कोटी रुपये उभारण्याचंही काम त्यांना पार पाडायचं होतं. या प्रकरणी दोशींची बहीण शरयू दप्तरी यांनी सर्वात महत्त्वाची कामगिरी बजावली.

कंपनीच्या वार्षिक सर्वसाधारण सभेच्या आधी दप्तरी यांनी पंतप्रधान श्रीमती इंदिरा गांधी यांची भेट घेतली. शरयू दप्तरी निघून गेल्यावर संतप्त झालेल्या श्रीमती गांधींनी आर. पी. गोएंकांना तत्काळ दिल्लीत बोलावून घेतलं आणि प्रीमियरच्या खरेदीचा सौदा थांबवण्याचा आदेश दिला. एका स्वातंत्र्यसैनिकाच्या कुटुंबाच्या कंपनीत विघ्ने निर्माण करू नका असं त्यांनी बजावलं.

'लालचंदजी यांना तसदी होणार नाही' असं आश्वासन देऊन गोएंका पंतप्रधानांच्या खाजगी भेट दालनातून बाहेर पडले. तेथून ते थेट आर.के. धवन यांच्या कार्यालयात गेले व हर्ष गोएंकांना फोन करून शेअर्सची खरेदी दुप्पट करा अशी सूचना दिली. ''श्रीमती गांधींनी मला शेअर्स खरेदी करू नका असं सांगितलेलं नाही लालचंदजींना त्रास होणार नाही एवढंच आश्वासन मी दिलंय.'' असं यावर आरपींचं म्हणणं होतं.

खरं तर दोशींनी आपल्यावर अविश्वास दाखवला म्हणून गोएंका चिडले होते. दोन दिवसांपूर्वीच कारमायकेल रोडवरील 'नीला हाऊस' या दोशी कुटुंबियांच्या घरात विनोद दोशींना आरपी भेटले होते. तिथं मद्यपान करताना आपण कंपनी

ताब्यात घेण्याचा विचार सोडून देऊ असं आश्वासन आरपींनी दिलं होतं. त्यामुळं इंदिरा गांधींनी बोलावून घेतलं तेव्हा त्यांना धक्काच बसला. "विनोदशी मी दोनच दिवसांपूर्वी बोललो होतो. मी दिलेला शब्द कधीच मोडत नसतो. दोशींच्या मुंबई शहरात आरपींचं काय अस्तित्व आहे हे त्यांना दाखवून द्यायचंच असं मी ठरवलं." असं ते सांगतात.

प्रीमियर शेअर्सची किंमत वाढू लागली तेव्हा दोशींनी कंपनीतील आपलं स्थान बळकट करण्याचे जोरदार प्रयत्न सुरू केले. तुम्ही हा सौदा सोडून द्या अशी विनंती करणारे, टाटा, बिर्ला यांचेच नव्हे तर त्या वेळचे मुख्य मंत्री शरद पवार यांचे गोएंकांना फोन आले. बजाज यांनी समजूत घातल्यावर गोएंकांच्या मनातलं वादळ थंडावलं. बजाज यांच्या आग्रहामुळं गोएंकांनी प्रीमियरचे शेअर आहे त्या किंमतीला विकायचं मान्य केलं. "आम्हालाच सर्व खर्च सोसायचा असल्याने अल्पसा तोटा पत्करून शेअर्स विकावे लागले. बजाजना मध्यस्थ म्हणून आम्ही मान्य केलं होतं. त्यामुळं त्यांचं म्हणणं आम्हाला स्वीकारणं भागच होतं " असं गोएंका म्हणतात. विनोद दोशींनी अखेर सुटकेचा निःश्वास टाकला.

अखेरच्या क्षणी गोएंकांनी हा सौदा का सोडून दिला? १९६९ मध्ये बॉम्बे डाईंग खरेदीचे प्रयत्न चालू होते तेव्हा नेव्हिल वाडियांबरोबर गोएंकांची अशीच भेट झाली होती. त्याचीच तर पुनरावृत्ती होत होती! गोएंकांनी आपला बेत सोडून का दिला? त्याचं कारण काय होतं? कदाचित दडपणाखाली असेलही! विद्वेषानं, शत्रुत्वानं भरलेले कंपनी खरेदी सौदे सहसा पसंत पडत नाहीत. "धाड घालून केलेली कोठली खरेदी यशस्वी झाली आहे? खरं पाहता आम्ही ताब्यात घेतलेल्या कंपन्या विक्रीसाठी उपलब्ध होत्या" असं गोएंका म्हणतात. ज्या कंपन्या त्यांना गांभीर्यपूर्वक ताब्यात घ्यायच्या होत्या त्या विकायला प्रत्येक कंपनीत कोणी ना कोणी तयार होतंच. इतर खरेदीदार हीच काय ती त्यांच्या मार्गातील अडचण होती. भारतात एखादी कंपनी ताब्यात घेण्याचे कौशल्य याचा अर्थ एखादी कंपनी खरेदीसाठी उपलब्ध आहे याचा इतरांच्या आधी सुगावा लागणे, विरोधकांना नामोहरम करणे, काटेकोरपणे किंमत ठरवणे आणि सरकारी परवानग्या मिळवण्यासाठी पुरेसे राजकीय संबंध असणे होय.

माझा तिसरा पुत्र

आरपींशी दोन हात करण्याची पाळी आलेले आणखी एक उद्योगपती म्हणजे मनोहर राजाराम छाब्रिया. इलेक्ट्रॉनिक्स वस्तूंचा व्यापार करणारे छाब्रिया हे दुबईचे. एकेकाळी मुंबईच्या लॅमिंग्टन रोडवर राहणाऱ्या छाब्रियांनी पश्चिम आशियात चांगलीच भरभराट केली होती. त्याचा त्यांना अभिमान होता. १९८२ च्या आशियाई क्रीडा

स्पर्धांच्यावेळी जम्बो इलेक्ट्रॉनिक्सचे प्रवर्तक छाब्रिया हे 'सोनी' उत्पादनाचे जगातील सर्वात मोठे विक्रेते म्हणून ओळखले जात. १९८० च्या दशकाच्या मध्याला छाब्रिया यांनी भारतीय उद्योगक्षेत्रात एकदम जणू वादळी धडकच दिली, एकामागून एक कंपन्या खरीदण्याचा त्यांनी सपाटा लावला, १९९० च्या दशकात त्यांनी जवळजवळ १५०० कोटी रुपयांचं साम्राज्यच स्थापन केलं. त्यांची ही घोडदौड चालू होती. कंपन्या खरेदी करणे, विलीनीकरण करणे या विषयातील तज्ज्ञ गोएंका व छाब्रिया यांच्याकडं चकरा मारत होते.

डनलॉप इंडिया खरीदण्याची ऑफर गोएंका व छाब्रिया यापैकी आधी कोणी दिली हे कोणालाच ठाऊक नाही. याचं उत्तर ठाऊक असलेल्या एकमेव व्यक्तीचं हा सौदा झाल्यावर थोड्याच काळात निधन झालं. ती व्यक्ती म्हणजे एएनझेड ग्रिंडलेज बँकेच्या लंडन शाखेत काम करणारे ब्रिजेश माथुर. डनलॉप इंडिया ही भारताच्या खाजगी क्षेत्रात ११वा क्रमांक असलेली कंपनी होती. ब्रिटनमधील मूळ कंपनीने भारतात एखादा खरेदीदार शोधण्यास माथुरना सांगितलं होतं. माथुर यांनी विचित्रच भागीदारी घडवून आणली. गुप्त बैठका झाल्या आणि डनलॉप इंडियाचे ९.८ टक्के शेअर्स छाब्रिया व संजीव गोएंका यांना विकण्यात आल्याची घोषणा डिसेंबर ८४ च्या मध्याला करण्यात आली. छाब्रिया हे डनलॉप इंडियाचे अध्यक्ष तर अवघ्या २५ वर्षाचे संजीव गोएंका उपव्यवस्थापकीय संचालक झाले.

भारतातील उद्योगपतींच्या छोट्या उच्चभ्रू वर्तुळात त्यामुळं खळबळ माजली, आर. पी. गोएंका व मनू छाब्रिया यांच्यासारखी टोकाची भिन्न व्यक्तिमत्त्वे सापडणं कठीण. त्यामुळं हे दोघे एकत्र आल्याच्या वृत्तावर कोणाचा विश्वासच बसेना. कंपन्या ताब्यात घेण्याचे कसब हीच काय ती दोघांत समान बाब होती. गोएंका पारंपरिक मारवाडी कुटुंबातील होते व बंगाली संस्कृतीचा अंश असलेले तर छाब्रिया यांची जडणघडण अगदी वेगळी. गोएंकांचं बोलणं-वागणं, सुसंस्कृत, अद्ययावत तर तापट स्वभावाच्या छाब्रियांना गोएंकांच्या पत्नी सुशीला यांच्याशी बोलताना आपल्या तिखट भाषेवर लगाम घालावा लागे.

तेव्हा गोएंकांनी छाब्रियाबरोबर भागीदारी का केली? याचं सोपं उत्तर म्हणजे गोएंकांना त्यांची गरज होती. छाब्रियांकडे रोख पैसा तर होताच त्याशिवाय त्यांच्यामुळे परदेशी चलन (फेरा) व मक्तेदारी मंडळाचे निर्बंध यावर मात करणं शक्य होतं. छाब्रिया परदेशस्थ भारतीय असल्यानं काही प्रश्न विचारले न जाता 'डनलॉप होल्डिंग्ज'शी विनासायास सौदा परदेशात करणं त्यांना शक्य होतं. मक्तेदारी निर्बंध मंडळ हा एक मोठा अडथळा होता. सिएट कंपनीचा बाजारात १७ टक्के हिस्सा होता. डनलॉप हाती आल्यावर गोएंकांचा वाटा ३५ टक्क्यांवर गेला असता. त्यामुळं आपले शत्रू मक्तेदारी निर्बंध मंडळाच्या तर्फे हा सौदा हाणून

पाडतील अशी भीती गोएंकांना वाटत होती. बंगालचे मुख्य मंत्री ज्योती बसू यांनी तशा प्रकारचा इशाराही दिला होता.

त्यानंतर काही वर्षांनी हल्दिया पेट्रोकेमिकल्स प्रकल्पाच्या वेळी गोएंकांनी बसूंशी चांगले जवळचे संबंध प्रस्थापित केले. डनलॉप सौद्याच्या वेळी मात्र प. बंगाल सोडून महाराष्ट्रात गेलेल्या उद्योगपतींपैकी गोएंका आहेत असं बसूंचं मत होतं. ऑगस्ट ८४ मध्ये बसूंनी श्रीमती इंदिरा गांधींना लिहिलं की, ''आरपी. गोएंकांना डनलॉप (इंडिया) खरीदण्यात यश आलं तर वाहतूक क्षेत्रातील एका अत्यंत महत्त्वाच्या उद्योगात त्यांची जवळजवळ मक्तेदारीच प्रस्थापित होईल.'' तेव्हा राज्य सरकारच्या 'टायर कॉर्पोरेशन ऑफ इंडिया' ला ही कंपनी खरेदी करू द्यावी असे त्यांनी सुचविले होते.

त्यांच्या अल्पकाळ टिकलेल्या भागीदारीच्या काळात ३८ वर्षे वयाच्या मनू छाब्रिया म्हणजे माझा तिसरा मुलगाच आहे असं आरपी प्रेमानं म्हणायचे. परंतु त्यांच्या या म्हणण्यावर फारच थोड्या जणांचा विश्वास बसायचा. सिएट खरीदल्यानंतर संजीवसाठी आपण एखाद्या मोठ्या कंपनीच्या शोधात आहोत असं आर.पी. भेटेल त्याला सांगायचे. आपल्या प्रत्येक मुलाला महानगरात भरभक्कम पाय रोवता आले की मग ते हवी तशी भरारी मारू शकतील असं त्यांचं गणित होतं. डनलॉप इंडिया ताब्यात घेतल्यावरचा आनंद त्यांनी लपविला नाही. हर्ष मुंबईत सिएट कंपनी तर संजीव कलकत्त्याला डनलॉप इंडिया चालवील असा त्यांचा हिशेब होता. परंतु मग छाब्रिया यांचं काय? तो आपला तिसरा मुलगा आहे, असं ते सांगत असले तरी ते वरवरचंच वाटत होतं.

या दोघा अब्जाधीशात काही वर्षांनंतर संघर्ष पेटायचा होता. दोघांच्या भागीदारीच्या सुरुवातीच्या काळात छाब्रिया शॉ वॉलेस कंपनीशी कायदेशीर लढा देण्यात इतके गुंतले होते की, त्यांना डनलॉप इंडियाकडं लक्ष द्यायला फुरसदच नव्हती. मद्यनिर्मिती करणारी शॉ वॉलेस कंपनी खिशात घातल्यावर टायर उद्योगातील गुंतवणुकीकडं त्यांनी लक्ष घातलं तेव्हा त्यांना धक्काच बसला. डनलॉप इंडियातून आर पी जी कंपन्यांना संजीव कर्जे मंजूर करत होते पण छाब्रिया समूहातील ऑर्सन इलेक्ट्रॉनिक्सला मात्र कर्ज देत नव्हते याला त्यांनी आक्षेप घेतला. डनलॉप इंडियाच्या मुख्य वित्तीय अधिकाऱ्याला काढून टाकावे अशी मागणी छाब्रिया यांनी केली पण संजीव गोएंकांनी त्याकडं दुर्लक्ष केलं.

छाब्रिया आणि आर. पी. गोएंका यांच्यातील वैयक्तिक संबंधही दुरावले. गोएंकांशी छाब्रिया बोलेनासे झाले. सुरुवातीला दोघांनाही एकमेकाची गरज होती. डनलॉप इंडिया ताब्यात घेताना येणाऱ्या कायेदशीर अडचणी दूर करण्यासाठी गोएंकांना छाब्रियांची मदत हवी होती तर भारतात उद्योगपती म्हणून नवखे असलेल्या

छाब्रिया यांना दिल्लीतील राजकीय गुंतागुंतीत मार्गदर्शनासाठी गोएंकांची गरज होती.

व्यापारी करारांना राजकीय गुंतागुंतीचे अडथळे पार करावे लागत असल्यानं आरंभीच्या काळात मनू छाब्रिया यांना मार्ग काढणं जड जात होतं. डनलॉप इंडियातील आपल्या निम्म्या इक्विटीला मंजुरी मिळवताना आलेल्या अडचणी हे याचं उदाहरण होतं. अर्थ मंत्रालयानं धोक्याचा लाल दिवा दाखवल्याने छाब्रिया यांना परवानगी मिळत नव्हती असं एका निरीक्षकाचं मत आहे. या उलट गोएंकांनी केलेल्या शेअर्सच्या खरेदीला मात्र रिझर्व्ह बँकेची मंजुरी मिळाली.

गोएंकाच्या राजकीय क्षेत्रातील संबंधाने छाब्रिया प्रभावित झाले. 'इंदिरा प्रियदर्शनी' नावाचं इंदिरा गांधींवरचं पुस्तक आरपींनी प्रकाशित केलं होतं. आणि इंदिरा गांधींच्या 'किचन' कॅबिनेटशी त्यांचे मित्रत्वाचे संबंध होते. ज्यांची ओळख असायला हवी अशा राजकारणी, नोकरशहा व उद्योगपतींशी त्यांची घसट होती. परंतु १९८६ च्या सुमाराला छाब्रिया यांनी पण दिल्लीत चांगले संबंध प्रस्थापित केले होते व त्यांना आता ओळखी करून देण्यासाठी गोएंकांची गरज उरली नव्हती.

आता तो माझा 'मुलगा' न राहता 'काका' बनला होता, असं आरपी. म्हणतात. 'तुमचा वापर केला गेला असं वाटतं का?' असं विचारता ते म्हणाले, ''नाही. मला त्याच्यासाठी काम करा असं कोणी सांगितलं नव्हतं. मी स्वतः होऊनच मदत केली होती. तेव्हा त्याचं मला वाईट वाटता कामा नये. दोष असलाच तर तो माझा आहे.'' डनलॉप इंडिया कोणी चालवायची यावरून दोघात संघर्षाची ठिणगी पडली होती.

छाब्रियांचे निकटवर्ती आणि गोएंका समूहातील काहीजण संचालक मंडळातील भांडणं, पडद्यामागच्या झुंजी यांच्या बातम्या हेतुतः देऊ लागले आणि चिखलफेकीला ऊत आला. डनलॉपच्या व्यवस्थापकीय संचालकपदी कोणाची नेमणूक करावी या प्रश्नावरून वाद विकोपाला पोचला. या पदावरचे ब्रिटिश अधिकारी २० मे १९८७ रोजी सेवानिवृत्त झाले होते. जूनमध्ये डनलॉपची वार्षिक सर्वसाधारण सभा भरली होती. संजीव गोएंकांच्या नेतृत्वाखाली कंपनीनं आगेकूच केली आहे तेव्हा त्यांना या पदावर नियुक्त करावं अशी सूचना या सभेत एका भागधारकानं केली. छाब्रियांना अर्थातच ही सूचना मान्य नव्हती. 'लौकरच निर्णय घेतला जाईल' एवढंच आश्वासन त्यांनी दिलं. व्यवस्थापकीय संचालकपदी आपली नियुक्ती होणार नाही याची संजीवला जाणीव असल्यानं त्यांनी ते पदच रद्द करण्याचा प्रयत्न केला. डनलॉप इंडियाचा अर्धवार्षिक अहवाल सादर करण्यासाठी बोलावलेल्या पत्रकार परिषदेत संजीवनं हा बॉम्बशेलच टाकला! आपल्याला त्याची काहीच पूर्वकल्पना दिली नव्हती असं छाब्रियांचं म्हणणं होतं.

कंपनीची सूत्रं आपल्या हाती असावी या छाब्रिया यांच्या महत्त्वाकांक्षेचं खरं तर

आरपी व संजीव यांना वावगं वाटण्याची गरज नव्हती. १९८४ साली खरेदीचा करार झाला तेव्हाच मला केवळ शोभेचा अध्यक्ष व्हायचं नाही असा इशारा छाब्रिया यांनी दिला होता, या कराराची अजून शाईही वाळली नव्हती. पण केवळ शोभेचा अध्यक्ष अशीच वागणूक छाब्रिया यांना गोएंका देत होते. तेव्हा हळूहळू छाब्रिया आता आपली किंमत मागू लागले होते.

डनलॉप इंडियाच्या दैनंदिन कारभारात छाब्रिया यांनी लक्ष घालावं असं मुळात ठरलंच नव्हतं असं गोएंका म्हणतात. कंपनीचा सध्याचा कारभार संजीव गोएंका पाहतील असे डनलॉपचे माजी ब्रिटिश अध्यक्ष व व्यवस्थापकीय संचालक यांनी संजीवचं स्वागत करताना सांगितलं होतं. त्यावेळी छाब्रियांनी काही आक्षेप घेतला नव्हता याकडं गोएंका लक्ष वेधतात. आता मात्र शॉ वॉलेस आणि अन्य कंपन्या ताब्यात घेतल्यावर चटक लागलेले छाब्रिया अत्यंत महत्त्वाकांक्षी बनले आहेत" असं ते म्हणतात. दोघातील मतभेद वाढू लागले तेव्हा समेटाचा प्रयत्न करण्यात आला, व्यवस्थापनात फेरबदल केले गेले. पण त्यामुळं संभाव्य विघटन काही महिन्यांनी पुढं ढकललं गेलं इतकंच.

डनलॉप इंडियाची कामगिरी वळणाच्या टप्प्यावर पोचली होती. १९८४ मध्ये भारतातील टायर उद्योगाची स्थिती वाईट होती. त्यात डनलॉपचाही अंतर्भाव होता. त्या वेळी कंपनीची विक्री २९५ कोटी रुपये अशी प्रभावी असली तरी नफ्याचं प्रमाण घटून सुमारे दोन कोटींवर आलं होतं. इतर टायर कंपन्या चांगली कामगिरी करू लागले व डनलॉपनं तर उत्तमच कामगिरी केली, १९८८ पर्यंत विक्री ५२३ कोटी रुपयांवर पोचली. कंपनीला आंतरराष्ट्रीय वर्तुळात ख्याती प्राप्त झाली. युरोपियन रबर जर्नलनं १९८७ सालच्या जगातील रबर कंपन्यात डनलॉप इंडिया २८ व्या क्रमांकावर आहे असं नमूद केलं. अमेरिकेतील डनलॉप तेव्हा २० व्या क्रमांकावर होती.

डनलॉप इंडिया व संजीवचं कौतुक होत असलं तरी आता या कंपनीतून मुक्त व्हायची वेळ आली आहे असं जून १९८८ च्या सुमारास आरपींना वाटू लागलं. "संजीवचं जीवन खूपच अडचणींचं बनत चाललं होतं" असं ते म्हणतात. छाब्रियांबरोबर सतत हुज्जत घालणं निरर्थक आहे असं गोएंका त्रिमूर्तीस वाटू लागलं. कंपनी देऊन टाकताना काहीशी नाचक्की झाली असती परंतु हा सौदा आपल्या अटींवर करण्याचा त्यांचा निर्धार होता.

जुलैच्या सुरुवातीस गोएंका लंडनला गेले. दंतशस्त्रक्रियेसाठी त्यांची भेट असली तरी ते कारण वरवरचं होतं. हर्ष आणि संजीव हेही नंतर लंडनला येऊन दाखल झाले. दाताच्या मुळांवरचा उपचार हा वेदनाकारक असतो खरा परंतु डनलॉपवर जी शस्त्रक्रिया होणार होती त्या तुलनेनं ती वेदना कमीच होती. छाब्रिया जेव्हा त्यांना भेटायला

लंडनला आले तेव्हा आपल्यापुढं काय वाढून ठेवलं आहे याची त्यांना कल्पनाच नव्हती. अनौपचारिक लिलाव ठरवण्यात आला. जो सर्वात जास्त बोली बोलेल त्याला डनलॉप इंडियावर पूर्ण नियंत्रण मिळणार होतं. काही निवडक बँकतज्ज्ञ, वकील व करसल्लागार यांनी छाब्रिया हे विजयी म्हणून जाहीर केलं.

मुंबईतील लॅमिंग्टन रोडवरच्या मुलानं कलकत्त्यातील अलिपूर येथील उद्योगपतीवर मात केली होती.

पण खरंच केली होती का? खरं तर छाब्रिया यांना विजयाचा आनंद व्हायला हवा होता परंतु दोघांच्या बोलीत फार अंतर होतं. गोएंकांच्या खिशात आपले काही जादा लक्षावधी रुपये गेले आहेत याची जाणीव छाब्रियांना काहीशी उशिराच झाली. १९८४ मध्ये अर्थपत्रकारांनी प्रत्येकाला ७५ लक्ष पौंडस पडले असतील असा अंदाज वर्तवला होता. त्यानंतर चार वर्षांनी बिझिनेस इंडियानं छाब्रिया यांची बोली ३ कोटी ते ३.७० कोटी पौंडस् असणार असं अनुमान व्यक्त केलं.

छाब्रियांबरोबर दररोज संजीवची होणारी कुरबुर हे डनलॉप विकण्यामागील एक कारण होतं तसेच १७ मार्च १९८८ रोजी आपल्या कंपन्यांवर प्राप्तिकर खात्यानं धाडी टाकल्या. त्या मागं छाब्रियांशी असलेलं शत्रुत्व असावं असा गोएंकांना संशय होता.

१९७७-७९ मध्येही धाडी पडल्या होत्या. परंतु त्यापेक्षा या खेपेस पंचाईत झाली. कारण काँग्रेसपक्ष सत्तेवर होता. त्यामुळं कंपन्यांच्या वर्तुळात नाना तर्ककुतर्क व्यक्त केले जाऊ लागले, प्रश्न विचारले जाऊ लागले. पंतप्रधानांनी या धाडी घालायला परवानगी का दिली? त्यांनी बेचैन व्हावं असं गोएंकांनी काय केलं? राजीव गांधींचा आरपींवर विश्वास नव्हता. कारण प्रणव मुखर्जी व आर. के. धवन या श्रीमती गांधींच्या विश्वासू सहकाऱ्यांशी मैत्री असलेल्या सर्वांवरच राजीव गांधींचा विश्वास नव्हता. परंतु दुसऱ्या बाजूला तशी काही शत्रुत्वाची भावना दिसत नव्हती. त्यातून त्या वेळचे अर्थमंत्री नारायण दत्त तिवारी हे गोएंकांचे निकटवर्ती मानले जात. त्यामुळं प्राप्तिकर खात्याच्या धाडीच्या झळकलेल्या बातम्या वाचून उद्योगविश्वाला धक्काच बसला.

या धाडी अगदी लष्करी काटेकोरपणे पार पाडण्यात आल्या. १७ मार्च, गुरुवारी सकाळी बरोबर ८.३० वाजता प्राप्तिकर खात्याच्या ३११ अधिकाऱ्यांनी तपासणी वॉरंट्स घेऊन आरपी व त्यांचे बंधू यांची दिल्ली, मुंबई, अहमदाबाद, बडोदा, हैद्राबाद आणि रांची येथील १९ निवासस्थाने व कार्यालये यांचे दरवाजे ठोठावले. प्राप्तिकर खात्याच्या अधिकाऱ्यांच्या समवेत कस्टम्स, केंद्रीय अबकारी व परकीय चलन विभागांचेही अधिकारी होते.

लौकर न उठणारे आरपी दिल्लीतील पृथ्वीराजरोड वरील आपल्या बंगल्यात अजून पायजम्यातच होते. छापा घालायला आलेल्या अधिकाऱ्यांना पाहून त्यांना

आश्चर्य वाटलं पण त्यांनी अधिकाऱ्यांना केवळ त्यांची ओळखपत्रे दाखवायला सांगितलं व त्यांना काम करू दिलं. गौरी बडोद्यात होते व 'गुजरात कार्बन' कंपनीच्या वार्षिक सर्वसाधारणसभेपुढे द्यायच्या भाषणाची तयारी करत होते. जगदीश वाराणशीत होते. आरपींच्या बंधूंना काही फार काळ चौकशीला सामोरं जावं लागलं नाही परंतु संजीवचा जाब घेण्याचं काम तब्बल दहा तास चाललं होतं.

सरकारी अधिकाऱ्यांची ही मोहीम चार दिवस - २१ मार्च पर्यंत चालली. कागदपत्रांचे प्रचंड ढिगारे ते तपासत होते. दररोज संध्याकाळी पत्रकार परिषद घेऊन जप्त केलेले शेअर सर्टिफिकेट्स, जड जवाहिर, प्राचीन दुर्मिळ वस्तू यांची माहिती ते देत होते. वृत्तपत्रातून गोएंका यांची बदनामी करण्याचा प्राप्तिकर अधिकाऱ्यांचा हेतू असेल तर तो फसला असं म्हणावं लागेल. अन्य उद्योगपतींनी जाहीरपणे या धाडींचा निषेध करण्याचं धैर्य दाखवलं नाही. मात्र आर्थिक वृत्तपत्रे मात्र गोएंकांच्या मदतीला धावून आली.

'सरकार दांडगेश्वरासारखं वागत आहे.' अशी टीका 'बिझिनेस इंडिया' नं केली तर 'अशी वृत्ती ही देशाच्या दृष्टीनं घातक ठरेल' असा इशारा 'बिझनेस वर्ल्ड' नं दिला. सवंग लोकप्रियता मिळवण्यासाठी गांधी जरा अतीच करत आहेत असा शेरा 'आनंद बझार पत्रिके'च्या सुजय गुप्ता यांनी मारला. विश्वनाथ प्रताप सिंग यांच्यासारखा 'रॉबिनहूड' असा मान मिळावा हा या मागं हेतू असेल तर त्यासाठी हा मार्ग नव्हे असं म्हटलं जाऊ लागलं. बंगाली वृत्तपत्रांची टीका अधिक प्रखर होती. गोएंका यांच्यावरील हल्ला हे प. बंगालच्या कम्युनिस्ट राज्याला सापत्नभावाची वागणूक देण्याच्या केंद्र सरकारच्या वृत्तीचे आणखी एक उदाहरण आहे असं वृत्तपत्रे म्हणू लागली.

त्या वेळचे महसूल मंत्री व बंगालमधील काँग्रेस नेते अजितकुमार पांजा यांनी ही परिस्थिती निवळावी म्हणून प्रयत्न केला. नेहमीच्या प्रशासकीय स्वरूपाची ही कृती असून बेहिशेबी पैशाचा छडा लावण्यासाठी धाडी घालाव्या लागतात असे त्यांनी सांगितले. केंद्रीय अर्थमंत्रालयाने आपल्या कृतीचे समर्थन केले. धाड घालण्याआधी आपले अधिकारी भरपूर माहिती मिळवून, गृहपाठ करून जातात. तेव्हा अचानक निर्णय घेण्याचा प्रश्नच येत नाही'' असे सांगण्यात आले. परंतु आर पी अथवा त्यांच्या बंधूंशी काहीही संबंध नसलेला प्लायवूड उत्पादक शांतीप्रसाद गोएंका यांच्याही घरावर धाड घालण्यात आल्याचे वृत्त पसरले आणि अर्थखात्याचा दावा किती पोकळ आहे हे दिसून आले.

कोणत्याही बड्या उद्योगगृहावर छापा घालण्यापूर्वी पंतप्रधानांची सर्वसाधारणतः परवानगी घेतली जाते आणि छाप्यावर अर्थखाते देखरेख ठेवते. परंतु रिझर्व्ह बँकेचे माजी गव्हर्नर व त्या वेळचे अर्थसचिव एस वेंकटीरमणन यांच्या म्हणण्यानुसार

आरपींवर धाड घालण्यात येणार याची राजीव गांधींना कल्पना नव्हती. इंडियन एक्सप्रेस समूहाचे मालक रामनाथ गोएंकांच्या उद्योगांवर छापे घालण्यात येणार आहेत असं वाटलं.

आरपींच्या मते या छाप्याची माहिती तिघांना होती व त्यांनीच त्याची आखणी केलेली होती. महसूल सचिव, एक राज्यमंत्री व प्राप्तिकर खात्याचे तपासणी विभागाचे सचिव हे ते तिघेजण होत. त्यांनी या संबंधीची फाईल अर्थ सचिवांना दाखवलीच नाही असं आरपी म्हणतात, "हो, हे खरं आहे. मलासुद्धा या धाडींची कल्पना नव्हती."

त्या वेळी 'इंडिया टुडे' त वार्ताहर म्हणून काम करणारे टी. एन्. निनान म्हणतात की, "धाडी घालण्याचा आदेश अजित पांजा यांनी दिला होता." १० मार्च रोजी दिल्लीच्या प्राप्तिकर खात्याच्या मुख्य कार्यालयाकडे संबंधित फाईल पोचली. अधिकाऱ्यांनी महसूल खात्याचे राज्यमंत्री पांजा यांच्या पुढे ती ठेवली. पांजांनी धाडी घालण्याचा आदेश दिला. अर्थमंत्री नारायण दत्त तिवारी यांनी फाईलवर आपली आद्याक्षरं केली. व ती पंतप्रधानांच्या कार्यालयातील सरला ग्रेवाल यांच्याकडं पाठवून दिली. धाड घालावी अशा सूचनांसह ती फाईल २४ तासात परत आली. दुसऱ्या दिवशी सकाळी कारवाई सुरू झाली. तिवारींना 'पटवता' येणं शक्य आहे असा शेरा गोएंकांच्या कोणीतरी निकटवर्ती व्यक्तीनं मारला होता. त्यामुळं तिवारी चिडले होते." असं निनान यांचं म्हणणं होतं.

परंतु छाब्रिया याच्याशी आपल्या असलेल्या मतभेदांचा या धाडीशी थेट संबंध आहे असा संशय गोएंकांना का आला? ज्या कंपन्यांची चौकशीसाठी निवड करण्यात आली त्यात या प्रश्नाचं उत्तर होतं. या धाडी तीन 'कार्बन ब्लॅक' कंपन्यावरच घातलेल्या होत्या. 'कार्बन ब्लॅक' हा टायर उत्पादनातील एक घटक आहे. टायरच्या एकूण १.७५ अब्ज रुपयांच्या बाजारपेठेत गोएंकांचा हिस्सा १९८८ मध्ये ६० टक्के होता. फिलिप्स कार्बन (आरपींची कंपनी) ओरिएंटल कार्बन (गौरी यांची कंपनी) या तीन कंपन्यांना लक्ष्य बनवण्यात आले होते. छापा घालायला आलेल्या अधिकाऱ्याकडे आर्थिक गैरप्रकारांची तपशीलवार माहिती होती. उद्योगातीलच कोणा अंतस्थ व्यक्तीशिवाय ती मिळणं शक्य नव्हतं.

त्या वेळी आर.पी. व त्यांचे चिरंजीव यांनी याची वाच्यता केली नाही. हर्ष गोएंका यांनी छाब्रियांबद्दल विचारलं तेव्हा ते म्हणाले होते, आपले छाब्रियांशी उत्तम संबंध आहेत. किंबहुना सर्वप्रथम त्यांनीच फोन करून काही मदत हवी का असं विचारलं होतं. परंतु आरपींनी मात्र सूचक शेरा मारलाच. या धाडीनंतर काही महिन्यांनी 'इकॉनॉमिक टाइम्स' साठी मला दिलेल्या मुलाखतीत ते म्हणाले होते, "मी अजून तग धरून आहे, टिकून आहे तो इतरांच्या दुबळेपणावर नव्हे तर

स्वतःच्या बळावर! स्वतःच्या फायद्यासाठी अन्य उद्योगपतींवर हल्ला करण्याचं कोणतंही कृत्य मी करणार नाही. आतापर्यंत मी कधीही असं केलं नाही आणि यापुढंही करणार नाही. ''पाच वर्षानंतर बोलताना ते म्हणाले होते, मनु हा लढवय्या आहे त्याने डनलॉप गमावली असती तर मला कोठेही आणि केव्हाही दुखावण्याची संधी त्यानं सोडली नसती. त्यामुळं मी डनलॉपमधून सरळ बाहेर पडलो. आता देशातील परिस्थिती खूप बदलली आहे. तेव्हा मी त्याच्यापुढं नमतं घेणार नाही.''

'डनलॉप' च्या सौद्यातून आर्थिकदृष्ट्या अधिक मालामाल होऊन जरी गोएंका बाहेर पडले असले तरी ही कंपनी हातातून गेल्यानं ते घायाळ झालेले होते. गमावलेली प्रतिष्ठा पुन्हा मिळवण्यासाठी आणि हर्षच्या तुलनेत संजीवचीही स्थिती सुधारावी म्हणून एखादी बडी कंपनी विकत घेण्याची आरपींना आवश्यकता भासू लागली, अशा वेळी त्यांच्या मदतीस चंदर धानुका धावून आले.

कलकत्त्याच्या बडाबाजार भागातील शेकडो मारवाडी व्यापाऱ्यांपैकी एक असावेत असे वाटणारे धानुका सौम्य स्वभावाचे. परंतु त्यांचा जनसंपर्क मोठा होता आणि चाळीशी ओलांडलेल्या धानुकांनी काही आश्चर्यकारक सौदे पार पाडले होते.

त्यापैकीच एक सौदा होता कलकत्ता इलेक्ट्रिक सप्लाय कॉर्पोरेशनचा (सीईएससी) व्यावसायिकांनी चालवलेली व स्वतंत्रपणणे वीज उत्पादन व वितरण करणारी ही कंपनी होती. भारतात बहुतेक वीज कंपन्या या सरकारी मालकीच्या आहेत. त्याला अपवाद म्हणजे टाटा वीज कंपन्या, बाम्बे सबर्बन इलेक्ट्रिकल सप्लाय आणि सीईएससी यांचा.

धानुका १९८८ मध्ये सीईएससीच्या शेअर्सवर बारकाईनं लक्ष ठेवून होते. शेअर्सची किंमत घसरली की, ते लगेच खरेदीची ऑर्डर नोंदवत, त्यांचं हे काम इतक्या गुप्तपणं चाललं होतं की कंपनीच्या इक्विटीपैकी धानुकांकडे १९८९ च्या प्रारंभी १२ टक्के शेअर्स जमले आहेत हे फारच थोड्यांना उमगलं. १९८९ च्या फेब्रुवारीच्या हिवाळ्यात एकेदिवशी धनुका गोएंकांना भेटायला गेले. या भेटीनंतर धनुकांनी मिळविलेल्या सीईएससी शेअर्सचे हळूहळू हस्तांतरण झाले.

आरपींच्या दृष्टीनं एवढा चांगला दुसरा सौदा नव्हता. कलकत्त्याच्या नागरिकांनी सीईएससीवर कायमच ताशेरे झाडलेले. त्यामुळे त्यांना या कंपनीबद्दल ममत्व नव्हतं. कंपनीचं व्यवस्थापन गचाळ होतं आणि तिच्या उत्पन्नावर व लाभांशावर सरकारची बरीच नियंत्रणे होती. तसेच कंपनीच्या परवान्याचं इ.स. २००० मध्ये नूतनीकरण व्हायचं होतं.

गोएंकांचे आडाखे सहसा चुकत नसत. त्यांचा या कंपनीबाबतचा दृष्टिकोण अगदीच वेगळा होता. एकतर कंपनीचा व्याप प्रचंड होता, तिचं उत्पन्न सुमारे ३०० कोटी रुपये होतं. कंपनीकडं मोक्याच्या जागी स्थावर मालमत्ता होती. तिची

किंमत हिशेब पुस्तिकेत फारच कमी दाखविलेली होती. आरपींना एकाच दगडात दोन पक्षी मारता येणार होते. डनलॉप छाब्रियांकडे गेल्याने निर्माण झालेली पोकळी सीईएससी मुळं भरून निघणार होती व दुसरं म्हणजे खूप मोठा वाव असलेल्या क्षेत्रात गोएंकांना पदार्पण करता येणार होतं. त्या वेळचे अर्थ सचिव एस. राजगोपाल वीज निर्मिती क्षेत्र खाजगी उद्योगांना खुलं करण्याच्या योजना आखत होते. नवं धोरण लौकरच जाहीर होणार होतं. फक्त वेळेचाच काय तो प्रश्न होता. ते जाहीर होईल तेव्हा सीईएससीवर गोएंकांचा कब्जा असणार होता. फक्त प्रश्न होता सीईएससीची किंमत? हा सौदा अगदी गुपचूप पार पाडायचा होता.

धानुकाही खुशीत होते. हा सौदा करण्यासाठी उत्तम कौशल्य आणि वेळेचं अचूक भान राखण्याची गरज होती. आरपींकडे या दोन्ही गोष्टी आहेत अशी धानुकांची खात्री होती. रुईया आणि बिर्लांकडे जाण्यापेक्षा गोएंकांकडे जाण्याचा त्यांचा निर्णय योग्यच होता. ‘‘गोएंकांनी चांगली किंमत देऊ केली एवढंच नव्हे तर हा सौदा ते घडवून आणू शकत होते. मला यात आरपी यशस्वी होतील हे ठाऊक होते. ज्या कंपनीत केवळ १२ टक्केच हिस्सा आहे ती हस्तगत करण्यासाठी राज्य व केंद्रीय पातळीवर उत्तम संबंध असण्याची गरज होती. त्यात ७ ते ८ मंत्रालयांचा संबंध होता. गोएंकांनी अत्यंत हुशारीनं हा सारा सौदा पार पाडला ’’ असं धानुका म्हणतात. केवळ १० टक्के शेअर्स असूनही यापूर्वी तीन वेळा (सिएट, डनलॉप आणि बायर) हे सौदे आरपींनी यशस्वी केले होते व त्या वेळी ते त्याची पुनरावृत्ती करतील असा त्यांना विश्वास वाटत होता.

१९८४ मध्ये गोएंकांच्या डनलॉप कंपनीच्या खरेदीविरुद्ध प. बंगालचे मुख्य मंत्री ज्योती बसू यांनी पंतप्रधान श्रीमती इंदिरा गांधींना पत्र लिहिलं होतं. परंतु मार्क्सवादी राज्य सरकारशी असलेल्या गोएंकांच्या संबंधात आता आमूलाग्र परिवर्तन झालं होतं. १९९१ मध्ये गोएंकांना सीईएससी खरीदता यावी म्हणून डाव्या सरकारनं चाकोरीबाहेर जाऊन त्यांना मदत केली. हल्दिया पेट्रोकेमिकल्स प्रकल्पाच्या संदर्भात गेली पाच वर्षे बसू आरपींना ओळखू लागले होते व त्यांच्या कर्तृत्वाचं त्यांना कौतुक वाटत होतं. नक्षलवाद्यांचे दिवस संपुष्टात आलेले होते. मारवाडी आणि अन्य भांडवलदारांकडं आता हेटाळणीच्या दृष्टीनं पाहिलं जात नव्हतं, किंबहुना बसूंचं मार्क्सिस्ट सरकार त्यांचा अनुनय करत होतं. तसंच गोएंकांच्या ऐवजी टाटा समूहाच्या दरबारी शेठना आधीचा सौदा करू दिल्यानं गोएंकांबद्दल सहानुभूतीच्या भावनाही होत्या. अर्थात एवढ्या मोठ्या सौद्यासाठी केवळ राज्य सरकारची परवानगी पुरेशी नव्हती. पंतप्रधानांचे कार्यालय आणि अर्थमंत्रालय यांच्याही अनुमतीची गरज होती.

या बाबतीत गोएंका अगदी नशीबवान ठरले. १९८९ च्या निवडणुकीत राजीव

गांधींचा पराभव झाला होता व विश्वनाथ प्रताप सिंग पंतप्रधान झाले होते. त्यांच्याशी आरपींची फारशी मैत्री नव्हती. परंतु 'सीईएससी' चा करार करण्याच्या उद्योगात आरपी असताना राजीव गांधीच पंतप्रधानपदी (फेब्रु. १९७९) होते. तसेच सीईएससीचे अध्यक्ष भास्कर मित्तर सेवानिवृत्त होऊन आरपींकडं सूत्र येणार त्या वेळी त्यांचे एक हितचिंतकच महत्त्वाच्या पदावर होते.

सीईएससी करार करण्यासाठी गोएंका आपला शेअर्सचा हिस्सा वाढविण्यात गुंतले असताना दिल्लीत महत्त्वपूर्ण ऐतिहासिक घडामोडी घडत होत्या. नोव्हेंबर १९९० मध्ये लोकसभेत बंड होऊन विश्वनाथ प्रताप सिंग यांना राजीनामा द्यावा लागला व चंद्रशेखर पंतप्रधान झाले होते. त्यांची राजवट अल्पकालीन (१० नोव्हेंबर १९९० ते २१ जून १९९१) ठरली तरी गोएंकांना सीईएससी करार पुरा करता येईल इतकी ती दीर्घकालीन होती. पंतप्रधान चंद्रशेखर आपल्या पहिल्याच कलकत्ता भेटीच्या वेळी आर.पी. गोएंकांच्या अलिपूर येथील घरी भोजनास हजर राहिले. त्यापासून नोकरशहांनी योग्य तो बोध घेतला. पंतप्रधानांच्या जुन्या मित्राच्या महत्त्वाकांक्षेत उगाच कशाला अडथळे आणा? असा विचार त्यांनी केला. २ फेब्रुवारी १९९१ रोजी गोएंकांनी सीईएससीच्या अध्यक्षपदाची सूत्रे हाती घेतली व भास्कर मित्तर उपाध्यक्ष बनले. गोएंकांनी सीईएससी संजीवला 'देणगी' म्हणून दिली व ते परमेश्वराचे आभार मानायला मंदिराकडे निघून गेले.

व्यावसायिक गप्पा मारताना ते सर्वशक्तिमान ईश्वराचा वारंवार उल्लेख करतात. ते त्याचे आभार तरी मानतात किंवा त्याचे आशीर्वाद मागतात. ते निष्ठावान हिंदू आहेत. धर्म ही बाब ते गांभीर्यानं घेतात व उद्योगातील आपल्या यशाचं काही श्रेय त्याला देतात. अन्य उद्योगपतींच्या तुलनेने हे वागणे अगदी विसंगतच. भारतातील बडे उद्योगपती धर्मासाठी नाममात्र वेळ देतात. गोएंका जितका वेळ काळ शक्ती आणि पैसा यासाठी खर्च करतात तसे करणारे फारच थोडे उद्योगपती आहेत.

कै. आदित्य बिर्ला दररोज दहा मिनिटं प्रार्थना करण्यात घालवायचे. ''यशस्वी माणसांना ईश्वराचं अस्तित्व जाणवणं अधिक सोपं असतं,'' असा त्यांचा विश्वास होता. धर्मामुळे शक्ती मिळते आणि विनय प्राप्त होतो असं गोएंकांच मत. ''धर्मावरील विश्वासामुळे तुम्हाला आत्मविश्वास प्राप्त होतो आणि दुसरे म्हणजे तुम्हाला तो विनयशील बनवतो. जेव्हा ईश्वराच्या अंतिम शक्तीवर तुम्ही विश्वास ठेवता तेव्हा तुम्हाला तुमची व तुम्ही किती लहान आहात याची जाणीव होते. व्यवसाय, राजकारण व शिक्षण या जीवनाच्या विविध पैलूत विनयशीलतेचा उपयोग होतो. असे गोएंका म्हणतात. परंतु बिर्ला जसे धर्मादाय संस्थांना मदत करतात, मंदिरे उभारतात, गरिबांसाठी शाळा आणि रुग्णालये बांधतात तसं गोएंकामधील धार्मिकता करत नाही.

बजाज व बिर्लासारखे बहुतेक मारवाडी शाकाहारी असून गोएंकाही शाकाहारीच. त्यामुळे १९७० च्या दशकात गोएंकांनी 'शेरेटन इंटरनॅशनल' व 'हॉलिडे इन' या प्रकल्पात भाग घेतला नाही. मांसाहार दिल्याशिवाय तुम्ही पंचतारांकित डिलक्स हॉटेल चालवू शकत नाही. त्यामुळे आम्ही हॉटेल उद्योगात प्रवेश करू शकत नाही.'' असे त्यांनी या कंपन्यांची ऑफर नाकारताना नम्रतेने सांगितले होते. परंतु अलीकडे मात्र गोएंका अधिक पुरोगामी बनलेले दिसतात. १९८९ मध्ये त्यांनी 'स्पेन्सर' कंपनी ताब्यात घेतली तेव्हा हिंदुधर्मग्रंथ आडवे आले नाहीत. मद्रास (आता चेन्नई) येथील १३० वर्षांची स्पेन्सर ही जुनी कंपनी असून त्यांचं एक हॉटेल आहे एवढंच नव्हे तर निर्यातभिमुख (कोळंबी प्रकल्प) स्थापन करण्याची त्यांची योजना आहे. असेच दक्षिण व पूर्व भारतात झटपट खाद्यपदार्थ दुकाने (फास्ट फूड) उघडण्यासाठी या कंपनीने 'विम्पी'शी करार केला आहे.

गोएंका हे चांगले हस्तसामुद्रिक मानले जातात. ते ज्योतिषशास्त्राचे विद्यार्थी असून दररोज पूजा करतात. दिल्लीतील पृथ्वीराज रोडवरील आपल्या बंगल्याच्या बागेत ते दरवर्षी फाल्गुनात यज्ञ करतात. त्यांच्या सेवेत ७१ पुजारी (त्यातील ६५ बनारसमध्ये आहेत) असून ते उद्योगात त्यांना यश लाभावे म्हणून दररोज प्रार्थना करतात. खरंतर प्रार्थना करायला पर्याय नसतो, परंतु कधीकधी ते शक्य होत नाही. तेव्हा मग प्रार्थनेसाठी इतरांना सांगावं लागतं.'' असे हसतहसत ते म्हणतात.

तिरुपती बालाजींचं दर्शन घेऊन नव्या वर्षाला सुरुवात करण्याचा त्यांचा वर्षानुवर्षे परिपाठ आहे. तिरुपती देवस्थानचे ते विश्वस्त होते व त्याचा त्यांना अभिमान वाटे. ''मी ११ वर्षे विश्वस्त होतो. विजय भास्कर रेड्डी मुख्य मंत्री बनले तेव्हा त्यांनी मला काढून टाकलं.'' असे ते भावुक स्वरात म्हणतात. दरवर्षी कुटुंबियांना व काही निवडक मित्रांना घेऊन ते तिरुपतीला जातात.

१९९० सालची पहाट याला अपवाद नव्हती. सूर्योदयापूर्वीच हजारो भाविकांची मंदिरापुढे रांग लागलेली होती. काही सेकंदाच्या दर्शनासाठी ते तास न् तास वाट पाहात असतानाच गोएंकांच्या मोटारींचा ताफा तेथे येऊन थडकला. त्यांना तत्काळ आत प्रवेश देण्यात आला. गोएंकांनी देवापुढे वाकून नमस्कार केला. त्या वेळच्या प्रार्थनेत नेहमीपेक्षा अधिकच आळवणी होती. गोएंकांनी उरी बाळगलेले स्वप्न साकार करताना भंबेरी उडायची वेळ आली होती व त्यातून बाहेर पडण्यासाठी त्यांना ईश्वराच्या मदतीची गरज होती.

हल्दियाचं अपहरण!

कलकत्त्याच्या दक्षिणेला २०० कि. मी अंतरावर हल्दिया इथे नॅफ्थॅवर आधारित एका मोठ्या पेट्रोकेमिकल प्रकल्पाचे प. बंगाल औद्योगिक विकास

महामंडळाबरोबर गोएंका मे १९८५ मध्ये सहप्रवर्तक झाले आणि त्या क्षणापासूनच त्यांच्या कटकटीला आरंभ झाला. सुरुंगाने पेरलेल्या भूमीतच प्रवेश करत आहोत हे ठाऊक असूनही गोएंकांनी पुढे जायचे ठरवले होते.

"मी एकदा ज्योती बसूंना सहज भेटायला गेलो आणि या साऱ्या प्रकरणाची सुरुवात झाली. बसूंवर प्रभाव टाकावा म्हणून मी गुजरात पेट्रोकेमिकल्सचा अध्यक्ष आहे." असे त्यांना सांगितले. त्यावर ज्योती बसूंनी विचारलं, "पण पश्चिम बंगालसाठी तुम्ही काय करता आहात?" त्यांनी माझी हवाच काढून घेतली. दोन दिवसांची मुदत मी मागून घेतली. त्यांना पुन्हा भेटलो आणि हल्दिया इथे पेट्रोकेमिकल्स प्रकल्प उभारण्यासाठी जबाबदारी उचलायला तयार आहे असं सांगितलं असं आरपी म्हणतात. या किश्श्यामागे बरीचशी पार्श्वभूमी दडलेली आहे. या पेट्रोकेमिकल्स प्रकल्पात केंद्र सरकार सहभागी होणार होते परंतु जुलै १९८४ मध्ये त्यांनी अंग काढून घेतले होते व प. बंगाल सरकार भागीदाराच्या शोधात होते. सहज शेरा मारणे ही काही गोएंकांच्या कामाची पद्धत नव्हती.

पेट्रोकेमिकल्स क्षेत्रातील संभाव्य प्रवेशाआधी आर. पी. जी. उद्योगसमूहाने भरपूर तयारी केली होती. हे क्षेत्र अनेकांचे आकर्षण बनले होते. असले अर्धा डझन प्रकल्प खाजगी उद्योगांना सरकार देण्याची शक्यता होती त्यामुळे त्यात प्रवेश मिळावा म्हणून जवळजवळ प्रत्येकच बडा उद्योगसमूह रात्रंदिन प्रयत्न करत होता. १९८० च्या दशकातील या पेट्रोकेमिकल्स शर्यतीत धीरूभाई अंबानी, अरविंद मफतलाल, विजय मल्ल्या, आदित्य बिर्ला आणि शाम भारतीया यांच्यासारखे अतिरथी महारथी सामील झाले होते.

त्या वेळी ५५ वर्षे वयाचे असलेल्या गोएंकांच्या दृष्टीने हल्दिया प्रकल्प हा वैयक्तिक दृष्ट्या त्यांच्या कारकीर्दीचा कळसच ठरणार होता. आपल्या आजवरच्या आयुष्यात गोएंकांनी औद्योगिक साम्राज्य उभारलं असलं तरी त्यांनी अगदी मुळापासून कोणताही कारखाना यशस्वीपणे उभारला नव्हता. जे काही त्यांनी छोटे कारखाने उभारले त्यात ३०० कोटी रुपयांचा नाशिक येथील टायर कॉर्डचा कारखाना होता. तो १९९५ मध्ये विकावा लागला. इंडिया पॉलिफायबर्स हा ७५ कोटी रुपयांचा पॉलिस्टर फायबर कारखाना १९८७ मध्ये प्रमोट करण्यात आला, परंतु व्यापारी उत्पादन सुरू झाल्यापासून तीन वर्षात त्याची इक्विटीच संपुष्टात आली. दाढीच्या ब्लेडसनिर्मिती क्षेत्रात मल्होत्रा समूहाने गोएंकांच्या 'विल्टेक'ला इतकी जबरदस्त धडक दिली की, कंपनी लिलावात काढायची पाळी आली. दरम्यान छोट्या कंपन्यांनाही हादरे बसत होते. १९ कोटीच्या सेटेक्स पेट्रोकेमिकल्सचा नफा इतका कमी झाला की कंपनी चालू राहावी म्हणून ती 'केईसी' मध्ये विलीन करावी लागली. प्रिन्टेड सर्किट बोर्डस निर्मिणाऱ्या मेपल सर्किटस आणि ओक इंडिया या

काश्मीरमधील दोन छोट्या कंपन्यांना तेथील कायदा व सुव्यवस्थेच्या स्थितीमुळे उत्पादन थांबवावं लागलं.

त्यांच्या उद्योगसमूहातील बड्या आणि उत्कृष्ट कंपन्यांची उभारणी इतरांनी केली होती. त्यामुळे धीरूभाई अंबानी अथवा आदित्य बिर्ला यांच्यासारखे आपणही जागतिक दर्जाचा कारखाना उभारणारे असावे अशी गोएंकांची अंतस्थ इच्छा होती. या उद्योगपतींनी त्यांची स्वप्ने वास्तवात साकार करून दाखवली होती. त्यांच्यासारखाच आपणही ठसा उमटवावा असे गोएंकांना वाटत होते. तेव्हा १९८८ मध्येच त्यांनी योजना आखायला प्रारंभ केला परंतु कोणत्याच प्रस्तावाला यश आले नाही.

त्यामुळे हल्दिया प्रकल्पाचा प्रस्ताव मांडला जाताच ती संधी अगदी 'दो करांनी' उचलायची असं त्यांनी ठरवलं. त्यांच्या आयुष्यातला तो सर्वात मोठा प्रकल्प ठरला असता आणि कारकीर्दीवर कळस चढला असता. या प्रकल्पासाठी वेळ मिळावा म्हणून त्यांनी आरपीजी उद्योगाची सूत्रे हर्ष गोएंकांकडे सोपवली. 'इकॉनॉमिक टाइम्स'शी बोलताना त्यांनी सांगितले की, 'हल्दियात मी तत्काळ व्यक्तिशः लक्ष घालणार आहे. यापुढे मी कंपन्या काबीज करण्याच्या खेळात राहणार नाही हे मी स्पष्ट करू इच्छितो. त्यामुळे उद्योगक्षेत्रातील माझ्या मित्रांना निश्चिंत वाटायला हरकत नाही!''

हल्दियाची जबाबदारी उचलण्याची गोएंकांची 'ऑफर' ज्योती बसूंनी कृतज्ञतापूर्वक स्वीकारली. बसूंचा तो अत्यंत लाडका प्रकल्प होता परंतु इतर कोणाला त्यात फारसा रस नव्हता, या कारखान्याचं मूळ इरादापत्र ११ नोव्हेंबर १९७७ ला मिळालं असलं तरी केंद्रीय अर्थ मंत्रालय व 'इंडस्ट्रियल डेव्हलपमेंट बँक ऑफ इंडिया' कडून प. बंगाल सरकारने अजून महत्त्वाच्या परवानग्या मिळवल्या नव्हत्या, गोएंकांचे दिल्लीत चांगले संबंध असल्याने योग्य त्या ठिकाणी सूत्रं हलवून केवळ कागदावरच असलेला हा प्रकल्प प्रत्यक्षात आकार घेऊ शकेल असं त्यांना वाटत होतं. परंतु दुर्दैवाने तसे घडले नाही. दर वेळेला एक अडथळा पार केला की दुसराच अडथळा निर्माण होई. या निराशजनक विलंबामुळे राज्य सरकार शिरा ताणून केंद्राला दोषी ठरवू लागले.

उदाहरणार्थ २० फेब्रुवारी १९८६ रोजी त्या वेळी प. बंगालचे व्यापार व उद्योगमंत्री असलेले निर्मल बोस यांनी उत्पादनाला मंजुरी द्यायला विलंब लावून केंद्र हा प्रकल्प रोखून धरत आहे असा आरोप केला, हा प्रश्न लोकसभेत उपस्थित करावा असं त्यांनी संसदेतील डाव्या आघाडीच्या खासदारांना सांगितले. त्यानंतर सात महिन्यांनी (सप्टें. १९८६) केंद्राने सहा परदेशी तांत्रिक सहकार्य करारांना अनुमती दिली, त्यानंतर कित्येक महिने काहीच हालचाल झाली नाही. कलकत्त्यात असंतोष धुमसत असताना ज्योती बसू यांनी त्या वेळेचे अर्थमंत्री विश्वनाथ प्रताप

सिंग यांची भेट घेतली. त्यांनी या प्रकरणी लक्ष घालण्याचं आश्वासन दिलं होतं परंतु तरीही काहीही घडलं नाही. 'हे काम करणारे सरकार आहे' अशी त्यावेळी राजीव गांधींनी घोषणा दिली होती. 'हल्दिया प्रकल्पाच्या बाबतीत सरकारनं जरा अधिक वेगानं काम केलं तर बरं' असा टोला बसूंनी लगावला, गोएंकांकडे अबकारी कराची थकबाकी होती व त्यावर केंद्रानं हल्ला चढवला होता त्याचा हल्दिया प्रकल्पाच्या प्रस्तावावर प्रतिकूल परिणाम होणार नाही एवढंच आश्वासन विश्वनाथ प्रताप सिंग यांनी दिलं.

अर्थमंत्रिपदाची सूत्रं सिंग यांच्याकडून नारायणदत्त तिवारी यांच्याकडे आली तेव्हा ज्योती बसू पुन्हा दिल्लीला गेले. तिवारी यांची गोएंकांशी जुनी दोस्ती होती. त्यांनी दहा दिवसात प्रकल्पाला मंजुरी दिली जाईल असे आश्वासन १९ जाने. १९८८ रोजी बसूंना दिले. परंतु तीन महिने उलटले तरी काही झाले नाही, सरकारकडे आमची फाईल अजूनही पडूनच आहे अशी कुरकूर बसूंनी केली. एप्रिल १९८८ मध्ये या प्रस्तावाबद्दल लोकसभेत प्रश्न उपस्थित झाला. राजीव गांधी सरकारनं आवश्यक त्या सर्व परवानग्या या प्रकल्पाला दिल्या आहेत की नाही? असा सवाल विचारला गेला. विविध पक्षांच्या ४४ खासदारांनी हा प्रकल्प लौकरात लौकर मंजूर करावा अशी विनंती राजीव गांधींना केली. अखेर त्या दबावाखाली अर्थ खात्याने हल्दिया प्रकल्पाच्या पहिल्या टप्प्याला २९ सप्टेंबर १९८८ रोजी परवानगी दिली.

हल्दिया प्रकल्पाला मुख्य अडचण होती पैशांची. गोएंका, प. बंगाल औद्योगिक विकास महामंडळ व डावी आघाडी या तिघांकडंही रोख रक्कम नव्हती. दरम्यान प्रकल्प अव्वाच्या सव्वा फुगत चालला होता. 'क्रॅकर' चा आकार दुपटीहून मोठा करण्यात आला आणि आराखड्यात आणखी काही उपकारखान्यांची भर घालण्यात आली. त्यामुळे आणि विलंबापायी या प्रकल्पाचा अंदाजे खर्च वाढतच गेला. १९७७ मध्ये या प्रकल्पाचा अंदाजे खर्च होता ४२८० कोटी रु. १९८५ मध्ये तो १००० कोटी आणि १९९० मध्ये ३००० कोटीवर पोचला होता. हा प्रकल्प टिकाव धरू शकेल की नाही याबद्दल बँकांना साशंकता वाटत असल्याने त्या कर्ज द्यायला तयार नव्हत्या आणि केंद्र आपला निधी उपलब्ध करून देऊ इच्छित नव्हते. त्यामुळे जेव्हा १५ ऑक्टोबर १९८९ रोजी या प्रकल्पाचा पायाभरणी समारंभ करण्याचं राजीव गांधी यांनी ठरवलं तेव्हा बसूंना आश्चर्याचा धक्का बसणे साहजिकच होते.

या मागे काहीतरी काळंबेरं आहे अशी शंका बसूंना आली खरी परंतु नेमका काय डाव आहे हे त्यांना तेव्हा उमजलं नाही. १४ सप्टेंबर रोजी दिल्लीत राजीव गांधी यांनी भोजनाला आमंत्रित केलं तेव्हा बसूंनी हल्दिया बाबत काही शर्ती घातल्या. हल्दिया पेट्रोकेमिकल्सच्या निधी उभारण्याबद्दल केंद्र सरकार विधायक

पावले उचलील असे आश्वासन लेखी द्यावे अशी एक शर्त त्यात होती. राजीव गांधी यांनी ती मान्य केली. त्या वेळचे अर्थसचिव गोपी अरोरा यांनी ९ ऑक्टोबर रोजी वित्तीय संस्थांची घाईघाईने बैठक घेतली, त्या वेळचे गृहमंत्री बुटासिंग यांनी १४ ऑक्टोबरला औपचारिक पत्र बसूंच्याकडे सुपूर्द केले. राजीव गांधी व बसू विमानाने एकत्रच कलकत्त्याला गेले. १५ ऑक्टोबरला झालेल्या पायाभरणी समारंभाच्या वेळी काँग्रेसचा तिरंगा व मार्क्सवादी कम्युनिस्ट पक्षाचा झेंडा फडकत होता. उभय नेते एकमेकांशी हास्य विनोद करत आहेत अशी छायाचित्रं दुसऱ्या दिवशीच्या वर्तमानपत्रातून झळकली.

त्यानंतर दोनच दिवसांनी राजीव गांधींनी लोकसभा निवडणुका घेण्याची घोषणा केली. बंगाली मतदारांना खूश करण्यासाठी पायाभरणी समारंभाचा सारा देखावा होता हे उमगल्याने बसू वैतागले.

छायाचित्रात राजीव गांधी प्रसन्नचित्त, बसू धीरगंभीर तर गोएंका उदास दिसत होते. गोएंकांच्या खिन्नतेचे कारण अंबानी हल्दिया प्रकल्पावर झेपावणार आहेत अशी कुणकुण त्यांना लागली हे होतं. तसं घडलं असतं तर गोएंकांची कात्रीत सापडल्यासारखी अवस्था झाली असती. हल्दिया प्रकल्प मिळावा म्हणून त्यांनी फार परिश्रम घेतले होते. अंबानींशी दोन हात करण्याची त्यांची मुळीच इच्छा नसली तरी आपल्या हातचा प्रकल्प सहजासहजी जाऊ देण्यास ते तयार नव्हते.

अंबानींबरोबर हातमिळवणी करण्यास बसूंची असलेली तयारी पाहून गोएंका दुखावले गेले. गेली चार वर्षे बसूंबरोबर गोएंका काम करत होते आणि ते आता असे उलटतील असे गोएंकांना वाटलं नव्हतं. चार वर्षे झाली तरी गोएंका काही खास करू शकले नव्हते. त्यांच्यापेक्षा अंबानी काही करू शकतील असे बसूंना वाटत होतं. या आधीच बसूंनी गोएंकांबद्दल आपण असमाधानी आहोत असे सूचित केले होते परंतु गोएंकांच्या ते लक्षातच आले नव्हते. उदाहरणार्थ १९८८ मध्ये गोएंकांवर धाडी पडल्या तेव्हा हल्दिया प्रकल्प संकटात लोटला जाणार असेल तर गोएंकांची संगत सोडण्यास आपण तयार आहोत असे बसूंनी विधानसभेत सांगितले होते.

'इंडिया टुडे' ला दिलेल्या एका मुलाखतीत कलकत्त्याला एका उद्योगपतींनी सांगितले होते की, आर. पीं शी आपले संबंध नेमके कसे आहेत हे उमगतच नाही. ते कदाचित तुमचा गळा कापत असतील परंतु गळा पुरता चिरला जाईपर्यंत तुम्हाला ते कळायचं नाही. यावेळी मात्र गोएंकांनाच फटका बसला. अंबानींबद्दल संशयाची पाल मनात चुकचुकत होती. पण अंबानी यांनी कोणाच्याही लक्षात येणार नाही अशा चलाखीने कारवाया केल्या की त्यांच्याबद्दल आपल्याला वाटणारा संशय बरोबर आहे का असा संभ्रम त्यांना पडला.

अंबानींचं नाव या प्रकल्पाच्या संदर्भात अधून मधून अगदी सहज डोकावे.

पायाभरणी समारंभ झाल्यावर अंबानी यांनी दिल्लीत बसूंसाठी खाना आयोजिला होता. मुंबई व दिल्लीत नंतर झालेल्या अनेक वाटाघाटींच्या फेऱ्याची ती सुरुवात होती. अंबानींनी हल्दियात आपल्याला रस आहे हे जाहीर केलं. १९८९ च्या निवडणुकीत राजीव गांधी पराभूत झाले. त्यानंतर थोड्याच दिवसात अंबानींच्या नावाची शिफारस करणारं गोपी अरोरांचं पत्र डाव्या आघाडीच्या सरकारला मिळालं.

आतापावेतो बुद्धिबळाच्या पटावर राजाची भूमिका बजावणारे गोएंका गांधी आणि बसू यांच्या खेळामधील प्यादे बनले. ज्योती बसूंना धडा शिकवण्यासाठी तुम्ही गोएकांना पकडा असं क्रेंदातील एका बंगाली मंत्र्यानं १९८८ मध्ये पंतप्रधानांना सुचवलं होतं असं म्हणतात. आय डी बी आय च्या मार्फत नवा आर्थिक साहाय्याचा 'फॉर्म्युला' तयार करायला राजीव गांधी यांनी अरोरा यांना ऑक्टो. १९८९ मध्ये जेव्हा सांगितलं होतं तेव्हा खाजगी क्षेत्रातील भागीदारात बदल करू नका अशा सूचना त्यांनी दिल्या होत्या असं इंद्रनील घोष यांनी 'इंडियन एक्सप्रेस'मध्ये म्हटलं होतं. त्यांनी लिहिलं- ''निवडणूक तोंडावर असताना विरोधी पक्षाच्या हाती कोलीत देण्याचा राजीव गांधींचा मनसुबा नव्हता हे उघड आहे. त्यामुळं गोएंकांना हात लावण्यात आला नाही.'' अंबानींना वाट पाहणं भाग होतं.

एका पाठोपाठ एक अडथळे येत होते व त्यामुळं गोएंकांचा उत्साह मावळत चालला. आपल्या एका मित्राजवळ याची कबुली देताना गोएंका म्हणाले, ''केंद्र व राज्य सरकारमधील चकमकीत मला सापडायची इच्छा नव्हती. तीन वर्षे मी या प्रकल्पात गुंतलेलो होतो परंतु गेल्यावर्षीपासून हे धाडस करणं निरर्थक आहे असं मला वाटू लागलं.''

बुधवार, १३ डिसेंबर रोजी मुकेश अंबानी कलकत्त्याला येऊन दाखल झाले. त्यांच्यासमवेत 'पद्मभूषण' किताबाने सन्मानित झालेले पाहिले बँकतज्ज्ञ व आय डी बी आयचे अध्यक्ष कै. सुरेश नाडकर्णी होते. दुसऱ्या दिवशी सकाळी त्यांनी राज्याचे अर्थमंत्री, एम आय टीत शिकलेले अर्थशास्त्राचे प्राध्यापक डॉ. असिम दासगुप्ता यांची भेट घेतली. दासगुप्ता यांनी त्यांचे मनमोकळे स्वागतच केले. अंबानी यांनी आपल्या शर्ती मांडल्या, रिलायन्सला या प्रकल्पातील चार उपकारखाने मिळावेत. मुख्य क्रॅकर कारखाना व अन्य चार उपकारखाने गोएंकाकडे राहतील. 'अंबानीच्या हाती केक तर गोएंकांच्या वाट्याला पावाचे तुकडे' असं शीर्षक देऊन 'बिझनेस स्टॅन्डर्ड'न ही बातमी दिली. 'क्रॅकर कारखान्यात फारशी कमाई होत नाही. तसेच उपकारखान्यांपैकी जे चार अंबानी मागत होते ते गोएंकच्या वाट्याला आलेल्या उपकारखान्यांपेक्षा अधिक फायदेशीर होते.

दरम्यान अंबानींचा भागीदार म्हणून गोएंकांनी स्वीकार करावा म्हणून बसू यांनी अखेरचा प्रयत्न केला. दासगुप्ता यांनी आर पी व संजीव यांचं मन वळवण्याचा खूप

प्रयत्न केला परंतु भागीदाराचा आम्हाला कटु अनुभव (मनु छाब्रिया यांचा) आलेला आहे असं सांगून गोएंकांनी अंबानींना घेण्याच्या प्रस्तावाला नकार दर्शवला.

उद्योगपतींच्या बैठकीत खडाजंगी होऊन आपल्याला चमचमीत बातमी मिळेल अशा अपेक्षेने कलकत्त्याच्या रायटर्स बिल्डिंगच्या पायऱ्यांवर जमलेल्या वार्ताहरांनी गोएंकांवर प्रश्नांची सरबत्ती केली, मुकेश अंबानी आपल्या मोटारीतून निघून गेले होते. गोएंका हे मुळात मितभाषीच. त्यांनी पत्रकारांना सांगितलं, "आम्ही एकत्र काम करावं अशी राज्य सरकारची इच्छा असेल तर आमच्यापुढं पर्याय नाही. जोवर ज्योती बसू आहेत तोवर आम्हाला कोणी बाहेर ढकलून देऊ शकणार नाही." झुंज दिल्याविना बाहेर पडण्याची गोएंकांची वृत्ती नाही. त्यांच्या मनात वेगळी योजना आकार घेत होती.

मुकेश अंबानींच्या भेटीच्या आधी १० डिसेंबर रोजी भाजपच्या नेत्यांनी एक पत्रकार परिषद घेतली. हल्दिया पेट्रोकेमिकल्स प्रकल्पातून गोएंकांना हुसकावून लावण्यासाठी मुख्य मंत्र्यांचे चिरंजीव चंदन बसू यांच्यामार्फत अंबानींनी दबाव आणला असा आरोप या नेत्यांनी केला. या प्रकरणी चंदन बसूंची भूमिका काय हे डाव्या आघाडीच्या सरकारनं स्पष्ट करावं अशी मागणी भाजपने केल्याचं 'इन्डिपेन्डन्ट' च्या वृत्तात म्हटलं होतं. राजीव गांधी मंत्रिमंडळात वाणिज्यमंत्री असलेले प्रिय रंजनदास मुन्शी यांनीही हा सूर उचलून धरून, नवे पंतप्रधान विश्वनाथ प्रताप सिंग यांना एक पत्र पाठवून भाजपने केलेल्या वशिलेबाजीच्या आरोपाची चौकशी करण्याची मागणी केली. या आरोपानी ज्योती बसू अस्वस्थ झाले. गोएंकांना असं घडणार हे ठाऊकच होतं. तेव्हा बसूंनी उपकारखाने सर्वाधिक बोली बोलणाऱ्याला देण्याचं ठरवलं.

मुकेश अंबानी ज्या दिवशी भेटले त्याच दिवशी मुकुंद आयर्नचे वीरेन शहा यांनी मुख्य मंत्र्यांसमवेत रात्रीचं भोजन घेतलं. दुसऱ्या दिवशी वीरेन शहा व त्यांचे चिरंजीव राजेश आणि सुकुमार यांनी दासगुप्ता व राज्याचे मुख्य सचिव तरुण सी. दत्त यांची भेट घेतली. पं. बंगालमध्ये आपण १००० कोटी रुपये गुंतवायला तयार आहोत असे सांगून व आपल्या प्रस्तावाबद्दल एक दृकश्राव्य कार्यक्रम दाखवून दासगुप्ता, दत्त यांना त्यांनी दिपवूनच टाकले.

दुसऱ्या दिवशी १२०० कोटी रुपयांची उलाढाल असलेल्या मित्तल उद्योग समूहाचे प्रमुख मोहनलाल मित्तल व त्यांचे चिरंजीव पी. के. मित्तल भेटायला आले. दासगुप्तांनी त्यांचंही स्वागत केलं. अंबानींना दिले जाणारे चार उपकारखाने आपल्याला मिळावेत, त्यात २ कोटी ते २००० कोटी रुपये गुंतवण्याची आपली तयारी आहे असं मित्तल यांनी सांगितलं. तिसऱ्या दिवशी इच्छुक उद्योगपतींची तर रीघच लागली. गोएंका, अंबानी, शहा आणि मित्तल यांच्याखेरीज विल्यमसन मेगॉरचे बी. एम. खैतान, डंकन ॲग्रोचे गौरी प्रसाद गोएंका, जे. के. इंडस्ट्रीजचे भरत हरि

सिंघानिया आणि अपोलो टायर्सचे रौनक सिंग यांनाही या प्रकल्पात रस होता.

ही जणू एक नवी सर्कस सुरू झाली होती. संभाव्य गुंतवणूकदारांचा माग लावताना पत्रकारांची एकच धांदल उडत होती. एरवी प्लेगच्या उंदरासारखे प. बंगालला वर्षानुवर्षे दूर ठेवणारे उद्योगपती येऊ लागले होते व पत्रकारांची त्यांच्याशी काही जानपहचान नव्हती. त्यामुळं उंची सूटाबूटातील कोणाही व्यक्तीला ते उद्योगपती समजून त्यांच्यावर प्रश्नांचा भडिमार करत होते. रायटर्स बिल्डिंगच्या आत नि बाहेर कितीतरी गमतीजमती, गफलती घडत होत्या. एक स्थानिक व्यापारी म्हणाला. ''हल्दिया पेट्रोकेमिकल्समध्ये आपल्याला रस आहे असा दावा करणाऱ्यांना त्याबद्दल खरंच प्रेम वाटत असेल तर पंचाईत होईल! त्यातल्या काही जणांना हल्दिया नेमकं कुठं आहे हेही ठाऊक नसेल!''

या सर्कशीत गोएंका रिंगमास्टरची भूमिका वठवीत आहेत याचा सुगावा अखेर पत्रकारांना लागलाच. गौरी गोएंका हे आर. पीं. चे धाकटे बंधू होते आणि खैतान हे आर. पीं. चे अगदी निकटचे दोस्त, हल्दियामधील उपकारखाने मिळतील काय याचा आपण शोध घेत आहोत असं दोन महिन्यांपूर्वी पत्र लिहून गोएंकांना आपण कळवलं होतं असं शहांनी कबूल केलं तर मित्तल यांनी गोएंकांना आपला पाठिंबा व्यक्त केला. हा प्रतिष्ठित प्रकल्प आखण्यात पुढाकार घेतलेल्या आर. पी. गोएंकांशी आम्ही स्पर्धा करू इच्छित नाही. त्यांची अंमलबजावणी करण्यासाठी त्यांना मदत करण्यास आम्हाला आनंदच होईल असं मित्तल म्हणाले. आरपी माझे जवळचे दोस्त आहेत असं सांगून रौनक सिंग यांनी आपण आरपींच्या 'ऑफर'ची वाट पाहात असून या प्रकल्पाच्या व्यवहार्यतेची चर्चा करण्यास उत्सुक आहोत असे सांगितले. गोएंकांचे डावपेच साधेच पण झकास होते. भागीदार घ्यायचे तर अंबानींसारखा एकच शक्तिशाली भागीदार घेण्यापेक्षा दोन असलेले बरे. तीन असतील तर उत्तमच. चार भागीदार मात्र नकोत असं त्यांचं मत होतं. या समूहाचे प्रमुख म्हणून त्यांना आपल्या नियंत्रणाखाली प्रकल्प ठेवता आला असता.

या प्रकल्पात एवढ्या जणांना असलेली आस्था पाहून दासगुप्ता तर हर्षभरितच होऊन गेले. बारा वर्षे हाल्दियांकडं कोणी ढुंकूनही पाहिलं नव्हतं आणि आता मात्र रीघच लागली होती. एक दोन नव्हे तर आठ उत्सुक वर होते. या स्थितीचा फायदा उठवायचा असं डाव्या आघाडीच्या सरकारनं ठरवलं. त्यांनी हुंडा मागितला. कोणा एकालाच चार उपकारखाने मिळणार नाहीत. आरपींना फार तर तीन मिळतील बाकीच्यांना एकेकावरच समाधान मानावं लागेल असं त्यांनी जाहीर केलं. तसंच सुदैवी वराला स्कूटर्स इंडिया अथवा टिटाघर पेपर सारख्या आजारी उद्योगाला मदत करावी लागेल किंवा राज्यात नवी गुंतवणूक करावी लागेल. या अटी ऐकूनही कोणी कुरकुर केली नाही वा माघार घेतली नाही.

प्रशासनापेक्षा अधिक अनुभवी असलेल्या बसूंनी या कलकलाटी सर्कसपासून दूरच राहणं पसंत केलं. हल्दियासंबंधी ते बोलतच नसत, आणि बोलले तर अगदीच मोजकं, गूढ, उडत उडत असे. संभाव्य गुंतवणूकदारांची छोटी यादी घेऊन बसू दिल्लीला गेले व ती केंद्राला सादर केली. जाने. १९९७ मध्ये झालेल्या या बैठकीत पंतप्रधान विश्वनाथ प्रताप सिंग यांनी त्यांच्याच अंगणात चेंडू टोलवला तेव्हा, दासगुप्ता व बडोदा येथील इंडियन पेट्रोकेमिकल्सचे अध्यक्ष सुब्रत गांगुली यांच्यावर बसूंनी ही जबाबदारी सोपवली.

परदेशहून भांडवल आणि कर्ज आदी साहाय्य मिळण्याची क्षमता, स्वतःची आर्थिक ताकद, प्रचंड भांडवली प्रकल्प अमलात आणण्याचा व तंत्रज्ञान आत्मसात करण्याचा अनुभव या निकषावर भागीदारीची निवड केली जावी असं अधिकृत धोरण होतं. अंबानी या निकषाला सर्वस्वी पात्र होते हे निःसंशय, परंतु पूरक कारखान्याच्या आधी उपकारखाने उभारण्यास ते उत्सुक होते. हाजिरा येथे रिलायन्सचा नाफ्था क्रॅकर कारखाना उभारला जात होता. तो हल्दियाला आवश्यक त्या इथिलिनचा पुरवठा करू शकत होता.

बसूंनी यापेक्षा अधिक एकात्म धोरण स्वीकारलं. हा प्रकल्प टप्प्याटप्प्यानं उभारावा असं गोएंका व केंद्र सरकारचं मत होतं. परंतु मुख्य क्रॅकर कारखानाच उभारला गेला नाही तर काय या शंकेनं बसूंनी या कल्पनेला विरोध दर्शविला होता.

जसजसे दिवस जाऊ लागले तसतसे स्पर्धकातून निवड करावी असा दबाव बसूंवर वाढू लागला. अंबानींची ताकद आणि गोएंकांची चिकाटी यात कोणाचा विजय होणार? या प्रश्नाचं उत्तर होतं टाटा टीचे दरबारी सेठ!

दरबारी सेठ हे जे आर डी टाटा समूहातील एक बुद्धिमान अधिकारी. व्यापक दृष्टिकोण व जबर महत्त्वाकांक्षा असलेले सेठ हे 'टाटा टी' आणि 'टाटा केमिकल्सचे' प्रमुख होते. खते आणि पेट्रोकेमिकल्स क्षेत्रात प्रवेश करण्याचा १९७० पासून ते प्रयत्न करत होते. परंतु त्यांच्या कोणत्याच प्रयत्नांना यश आले नव्हते. बॉम्बे हाऊस मधील आपल्या कार्यालयातून सेठ कलकत्त्यातील घडामोडींवर लक्ष ठेवून होते. अखेर त्यांना संधी दिसू लागली. 'हल्दिया' सर्कसमध्ये कुशलतेने प्रवेश मिळवायची तयारी त्यांनी सुरू केली.

बुडणाऱ्यानं वाचवणाऱ्याचा हात ज्या आशेनं पकडावा त्या आशेनं बसूंनी दरबारी सेठ यांचा हात धरला. हल्दियासारखा प्रकल्प अमलात आणायला टाटा सारखी बडी कंपनी सक्षम वाटत होती. बसूंना टीकेला सामोरं जाणं सोपं झालं असतं. २५ जाने. १९९० रोजी प. बंगाल औद्योगिक विकास महामंडळानं गोएंकांशी मे १९८५ मध्ये झालेला करार रद्द करून 'टाटा टी' शी नवा करार केला. ''त्या दिवशी माझ्या डोळ्यातून अश्रू ओघळले. सबंध प. बंगालमध्ये

माझ्याइतका दुसरा अवमानित गृहस्थ नसेल'' असं गोएंका म्हणतात. तर दरबारी सेठ यांनी, ''त्यांना हिरो व्हायचंय. तुम्ही हल्दियाला नकार दिला तरच मी तो घेईन असं त्यांना मी म्हणालो होतो की नाही हे तुम्ही त्यांनाच विचारा. मी त्यांना 'बडे भय्या' म्हणतो. तेव्हा मी त्यांच्याशी असा कसा वागेन?'' असे उद्‌गार काढले.

ते काहीही असो अंतिम विजयाचं हास्य गोएंकांच्याच चेहऱ्यावर प्रकटलं. ''मुख्यमंत्र्यांनी माझ्या हातातील प्रकल्प काढून तो दरबारी सेठना दिला. आणि तीन वर्षांनंतर काय घडलं? रायटर्स बिल्डिंगमध्ये दरबारी सेठ यांना कोणी खिजगणतीतही धरत नाहीत असं मला समजलंय.'' असं गोएंका समाधानी सुरात सांगतात, सेठ निवृत्त झाल्यावर रतन टाटांकडं सूत्र आली. गोएंकांना ईश्वरानेच मदत केली म्हणायची!

माझ्या अंतर्यामीची भावना

गोएंकांच्या साम्राज्याचा सामान्य माणसाच्या जीवनाला अनेक अंगांनी स्पर्श होत असतो. दिवा लावा किंवा चहाचा घोट घ्या अथवा दाढी करा, वा संगीत ऐका, किंवा कामावर वाहनानं जा. अशा गोष्टी करताना सीईएससी, हॅरिसन मल्याळम, विलटेक, एचएमव्ही व सिएट यांचं उत्पादन तुम्ही वापरत असण्याची शक्यता आहे. परंतु गोएंकांचं साम्राज्य शिखरावर आहे असं वाटत असतानाच त्यांचा हा सर्वात कमकुवत क्षण असण्याची शक्यता आहे. गतकाळाची अनेक बलस्थानं ही उद्याची दुर्बलस्थानं वाटत आहेत.

मुख्य गाभ्याच्या क्षेत्रावर लक्ष केंद्रित करणं हा १९९० मधील परवलीचा शब्द बनला आहे. भिन्न भिन्न क्षेत्रात उद्योगाचा विस्तार करणं हे १९६० व्या दशकातील तत्त्वज्ञान आता मागं पडलं आहे. आर पी जी उद्योगसमूहाची एकूण वाढ अर्धवट, बेशिस्त होती. त्यात टायर कंपन्या, औषध कंपन्या, वस्त्रोद्योग, चहाचे मळे, हॉटेल, संगणक, केबल उत्पादन, वीज प्रक्षेपण मनोरे यांचा समावेश होता, गोएंकांनी या साऱ्या कंपन्या खरेदी केलेल्या होत्या व त्यात आणखी भरही टाकली होती. योगायोगानं किंवा संधी मिळाली त्यानुसार या कंपन्या खरीदल्या होत्या. त्यात काही नियोजन वगैरे नव्हतं. चांगल्या किंमतीला सौदा होत असेल, कंपनीचं व्यवस्थापन नीट असेल व खरीदण्याइतके पैसे असतील तर गोएंका ती खरेदी करीत होते.

त्यांनी काही चांगल्या बड्या कंपन्या काबीज केल्या आणि काही कुचकामी कंपन्याही खरीदल्या, त्यांनी त्यांची निवड केली कशी? ''माझ्या मुलांना सारी आकडेवारी समोर असली की बरं वाटतं, मी मात्र लोकांशी बोलणं अधिक पसंत केलं'' असं गोएंका म्हणतात. सिएट खरेदी करण्याचं ठरवलं तेव्हा त्यांचा वार्षिक ताळेबंद पाहण्याची पर्वा आपण केली नव्हती असा त्यांचा दावा आहे. 'सीईएससी'

खरेदी करताना त्यांच्या ताळेबंदाचा अभ्यास करायचा मी प्रयत्न केला परंतु मला तो फारच गुंतागुंतीचा वाटला, मला अंतर्यामी जाणवणारी भावना हीच माझी मार्गदर्शक ठरली आहे'' असं ते म्हणतात.

त्यांच्या अंतर्यामी जाणवणाऱ्या या भावनेबद्दल आता प्रथमच प्रश्न निर्माण केला जाऊ लागला आहे. सरकारने जाहीर केलेल्या उदारमतवादी धोरणाला आपला उद्योगसमूह कसा सामोरा जाऊ शकेल व त्याची क्षमता याचं मूल्यमापन करण्यासाठी हर्ष गोएंका यांनी १९९३ मध्ये मॅककिन्सी या आंतरराष्ट्रीय व्यवस्थापन कंपनीची नियुक्ती केली. या गुप्त पाहणीचे निष्कर्ष अनपेक्षित, अस्वस्थ करणारे व पचनी न पडणारे होते.

बाजारपेठेत नेतृत्व करणाऱ्या कंपन्यांनी सर्वाधिक उत्पन्न मिळवायला हवं याकडं मॅककिन्सी कंपनीनं लक्ष वेधलं आहे. आर पी जी साम्राज्यातल्या अनेक कंपन्यांची विक्री प्रभावी, छाप पाडणारी होती परंतु त्यापैकी बाजारपेठेचं नेतृत्व मात्र कोणाकडं नव्हतं. 'केईसी इंटरनॅशनल' या ट्रान्समिशन टॉवर्सचं उत्पादन करणाऱ्या एका छोट्या कंपनीचा काय तो अपवाद होता, आपल्या उद्योगसमूहाचा फायदा घटत चालला आहे हे आरपींच्या लक्षात आलं नसलं तरी शेअरबाजारातील दलालांच्या मात्र ते ध्यानात आलं होतं. आरपीची उद्योग समूहातील एकूण २२ कंपन्यांचं मार्केट कॅपिटलायझेशन हे एकट्या बजाज ऑटोपेक्षा कमी आहे असं मॅककिन्सीच्या अहवालात आढळून आले. नोव्हेंबर १९९३ मध्ये बजाज ऑटोचे मार्केट कॅपिटलायझेशन २४०० कोटी रुपये होते तर आरपीजी समूहाचे १६०० कोटी रुपये होते. या पाहणीतील काही निष्कर्ष तर आणखी धक्कादायक होते. आरपींनी उद्योगसमूहाची मुख्य वाढ इतर कंपन्या ताब्यात घेऊन झाली असल्यानं त्यांनी स्वतःचं असं काहीच तंत्रज्ञान विकसित केलं नाही. तसंच अन्य कंपन्यांत आणायची उद्योगसमूहाची सवय असल्याने आपल्या कंपनीच्या अंतर्गत व्यवस्थापकांचा ताफा त्यांनी कधीच तयार केला नाही. ही 'वृत्ती' भलतीच धोकादायक आहे असं मॅककिन्सीचं मत आहे. तंत्रज्ञान आत्मसात करण्याचे प्रमाण अत्यल्प होतं. कंपन्या त्यांच्या वाईट व्यवस्थापकांच्याच दर्जाच्या होत्या. बाजारपेठ विकणाऱ्यांपेक्षा खरीददारांची मदत असताना स्पर्धेला तोंड देण्याचं या कंपन्यात सामर्थ्य नव्हतं. अशा परिस्थितीत 'फॉर्च्युन - ५००' यादीतील १६ कंपन्यांशी असलेल्या आरपीजी च्या सहकार्याचा उदोउदो करण्यात अर्थ नव्हता. उद्योगसमूहानं स्वतःचं सामर्थ्य एकवटलं नाही तर जगातील उत्तम तंत्रज्ञानाचा रस्ता उपलब्ध झाला तरी त्यामुळं उद्योगसमूह वाचण्याची शक्यता नव्हती.

उद्योगसमूहाच्या पुनर्रचनेची प्रक्रिया ही अपेक्षेपेक्षाही गोएंकांना क्लेशकारक ठरली. टायर्स, वीज आणि कृषि उद्योग या तीन मूलभूत क्षेत्रात केंद्रीकरण करण्याचा सल्ला मॅककिन्सीनं दिला. तसंच दळणवळण, आर्थिक सेवा आणि किरकोळ सेवा या तीन

संभाव्य मूलभूत क्षेत्रांवर लक्ष केंद्रित करावं असंही त्यांचं म्हणणं होतं. ज्या कंपन्या सुदृढ आहेत त्या ठेवा, बाकीच्या विकून टाका हा त्यांचा सल्ला आरपींनी काहीशा नाखुशीनंच स्वीकारला, सिएटची नायलॉन कॉर्ड डिव्हिजन एस आर एफ च्या अरुण भरत रामना विकण्यास त्यांनी अनुमती दिली. ही डिव्हिजन हर्ष गोएंकांच्या गळ्यातील धोंडच बनली होती. भरत राम ती खरेदी करण्यासाठी ३०० कोटी रुपये द्यायला तयार होते. परंतु आपल्या साम्राज्याचे पंख कापायला आर पी तयार नव्हते. एखादी कंपनी चांगली चालली असेल तर ती कशाला विकायची? उद्या न जाणो ती पण मूलभूत क्षेत्रातील ठरू शकेल ना? असं त्यांना वाटतं.

मॅकॅकिन्सीचा शब्द म्हणजे काय वेदवाक्य नव्हे. मॅककिन्सी हुशार, अनुभवी आहेत हे खरं. त्यांचं ऐकून घ्या. परंतु त्यांच्याशी मतभेद असेल तर तुम्ही तुमच्या मतानुसार वागू शकत नाही असं समजू नका. आतापासून पाच वर्षांनंतर मॅककिन्सीचा अहवाल कितपत उपयुक्त राहील हे, सांगता येत नाही ''असं मी हर्ष व संजीवना सांगितलंय'' असं आर पी म्हणतात.

धीरूभाई अंबानी एकदा म्हणाले होते की, ''एका डोक्यापेक्षा दोन डोकी असलेली बरी असं आम्ही रिलायन्समध्ये मानतो. गरज असेल तेव्हा आम्ही सल्लागारांचा वापर करतो, परंतु अंतिमतः आम्ही आमच्या डोक्यांचा वापर करतो '' आर पी जी उद्योगसमूहानं यापेक्षा वेगळं का वागावं?

दशकानुदशकं जी क्षेत्रं खुली नव्हती त्यात खाजगी उद्योगांना बहरू देण्यास सरकार उत्तेजन देत असताना आर पींना एकाच क्षेत्रात अडकून पडणं पसंत नाही. कंपनीचं सामर्थ्य एकवटणे की वाढ करत राहणं या दोन गोष्टीत त्यांचं मन हेलकावत आहे. रतन टाटांप्रमाणंच अंतर्गत नियोजन भरभक्कम करणं हर्ष गोएंकांना महत्त्वाचं वाटतं. हाती येणाऱ्या प्रत्येक संधीला उत्साहानं प्रतिसाद देण्याच्या आपल्या वडिलांच्या वृत्तीबद्दल त्यांना काळजी वाटते. ते म्हणतात, ''नाही म्हणणं पपांना फार जड जातं. एखादे मुख्य मंत्री येऊन त्यांच्यापुढे जेव्हा एखादा प्रस्ताव मांडतात तेव्हा पपा लगेच होकार देत नाहीत पण नकारही देत नाहीत. दुसऱ्या दिवशी वृत्तपत्रात आम्हाला आर पी जी अमुक एक प्रकल्प उभारणार आहे असं वाचायला मिळतं.''

आरपी, हर्ष व संजीव यांनी आर पी जी उद्योग समूहाचं २००० सालासाठी महत्त्वाकांक्षी लक्ष्य ठेवलं आहे. भारतातील पहिल्या पाच उद्योगसमूहातील आपलं स्थान टिकवण्याचा त्यांचा निर्धार आहे. समूहाचं मार्केट कॅपिटलायझेशन १५००० कोटी रुपयांवर नेण्याचा त्यांचा मनसुबा आहे. वीज, टायर व कृषि उद्योग क्षेत्रात अग्रस्थान पटकवण्यासाठी येत्या सहा वर्षात गोएंकांना ६००० ते १०००० कोटी रुपयांची गुंतवणूक करावी लागेल. सर्व प्रकल्पांसाठी एवढी रक्कम येणार कोठून?

उद्योगसमूहाकडं एवढी रक्कम आहे काय? आर पी हवेतच मनोरे बांधतात असा आरोप केला जातो. त्यांच्या पेट्रोकेमिकल्स प्रकल्पांसारख्याच त्यांच्या या योजनाही हवेतीलच तर ठरणार नाहीत ना?

अशा टीकाकारांनी गोएंका मात्र अस्वस्थ होत नाहीत. ''यशस्वी होण्यासाठी थोडासा स्वप्नाळूपणा असायलाच लागतो. असं सांगून सौम्यपणे ते म्हणतात, ''जेव्हा केव्हा निधीची गरज भासली तेव्हा ते मी नेहमीच उभारले आहेत. आणखी तीन ते पाच वर्षे मला टिकून राह्यचंय, या काळात मी माझ्याच आधीच्या कामगिरीवर मात करून काम करून दाखवीन, याबद्दल मला खात्री आहे.''

□

ब्रिज मोहन खैतान

हॅरॉड्स नाताळ, १९८३

१९८३ मधील नाताळच्या त्या आदल्या शनिवारी अवघं लंडनच जणू खेरदीला बाहेर पडलं होतं. अद्ययावत नाईटस ब्रिज भागातील हॅरॉड्स स्टोअरमध्ये खचाखच गर्दी होती. आकर्षक सजावटीत मांडलेल्या नाना भेटवस्तू खरेदी करण्यासाठी तेथे एकच झुंबड उडाली होती. काहीजण बोन चायना क्रॉकरी निरखण्यात दंगून गेले होते तर काही पॅरिसची सुगंधी अत्तरांचे नमुने पाहण्यात गढले होते. त्या आलीशान दुकानाच्या सात प्रवेशद्वारांपैकी एका प्रवेशद्वारापाशी पोलिसांची तुकडी आली तेव्हा तिच्याकडे फारस कोणाचं लक्षच गेलं नाही. आयरिश अतिरेकी संघटना आय. आर. ए नं त्या प्रख्यात इमारतीच्या आत किंवा बाहेर जवळच बॉम्ब ठेवला आहे अशी माहिती स्कॉटलंड यार्डला मिळाळी होती. एकदम घबराट उडून चेंगराचेंगरी होऊ नये म्हणून पोलिस शांतपणे परंतु ठामपणे लोकांना ती चार मजली इमारत खाली करण्यास सांगत होते.

दुपारच्या भोजनाच्या वेळी उसळलेल्या त्या गर्दीत वाट काढणाऱ्यांमध्ये ब्रिज मोहन खैतान व त्यांचा पुतण्या व निकटवर्ती सहकारी प्रदीपकुमार (पिंटू) खैतान हे होते. ब्रिज मोहन यांचे ब्रिटिश भागीदार रिचर्ड मॅगॉर यांच्याबरोबर एका महत्त्वाच्या बैठकीसाठी दोघे लंडनला आले होते. मॅगॉर यांच्या सक्सेस येथील 'कंट्री हाऊस' मध्ये होणाऱ्या त्या बैठकीला रिकाम्या हातानं जाणं बरं दिसलं नसतं म्हणून 'फूड हॅम्पर' खरीदण्यासाठी ते हॅरॉड्समध्ये आले होते.

"आम्ही हॅरॉड्सच्या ज्या भागात होतो तिथं फारशी धावपळ नव्हती. पोलिस लोकांना तीन नंबरच्या प्रवेशद्वाराच्या दिशेनं ढकलत होते. आमची गाडी प्रवेशद्वार क्रमांक पाच पाशी उभी होती. बॉम्बबद्दल आम्हाला काहीच कल्पना नव्हती. शोफरनं सामानाची पिशवी आमच्याकडून घेतली व तो ती गाडीत मागं ठेवू लागला, हवेत चांगलाच गारठा होता. तेव्हा ओव्हरकोट घेण्यासाठी मी गाडीच्या पुढच्या दरवाज्याशी पोचलो. पिंटू माझ्या जवळच उभा होता. त्या वेळी दुपारचे एक वाजून चार मिनिटं झाली होती. बरोबर एक वाजून पाच मिनिटांनी बॉम्बचा स्फोट झाला." असं खैतान म्हणाले.

खैतान यांच्या 'व्होल्वो' गाडीच्या शेजारीच असलेल्या मोटारीत बॉम्ब दडवलेला

होता असं स्कॉटलंड यार्डच्या चौकशीत नंतर आढळून आलं. त्या बॉम्ब स्फोटात आसपासचे नऊ जण ठार झाले. सुदैवानं ब्रिजमोहन व प्रदीप बचावले.

"पिंटूला बरंच लागलं होतं आणि शोफर तर जवळपास निम्मा भाजला होता. त्याची दृष्टीच गेली. पिंटू आणि मी जवळपास २० यार्डस् दूर फेकलो गेलो. आम्ही हॅरॉड्सच्या काचेच्या शोविन्डोवर आदळलो नाही हे नशीबच म्हणायचं. आम्ही फेकलो गेलो. इतस्ततः माणसं पडली होती आणि आजूबाजूच्या इमारतींच्या खिडक्यांच्या काचांचा रस्त्यावर नुसता खच पडला होता. आम्ही कितीवेळ बेशुद्ध पडलो होतो हेही मला आठवत नाही. बहुधा चार-पाच मिनिटं आम्ही बेशुद्ध असू. आधी मी शुद्धीवर आलो. पिंटू रस्त्यावर पडून असल्याचं मी पाहिलं. मग मागच्या बाजूला लोकांचे ओरडण्याचे आवाज ऐकू आले. मी उठायचा प्रयत्न करू लागलो तेव्हा 'खाली पडून रहा, पडून रहा' असं ते ओरडून सांगू लागले. मी रक्तबंबाळ झालो होतो आणि पिंटूच्या शरीरातून तर रक्ताचे ओघळच वाहत होते. मी त्याच्या पाठीवर थोपटीत म्हटलं, "काळजी करू नकोस आपण अजून जिवंत आहोत, अजून आपण मेलेलो नाही!" ब्रिजमोहन खैतान यांना हिंसेचा प्रकार नवखा नव्हता. पण चहा उद्योगातील या बड्या असामीला अगदी मृत्यूच्या उंबरठ्यावर नेऊन ठेवणारा असा प्रसंग पूर्वी घडला नव्हता.

दहा मिनिटाच्या आत दोघांनाही रुग्णवाहिकेत चढविण्यात आले. ब्रिजमोहन शुद्धीवर असले तरी गुंगीत होते. संसदभवनाच्या जवळील वेस्टमिनिस्टर हॉस्पिटलमध्ये त्यांना दाखल करण्यात आलं. प्रदीपला सेंट थॉमस हॉस्पिटलमध्ये नेण्यात येऊन त्याच्यावर तातडीची शस्त्रक्रिया करण्यात आली. "त्यांनी बरेच टाके घातले, कापाकाप केली, माझ्या रक्तवाहिन्यांची डागडुजी केली. त्यांनी भराभर उपचार केले." असं प्रदीप म्हणतात, परंतु आपली पत्नी शांती हिला त्या प्रकाराचं वृत्त कळवायला ब्रिटिश अधिकाऱ्यांनी विलंब लावला याबद्दल मात्र ते फारसे समाधानी नव्हते.

"भारतातील कोणालाही आम्हाला काय झालं आहे हे जवळजवळ वीस तास कळलं नव्हतं." अशी तक्रार खैतान करतात. हॅरॉड इथं झालेल्या बॉम्बस्फोटाची बातमी मेगॉरनी रेडिओवर ऐकली खरी पण त्यामुळं आपले अपेक्षित पाहुणे आले नसावेत असं त्यांना वाटलं नाही. पाच तासानंतर त्यांना ते वृत्त समजलं. तोवर कलकत्त्यात मात्र मध्यरात्र उलटून गेली होती. त्यामुळं खैतान यांच्या कचेरीला हे वृत्त कळविण्यासाठी मेगॉरना सकाळपर्यंत थांबावं लागलं. शांती खैतान रॉयल कलकत्ता टर्फ क्लबवर पोलोचा सामना पाहात होत्या. दुपारच्या वेळी त्यांना अपघाताचं वृत्त समजलं. त्या अत्यंत काळजीत पडल्या. त्याच दिवशी संध्याकाळचं ब्रिटिश एअरवेजचं विमान त्यांनी कसंबसं पकडलं आणि मार्गारेट थॅचर, प्रिन्सेस डायना आणि आर्चबिशप ऑफ कॅन्टनबरी येण्याआधी त्या आपल्या पतीच्या

रुग्णशय्येजवळ पोचल्या. खैतान यांच्या रुग्णालयातील शय्येजवळ जगातील सर्वात सुंदर स्त्रिया जमल्या असतानाचे त्या प्रसंगाचे छायाचित्र हे फॅमिली आल्बममधील एक महत्त्वाची ठेवच ठरलं!

खैतान यांनी ज्या रिचर्ड मेगॉर यांच्यासाठी तो दुर्दैवी 'फूड हॅम्पर' खरीदला ते मेगॉर चहाचे मळेवाले होते. १८६९ मध्ये त्यांचे आजोबा रिचर्ड बी. मेगॉर यांनी जॉर्ज विल्यम्सन यांच्या सहकार्यानं आसाममधील चहाच्या मळ्यांचे व्यवस्थापन पाहण्यासाठी विल्यम्सन मेगॉर कंपनी सुरू केली होती. नंतर रिचर्ड ज्यूनियर यांच्याकडं या कंपनीची सूत्र आली. रिचर्ड (ज्यूनि.) हे भारत व इंग्लंडच्या वारंवार वाऱ्या करायचे, अधूनमधून केनियाला जायचे. ब्रिटिश राजवटीतील एक खास व्यापारी अशी त्यांची प्रतिमा होती. त्यांच्या सक्सेस येथील इस्टेटवर त्यांनी दोन हत्ती पाळले होते व त्यांचं कपाट उंची शालींनी भरलेलं होतं. घनदाट केस, बुद्धिमान चेहरा, लांब पाय आणि आखूड छाती अशा रिचर्ड यांचा चहाचा व्यवसाय त्या वेळच्या राजकारणासारखाच हेलावत होता. आज मेगॉर कुटुंबाचे कामकाज त्यांचा एकुलता एक मुलगा फिलिप पाहतो. त्याने डरहॅम विद्यापीठातून भूगोल विषयात पदवी घेतली, तो चार्टर्ड अकौन्टन्ट असून दररोज सरासरी बारा कप चहा (तोही आसामचा) पितो. तो अभिमानानं म्हणतो, "एके दिवशी हा व्यवसाय माझा मुलगा एडवर्ड चार्ल्स पाहू लागेल अशी मला आशा वाटते. चहा हाच आमचा कौटुंबिक उद्योग आहे हे त्याला ठाऊक आहे. तशीच शिकवण त्याला दिली आहे. बहुधा मेगॉर कुटुंबियांची पाचवी पिढी इथं भारतात येईल."

फिलिप्स यांची ही भविष्यवाणी खरी ठरेलही. परंतु आता मेगॉर यांचा या उद्योगातील सिंहाचा वाटा राहिलेला नाही. जगातील खाजगी क्षेत्रातील चहा उद्योगातील या बड्या कंपनीत आता सर्वात मोठे भागधारक खैतान आहेत.

ब्रिटिश राजवट आणि मेगॉर ॲन्ड विल्यम्सन कंपनीची हजारो एकरांची चहा मळ्याची राजवट जवळपास एकाच वेळी संपुष्टात आली. पण त्या पूर्वी जागतिक इतिहासात एक छोटीशी नोंद करूनच. दुसऱ्या महायुद्धाच्या वेळी गोव्यातील बंदरात आश्रय घेतलेल्या तीन जर्मन बोटींना उडवून देण्यात आले होते. कंपनीच्या एका व्यवस्थापकाने त्याला मदत केली त्याची त्यावेळी कलकत्त्यात सर्वत्र चर्चा होत होती. या घटनेचे वर्णन नंतर जेम्स लिझरने त्याच्या 'द बोर्डिंग पार्टी' पुस्तकात केले आहे. तसंच 'द सी वूल्व्हज्' चित्रपटातही त्याचा उल्लेख आहे.

कलकत्त्याच्या गजबजलेल्या व्यापारी इलाख्यात ३ मँगो लेन इथं १८६९ साली एका साध्या कार्यालयात सुरू झालेला मेगॉर विल्यम्सनचा कारभार वाढत गेला. शंभर वर्षात ३५१०० एकरावर असलेल्या ४० चहाच्या इस्टेटीवर या कंपनीचे साम्राज्य पसरले. कंपनी दरवर्षी चहाचे १ कोटी ४० लक्ष किलो उत्पादन

करू लागली. दरम्यानच्या काळात कंपनीचे कार्यालय जवळच ४ हॅम्प्टन कोर्ट येथे हलविण्यात आले. कंपनीच्या भरभराटीच्या काळात भारतातील सर्वात बड्या चहा मॅनेजिंग एजन्सी कंपन्यात तिची गणना होऊ लागली. स्वातंत्र्यानंतर या ब्रिटिश कंपनीचे प्रस्थ साहजिकच कमी झाले. भारतीय कंपन्या मेगॉरवर टीका करू लागल्या. मेगॉरचे साम्राज्य कमी होऊ लागले आणि १९५० मध्ये कंपनीकडे केवळ अठराच चहा इस्टेटस उरल्या. त्यांचं रक्षण करण्यासाठी रिचर्ड मेगॉर व वॅट विल्यम्सन यांनी विल्यम्सन मेगॉरच्या भाग भांडवलाच्या हिश्श्याची पुनर्रचना केली. परंतु एकूणच पैशाची टंचाई जाणवत होती व अधिक पैसा उपलब्ध झाला नाही तर अस्तित्वाला धोका निर्माण होण्याचा संभव होता. खैतान म्हणतात, अधिक गुंतवणूक करायला भागीदार तयार नव्हते. सामर्थ्यशाली भागीदार इंग्लंडला परतले होते आणि भारतातील कंपनीतील आपला हिस्सा वाढवायची त्यांची इच्छा नव्हती. कंपनीचा कर्मचारीवर्ग एवढा मोठा होता की त्यावरच फार खर्च होत होता व दिवसेंदिवस तो वाढतच होता. कर्मचारी कमी करण्याची त्यांची इच्छा होती परंतु ते शक्य नव्हतं.

विल्यम्सन मेगॉर समूहातील अग्रेसर कंपनी असलेल्या 'बिशुनाथ टी' वर 'आक्रमण' झालं आणि त्यामुळं खरी आर्थिक कोंडी झाली. खैतानसारख्याच चतुर बनिया असलेल्या बी. बाजोरिया यांनी १९६१ मध्ये 'बिशुनाथ टी' मधील २५ टक्के भाग भांडवलावर कबजा केला. तेव्हा विल्यम्सन मेगॉरचा हिस्सा २६ टक्के होता. त्यापेक्षा बाजोरियांचा हिस्सा फक्त एकच टक्क्यानी कमी होता. 'तो कसोटीचा क्षण होता' असं खैतान म्हणतात. ही चहाची इस्टेट जर त्यांच्या हातातून गेली असती तर आसाममधील त्यांच्या व्यवसायावर भीषण परिणाम झाला असता.

मेगॉर कुटुंबियांचे केनियातही चहाचे मळे होते व रिचर्ड मेगॉर त्यात आता जास्त रस घेऊ लागले होते. बिजोरियांशी लढत द्यायची तर एखादा सामर्थ्यवान भागीदार शोधायला हवा असं रिचर्ड मेगॉरना वाटत होतं. त्या वेळी ब्रिटिश मॅनेजिंग एजन्सी कंपन्यांच्या भारतीयकरणाचं वारं वाहात होतं. तेव्हा भारतीय भागीदार शोधण्याचं त्यांनी ठरवलं. त्यावेळी खैतान हे कंपनीला खते पुरवीत असत. ते एक प्रामाणिक व उदयोन्मुख व्यापारी होते. भागीदार म्हणून मेगॉरनी त्यांची निवड केली

'बडा बाजार' ते बडा साहेब

विल्यम्सन मेगॉरमध्ये एकतृतीयांश भागीदारीचा प्रस्ताव काही वाईट नाही असा विचार ३४ वर्षांचे खैतान यांनी केला. आर्थिकदृष्ट्या इतर कंपन्यांपेक्षा या मॅनेजिंग एजन्सीची स्थिती चांगली होती.

सर्वस्वी निसर्गाच्या लहरीवर कंपनीला अवलंबून राहावं लागत नव्हतं कारण

नेहमीचं एजन्सीचं उत्पन्न, विम्याचं कमिशन या खेरीज स्वतःची गुदामं असल्यानं त्यांचं उत्पन्न मिळत होते. खैतान यांच्या दृष्टीनं या कंपनीची भागीदारी ही प्रतिष्ठेची बाब होती. बरेच मारवाडी चहा कंपन्यांवर कबजा मिळवून बडे साहेब बनत होते. तेव्हा खैतान यांनी प्रस्ताव स्वीकारला. एकच अडचण होती व ती म्हणजे विल्यम्सन मेगॉरमध्ये एलरमॅन्स या ब्रिटिश नौकानयन कंपनीचा एकतृतीयांश हिस्सा होता.

"या कंपनीनं जोरदार शाब्दिक हल्लाच चढवला. एरवी कोणी वापरणार नाही अशा आक्षेपार्ह व बदनामीकारक भाषेत पॅट विल्यम्सना पत्रे पाठवण्यात आली. त्यात भलते सलते आरोप केलेले होते. हे असं वर्षभर चाललं होतं व विल्यम्सची आता वाट लागली असं मला वाटू लागलं असं खैतान यांनी 'विल्यम्सन मेगॉर स्टक टू टी' या पुस्तकाचे लेखक पीटर पग यांना सांगितले. असल्या प्रकारानं दुसरं कोणी असतं तर हायच खाल्ली असती पण खैतान भारतीय संयुक्त कुटुंबाच्या कडक परंपरेत वाढलेले होते. त्यांनी धीर सोडला नाही, नमतं घेतलं नाही. एलरमॅन कंपनीनं आक्षेप घेतले तरीही १९६४ मध्ये विल्यम्सन मेगॉरच्या व्यवस्थापकीय संचालकपदी खैतान यांची नियुक्ती झाली. त्यानंतर काही महिन्यांनी पॅट विल्यम्सन यांचं निधन झालं आणि गोष्टी थेट निकराला पोचल्या. एलरमॅन्सचे शेअर्स खैतान यांनी खरीदले व ते कंपनीचे अध्यक्ष बनले. जगातील सर्वात मोठा खाजगी चहामळ्यांचा मालक बनण्याच्या दिशेनं ते टाकलेलं पहिलं पाऊल ठरेल याची खैतानना त्यावेळी जाणीव नव्हती.

खैतान शांत स्वभावाचे आणि मृदुभाषी. कै.आदित्य बिर्ला व त्यांच्यात बरंच साम्य आहे. बिर्लासारखंच त्यांचं वागणं भपकेबाज नाही. ते पुढं पुढं करत नाहीत. उत्तम शिलाईचे पारंपरिक पद्धतीचे सूट वापरतात. संकट आपल्या दिशेनं चालून येत आहे असं दिसताच ते चटकन रस्ता ओलांडणारे आहेत, असं त्यांचं वर्णन त्यांच्या एका जुन्या मित्रानं केलं होतं. ते शांत स्वभावाचे असले तरी संकटं ओढवून घेण्याची त्यांची प्रवृत्ती आहे. विल्यम्सन मेगॉरचं अध्यक्षपद मिळवणं याला अपवाद नव्हतं.

ऑक्टोबर १९६२ मध्ये आसाममध्ये चीनने आक्रमण केलं. २१ नोव्हेंबरला फौजांनी एकतर्फी माघार घेतली. पण चहाच्या मळ्यातील शांतता मात्र गोळीबार व लुटालुटीनं उद्ध्वस्त झाली. कंपनीच्या चहा इस्टेटीत १९६० च्या दशकात कामगार संघर्ष, अशांतता या दुर्मिळ गोष्टी होत्या. परंतु नंतर दार्जिलिंग व सिलीगुडी इथं नक्षलवादी चळवळ फोफावली आणि कामगार विश्वात अशांतता धुमसू लागली.

"त्यांचे नेते जमिनी बळकावू लागले व संपूर्ण राज्यातच गोंधळ, उत्पात माजवू लागले असं विल्यम्सन मेगॉरचे माजी संचालक सॅन्डीज्-लुम्सडेन म्हणतात.

त्यावेळी आसाममध्ये त्यांची ज्यूनिअर असिस्टंट म्हणून नेमणूक झाली होती. काँग्रेसच्या हातून सत्ता छिनावून घेण्यासाठी कम्युनिस्ट प्रयत्न करीत असल्यानं कलकत्त्यातील कायदा व सुव्यवस्थेची स्थितीही खालावलेली होती.

नंतर परिस्थिती काहीशी सुधारू लागली असतानाच १९६६मध्ये रुपयाचे ४० टक्के अवमूल्यन करण्यात आले. भारतीय निर्यातीला प्रोत्साहन देण्यासाठी केंद्रीय अर्थखात्यानं घेतलेल्या या निर्णयानं सॅन्डीज-लुम्सडेन सारख्या ब्रिटिश व्यवस्थापकांना जबर धक्काच बसला. आपल्या मुलांना उच्चभ्रू बोर्डिंग विद्यालयात पाठवणं, ब्रिटन आणि भारतात दोन्हीही ठिकाणी घरं ठेवणं त्यांना एकाएकी अवघड होऊ लागले. सॅन्डीज-लुम्सडेन कौटुंबिक नात्यामुळे (त्यांची आजी 'मेगॉर' होती) या कंपनीत आले होते. बरीच वर्षे त्यांनी नोकरी केली. पण केवळ भारतात मिळणाऱ्या पगारावर भागणं शक्य नाही हे त्यांना उमगलं. ब्रिटिश व्यवस्थापक मायदेशी परतू लागले. एवढंच नव्हे तर या लोंढ्याचं पुरात रूपांतर झाले. त्यांच्या जागी भारतीय व्यवस्थापक काम पाहू लागले. त्यात राजेश्वर एल. रिख्ये हे एक होते. ते पुढं खैतान यांचे अत्यंत विश्वासू अधिकारी बनले.

ब्रिटिश व्यापारी साम्राज्याचा गाशा गुंडाळला जात होता आणि त्याचाच हा भाग होता. ब्रिटिश अधिकाऱ्यांच्या जागी भारतीय अधिकारी काम पाहू लागले. आता त्यांच्याच हाती कायमचा कारभार येणार होता, असं खैतान म्हणतात. भारतीय अधिकारी स्वस्तात मिळत म्हणून ना? असं विचारता मूळ मुद्द्यालाच बगल देत ते चतुराईनं म्हणाले, 'विल्यम्सन मेगॉर मध्ये ब्रिटिश व्यवस्थापक दर्जा टिकवण्याचा आग्रह धरायचे. त्यांच्या बद्दल आदराची भावना असे. ३०० वर्षांच्या वसाहत वादामुळे त्यांना अधिकार प्राप्त झाले होते. व त्यांनी कारभारावर आपला ठसा उमटवला होता. १९७० पर्यंत अकार्यक्षमतेचे प्रमाण कमी होतं.''

पूर्वी दर गुरुवारी लंडनहून टपाल येई. मग शुक्रवारी आरामात भोजन चाले. खैतान यांनी सूत्रे हातात घेतल्यावर हे बदललं. आरामात काम करण्याचा वसाहतवादी दृष्टिकोण जाऊन त्याची जागा मूलभूत व्यवस्थापन संस्कृतीनं घेतली, स्टाईलपेक्षा नफा महत्त्वाचा हे तत्त्व खैतान यांनी विल्यम्सन मेगॉरमध्ये अंमलात आणलं व त्याची सुरुवात मुख्य कार्यालयापासूनच केली. ४ मँगो लेन ही नऊ मजली इमारत पुन्हा का बांधली हे सांगताना खैतान म्हणतात, ''पूर्वी या इमारतीच्या पुढच्या मोकळ्या आवारात ब्रिटिश त्यांच्या रोल्सराईस व बेन्टलेज् या गाड्या उभ्या करायचे. मागच्या बाजूस बगीचा होता व तिथं वर्षभर माळी फुलझाडं लावायचे. एकदा मी ब्रिटिश अधिकाऱ्याला सांगितलं की तुमच्या कोटाला लावायला फूल आपल्या बगीच्यातून आणण्यापेक्षा ब्रिटनहून आयात करणं स्वस्त पडेल!

खैतान हे व्यवहारी आहेत हे पॅट विल्यम्सना ठाऊक होतं. त्यांनी इमारत पुन्हा

उभारायला परवानगी देणाऱ्या कागदपत्रांवर स्वाक्षरी केली असली तरी त्यांना ही योजना पसंत नव्हती. त्यांचे वडील 'हॅम्पटन कोर्ट' इथं एखाद्या महाराजासारखे राह्यचे. ती जुनी इमारत एका युगाचेच प्रतीक होती. ती पाडणं म्हणजे ऐषारामी जीवन नामशेष करणंच होतं. त्यांच्या भावनांची खैताननना जाणीव होती. परंतु त्यांनाही काहीतरी करून दाखवायचं होतं. नव्या इमारतीकडं दृष्टीक्षेप टाकत ते म्हणतात, "अखेर आयुष्यात मी काहीतरी उभं करून दाखवलं." रमा प्रसाद गोएंका यांच्या प्रमाणं खैतान यांच्याही २५ कंपन्यांच्या साम्राज्यातील बहुतेक कंपन्या खरेदी केलेल्या होत्या. आपली स्वतःची कंपनी उभारावी असं रमाबाबू व ब्रिजूबाबू यांना खूप वाटायचं. त्या दृष्टीनं रमाबाबू यांनी प्रयत्न केला, ब्रिजूबाबूंनाही त्यात सामील करण्याचा त्यांचा बेत होता परंतु हल्दिया पेट्रोकेमिकल्स प्रकल्प टाटा टींच्या दरबारी सेठ यांनी 'पळवला' आणि रमाबाबूंचे मनोरथ कोसळले.

इमारतीचे आराखडे तयार झाले तेव्हा त्यातील सर्वात आकर्षक खोली खैतान यांनी स्वतःसाठी राखून ठेवली. सर्वात वरच्या मजल्यावर कोपऱ्यात त्यांचं कार्यालय आहे. तेथून झाडांच्या शेंड्यांच्याही वर डोकावणाऱ्या व्हिक्टोरिया मेमोरियलचं सुंदर दृश्य दिसतं. खैतान यांच्या नक्षीकाम केलेल्या व एखाद्या किडनीच्या आकाराच्या टेबलामागं सागर सफरीवर निघालेल्या नौकांची जलरंगातील सहा चित्रं आहेत, टेबलाच्या एका बाजूला पारदर्शी बाटलीत काचेची नौका आहे. बोटीवर असतं तसं भिंतीवर घड्याळ आहे. खोलीची सजावट धनाढ्य उद्योगपतीच्या कार्यालयाची असते तशी चाकोरीतीलच आहे. क्रीम रंगाचा उंची गालिचा, जमिनीपासून छतापर्यंत महागडं वूड पॅनेलिंग, शेवाळी रंगाचे चामड्याचे सोफे आहेत. आपल्या कार्यालयात जाण्यासाठी अत्याधुनिक लिफ्टसचा वापर खैतान करीत नाहीत. त्यापेक्षा मुख्य प्रवेशद्वाराच्या आतल्या बाजूला असलेली जुनी लिफ्ट वापरणं ते पसंत करतात. मुळात ही लिफ्ट सामान वाहून नेण्यासाठी होती. आता ती कंपनीच्या अध्यक्षांच्या खास वापरासाठी राखून ठेवलेली आहे. लिफ्टमनचे शुभ्र कपडे जसे चमकतात तसाच लिफ्टचा फ्लोअरही चमकतो. या इमारतीकडं जाणारा रस्ता मात्र चिंचोळा व गजबजलेला आहे. कलकत्त्याच्या सुरेंद्र मोहन घोष सारणी या व्यापारी भागातून हा अरुंद रस्ता या इमारतीपर्यंत येऊन पोचतो.

खैतान हे पूर्णवेळ अध्यक्ष होते. त्यांनी व्यवस्थापनात गैर वाटणाऱ्या गोष्टींना कात्री लावली. भरती करण्याच्या धोरणाची फेररचना करण्यात आली. "भारतीयांबाबत पक्षपात करण्यास प्रतिबंध करण्यात आला आणि परदेशी शिक्षण घेतलेल्यांना फाजील महत्व दिलं गेलं नाही" असं खैतान सांगतात. १९४९ ते १९८९ या काळात विल्यम्सन मेगॉरच्या लंडन ऑफिसातील एक जाडजूड असामी नोकर भरतीचं काम करत असे. सैन्यात काम केलेल्यांना, विशेषतः सहा फूट उंचीच्या

माणसांना तो प्राधान्य देई. असं मायकेल रोम म्हणतात.

पाच फूट, पावणे सात इंच उंचीचे खैतान ताडमाड दिसतात. त्यांच्या गोल गरगरीत चेहऱ्यावर स्मित झळकत असतं. मिश्या राखणाऱ्या खैतान यांचे करडे होत चाललेले केस नीट विंचरलेले असतात. सोनेरी काड्यांच्या चष्म्यामागील त्यांचे किरमिजी डोळे जीवन जगण्याच्या ऊर्मीनं चमकत असतात. त्यांच्या बायकी हातांसारखेच त्यांचे कपडे नाजूक असतात. सर्वसाधारणतः गडद रंगाचे सूट व टाय वापरणारे खैतान कलकत्त्याच्या उन्हाळ्यात मात्र अर्ध्या बाह्यांचे फिकट रंगाचे सूट घालणं पसंत करतात.

तीन दशकं ब्रिटिशांशी संबंध असल्यानं ब्रिजूबाबूंच्या वागण्यात पाश्चिमात्य ढंग उतरला आहे. हिंदी, बंगाली, मारवाडी व इंग्लिश या चारही भाषेत ते अस्खलितपणे बोलू शकतात. त्यांच्या सौम्य आवाजात इंग्रजीतील 'मे फेअर' छटा डोकावते. बकिंगहॅम पॅलेसच्या प्रवक्त्याप्रमाणे त्यांची भाषा मुत्सद्दीपणाची असते. महत्त्वाच्या नाजूक विषयांवर बोलताना सौम्य वाक्प्रचार ते वापरतात. ''तुमची हरकत नसेल तर मी असं सांगू इच्छितो'' किंवा ''मी हा शब्द वापरू काय?'' अशा प्रकारचं त्यांचं बोलणं असतं पण त्यांच्या बोलण्यात विनम्रतेची छटा नसते. 'द पार्टी' चित्रपटातील वेंधळ्या भारतीयाची भूमिका करणारे ते पीटर सेलर्स नसून स्वतःवर जबर आत्मविश्वास बाळगणारे उद्योगविश्वातील अग्रणी आहेत.

आपल्या वडिलांना फॅन्सी ड्रेस, बॉल्स व पोलो अशा ब्रिटिश छंदात वेळ घालवायला आवडतं असं खैतान यांचे चिरंजीव आदित्य म्हणतात. परंतु खैतान यांचा किरमिजी वर्ण व उजव्या हातातील तांबडा दोरा हे त्यांच्या हिंदुत्वाची साक्ष देतात. बिर्ला, गोएंका, बजाज यांच्या प्रमाणेच खैतान हेही मारवाडी व्यापारी जमातीतील आहेत. एखाद्या 'नन' पेक्षाही लाजाळू असा या जमातीचा लौकिक आहे. परंतु गोल्फ खेळणारा, अधून मधून ब्रॅन्डी घेणारा अशी आपली प्रतिमा खैताननना अधिक आवडते.

अश्वशर्यतीचं प्रेम हा ब्रिटिशांकडून त्यांनी उचललेला आणखी एक गुण. तरुण वयात बगिच्यात घोड्यावरून रपेट मारायला त्यांना आवडे. खैतान यांची प्रसिद्ध झालेली छायाचित्रे बहुतेक रेसकोर्सवरची आहेत. त्यांच्या आरंभीच्या छायाचित्रात दुर्बिण घेतलेल्या पोजमध्ये ते दिसतात. रॉयल टर्फ क्लबचे ते अनेक वर्षे प्रमुख होते व त्याच्या अंतर्गत राजकारणावर अजूनही त्यांची जबर पकड आहे. रतन टाटा व जे.जे.इराणी यांच्या आग्रहामुळं रुसी मोदींना क्लबचे सदस्य करण्याच्या प्रस्तावाविरुद्ध खैतान यांनी मत दिलं असं म्हटलं जातं. ते काही असो, बंद दरवाज्याआड बरीच खलबतं झाल्यावर मोदींना सदस्य करून घेतलं गेलं हे खरं. बी. एम. खैतान यांचे थोरले चिरंजीव दीपक खैतान यांनी अश्वप्रेमाचा वारसा वडिलांकडून घेतला आहे.

त्यांनी अश्वशाळा उभारली त्यात १९९४ साली ३०० घोडे होते.

"तुमच्या पुस्तकातील व्यक्तींपैकी फक्त बी. एम. खैतान यांना एखाद्या महाराजासारखं कसं राहावं हे समजतं," असं हर्ष गोएंका म्हणाले. केवळ दिखाऊपणा म्हणून ते असं वागत नाहीत तर त्यांचा पिंडच तसा आहे. ते घरी एकटेच असले तरी व्यवस्थित रेशमी पायजमा व ड्रेसिंग गाऊन या पेहरावात असतात. रात्री दहानंतर त्यांना कधी फोन करणं शिष्टपणाचं मानलं जात नाही.

ऐटबाज जीवन शैली असलेल्या कुटुंबात त्यांचा जन्म झाला नाही म्हणूनच ते एवढे 'पक्के' बनले असावेत. त्यांनी सध्याची जीवनशैली कमावली ती आत्मसात केली आहे. "१९८० च्या दशकाच्या आरंभी ब्रिजूबाबूंनी संपत्ती मिळवली" असे सांगून कलकत्याच्या उच्चभ्रू सोसायटीतील एकजण म्हणाले. "जे. पी . गोएंकांच्या कन्येचा दीपकशी विवाह झाला त्या समारंभाला मी हजर होतो. तेव्हा खैतान यांच्याकडे पैसा नुकताच आलेला होता व तो कसा खर्च करावा हे त्यांना ठाऊक नव्हतं. त्या विवाहसमारंभानंतर मात्र सारं पालटूनच गेलं. गोएंकांची राहण्याची शैली पाहून खैतान दांपत्यानंही धडे गिरवले.

कलकत्त्याच्या बडा बाजार भागातील अरुंद गल्ली बोळातील खैतान यांनी घालवलेलं बालपण पाहिलं की, डॉमिनिक लॉपिए यांच्या 'सिटी ऑफ जॉय'चं स्मरण होतं. खैतान यांचे आजोबा राजस्थानात निरीक्षक होते. ब्रिटिश राजवटीत १८८० मध्ये त्यांनी नोकरी सोडली. ते बिहारला गेले व तेथून कलकत्त्याला आले. त्यांना सात मुलगे होते. त्यातील तिघे सॉलिसिटर्स होते. त्यातला एक बॅरिस्टर झाला व इंग्लंडमध्ये काही काळ वकिली करत होता. ब्रिटनमध्ये वकिली करणारा बिहारमधील तो पहिलाच तरुण. सात मुलांपैकी देवी प्रसाद हे सर्वात प्रख्यात होते. ते बिर्लांचे सल्लागार बनले. तसेच भारताची घटना तयार करणाऱ्या 'कॉन्स्टिट्यूअन्ट असेंब्ली'चे ते सदस्य होते. खैतान कुटुंब फार धनाढ्य नसलं तरी त्यांची सांपत्तिक स्थिती चांगली होती. त्यांना समाजात भरपूर प्रतिष्ठा होती.

विचारवंतांच्या कुटुंबात ब्रिजमोहन यांचे वडील गौरी प्रसाद शोभणारे नव्हते. कलकत्त्याच्या बाहेरील एखाद्या प्रकल्पावर देखरेख करायची असेल तर गौरी प्रसादना पाठवलं जाई. 'भारत शुगर'ची बिर्लांना उभारणी करायची होती. तेव्हा देवी प्रसाद यांनी आपले बंधू गौरी प्रसाद यांना उत्तर बिहारमधील ऊसमळ्यात पाठवून दिलं. कानपूर इथं बागला यांना कारखाना उभारायचा होता तेव्हा १९३२ मध्ये गौरी प्रसाद व त्यांची पत्नी परमेश्वरी देवी यांची तिकडे रवानगी करण्यात आली. हा कारखाना पुरा होतो न होतो तोच खैतान यांना छगरिया यांचा साखर कारखाना उभारण्याचं काम मिळालं. लागलीच कुठल्यातरी दूरच्या भागात गौरी प्रसाद यांची पाठवणी करण्यात आली, असंच सतत चालू राहिलं.

त्यांची अशी भ्रमंती चालू असताना ब्रिजमोहन यांचा १४ ऑगस्ट १९२७ रोजी जन्म झाला. आपल्या मुलांना कुठंतरी दूरवर नेण्यापेक्षा कलकत्ता इथंच दोन मावश्यांकडं गौरी प्रसाद यांनी ठेवलं. शाळेच्या सुटीच्या काळात ब्रिजमोहनची आईशी गाठ पडे. त्या काळात किशोरवयीन ब्रिजमोहनला मार्गदर्शन करणारी, त्याच्याकडे लक्ष देणारी किंवा खरं प्रेम करणारी एकच व्यक्ती होती व ती म्हणजे त्याचे काका दुर्गा प्रसाद. "ते माझ्याशी राजकारणाबद्दल बोलत, सर्वांच्या आधी वृत्तपत्रं वाचायला मिळावं म्हणून मी दररोज पहाटे पाचलाच उठायचो. त्यामुळं रोजच्या घडामोडींवर आम्हाला चर्चा करता येई." असं खैतान म्हणतात, ते नऊ-दहा वर्षांचे होते तेव्हा एवढ्या मोठ्या घरात आपण हरवून गेलो आहोत असं त्यांना वाटायचं. त्याकाळची आठवण होऊन खैतान म्हणतात, "वडिलांना कुटुंबात काहीच महत्त्व नव्हतं. त्यामुळं मीही खिजगणतीत नव्हतो. घरी कोणी बड्या व्यक्ती आल्या की माझ्याकडे दुर्लक्ष केलं जायचं."

दुर्गाप्रसाद यांचं ४२व्या वर्षी निधन झालं. 'माझ्या जीवनातला सर्वात मोठा धक्का होता' असं खैतान म्हणतात. कुटुंबातील इतर मुलांप्रमाणे त्यांचेही शिक्षण सेंट झेवियर्स स्कूलमध्ये झालं. पण त्यांचं शिक्षण जवळपास तिथंच संपलं. त्यांचे पुतणे आधुनिक कॉलेजात दाखल झाले आणि त्यांनी कायद्याच्या पदव्या घेतल्या. बी. एम. खैतान मात्र एका सकाळच्या महाविद्यालयात दोन तास जाऊ लागले. त्यांनी बी.ए. पदवी मिळवली खरी परंतु मॅट्रिक्युलेट असलेल्या धीरूभाई अंबीनींप्रमाणेच आपल्या नावापुढं पदव्यांची रांग नाही याची खैतान यांना खंत वाटते. "घरातले सारेजण चांगले सुशिक्षित असल्यामुळं मला काहीसं शरमिंदच वाटायचं. अशा परिस्थितीत माझ्या मनात न्यूनगंडाची भावना निर्माण झाली नसती तर नवलच होतं. परंतु संघर्ष करायचं मी ठरवलं. आता इतरांच्या तुलनेनं आपण प्रगती करायला पाहिजे असा निर्धार मी केला. त्याची मला आता खंत वाटत नाही कारण मी स्वतः पुढाकार घेतला नसता तर विल्यम्सन कंपनीशी मी करार करू शकलो नसतो. १९६० नंतर उद्योगधंद्याच्या क्षेत्रात मी झपाट्यानं प्रगती केली." असं ते म्हणतात.

कॉलेजात फारसं काही घडत नसलं तरी घरात मात्र भरपूर घडामोडी घडत होत्या. त्यांच्या कॉलेजच्या काळात म्हणजे स्वातंत्र्यपूर्व काळात, दंगली व्हायच्या. ते म्हणतात, "आम्ही जिथं राहत होतो तेथील परिस्थिती वाईट होती. पण त्याची सवय झाली होती. बडा बाजारमध्ये आमच्या घराभोवती मुस्लिमांची वस्ती होती. १३ ऑगस्टला मुख्यमंत्री आमच्याकडे भोजनास आले होते. '– गडबड होण्याचा संभव आहे तेव्हा तुम्ही तेथून दुसरीकडं राह्यला जा' असं त्यांनी सुचवलं. पण आम्ही ते काही मनावर घेतलं नाही. सुदैवानं देवीबाबूंची ब्रिटिश गव्हर्नरशी चांगली ओळख होती. त्यांनी गव्हर्नरना फोन केला तेव्हा ताबडतोब लष्कराची तुकडी

आली. व त्यांनी आमचं सारं कुटुंब तेथून हलवलं.''

त्यापुढची तीन वर्षे या कुटुंबाचं वास्तव्य सोमानी पार्कमधील तात्पुरत्या फ्लॅट्समध्ये होतं. त्याच काळात बी. एम. खैतान यांच्या एका चुलत्यानं त्यांचं शांती आगरवालशी लग्न ठरवलं. १७ जानेवारी १९४७ रोजी हा विवाह झाला. तेव्हा त्यांचं वय होतं २० वर्षे आणि शांती होत्या १५ वर्षांच्या. दोघांनाही मत व्यक्त करायला वाव नव्हता. पण संसार सुखाचा झाला. त्यांना तीन अपत्ये झाली. १९५५ मध्ये जन्मलेल्या दीपकचा यशोधरा गोएंकाशी विवाह झाला, १९६६ मध्ये जन्मलेल्या दिव्याचं संदीप जालानशी लग्नं झालं तर त्यानंतर दोन वर्षांनं जन्मलेल्या आदित्यचा कविता रुईयाशी विवाह झाला.

१९५०च्या सुमारास बी. एम. खैतान यांच्या विविध उद्योगाच्या योजना लाभदायक ठरल्या. चहा उद्योगाला खते आणि प्लायवूडची खोकी पुरवण्याचा उद्योग सर्वात फायदेशीर ठरला. ५ क्वीन्स पार्क इथं घरं खरेदी करण्याइतका पैसा त्यांनी कमावला. आता ते कुटुंबातील सर्वात कमकुवत सदस्याचे चिरंजीव राहिले नव्हते. अर्थात श्रीमंती आली तरी खैतान यांच्या उदार स्वभावात फरक पडला नाही. असे त्यांची पुतणी प्रतिभा चामरिया म्हणते. कुटुंबातील ज्या सदस्याची स्थिती बरी नसेल त्यांना ते नेहमीच मदत करतात, खरं तर तसं करायची त्यांना काही गरज नाही. अनेक श्रीमंत लोक बेपर्वा असतात पण खैतान तसे नाहीत असं ती सांगते. १९६०च्या दशकात बिर्ला मंदिराच्या जवळ त्यांनी घर बांधायला सुरुवात केली.

''ते बांधून झाल्यावर ते दाखवायला शांतींना मी घेऊन गेलो. तिनं त्या इमारतीकडं एक नजर टाकली व म्हणाली हे भयंकरच आहे. मी नाही इथं राहू शकणार. तुम्हाला राह्यचं असेल तर खुशाल राहा पण मी राहणार नाही. यात काय दोष आहे असं मी सारखं विचारत राहिलो. पण हे घर वाईट आहे एवढंच ती म्हणाली, शेवटी ते पाडून आम्ही परत बांधलं. असं खैतान सांगतात. नवे घर बांधायला त्यांना सात वर्षे लागली. त्यामुळं त्यांना लॉर्ड इन्चकेप यांच्या २२, कॅनॅन स्ट्रीट या घरात राह्यची संधी मिळाली.

घराबाबत शांती खैतान यांना विचारलं तेव्हा त्यांनी काही बोलायला नकार दिला. त्या म्हणाल्या, ''तुम्ही माझ्या पतीची मुलाखत घ्यायला आला आहात, माझीं मतं मी तुम्हाला नंतर सांगेन.'' छोटी पण काहीशी लठ्ठ अंगकाठी असलेल्या शांती यांना खैतान उद्योगसमूहाची 'लक्ष्मी' मानले जाते. आपल्या पतीवर त्यांचा बराच प्रभाव असावा असं जाणवतं. खैतान यांच्या यशात त्यांच्या पत्नीच्या वास्तववादी दृष्टिकोणाचा मोठा वाटा आहे असं त्यांचे मित्र म्हणतात, त्या पतीपेक्षा अधिक महत्त्वाकांक्षी वाटतात. त्यांची दृष्टी धोरणी, दूरदर्शी आहे. स्टार्च केलेल्या सुती साड्या वापरणाऱ्या शांती खैतान यांच्या सुबक हिऱ्यांच्या बांगड्या त्यांच्या

पल्लूतून जशा डोकावत असतात तशाच त्यांच्या महत्वाकांक्षा आहेत.

या पति-पत्नीत असलेला दृढ सुसंवाद, परस्परांवरची निष्ठा ही बाब काहीशी दुर्मिळच आहे. रूपा बजाज या राहुल बजाज यांच्या अत्यंत विश्वासू निकटवर्ती तर बी. के. बिर्ला यांची सरला बिर्ला सतत साथ संगत करत असतात. खैतान दांपत्यातील हे जिव्हाळ्याचं नातं बी. एम. खैतान यांना फार कमी मित्र असल्यानं निर्माण झालं असावं असं त्यांचे चिरंजीव आदित्य यांना वाटतं.

खैतान यांचे ब्रिटिश भागीदारांशी अधिक घनिष्ठ संबंध होते त्यामुळे मारवाडी जमातीनं त्यांना दूर ठेवलं होतं. त्यामुळंही कदाचित पति-पत्नीतील संबंध अधिक दृढ झाले असावेत. खैतान म्हणतात, "कलकत्यात चहा उद्योगात युरोपियनांचा प्रभाव होता. त्यामुळं त्यांच्याशी तुमची जवळची मैत्री झाली की मग इतरांपासून तुम्ही अलग पडता. मी आमच्या जमातीत कमीच मिसळू लागलो. विल्यम्सन ॲन्ड मेगॉर यांचा मला पाठिंबा होता व एखाद्या बड्या उद्योगाला पाठिंबा असला की मग तुमचा त्या क्षेत्रात प्रवेश सुलभ होतो.

विल्यम्सन मेगॉरमध्ये दाखल झाल्यावर खैतान यांनी दूरगामी स्वरूपाचा गुंतवणूक कार्यक्रम हाती घेतला असं ॲलन कारमायकेल म्हणतात. उंचेपुरे, टवटवीत चेहऱ्याचे कारमायकेल हे जॉर्ज विल्यम्सन (यूके) मध्ये चहा निरीक्षक म्हणून काम करतात. चहाच्या झुडपांची काय स्थिती आहे हे पाहण्यासाठी ते अधून मधून भारतात येत असतात. दरवर्षी एकेका मळ्यातील जुनी झुडपे काढून नवी लावली जातात. कटिंग आणि पानं वाळवण्यासाठी चहाच्या मळ्यांवर नवे कारखाने उभारले जातात. आज भारतात आमच्या मळ्यांवरच्या कारखान्यात सर्वात आधुनिक यंत्रसामग्री आहे. कोणतीही यंत्रसामग्री १५ वर्षांपेक्षा जास्त जुनी नाही. इतर चहाच्या मळ्यांच्या तुलनेनं ही बाब वैशिष्ट्यपूर्ण आहे असं कारमायकेल म्हणतात. खैतान यांनी जर पुढाकार घेतला नसता तर विल्यम्सन मेगॉरची स्थिती खालावलीच असती.

विल्यम्सन मेगॉरच्या नियंत्रणाखालील चहा इस्टेटची संख्या दहा वर्षात १८ वरून ३७वर गेली. खैतान यांच्या या चतुर व्यवस्थापनामुळे अर्ल ऑफ इंचकेप केनेथ पीटर लायल मॅके हे प्रभावित झाले.

मृदू स्वभावाचे व्यापारी लॉर्ड इंचकेप यांनी दुसऱ्या महायुद्धात 'रॉयल लान्सर' म्हणून भाग घेतलेला होता. त्यांनी भारतात सामर्थ्यवान मॅनेजिंग एजन्सी कंपन्या उभारण्यात आणि वालचंद हिराचंद आणि सिंदीया स्टीम नॅव्हिगेशन कंपनीशी भांडण्यात अनेक वर्षे घालवली होती. आज ब्रिटनमध्ये इंचकेप समूह हा नफा कमावणारा असला तरी १९७०च्या दशकात भारतात या उद्योगाची हालत बरी नव्हती. या उद्योग समूहाला घरघर लागलेली होती व त्याला सामोरे जायची पाळी ६० वर्षे वयाच्या इंचकेप यांच्यावर आली होती. या समूहातील मॅकनेल ॲन्ड बॅरी

(एम ॲन्ड बी) या कंपनीला तातडीच्या मदतीची गरज होती. कलकत्ता येथील ही कंपनी चहा, ताग व इंजिनिअरिंग उद्योगात काम करत होती. आणि टाटा हैद्राबादचे निजाम यांचा या कंपनीच्या शेअर्समध्ये थोडा पण महत्त्वपूर्ण हिस्सा होता.

विल्यम्सन मेगॉर प्रमाणंच एम ॲन्ड बी ब्रिटिश राजवटीला एक महत्त्वाचा आधारस्तंभच होती. या कंपनीशी केवळ इंचकेप यांचा संबंध होता म्हणून नव्हे तर या कंपनीचे डब्लू.एम. गॉर्डन यांचं वर्णन सर्वोत्कृष्ट 'बडा साहिब' असं केलं जाई. ते अत्यंत शिस्तप्रिय व खूप लोकप्रिय होते. कलकत्त्यात त्यांचे स्थान फारच वरचं होतं. असं या कंपनीचे माजी व्यवस्थापक न्यूमन बाल्डकॉक म्हणतात.

टाटांनी १४ मार्च १९५४ रोजी एम ॲन्ड बी मधून बाहेर पडण्याचा आपला इरादा इंचकेपना कळवला. टाटांकडे कंपनीचे २१ हजार शेअर्स होते. एम ॲन्ड बी- ची एकूण स्थिती पाहून प्रत्येक शेअर १०० रुपयाला विकण्याची तयारी त्यांनी दर्शविली. या बातमीनं धक्काच बसला असं 'मर्चंटस ऑफ राज' या पुस्तकाची लेखिका स्टेफानी जीन्स यांनी लिहिलं आहे. टाटांनी आपली ही 'ऑफर' मागे घ्यावी अशी विनंती इंचकेप यांनी केली व त्यांच्या शेअर्सना खरीददार शोधून देण्याचं आश्वासन दिलं. टाटांनी हे मान्य केलं परंतु प्रत्येक शेअरला १५० रुपये मिळावेत अशी अट घातली. त्यावेळी बाजारात शेअरची किंमत होती ५२ रुपये. टाटा बाहेर पडल्याने इंचकेप यांच्यापुढे संकटच उभं राहिलं.

एम ॲन्ड बी ची स्थिती आणखीच खालावत चालली व तिला वाचवण्याची निकड तीव्र बनली. त्या तीन महिन्यात कंपनीला २० लक्ष रुपयांची तातडीची गरज होती, कच्च्या मालाचा पुरवठा करणारे त्यांचे पैसे मिळाल्याशिवाय माल देण्यास राजी नव्हते.

जी.डी.बिर्ला उद्योगसमूहाचे एस. के. बिर्ला यांच्याशी भागीदारीच्या दृष्टीनं एम. ॲन्ड बीच्या संचालकांनी वाटाघाटी सुरू केल्या. परंतु एस. के. बिर्ला हे बिर्ला संस्कृतीत फारच मुरलेले होते. एम ॲन्ड बी नं बिर्लांच्या अवाढव्य यंत्रणेत शोषून जाणं हितावह ठरणार नाही असं इंचकेपना वाटलं. वाटाघाटी सुरू होण्याच्या आधीच ते हताश झाले होते. इंचकेपनं व्यवस्थापनात सक्रिय भूमिका बजावू शकणाऱ्या एखाद्या भारतीय भागीदारांचं आम्ही स्वागत करू असं घोषित केलं. पण बिर्लांशी वाटाघाटी फिसकटल्या. त्यांना पैसै हवे होते माणूस नव्हे!

मग जून १९७४ च्या आरंभी खैतान यांच्याशी वाटाघाटी सुरू झाल्या. इंचकेप यांची चिंता फारच वाढली होती. एम ॲन्ड बी च्या भळभळ वाहणाऱ्या आर्थिक जखमा भरून काढण्यासाठी पैशाच्या मलमपट्ट्या सतत शोधाव्या लागत होत्या. त्यातून 'फेरा' कायद्याची अंमलबजावणी सुरू होणार होती. या कायद्याच्या तरतुदींमुळं इंचकेप समूहाच्या भारतीय कंपनीतील नियंत्रणात कपात होणार होती. एम ॲन्ड बी

मधील भांडवलाचा आपला हिस्सा कमी करून तो ४० टक्क्यांवर आणण्याची त्यांची तयारी नव्हती. तेव्हा मेगॉरशी हातमिळवणी करणं हे सकृत्‌दर्शनी उत्तम वाटत होतं. इंग्लंडमध्ये इंचकेप व रिचर्ड मेगॉर यांच्यातील संबंध मैत्रीपूर्ण स्पर्धा अशा स्वरूपाचे होते. भारतातील प्रभावशाली मारवाडी खैतान यांच्या व्यवस्थापनाखाली विल्यम्सन मेगॉरनं प्रगती केली आहे असं त्यांच्या संचालकांनी कळवलं होतं. तसंच विल्यम्सन मेगॉरनं कर्ज उभारण्याच्या आपल्या क्षमतेचा फारसा वापरही केलेला नव्हता.

बिर्लांच्या नंतर आपल्याला वाटाघाटीला बोलावलं म्हणून खैतान खूश झाले. मात्र इंचकेप यांच्या मनात नेमकं काय आहे व कोणत्या मुद्द्यावर बिर्लांशी वाटाघाटी फिसकटल्या याची त्याक्षणी त्यांना कल्पना नव्हती.

चर्चेच्या पहिल्या फेरीतून निष्पन्न झालेला फॉर्म्युला तसा किचकट व गुंतागुंतीचा होता. कंपन्यांची विलीनीकरणं, होल्डिंग कंपन्यांची फेररचना, भारत व ब्रिटनमधील मॅनेजिंग एजन्सीचे करार आदी बाबींचा त्यात अंतर्भाव होता. सोप्या भाषेत सांगायचं तर, विल्यम्सन मेगॉरचं एम. ॲन्ड बी. मध्ये विलीनीकरण करणे, एम.ॲन्ड बी.चं भांडवल वाढवून २.५ कोटी रुपयांवर नेणे; इंचकेपचा हिस्सा ३२ टक्के आणि खैतान यांचा वाटा २८.३ टक्के असणार व उरलेले भांडवल जनतेचे राहणार अशा बाबी त्यात होत्या.

विलीनीकरणामुळं खैतान यांची वैयक्तिक प्रतिमा राहणार नव्हती तरी हा सौदा त्यांच्या दृष्टीनं समाधानकारक ठरणारा होता. कारण ६० लक्ष रुपये रोख देऊन त्याच्या बदल्यात एक कोटी रुपये मूल्यांचे शेअर्स त्यांना मिळणार होते. इंचकेपना ही व्यवस्था पसंत होती कारण व्यवस्थापनाचा वाटा ६० टक्क्यांहून अधिक होता. परंतु इंचकेपचा हिस्सा कमी करून ४० टक्क्यांवर जोपर्यंत आणला जात नाही तोवर विलीनीकरणाला परवानगी देण्यास भारत सरकारनं विरोध केला. त्यामुळं इंचकेपचा हिस्सा प्रत्यक्षात २७ टक्क्यांवर आला असता, आणि इंचकेप व खैतान यांच्यातील समतोलात नाट्यपूर्ण बदल झाला असता कारण खैतान यांनी निझामांचे रोखेही हस्तगत केले होते. आपला हिस्सा ४० टक्क्यांवर येऊ नये हा इंचकेप यांचा विलीनीकरणामागील हेतू होता परंतु त्यावरच बोळा फिरवला जाणार होता.

तेव्हा खैतान व इंचकेप पुन्हा वाटाघाटीला बसले. या वेळी ही चर्चा लंडन इथं झाली. त्यांनी तयार केलेल्या सुधारित प्रस्तावालाही सरकारनं नकार दिला. 'फेरा' कायद्याला बगल देण्याचा हा प्रयत्न आहे असं अर्थ मंत्रालय व आर्थिक कामकाज विभाग यांचं मत बनलं. इंचकेप व खैतान यांच्यात जवळीक निर्माण झालेली होती. करार करण्याच्या दृष्टीने आतापर्यंत बरीच चर्चा झाली होती. परंतु अंतिम तोडगा काही सापडत नव्हता. आर्थिक कामकाज विभाग निर्माण करत

असलेले सतत अडथळे व वृत्तपत्रातील टीका यामुळं आपल्या विरुद्ध कोणीतरी कारवाई करत असावं असा संशय इंचकेपना येत होता. अखेर सर्वांना समाधानकारक असा तोडगा निघाला. विलीनीकरणाला मंजुरी देणारा उच्च न्यायालयाचा अंतिम आदेश मिळाला त्या दिवशी म्हणजे २९ जाने. १९७५ रोजी शँपेनच्या बाटल्या खोलून आनंद साजरा करण्यात आला.

'मॅकनेल ॲन्ड मेगॉर' नावाची नवी कंपनी स्थापन करण्यात आली. तिच्या नियंत्रणाखाली ६० चहाचे मळे होते. परंतु मालकीच्या बाबतीत त्यांच्यातील व्यवस्था काटेकोर नव्हती. सुमारे एक चतुर्थांश मळे म्हणजे पूर्णतः उपकंपन्या होत्या. आणखी एक चतुर्थांश कंपन्या रुपयांच्या चलनातील होत्या व जनता भागधारक होती. विल्यम्सन टी होल्डिंगकडे एकचतुर्थांश मळ्यांची तर उरलेल्या मळ्यांची मालकी आसाम इन्व्हेस्टमेंटकडे होती. विल्यम्सनमध्ये मेगॉर व खैतान यांची भागीदारी होती. आणि आसाम इन्व्हेस्टमेंट ही इंचकेप यांची कंपनी होती. खैतान हे 'मॅकनेल ॲन्ड मेगॉर'चे पहिले अध्यक्ष झाले.

तीन वर्षात ही भागीदारी फुटली. त्याबद्दल सर मायकेल पार्सन आणि त्यांचे दोन हस्तक हरनाम वाही व चार्ल्स विल यांना खैतान दोषी धरतात, ते म्हणतात, "विल व वाही हे माझे दुसऱ्या व तिसऱ्या क्रमांकाचे अधिकारी होते. पार्सन हे मुख्य कार्यकारी अधिकारी असले तरी आपणच जणू मालक आहोत अशा थाटात ते वागत. चहा कंपन्यांच्या व्यवस्थापनाच्या प्रश्नांवरून मतभेद निर्माण झाले. चहाच्या क्षेत्रातील तज्ज्ञ म्हणून आमची ख्याती आहे. चहा म्हणजे काय हे आम्ही जाणतो. तेव्हा तागाची गिरणी चालवणाऱ्या कोणीतरी चहा उद्योगात काय करावं याचा उपदेश करावा म्हणजे जरा अतिच झालं नाही?"

पार्सन यांच्यापेक्षा वाहींवर ते अधिक नाराज आहेत. ते म्हणाले, "मी त्यांना कंपनीत घेतलं, त्यांच्यावर विश्वास ठेवला. भारतात त्यांचा अन्य कोणी केला नसता इतका आदर केला. दीपकचं जेव्हा लग्न ठरलं होतं तेव्हा वाङ्‌निश्चयाशी संबंधित खास समारंभाला वाही हजर होते. पण तेच माझ्या पाठीत खंजीर खुपसत आहेत असं मला आढळून आलं. मॅकनेल ॲन्ड मेगॉर चालवताना माझ्या व्यवहारात काही गोलमोल नव्हतं, आर्थिक गैरप्रकार वगैरे काहीही नव्हतं. परंतु तरीही वाही व चार्ल्स विल हे केनेथच्या कानात खोटंनाटं गरळ ओकत होते."

पार्सन म्हणजे इंचकेप यांचे भारतातील कान व डोळेच! खैतान हे इंचकेप समूहाच्या जीवावर सामर्थ्यवान बनत आहेत असं जर पार्सनना वाटत असेल तर त्यावर साहजिकच इंचकेप विश्वास ठेवणार. मॅकनेल ॲन्ड मेगॉरच्या अधिपत्याखालील सर्वात मोठा चहाचा मळा आसाम कंपनीचा होता. व त्यावरूनच मतभेद झाले. खैतान ही कंपनी आपल्या प्रभुत्वाखाली आणत आहेत अशी पार्सन यांची खात्री

झाली होती. खैतान या आरोपाचा इन्कार करत नाहीत. १९७४ मध्ये आम्ही इंचकेपमध्ये विलीन झालो. आसाम कंपनीच्या समवेत हे विलीनीकरण झाल्यानं आमची कंपनी भारतातील सर्वात मोठी चहाची कंपनी बनणार हा विचार त्या वेळी आमच्या मनात होताच. त्यासाठी आम्ही भलीमोठी किंमतही मोजली. विल्यम्सन मेगॉरच्या ४०० रुपये शेअरचा भाव १२० रुपये होता तर मॅकनील अॅन्ड बॅरीचा भाव ४४ रुपये, हे प्रमाण ४ : १ असं होतं.

आसाम कंपनीत खैतान रस घेत आहेत हे पाहून ब्रिटिश संचालक संतापले व इंचकेपच्या साम्राज्यावर अतिक्रमण करू नका असा इशारा त्यांनी दिला होता. आता पार्सन यांच्याशी उघड संघर्ष करायचा असं खैतान यांनी ठरवलं. या प्रश्नाचा सोक्षमोक्ष लावण्यासाठी संचालक मंडळाची बैठक बोलावण्यास त्यांनी सांगितलं. परंतु ''तुमच्या विरुद्ध कोणीही काहीही बोलणार नाही तेव्हा मंडळाची बैठक घेण्यास पार्सन यांनी नकार दिला तेव्हा त्यांच्या मर्जीनुसार गोष्टी चालू देता कामा नयेत हे मला उमगलं.'' असं खैतान म्हणतात. पार्सन यांच्या भुणभुणीमुळे ते वैतागले होतेच. ''आम्हाला पाहिजे तसा आम्ही आसाम कंपनीचा कारभार चालवू'' अशी पार्सन यांनी मागणी केली व संघर्षाची ठिणगी पडली. ''तुम्हाला हवी तशी कंपनी तुम्ही चालवू शकता पण मग मला तिचा अध्यक्ष राहण्यात स्वारस्य नाही'' असं खैतान यांनी संतापानं सुनावलं.

इंचकेप समूहाच्या कार्यालयातून ते तणतणतच बाहेर पडले आणि राजीनाम्याचं पत्र त्यांनी पाठवलं. आसाम कंपनीच्या भाग-भांडवलात खैतान यांचा हिस्सा ४.५७ टक्के (म्हणजेच १६ लक्ष रुपये) होता पण आता त्यांनी निर्णय घेतला होता. ते म्हणतात, ''मला डबल क्रॉस करण्यात आलंय हे उमजलं होतं. केनेथ निघून गेल्यानंतर गिधाडांच्या भक्ष्यस्थानी मला पडायचं नव्हतं. राजीनाम्याचं पत्र गुप्त राहावं म्हणून त्याबद्दल कोणाशी बोलू नका असं पार्सननं मला सांगितलं. परंतु मी सरळ केनेथकडंच गेलो व आताच राजीनामा दिलाय असं सांगून टाकलं. तुमच्या हिताचं रक्षण करणारी ईस्ट इंडियाची पुरेशी माणसं तुझ्याकडं आहेत असं मी त्याला सांगितलं. आसाम कंपनी ही सर्वस्वी तुमची बाब आहे. आपण आता वेगळे होणंच योग्य असंही मी म्हणालो.''

पार्सन आणि कंपनीला हाकून लावून कंपनी ताब्यात घेण्याचा प्रयत्न खैताननना करता आला असता. 'फेरा' कायद्यानंतर मॅकनील अॅन्ड मेगॉर कंपनीतील इंचकेपचा हिस्सा २६ टक्क्यांवर आला होता तर खैतान यांचा हिस्सा वाढून ३२ टक्के झाला होता. छोटा हिस्सा असूनही बड्या कंपन्या गिळंकृत करण्यात आल्याची शेकडो उदाहरणे आहेत. परंतु खैतान यांना हल्ला चढवायला आवश्यक तेवढा आत्मविश्वास होता असं दिसत नाही. कदाचित त्यांच्याकडं तेवढा पैसाही नसावा.

खैतान यांनी रिचर्ड मेगॉरना फोन करून केवळ दहा मिनिटांची नोटिस दिली. दोघं मिळून इंचकेपच्या कार्यालयात गेले. रिझर्व्ह बँकेने मंजुरी देण्याच्या शर्तीवर चेक सादर केला. कंपन्यांचं विभक्तीकरण १९८२ मध्ये पूर्ण झालं. मॅकनील ॲन्ड मेगॉरचा इंजिनिअरिंग विभाग व आसाम कंपनीचे वगळून अन्य चहाचे मळे खैतान यांच्याकडे राहिले. खैतान यांच्याकडील आसाम कंपनी खेचून आणल्याबद्दल इंचकेप यांनी वाही यांना बढती देऊन कंपनीचे व्यवस्थापकीय संचालक म्हणून त्यांची नियुक्ती केली.

आता इतक्या वर्षांनंतर जे काही घडलं त्याबद्दल ना खेद ना खंत अशी भूमिका खैतना घेतात पण ती तितकीशी पटत नाही. ते म्हणतात, "देव जेव्हा एका हातानं काढून घेतो तेव्हा दुसऱ्या हाताने तो दुप्पट देत असतो यावर माझा विश्वास आहे. त्यामुळे जे घडलं त्याबद्दल मला वाईट वाटत नाही. आसाम कंपनी जरी मी गमावली तरी त्याची भरपाई मोठ्या प्रमाणावर झाली. मी तिथं जणू छोट्या दुकानदारासारखा होतो. आज मी इथं मालक आहे." ही भरपाई म्हणजे 'मॅकलिओड रसेल इंडिया' कंपनी होती!

या अनुभवानं ते शहाणे झाले. यापुढं एखादी कंपनी ताब्यात घ्यायची झाली तर आपल्याला निमंत्रित केलं गेलं पाहिजे असं खैतान यांनी ठरवलं. लंडनच्या प्रख्यात सॅव्हॉय हॉटेलात भोजन करता करता चर्चेला बोलावण्याचं निमंत्रण यावं यापेक्षा दुसरं काय हवं? या चर्चेत फिलिप मेगॉर, मॅकलिओड, रसेल इंडियांचे प्रमुख कार्यकारी अधिकारी कोलिन माँटगोमेरी, निगेल ओपनशॉ, जॉन गुथरी, बी. एम. खैतान आणि अर्थात पिंटू हे सहभागी झाले होते.

तेव्हा मॅकेलिओड रसेलचे प्रमुख ओपनशॉ हे होते. या कंपनीचं मॅकलिओड रसेल इंडिया कंपनीवर नियंत्रण होतं. १ कोटी ८० लाख पौंडसची ही कंपनी केवळ चहाच्या मळ्यांची न राहता तिनं सर्व्हिस कोटिंग, एअर फिल्टरेशन, वस्त्रोद्योग, एनव्हायरनमेन्टल इंजिनिअरिंग व मालमत्ता गुंतवणूक अशा विविध क्षेत्रांत रस घ्यावा असं ओपनशॉ यांचं मत होतं, महत्त्वाकांक्षी योजनांसाठी पैसा उभारण्याकरिता भारतातील चहा क्षेत्रातील आपल्या हिश्श्याचा ८० टक्के भाग विकून टाकायचं त्यांनी ठरवलं. मॅकलिओड रसेल. नामडंग टी व माकुम टी (इंडिया) या तीन कंपन्यांचा समूहच त्यांनी विक्रीला काढला. या तीन कंपन्यांकडे मिळून १२ चहाचे मळे होते.

उंच छत असलेल्या त्या भोजनदालनात खैतान यांच्या समोर जॉन गुथरी बसले होते. मॅकलिओड रसेल इंडिया या कंपनीत त्यांच्याही मोठा हिस्सा होता. विल्यम्सन ॲन्ड मेगॉर इतकीच गुथरी यांची ब्रिटनमधील कंपनी चहा उत्पादन क्षेत्रात महत्त्वाचं स्थान असलेली होती. त्यांचे व खैतान यांचे काही संयुक्त प्रकल्प भारतात होते. एक छोटी प्लायवूड कंपनी, आसाम रेल्वेज ॲन्ड ट्रेडिंग असे उभयतांचे संयुक्त

प्रकल्प होते. या संबंधामुळे खैतान यांना चर्चा करणं सुलभ झालं. अन्य संभाव्य खरीददारांना असा काही सौदा होतो आहे याची गंधवार्ताही नव्हती. बाजारपेठेत मॅकलिओड रसेल इंडिया कधी विक्रीसाठी 'ऑफर' केली गेली नव्हती. खैतान यांनी मात्र हा प्रस्ताव मिळताच तीन सदस्यांचा गट नेमला. फिलिप मेजर यांच्या नेतृत्वाखाली मेन्डिप लि. कंपनी त्यांनी स्थापन केली. १९८७ पर्यंत करार झाला. १ कोटी ८४ लाख पौंड (त्या वेळचे ३७ कोटी रुपये) किंमतीच्या या व्यवहाराला भारत सरकारच्या परवानगीची गरज नव्हती.

मॅकलिओड रसेल इंडिया कंपनी ताब्यात घेणं म्हणजे खैतान यांच्या शिरपेचात मानाचा तुराच होता. या कंपनीवर अनेकांचा डोळा होता. अलीकडच्या काळातील हा सर्वात मोठा सौदा होता. ज्या किंमतीला हा सौदा झाला त्यामुळे खैतान यांच्या चेहऱ्यावर विजयी हास्य झळकले. कंपनीच्या १२ चहा मळ्यातील चहा हा जगातील सर्वोत्कृष्ट मानला जातो. या सौद्यामुळे खैतान यांच्या चहाच्या साम्राज्यात १०, १३८ हेक्टर चहाक्षेत्राची भर पडली. २ कोटी १५ लक्ष किलोचं उत्पादन त्यातून होत होतं. ३० जून १९८७ ला संपलेल्या आर्थिक वर्षात या कंपनीनं उत्तम कामगिरी बजावली, कंपनीकडं २७ कोटी ९० लाख रोख गंगाजळी होती, एकूण विक्री ४० कोटी ८० लाख, करपूर्व नफा १२ कोटी १० लाख आणि निव्वळ मालमत्ता ३९ कोटी ३० लाख रुपये होती.

मॅकलिओड रसेल ताब्यात घेतल्यामुळे खैतान हे जगातील सर्वात मोठे खाजगी चहा उत्पादक बनले. त्यांच्या नियंत्रणाखाली ४४ चहा मळे आले. जगातील सर्वात मोठी 'चहाची कंपनी' आपली आहे असा 'टाटा टी'चा दावा असला तरी खैतान यांचे उत्पादन अधिक आहे. टाटांचे उत्पादन ५ कोटी किलो तर खैतान समूहाचे ६ कोटी ५० लाख किलो आहे. म्हणजेच भारतातील एकूण चहा उत्पादनाच्या १० टक्के अथवा जगातील उत्पादनाच्या ५ टक्के. खैतान यांचे बहुतेक चहाचे मळे आसाममध्ये आहेत. भूतानजवळील दुआर इथं व दार्जिलिंग इथं प्रत्येकी चार मळे आहेत.

भयाचे मळे !

चहाच्या मळ्याचं रमणीय सौंदर्य पाहून कसं शांत वाटतं. ब्रह्मपुत्रेच्या किनाऱ्यावर हिमालयाच्या खालच्या दऱ्या-खोऱ्यात उतारावरील चहाचे मळा आसामातील सूर्यप्रकाश व धुकं शोषून घेत असतात. इथं बहुतेक वेळा पाऊस असतो. भिनलेला मृदुगंध व चहाच्या रोपट्यांचा ताजातवाना सुगंध दरवळत असतो.

दरीत नीरव शांतता असते. बसेस व मोटारींची संख्या मोजकीच. अन्य कोणत्याही राज्याच्या राजधानीप्रमाणं गोहाटीच्या बाजारपेठा गजबजलेल्या असल्या

तरी चहाच्या मळ्यातील जीवन मात्र ठराविक चाकोरीबद्ध असते. दररोज सकाळी शेकडो मजूर स्त्रिया चहाच्या मळ्यात नाजूक पानं खुडत असतात. त्या पानांपासून ब्रुक बॉन्ड व टेटलीसारख्या कंपन्या दार्जिलिंगच्या चहापेक्षा कमी मधुर पण जास्त कडक स्वादाचा चहा बनवतात.

११ फेब्रुवारी १९९१, मंगळवार रोजी लाहोवाल या छोट्याशा खेड्यातील शांतता बंदुकीच्या आवाजांनी छिन्नविछिन्न झाली. जे. के. चौधरी यांच्या कार्यालयात गुंड शिरले व त्यांच्यावर नऊ गोळ्या झाडून ते स्कूटरवरून पळून गेले. नजीकच्या दिब्रुगड येथील आसाम मेडिकल कॉलेजकडे घायाळ चौधरींना नेले जात असताना वाटेतच त्यांचे प्राणोत्क्रमण झाले. हल्लेखोर हे 'उल्फा' (युनायटेड लिबरेशन फ्रंट ऑफ आसाम) या अतिरेकी संघटनेचे सदस्य होते. जे. के चौधरी हे इंडियन टी असोसिएशनच्या दिब्रुगड शाखेचे अध्यक्ष, रोमाई टी इस्टेटचे व्यवस्थापक आणि खैतान यांचे एक महत्त्वाचे अधिकारी होते.

उल्फानं केलेला हा काही पहिलाच रक्तपात नव्हता. या संघटनेच्या नावावर शेकटो खुनांची नोंद होती. त्यांच्या दृष्टीनं आसामच्या वरच्या व खालच्या भागात ४६ चहाचे मळे असलेले खैतान हे एक सोपं लक्ष्य होतं.

चौधरींच्या खुनानंतरच्या परिस्थितीचा विचार करण्यासाठी इंडियन टी असोसिएशनची घाईघाईनं कलकत्त्यात बैठक बोलावण्यात आली. उत्तर भारतातील चहा कंपन्यांचे बहुतेक प्रमुख हजर होते. बैठकीत बरीच गरमागरम चर्चा झाली. परंतु अतिरेक्यांना हाताळण्यासाठी करावयाच्या उपाययोजनेबाबत त्यांच्यात एकमत होऊ शकले नाही.

शिवसागर जिल्ह्यातील रंगघर इथं ७ एप्रिल १९७९ रोजी उल्फाची स्थापना अरविंद राजखोवा, गोपाळ बरुआ, परेश बरुआ, समीरण गोगोई व हेमंत फुकन यांच्या नेतृत्वाखाली झाली होती आणि परकीय नागरिकांविरुद्ध पुकारलेल्या आंदोलनात विद्यार्थी म्हणून सर्वांनी भाग घेतलेला होता. सुरुवातीला त्यांनी आपला फारसा गाजावाजा केला नाही. अत्याधुनिक हत्यारे मिळविणे; प्रशिक्षण घेणे याला त्यांचा अग्रक्रम होता. चीनचा पाठिंबा असलेल्या नॅशनल सोशालिस्ट कौन्सिल ऑफ नागालँड (एनएससीएन) या संघटनेशी उल्फानं १९८१ मध्ये करार केला. आसाममधील कार्यकर्त्यांना आश्रय व पैसा देण्याच्या मोबदल्यात एनएससीएनने उल्फाच्या कार्यकर्त्यांना हत्यारे व प्रशिक्षण द्यावे असे ठरले.

त्यापुढील दहा वर्षांत उल्फाची प्रतिमा स्थानिक जनतेत रॉबिनहूडसारखी रुजली. 'दिल्लीच्या वसाहतवादी राजवटीतून आसामची सुटका करणे, परकीयांना हुसकून लावणे या उद्दिष्टांबरोबरच उल्फाने अनेक समाजकल्याणाची कामे हाती घेतली. समाजकंटकाविरुद्ध कठोर मोहीम उघडली. दारू, जुगार, स्त्रियांची छेड काढणे याला त्यांनी बंदी घातली. गुन्हेगारांना 'जनाता न्यायालयात' शिक्षा ठोठावली

जाऊ लागली. गरजू विद्यार्थ्यांना गणवेश व क्रमिक पुस्तकांचे मोफत वाटप करणे, खेड्यात रस्ते बांधणे, गरीब शेतकऱ्यांना मदत करणे अशीही कामे संघटना करू लागली.

उल्फानं असं 'समांतर' सरकार स्थापन केलं पण खैतान व टाटांनी अनेक वर्षे उल्फाकडं दुर्लक्ष केलं. दूरवर पसरलेल्या व एकाकी असलेल्या चहाच्या मळ्यांवर राहणाऱ्या व्यवस्थापकांकडून 'देणग्या' गोळा होत होत्या. पण रक्कम छोटी असे. गरीब शेतकऱ्यांना मदत करण्यासाठी चहाच्या मळ्यातून ट्रॅक्टर व अन्य अवजारे उल्फा उधार मागून नेई असे खैतान यांचे एक वरिष्ठ अधिकारी राजेश्वर एल. रिख्ये सांगतात. आपल्या कामासाठी या गोष्टींची तातडीची गरज उद्भवली तर काय करायचं याची काळजी वाटे पण मळेवाले तिकडं दुर्लक्ष करत. कलकत्त्यात राहणाऱ्यांना ब्रह्मपुत्रेच्या खोऱ्यातील या रानटी घटना खूप दूरच्या वाटत. उत्पादनात घट सोसणे किंवा भांडण ओढवून घेणे यापेक्षा शांतता 'खरेदी' करणं त्यांना सोपं वाटे.

९ एप्रिल १९९० रोजी सुरेन्द्र पॉल यांचा खून झाला आणि मळेमालकांच्या या गाफील वृत्तीला मोठा हादराच बसला.

५४ वर्षांचे सुरेन्द्र पॉल हे अपीजे उद्योग समूहाचे अध्यक्ष आणि कलकत्त्याचे प्रसिद्ध उद्योगपती. लंडनमधील कॅपारो समूहाचे स्वराज पॉल यांचे ते बंधू. स्वराज पॉल ब्रिटनच्या राणीपेक्षाही श्रीमंत आहेत असे 'संडे टाइम्स' १९९६ मध्ये प्रसिद्ध केलेल्या ५०० धनिकांच्या यादीत नमूद केले होते. दिब्रुगड जिल्ह्यातील तिनसुखिया येथील आपल्या उद्योग समूहाच्या चहाच्या मळ्यांना सुरेन्द्र पॉल भेट देण्यासाठी गेले असता उल्फानं त्यांचा खून केला होता.

उल्फाच्या संतापाचे आपणही लक्ष्य बनू शकतो या जाणिवेनं चहा मालक खडबडून जागे झाले. १९८५-१९९० या काळात उल्फाने शेकडो हत्या केल्या असल्या तरी त्या मुख्यत्वे राजकीय नेते व व्यापाऱ्यांच्या होत्या. या हिंसेनं उद्योगपती हादरले. पॉल यांच्या कुटुंबियांचं त्यांनी सांत्वन केलं. पण या हत्येचा जाहीर निषेध करण्याचं मात्र टाळलं.

त्या वेळी 'असोचेम'चे अध्यक्ष असलेले वीरेन जे. शहा व फिकीचे अध्यक्ष रौनक सिंग यांनी फक्त हत्येचा निषेध करणारी पत्रकं काढली. मळेवाल्यांनी या हल्ल्याबाबत मौन राखले कारण खुनाविरुद्ध एकही शब्द उच्चारला तर तो उल्फाच्या विरुद्ध आहे असं मानलं गेलं असतं. 'तेव्हा त्याबद्दल 'ब्र'ही काढणं म्हणजे स्वतःच्या मृत्यूचं वॉरंटच!' अशी प्रतिक्रिया एकानं व्यक्त केली.

उल्फानं मळेवाल्यांना लक्ष्य बनवलं याचं कारण राजकीय कारवायांसाठी निधी मिळवायला तो सर्वात सोपा मार्ग होता. त्यांनी खैतान, बिर्ला, गोएंका या मारवाड्यांकडं आपला मोहरा वळवला कारण चहाच्या मळ्यातून होणारा प्रचंड नफा अन्य राज्यात

गुंतवून आसामला ते रक्तबंबाळ करत आहेत असं उल्फाचं मत होतं. चहाच्या मळ्यात काम करणाऱ्या बिगर आसामी मजुरांविरुद्ध चिथावणी दिली. बहुतेक चहा कंपन्यांची कार्यालये गोहत्ती इथं नसून कलकत्त्यात असल्यामुळे आसामातील पांढरपेशा वर्गाला नोकऱ्या मिळत नाहीत असा ओरडाही केला जाऊ लागला.

आमच्याकडून स्थानिक प्रशासन जबर कर वसूल करते. या उत्पन्नातून ते रस्ते बांधतात, शिक्षण व वैद्यकीय सेवा पुरवतात असं मळेवाल्यांचे म्हणणे होते. केवळ टाटा टीचे प्रमुख दरबारी सेठ पश्चात्तापाच्या सुरात म्हणाले, आपण दोषी आहोत हे त्यांचं म्हणणं खरं आहे. कृतज्ञतेचं कर्ज आपल्या डोईवर आहे. त्यांच्याकडून आपण कितीतरी घेत असतो पण त्याची अत्यल्प भरपाई करतो. प्रत्येकजण हेच करतोय. तेव्हा आपण नावघेण्याजोगं आसाममध्ये काहीतरी भरीव करण्याची गरज आहे असं मी नेहमीच माझ्या सहकाऱ्यांना सांगत असतो. पॉल यांच्या खुनानंतर पत्रकारांशी बोलताना दरबारी सेठ यांनी हे उद्गार काढले होते. परंतु दुर्दैवानं त्यांच्या या सहानुभूतीने 'टाटा टी' कंपनीला दिलासा मिळाला नाही अथवा खाजगी रीत्या वाटाघाटी करण्याची संधी मिळाली नाही.

उलट उल्फानं बड्या चहा कंपन्यांची 'हिट लिस्ट' तयार केली. त्यात टाटा टी चं नावं मॅकेनील ॲन्ड मेगॉर (खैतान यांची मुख्य कंपनी), वॉरेन टी, आसाम फ्रंटियर, डूमडूमा, स्टिवर्ट होल (इंडिया) आणि जोकाई इंडिया वा नावासमवेत होतं. ११ जाने.१९९० रोजी सात कंपन्यांच्या अधिकाऱ्यांना उल्फाच्या नेत्यांना भेटण्यासाठी दिब्रुगड इथं आमंत्रित करण्यात आलं होतं. एका वर्तुळात उगवत्या सूर्याचं बोधचिन्ह असलेल्या उल्फाच्या लेटरहेडवरील या पत्राची भाषा स्पष्ट होती. हे पत्र असं–

महोदय,

आसामच्या आर्थिक विकासात चहा उद्योगाला सक्रिय सहभाग या विषयी तातडीने चर्चा करण्यासाठी मध्यवर्ती समितीच्यावतीनं खाली सही करणारे आपल्याला आमंत्रित करीत आहेत.

आमच्या या विनंतीला मान दिला नाही तर आमच्या घटनेनुसार कारवाई करणं आम्हाला भाग पडेल. तुमचं सक्रिय सहकार्य मिळावं अशी अपेक्षा आहे.

तुमचे, टी.सी.दत्ता
एस. सी.गोगोई उल्फा
कमांडर, उल्फा. जिल्हा समिती, दिब्रुगड.

'आसामच्या आर्थिक विकासात सक्रिय सहभाग' याचा अर्थ अप्पर आसाम

मधील प्रत्येक चहाच्या मळ्याच्या मागं कंपनीनं पाच लक्ष रुपये देणगी देणे होय. या सात कंपन्यांकडं मिळून ७७ चहाचे मळे होते. मॅकनिल अ‍ॅन्ड मेगॉर व त्यांच्या उपकंपन्या यांच्याच मळ्यांचा विचार केला तर शांतता खरीदण्यासाठी खैतान यांना २ कोटी ३५ लक्ष रुपये द्यावे लागतील असं 'बिझिनेस स्टॅण्डर्ड'नं म्हटलं होतं. हे पैसे डाक्का येथील करवण बाजारातील हॉटेल सोनरगाव येथे द्यावेत अशीही उल्फाची अट होती. त्यावर एक ज्येष्ठ अधिकारी म्हणाला, "रोख रकमेनं भरलेल्या सूटकेसेस घेऊन आम्ही डाक्क्याला निघालो आहोत असं चित्र रंगवणंही मूर्खपणांच होतं!"

सुरुवातीला मळेवाल्यांनी उल्फाच्या मागणीला फारशी दाद दिली नाही. पैसे देण्याची मुदत २१ जून, गुरुवारपर्यंत होती. त्याच्या आदल्या दिवशी मळेवाल्यांनी जाहीर केलं की, "आम्ही प्रत्येक मळ्यामागं ५ लक्ष रुपये देऊ शकत नाही. हंगामी पैसे देण्याची पूर्वीचीच पद्धत चालू ठेवू. सोन्याची अंडी देणारी कोंबडीच कापण्याचा हावरटपणा उल्फा दाखवील असं आम्हाला वाटत नव्हतं." असे उद्गार एका मळेवाल्यानं काढले.

परंतु ही आशा फोल ठरली, आपला आदेश ही पोकळ धमकी नाही हे ठसविण्यासाठी २३ जून रोजी जोकाई टी कंपनीच्या पानिटोला येथील कार्यालयात उल्फाचे चार कार्यकर्ते घुसले. त्यापैकी दोघांकडे शस्त्रास्त्रे होती. त्यांनी अधिकाऱ्यांकडून लेखी आश्वासन लिहून घेतले व बिगर आसामी अधिकाऱ्यांनी गाव सोडून जावं असा इशारा दिला. सुरेंद्र पॉल यांचा खून झाला त्या जागेपासून पानिटोला अवघ्या ८ कि.मी. अंतरावर आहे. दुसऱ्याच दिवशी चार व्यवस्थापक गाव सोडून गेले, शेवटचा व्यवस्थापक ३० जूनला बाहेर पडला. "उल्फानं आमच्याकडं पैशाची कधीच मागणी केलेली नाही" असं जोकाई इंडियानं जाहीरपणं सांगितलं असलं तरी २७ जून रोजी त्यांनी या घटनेची माहिती जिल्हा पोलिसांना कळवली होती. तोवर त्यांचे बहुतेक अधिकारी कलकत्त्याच्या सुरक्षित वातावरणात पोचले होते.

दरम्यान २८ जून रोजी १४-१५ अधिकारी कलकत्त्याहून विमानानं दिब्रुगडला पोचले. सूर्यास्तानंतर थोड्याच वेळानं तीन मोटारीतून शहराबाहेरील एका चहा मालकाच्या पडझड झालेल्या बंगल्याकडे ते रवाना झाले. उल्फाच्या आदेशावरून व मध्यस्थांच्या मार्गदर्शनाखाली हे अधिकारी आले होते. त्यात खैतान समूहाचे रिख्ये व त्यांचे सहकारी गौतम पी. बरुआ, विल्यम्सन मेगॉरचे कॉर्पोरेट उपाध्यक्ष, इंडियन टी बोर्डाचे अधिकारी, आणि एक आसामी राजकीय नेता यांचा अंतर्भाव होता, ही बैठक तीन तास चालली. एका खोलीत उल्फाचे पुढारी प्रत्येकाला वेगवेगळं बोलावून घेत होते. सर्वात आधी खैतानच्या अधिकाऱ्यांना बोलावण्यात आलं. ते बाहेर पडले तेव्हा हादरलेले दिसत होते.

कोणत्याही चहा कंपनीनं आमच्याकडं तक्रार केलेली नाही असं सांगून या

प्रकाराकडं काणाडोळा करण्याच्या प्रयत्न मुख्यमंत्री प्रफुल्लकुमार महंत यांनी केला, परंतु २८ जूनच्या त्या बैठकीची माहिती त्यांच्या आसाम गण परिषद पक्षाच्या अनेक सदस्यांना होती. ही बातमी फुटली आणि मुख्य मंत्र्यांच्या कार्यालयाची पंचाईत झाली. कलकत्त्यातील इंडिया टी असोसिएशन या संघटनेत मात्र इतका गोंधळ नव्हता. त्यांच्या अनेक गुप्त बैठका झाल्या. कोणाकडून किती रक्कम मागितली आहे याचा तपशील चर्चिला गेला. पण अधून मधून ही संघटना उलटसुलट विधाने करीत होती. सुरुवातीला त्यांनी अशी काही बैठक झाल्याचा इन्कार केला पण नंतर त्यांना ते मान्य करावं लागलं. काहीही मागणी करण्यात आलेली नाही, धमकी देण्यात आलेली नाही असंही त्यांनी आरंभी सांगायचा प्रयत्न केला पण युनिलिव्हरनं कडक पवित्रा घेतला तेव्हा संघटनेवर आपलं म्हणणं बदलण्याची दुसऱ्यांदा पाळी आली.

डुमडुमा किंवा ब्रुक बॉन्ड धमक्यांपुढे नमणार नाही असं लंडनमधील अँग्लो-डच समूहानं जाहीर केलं. त्यांनी उल्फाबद्दल लंडनमधील भारताचे उच्चायुक्त कुलदीप नय्यर यांच्याकडे आधिकृत तक्रार दाखल केली. नय्यर यांनी तत्काळ आसामच्या मुख्यमंत्र्यांना तार पाठवली, त्यानंतर दिल्लीतील एका ब्रिटिश अधिकाऱ्यानं गोहत्तीला भेट दिली. तेव्हा कारवाई करू असं आश्वासन देण्यावाचून मुख्यमंत्री महंता यांना गत्यंतरच उरलं नाही.

दिल्लीतील विश्वनाथ प्रताप सिंग सरकार मळेवाल्यांइतकंच काळजीत होतं. सरकारी खजिना रिता झालेला होता व आंतरराष्ट्रीय कर्जाबाबत दिवाळखोरीचा प्रसंग ओढवण्याचा संभव होता. निर्यातीला अत्यंत महत्त्व होतं. निर्यातीतून आसाम टी ७०० कोटी रुपये मिळवील असा अंदाज होता. युनिलिव्हर कंपनी ब्रिटिश उच्चायुक्तामार्फत दबाव आणत होती. १५ जुलै रोजी गोहत्ती येथील इंडियन ऑइल कॉर्पोरेशनच्या प्रमुखाचे अपहरण करून उल्फाने चहा उद्योगापलीकडं जाऊन तेल क्षेत्राकडं आपली नजर वळवली.

सिंग यांच्या मंत्रिमंडळातील वाणिज्य मंत्री अरुण नेहरू यांनी मळेवाल्यांचे म्हणणे सहानुभूतीपूर्वक ऐकून घेतले. एखाद्याकडे पैशाची मागणी करताना त्याच्या आर्थिक शक्तीची माहिती उल्फाला असे व त्यानुसारच रक्कम मागितली जाई. आमचे नफ्या-तोट्याचे आकडे, आयकर निवेदने, बँकेतील खाती याची माहिती उल्फाला कशी मिळते? असा सवाल चहा मळेवाल्यांनी नेहरूंना विचारला. याचा अर्थ आसाम गण परिषद व अतिरेकी यांच्यात संगनमत असणार असा संशयही त्यांनी व्यक्त केला. स्थानिक पोलिसांकडे नोंदलेल्या एफआयआरची प्रत मिळवायला आम्हाला नेहमीच त्रास होतो. पॉल यांच्या खुनाबद्दल राज्य सरकारने उल्फाला दोष दिला नाही; कलकत्ता येथील 'आसाम हाऊस' मधून उल्फाचे सदस्य खुशाल ये

जा करीत असतात, त्यांना पकडलं जाण्याची भीती वाटत नाही अशी माहिती देऊन या मालकांनी सवाल केला की "राज्य सरकार उल्फावर बंदी का घालत नाही?"

परंतु महंत यांनी उल्फाच्या वाढीचं खापर मळेवाल्यांवरच फोडलं. बहुराष्ट्रीय कंपन्या व बडे उद्योगपती यांनी स्वतःच उल्फाच्या वाढीला मदत करून खतपाणी घातलं आहे. जोवर परवडत होतं तोवर ते त्यांना खंडणी देत होते. परंतु उल्फाची पैशाची भूक वाढू लागली तेव्हा मात्र त्यांनी स्वतःच निर्माण केलेल्या या जाळ्यात ते अडकले. सुरुवातीला त्यांनी राज्यसरकारला काहीच माहिती दिली नव्हती पण उल्फाच्या मागण्या वाढू लागल्या तेव्हा मात्र ते ओरडा करत आहेत आणि राज्यसरकारला दोषी धरत आहेत असं महंत यांचं म्हणणं होतं. उल्फाचा अनुनय करण्याचं मळेवाल्यांचं धोरण उलटलं होतं. व्यवस्थापकांचं अपहरण करून उल्फा खंडणी गोळा करत होते व त्या पैशातून मोठ्या प्रमाणावर अधिक चांगल्या दर्जाची शस्त्रे खरेदी करत होते.

या आरोप-प्रत्यारोपांना फारसं महत्त्व नाही. राज्य सरकारची निष्क्रियता व चहा मळेवाल्यांचे पैसे यातून फ्रँकेस्टाईनसारखा सैतान निर्माण झाला होता, त्याचा नाश कसा करावा हे कोणालाच उमगत नव्हतं. उल्फानं प्रत्येक किलो चहावर आपल्याला एक रुपया मिळावा अशी मागणी केली. हत्या व अपहरणाचे प्रकार वाढू लागले तेव्हा अखेर १९९० रोजी महंत यांचं सरकार बरखास्त करण्यात येऊन राष्ट्रपती राजवट लागू करण्यात आली. त्याच दिवशी रात्री लष्करानं ब्रह्मपुत्रा खोऱ्यात 'ऑपरेशन बजरंग ' मोहीम सुरू केली. राज्यातील निवडणुकीनंतर 'ऑपरेशन ऱ्हिनो' हाती घेण्यात आलं. उल्फाचे एकूण ३५०० सदस्य 'शरण' आले परंतु राजखोवा, परेश बरुआसारखे मोठे नेते फरारीच होते. दरम्यान निवडणुकीत काँग्रेसचे हितेश्वर सैकिया विजयी झाले व दुसऱ्यांदा राज्याचे मुख्यमंत्री बनले.

सैकियांनी उल्फाशी वाटाघाटी सुरू केल्या परंतु मार्च १९९१ मध्ये त्या सोडून द्याव्या लागल्या. त्यानंतर चार महिन्यांनी १ जुलै रोजी उल्फानं १३ वरिष्ठ सरकारी अधिकारी व सर्गेई ग्रेटचेन्को या सोवियत खाण इंजिनियरचं अपहरण करून आपल्या सामर्थ्याची पुन्हा चुणूक दाखवली. त्यानंतर दोन आठवड्यांनी ४०० स्थानबद्ध उल्फा सदस्यांना सोडण्याचा प्रस्ताव देणं सैकियांना भाग पडलं. या विजयामुळे उल्काचे पुढारी चेकाळले. १९९२-९४ या काळात त्यांनी काही पोलिस अधिकारी, भाजप व काँग्रेसचे नेते आणि सैकियांचे पाच नातेवाईक यांना गोळ्या घातल्या. त्यांनी ऑइल ॲन्ड नॅचरल गॅस कमिशनच्या (ओएनजीसी) एका इंजिनियरला ठार केले. पॉल यांच्या आसाम फ्रॉंटियरच्या व्यवस्थापकाचा खून केला व फ्रेंच शास्त्रज्ञांच्या एका पथकाला पळवून लावले. एकूण ४०० जणांची त्यांनी अशी 'वासलात' लावली.

उल्फाच्या या यशामुळे अन्य अतिरेकी संघटनांनाही स्फुरण चढले. बोडो सिक्युरिटी फोर्सने (बीएसएफ) उल्फाच्याच धर्तीवर चहा मळ्याच्या व्यवस्थापकांना लक्ष्य बनवून निधी जमवण्याचा उद्योग सुरू केला. खैतान यांच्या मालकीच्या दिमाकुशी चहाच्या मळ्याचे व्यवस्थापक सुभीर रॉय यांच्यावर त्यांनी हल्ला केला. १८ मार्च १९९२ रोजी रॉय यांची मोटार थांबवून त्यांचे व त्यांच्या ड्रायव्हरचे अपहरण केले. त्यांच्या सुटकेसाठी दर हेक्टरला २० हजार रुपये प्रमाणे खंडणी द्यावी अशी मागणी खैतान यांच्याकडं करण्यात आली. त्यांच्याशी बोलणी चालू असतानाच ३ एप्रिल रोजी कनोईंच्या मालकीच्या पनबरी येथील मळ्याच्या व्यवस्थापकाचा खून करण्यात आला, वीस दिवसांनंतर रॉय यांची सुटका करण्यात आली, आपण खंडणी दिल्याचा खैतान यांनी इतरांप्रमाणं इन्कार केला. परंतु रॉय व त्याचा ड्रायव्हर यांचा प्राण वाचवण्यासाठी खैतान यांनी खंडणी दिली असं तेथील पत्रकारांचं म्हणणं आहे.

खैतान यांच्या चहाच्या मळ्याची राखण करणाऱ्यांसाठी आता खाजगी सेनाच तैनात करण्यात आली आहे. प्रत्येक मळ्यासाठी ४० सशस्त्र रक्षक नेहमी असून असे एकूण दोन हजार रक्षक अहोरात्र पहारा देत असतात. कोणत्याही व्यवस्थापकाला संरक्षणाशिवाय बाहेर जाऊ दिले जात नाही. संरक्षण न घेता जर तो बाहेर पडला व त्याचं अपहरणं झालं तर मग त्याची काही खैर नाही कारण त्याच्यासाठी खंडणी देण्याची जबाबदारी कंपनीची नाही.

उल्फाचा अनुनय करण्याचं धोरण तुम्ही का अवलंबिलं? खैतानसारख्या चहामळ्याच्या मालकांनीच ही स्थिती निर्माण केली आहे या महंत यांच्या आरोपात तथ्यांश आहे? असं मी खैतान यांना विचारलं.

ते म्हणतात "समजा या खोलीत याक्षणी एखादा माणूस एके ४७ घेऊन शिरला व जरा ती फाईल द्याल का? असं म्हणाला तर तुम्ही काय कराल? प्रामाणिकपणं उत्तर द्या. मी सर्वात मोठा मळेवाला आहे व मी पैसे दिले असा माझ्यावर आरोप केला जातो. परंतु तुम्ही सांगा मी काय करावे? समजा खंडणी द्यायची नाही असं मी ठरवलं व व्यवस्थापकाला गोळी घालून ठार केलं गेलं तर लोक म्हणतील की खैतानना पैशाचा लोभ आहे, त्यांनी व्यवस्थापकाला मरू दिले. माझ्या जागी तुम्ही असता तर काय केलं असतं? त्याच्या कुटुंबियाला तुम्ही काय सांगितलं असतं? 'तुम्ही माझ्या पतीला ठार मारलंत' या आरोपापेक्षा तुम्ही पैसे दिले हा आरोप स्वीकारणं मी पसंत करीन"

परंतु या प्रश्नावर सर्व मळेवाल्यांनी एकजूट का केली नाही? "आम्ही त्यासाठी फार प्रयत्न केले. सबंध आसाममध्ये सर्वात सोपं लक्ष्य मी होतो तरी खंडणी देण्याची माझी मुळीच इच्छा नव्हती. रात्रंदिन मला झोप येत नसे. उद्या

सकाळी कोणाचा मुडदा पडेल या विचारानं मी अस्वस्थ असे. त्याच काळात मी आसाममध्ये मुलांसाठी चांगली शाळा उभारायचं ठरवलं. या प्रकल्पासाठी मी २२ कोटी रुपये बाजूला ठेवले आहेत. लंडनच्या वेस्टमिनिस्टर स्कूलच्या प्राचार्यांना पाचारण केले आहे.

केवळ एक शाळा उभारून उल्फाकडून शांतता मिळवता येईल काय? नाही. पण चांगल्या शाळेतून चांगले विद्यार्थी निर्माण होतील, त्यांच्यातून चांगले नागरिक निर्माण होतील, व ते चांगला देश निर्मितील. येथे मिळवलेला पैसा येथेच ओतण्याचा मी प्रयत्न केला व आसामी जनतेला कधी ना कधी त्याची जाणीव होईल.

आपल्या अधिकाऱ्यांच्या संरक्षणाची खैतान खूप काळजी घेतात त्यामुळं अधिकाऱ्यांची त्यांच्यावर अपार निष्ठा आहे. गौतम बरुआ म्हणतात, "वाईट काळात एकही व्यवस्थापक नोकरी सोडून गेला नाही. हत्या झालेल्या कुटुंबियांची सरांनी खूप काळजी घेतली. त्यांच्या मुलांच्या शिक्षणाचा खर्च त्यांनी दिला, त्यांना आपल्या कंपन्यात नोकऱ्या दिल्या. २८ जून १९९० रोजी दिब्रुगड इथं उल्फा कमांडरासमवेत झालेल्या बैठकीला रिख्ये यांच्या समवेत बरुआ (जे स्वतः आसामी आहेत) हजर राहिले होते. आपलं काही बरं वाईट झालं तर आपली पत्नी, मुलं यांची काळजी घेतली जाईल याची खात्री असल्यामुळं मला या बैठकीला जाणं सोपं झालं असं ते म्हणतात.

साम्यवादी राजवटीचं शेवटचं ठिकाण असलेलं कलकत्ता इथं खैतान यांना त्यांचे अधिकारी सुपर बॉसच समजतात. त्यांच्यावर थोडीशी जरी टीका झाली तरी ते त्यांच्या समर्थनाला धावून येतात. विल्यम्सन मेगॉर समूहातील इंडिया फॉईल्स कंपनीचे व्यवस्थापकीय संचालक पी. बजाज हे अशा अधिकाऱ्यांचे प्रतिनिधी. ते म्हणतात, "मला सध्यापेक्षा आठपटीनं मोठी नोकरी एखाद्या इंजिनिअरिंग कंपनीत मिळाली असती परंतु मी ही नोकरी सोडली नाही कारण खैतान यांची त्यांच्या कंपन्यांशी बांधिलकी आहे व मला हवं ते स्वातंत्र्य त्यांनी दिलं आहे." ज्याच्याबद्दल प्रत्येक जण चांगलेच उद्गार काढतो अशी व्यक्ती उद्योगजगतात सापडणं कठीणच. त्यातून कनिष्ठांनी प्रशंसा करणं दुर्मिळच. खैतान यांची त्यांच्या चहा व इंजिनिअरिंग कंपन्यात स्तुती होत असली तरी 'मेटल बॉक्स' मधील मजुरांत मात्र ते हा विश्वास निर्माण करू शकले नाहीत.

आय ॲम नॉट अ ॲसेट स्ट्रिपर

१९७० च्या दशकात 'मेटल बॉक्स' ही भारतातील पॅकेजिंग कंपनी होती. सर्व देशभर तिचे छोटे छोटे कारखाने विखुरलेले होते. ही कंपनी धातूचे डबे बनवून ते बड्या ग्राहकांना पुरवते. १९८० च्या आरंभी आडाखे चुकले नि कंपनीला

भरमसाट तोटा झाला. आपल्या नोकरीच्या चिंतेपायी मजूर भांडखोर व लढाऊ बनले. कलकत्ता येथील मेटल बॉक्सच्या बार्लो हाऊस या मुख्यालयाच्या शानदार संगमरवरी पोर्चात विविध संघटनांची पत्रके डकवलेली असायची. या तणावग्रस्त कंपनीवर नियंत्रण ठेवणं कठीण होऊ लागलं म्हणून ब्रिटनच्या मेटल बॉक्सनं भारतातील कंपनी विकण्याचा अनेकदा प्रयत्न केला. ब्रिटनच्या मूळ कंपनीचा भाग भांडवलात ४० लाखाहून काहीसा कमी हिस्सा होता. रुसी मोदी व मनू छाब्रियांसह आठ उद्योगपतींनी या कंपनीत स्वारस्य दाखवलं पण ती खरेदी करायला नकार दिला.

हे सारे प्रश्न ठाऊक असूनही खैतान यांनी ही डोकेदुखी का ओढवून घेतली? "ती चूक होती हे मी आज तुमच्याजवळ मान्य करतो. त्या वेळेला मात्र मला हा सौदा चांगला वाटत होता. सार्वजनिक दृष्ट्या तो कटु अनुभव होता. माझं अनुमान चुकलं" असं ते म्हणतात.

प.बंगालमधील तारातुला येथील मेटल बॉक्सचा प्लास्टिक फ्लेक्झिबल पॅकेजिंग कारखाना खरीदण्याच्या दृष्टीनं दीपक यांनी १९८३ च्या सुमारास केव्हातरी बोलणी सुरू केली होती. ती दीड वर्षे रेंगाळली. तोवर या कारखान्याची किंमत १२ कोटी रुपयांवर पोचली. मेटल बॉक्सचा कारखाना उभारणं स्वस्त पडेल असं आम्हाला वाटू लागलं होतं. पण एके दिवशी सायंकाळी दीपक व रमा बाबू गप्पा मारत असताना सारी कंपनीच ५० कोटीत खरेदी करणं शक्य आहे हे आमच्या ध्यानात आलं.

पॅकेजिंग क्षेत्राला लौकरच भरभराटीचे दिवस येणार याची खैताननना खात्री वाटत होती. त्यांची स्वतःची इंडिया फाईल्स ही ॲल्युमिनियम पॅकेजिंग कंपनी होतीच. त्या जोडीनं मेटलं बॉक्सही ताब्यात आली तर पॅकेजिंगचे सर्व प्रकार एका छताखाली आणता येतील असं त्यांना वाटत होतं. त्यामुळं मेटल बॉक्स घेतल्यावर पत्रकारांशी बोलताना ते उत्साहानं म्हणाले, "भारतात पॅकेजिंग उद्योग अजून बाल्यावस्थेतच आहे. आपण त्याच्या टोकाला देखील अजून स्पर्श केलेला नाही. मेटल बॉक्स सारख्या कंपनीच्या दृष्टीने वार्षिक २०० कोटींची उलाढाल म्हणजे काहीच नाही. भेसळीनं धुमाकूळ घातला आहे त्यामुळे सीलबंद पॅकेट्समधील वस्तू अधिकाधिक ग्राहक पसंत करू लागले आहेत. पत्र्याच्या कॅनच्या उद्योगाची उपयोगिता आहे. फसफसणाऱ्या वस्तूंसाठी प्लॅस्टिक कॅन्सचा उपयोग नाही."

दरम्यान मेटल बॉक्सच्या स्थितीत सुधारणा झाली व कंपनीचं भवितव्य बरं आहे असं वाटू लागलं. खरगपूर येथील बेअरिंग्ज कारखाना नफा खाऊन टाकत होता, तो ऑक्टोबर १९८३ मध्ये टिस्कोला विकण्यात आला. एकूण तोटा १५ कोटींवर साचला असला तरी त्याचा वेग मंदावला होता. ३१ मार्च १९८५ रोजी संपलेल्या १८ महिन्याच्या काळात ५ कोटी ६३ लाख तोटा झाला होता. ३०

सप्टेंबर १९८३ ला संपलेल्या १२ महिन्यांच्या काळात झालेल्या ९कोटी ७७ लाख रुपयांच्या तोट्यापेक्षा तो कमी होता. निधीचा ताजा पुरवठा करून ही स्थिती पालटता येईल असा विश्वास खैतान यांना वाटत होता. खैतान यांची ऑफर आनंदित झालेल्या ब्रिटनमधील मेटल बॉक्स कंपनीनं तात्काळ स्वीकारली. ४ डिसेंबर १९८५ रोजी संचालक मंडळाची बैठक झाली आणि खैतान, दीपक व रिचर्ड मेगॉर यांची मेटल बॉक्स इंडिया या कंपनीच्या संचालक मंडळावर नियुक्ती झाली, संचालक मंडळातील या बदलामुळं शेअर्सची किंमत वधारल्याचे पाहून खैतान खूश झाले.

आरंभी खैतान यांच्या योजनेनुसार कंपनीचा कारभार चालू लागला. आम्ही वीस कोटी रुपये पुरवून कंपनीची स्थिती मजबूत केली. तीन महिने पुरेल एवढ्या कच्च्या मालाची सोय केली. बँकेच्या मर्यादेतील थकबाकी समपातळीवर आणली. सर्व देणेकऱ्यांवर नियंत्रण ठेवलं गेलं. परंतु कामगारांवर मात्र नियंत्रण ठेवणं जमलं नाही. किमान दोन हजार म्हणजे जास्तच कामगार होते. मेटल बॉक्स ताब्यात घेतल्यावर जाने.८६ मध्ये झालेल्या पहिल्या संचालक मंडळाच्या बैठकीनंतर खूप उत्साह वाटत होता. ''आपण सारे मिळून भावी पदाच्या आव्हानाला तोंड देऊ'' असा आत्मविश्वास होता. परंतु दोन वर्षात ही आशा मावळली.

१७ मार्च १९८८ रोजी सकाळी खैतान घरीच खिन्नपणे बसून होते. '४ मँगोलेन इथं कंपनीचे कामगार निदर्शनं करणार आहेत. खैतान यांच्या उपस्थितीनं आगीत तेलच ओतलं जाईलं तेव्हा त्यांनी आज कार्यालयात न येणंच उत्तम. असं खैतान यांच्या व्यवस्थापकांनी कळवलं होतं.

व्यवस्थापकांचा हा संदेश म्हणजे उंटाच्या पाठीवरची शेवटची काडीच ठरली. एक महिन्यापूर्वी बार्लो हाऊस ते ४ मँगोलेनपर्यंत मोर्चा काढून कामगारांनी त्यांना एक निवेदन सादर केलं होतं. ज्या दिवसापासून त्यांनी सूत्र हाती घेतली तेव्हापासूनच प. बंगालमधील कारखान्यातील चार हजार कामगार सतत हा ना तो संप पुकारत होते. सततच्या या कामगार संघर्षानं त्यांना जेरीस आणलं होतं.

खैतान यांनी आपल्या नेहमीच्या शैलीनं प्रश्न सोडवायचं ठरवलं. मुंबईच्या वरळी येथील कंपनीची मालमत्ता विकून त्या पैशातून कामगारांना पॅकेज देऊन कमी करण्याची त्यांची योजना होती. परंतु ब्रिटनमधील मेटल बॉक्सनं त्याऐवजी कामगारांचे वेतन २० टक्क्यांनी कमी करावं असं सुचवलं. वेतन 'कमी करावं' असा शब्द त्यांनी वापरला होता पण प. बंगालच्या मुख्य मंत्र्यांनी 'लांबणीवर टाकावा' असं सुचवलं. मी ते मान्य केलं, असं खैतान म्हणतात. हा सौम्य केलेला प्रस्ताव त्यांनी कामगार संघटनांपुढे मांडला तेव्हा मुंबईच्या संघटनेनं तो मान्य केला पण कलकत्त्याच्या संघटनेनं मात्र फेटाळून लावला.

खैतान यांच्या मनात धोक्याच्या घंटा घणघणू लागल्या. मुंबईला रवाना होण्यापूर्वी त्यांनी कलकत्त्याच्या कामगार संघटनेच्या पुढाऱ्यांसमवेत अनौपचारिक चर्चा केली. तेव्हा या पुढाऱ्यांनी प्रस्तावाला मान्यता दिली होती. नंतर त्यांनी विचार बदलला तेव्हा मात्र खैतान यांनी कडक पवित्रा घेतला. "मी त्यांना सांगितलं की, जर तुम्हाला हे मंजूर नसेल तर कारखाना चालवता येणार नाही. हा प्रस्ताव तुम्हाला मान्य नसेल तर मी ही कंपनी सोडून सरळ बाहेर पडेन." सहा महिन्यांनंतर त्यांनी ही धमकी खरी करून दाखवली.

खैतान सहसा चिडत नाहीत, आक्रमक बनत नाहीत पण एकदा का ते संतापले की, मग त्यांच्या इतका दुसरा कोणी हट्टी असत नाही. आसाम कंपनीतून इंचकेप यांच्याशी झालेल्या भांडणानंतर त्यांच्याशी आपण कधीही बोलणार नाही असं त्यांनी जाहीर केलं होतं. त्यांना मनवण्याचे अनेक प्रयत्न झाले पण त्यांनी आपला निर्धार सोडला नाही. मेटल बॉक्सच्या बाबतीतही त्यांनी असंच धोरण स्वीकारलं. बार्लो हाऊसमधून बाहेर पडताना मी पुन्हा या कार्यालयात पाऊल ठेवणार नाही अशी शपथ त्यांनी घेतली. त्यानंतर ते तेथे कधीच गेले नाहीत. सोमवार १८ एप्रिल रोजी संचालक मंडळाची बैठक बोलावण्यात आली. खैतान व दीपक यांनी बैठकीत राजीनामे दिले त्यामुळं संचालक मंडळाला धक्काच बसला.

"कंपनीच्या सुधारणेची सारी योजना कामगारांशी व्हायच्या करारावर आधारित होती. परंतु हा आधारच ढासळू लागला. बँका पण कुंपणावरच बसून होत्या. दरम्यान कंपनी आणखीच 'आजारी' झाली. आता आणखी काहीही करणं शक्य नव्हतं असं आमचं मत बनलं." संचालक मंडळाच्या बैठकीनंतर संतापाच्या सुरात दीपक पत्रकारांना म्हणाले, "सोमवार दुपारी तीन वाजेपर्यंत माझे वडील हे व्यावसायिक भिकारी होते. आता बँकाच्या कॉरिडॉर्समध्ये चकरा मारण्याचा वेळ संपला होता."

खैतान ४ मँगोलेन इथं परतले व त्यांनी आपल्या दलालाला फोन केला. "मी त्याला सांगितलं की, या रोख्यांचं काय वाटेल ते कर. हवं तर हुगळी नदीत बुडवून टाक" असं बी. एम. खैतान म्हणतात. मेटल बॉक्स कर्जाच्या डोहात व टाळेबंदीच्या चक्रात सापडली तेव्हा इंटकच्या नेत्या श्रीमती ममता बॅनर्जी त्यांना भेटायला आल्या. "मी असं धोरण का पत्करत आहे, मी कारखाना का सुरू करत नाही अशी त्यांनी विचारणा केली. त्यावर मी म्हणालो, तुम्ही कारखाना सुरू करा. मी आता त्यातून बाहेर पडलो आहे. तो आता तुमचाच आहे. तुम्ही तो चालवून दाखवा."

खैतान यांच्या दृष्टिकोणामुळे चिडलेल्या ग्रिण्डलेज् व स्टेट बँक ऑफ इंडिया यांनी त्यांच्यावर वृत्तपत्रातून टीका केली. महाराष्ट्र व प.बंगालच्या विधानसभातून आमदारांनी प्रश्न विचारले, संपादकांनी विद्वत्तापूर्ण पण अनाकलनीय संपादकीये लिहिली.

वादळी वार्षिक बैठकात अल्पसंख्य भागधारकांनी मेटल बॉक्सचा ताळेबंद मंजूर करायला अनुमती दिली नाही. दोघा व्यवस्थापकीय संचालकांनी राजीनामे दिले व १९८८ च्या अखेरीस अध्यक्ष भास्कर मित्तरही सोडून गेले. शेवटी एक खरेदीदार मिळाला. पण तोवर मेटल बॉक्स म्हणजे एक निव्वळ पोकळ कवच उरलं होतं.

मेटल बॉक्सची सर्वात चांगली मालमत्ता खैतान यांनी काढून घेतल्यानं तिची ही अशी अवस्था झाली असं टीकाकार म्हणू लागले. आपल्या समूहातील कंपनीच्या फायद्यासाठी मौल्यवान फ्लॅटस, कार्यालये व कारखाने देखील खैतान यांनी गैरमार्गानं हडप केले असे आरोप केले जाऊ लागले. आपल्यावरील या चिखलफेकीनं खैतान खवळतात व म्हणतात, " मी काही मालमत्तेची लुबाडणूक करणारा नाही. मेटल बॉक्समध्ये मला १८ कोटी रुपयांचा तोटा झालेला आहे!"

तारातुला येथील प्लॅस्टिक फ्लेक्झिबल पॅकेजिंग या कारखान्याचे बार्लें हाऊस येथे आणि एका आलीशान वस्तीत दोन फ्लॅटस असून त्याबाबत अगदी क्षुद्र आरोप केले गेले. "तारातुलामुळं तर आम्ही मेटल बॉक्सकडे गेलो. मेटल बॉक्स ताब्यात घेण्यापूर्वी इंडिया फॉईलनं सौदा पुरा केला होता." असा दावा करून खैतान म्हणतात, "इंडिया फॉईलनं मेटल बॉक्सला खेळत्या भांडवलासाठी जी आगाऊ रक्कम दिली त्याच्या बदल्यात दोन फ्लॅटस घेतले. रॉस डिस यांनीही मेटल बॉक्सच्या पुनर्वसनासाठी सुमारे २ ते २.५ कोटी रुपये दिले होते. तेव्हा बार्लो हाऊसचे तीन मजले त्यांच्याकडे गहाण ठेवले होते. मेटल बॉक्सने त्यांना पैसे परत केले नाहीत तर हे तिन्ही मजले त्यांच्याकडेच राहणार होते. मी एवढेच काय ते व्यवहार केले. तेव्हा मी पैसे केले असं कोण म्हणू शकेल? आणि वित्तीय संस्थांचं काय? मी बँका व संस्था यांच्याकडून पैसे उधार घेत राहिलो. आयसीआयसीआय, आयडीबीआय व एलआयसी या तीन संस्थांचे संचालक मंडळावर होते. संचालक मंडळाकडे न जाता कोणताही सौदा करण्याचा विचारही करणं अशक्य आहे."

ते काहीही असलं तरी खैतान यांच्या उद्योगाच्या पसाऱ्यात तारातुला येथील कारखाना हा चांगलीच घोडदौड करत होता, मेटल बॉक्स मात्र अनेक खटले, कर्जे व वादविवाद यांच्या जंजाळात अडकून पडली होती व तिचे बरेच कारखाने बंद करावे लागले होते. या कडवट घडामोडींचा अजूनही खैतान यांच्या मनात सल आहे असे एका निरीक्षकाचे म्हणणे आहे. "त्यामुळे युनियन कार्बाईड इंडियाच्या बाबतीत आपल्याला कोणी मालमत्तेची लुबाडणूक करणारा म्हणू नये म्हणून त्यांनी अत्यंत दक्षता घेतली" असं तो म्हणतो.

मेटल बॉवस व युनियन कार्बाईड इंडिया यांच्या सौद्यामुळं प्रसिद्धीला अनुत्सुक असलेले खैतान प्रकाशझोतात आले. पंख्याचे एक स्थानिक उत्पादक एस. के.

खैतान (बी. एम. खैतान यांच्याशी नाते नाही) यांना चहासम्राट खैतानांपेक्षा अधिक प्रसिद्धी मिळते.

रॉयल कलकत्ता टर्फ क्लबच्या बाहेर फारच थोडेजण बीएमना ओळखतात व बीएमना असंच असणं आवडतं. खैतान यांची माहिती वृत्तपत्रांच्या संदर्भ विभागात शोधायला गेलं तर त्यांच्या समूहाच्या बाबतीत बरीच आकडेवारी मिळेल परंतु त्यांची वैयक्तिक माहिती देणारे दोनच लेख सापडतील. 'हूज हू' हा चरित्रकोशही त्यांच्याबद्दल फारशी माहिती देत नाही. त्यात त्यांच्या कंपन्यांची वार्ता व पत्त्यांची नोंद आहे इतकंच. त्यात त्यांच्या जन्मतारखेचाही उल्लेख नाही!

युनियन कार्बाईड इंडिया कंपनी ताब्यात घेतल्यावर मात्र सारं चित्र पालटलं. खैतान यांची प्रतिमा कलकत्त्याहून एकदम राष्ट्रीय मंचावरच प्रकटली!

'एव्हरेडी' बॅटऱ्या व 'गिम्मी रेड' ही जाहिरात मोहीम यासाठी प्रसिद्ध असलेली युनियन कार्बाईड कंपनी १९९४ मध्ये विक्रीसाठी काढण्यात आली. २ डिसेंबर १९८४ मध्ये भोपाळ येथे या कंपनीत झालेल्या वायुगळतीच्या दुर्दैवी घटनेत चार हजार लोक ठार झाले व पाच लक्ष लोकांना याची झळ पोचली होती. तेव्हापासूनच अमेरिकेतील युनियन कार्बाईड कॉर्पोरेशनला भारतातली ही कंपनी नकोशी झाली होती. ती विकण्याचा ते प्रयत्न करत होते. परंतु जोवर अपघातग्रस्तांना नुकसानभरपाई दिली जात नाही तोवर कंपनी विकण्यास भारत सरकारनं प्रतिबंध केला होता. त्यानंतर दहा वर्षांनी म्हणजे जाने.१९९४ मध्ये सरकारशी तडजोड झाली. युनियन कार्बाईड इंडिया आपल्या होल्डिंगच्या ५०.९० टक्के हिस्सा विकू शकते. मात्र त्या पैशातून रुग्णालय उभारण्यासाठी ६५ कोटी रुपये त्यांनी दिले पाहिजेत. त्या रकमेच्यावर त्यांना काही पैसे मिळाले तर कंपनी ते ठेवू शकते असे या तडजोडीचे सार होते.

'क्रेडिट कॅपिटल फायनान्स कॉर्पोरेशन' व 'स्टेट बँक ऑफ इंडिया'चे अधिकारी खैतानना भेटायला आले तेव्हा त्यांची प्रतिक्रिया फारशी उत्साहजनक नव्हती. परंतु शांती खैतान मात्र त्याबाबत खूपच उत्सुक होत्या, आपल्या मुलाला गुंतवून ठेवणारं काम मिळण्याची गरज आहे असं त्यांना वाटत होतं. आदित्यचं छान चालू होतं. तो चहाचा उद्योग सांभाळत होता, जावई संदीप यांचं किलबर्न रिप्रोग्राफिक्समध्ये चांगले बस्तान बसलं होतं, पण दीपकला मात्र कामाची गरज होती. १९९४ मध्ये बिझिनेस स्टँडर्डनं खैतान उद्योगसमूहात लौकरच फूट पडणार असं वृत्त पहिल्या पानावर छापलं. मुलांमध्ये आपापसात स्पर्धा आहे असं या वृत्तात सूचित केलं होतं. बातमीतील बराच तपशील चुकीचा होता. परंतु खैतान यांनी त्याबाबत मौन पाळलं तर शांती खैतान यांनी मात्र त्या निमित्तानं आत्मपरीक्षण केलं.

दीपकला अश्व शर्यतींचं भारी वेड होतं. त्यामुळे आपल्या इंजिनिअरिंग कंपनीच्या गॅरेजेसपेक्षा ३०० घोडे असलेल्या आपल्या स्टडफार्मवर तो अधिक वेळ घालवत

असे. आपल्या हाताखालील कंपन्यांचा कारभार सुधारण्याकडं लक्ष देण्याऐवजी तो बंगलोर, मुंबई, पुणे येथील शर्यतींना जात असे. आपला घोडा शर्यत जिंकताना पाहताना होणारा आनंद अवर्णनीय आहे, असं तो म्हणत असे. त्यावर आपली कंपनी नफा करते हे पाहताना काय बरं वाटत असेल? असं त्याच्या आईनं विचारले. युनियन कार्बाईड इंडिया सारखी ३०० कोटी रुपये किंमतीची कंपनी मिळाली तर ती दीपकला बांधून ठेवील, तो व्यवसायात अधिक रस घेऊ लागेल असं शांती खैताननना वाटत होतं.

खैतान यांना हे पटवून देण्याची गरज होती. म्हणून ते ज्यांचा शब्द मानतात अशा व्यक्तीला शांती खैतान यांनी गुप्तपणे फोन केला. त्या व्यक्तीचं नावं होतं रमा बाबू ऊर्फ आर. पी. गोएंका.

खैतान यांच्या घरात गोएंकांना मोठा मान होता. हॅरॉडस येथील बॉम्बस्फोटानंतर बी.एम.खैतान यांची विचारपूस करण्यासाठी सर्वप्रथम तेच आले होते. तर हल्दिया पेट्रोकेमिकल्सच्या चौकातून खैतान तत्काळ मदतीला धावून गेले होते. गोएंकांची भाची यशोधरा ही दीपकची पत्नी होती. मारवाडी समाजात आपलं पुनर्वसन झालं याचं श्रेय खैतान गोएंकांनाच देतात. या उभयतांची मैत्री इतकी सर्वश्रुत व विख्यात होती की मार्च १९८८ मध्ये गोएंकांवर आयकर अधिकाऱ्यांनी जेव्हा धाड टाकली तेव्हा खैतान यांचेही जाब जबाब घेतले जात आहेत असं वृत्त कलकत्त्याच्या उद्योगवर्तुळात पसरलं होतं. शांती खैतान यांचा फोन येताच आर. पी. गोएंका तत्काळ विमानानं त्यांना भेटायला आले.

शांती, आर.पी. व मुले यांनी युनियन कार्बाईड खरीदणं कसं हिताचं आहे हे खैताननना पटवून देण्यात आख्खा दिवस व रात्र घालवली.

गेल्या पाच वर्षांत ड्राय बॅटऱ्यांची बाजारपेठ प्रतिवर्षी १.६ टक्क्यांनी वाढली होती. युनियन कार्बाईड इंडियाच्या विक्रीत दरवर्षी १० टक्क्यांनी वाढ झाली होती. कंपनीचा करपूर्व नफा १९९३-९४ मध्ये ३२ कोटींवर पोचला होता. चार वर्षांपूर्वी तो अवघा ६ कोटी होता. कंपनी एकूण ८४ कोटींची होती व ११ कोटींचे कर्ज म्हणजे त्याच्या केवळ १३ टक्के होते. याचा अर्थ कंपनीची कर्ज काढण्याची क्षमता मोठी होती व गरज पडली तर २०० कोटी रुपये उभं करणं सहज शक्य होतं.

कंपनीच्या स्थावर मालमत्तेचं फार कमी मूल्य दाखवण्यात आलं. सर्वात महत्त्वाचा म्हणजे कंपनीच्या सर्वात लोकप्रिय उत्पादनावर भोपाळच्या दुर्दैवी घटनेची छाया पडलेली नव्हती. खैतान बॅटरी उद्योगात (स्टॅण्डर्ड बॅटरीज) होतेच त्यामुळं त्यांना या निमित्तानं विस्ताराची संधीही मिळणार होती. तिघांनी त्यांना आपला मुद्दा पटवून देण्याचे जोरदार प्रयत्न केले आणि अखेर खैतान राजी झाले.

युनियन कार्बाईड इंडियावर नियंत्रण ठेवण्याइतका अधिकार प्रस्थापित करावयाचा तर ८० कोटी रुपये लागतील असं आरंभी वाटलं होतं. रोख्याची किंमत ६० रुपये गृहीत धरून हा अंदाज करण्यात आला होता. भोपाळ दुर्घटनेच्या जबाबदारीची सतत टांगती तलवार असल्यानं १९९३-९४ मध्ये रोख्याची किंमत ५५ रुपये राहिली होती. ८० कोटी रुपयात कंपनी खरेदी करण्यास बरेच जण तयार होते. क्रेडिट कॅपिटल व स्टेट बँक यांनी अशा सात उत्सुक खरीददारांची यादी तयार केली, ती अशी– आर. पी. गोएंका, बी. एम. खैतान, बॉंबे डाईंगचे नस्ली वाडिया, बीपीएल समूहाचे टी.पी.जी. नंबियार, 'स्पिक' कंपनीचे ए. सी. मुथय्या, आसाम कंपनीचे के. के. जाजोदिया आणि 'ताग सम्राट' अरुण बजोरिया, रोख्यांची किंमत वाढू लागली आणि अखेर प्रत्येक रोख्याचा दर १७५ झाला आणि खैतान यांनी २९० कोटी रुपये दिले.

सर्वप्रथम गोएंकांचं नाव यादीत होतं तरी त्यांना या व्यवहारात नंबियार किंवा बजोरिया यांच्याइतका देखील रस नव्हता. के. के.जाजोदिया हे उत्सुक होते परंतु एवढे पैसे ते उभारू शकत नव्हते असं म्हणतात. त्यामुळं मुथय्या, वाडिया व खैतान या तिघांतच स्पर्धा उरली. मुथय्या यांना दक्षिणेतील अंबानी असं म्हटलं जातं. त्यांनी हेन्केल या जर्मन कंपनीच्या समवेत संयुक्तपणे कंपनी खरीदण्याची तयारी दर्शवली. 'स्पिक' ची धुलाई पावडर व साबणबार यांचे वितरक युनियन कार्बाईड होते त्यामुळे त्यांना रस होता. परंतु किंमत चढू लागल्यावर मात्र त्यांनी काढता पाय घेतला आणि खैतान व वाडिया या दोघांतच स्पर्धा उरली.

वाडिया म्हणजे युद्धांच्या जखमा अंगावर वागवणारे समुराईच. त्याकाळात वाडियांची स्थिती भारीच तेजीत होती. मार्च १९९४ मध्ये त्यांच्या बॉंबे डाईंग कंपनीनं उत्कृष्ट कामगिरी बजावली होती. एकेकाळचे मित्र व आता शत्रू झालेल्या राजन पिल्ले यांच्या हातातून भारतातील पाव व बिस्किटे निर्माती ब्रिटानिया इंडस्ट्रीज ही मोठी कंपनी त्यांनी खेचून घेतली होती. आपल्या उद्योगसमूहात युनियन कार्बाईड इंडियासारखी सामर्थ्यशाली उत्पादनं असलेली कंपनी सामील करण्याची त्यांची प्रबळ इच्छा होती. आपल्या बोलीला बळ प्राप्त करून देण्यासाठी वाडियांनी राल्टसन पुरिनं या अमेरिकन कंपनीशी हातमिळवणी करायचं ठरवलं. या कंपनीनं १९८६ मध्ये भारत सोडून जगातील अन्य ठिकाणचा युनियन कार्बाईडचा बॅटरी व्यवसाय हस्तगत केलेला होता.

१९९४ च्या वसंत ऋतूत युनियन कार्बाईड इंडियाच्या रोख्याचा भाव ५५ रुपयावरून वाढत जाऊन ९५ वर पोचला होता, परंतु कंपनीला ७ कोटी डॉलर्स (त्यावेळच्या भावानुसार २१० कोटी रुपये) किंवा प्रत्येक रोख्यामागं १२५ रुपये हवे होते. ही किंमत अधिक होती असं युनियन कार्बाईडच्याच एका अधिकाऱ्याचं

मत होतं. राल्सटन पुरिनाच्या हिशेबानुसार युनियन कार्बाईडची बाजारातील किंमत २५० कोटी रुपये होती. वाडिया ही कंपनी खरेदी करण्यात यशस्वी होणार अशा बातम्या ऑगस्ट ९४ मध्ये वृत्तपत्रातून झळकल्या. परंतु स्टेट बँक ऑफ इंडियानं ९ सप्टेंबर रोजी युनियन कार्बाईड खैतान खरेदी करत आहेत असं जाहीर केलं तेव्हा अनेकांचे चेहेरे फोटो काढण्यालायक झाले होते!

'किंमत हाच काय तो खरेदीचा निकष होता' असं सांगून युनियन कार्बाईड इंडियाचा तो अधिकारी म्हणाला, " बी. एम. खैतान यांच्या विचारामागचं तर्कशास्त्र सोपं होतं. कसाही हिशेब केला तरी रोख्यांची किंमत १५० हून अधिक असणार नव्हती. वाडिया ही कंपनी खरीदायला अत्यंत उत्सुक होते. तेव्हा ही कंपनी आपल्यालाच मिळावी म्हणून १० ते १२ टक्के अथवा प्रत्येक शेअरला २५ रुपये जादा द्यायला खैतान तयार झाले." अखेर वाडियांपेक्षा ४० कोटी रुपये जादा देऊन २९० कोटी रुपयांना कंपनी खरीदायला ते तयार झाले.

९ कोटी ६५ लाख डॉलर्सचा हा सौदा भारताच्या औद्योग्कि जगताच्या इतिहासातील सर्वात मोठा होता. त्या आधी एच. जे. हेन्स कंपनीनं ग्लॅक्सोच्या कौटुंबिक उत्पादन डिव्हिजनच्या खरेदीसाठी ६ कोटी ७५ लाख डॉलर्स (२०० कोटी रु.) मोजले होते. व अटलांटाच्या कोकाकोला कंपनीनं रमेश चौहान यांच्या 'थम्सअप' या शीतपेयाच्या ब्रॅण्डसाठी ६ कोटी डॉलर्स (१८० कोटी रुपये) दिले होते.

खैतान यांनी शर्यत जिंकली खरी परंतु विजय मिरवणुकीत सामील होणारे थोडेच जण होते. १९८५ मध्ये त्यांनी मेटल बॉक्स खरेदी केली तेव्हा त्याच्या रोख्याची किंमत वाढली होती. परंतु १९९४ मध्ये युनियन कार्बाईडच्या बाबतीत मात्र रोख्याचा भाव घटून १४६ वरून १२२ वर आला. आपल्या व्यवस्थापनावर जनतेनं दाखवलेल्या या अविश्वासामुळं व वृत्तपत्रातील काही झोंबऱ्या टीकेमुळं खैतान आणखीच पडद्याआड गेले तर शांती खैताननना पश्चात्ताप होऊ लागला. "मी त्यांना युनियन कार्बाईड खरेदी करायला भाग पाडलं नसतं तर बरं झालं असतं." अशी कबुली त्यांनी माझ्याशी खाजगीत बोलताना दिली.

त्यांच्यावरच्या टीकेतील काही मुद्द्यात तथ्य होतं. १९७८ मध्ये खैतान यांनी 'ताग गिरणीवाल्यानं (पार्सन) मला चहाचा व्यवसाय शिकवू नये' असं म्हटलं होतं. आता १९९४ मध्ये त्यांचं हे तर्कशास्त्र त्यांच्यावरच उलटलं होतं. भारतीय बॅटरी व्यवसाय एका वादळी अवस्थेतून जात असताना चहाचा मळेवाला ग्राहकोपयोगी वस्तूंची निर्मिती करणारी कंपनी कशी चालवणार असा सवाल वृत्तपत्रे विचारीत होती. ड्यूरासेल व मात्सुशिया या कंपन्यांशी वाढती स्पर्धा असून त्याला खैतान कसं तोंड देणार असा तज्ज्ञांचाही सवाल होता.

या कुजबुजीला प्रत्युत्तर देण्यासाठी खैतान यांनी दुहेरी धोरण आखलं. युनियन

कार्बाईड इंडियाच्या (आता हे नाव बदलून एव्हरेडी इंडस्ट्रीज करण्यात आलं आहे) कार्यक्षम व्यवस्थापकीय रचनेत काहीही बदल न करण्याचं त्यांनी ठरवलं. तसंच माजी प्रतिस्पर्धी असलेल्या राल्सटनच्या सहकार्यानं भारतात अल्कलाईन बॅटरीजचं उत्पादन करायचा निर्णय त्यांनी घेतला त्यामुळे खैतान यांना अत्याधुनिक तंत्रज्ञान उपलब्ध झाले व राल्सटनला एव्हरेडी ब्रॅण्ड वापरण्याची मुभा देण्यात आली.

हा तपशील जाहीर झाल्यावर टीकेचा ओघ ओसरला परंतु खैतान यांचा लौकिक निस्तेज झाला. कलकत्त्याच्या उच्चभ्रू उद्योगवर्तुळात खैतान हे एक सामान्य व्यावसायिक मानले जातात. मेटल बॉक्स प्रकरणात त्यांची छीः थूः झाली पण त्या आधीही ते चांगल्या कंपन्या खरेदी करून त्यांना 'आजारी' बनवतात असं म्हटलं जाई. एव्हरेडी इंडस्ट्रीजचा सौदा होणार होता त्या वेळी एका कारखानदारानं खैतान समूहाकडं एवढ्या कंपन्या आहेत व त्यातील कोणीही प्रगती करत नसताना आणखी एक कंपनी ते कशाला घेत आहेत? असे उद्गार आश्चर्यानं काढले होते. शेअर बाजारात त्यांना गुंतवणूकदारांचे मित्र मानले जात नसे. त्यांच्या बिगर चहा कंपन्यांचं नफ्याचं प्रमाण कमी होतं व त्यावर तज्ज्ञ मंडळी नाराज होती.

खैतान यांनी प्रत्यक्षात पार पाडलेली चांगली कामगिरी व गरिबीतून त्यांनी घडवून आणलेली भरभराट यांच्याशी त्यांची ही सार्वजनिक प्रतिमा जुळणारी नाही. ते धीरूभाई अंबानी नसतील पण रतन टाटा वा कुमारमंगलम बिर्ला यांच्यासारखे ते बड्या साम्राज्याचे वारसही नव्हते; केवळ दोन दशकाच्या काळात त्यांनी परिश्रमानं व कौशल्यानं शून्यातून १६०० कोटी रुपयांचं साम्राज्य उभारलं. आसाम कंपनी व बहुधा वॉरेन टी (ही कंपनी खरीदण्याचा त्यांनी प्रयत्न केला परंतु आपले स्नेही गोविंद रुईया यांच्यासाठी तो नाद सोडून दिला होता) वगळता आपल्याला हव्या त्या कंपन्या ताब्यात घेण्यात त्यांना कधी अपयश आलं नाही.

१९९५ मध्ये त्यांच्या समूहात २५ कंपन्या होत्या. चहा खेरीज बॅटरीज् (एव्हरेडी इंडस्ट्रीज, स्टॅण्डर्ड बॅटरीज); इंजिनिअरिंग (मॅकनिल इंजिनिअरिंग, मॅकनेली, भारत, किलबर्न इंजिनिअरिंग, वर्दिंग्टन पम्पस, ड्यूइश बॅबकॉक); पॅकेजिंग (इंडिया फाईल्स) आणि वित्तीय सेवा (विल्यम्सन फायनान्शियल सर्व्हिस) या क्षेत्रात त्यांचं साम्राज्य पसरलं आहे. १९९५ मध्ये 'बिझनेस टुडे'नं भारतातील सर्वात मौल्यवान ५०० कंपन्यांची जी यादी प्रसिद्ध केली त्यात खैतान यांच्या पुढील पाच कंपन्यांचा अंतर्भाव आहे. मॅकलिऑड रसेल (क्र. १४१), जॉर्ज विल्यम्सन (२७५), स्टॅण्डर्ड बॅटरीज (३१४), ७०६ रेडी (३२०) व विल्यम्सन मेगॉर (३८४). ज्या व्यक्तीनं एकट्यानं एवढं मोठं साम्राज्य उभारलं त्याला एक सुमार व्यवस्थापक कसं म्हणता येईल?

बहुतेक कंपन्यांत त्यांचा वैयक्तिक भांडवली हिस्सा मोठ्या प्रमाणावर म्हणजे ४० ते ७४ टक्के आहे. त्यामुळं भारतातील सर्वात धनाढ्य व्यक्तींपैकी

ते एक आहेत. असं काही विशेषज्ज्ञांचं मत आहे. सप्टेंबर १९९४ मध्ये केलेल्या एका पाहणीनुसार खैतान उद्योगसमूह २२०० कोटी रुपयांचा असून त्यांचा वैयक्तिक भांडवली हिस्सा १३२० कोटी आहे. हे होल्डिंग शक्तिस्थान न मानता गुंतवणूकदार त्यापासून दूर राहणं पसंत करतात हे काहीसं विचित्रच. स्थिर व ज्यांची सतत खरेदी विक्री होते असे शेअर्स अधिक पसंत केले जातात. खैतान यांचा वैयक्तिक भांडवली हिस्सा खूप मोठा असल्यानं अडथळे निर्माण होतात.

खैतान यांच्या रोख्याविषयीची ही निराशा लॉयन्स रेंज (शेअर बाजार) येथील दलालांची मानसिकता बनली आहे. असं एक निधी-व्यवस्थापक म्हणतात, त्यामुळेच युनियन कार्बाईडचा सौदा झाल्यावर त्याची शेअर बाजारात नकारात्मक प्रतिक्रिया उमटली असं त्याचं म्हणणं. युनियन कार्बाईड ताब्यात घेताना अल्प रोखेधारकांना त्यांनी काहीच खुली 'ऑफर' न दिल्यामुळे त्यांची प्रतिमा गुंतवणूकदारांशी मैत्रीपूर्ण नाही हा समज पुन्हा दृढ झाला. अर्थमंत्रालयानं त्यांना त्यांचा विचार बदलायला भाग पाडले.

त्यांच्या अनेक इंजिनिअरिंग कंपन्या प्रभावहीन कामगिरीमुळं ते सुमार व्यवस्थापक आहेत या प्रतिमेत भर पडली. १९७५ ते १९८५ या काळात ताब्यात घेतलेल्या या कंपन्या छोट्या व विखुरलेल्या असून त्या फारशा किफायतशीर नाहीत. त्यांची विविध उत्पादनंही वैशिष्ट्यपूर्ण नाहीत. स्टॅण्डर्ड बॅटरीजसारखी मोटारींच्या बॅटऱ्यांची निर्मिती करणारी कंपनी क्लोराईड इंडस्ट्रीजशी स्पर्धा करते. कंपनीचा जमीनजुमला मोठा असला तरी उत्पादन प्रक्रियेच्या बाबतीत ती फारशी कार्यक्षम नाही. इंडिया फॉईल्ससारखी कंपनी पुनरुत्थानासाठी सज्ज असली तरी पुनर्रचनेसाठी तिला एवढा काळ लागला की तिच्यावरील जनतेचा विश्वास कमी झाला.

गिम्मी रेड

खैतान यांचे समर्थन करताना त्यांचे एक स्नेही म्हणतात, तुमच्या पुस्तकातील इतर उद्योगपतींइतके खैतान गतिमान, डायनॉमिक नसले तरी ते एक भले गृहस्थ आहेत. ते इतके व्यस्त आहेत की, त्यांचा कधीच तोल जात नाही असं दुसऱ्या एका मित्राचं मत आहे. युनियन कार्बाईड कंपनी त्यांनी खरीदली तेव्हा त्यांच्या पैसे देण्याच्या क्षमतेबदद्ल कॉकटेल पार्ट्यांत शंका व्यक्त केली जात होती. त्यामुळं खैतान दुखावले तरी त्यांनी अपमान गिळला, संयम सुटू दिला नाही.

दीपक आणि आदित्य यांचा मात्र असा स्वभाव नाही. युनियन कार्बाईड खरेदीसाठी २९० कोटी रुपये मोजण्याचा क्षण जवळ आला तेव्हा एवढी रक्कम देण्यासाठी खैतानना घरातील चांदीची भांडी विकायला काढावी लागतील असे तर्क पत्रकार लढवत होते. 'बिझनेस टुडे'ला मुलाखत देताना आदित्य खैतान म्हणाले, "याबाबत कोणाला शंका असेल तर स्टेट बँक ऑफ इंडियाला आम्ही चेक देऊ

तेव्हा त्यानं माझा पाहुणा म्हणून हजर राहावं.''

बी. एम. खैतान मात्र स्वस्थचित्त होते. त्यांनी मनोमनी हिशेब केला आणि सायंकाळचं कलकत्ता - मुंबई विमान पकडलं. तो मुंबईतील ऑक्टोबरचा उन्हाळा होता. दुसऱ्या दिवशी सकाळी खैतान ओबेरॉयमध्ये जाताना दिसले. अमेरिकन एक्स्प्रेसच्या एका ज्येष्ठ अधिकाऱ्याबरोबर त्यांची चर्चा ठरली होती. खैतानना तफावत भरून काढणाऱ्या कर्जासाठी हव्या असलेल्या (ब्रिज लोन) तीन बँकाचा समूह भोजनापूर्वी स्थापण्यात आला. लगेच सायंकाळी त्यांच्या दाराशी उत्सुक बँकांची रांगच लागली. भोपाळ दुर्घटनेच्या दहाव्या वर्धापनानंतर तीन दिवसांनी म्हणजे ५ डिसेंबर १९९४ रोजी युनियन कार्बाईडला चेक द्यायचं ठरलं होतं पण ब्रिजू बाबूंनी तो दोन आठवडे आधीच देऊन टाकला!

ही कहाणी इथंच संपली नाही. १९९४ च्या हिवाळ्यात खैतान यांना झोडपणाऱ्या आर्थिक पत्रकारांना १९९५ च्या उन्हाळ्यातही खूप काही लिहिण्याची संधी मिळालेली होती. सहा महिन्यानंतर मे मध्ये अमेरिकन एक्सप्रेसचे कर्ज फेडण्याची मुदत संपत होती. खैतान धनाढ्य असले तरी त्यांची संपत्ती शेअर्समध्ये विखुरलेली होती व त्या आधारे ते आपल्या साम्राज्याचं नियंत्रण करत होते. त्यांच्या काही कंपन्या विशेषतः चहा कंपन्या या श्रीमंत होत्या व त्या दरवर्षी ४५ ते ५५ टक्के लाभांश देत, परंतु या उद्योगसमूहाला १९९४ मध्ये निव्वळ नफा केवळ ३८ कोटी होता. खैतान यांच्याकडं २९० कोटी रुपये व १९ कोटी रुपये व्याजाची रक्कम रोख नव्हती. त्यामुळे त्यांना शेअरबाजारात उतरावं लागलं.

मॅकलिओड रसेल इंडिया लौकरच २१० प्रीमियम दरानं २७० कोटी रुपयांचे राइटस शेअर्स विक्रीला काढील असं ऑक्टोबर १९९४ मध्ये त्यांनी जाहीर केलं. त्या वेळी हा दर काहीसा जादा परंतु अधाशी वाटत नव्हता, मॅकलिऑड ही 'ब्लूचिप' कंपनी ओळखली जाऊ लागली व तिच्या शेअरचा दर ३१० रुपये होता, तसेच बऱ्याच वर्षात कोणत्याही चहा कंपनीनं शेअर विक्री केलेली नव्हती. पण खैतान आवश्यक त्या परवानग्या मिळवून बाजारात आले तोवर ज्या आकडेमोडीच्या समीकरणावर किंमत आधारित होती, ते समीकरण दुर्दैवाने कोलमडलं. १९९५ च्या आरंभी 'एमएस शूज' ची भानगड चव्हाट्यावर आली. आपल्या प्रॉस्पेक्टसमध्ये जनतेला चुकीची माहिती दिल्याबद्दल प्रथमच एखाद्या प्रमोटरला अटक झाली. या घटनेमुळं प्राथमिक बाजारपेठेतील दुय्यम मार्केटही कोसळलं

मॅकलिओडच्या रोख्याचाही भाव घसरून २०५ रुपयांवर आला, नव्या रोख्याची १९० रुपये किंमत आकर्षक वाटेना. त्याशिवाय खैतान यांनी माहितीपत्रकात एव्हरेडी खरीदण्याचा निधी उभारण्याकरिता हा 'इश्यू' आहे असे नमूद केले होते. एव्हरेडी बॅटरी कंपनीच्या शेअर्सचे मूल्य १५० रुपये असताना मॅकलिओडचा

शेअर कशाला खरेदी करायचा? असा काहींनी विचार केला. निर्देशांक वाढेपर्यंत शेअर्सची विक्री रोखून ठेवणं अंडररायटर्सना शक्य नव्हतं. परिस्थितीच्या रेट्यामुळं व रिझर्व्ह बँकेने अमेरिकन एक्सप्रेसच्या कर्जाला मुदत वाढ करायला नकार दिल्याने बाजारातील स्थिती धोकादायक होती. तरी ठरल्याप्रमाणं शेअर्स विक्रीला काढण्यावाचून खैताननां गत्यंतरच नव्हतं. २५ मे रोजी ही विक्री खुली झाली.

त्याआधी या विक्रीच्या पुष्ट्यर्थ काय काय करता येईल याचं विचारपूर्वक आयोजन करण्यात खैतान गढून गेले होते. हालचालीची चक्रं पडद्याआड फिरू लागली होती. पाठिंब्यांच्या प्रयत्नांमुळं मॅकलिऑड शेअर्सचे मूल्य २१५ रुपयांवर जाऊन पोचले आणि एव्हरेडी शेअर्सची किंमत १७५ रुपयांवर गेली. मुख्य म्हणजे मुंबई व दिल्लीतील बड्या गुंतवणूक कंपन्यांनी खैतान यांच्या टेलिफोन्सना प्रतिसाद दिला. किरकोळ विक्री समाधानकारक झाली नाही तर आम्ही मदत करू असं आश्वासन त्यांनी दिलं होतं.

सावधगिरीची सारी उपाययोजना झाल्यावर फोनवर खैतान वाट पाहात थांबले. वर वर ते स्वस्थचित्त वाटत होते. खैतान यांच्या प्रगतीचं सुमारे दशकभर निरीक्षण करणारे 'बिझिनेस स्टॅण्डर्ड'चे वार्ताहर नन्टू बॅनर्जी म्हणतात, ''खैतान शांत, पद्धतशीर आणि हिशेबी आहेत. अगदी आगीच्या ज्वाळात देखील त्यांचं डोकं थंड असतं. त्यांचे अधिकारी सबंध देशभर धावाधाव करून मॅकिलऑडच्या रोखे विक्रीला पाठिंबा मिळवतं होते तेव्हा खैतान यांचा दिनक्रम मात्र नेहमीप्रमाणंच चालू होता. कामाच्या दिवशी सायंकाळी बरोबर पाच वाजता ते फाईल, मुलाखतींची वही बंद करतात, खाजगी लिफ्टमधून खाली येतात नि घरी परतण्यापूर्वी पाऊण तासाचा पायी फेरफटका मारतात.''

त्या मे महिन्यातही त्यांचा हा परिपाठ चुकला नाही. स्वतःवरचा त्यांचा विश्वास रास्त ठरला, २ जूनच्या सायंकाळी हिशेब करता करता दलाल थकून गेले. शेअर्सना अपेक्षेपेक्षा अधिक प्रतिसाद मिळाला. त्याचा जादा भरणा झाला हे पाहून दलालांनी सुटकेचा निःश्वास टाकला, केवळ तीन टक्क्यांनीच जादा भरणा झाला असला तरी हे यश थोडकं नव्हतं. त्यामुळं टीकाकारांची तोंडं गप्प झाली.

ब्रिजू बाबूंच्या कार्यक्षमतेवर विश्वास असणाऱ्यांत आदित्य खैतान हे आहेत. ते म्हणाले, ''लोकांचा वडिलांवर खूप विश्वास आहे हे मी लहानाचा मोठा होत असताना जाणवत होतं. कधी कोणाला न दुखवण्याचा स्वभाव, त्यांचं चांगलं वागणं याबद्दल लोक बोलत. ते नेहमी लोकांना मदत करीत व लोक त्याची आठवण ठेवीत. त्यामुळंच युनियन कार्बाईड इंडियाच्या बाबतीत आयसीआयसीआय आणि अमेरिकन एक्सप्रेसचे अध्यक्ष यांनी त्यांना मदत केली. एखादी गोष्ट कशी करावी अथवा करू नये याबद्दल वडिलांची मतं काटेकोर आहेत. त्यामुळे मी ही

शिस्त शिकलो. लहानपणी मी शाळेत जायची तयारी करत असताना सकाळी पावणेआठ वाजता वडील नोकराला चहा आणायला सांगतात हे मला ठाऊक होतं. मी माझ्या घड्याळाकडं नजर टाकायचो व त्यावेळी बरोबर पावणेआठ वाजलेले असत. चाळीस वर्षे त्यांचा हा नित्यक्रम ठरलेला होता. सकाळी ६.३० ला उठायचं, आमच्या घरी येणाऱ्या एका वृद्ध व्यक्तीबरोबर योगासनं करायची. चहा व सौम्य नाश्ता घ्यायचा, वृत्तपत्र वाचायची आणि दहा वाजेपर्यंत कामासाठी बाहेर पडायचं. पायी फेरफटका मारून सायं.६.३० ते ७ पर्यंत घरी परतायचं. त्यांना लौकर झोपायला आवडतं.

त्यांची तब्येत सुदृढ असल्यामुळं कदाचित ते हॅरॉड्स बॉम्ब हल्ल्यातून बचावले. नियमित चालणं व योगासनं यामुळं त्यांची अंगकाठी कणखर बनली त्यामुळंच मोटारचे तुकडे, काचेचे तुकडे, धारदार वस्तू यांचा मारा होऊनही ते बचावले असं डॉक्टरांचं मत आहे.

हॅरॉड्स येथील घटना घडली तेव्हा अगदी दुर्दैवानंच आपण तिथं हजर होतो असं खैताननां वाटतं. पिकॅडली भागातील फोर्टनम ॲन्ड मेसन इथून जर खाद्यपदार्थ घेतले असते तर त्यांना काहीच इजा झाली नसती. आपली नेहमीची चाकोरी सोडून संकटं ओढवून घेण्याचा इतर उद्योगपतींसारखाच खैतान यांचाही स्वभाव नाही. “किंबहुना एखादी कटकट टळावी म्हणून त्यापासून १० मैल अंतर राखून चालणारे ते आहेत. समजा त्यांच्याशी कोणाचा दहा लाख रुपयांबद्दल वाद असेल व न्यायालयात जाण्याची धमकी त्या व्यक्तीनं दिली असेल तर त्याला दहा लाख रुपये देऊन या प्रकरणावर पडदा पाडावा अशी त्यांची पहिली प्रतिक्रियी असेल” असं एका सहकारी उद्योगपतींचं म्हणणं आहे.

आपल्या सबंध कारकीर्दीत बंदुकीचा आवाजच काय पण तिचं दर्शनही घडू नये या भावनेनं शांततेनं काम करत राहण्याचा त्यांचा स्वभाव. ‘ए-टीम’ या अमेरिकन जुन्या टीव्ही मालिकेतील श्रीयुत टी सारखे खैतान नाहीत. हे चहा सम्राट शांतताप्रिय स्वभावाचे आहेत. तरीही त्यांच्या जीवनात हिंसा व रक्तपात विखुरलेला आहे. फाळणीपूर्व काळात बडा बाजार वस्तीत त्यांचं बालपण गेलं. या वस्तीत नेहमीच तणाव असे. त्यावेळी आपल्या घरातील किंकाळ्या बाहेर ऐकू जाऊ नयेत म्हणून किशोरवयीन खैतान खिडक्या बंद करून घेत. कुटुंबियांना सुरक्षित स्थळी हलवलं की मगच त्यांचा जीव भांड्यात पडे. तिशीत असताना नक्षलवादी चळवळीच्या काळात त्यांनी आपल्या कामावर शक्य तेवढं लक्ष केंद्रित केलं होतं. त्या काळात सुरक्षिततेसाठी अनेक मारवाडी कुटुंबं कलकत्ता सोडून मुंबई व नवी दिल्लीत गेली होती. “आम्ही कुठं जाणार? आमचा पावा, आमचं कार्यक्षेत्र कायमच कलकत्ता राहिलं आहे.’ असं शांती खैतान म्हणतात. सर्वसाधारणतः उद्योगपतींना खाजगी

सेना बाळगायला आवडत नाही परंतु उल्फा व अन्य अतिरेक्यांपासून आपल्या व्यवस्थापकांचे रक्षण करण्यासाठी २००० प्रशिक्षित व सशस्त्र सुरक्षा सेना खैतान बाळगून आहेत.

लाकडाचं पॅनेलिंग असलेल्या खैतान यांच्या अभ्यासिकेत खून, मारामारी अशा भयंकर प्रकारांना स्थान नाही. या अभ्यासिकेच्या नाजूक पडद्याआडून समोर क्षितिजापर्यंत पसरणारी हिरवळ दिसते. पत्नी शांतीबरोबर बोनचायनाच्या कपातून चहाचा आस्वाद घेताना आसामातील चहामळ्यात उल्फाच्या बंदुकांचे आवाज घुमत असतात याचा सहज विसर पडतो. परंतु खैतान यांच्या मंद स्मिताच्या आणि खट्याळ नजरेच्या आड भूतकाळाच्या व वर्तमानाच्या लांब सावल्यांचा भविष्यावर परिणाम होऊ नये असा खंबीर निर्धार असतो. ते म्हणतात, '' आसाममध्ये चांगले नागरिक निर्माण करण्याचा आपला निर्धार आहे. जरा शांतता नांदू दे मग आपण मिळून चहाच्या मळ्यात जाऊ. हे मळे खूप रमणीय, सुंदर आहेत, पण तोवर तुम्ही माझ्या ४, मँगोलेन या छोट्याशा चहाच्या दुकानी अवश्य परत या!''

□

भरत आणि विजय शहा

वानखेडे स्टेडियम, मुंबई २१ डिसेंबर १९८९

सुमारे हजाराहून अधिक नशीबवान मंडळींना ते निमंत्रण मिळालं होतं. ॲस्टन मार्टिनच्या रुबाबदार पाकिटातील त्या कार्डावर लिहिलं होतं,

"प्रिय मनीपेनी, अफगाणिस्तानातील काम संपवून मी सुटी घालवायला मुंबईला निघालो आहे. राजीव व रेश्मा, राजेश आणि बेला यांची २२ डिसेंबर १९८९ रोजी रात्री ९ वाजता रीगल रूम, हॉटेल ओबेरॉय टॉवर्स इथं पार्टी आहे, अर्थात काळा टाय घालून यायचंय.

इथं हिऱ्यांच्या व्यापाराबद्दल मला माहिती मिळाली आहे असं 'एम' ना सांग. पार्टीचा विषय आहे जेम्स बाँड ००७ त्यामुळं मी त्यात सहज सामावून जाऊ शकेन. माझी ॲस्टन मार्टिन पार्टीला सोबत घेऊन येण्यासाठी पाठवण्यास तू 'क्यू' ला सांगायला हरकत नाही.

लाडके, मी परत येईपर्यंत माझ्यासाठी असलेले निरोप घेऊन ठेव. दरम्यान भारतात तुझ्यासाठी एखाद्या महाराजाचा शोध घेईन. लव्ह ॲन्ड किसेस.

जेम्स

भरत शहांची १८ वर्षांची कन्या रेश्मा हिचं लग्न ठरलं होतं. गुजराती लोकांत लग्नाची सारी व्यवस्था वधूपिता करीत असतो. भरत शहांची मनःस्थिती 'द फादर ऑफ द ब्राइड' चित्रपटातील स्टीव्ह मार्टिनसारखी नव्हती. त्यांना नातेवाईक मित्र मंडळी सहकारी व्यापारी यांनी कधी ना देखिला असा विवाह सोहळा करायचा होता. हा समारंभ अविस्मरणीय व्हावा असा त्यांचा प्रयत्न होता. शहांच्या 'बी विजयकुमार' आणि किशोर मेहतांच्या 'ब्युटिफुल डायमंडस्' या दोन अग्रगण्य हिऱ्यांच्या कंपन्यांच्या मालकांच्या घराण्यातील हा सोहळा होता. सुमारे डझनभर पार्ट्या आयोजिण्यात आल्या होत्या. 'जेम्स बॉण्ड काळा टाय पार्टी' ही त्यापैकीच एक होती.

२१ डिसेंबर १९८९ रोजी होणाऱ्या विवाह समारंभासाठी १५ हजार जणांना आमंत्रणं पाठविलेली होती. एवढ्या मोठ्या सोहळ्यासाठी क्रिकेट सामन्यासाठी प्रख्यात असलेलं वानखेडे स्टेडियमच शहांनी भाड्यानं घेतलं होतं. विवाह समारंभापूर्वी एक महिना आधी विविध कारागीर या स्टेडियममध्ये तयारी करत होते. प्लॅस्टर

ऑफ पॅरिसचा राजस्थानी प्रासादच उभारला जात होता. रेश्मासाठी परीकथेतला राजवाडाच जणू साकारत होता. भारी नक्षीकाम केलेले खांब हॉलंडहून आणलेल्या टुलिप्सनं व थायलंडहून मागवलेल्या ऑर्किडसनं सुशोभित केले जात होते. फटाक्यांची आतषबाजी होणार होती. लेसर शोज होते. महिलांसाठी मेंदी लावण्याची सोय केली होती. दांडिया रास व संगीत होणं, इंडीयाना जोन्स पार्टी आयोजिलेली होती, परदेशी पाहुण्यांसाठी विवाह प्रसंगी घालावयाचा भारतीय पोशाख भेट दिला जात होता. कुठं काहीही उणं पडू नये म्हणून बी. विजयकुमार कंपनीचे कर्मचारी अहोरात्र राबत होते.

मुंबई सर्वोदय मंडळ, जनमुक्ती संघर्ष वाहिनी, स्त्रीमुक्ती संघटना, छात्र युवा संघर्ष वाहिनी या संघटनांच्या कार्यकर्त्यांनी या विवाह समारंभावरील लक्षावधी रुपयांच्या उधळपट्टीबद्दल नाराजी प्रकट केली. त्यांनी स्टेडियमबाहेर निदर्शने केली. परंतु 'ये शादी नही, ये तमाशा है, बंद करो, बंद करो' या त्यांच्या घोषणा सनईच्या सुरात बुडून गेल्या होत्या.

या समारंभावर बहिष्कार टाका अशी विनंती करणारी पत्रकं ८० कार्यकर्ते स्टेडियमच्या प्रवेशद्वारानजीक वाटत होते. लाखो भारतीयांना रोजचं अन्न, कपडा देखील मिळत नाही, असं पत्रकात म्हटलं होतं. या उधळपट्टीची आम्हाला लाज वाटते, आम्ही निषेध करीत आहोत, असं दुसऱ्या पत्रकात म्हटलं होते. उंची कपड्यांतील व अलंकारांनी नटलेली पाहुणी मंडळी आलीशान गाड्यांतून येत होती आणि प्रवेशद्वाराशीच ही असली 'स्वागत समिती' पाहून काहीशी दचकत होती. खादीधारी निदर्शक त्यांना टोमणे मारत होते, टर उडवत होते, त्यामुळं काहीजण तर घाईघाईनं निघून जात होते. वातावरण तापलं होतं. पोलिसांना निदर्शकांवर लाठीमार करावा लागला. २६ महिला निदर्शकांना पकडण्यात आले.

खरंतर विवाह समारंभ ही खाजगी बाब होती परंतु त्यावर अशी सार्वजनिक टीका झाल्यानं हिऱ्यांच्या व्यापाऱ्यांच्या वर्तुळात खळबळ माजली. भरत शहाचं समर्थन करण्यासाठी व लोकांचं प्रबोधन करण्यासाठी त्यांचे सहकारी पुढं आले. 'डायमंड इंडस्ट्री डिफेन्स असोसिएशन' या संघटनेची स्थापना करण्यात आली.

एम. मेहता यांना या संघटनेचे घाईघाईनं अध्यक्ष नियुक्त करण्यात आलं. त्यांनी 'टाइम्स ऑफ इंडिया'त लिहिलेल्या एका पत्रात निदर्शकांचा कडक शब्दात निषेध केला होता. त्यांनी म्हटलं होतं, "गेल्या तीन वर्षात गुजरातमधील दुष्काळग्रस्तांसाठी हिरे उद्योगानं कोट्यवधी रुपयांची मदत केली आहे तसेच तेथील हिऱ्यांच्या उद्योगातील कारागिरांना वेतनाच्या रूपानं १७०० कोटी रुपये वाटले आहेत. भरत शहा अनेक धर्मादाय संस्थांना कोट्यवधी रुपये देत असतात. मुंबईतील एका मोठ्या रुग्णालयाला किशोर मेहता यांनी कोट्यवधी रुपये दिले आहेत. भारतातील

सुमारे १० लाख जणांना हिरे उद्योगानं रोजगार उपलब्ध करून दिला आहे. विवाहाच्या स्वागत समारंभाविरुद्ध निदर्शने करणाऱ्या संघटनांनी किती जणांना रोजगार मिळवून दिला आहे? अथवा मदत केली आहे?

हळूहळू वृत्तपत्रातील या विषयावरची चर्चा थंडावली. परंतु कटुतेची भावना मिटली नाही. एक प्रकारचं शीतयुद्ध रेंगाळतच आहे. परिश्रमपूर्वक मिळालेला पैसा हवा तसा खर्च करण्याचा आम्हाला अधिकार आहे की नाही? या हिरे व्याराऱ्यांच्या सवालात तथ्य आहे. पालनपुरी जैन या छोट्या जमातीतील काही मूठभर कुटुंबं अल्पावधीत एवढी श्रीमंत कशी झाली हे सामान्य लोकांना उमगत नाही.

पालनपूर

सुरतपासून उत्तरेस ३५० किलोमीटर्स अंतरावर गुजरात-राजस्थानच्या सीमेवर पालनपूर हे धुळीनं माखलेलं गाव वसलं आहे. इ.स.७४६ मध्ये या गावाची स्थापना झाली. पालनपूरच्या बहुतेक जैनांची आडनावे मेहता आहेत. काही शहाही आहेत. गावातल्या नबाबांकडे कारकुनीची कामं ही जैनमंडळी करत असत. हे गाव हिऱ्यांचं व्यापारी केंद्र बनू लागलं आणि जैनांनी या व्यवसायाचा ताबा घेतला.काहीसं नशीब व प्रचंड परिश्रम यामुळं या छोट्या जमातीनं जागतिक हिऱ्यांच्या व्यापाराचा ज्यूंच्या हातातील मोठा हिस्सा मिळवला.

डि बिअर्सच्या द.अफ्रिकेतील हिऱ्यांच्या खाणीपासून ते लंडन, अँटवर्प तेलअविव, हाँगकाँग, न्यूयॉर्क व सुरत इथपर्यंत हा व्यापार पसरला आहे. लंडन व अँटवर्प ही जगातील हिऱ्यांची दोन प्रमुख केंद्रे असली तरी दर १० पैकी ७ हिरे हे मुंबईमार्गे आलेले असतात. मुंबईत हिरे कच्च्या अवस्थेत आणले जातात. अंगडियांच्या मार्फत ते सुरत, नवसारी व पालनपूर इथं नेले जातात, पैलू पाडल्यावर ते मुंबईहून निर्यात केले जातात.

हा व्यापार २५ वर्षांपूर्वी सुरू झाला. ज्यूंनी नाकारलेले हिरे खरेदी करून आम्ही त्याचं कटिंग करू लागलो असं भरत शहा म्हणतात. एका कॅरटच्या एक दशांश वजनाचे वा १० पॉईंटहून कमी वजनाच्या हिऱ्यांना (कोहिनूरचं वजन १०९ कॅरट आहे) पैलू पाडण्याचा विचार ज्यू व बेल्जियन्सच्या मनाला शिवतही नाही. परंतु भारतीय कारागीर एवढेही खंदा नाहीत. छोटे औद्योगिक दर्जाचे कच्चे खडे खरेदी करून भरत शहा व पालनपूरचे अन्य जैन आपल्या कुशल कारागिरांना देऊ लागले. हे कारागीर त्यांचे रूपांतर चमचमणाऱ्या हिऱ्यांत करत. त्यातील काही खडे तर इतके छोटे की ते छोट्या चिमट्यानंच हाताळावे लागतात.

ग्राहकांना हे हिरे पसंत होते परंतु घाऊक व्यापार करणाऱ्या ज्यूंचा मात्र भारतीयांबद्दल पूर्वग्रह होता. अमेरिकेत १९६६ मध्ये सर्वप्रथम दुकान उघडणाऱ्या एका जैन

व्यापाऱ्यानं सांगितलं की, त्यांना आम्ही आवडतच नसू, भारतानं पॅलेस्टियनांच्या मागण्यांना पाठिंबा दिला असल्यानं ज्यूंमध्ये नाराजी होती. आरंभी काही थोडेच ज्यू माझ्याशी व्यापार करायला तयार होते. परंतु स्वस्त व चांगला माल माझ्यापाशी आहे व मी वेळेवर माल देतो हे कळल्यानं त्यांच्या दृष्टिकोणात फरक पडला.''

१९७०च्या दशकाच्या अखेरीस भारतीय मंडळी चांगला माल शून्यातूनही बनवू शकतात हे डि बिअर्सला उमगलं. पूर्वी किरमिजी रंगाचे ओबडधोबड खडे फेकून दिले जात. परंतु ते कट करून त्याला पैलू पाडून त्याचे विकण्यायोग्य हिरे तयार होऊ लागले. हे समजलं त्याचवेळी चलनतुटवड्याची स्थिती निर्माण झाली. छोट्या, अगदी टाचणीच्या टोकाएवढे हिरे वापरण्याची फॅशन आली. असे हिरे केवळ भारतीय कारागीरच बनवू शकत होते. आंतरराष्ट्रीय खरेदीदारांचा भारताकडे ओघ लागला आणि सुरत शहर एकदम भरभराटीला आलं. गतवर्षी सबंध जगात ९.५ कोटी कॅरट हिरे कट व पॉलिश करण्यात आले. त्यापैकी ५.९ कोटी कॅरट भारतात प्रक्रिया केलेले होते. स्टार डायमंडस सारख्या ज्यू कंपनीचं वर्चस्व बड्या खड्यांच्या बाजारपेठेत कायम असलं तरी डॉलर्सच्या प्रमाणात विचार केला तर डि बिअर्सच्या एकूण विक्रीत भारताचा हिस्सा ७५ टक्के आहे.

ओपनहायमर या ज्यू कुटुंबानं डि बिअर्स ही कंपनी स्थापन केली. पालनपूरच्या जैनमंडळींना खूश करायचा डि बिअर्स प्रयत्न करू लागली. लंडन मधील लिलावाच्यावेळी (त्याला साइटस म्हणतात) भोजनाच्या टेबलावर गोमांस व मांसाहारी पदार्थांऐवजी शुद्ध शाकाहारी जैन खाद्यपदार्थ दिसू लागले. स्पर्धात्मक वृत्ती टिकून राहावी म्हणून उत्कृष्ट कामगिरी करणाऱ्यांना पारितोषिके देणे, खास सोयी सवलतींचा वर्षाव करणे, झगमगत्या समारंभांना आमंत्रित करणे ही डि बिअर्सची रीत आहे. अँथनी ओपनहावमर व त्याचा पुतण्या निकोलस ओपनहावमर मुंबईत येतात, तेव्हा आलीशान पार्ट्या आणि भेटीगाठी आयोजिण्यात येतात.

पालनपूरचे रहिवासी आणि दक्षिण अफ्रिकेतील गोरे यांच्यातील मैत्री वाढत गेली. या काळात राजकीयदृष्ट्या भारताचे द.अफ्रिकेशी अधिकृत संबंध नव्हते. अमेरिका, ब्रिटन व बहुतेक युरोपिअन देशांप्रमाणे भारतानेही द.अफ्रिकेच्या वंशवादी धोरणाचा निषेध केला होता व अफ्रिकेवर निर्बंध लादले होते. एप्रिल १९९४ मध्ये निवडणुका होऊन नेल्सन मंडेला सत्तेवर आले आणि द.अफ्रिकेवरील बहिष्कार उठवण्यात आला. त्या आधीच्या दशकात हिऱ्यांची निर्यात वाढत होती, त्याकडं भारत सरकारने लक्ष दिले नव्हते. एका दशकात पॉलिश केलेल्या हिऱ्यांची निर्यात (१९७९-८० मध्ये) ५५० कोटी रुपयांवरून (१९८९-९० मध्ये) ४९७२ कोटी रुपयांवर पोचली होती. जागतिक व्यापारात भारताचा हिस्सा ६२ टक्के होता.

कॉलेज शिक्षण अर्धवटच सोडून दिलेले भरत आणि विजय शहा यांच्यासारखे

व्यापारी अवघ्या एका दशकात बघता बघता 'कॅरट सम्राट' बनले. भारतात बी. विजयकुमार व बेल्जियममध्ये 'विजयडिमॉन' नावाने ओळखल्या जाणाऱ्या ३५०० कोटी रुपयांच्या बड्या साम्राज्याचे प्रमुख बनले. हिरे, बांधकाम व्यवसाय आणि चित्रपट या तीन क्षेत्रात या कंपन्यांनी आपले जाळे पसरले. हिऱ्यांना पैलू पाडणे व पॉलिश करणे यासाठी बँकॉक, अँटवर्प, तेलअविव, मुंबई, सुरत आणि पालनपूर इथं त्यांचे कारखाने असून त्यात एकूण २२ हजार कामगार आहेत. मुंबईतील मुख्य कार्यालयाचे प्रमुख भरत आहेत तर अँटवर्प येथील कारभार विजय पाहतात.

भरत शहांचं मुंबईतील कार्यालय पाहिलं तर त्यांच्या या कर्तृत्वाची, वैभवाची कल्पना येत नाही. चर्नीरोड येथील 'मेहता भवन' ही त्यांची इमारत कोंदट आणि धुळीनं भरलेली आहे. बी. विजयकुमार कंपनीकडे या इमारतीचे तीन मजले (म्हणजे जवळ जवळ निम्मी इमारत) आहेत. भरत शहांचं कार्यालय सहाव्या मजल्यावर आहे. छोटंसंच पण भरपूर प्रकाश असलेलं. ज्या दणकट लाकडी टेबलापाशी भरत (आणि मुंबईत असले तर विजय शहा) बसतात त्यावर कागदाची चिटोरी व हिऱ्यांची पुडकी विखुरलेली असतात, तेथले तीन फोन सतत खणखणत असतात. दरवाजा न ठोठावता कर्मचारी येत जात असतात, मुंबईतील अन्य हिऱ्यांच्या व्यापाऱ्यांच्या कार्यालयात असतात तसे व्हिडीओ कॅमेरे वा सशस्त्र पहारेकरी, जाडजूड भक्कम दरवाजे इथं नाहीत.

छोटीशीच लिफ्ट काहीशी सुरक्षितता देते. कंटाळलेला लिफ्टमन धरून चारच जणांची ये जा लिफ्ट करू शकते. शहा बंधूंना आणि भेटायला येणाऱ्यांना गुजराती पद्धतीचा दुधाळ चहा आणि मिठाई दिली जाते. कप चिनी मातीचे साधेच असतात आणि रस्त्यावरचा चहावाला वापरतो तसले प्रत्येकी ५० पैशाला मिळणारे ॲल्युमिनियमचे चमचे असतात. कार्यालयातील सजावट साधीच आहे. दरवाजा व पॅनेल्सना पांढरा फॉर्मायका आणि त्याच्या कडेला पिवळी पट्टी लावलेली. छोट्याशाच स्वागत कक्षात रेक्झिनचे जीर्ण सोफे आहेत. त्यांच्या बाजूला भोकं पडलेली आहेत.

भरपूर नफा कमावणाऱ्या प्रचंड कंपनीचं हे मुख्यालय एखाद्या मध्यमवर्गीय सूत विकणाऱ्या दलालाचं अथवा प्लॅस्टिकचा उद्योग करणाऱ्या छोट्या कारखानदाराचं वाटतं. मात्र तीन गोष्टी याला अपवाद आहेत, त्या गोष्टींमुळे या कंपनीचं मोठेपणं लक्षात येतं. शुभ्र संगमरवरावर तीन फूट त्रिज्येचं एक वर्तुळ असून त्यात 'बी' व 'व्ही' ही कंपनीची आद्याक्षरं कोरलेली आहेत. सहाव्या मजल्यावरील प्रवेशद्वारीच हा भव्य नामफलक आहे. दुसरी गोष्ट म्हणजे स्वागतिका व टेलिफोन ऑपरेटरच्या समोरील एका काचेच्या कपाटात मांडून ठेवलेली विविध पुरस्कार चिन्हे, निर्यातीत उत्कृष्ट कामगिरी केल्याबद्दल सरकारने हे चषक दिले आहेत. तिसरी गोष्ट म्हणजे भरत शहा

यांच्या कार्यालयात बसवलेला सिमेंट व पोलादाचा भरभक्कम व्हॉल्ट. १९७० च्या दशकाच्या मध्याला शहांनी मेहता भवन कार्यालय घेतलं तेव्हा हा व्हॉल्ट बसवण्यात आला. तेव्हापासून कामाचा व्याप सोडता बाकी काहीही बदललेलं नाही.

सतत वाढता व्यापार लक्षात घेऊन विजय शहांच्या अँटवर्पमधील कार्यालयात मोठी 'स्ट्राँगरूम' बांधली जात आहे. त्या व्हॉल्टमध्ये किती डॉलर्स किंमतीचे हिरे मावू शकतील याचा अंदाज करणं कठीण आहे पण ती रक्कम नऊ आकडी असणार हे निश्चित! अँटवर्प येथील सुरक्षा व्यवस्था मुंबईच्या कार्यालयासारखी नाही. तिथं कडक बंदोबस्त आहे. प्रत्येक केबिनचे दरवाजे कुलूपबंद केलेले असतात व प्रवेशद्वारावर सुरक्षा कर्मचाऱ्यांचा खडा पहारा असतो. या कार्यालयात देखरेख करणारे किमान १५ व्हिडीओ कॅमेरे बसवलेले आहेत.

इटालियन संगमरवर बसवलेल्या आपल्या कार्यालयात बसून विविध केबिन्स व पॅसेजमध्ये काय चाललंय हे विजयकुमार अत्याधुनिक मॉनिटरवर पाहात असतात.

त्यांच्याही केबिनच्या छतावर एक व्हिडीओ कॅमेरा बसवलेला आहे. ही केबिन तशी छोटीशीच. जेमतेम १६' × १२' आकाराची. उंचेपुरे आणि मजबूत देहयष्टीचे विजय शहा यांच्यापुढं ही केबिन बुटकीच वाटते. त्यांच्या पांढऱ्या-हिरव्या रंगाच्या टेबलावर हिऱ्यांच्या पुडक्यांचा ढीग असतो. खरेदीदारांना दाखवण्यापूर्वी या हिऱ्यांची तपासणी करावयाची असते. टेबलाभोवती पाच खुर्च्या दाटीवाटीने कशाबशा ठेवलेल्या आहेत. लाल रंगाच्या स्वस्त प्लॅस्टिकच्या वाडग्यात पॉलिश केलेल्या हिऱ्यांची पांढरी पुडकी किंवा कच्चे हिरे असलेल्या गुलाबी रिबिनीने बांधलेल्या छोट्या छोट्या थैल्या घेऊन सारखं कोणी ना कोणी येत असतं. विजय शहांच्या समोर बसलेला हिशेब कारकून किती हिरे आले व गेले याची नोंद करत असतो.

या कार्यालयात गुजराती बोललं जातं. कार्यालयाची रचना, तेथील तपकिरी वर्णाचे अधिकारी, स्वयंपाकगृहातून येणारा आमटीचा दरवळ, भिंतीवरचे लक्ष्मीचं चित्र या गोष्टी पाहिल्या की हे कार्यालय मुंबईतील नरीमन पॉईंट विभागात आहे की काय अशी शंका येते. परंतु सोनेरी रंगाचे केस, लांबसडक पाय असलेल्या सेक्रेटरीज्, त्यांचं खास उच्चाराचं इंग्रजी हे सारं पाहिलं की हे कार्यालय मुंबईतलं नसून युरोपातील आहे याची खात्री पटते.

विजयडायमॉनच्या शेजारीच ब्यूअर्स व्हूर डायमॅन्थॅनडेलचं (Bears Voor Diamanthandel) कार्यालय आहे. अँटवर्पमधील चार उद्योगगृहांपैकी ते एक. या कंपनीचे संचालक पीटर मियूस (Meeus) हे उत्साही, झकपक पोशाखातले, बेल्जियन धारदार डोळे आणि प्रसन्न स्मित असलेले हिऱ्यांचे व्यापारी व्यावसायिक आचारसंहिता पाळतात की नाही यावर कडक देखरेख करणं हे त्यांचं काम. विजय शहांना ते गेली वीस वर्षे ओळखतात. शहा हे जगातले कॅरेट सम्राट आहेत का?

असं मी विचारता मियूस यांचं स्मित संकोचलं. ते म्हणाले, ''या बाबतीत मी उत्तर देऊ शकणार नाही. एक मात्र निश्चित की, जगातील पहिल्या पाच कंपन्यात त्यांचा समावेश आहे. विजय डायमॉन आमचे अत्यंत महत्त्वाचे सदस्य आहेत.''

त्यांच्या या यशाचं रहस्य काय? योग्य वेळी, योग्य ठिकाणी, योग्य व्यवसायात पालनपूरची ही जमात आली हे त्यांचं सुदैव, गेल्या वीस वर्षात तेथील सात कुटुंबांनी इतरांवर मात केली, आज बी. अरुणकुमारचे अरुण मेहता, जयमचे मधू मेहता, रोझी ब्लूचे दिलीप मेहता, जेम्बलेचे रश्मी मेहता, सु-राजचे जतीन मेहता, शहा व त्यांचे नातेवाईक, 'ब्यूटीफूल डायमंडसचे' किशोर मेहता यांचे या व्यापारावर प्रभुत्व आहे. भारतीय हिऱ्यांच्या उद्योगाचे आधुनिक प्रतीक जतीन मेहता यांना मानले जाते. एकेकाळी जगातील सर्वात बडे व्यापारी म्हणून अरुणकुमार यांची ख्याती होती. भरत व विजय यांच्यात काय खास कौशल्य आहे? बी. विजयकुमार या व्यवसायात पहिल्या क्रमांकावर पोचले कसे?

बोनास कुझन (Bonas-Couzyn) या ब्रोकर कंपनीचे फ्रान्स्वा व्हॅन लूवरन म्हणतात, ''या व्यवसायात यशस्वी होण्यासाठी बुद्धिमान असायला लागतं हे वेगळं सांगायची गरज नाही. त्याच बरोबर बँकर, उत्पादक, विक्रेता व माणसांबद्दलचं अचूक अनुमान या चार गोष्टींचा योग्य मिलाफ असायला हवा. यातील एक जरी गुण कमी पडला तरी हा मिलाफ नीट जमत नाही. भरत व विजय यांच्यात या चारही बाबींचा योग्य मिलाफ आहे.

म्यूस म्हणतात, 'विजय धोका पत्करायला तयार असतात. बँकॉक इथं कारखाना उभारायचा विचार चालला होता तेव्हाचा प्रसंग मला आठवतोय. त्यावेळी थायलँडला बरेच जण कारखाने काढायला जात होते. त्यात ज्यू होते, भारतीय होते. पण त्यांचे कारखाने छोट्या खड्यांसाठी होते. विजय शहांनी मात्र तसं केलं नाही. मध्यम आकाराचे खडे पॉलिश करण्याचा कारखाना काढण्याचं त्यांनी ठरवलं. ते अयशस्वी होणार असाच सर्वांचा अंदाज होता. परंतु तो कारखाना चांगला चालला आहे. विजय शहांकडं त्यांच्या यशाचा विषय काढला की, त्यांचा मूड काहीसा बदलतो. ते म्हणतात, ''माझे वडील आणखी पाच वर्षे जगायला हवे होते असं मला नेहमीच वाटतं. तसं घडलं असलं तर त्यांना आमचं यश पाहायला मिळालं असतं. मी काहीतरी करू शकतो हे मला वडिलांना दाखवून द्यायचं होतं!''

उंच, देखणे व आकर्षक व्यक्तिमत्त्वाचे शांतीलाल लल्लूभाई शहा हे जवाहिरे होते. त्यांचे वडील व आजोबाही याच व्यवसायात होते. १९५७ साली भारत सरकारनं 'रिप्लेनिशमेंट' योजनेखाली हिरे पुन्हा निर्यात केले जातील या अटींवर मर्यादित प्रमाणावर हिऱ्यांची आयात करायला परवानगी दिली होती. त्यावेळी शांतीलाल शहा नुकतेच आपल्या दोघा भावांपासून वेगळे झाले होते. त्यांनी या

सरकारी योजनेचा फायदा घेण्याचं ठरवलं. त्यानंतर आयुष्यभर ते लंडन आणि अँटवर्पच्या दरम्यान चकरा मारत राहिले. दर सहा आठवड्यांनी ते पंधरवड्याच्या मुक्कामासाठी मुंबईला येत.

मलबारहिलवरील 'इल पलाझो' या आदित्य बिर्लांच्या निवासस्थानापासून जवळच असलेल्या ५६ रिज रोड या छोट्या बंगलीत शांतीलाल शहा, त्यांची पत्नी भिकी व सात मुलं राहात. तसं या कुटुंबाचं जीवन एकाकीच. धनवंत, बिपिन, भरत (जन्म ५ ऑगस्ट १९४४), विजय (जन्म २५ मार्च, १९५०), सरोज, मीना व कोकिळी ही यांच्या मुलांची नावे. नजीकच्याच हिलग्रेंज, कॅम्पियन व भर्डा वा शाळातून त्यांची शिक्षणं झाली. उच्च गुजराती मध्यम वर्गीयांसारखी त्यांची राहणी होती. वडिलांबद्दल त्यांना आदर वाटायचा, परंतु ते सतत बाहेर फिरतीवर असल्यानं त्याचा परिणाम मुलांच्या मनावर विशेषतः विजय शहांच्या मनावर झाला. विजय हा सात जणात सर्वात धाकटा.

१९६० च्या दशकात शांतीलाल शहा हे लंडनमधील ३८, ग्रेन्सबरो गार्डन्स येथील गोल्डन ग्रीन या छोट्या घरात स्थायिक झाले. हे घर त्यांनी खरीदलं होतं. तर हॅटन गार्डन्स येथे भाड्याच्या जागेत त्यांनी छोटंसं कार्यालय सुरू केलं. ते घर अजूनही शहांच्या मालकीचं आहे. विजय शहांना मात्र डॉर्चेस्टरला राह्यला आवडतं. "वडिलांना कायमच परदेशी राह्यला आवडत होतं असं नव्हे वर्षातून ४-५ वेळा तरी ते मुंबईला येत असत" असं विजय म्हणतात.

असेच ते एकदा मुंबईला १९६९ मध्ये आले होते. त्यावेळी आपल्या मुलींना पालनपूरला न्यायचं त्यांनी ठरवलं. आपली कौटुंबिक पाळंमुळं तिथं आहेत हे त्यांना दाखवायचं होतं. परंतु पालनपूरला पोचल्यावर लागलीच त्यांना पक्षाघाताचा झटका आला आणि काही दिवसांनी त्यांचं निधन झालं. त्यावेळी १९ वर्षाचे विजय शहा लंडन स्कूल ऑफ इकॉनॉमिक्समध्ये शिक्षण घेत होते. ते जिब्राल्टरला हिरे खरेदी करण्यासाठी गेले होते. वडिलांच्या निधनानंतर २५ वर्षानंतरही त्यांच्या मृत्यूचं वास्तव स्वीकारायला त्यांचं मन तयार नाही. ते म्हणतात, "त्यांच्या निधनानंतर दोन-तीन वर्षे जेव्हा दरवाजा ठोठावला जाई तेव्हा मला वडिलांची आठवण येई. त्यांची दरवाजा ठोठावण्याची विशिष्ट रीत होती. आपले वडील केव्हा ना केव्हा परततील असं मला वाटायचं. त्यांचा मृत्यू झाला तेव्हा ते अवघे ५४ वर्षांचे तर होते. लोक त्यांना 'गुरू' असं संबोधायचे. पक्षाघाताचा झटका त्यांना पालनपूरला आला नसता व त्यांना योग्य ती वैद्यकीय मदत मिळू शकली असती तर..."

सुदैवाने तोवर चारही मुलांपाशी व्यवसायाचा थोडाबहुत अनुभव होता. वडिलांच्या मृत्यूनं एस्सार समूहाच्या शशी व रवींना नंदकिशोर रुइयांच्या मृत्यूनं अथवा आदित्य बिर्लांच्या मृत्यूनं कुमारमंगलमना जसा आर्थिकदृष्ट्या मोठा फटका बसला

तसा शहांच्या मृत्यूनं त्यांच्या कुटुंबियांना बसला नाही. शांतीलाल शहा यांची एच. पटेल यांच्या भागीदारीत हिऱ्यांची कंपनी होती व त्यात धनवंत, भरत व बिपीन काम करत होते. रुईया बंधूंप्रमाणेच विजय शहा लंडन स्कूल ऑफ इकॉनॉमिक्समधील शिक्षण अर्धवट सोडून भावांच्या मदतीला धावून आले.

विजय शहा मुंबईला परतले तेव्हा आपल्या सबंध कुटुंबातच खळबळ माजली आहे असं त्यांना आढळलं. भरतचं बीना एच. मोदीशी लग्न होणार होतं. वडिलांच्या मृत्यूनंतर सर्वात थोरला धनवंतचं हिऱ्यांच्या उद्योगातलं लक्ष उडालं होतं आणि चित्रपट क्षेत्रात उतरण्याचा त्याचा मनसुबा होता, बिपीन एकूणच सर्वांवर वैतागला होता. त्यानं स्वतःची हिऱ्यांचा व्यापार करणारी वेगळी कंपनी स्थापन केली होती. त्याच्याशी भांडण नको म्हणून मूळ कंपनी (एस.एस.डायमंड) व रिज रोडवरचं घर त्याला देऊन ऊर्वरित कुटुंबीय बाहेर पडले. नारायण दाभोळकर रोडवरील ॲटलास अपार्टमेंट्समध्ये ते राह्यला गेले आणि नवं ऑफिस थाटण्यासाठी जागेचा शोध घेऊ लागले.

प्रथमदर्शनी

मुंबईचा झवेरी बाजार नव्या माणसाला भांबावूनच टाकतो. क्रॉफर्ड मार्केटच्या बाजूला जुन्या मशिदीच्याही पलीकडच्या भागापासून ते मुंबादेवी मंदिरापर्यंत पसरलेला हा भाग म्हणजे जडजवाहिर व चांदीच्या वस्तूंच्या व्यापाऱ्याचे हृदयच आहे. दाटीवाटीने भरलेल्या या अरुंद रस्त्यांवर अनेक दागिन्यांची दुकाने आहेत, चमचमणारे आरसे, झगमगते दिवे आणि सोन्याचे अलंकार यांनी सजलेली दुकाने आहेत. तिथं भराभरा बोलणारे, अधूनमधून पानाची पिंक टाकणारे गुजराती व्यापारी काउंटरच्या पलीकडे बसलेले दिसतात.

बिपीनपासून वेगळे झाल्यावर भरत व विजय यांनी याच गजबजलेल्या बाजारात आपले पाय रोवले. विजय शहा हे महत्त्वाकांक्षी. काही नवं आणि ज्यात प्रचंड नाव आहे असं काही सुरू करावं असं वाटत असेल तर मग स्वतःचाच उद्योग असायला हवा, असं त्यांचं मत. त्यामुळं त्यांनी एच. पटेल यांच्या बरोबरीची भागीदारी संपुष्टात आणली. व मुख्य रस्त्याच्या थोडंसं बाजूला ३२-३४ धनजी स्ट्रीट इथं आपलं कार्यालय थाटलं. या भावांनी अंधेरी इथं एक फ्लॅट खरीदला होता, तेथे हिऱ्यांना पैलू पाडणे, पॉलिश करणे याचा कारखाना त्यांनी उभारला. तेथे ४०० कारागीर होते. ही जागा ५ हजार चौ.फूट एवढी होती. व प्रत्येक चौ.फुटाचा भाव ५० ते ६० रुपये होता असं भरत यांनी सांगितलं. मूळ कंपनी बिपिनकडे होती. तेव्हा नव्या कंपनीला दोघांनी स्वतःच नाव दिले– 'बी. विजयकुमार'.

धनवंत चित्रपट उद्योगात रममाण झाले आणि भरत व विजय यांनी हिऱ्यांच्या

व्यापारावर लक्ष केंद्रित केलं. दोघांनी कामं वाटून घेतली. "मी मुंबईतील कारखान्याचं काम पाहू लागलो व खरेदीदारांना भेटू लागलो. तर विजय माझ्याकडे परदेशी नागरिक, ग्राहक व कच्चे खडे पाठवू लागला" असं शहा सांगतात.

अंधेरीच्या कारखान्यासाठी कच्च्या मालाचा पुरवठा करण्याकरिता नेहमीपेक्षा वेगळ्या बाजारपेठा विजय शहा धुंडाळू लागले. नेहमीपेक्षा अधिक कमाई मिळवून देणाऱ्या या बाजारपेठा होत्या. ते म्हणतात, "मी अफ्रिकेला जाऊन मोठ्या प्रमाणावर कच्चे हिरे खरेदी करत असे, संख्येनं मोठ्या प्रमाणावर असं मला म्हणायचं नाही. कारण ते दिवस तसे नव्हते. तरीही आम्ही खूप खरेदी करायचो. मी सतत भटकायचो. एकाच ठिकाणी माझं वास्तव्य नसे." बी. विजयकुमार कंपनीची पहिल्या वर्षाची विक्री ५० ते ६० लाख रुपये होती.

विजय शहांच्या आक्रमक खरेदीनं लंडनमधील डायमंड ट्रेडिंग कंपनीचे (डीटीसी) संचालक मॉन्टी चार्ल्स यांचं लक्ष वेधून घेतलं. ही कंपनी डि बिअर्सची मुख्य मार्केटिंग कंपनी होती. ते कायम 'डायनॅमिक' कंपनीच्या शोधात असावेत, आमची कंपनी तशी होती असं मला म्हणायचं नाही, परंतु त्यांना आमच्यात काहीतरी आढळलं असणार" असं हसत हसत विजय शहा सांगतात, डीटीसीच्या अनेक दलालांपैकी एक असलेले बोनास कूझन यांना बी विजयकुमारची माहिती काढायला चार्ल्स यांनी सांगितले. १९७३ मध्ये त्यांची साइट होल्डर्स म्हणून नेमणूक करण्यात आली. त्यावेळी १५ हून कमी भारतीय साइट होल्डर्स होते आणि प्रतीक्षा यादी फार मोठी होती.

या आंतरराष्ट्रीय बड्या कंपनीचं वाटणारं दडपण कमी झाल्यावर डीटीसी बद्दल विजय म्हणाले, "त्या काळात जो तो आपला डीटीसीकडं धाव घ्यायचा, मी मात्र फारशी पर्वा केली नाही. आम्ही साइट्स घेत होतो, खरेदी करत होतो परंतु ज्यांना कच्च्या हिऱ्यांची पारख नव्हती व ज्यांच्यात आत्मविश्वास नव्हता ते डीटीसीवर अवलंबून राहात." भरत शहा म्हणाले, "तुम्हाला कच्च्या हिऱ्यांचं ज्ञान नसेल तरच तुम्हाला डीटीसीकडं जायला हवं. कारण हिऱ्यांची ठरलेली प्रमाणित किंमत आहे. पण जर तुम्हाला कच्च्या हिऱ्यांची समज असेल तर तुम्ही थेट बाजारातून खरेदी करू शकता, उदाहरणार्थ माझा भाऊ आफ्रिकेतून खरेदी करत असे. त्यावेळी बरेच जण आफ्रिकेला जातही नसत."

"त्यावेळी आफ्रिकेला जाणं सोपं नव्हतं" असं सांगून विजय म्हणतात, "परंतु माझी आत्मविश्वासावर श्रद्धा आहे. मी स्वतः माल निरखीत असे तसंच किंमतीसाठी घासाघीस करावी लागे. हे काम फारच अवघड कारण अफ्रिकन मंडळी किंमतीबाबत ढिसाळ असत. जर माल १० डॉलर्सचा असेल तर ते १०० डॉलर्स किंमत सांगत. तुम्हाला जर मालाचं ज्ञान असेल तर तुम्ही ५ डॉलर्स पासून

सुरुवात कराल, पण तुम्हाला मालाची माहितीच नसेल तर तुम्ही त्याला काय 'ऑफर' देणार? अनेकदा मी ६ किंवा ७ डॉलर्समध्ये सौदा केलेला आहे!''

विजय शहांनी पुढचं पाऊल उचललं ते तेलअविवला इथं छोटं कार्यालय आणि सफाद्झ (Saphadz) इथं आधुनिक कारखाना उभारण्याचं. सर्वोत्कृष्ट निर्यातीचं इस्रायल सरकारचं १९८१ सालचं पारितोषिक त्यांना मिळालं. वर्षभरात विक्री २० लाख डॉलर्सवरून २.१० कोटी डॉलर्सवर गेली. विजयना अस्खलित हिब्रू बोलता येऊ लागलं. पत्नी दीप्ती जयवंतीबेन मेहता हिच्यासह तेलअविवलाच स्थायिक होण्याचा त्यांचा विचार होता. परंतु आईनं (भिकी शहा) विरोध केला. विजय म्हणतात, ''बॉंबस्फोटाची भीती व अन्य गोष्टी आई टीव्हीवर पाहात असे. शेवटी अँटवर्पला स्थायिक व्हायचं आम्ही ठरवलं.'' इतर हिरेव्यापाऱ्यांचंही तसंच मत होतं. पालनपूरची सुमारे ५० कुटुंबे अँटवर्पला स्थलांतरित झाली. गव्हाचं पीठ तयार करण्यासाठी या कुटुंबाच्या सामानात जाती पण होती! १९८० ते १९८२ या काळात सुमारे ७० ते ८० नव्या हिऱ्यांच्या भारतीय कंपन्या स्थापन करण्यात आल्या.

''मुंबईतील सर्व कारभाराची सूत्रे भरतभाईंनी आपल्याकडं घेतली'' असं विजय म्हणतात. पुढील दोन वर्षांत दोघा भावांची क्वचितच भेट होई. एकाच वेळी एका ठिकाणी दोघे क्वचितच असत, दिप्ती शहा अँटवर्प येथील फ्लॅटमध्ये डिंपल, विशाल, श्वेता व प्रिया या चार अपत्यांसह राहू लागल्या तर विमानातील केबिन हेच विजय शहांच खरं घर व कार्यालय बनलं. विजय म्हणतात, ''१९७४ पासून मी सतत प्रवास करतोय. मी महिन्यातून चार वेळा तेलअविवला जात असे. तेथे दोन दिवस राहून मी अँटवर्पला जाई आणि लंडनला रवाना होई आणि मग तेथून मुंबई. तुमचा विश्वास बसायचा नाही पण मी आतापर्यंत दशलक्ष मैलांहून अधिक प्रवास केला असेल. बाजारपेठेवर काबू ठेवायचा असेल तर तुम्हाला खूप प्रवास करावाच लागतो.''

एखादं साम्राज्य उभारताना एखादी घटना अथवा एखादा सौदा असा असतो की, तो इतिहासच बदलतो. १९७४-७६ या काळात हिऱ्यांचा व्यापार कठीण अवस्थेतून जात होता. तेव्हा भरत व विजय यांच्या दृष्टीनं मात्र इतिहास घडला. त्या काळात बऱ्याच भारतीय हिरे व्यापाऱ्यांना फटका बसला. पण बी. विजयकुमार कंपनी या कठीण काळातून अधिक सामर्थ्यशाली होऊन बाहेर पडली. इतरांनी उत्पादन कमी केलं तेव्हा भरत शहांनी त्यांचे कारखाने खरेदी करायला आरंभ केला. सुरत व नवसारी येथील हे छोटे छोटे कारखाने कारागिरांच्याच मालकीचे होते. भरत म्हणतात, ''त्यावेळी बाजारपेठेची स्थिती फार वाईट होती. या व्यापारातील बडी बडी मंडळीही धास्तावली होती. व्यापार करायला त्यांना भीती वाटत होती, त्यांनी

कारखाने बंद केले. सर्व कारागीर आमच्याकडे आले, आम्ही त्यांना नेहमी कच्च्या मालाचा पुरवठा करत राहिलो. त्यामुळे आमच्या कंपनीची वेगानं प्रगती झाली.''

''प्रत्येकाला तो काळ कठीण वाटत होता. पण आम्हाला मात्र तसा तो वाटला नाही. जेथे जेथे शक्य आहे तेथे धंदा करावा पण आपल्या क्षमतेच्या मर्यादेत हे आमचं धोरण होतं. या व्यवसायात अनेकांनी एकदम उडी घेतली तेव्हा तेव्हा आरंभी खूप मोठ्या प्रमाणावर त्यांनी धंदा केला. आम्ही मात्र आमच्या कुवतीबाहेर गेलो नाही. परिस्थिती बिघडली तेव्हा इतर व्यापारी घाबरून गेले. त्यांची दाणादाण उडाली. त्यांनी माल विकायला काढला. त्यांना पॉलिश केलेले हिरे फारसे विकता येईनात, आणि कच्चे हिरे खरेदी करता येईनात. हे सारं चक्र चालू ठेवावं लागतं, एकाच ठिकाणी थांबून राहता येत नाही.'' असं विजय म्हणतात. एकूण उत्पन्नाच्या ७० टक्के खर्च कच्च्या हिऱ्यावर करावा लागतो.

१९७० च्या मध्याचा काळ हा हिऱ्यांच्या उद्योगाच्या दृष्टीनं कठीणच होता. जागतिक मंदीमुळे भाव उतरले होते. बाजारात आघाडीवर असलेल्या ज्यू कंपन्या व पिछाडीवर असलेल्या भारतीय कंपन्या यावर सारखाच परिणाम झाला होता. अँटवर्प येथे दलाल, घाऊक व्यापारी, उत्पादक यांची बाजारात गर्दी असली तरी सौदे मात्र फारच कमी होत होते. अँटवर्प येथील चार मुख्य व्यापारी दालनापैकी 'अँटवर्पशे डायमंटक्रिंग' या दालनातील वातावरण चैतन्यहीन होतं.

ही दालनं मिनिटामिनिटाला लक्षावधी डॉलर्सचे व्यवहार करणारी केंद्रे न वाटता कॅफेटेरिया वाटतात. उंच छत असलेल्या या दालनात दोन्ही बाजूला लाकडी टेबलं व स्वस्तातल्या खुर्च्या रांगेनं मांडलेल्या आहेत. बहुतेक दालनाच्या एका भिंतीला मोठमोठ्या खिडक्या असून त्यातून भरपूर प्रकाश येतो. टेबले खिडक्यांपासून सुरू होतात व जवळपास २/३ दालनं व्यापतात. टेबलावर कायम प्रखर दिवे लावलेले असतात. टेबलावर विक्रेते व खरीददार समोरासमोर बसलेले असतात. तेथे खाजगी गुप्तता नसते व त्याची गरजही नसते. सर्वांना नाना किंमती ऐकू येत असतात. परंतु त्या कोणत्या दर्जाच्या मालासाठी आहेत याचा पत्ता अत्यंत उत्सुक व्यक्तींनाही लागू शकत नाही. सकाळी ९ पासून सौदे सुरू होतात व दुपारी ४ पर्यंत ते चालू राहतात. त्यानंतर पांढऱ्या पाकिटांनी भरलेल्या ब्रीफकेसेसची जागा बुद्धिबळपट व पत्त्याच्या डावांनी व्यापली जाते. घरी जाण्यापूर्वी ज्यू व्यापाऱ्यांना बिअरचे घुटके घेत घेत सहकाऱ्यांबरोबर दोन-चार डाव खेळायला आवडते. सौदे होताच जैन मंडळी आपापल्या घरी परततात.

मोठ्या तलावातील एक छोटा मासा असलेले विजय शहा हळूहळू मोठा शाही मासा बनले. १९७० च्या कठीण काळात तेथील टेबलावर व्यवहारांपेक्षा सारा वेळ खेळच चालायचे. त्या दिवसांबद्दल विजय म्हणतात, ''दलाल तेथे बसलेले असत.

त्यांच्या पुढ्यात नंबर्स असत. बरेच भारतीय व्यापारी येत परंतु दलाल त्यांना कृपया उभं राहा (नि जा) असं सांगत. खरेदीदारांपेक्षा विक्रेत्यांची संख्या जास्त असे. भारतीय सौदे करण्यापेक्षा बघायला येत हे तसं कोणालाही आवडत नसे. मी तिथं बसून राही. आपली कोणतीही ऑफर दलालानं स्वीकारायलाच पाहिजे असं माझं तत्त्व होते. मला हिऱ्यांची माहिती होती, त्यामुळं दलालांना अटी घालणं शक्य होत नसे.''

तरुणांच्या दृष्टीने हा झटपट प्रगतीचा काळ होता, ''बाजारपेठेत सारा वेळ मंडळी बसून चर्चा करत राहायची. विजय काय करतोस? त्याच्या मनात काय घोळतंय? सर्वांचीच घसरण चालू आहे? तेव्हा तो काय करतोय? त्याच्यापाशी कसली जादू आहे? अशी चर्चा व्हायची.'' असं विजय शहा सांगतात. त्याच्या व्यवहाराचं रहस्य साधं होतं. स्वस्तात खरेदी करायची, अगदी एक रुपयाचा नफा झाला तरी तो चांगलाच मानायचा. भारतीय व्यापाऱ्यांना ही अल्पसमाधानी वृत्ती आवडत नसे. ''जेव्हा बाजारपेठेची स्थिती वाईट असते तेव्हा कच्चे हिरे स्वस्तात मिळतात याचा लोकांना विसर पडे. वाईट काळात अगदी खुल्या बाजारपेठेतही कच्चे हिरे जवळ बाळगायला कोणाचीही तयारी नसे. जुन्या किंमतीलाच चिकटून राहायची तशी गरज नव्हती. समजा २० डॉलर्स भाव असताना १४ डॉलर्सला माल मिळत असेल तर बिघडलं कुठं? तुम्ही ३० टक्के घट झाली असं म्हणत राहता, काहीजण महिना दोन महिने माल विकायला तयारच होत नसत. पण एकदा वास्तवाची जाणीव झाली की मग मात्र कमी किंमतीला माल विकायला ते तयार व्हायचे.''

कच्चे हिरे स्वस्तात खरेदी केले की, पॉलिश केलेले हिरे बी. विजयकुमार स्वस्तात विकत असे. ''इतरांना वाटे की आम्ही बाजारात अंडरकटिंग करतोय, पण पॉलिश केलेले हिरे १० टक्के स्वस्त विकले आणि त्यामुळे बरा फायदा मिळत असेल तर त्यात काय वावगं आहे? या साऱ्या व्यावसायिक युक्त्याच आहेत!'' असं विजय शहा म्हणतात.

पॉलिश हिऱ्यांना बाजारपेठेत काही स्तरावर भाव आहे. त्यामुळं त्यांना हा आत्मविश्वास वाटत होता. इतरांना त्या किंमतीत सौदा करण्याची खात्री वाटत नव्हती. मी आधी सांगितलं त्याप्रमाणे कच्चे हिरे हे खूप महत्त्वाचे. तुम्हाला व्यापाराची माहिती हवी आणि धाडस आणि आत्मिविश्वास हवा, आपण काय खरेदी केलंय यावर मी नजर टाकी. प्रक्रिया करण्यासाठी येणाऱ्या खर्चाची कल्पना मला होती. मी माझ्या भावाला फोनवर सांगत असे की, ''खरेदी केलेले सारे हिरे सरळ उत्पादनासाठी वापर पाहू. कसलीही काळजी करू नको, विक्री करत राहा म्हणजे झालं!''

इतरांचा नफा घटत गेला परंतु शहांचा नफा मात्र वाढत गेला. ''त्यावेळेला आम्ही अगदी हलक्या दर्जाचा माल हाताळत होतो. तेथे मूल्य वृद्धी जास्त होती. आम्ही त्याचं रूपांतर रोख रकमेत करत होतो. आमचा नफा वाढला. चांगल्या

दिवसात प्रत्येकजणच व्यवहार करत असतो व नफ्याचे प्रमाण कमी असतं. वाईट काळात तुम्ही समजा जास्त धंदा करू शकला तर तुम्हाला जास्त नफा मिळतो व जास्त संधी मिळते, हे स्वाभाविकच आहे. त्यामुळं जेव्हा बाजारपेठ कमकुवत असते तेव्हा आमचा धंदा दुप्पट होतो. अशावेळी इतर व्यापारी धंदा बंद करतात, कारण त्यांना भीती वाटते . त्यांच्यापाशी धाडस नसतं.'' असं ते सांगतात. विजय शहा म्हणतात, ''आम्ही आमच्या कुवतीच्या बाहेर कधी गेलो नाही. पण महत्त्वपूर्ण टप्पे गाठले. हे फार महत्त्वाचं आहे. तुम्ही धडाक्यानं, वेगानं व्यवहार करू शकत असाल तर असे टप्पे गाठता येतात. आम्ही खरेदी करणं कधी थांबवलंच नाही. त्यावेळी जेव्हा खरेदी करणारं दुसरं कोणी नव्हतं तेव्हा आम्हाला स्वस्तात सौदे करता आले.''

पालनपूरच्या मंडळींची घासाघीस करण्याची क्षमता एवढी जबरदस्त आहे की त्यापुढं शायलॉकलाही लाज वाटेल! असं म्हटलं जातं. प्रत्येक पैशावरील दररोजच्या व्याजाची चिंता करण्याची शहांची प्रवृत्ती आहे. पण त्यामुळं इतर व्यापारी नाराज होत नाहीत.

अशा आरोपांना भरत व विजय चटकन उत्तरं देतात. विजय म्हणतात, ''प्रत्येक व्यवसायात सर्वच जण चांगले असतात असे नव्हे. हिऱ्याच्या व्यापाराबाबतही हे खरे आहे. पण आमच्या कंपनीबद्दल विचाराल तर आमच्याबद्दल बाजारात तुम्हाला कधीही तक्रार ऐकू येणार नाही. कारण एक दिवसानंतर नव्हे तर एक दिवस आधीच पैसे देण्यावर आमचा विश्वास आहे.'' भरत म्हणतात, ''व्यवसायात सर्वाधिक प्राधान्य असतं प्रतिष्ठेला, आणि ती मिळवणं काही सोपं नसतं, माझ्या अग्रक्रमाच्या यादीत पैशाला सर्वात शेवटचं स्थान आहे. ज्यू मंडळी अगदी शेवटपर्यंत फायदा उठवतात, तर काही भारतीय व्याज आणि अन्य बाबतीत फायदा घेतात. परंतु तुम्ही फसवणूक करू शकत नाही. आम्ही वेळेवर पैसे देतो. व्यवसायात जर प्रतिष्ठा असेल तर ती कशाला कोण गमावेल?''

बॉलिवूड

डिसेंबर १९६९ मध्ये प्रख्यात कलावंत शशीकपूर 'अजूबा' या चित्रपटाचं दिग्दर्शन करीत होते. एका महत्त्वाच्या घटनेचं चित्रीकरण करण्यासाठी राजस्थानी परंपरेच्या एका प्रासादाची त्यांना गरज होती. तेव्हा भरत शहा यांनी आपली कन्या रेश्मा हिच्यासाठी १० लाख रुपये खर्चून उभारलेला व आता अडगळीत पडलेला मंडप त्यांना देऊ केला. याच लग्नावरील उधळपट्टीबद्दल आठवड्यापूर्वीच वादंग माजला होता. शशी कपूरना मंडप उपलब्ध करून देण्याची संधी जणू ईश्वरी वरदानच ठरली! शहा यांची 'व्ही आय पी एंटरप्रायझेस' ही कंपनी वानखेडे

स्टेडियमवर प्लास्टर ऑफ पॅरिसने उभारलेला हा राजवाडा भाड्याने देऊ लागली. त्यानंतर सहा वर्षांनी रेश्माचा भाऊ रफिसचं लग्न झालं तेव्हा आशा भोसलेंच्या कार्यक्रमासाठी एनएससीआय क्लबवर उभारलेला खास शाही सेट हा प्रमोद चक्रवर्तीच्या 'बारुद' (नायक अक्षयकुमार) चित्रपटात वापरण्यात आला.

शहांच्या उद्योगसमूहातील 'व्हीआयपी एंटरप्रायझेस' ही मुंबईच्या -बॉलिवूडच्या- चित्रसृष्टीतील मोठ्या वितरक कंपन्यांपैकी एक आहे. विजय शहा म्हणतात, ''चित्रपटातील आमचा वाटा काही फारसा मोठा आहे असं भरतना वाटत नाही. आमच्या एकूण उलाढालीत या कंपनीचा वाटा पाच टक्के पण नाही. परंतु चित्रपटउद्योगाच्या दृष्टीनं तो फार मोठा आहे, त्यामुळे त्यांना आम्ही फार मोठी भूमिका पार पाडतोय असं वाटतं.'' हा धंदा एवढा नगण्य आहे तर मग तो चालू का ठेवता? त्यात व्यवसाय आणि गंमत दोन्हीही आहे म्हणून? असं विचारता विजय शहा चटकन म्हणतात, ''नाही, आम्ही क्वचितच आधी चित्रपट पाहतो (प्रिव्ह्यू) तेवढा वेळ कुठं असतो? तिथं तीन तास कोण बसणार? आम्ही नेहमीच दुसऱ्या कोठल्या तरी व्यवसायाचा विचार करीत असतो.''

चित्रपट सृष्टीतल्या झगमगत्या पार्ट्या ही अगदी वेगळीच बाब आहे. अशा पार्ट्यात भरत नेहमी दिसतात, त्यांचे आवडते दिग्दर्शक गुलशन राय व सुभाष घई यांच्याबरोबर बातचीत करताना किंवा विश्वसुंदरी सुश्मिता सेनच्या पहिल्याच चित्रपटाचा मुहूर्त करताना ते दिसतात, या उद्योगात कोसळणारे चित्रपटच जास्त असतात. परंतु व्हीआयपी एन्टरप्रायझेसच्या नावावर 'पापी', 'राम तेरी गंगा मैली', 'रामलखन' आणि 'दिल है कि मानता नही' असे कितीतरी यशस्वी चित्रपट आहेत.

सेटपासून दूर राहणं, जे उत्कृष्ट आहे तेच वापरणं आणि कायम भव्यतेचा विचार करणं हे आपल्या यशाचं रहस्य आहे असं विजयना वाटतं. ते म्हणतात, ''तुम्ही मरणार असला तर निदान मोठे डॉक्टर, चांगले डॉक्टर घेऊन मरावं असं आम्हाला वाटतं.'' भरत म्हणतात, ''चित्रपट खूप मोठं बजेट असलेला असेल तर तुमचं कधीच नुकसान होत नाही.'' अशा चित्रपटाची तोंडीच एवढी प्रसिद्धी झालेली असते की बड्या रकमेचा चित्रपट जाहीर होताच तो खरीदण्यासाठी अहमहमिका लागते असं विजय सांगतात

चित्रपट वितरणाचे प्रादेशिक हक्क शहा खरीदतात. या व्यवसायात त्यांना सरासरी १०० टक्के उत्पन्न मिळतं. भरत त्याबद्दल समाधान प्रकट करतात. पण त्यावर मल्लीनाथी करत नाहीत. विजय त्यांच्यावतीनं उत्तर देताना म्हणतात, ''आमची काही तक्रार नाही. हा चांगली कमाई देणारा व्यवसाय आहे.''

अनेक चित्रपट कोसळत असल्यानं चित्रपट वितरण हा तसा धोक्याचा धंदा आहे असं भरत यांचं मत आहे. हॉलिवूडपेक्षाही भारतात जास्त चित्रपट तयार

होतात, सर्व भाषात मिळून दरवर्षी तीन हजार चित्रपट बनतात, त्यातील ८०० प्रदर्शित होतात. त्यापैकी फक्त डझनभरच यशस्वी होतात. १९९१ हे व्हीआयपी एन्टरप्रायझेसच्या दृष्टीनं भलतंच फायदेशीर वर्ष ठरलं. 'हिना', 'सौदागर', 'दिल है कि मानता नही' आणि 'सडक' हे त्यांचे चित्रपट यशस्वी ठरले. व्हीआयपी चित्रपट निर्माते नव्हेत की चित्रपटाला पैसा पुरवठा करणारे नव्हेत. तरी चित्रपट कोसळला की त्यांना तोटा कसा होतो? याचं उत्तर सोपं आहे असं सांगून भरत शहा चित्रपट वितरण व्यवसायाचं स्वरूप समजावून देतात. महाराष्ट्र व गुजरात या दोन क्षेत्रावर व्हीआयपी चे नियंत्रण असून तेथील चित्रपट वितरणाचे हक्क निर्मात्याकडून व्हीआयपी विकत घेते. चित्रपटगृह मालकांना जर चित्रपट विकता आला नाही तर त्यांच्या खरेदीची किंमत वसूल होत नाही. किंवा चित्रपट धीरे धीरे चालला तर फार तर खर्च भरून येतो. चित्रपट खरोखरच जोरात चालण्याची शक्यता असेल तर किमान हमी योजनेखाली आगाऊ रक्कम घेऊन थिएटर मालकांना विकता येतो. त्यात व्हीआयपी ची गुंतवणूक भरून येते. तेव्हा जर नफा कमवायचा असेल तर प्रख्यात निर्मात्याचा बड्या खर्चाचा चित्रपट किमान हमी योजनेखाली विकला जाणे व तो चित्रपट झपाट्याने चालणे आवश्यक असतं. चित्रपटाचा खर्च, प्रसिद्धी, चित्रपटाची प्रिंट व कमिशन्स वसूल झाल्यावर जी जादा कमाई होते तो खरा नफा. पूर्वी एखाद्या चित्रपटानं रौप्यमहोत्सव साजरा केला की तो यशस्वी झाला असं मानलं जाई. आता परिस्थिती बदलली आहे व सारं या जादा कमाईवर अवलंबून असतं असं सांगून भरत म्हणतात, ''हा धंदा तसा धोक्याचा, विशेषतः केबल आणि व्हिडिओच्या स्पर्धेमुळे धोका जास्त, परंतु व्हीआयपीत आम्ही एकदम फुलप्रूफ पद्धती विकसित केली आहे.''

''आमच्याकडं या व्यवसायातील उत्तम माणसं, दिग्दर्शक, निर्माते आहेत. त्यामुळं आमची गुंतवणूक भरून येते. दिग्दर्शकाच्या बळावर चित्रपट वितरित केला जावा असे माझे मत आहे. त्यावर माझा ठाम विश्वास आहे. या मंडळीकडे जणू परीस असतो. ते बरोबर असले की मग काही गफलत होत नाही.'' त्यांच्या दिग्दर्शकांच्या यादीत बॉलिवूडमधील सुभाष घई, यश चोप्रा, राजकमल स्टुडिओ, राकेश रोशन व महेश भट्ट अशा नामवंतांचा अंतर्भाव आहे. 'आणि अमिताभ बच्चनचं काय?' त्याबद्दल ते म्हणतात, ''१९८० च्या दशकात अमिताभ बच्चन यांच्या बहुतेक चित्रपटाचे वितरण आम्ही केले. आता मात्र त्यांच्या चित्रपटांना नफा सुरू होण्याला अधिक काळ लागू लागला. आम्ही त्यांचे वितरण करत नाही.''

आश्चर्याची गोष्ट म्हणजे धनवंत शहांनी त्यांना चित्रपटसृष्टीत आणले खरे परंतु चित्रपट सृष्टीमुळे भावाभावात दरी निर्माण होऊन १९७८-७९ मध्ये कुटुंब विभक्त झालं.

भरत व विजय आपापल्या कामात अगदी तन्मय होऊन जाणारे तर धनवंतना

मात्र हिऱ्याच्या व्यापारात फारसा रस नव्हता. बहुतेक भारतीय हे चित्रपट वेडे असतात आणि तरुणांना तर जरा जास्तच वेड असतं. धनवंतचं चित्रपट वेड मात्र तेवढ्यावरच थांबलं नाही. १९६० च्या दशकाच्या सुरुवातीला कॉलेजात असतानाच त्यांनी चित्रपट सृष्टीच्या अवतीभवती चकरा मारायला सुरुवात केली होती. चित्रपट निर्माते, कलाकार यांच्याशी त्यांनी संबंध प्रस्थापित केले. घरी मात्र त्यांनी आपल्या या उद्योगाचा काहीही सुगावा लागू दिला नाही. कारण वडिलांना ते आवडणार नाही याची भीती त्यांना वाटत होती. परंतु १९६५ मध्ये 'जीवन-मृत्यू' हा चित्रपट प्रदर्शित झाला आणि गुपित फुटलंच. या चित्रपटाच्या निर्मितीला धनवंतनी मदत केली होती. तो चित्रपट यशस्वी झाला पण त्यानंतरचा चित्रपट मात्र पडला.

शांतीलाल शहांनी धनवंतच्या या उद्योगाला आक्षेप घेतला परंतु भरत व विजय यांनी मात्र थोरल्या भावाला पाठिंबा दिला, "त्याला चित्रपट उद्योग आवडत असल्यानं त्या क्षेत्रात त्याला जे काही करावयाचं होतं त्याला आम्ही पाठिंबाच दिला. जेव्हा त्याला वाईट परिस्थितीतून जावं लागलं तेव्हा त्याची गाडी आम्ही रुळावर आणली. एखाद्या क्षेत्रात अपयश आलं तरी त्याच क्षेत्रात उतरून आपण काय करू शकतो हे दाखवून दिले पाहिजे. कधीही हार मानता कामा नये." असं विजय म्हणतात.

"त्यानं जेव्हा खूप पैसे गमावले तेव्हा चित्रपट वितरण का नाही करत?" असं आम्ही सुचवलं. चित्रपट निर्मितीपेक्षा वितरणाचा व्यवसाय चांगला. त्यानं होकार दिला. परंतु पुन्हा दोन वर्षांनंतर चित्रपट निर्माण करण्याची इच्छा त्यानं व्यक्त केली. आम्ही नकार दिला. निर्मितीत पडायला नको असं सांगितलं पण त्याला चित्रपट निर्मितीत शिरायचंच होतं. चित्रपटाचा धंदा तसा धोक्याचा आहे. तेव्हा त्याच्या चित्रपट निर्मितीला आम्ही विरोध दर्शविला. चित्रपट वितरण करायला आमची हरकत नव्हती पण त्याचा हट्ट कायम होता. आम्ही मात्र वितरण क्षेत्रातच राहिलो." असं भरत शहा यांनी सांगितलं.

अशा परिस्थितीत कुटुंब विभक्त होणं अपरिहार्यच होतं. कुटुंबाची पाळंमुळं पुन्हा उखडली जाणार होती. भरत शहांवर तिसऱ्यांदा घर बदलण्याची पाळी आली. पहिल्यांदा कुटुंबात फूट पडली तेव्हा ५६ रिज रोडचा बंगला बिपीनकडे गेला. तेथून हे कुटुंबीय नारायण दाभोळकर रोडवरील ॲटलास अपार्टमेन्टमध्ये राहायला गेले. १९७८ मध्ये भरत शहानी नेपियन सी रोडवरील 'स्वप्नलोक' इमारतीत फ्लॅट घेतला. पारितोषिक विजेते वास्तुशास्त्रज्ञ आय. काद्री यांनी संकल्पना आखलेली ती इमारत त्या काळी प्रतिष्ठेची मानली जाई.

आता वीस वर्षांनंतरही कुटुंबातील फाटाफुटीबद्दल बोलताना शहा बंधू बेचैन होतात. विजय म्हणतात, "आम्ही वेगळे झालो, फूट पडली असं नाही. धनवंतचीच

ती कल्पना होती. आमचे संबंध अगदी उत्तम आहेत. आम्ही त्याला कायमच मदत करतो. तो थोरला भाऊ असला तरी त्याच्यापेक्षा आम्ही मोठे झालो आहोत असं त्याला वाटे. आणि मुख्य शल्य ते होतं'' धनवंतपासून वेगळे होण्याआधी कुटुंबात फूट पडली ती १० ते १५ वर्षांपूर्वी. बिपीनपासून अलग होताना. त्याचं विश्लेषण करताना भरत म्हणतात, ''बिपीन व धनवंत यांचा स्वभाव वेगळा आहे, ते काहीसे तापट वृत्तीचे आहेत.''

कुटुंबातील या फाटाफुटीचा त्यांच्या कंपनीला मोठाच फटका बसणार होता. पालनपूरचे व्यापारी आपल्या कंपनीच्या महत्त्वाच्या पदावर अन्य कोणा अधिकाऱ्याला नेमण्यापेक्षा कुटुंबातीलच सदस्याची नेमणूक करणं पसंत करतात. डायमंडस् असोशिएशनचे माजी प्रमुख कौशिक मेहता एकदा म्हणाले होते, या धंद्यात वैयक्तिक लक्ष घालण्याची अत्यंत गरज असते. तसेच एकमेकावर विश्वास असावा लागतो. या दोन्ही गोष्टी तुमचे कुटुंबीयच देऊ शकतात. मी छोटाच व्यापारी राहिलो कारण मला कोणी भाऊ नाहीत. हिऱ्यांचा व्यापार आंतरराष्ट्रीय असल्याने तो हाताळणारी कुटुंबेही मोठी असतात. बहुतेक बड्या कंपन्यांची हाँगकाँग, न्यूयॉर्क, अँटवर्प व मुंबईमधील कार्यालये भाऊ-भाऊ, पुतणे चालवीत असतात. शहांनी जगात ठिकठिकाणी कारखाने काढण्यास, विस्तार करण्यास सुरुवात केल्याने त्यांना कुटुंबातील फाटाफुटीची चांगलीच झळ जाणवली.

लाल गालिचा

या कारखान्यांपैकी सर्वात मोठा कारखाना बँकॉकचा आहे. थायलंडमध्ये ज्यूंचे अनेक हिऱ्यांचे कारखाने आहेत. परंतु भारतीयांचे दोन कारखाने सर्वात मोठे आहेत. मधु मेहता यांचा जयम कारखाना शहांच्या पेक्षा मोठा आहे. पण, 'बी.व्ही. डायमंड पॉलिशिंग वर्क्स' हा एकाच जागेत पैलू पाडणारा व पॉलिशिंग करणारा जगातील सर्वात मोठा कारखाना मानला जातो. ४० हजार चौरस मीटर्स क्षेत्रफळ असलेल्या या कारखान्यात १२०० कामगार आहेत.

या कारखान्याला खर्च किती आला? असं विचारता विजय म्हणतात, ''प्रत्यक्ष आकड्याची चर्चा मी करू इच्छित नाही. अर्थात आपण काही मामुली रकमेबद्दल बोलत नसून लक्षावधी डॉलर्सबद्दल बोलतोय हे उघड आहे. मला वाटतं जगातला हा सर्वोत्कृष्ट कारखाना आहे. तो उभारण्याचा निर्णय योग्य होता.'' बँकॉकच्या 'बिझिनेस पोस्ट' या स्थानिक आर्थिक दैनिकानं या कारखान्याला ५० लक्ष अमेरिकन डॉलर खर्च आल्याचे म्हटले होते. ९ ऑगस्ट १९९१ च्या अंकात प्रसिद्ध झालेल्या एका लेखात या कारखान्याच्या उद्घाटनाचे छायाचित्र छापलेले होते. त्यात झकपक पोशाखातील विजय यांनी भरतकाम केलेलं नेहरू जाकीट

घातलेलं होते, त्यांचे केस विस्कळीत होते. थाई गव्हर्नर आणि सीएसओ चे संचालक हेही छायाचित्रात दिसत होते.

या वृत्तपत्राच्या पहिल्या पानावर प्रसिद्ध झालेला वृत्तांत जर खरा असेल तर भरत व विजय अत्यंत पुराणमतवादी व्यापारी होते असं मानावं लागेल. बीव्ही डायमंड पॉलिशिंग वर्क्सचे व्यवस्थापकीय संचालक मिलिंद कोठारी यांची मुलाखत या वृत्तपत्राने छापली होती. त्यांच्या म्हणण्यानुसार १९८९ मध्ये स्थापन झालेल्या या कंपनीचं भांडवल १५ कोटी बहत (थायलंडमधील चलन) किंवा प्रकल्पाच्या एकूण खर्चापेक्षा २.५ कोटीनं जास्त होतं. काही कर्ज नव्हतं. या सर्व पैशाची गरज नसल्याने कारखाना १९९१ मध्ये सुरू करण्यात आला व टप्प्याटप्प्याने ५०-५० च्या तुकड्यांनी कामगारांची भरती करण्यात आली. तेव्हा व्याजापायी पैसा वाढत गेला असणार.

पहिल्यापासूनच उच्च दर्जा राखण्यासाठी थाई कामगारांना प्रशिक्षण देण्याकरिता बेल्जियममधील आपल्या 'विजयडिमॉन' कारखान्यातून शहांनी तज्ज्ञ बँकॉकला नेले. अँटवर्पमधील कारखान्यातील कामगार दर कॅरटला ७०० ते ७००० डॉलर्स मूल्याचे हिरे हाताळीत. सुरतमध्ये १५ डॉलर्स ते १०० डॉलर्स मूल्यांचे हिऱ्यांना पैलू पाडले जात तर बँकॉकमधील कारखान्यात दर कॅरेटला २०० डॉलर्स दराचे हिरे हाताळले जाऊ लागले. त्यामुळं विक्री वाढली. भरत म्हणतात, "बँकॉकमध्ये उत्पादन १० कोटी डॉलर्सहून अधिक आहे. भारतात २५ हजार कामगार व ५०० कोटींचे उत्पादन करण्याचा आमचा बेत आहे."

शहांनी 'थाई बोर्ड ऑफ इन्व्हेस्टमेन्ट' कडून बऱ्याच सवलती मिळवल्या असे 'बिझिनेस पोस्ट' च्या बातमीत म्हटले होते. विजय म्हणतात, "तुम्ही बोलवलं म्हणून मी इथं आलो. तुम्ही माझ्याबद्दल, माझ्या कंपन्यांबद्दल ऐकलं आहे. डायमंड ट्रेडिंग कंपनी व इतरांनी जर शहा इथं आले तर ते बराच कायापालट घडवतील असं तुम्हाला सांगितलं. तुमची गरज होती म्हणून मी इथं आलो तसं मी त्यांना स्पष्टपणे सांगितलं.

विजय शहांना हव्या त्या सवलती द्यायला थाई सरकार कचरू लागलं तेव्हा शहांनी खंबीरपणं त्यांना सुनावलं की, "मला येथून एक दमडी पण नकोय, मी काही माझा कारखाना येथून उचलून घेऊन जाणार नाही. जी काही गुंतवणूक होईल ती इथंच राहणार आहे. तुमची अर्थव्यवस्था कशी सुधारावी हा तुमचा प्रश्न आहे. मी तेथील मंत्र्यांना सांगितलं की, कृपा करून एक मेहेरबानी करा, पहिल्या विमानानं माझं परतीचं तिकीट बुक करा, उगाच तुमचा व माझा वेळ वाया जातोय बस्स, बाकी काही मला ऐकायचं नाही." त्यावर ते म्हणाले, सर, भोजन तयार आहे. मी सांगितलं की, मी कडक शाकाहारी आहे. मला आपलं देशी अन्न आवडतं, दुसरं

काही चालत नाही. इटालियन खाद्यापदार्थही चालत नाहीत. फक्त आमचंच जेवण हवं.'' त्यांनी विचारलं मग तुम्ही निदान भाज्या तर घ्याल? मी होकार दिला. नुसतं पाव-लोणी-टोस्ट देखील चालेल असं म्हणालो. आम्ही भोजन घेतलं.

शेवटी ते म्हणाले, ''श्रीयुत शहा आम्ही काही तुम्हाला असेच जाऊ देणार नाही.'' मी म्हणालो, ''मग तुम्हाला त्याची किंमत मोजायला हवी. इथंच काहीतरी करावं असा आग्रह मी धरलेला नाही. मला हवं ते माझ्या देशात मी करू शकतो, त्यावर श्रीयुत शहा आम्हाला तुम्ही हवेच आहात असं त्यांनी सांगितलं. झालं ५.३० ला पुन्हा सर्व बाबींवर चर्चा करायला मी त्यांना लावलं. तिथं आपल्या देशातल्यासारखे नाहीये. म्हणजे नोकरशाही वगैरे. सरळ थेट वाटाघाटी. अखेर त्यांनी सर्व कागदपत्रावर स्वाक्षऱ्या केल्या.''

ठाम, कडक वागण्याचा हा धडा विजयना नेपाळी नोकरशहांमुळं मिळाला होता. एकदा नेपाळच्या राजेसाहेबांनी त्यांना बोलावून घेतलं होतं. हिऱ्यांना पैलू पाडणारा कारखाना नेपाळात काढण्याचं वचन शहांनी त्यांना दिलं. करात सवलत देण्याचं आश्वासन नोकरशहांनी दिलं होतं त्यावर विसंबून ३० लक्ष रुपये विजय शहांनी यंत्रसामग्रीवर खर्च केले. १९७४ ला कारखाना तयार झाला परंतु उत्पादन सुरू झालं नाही. आयात केलेल्या कच्च्या हिऱ्यांवरची जकात २ टक्के असेल तरच ते फायदेशीर पडते. त्या वेळी नेपाळमध्ये ती २० टक्के होती. ''जगात बहुतेक ठिकाणी कच्च्या हिऱ्यांवर जकात नाही, एकदा कारखाना सुरू झाला की, जकात कमी होईल असे अधिकारी सांगत. रोज उद्यापासून ती कमी होईल असे ते म्हणायचे असं कितीवेळ चालणार? शेवटी मी तो कारखाना नेपाळला भेट देऊन टाकला, मला चांगलाच धडा मिळाला.'' असं विजय शहा म्हणतात.

सरकारने देऊ केलेल्या सोयी, सवलती लक्षात घेऊन कारखाना दहा महिन्यात उभारण्याचं आश्वासन विजय शहांनी दिलं होतं. त्या अवधीत कारखाना उभारण्यात आला ही अभिमानाची बाब होती. ''बाजारपेठेत तेजी-मंदी असली तरी माझा माल विकला जाईल याची मला खात्री होती. १९८९ मध्ये बांधकामास आरंभ झाला व १९९१ मध्ये शानदार उद्‌घाटन झालं. डायमंड ट्रेडिंग कंपनीचे प्रतिनिधी तसेच जगातील अन्य भागातूनही लोक आले होते.'' असं सांगताना विजय शहांच्या चेहेऱ्यावर समाधान फुललेलं होतं.

थाई मंडळीनं आतिथ्याचा जणू लाल गालिचाच अंथरला होता. शहांना त्यांची सवय झाली होती. किंबहुना असं स्वागत होणार हे ते गृहीतच धरतात. इंडोनेशियातील जकार्ता इथं त्यांचा प्रचंड प्रकल्प उभारण्याचा मानस असून तेथील राज्यकर्त्यांकडूनही सोयी-सवलती मिळतील असा त्यांना विश्वास वाटतो. इंडोनेशियन सरकार हे आपले चांगले स्नेही आहेत. सुहार्तोंना मी केव्हाही भेटू शकतो असा दावा करून

विजय म्हणतात, ‘‘जेव्हा हिऱ्यांचा विषय निघतो तेव्हा आमचा उल्लेख होतो, आमचं नाव सर्व जगभर ठाऊक आहे. त्यांना आमच्या विस्तार योजना माहीत असतात त्यामुळं आमची कामं होतात.’’

भारतात मात्र आपल्या कर्तृत्वाची दखल घेतली जात नाही असं त्यांना वाटतं. इस्त्रायली सरकारची त्यांना पारितोषिके मिळाली आहेत. तसेच बेल्जियमच्या राजेसाहेबांनी ‘नाइट ऑफ द ऑर्डर ऑफ लिओपोल्ड’ हा किताब बहाल करून विजय शहांचा गौरव केला आहे. त्यांना भारतात निर्यातीची मुबलक पारितोषिके मिळाली असली तरी देशाचे सारथ्य करणाऱ्यांशी त्यांचे जिव्हाळ्याचे संबंध नाहीत. उलट ते जणू काय चोर आहेत असं त्यांना वागवलं जातं.

‘‘दर काही महिन्यांनी आमची सतावणूक केली जाते. ते आमच्या हिशेब वह्या, साठे तपासतात, नाना गमतीदार प्रश्न विचारतात,’’ अशी तक्रार भरत करतात. परदेशी पाहुणे आले असताना सरकारच्या विविध कर खात्याने अचानक चौकशी सुरू केली तर मोठी पंचाईतच होते. पूर्वी या पाहुण्यांचे खिसे तपासत, त्यांच्या बॅगा उघडायला लावत. अमेरिकेत जर तुम्हाला अशी वागणूक मिळाली तर कसं वाटेल? तुमचा अपमान केला जातोय असं वाटेल. परंतु इथं असंच वागवलं जातं.’’

असल्या घटनांनी दुखावल्या गेलेल्या विक्रम शहा यांनी यापुढे सारी गुंतवणूक भारताबाहेर करण्याची शपथ घेतली. ‘‘मी बँकॉकला जाऊन सुरुवात का केली?’’ मी माझ्या लोकांना, भारतीय लोकांना प्राधान्य दिलं असतं. परंतु उगाच डोकेदुखी, तणाव कोणाला हवाय? जीवनात हीच गोष्ट तर तुम्हाला नको असते. असं विजय म्हणतात. परदेशातील त्यांची गुंतवणूक फार मोठी आहे. बँकॉकमधील कारखान्याशिवाय बेल्जियममध्ये दोन (अँटवर्प येथे, ११० कामगार, १९७६ साली प्रारंभ तर दुसरा कँपेन येथे १९८१ मध्ये सुरू झाला, कामगार ११०) आणि एक इस्त्रायलमध्ये (साफत्झ येथे १९७९ साली, कामगार १४०) आहे. देशाची जी हानी झाली तो परदेशांचा फायदा ठरला.

भारतातील कर अधिकाऱ्यांविरुद्ध भरत शहांच्या मनातील संताप ७ एप्रिल १९८९ रोजी अगदी शिगेला पोचला होता. त्यावेळी ३० हजार हिरे व्यापाऱ्यांनी रस्त्यावर येऊन निदर्शने केली. त्यात भरत शहाही सामील झाले. मुंबईच्या विल्सन कॉलेजसमोरील नाक्यावर शेकडो वातानुकूलित गाड्या रांगेने उभ्या होत्या. ही सारी गंमत ड्रायव्हर्स पाहात होते तर काळी रिबिन मनगटावर बांधलेले सफेद पोशाखातील घामाघूम झालेले व्यापारी रस्ता ओलांडून चौपाटीवर जमा होत होते. त्यांचं नेतृत्व जतीन मेहता करत होते. ती शिस्तबद्ध मिरवणूक संथ गतीनं पुढं सरकत आझाद मैदानावर पोचली. तेथे काँग्रेस व भाजपचे नेते मोर्चात सामील होण्यासाठी वाट पाहात होते. हा मोर्चा आयकर भवनावर गेला. आयकर विभागाचे डायरेक्टर जनरल

एस. एन. देशमुख यांनी त्यांचे निवेदन स्वीकारलं व नंतर व्यापारी घरोघरी गेले.

काही अंगडियांवर आयकर खात्याने धाडी घातल्या त्याच्या निषेधार्थ हा मोर्चा काढलेला होता. शतकाहूनही जुनी असलेली अंगडिया ही अत्यंत विश्वासार्ह कुरियर सेवा आहे. मुंबईहून हे अंगडिया हिऱ्यांची पाकिटे घेतात आणि पैलू पाडणाऱ्या केंद्रांना नेऊन पोचवतात. आमची पाकिटे अमेरिकन टपाल यंत्रणेत गहाळ झाली आहेत परंतु अंगडियांकडून मात्र कधीही पाकीट हरवलेले नाही.'' असं विजय शहा म्हणतात. ६ मार्च १९८९ रोजी आयकर खात्याचे अधिकारी व सी. बी. आयचे अधिकारी यांनी दादर स्टेशनवर २७ अंगडियांना पकडलं व त्यांच्याकडील ३० कोटी रुपये किंमतीची दोन हजार हिऱ्यांची पाकिटे जप्त केली. भारतीय टपालविषयक कायदा आणि आंतरराष्ट्रीय संकेतानुसार आपला माल पूर्व मालकाला अथवा तो ज्याला पाठवण्यात आला आहे त्या व्यक्तीला सोडून दुसऱ्याला देऊ शकत नाही याकडे लक्ष वेधून अंगडियांनी निषेध प्रकट केला.

ही घटना म्हणजे उंटावरची अखेरची काडीच ठरली. काही दिवसांपूर्वी म्हणजे २२ फेब्रुवारीला पाच अंगडियांकडील १२ कोटी रुपयांचे हिरे जप्त करण्यात आले होते. या खेपेस आयकर व सीबीआयचे अधिकारी यांनी हद्दच गाठली तेव्हा प्रतिस्पर्धी संघटनांनी आपले मतभेद तात्पुरते बाजूला ठेवले व सरकारविरुद्ध लढा द्यायला ते एकत्र आले. सारा आयात-निर्यात व्यवहार थंडावला व कस्टमचं उत्पन्न थांबलं. पंतप्रधान राजीव गांधींना टेलेक्स पाठवण्यात आला आणि एक शिष्टमंडळ अर्थमंत्री शंकरराव चव्हाण व महसूल सचिव नितीश सेनगुप्ता यांना भेटण्यासाठी दिल्लीत रवाना झालं. मुंबईत मुंबई प्रदेश काँग्रेस कमिटीचे अध्यक्ष मुरली देवरा हिरे व्यापाऱ्यांच्या मदतीला धावून गेले.

वाटाघाटींच्या अनेक फेऱ्या झाल्यावर मुरली देवरांनी एक पत्रक प्रसिद्धीला दिलं. त्यात देशमुख यांनी आयकर विभागाला हिरे व्यापाऱ्यांची सतावणूक करण्याचा इरादा नाही. गेल्या आठवड्यात अंगडियांकडून हिरे जप्त करण्याचा प्रकार चुकीच्या माहितीवर आधारित होता. यापुढं अशी कारवाई केली जाणार नाही असं म्हटल्याचं नमूद केलं होतं. आपल्या वरिष्ठांनी केलेला हा विश्वासघात पाहून देशमुख यांचे सहायक एस. के. मिश्रा यांनी तत्काळ एक पत्रक काढून आयकर खात्याने गफलत केल्याचा इन्कार केला. 'इंडियन एक्स्प्रेस' ला त्यांनी सांगितलं की, ''पाच अंगडियांवर केलेली कारवाई भयंकर नाही तसेच ती बिनबुडाचीही नाही. अचूक, विश्वासार्ह व आधी शहानिशा करून घेतलेल्या माहितीच्या आधारेच ही कारवाई केली होती.''

दोन्ही बाजूमध्ये जणू खुली लढाईच सुरू झाली. परस्परांवर आरोप-प्रत्यारोप केले जाऊ लागले. दोघांपैकी कोणीही आपणच तेवढे सचोटीचे आहोत असा दावा करू शकत नव्हते. दोन्ही बाजूला गैरप्रकार करणारी मंडळी बरीच आहेत असं

पत्रकारांशी बोलताना काहीजणांनी सांगितलं होतं. हिऱ्याच्या व्यापाऱ्यांना भरपूर कर सवलती असूनही आयात-निर्यातीचे ओव्हर व अंडर इनव्हॉयसिंग करण्याचे प्रकार बरेच आहेत. त्याचप्रमाणं आयकर अधिकारीही काही धुतल्या तांदळासारखे स्वच्छ नसून ते परिस्थितीचा फायदा उठवतात असा व्यापाऱ्यांचा आरोप आहे.

३ एप्रिल रोजी सारा फुगाच फुटला. गजबजलेल्या ऑपेरा हाऊस भागातील 'पंचरत्न' या इमारतीतील एका हिऱ्याच्या व्यापाऱ्याच्या कंपनीवर आयकर अधिकारी तपासाला गेले होते. पंचरत्न इमारतीत छोट्या छोट्या हिऱ्यांच्या व्यापाऱ्यांची कार्यालये अगदी दाटीवाटीने वसलेली आहेत. संध्याकाळी रस्त्यावरची पोरं तेथील धुळीत एखाद्या व्यापाऱ्याच्या खिशातून हिरे पडले आहेत की काय याचा शोध घेत असतात. या इमारतीच्या कॉरिडॉर्समध्ये जागोजाग गुप्त कॅमेरे बसवलेले आहेत. एखादा अनुचित प्रकार घडला तर त्याची माहिती एखाद्या वणव्यासारखी येथील कार्यालयांतून पसरते.

'पंचरत्न' इमारतीला भेट देण्यापूर्वी काही तास आधी हिऱ्यांच्या व्यापाऱ्यांच्या कृती समितीला पूर्वीची प्रकरणे हातावेगळी झाल्याखेरीज नव्याने धाडी घालण्यात येणार नाहीत असे आश्वासन देण्यात आले होते. त्यामुळं धाड घालण्यासाठी आयकर अधिकारी आलेले पाहताच कटुतेचं, ताणतणावाचं वातावरण निर्माण झालं. ज्या कार्यालयावर धाड टाकण्यात आली होती त्याच्या बाहेर जमलेल्या जमावानं आयकर खात्याविरुद्ध घोषणा द्यायला सुरुवात केली. आम्ही 'सतावणूक' केली असून आमची ही भेट 'बेकायदेशीर' आहे अशा निवेदनावर अधिकाऱ्यांच्या बळजबरीनं सह्या घेण्यात आल्या. आयकर अधिकाऱ्यांनी टेलिफोनच्या वायर्स कापल्या आणि ज्यांच्यावर धाड टाकली त्यांना प्रसाधनगृहातही जाऊ दिले नाही असा आरोप व्यापाऱ्यांनी केला. अधिकाऱ्यांना रात्री नऊ पर्यंत घेराव घालण्यात आला. कृती समितीनं हस्तक्षेप केल्यावरच अधिकाऱ्यांची सुटका झाली. त्या दिवशी रात्री आयकर अधिकाऱ्यांनी याबाबत स्थानिक पोलिस स्टेशनवर तक्रार नोंदवली.

दुसऱ्या दिवशी सकाळी आयकर भवनाबाहेर हिऱ्यांचे व्यापारी जमले. कृती समितीने अधिकाऱ्यांची भेट घेऊन पोलिसात गुदरलेली तक्रार मागे घ्यावी अशी मागणी केली. मुख्य आयुक्तांनी ती मान्य केली तेव्हा जमाव पांगला. परंतु त्यांच्या जागी आयकर अधिकाऱ्यांचा जमाव जमला! आपल्या वरिष्ठांच्या वर्तनावर हे अधिकारी संतापले होते. ड्यूटीवर असताना अधिकाऱ्यांवर हल्ला करणे व त्यांना डांबून ठेवणे, पोलिसांनी व्यापाऱ्यांवर कारवाई न करणे याबद्दल त्यांनी निषेध व्यक्त केला. तसेच धाड घालताना पोलिस संरक्षण मिळावे अशी मागणी केली. तीन दिवसानंतर सर्व हिरे व्यापाऱ्यांनी 'बंद' पाळला, चौपाटीपासून आयकर भवनावर त्यांनी मोर्चा काढला. तसेच आपल्या राजकीय संबंधांचाही वापर करण्याचे त्यांनी ठरविले.

हिरे व्यापाऱ्यांची ही एकजूट पाहून आयकर खात्यातही खळबळ माजली. व्यापाऱ्यांच्या कृती समितीशी चर्चा करायला नितीश सेनगुप्ता खास दिल्लीहून मुंबईला आले. कस्टम कायद्यात सुधारणा करण्याचे आणि धाडी घालण्याबाबत नव्या मार्गदर्शक सूचना देण्याचे आश्वासन त्यांनी दिले. हिरे व्यापाऱ्यांचा विजय झाला होता.

त्यामुळं आयकर खातं हताश झालं तरी त्यांचा निर्धार खंबीर होता. योग्य त्या संधीची ते वाटच पाहात होते. आयकर भवनापासून जवळच असलेल्या वानखेडे स्टेडियमवर रेश्माचा थाटामाटात पार पडलेला विवाह सोहळा ही संधी त्यांना आयतीच चालून आली.

विवाह सोहळ्यावर दोन कोटी रुपये खर्च आला असे शहा कुटुंबाच्या एका प्रवक्त्याचे म्हणणे होते. तर ८ ते ३० कोटी रुपये खर्च आला असावा अशा अफवा पसरल्या होत्या. भारतातील शोभेच्या दारूचे सुप्रसिद्ध विक्रेते मोरानी ब्रदर्स यांना आतषबाजीचे १० लाखाचे कंत्राट देण्यात आले होते. ३०० आंतरराष्ट्रीय आमंत्रितांसाठी ब्रीच कँडीच्या एनॅमोर टेलर्स रेश्माचे पोशाख बनविण्यासाठी अहोरात्र खपत होते. या पाहुण्यात बेल्जियमचे गव्हर्नरही होते. ताजमहाल हॉटेलने १५ हजार पाहुण्यांसाठी भोजनाची व्यवस्था केली होती. त्याचा प्रत्येकी खर्च ११० रुपये होता. या खेरीज अन्य खर्चही झाला होता.

आयकर खात्याचे अधिकारी माहिती जमवत होते. आता आयकर खाते व हिऱ्याचे व्यापारी यात पुन्हा संघर्ष उफाळून येणार असे वाटत होते. पण ही अपेक्षा फोल ठरली. काहीतरी तडजोड झाली पण त्याचा तपशील जाहीर करण्यात आला नाही. यापुढं आपल्यावर पाळत जरी ठेवली नाही तरी आयकर खात्याची सतत नजर राहणार हे शहांना कळून चुकलं. हिरे, चित्रपट व बांधकाम या तीन व्यवसायात शहा आहेत. त्यात काळा पैसा असतोच. तेव्हा चिंता करत राहून झोपेचं खोबरं तरी किती करून घ्यायचं?

भाडे नियंत्रक कायदे नीट नसल्यानं मुंबईत राहायला जागा मिळणं कठीण. त्यामुळं टेबलाखालचे सौदे ही मुंबईसारख्या शहरात निर्वाणीचीच बाब झाली आहे. 'शांतिस्टार कन्स्ट्रक्शन्स' या कंपनीनं मुंबई व भोवताली सुमारे एक हजार ब्लॉक्स बांधले आहेत. आपल्या उद्योगसमूहाच्या एकूण विक्रीच्या एकतृतीयांश व नफ्यातला निम्मा हिस्सा बांधकाम कंपनीतून मिळतो असं भरत शहा म्हणतात. "उद्योगसमूहात गेली २५ वर्षे काम करणारे विश्वासू रमेश शहा आणि नथूभाई देसाई हा विभाग सांभाळतात. या समूहाच्या आरंभीच्या योजना विविध नावाखाली खाजगी कंपन्यांनी राबविल्या होत्या.

१९७० च्या दशकाच्या मध्याला या बंधूंनी रिअल इस्टेटमध्ये रस घेण्यास

सुरुवात केली. कुटुंबात फाटाफूट होण्याआधी धनवंतबरोबर त्यांनी हा व्यवसाय सुरू केला होता. १९८२ मध्ये ठाणे जिल्ह्यातील मीरा रोड येथे एक नवी वसाहत उभारण्याचं भरत व विजय शहांना कंत्राट मिळालं. तो महत्त्वाचा टप्पा ठरला. वडिलांची आठवण म्हणून या वसाहतीला त्यांनी 'शांतिनगर' असं नाव ठेवलं.

"हे कंत्राट मिळावं म्हणून बरेच जण प्रयत्न करत होते पण संधी आम्हाला मिळाली. तसा या प्रकारात धोका होता. जमीन पडीक होती व तो भागही त्यावेळी अगदी एकाकी होता. तिथं लोक राहायला यायला तयार होतील की नाही याची आम्हाला शंकाच होती. लोकांनी फ्लॅटसाठी अर्ज करण्यापूर्वी आम्ही ४०० इमारती बांधून पुऱ्या केल्या होत्या, असं विजय म्हणतात. शांतिनगरच्या जाहिराती लोकल गाड्यांवर धडकल्या, त्यात पाणीपुरवठ्याची हमी देण्यात आली होती. आज २०० एकर क्षेत्रफळाच्या शांतिनगरात ५०० इमारती आहेत व तेथे ८० हजार लोक राहतात. अशीच आणखी एक वसाहत शेजारीच उभारली जात असून तिचं नाव 'शांतीपार्क' असं ठेवण्यात आलं आहे."

जागेच्या वाढत्या किंमतीमुळं दूरवर राहायला जावं लागलेले समाजातील गरीब वर्गाचे लोक शांतिनगरात राहतात. त्यानंतरच्या दहा वर्षांत आधुनिक मध्यमवर्ग नवनव्या वसाहतीतून राहायला आला आणि जागेच्या किंमती वधारल्या. अनेक बांधकाम कंपन्यांनी या भागात वसाहती उभारल्या, वाढत्या मागणीनुसार पाणीपुरवठा करणं नगरपालिकेला जमेना.

सतत पाण्याच्या टंचाईला वैतागलेल्या शांतिनगरच्या रहिवाशांनी अखेर संघर्षाचं निशाण फडकावलं. १९९५ च्या ऑक्टोबरमध्ये काही स्वातंत्र्य सैनिक, ऐंशी वर्षे वयाची एक महिला आणि काही नगरसेवक यांनी भाईंदर नगरपालिकेच्या कार्यालया-पुढं धरणं धरलं. 'शांतिस्टार कन्स्ट्रक्शन्स' व नगरपालिका जो पर्यंत नियमित पाणीपुरवठा करण्याचं आश्वासन देत नाहीत तोवर उपोषण करण्याचा निर्णय रहिवाशांनी घेतला.

उपोषणाच्या दुसऱ्या दिवसापासून सायंपत्रात रहिवाशांच्या हालअपेष्टांच्या भीषण कहाण्या प्रसिद्ध होऊ लागल्या. शौचालये साफ करण्यासाठी लोक रस्त्यावरील गटारांचे पाणी वापरू लागले. दोन लहान अपत्ये असलेल्या एका महिलेला मुलांची दुपटी धुण्यासाठी शेजाऱ्यांकडून पाणी उसनं घ्यावं लागलं. पाणी टंचाईमुळं एका कुटुंबाला आपल्या नातेवाईकांकडे राहायला जावं लागलं. शांतीस्टार कंपनीनं फक्त इमारती बांधण्याचं काम करायचं होतं व करारानुसार पाणी पुरवण्याची जबाबदारी महाराष्ट्र औद्योगिक विकास महामंडळाची होती असा खुलासा कंपनीच्या प्रवक्त्याने केला. त्यानं सांगितलं की, "आमच्या चुकीमुळं ही पाण्याची टंचाई निर्माण झालेली नाही. ही सारी जबाबदारी महाराष्ट्र औद्योगिक विकास महामंडळाची

आहे. आम्ही त्यांना सप्टेंबरमध्ये पत्र लिहून पाणी टंचाईची तक्रार केली होती. यापेक्षा आम्ही अधिक काय करणार?''

तक्रार केली की, आपली जबाबदारी संपली असं बांधकाम कंत्राटदारांना वाटतं काय? फ्लॅट विकताना त्यांनी पिण्याच्या पाण्याचा नियमित पुरवठा होईल असं आश्वासन दिलेलं होतं असा प्रति सवाल रहिवाशांनी केला.

हा पेचप्रसंग सुटला पण प्रश्न सुटला नाही. तरीही लोकांची रीघ उपनगरांकडे लागलेलीच आहे. अनेक कंपन्या बांधकामे करत असूनही जागेची मागणी वाढतच गेली. शहांची प्रतिमा पुन्हा अडचणीत आली, किंमती दुपटीनं, तिपटीनं वाढल्या तेव्हा शहांना काही नीतिमूल्यं नाहीत अशी तक्रार ग्राहक करू लागले. ऑपेरा हाऊस इथं शहांच्या इमारतीत ऑफिस खरेदी केलेल्या एका गृहस्थानं सांगितलं की, ''इमारत बांधून झाल्यावर किंमती वाढल्यामुळे ज्यांनी आधी पैसे भरले होते त्यांना शहा ऑफिस देईनात. इतर बांधकाम कंत्राटदार असे वागत नाहीत. १० हजार ते १२ हजारांनी किंमती वाढल्या तरी मेकर्स व रहेजा हे आपला शब्द पाळतात. शहा पाळत नाहीत.''

या आरोपांना तीव्र आक्षेप घेताना विजय म्हणतात, ''बांधकाम क्षेत्रात आमची वृत्ती केवळ पैशाच्या मागे लागण्याची नाही. मीरा रोड येथील अमुक एवढे फ्लॅटस एका ठराविक किंमतीनं विकायचे असं धोरण आम्ही ठेवतो. मग त्यावर कितीही प्रीमियम मिळाला तरी आम्ही तो स्वीकारत नाही. ज्यांना फ्लॅटमध्ये गुंतवणूक करून नफा कमवायचा आहे अशांच्याकडे फ्लॅटस आम्ही जाऊ देत नाही. ज्यांना खरी गरज आहे अशांनाच उचित किंमतीत फ्लॅट मिळावा असे आम्हाला वाटतं. किंमती स्थिर राहायला पाहिजेत व ज्यांना फक्त पैसा कमवायचा आहे अशा लोकांपेक्षा मध्यमवर्गीय व कनिष्ठवर्गीयांना फ्लॅट मिळायला हवेत याची आम्ही काळजी घेतो. इतर लोक दर चौरस फुटाला १२०० रुपये दराने फ्लॅटस विकत असताना आम्ही २५० ते ३०० रुपये दराने फ्लॅटस विकले आहेत. ''फ्लॅटसच्या किंमती नियंत्रित करण्यासाठी दरमहा शहा व देसाई यांच्याबरोबर आपण बैठक घेतो. त्यात फ्लॅटची किंमत गोठवली जाते. ती कोणी बदलू शकत नाही वा त्यात ढवळाढवळ करू शकत नाही'' असं भरत सांगतात.

ऑपेरा हाऊस येथील कार्यालयांच्या इमारतीबाबतचे सारेच सौदे सरळ नाहीत असं विजय कबूल करतात. परंतु या इमारतीच्या जमिनीची मालकी ज्यांच्याकडे आहे त्या दोन भावांच्या भांडणामुळे हे सर्व प्रश्न उद्भवले आहेत असं त्यांचं म्हणणं, ''इमारत बांधून झाल्यावर त्या दोघांत भांडणं सुरू झाली. त्यावर आमचं नियंत्रण नव्हतं. आम्ही इमारत बांधली खरी परंतु कार्यालयांची विक्री त्यांनी केली. आम्हाला 'मेहता भवन' मधून या इमारतीत कार्यालय हलवायचं होतं परंतु आम्हालाही त्याची झळ पोचली.''

या घटनेमुळं मारवाड्यांशी व्यवहार करणं त्यांना पसंत नाही. ''एक पैसा वाचवण्यासाठी ते रुपया गमावतात.'' असं विजय शहा म्हणतात.

ते काहीही असो बांधकाम व्यवसायात या भावांनी प्रचंड नफा कमावला आहे. त्यातला काही भाग पुन्हा मालमत्तेत गुंतवला जातो. शहांचे एक सहकारी असूयेनं म्हणतात, ''एकदा आम्ही मोटारनं जोगेश्वरी भागातून चाललो होतो तेव्हा भरतभाईंनी माझं एका टेकडीकडं लक्ष वेधलं. मी ती खरेदी केलीय असं ते म्हणाले. ती जागा कितीतरी एकरांची असेल! आणि सर्व मोकळी, कोणीही न व्यापलेली! ती खरीदण्याइतका पैसा दुसऱ्या कोणत्या उद्योगपतीजवळ असणार? जमिनीसाठी अवाढव्य रक्कम मोजावी लागली असेल!'' या जागेवरील बांधकामासाठी डिझाईन्स मागवण्यात आली आहेत. त्या टेकड्यावर स्वतःसाठी 'कंट्री हाऊस' बांधण्याचा शहांचा बेत आहे. वळणा वळणाचा रस्ता असलेलं ते शाही घर असेल. ते चित्रपटाच्या शूटिंगसाठी देणार का? असं विचारता विजय म्हणाले, ''मुळीच नाही. ते आमचं खाजगी घर असेल.''

भारतात संपूर्ण खाजगीपणा विशेषतः हिऱ्यांच्या बाजारातील मंडळींना मिळतच नाही. लोकांना वाटणाऱ्या या औत्सुक्याची भरतना चीड येते. ते म्हणतात, ''हिऱ्यांच्या व्यापाऱ्यांना अगदी सहज पैसा मिळतो अशी भारतात प्रतिमा आहे. आपल्या देशातील लोकांना विशेषतः अल्प उत्पन्न असलेल्यांना हे उमजत नाही. त्यांचा समज बदलता येत नाही. त्याला वेळ लागेल. इतर उद्योगांच्या तुलनेनं हिऱ्यांचा व्यवसाय हा कठीण आहे. कारण तो व्यक्तिगत स्वरूपातला आहे. आम्ही सकाळपासून ते रात्री उशिरापर्यंत काम करत असतो. इतर उद्योगात ते सकाळी ९ ला कार्यालयात जातात व सायंकाळी ६ ला ते सोडतात. आम्ही १० ला काम सुरू करतो व मध्यरात्रीपर्यंत काम करत राहतो. त्याला इलाज नाही.''

हिरे व्यावसायिक परिश्रम करतात हे कोणीच नाकारीत नाही. लोकांना खटकते ती पालनपूरच्या मंडळींची काटकसरीवृत्ती! शहांशी संपर्क साधणं पंतप्रधानांच्या कार्यालयाशी संपर्क साधण्यापेक्षाही कठीण असतं! अँटवर्प येथील 'विजयडिमॉन' मधील कोणी कोणाशी उद्धटपणे सुनावतात, ''श्री. विजय शहा हे उलट फोन करत नसतात, खासकरून आंतरराष्ट्रीय कॉल! बरोबरच आहे, रुपया वाचवायचा तर एकेक पैशाची काळजी घेणं महत्त्वाचं. इंग्लंडच्या राणी बकिंगहॅम राजवाड्याभोवती रोज सायंकाळी फेरफटका मारायला जाताना काही पौंड वाचावेत म्हणून दिवे मालवतात हे सर्वश्रुतच आहे!''

वैयक्तिक संपत्तीचा विचार केला तर भारतातील सर्वात पाच श्रीमंत कुटुंबांत शहांचा समावेश होतो. बिर्ला व टाटांची साम्राज्यं मोठी व त्यांची आर्थिक ताकदही मोठी असली तरी त्यांची वैयक्तिक संपत्ती करविषयक कायद्यांमुळं मर्यादित आहे.

१९७० च्या दशकात हे कायदे इतके कडक होते की लंडनमध्ये कोणाला चहा पाजायचा म्हटलं तरी परकीय चलन निर्बंधांचा भंग होतो अशी तक्रार एकदा जे. आर. डी. टाटांनी केली होती. हिऱ्यांच्या व्यापाऱ्यांना मात्र व्यापारात करमुक्त कमाईचा आनंद मिळतो. बेल्जियम, इस्त्रायल व थायलंडमध्येही त्यांना खास दर्जा असून अनेक कर सवलती मिळतात. तसेच त्यांच्या बहुतेक कंपन्या या कुटुंबांच्या नियंत्रणाखाली असल्यानं शहांना भागधारकांबरोबर नफा वाटून घ्यावा लागत नाही.

दोघा भावांपैकी विजय शहा हे मनमौजी. त्यांना स्वतःवर खर्च करायला आवडतं. त्यांचं 'शांती' हे निवासस्थान अँटवर्पमधील सर्वात आलीशान समजलं जातं. जेम्स बाँड चित्रपटात शोभावा असाच हा बंगला आहे. तो बांधायला साडेचार वर्षे लागली. १९८३ मध्ये विजय शहा तेथे राहायला गेले. या बंगल्याच्या विस्तीर्ण उद्यानात प्राचीन रोमन पुतळे व दिमाखदार कारंजी आहेत. नऊ शय्यागृहे, दोन लिफ्टस, सायकेडेलिक दिव्यांनी झगमगणारा डिस्को, एक पोहण्याचा तलाव, एक हेल्थ क्लब, एक चित्रपटगृह, अनेक बैठकीची दालने, सोन्याचा मुलामा दिलेलं भोजनाचं विशाल टेबल, संगमरवरी प्रसाधनगृहे त्यात आहेत. गडद, धुरकट काचा लावलेल्या या बंगल्याबाहेर पर्यटकांच्या बसेस काही मिनिटं थांबतात तेव्हा गाईड पर्यटकांना बंगल्यातील अंतर्गत सजावटीची माहिती देत असतो!

शहांची राहणी आणि त्यांची कामाची पद्धत यात काहीसा विसंवाद दिसतो. नेपियन सी रोड वरील 'स्वप्नलोक' इमारतीतील स्वप्नील वाटावा असा भरत शहांचा फ्लॅट आणि त्यांचं साधं कार्यालय याचा मेळ बसत नाही. विजय शहांचा जेम्स बाँड चित्रपटात शोभेल असा बंगला आणि त्यांचं 'काटकसरी' कार्यालय, किंवा रेश्माचा भव्य विवाह सोहळा आणि जैन धर्माचं काटकसरीचं तत्त्वज्ञान यांचाही मेळ बसत नाही. दोघेही भाऊ शाकाहारी, मद्याला स्पर्शही न करणारे, पूजा करणारे, अहोरात्र सदोदित काम करण्याचं व्यसन असलेले, त्यांना आयुष्यातल्या चांगल्या गोष्टींचा आस्वाद घ्यायला फुरसतच नाही असं विजय शहांचे चिरंजीव विशाल यांचं म्हणणं आहे.

बिझिनेस मॅनेजमेन्टचा डिप्लोमा करत असलेले विशाल म्हणतात, ''कधीना कधी तरी तुम्ही समाधानी असायला हवं असं आम्ही सांगतो.'' परंतु विजय शहांच्या मनात सतत काहीतरी विचारचक्र चालू असतं. ते म्हणतात, ''कधी कधी मौजमजेसाठी मी वेळ काढतोही पण थोड्याच वेळात आपला व्यवसाय आणखी कसा वाढवता येईल याचा मी विचार करू लागतो. आपल्या मुलांचं उत्तम संगोपन व्हावं याची काळजी मी घेतो. त्यांना आई-वडिलांची– दोघांची– गरज असते.''

आपल्या खाजगी पोहण्याच्या तलावात बाप-लेक पोहण्यासाठी वेळ काढतात व विजय अँटवर्पमध्ये असतात तेव्हा दिप्ती बरोबर फेरफटका मारायला त्यांना

आवडतं. पुस्तकं वाचायचं त्यांनी अलीकडं सोडून दिलंय. त्यांना चरित्र वाचायला आवडायची. विमानांनी सतत प्रवास करताना काही पुस्तकं बरोबर घेण्याचा त्यांचा प्रघात होता. परंतु आता वेळच मिळत नाही. ‘‘विमानात बसताच मी सरळ झोपीच जातो.’’ असं ते म्हणतात. वृत्तपत्रं वाचायलाही सवड मिळत नाही. तरी अँटवर्पमध्ये असतील तेव्हा ‘इंटरनॅशनल हेरॉल्ड ट्रिब्युन’ व ‘वॉलस्ट्रीट जर्नल’ आणि मुंबईत असतील तेव्हा ‘टाइम्स ऑफ इंडिया’, ‘इंडियन एक्स्प्रेस’ व ‘बॉम्बे समाचार’ ही वृत्तपत्रे ते चाळतात.

‘‘दोघा भावांना चित्रपट पाहायला आवडतात?’’ ‘‘अगदी निश्चितच! आपल्या व्यवसायात रस घ्यायला हवा ना!’’ असं विजय म्हणतात. तरीही व्हिडिओवर ‘संगम’ चित्रपट पाहायला त्यांना चार महिने लागले! ‘‘एका वेळेला सबंध चित्रपट पाहणं जमत नाही. कधी कधी दुसऱ्या दिवशी पहाटेच परदेशी जायचं असतं! परंतु मला जुने चित्रपट खूप आवडतात.’’ भरत यांचेही असंच आहे. हिंदी चित्रपट संगीताची दोघांनाही आवड आहे. विजय यांना मुकेश व मोहम्मद रफी हे पार्श्वगायक सर्वात आवडतात. भरतना स्नान करताना, सायंकाळी उशिरा व मोटारमध्ये संगीत ऐकायला आवडतं. भरतना मोटारींचा शौक आहे व त्यांच्या मोटारींच्या ताफ्यात काही मारुती १००० खेरीज लोटस, मर्सिडिझ व बीएमडब्लूचा समावेश आहे. हर्षद मेहतांचा घोटाळा उघड झाला (मे १९९२) तेव्हा शहांनी आपली मरून रंगाची लेक्सस गाडी विकून टाकली कारण ती हर्षद मेहताच्या गाडीसारखी होती!

अनेकदा सढळ हातानं ते पैसे खर्च करीत असले तरी काटकसरीची त्यांची सवय पूर्णतः सुटलेली नाही. डीटीसीच्या मासिक लिलावाला हजर राहायचं असेल तर विजय डॉर्चेस्टरला राहतात. पण समस्त कुटुंबियांसमवेत राहायचं असेल तर त्यांचा मुक्काम टाटा चालवत असलेल्या सेंट जेम्स कोर्ट हॉटेलच्या अपार्टमेन्टमध्ये असतो. लहानपणी जैन धर्माची काटकसरीची शिकवण त्यांच्या अंगात मुरलेली आहे. उधळपट्टी करावी की काटकसर अनुसरावी अशी द्विधा मनःस्थिती केवळ याच दोघा बंधूंचीच नसून एकूणच पालनपूरच्या मंडळींची आहे.

जैनधर्माचं तंतोतंत आचरण करणं कठीण आहे. कोणत्याही हिंसेला विरोध असल्यानं सनातनी मंडळी माश्याही मारत नाहीत. काहीजण तोंडावर फडकं (त्याला मुंगती म्हणतात) बांधतात कोणताही जीवजंतू आत जाऊन मरू नये म्हणून! तर काही जण ज्याच्यावरून चालत जायचं ती जमीन आधी झाडून घेतात कारण आपल्या पायाखाली चुकूनही एखादा जिवंत कीटक मृत्युमुखी पडू नये म्हणून! सदोदित हिऱ्यांचा व्यापार करत अवाढव्य आणि खोऱ्यानं पैसा मिळवत असल्यावर काटकसर पाळणं हे अवघड असतं.

पालनपूरची जैन मंडळी आपल्या संपत्तीचं, वैभवाचं प्रदर्शन करतात ते

मुंबईतील उच्चभ्रू उद्योगपतींसाठी! व्यवसायात प्रचंड यश मिळाल्यावर समाजातील धनवंत वर्तुळात मान्यता मिळावी अशी त्यांची इच्छा असते. बहुधा याच ध्यासामुळं बी. अरुणकुमार कंपनीचे अरुण मेहता यांनी सद्‌बीच्या लिलावात एम. एफ. हुसेन यांचं एक चित्र १० लक्ष रुपयांना खरेदी केलं असावं! दुसऱ्याच दिवशी 'टाइम्स ऑफ इंडिया'च्या एका वार्ताहरानं त्यांची मुलाखत घेतली. त्यानंतर काही दिवसांनी आयकर अधिकाऱ्यांनी मेहतांचा दरवाजा ठोठावला होता.

मुंबईत ख्यातकीर्त असलेले शहा हे बड्या, आंतरराष्ट्रीय पातळीवर वावरतात. थायलंडमध्ये आपण प्रसिद्ध आहोत याचं विजय शहांना अप्रूप वाटतं. ते म्हणतात, "मी बँकॉकला गेलो तेव्हा तेथील लोकांना माझी माहिती होती. त्यांच्या बोर्ड ऑफ इन्व्हेस्टमेंटच्या सदस्यांनाही मी ठाऊक होतो. मला फक्त त्यांची माहिती नसली तरी प्रत्येकजण मला ओळखत होता. त्यांनी अनेक वृत्तपत्रांत, मासिकांत माझी छायाचित्रे पाहिली होती!"

लोकमान्यतेच्या या ध्यासामुळं एकमेकांवर कुरघोडी करण्याचीही प्रबळ वृत्ती दिसते. शहांनी जर आपल्या कन्येच्या विवाहसोहळ्यावर आठ कोटी रुपये खर्च केले असतील तर मेहता कसे मागे राहतील? आपलं वैभव दाखवायला त्यांना अक्षरशः आकाश मोकळं होतं! दुबईला व्यवसाय असलेले जवाहिरे लक्ष्मण पोपली यांनी तर आपल्या कुटुंबातील विवाह सोहळा डिसेंबरमध्ये विमानातच पार पाडला. त्यासाठी एअर इंडियाचं एअरबस विमान चार्टर करण्यात आलं होतं! अशा कल्पनांची भरारी मारणाऱ्यांपुढं कुमारमंगलम बिर्ला यांचा विवाह सोहळा अगदीच फिका वाटतो! पालनपुरी व्यापाऱ्याचं अगदी घट्ट गुदमरवणारं वर्तुळच आहे आणि अचकन व घरचोलांच्या मागं तीव्र मत्सराचेही रंग आहेत.

त्यांच्या व्यवसायाची म्हटलं तर ही अपरिहार्य परिणती. मौल्यवान वस्तूंची छोटी पाकिटे हाताळणारी आणि व्यवसाय चोरांची भीती असलेली ही मंडळी साहजिकच आपल्याच नातेवाईकांवर, आपल्याच जमातीतील मंडळींवर विश्वास ठेवतात. स्टालिनच्या आधी रशियन ज्यू अथवा अँटवर्पमध्ये हासिडिक ज्यू जसे आपल्या आपल्यातच राहतात. तसेच या हिऱ्यांच्या व्यापाऱ्याचं आहे. प्रत्येकाला प्रत्येकजण ठाऊक असतो. लंडन, न्यूयॉर्क, तेलअविव, हाँगकाँग, अँटवर्प, मुंबई व पालनपूर या त्यांच्या कार्यक्षेत्रात सतत बातम्यांचं पेव फुटलेलं असतं. बारीकसारीक अफवा, कोणाला लोभीपणा तर कोणाला मत्सर याची चर्चा होत असते.

मुरली देवरा म्हणतात, "पालनपूरच्या मंडळीतील आपापसातील मत्सरामुळंच हिऱ्यांच्या व्यापाऱ्यांवर आयकर खात्याच्या धाडी पडत असतात. आयकर खात्याला आपल्या प्रतिस्पर्ध्यांची बित्तंमबातमी ते पुरवत असतात. १९८९ साली ज्या धाडी पडल्या त्या वेळी आयकर आयुक्तांना याच व्यवसायातील मंडळींनी माहिती

पुरवली होती असं बोललं जातं. भरत भाईंच्या कन्येच्या विवाह सोहळ्याबद्दलचा सारा तपशील वृत्तपत्रांना त्यांच्या मत्सरी प्रतिस्पर्ध्यांनीच पुरवला असणार कारण शहा पत्रकारांशी मुळीच बोलले नसतील असं मला वाटतं!''

एक हजार कॅरेटचं प्रकरण!

शहांच्या अफाट संपत्तीमुळे त्यांना शेकडो आवाहनपत्रं मिळत असतात तसंच काही विचित्र आमंत्रणंही त्यांना येतात! एका पावसाळी सकाळी भरत शहा त्यांना आलेली पत्रं पाहात असताना एक आमंत्रणपत्र त्यांच्या नजरेला पडलं. कोणातरी आर. चौधरी यांचं ते पत्र होतं. फेरुझी फिनानझिआरिया या प्रख्यात इटालियन कंपनीचे आपण प्रतिनिधी आहोत असं २० ऑगस्ट १९९१ च्या या पत्रात म्हटलं होतं. त्या पत्रात त्यांना दिल्लीला यायचं आमंत्रण दिलेलं होतं, पण त्यात स्वारस्य नसल्यानं शहांनी उत्तरही पाठवलं नाही. ''मी ते सरळ केराच्या टोपलीत फेकून दिलं'' असं शहा म्हणतात.

त्यानंतर एक महिन्यानी व्यापाऱ्यांच्या अपहरणाचे एक सनसनाटी वृत्त वर्तमानपत्रात झळकलं. या प्रकरणी मागण्यात आलेल्या खंडणीची प्रचंड रक्कम पाहून लोक अवाकच झाले. अपहरणकर्त्यांचे औद्धत्य व त्यांची कामाची पद्धत यामुळे पोलिस बुचकळ्यात पडले! त्या वेळी भरत शहांना त्या आमंत्रण पत्राचं स्मरण झालं. कारण या अपहरणाचा सूत्रधार रवी (ऊर्फ रहमान) चौधरी असावा असा संशय व्यक्त करण्यात आला होता. अगदी थोडक्यातच भरत शहा बचावले होते म्हणायचे!

सकृत्‌दर्शनी ते पत्र खरं वाटत होतं. स्वतःचा व फेरुझी फिनानझिआरिया कंपनीचा परिचय करून दिल्यावर चौधरीनं त्यात म्हटलं होतं, ''येथील आमच्या खरेदी कार्यालयाचं उद्‌घाटन करण्यासाठी कंपनीचे प्रमुख अधिकारी पुढील महिन्यात दिल्लीला भेट देत आहेत.'' ज्येष्ठ निर्यातदारांनी दीर्घकालीन व्यावसायिक संबंधांच्या दृष्टीनं चर्चा करण्यासाठी व आपली पहिली मोठी मागणी नोंदवण्यासाठी यावं. सुपर कलेक्शन, सुपर डिलक्स व डिलक्स या गटातील– ११ आकारापर्यंतच्या हिऱ्यांसाठी साइट एल/सी वर आधारित तुमच्या एफ. ओ. बी. किंमतीचा उल्लेख करावा, एकूण १००० कॅरेटस् हिरे हवे असून ऑक्टोबर १९९१ मध्ये ते जलमार्गे पाठवावयाचे आहेत असाही तपशील या पत्रात दिला होता.

भरत शहांचा या पत्रावर विश्वास बसला नाही. ते म्हणतात, ''हिरे हे कार्यालयात विकायचे असतात, हॉटेलात नव्हे. परदेशी खरीददार आमच्या कार्यालयात येत असतात, आम्ही त्यांच्याकडे हॉटेलात जात नसतो. छोटे व्यापारी मात्र या आमंत्रणानं आकर्षित झाले. आम्हाला १००० कॅरटच्या पॉलिश हिऱ्याच्या ऑर्डरनं काय फरक पडणार आहे? हा बोगस प्रकार आहे हे मला जाणवलं. त्या पत्रातूनच ते उघड होत

होतं. अत्यंत मोठ्या रकमेचा वा अन्य तपशील पत्रात कधी कोणी देत नसते!''

अन्य व्यापाऱ्यांकडं एवढं शहाणपण नव्हतं. चौधरीनं सुरत, अहमदाबाद व मुंबई येथील २८ हिऱ्यांच्या व्यापाऱ्यांना अशी पत्रं पाठवली होती व त्यांना दिल्लीतील ताजमहाल हॉटेलात बोलावलं होतं. त्याच्या जाळ्यात चौघे व्यापारी, एक निर्यात व्यवस्थापक व एक शोफर अडकले. आश्चर्य म्हणजे हे चौघे व्यापारी छोट्या कंपन्यांचे नव्हे तर मोठ्या कंपन्यांचे होते. त्यापैकी एक राजेश मेहता हे होते. भरत शहांचे जावई राजीव यांचे ते बंधू. गोएंका ट्रेडिंगचे गौतम मेहता, महिंद्र ब्रदर्सचे मिलन पारिख व त्यांचे पुतणे शौनक, हे अन्य तीन व्यापारी होते. फेरुझी फिनानझिआरिया नावाची कंपनी अस्तित्वात आहे परंतु ती रसायनाचे उत्पादन करते, हिऱ्यांचे नव्हे, पण हे कोणी तपासून पाहिले नाही. नंतर आणखीही काही गफलती आढळल्या परंतु पत्र पाहूनच हे जवाहिरे जाळ्यात अडकले. नवी दिल्लीच्या उपनगरातील एका उच्च मध्यमवर्गीय घराच्या तळघरात या जवाहिऱ्यांना १९ दिवस डांबून ठेवण्यात आलं. १० लाख डॉलर्स खंडणी दिल्यावर त्यांची सुटका झाली असं सांगितलं जातं. चौधरी हा पाकिस्तानी नागरिक असावा असं सीबीआयनं या घटनेनंतर एक वर्षानं लोकसभेला कळवलं.

एक हजार कॅरेटचं हे प्रकरण ही काही अशा प्रकारची एकमेव घटना नव्हे. हिऱ्यांच्या व्यापाऱ्यांचे अपहरण, चोऱ्या, खून झालेले आहेत, १७ जाने. १९८७ रोजी रोमी चोकसी गायब झाले. ६ जुलै १९८९ रोजी हेमंत झवेरी हे भारतातील प्रमुख जवाहिरे न्यूयॉर्क येथे नाहीसे झाले व त्यांचा तपास लागला नाही. एप्रिल १९९४ मध्ये जयपूरच्या तीन जवाहिऱ्यांचा बँकॉक इथं खून झाला, अलीकडे म्हणजे २१ मार्च १९९५ रोजी दहिसर येथील जवाहिरे देवराज पटेल व त्यांची पत्नी यांची भीषण हत्या झाली, त्यापूर्वी काही आठवडे तैपेई (तैवान) इथं २४ वर्षे वयाच्या एका व्यापाऱ्याची हत्या झाली. या घटना म्हणजे केवळ हिमनगाचे टोक आहे. गुंडांची दहशत असल्याने अशा अनेक प्रकारांची माहिती उघडच होत नाही. अपहरणाच्या घटनांमुळं हिऱ्यांचे व्यापारी आपापल्याच कोशात राहतात. बाहेरच्यांबद्दल त्यांच्या मनात नेहमीच संशय असतो.

गंमत म्हणजे गलेलठ्ठ नफा मिळवण्याचा काळ संपुष्टात आला असूनही अपहरणाचे प्रकार मात्र वाढत आहेत! नरसिंह राव सरकारमधील लोकप्रिय अर्थमंत्री मनमोहनसिंग यांनी परदेशी चलनावर घातलेल्या निर्बंधामुळे नफ्याचे प्रमाण घटले आहे तसेच जादा पुरवठ्याची स्थिती असल्याने नफा रोडावला आहे.

१९८० च्या दशकात हिऱ्यांच्या व्यापाऱ्यांना होणारा अफाट नफा मुख्यत्वे भारताच्या कडक परकीय चलन निर्बंधाचे मॅनिप्युलेशन केल्यामुळे होता. तसंच निर्यातीमुळे होणाऱ्या फायद्याला पूर्णतः आयकर माफ असल्यामुळे व महाराष्ट्रात

विक्रीकरातून सूट मिळत असे हीही कारणे या जादा नफ्याची होती. परंतु अलीकडे हे चित्र इतकं आशादायी, गुलाबी राहिलेलं नाही. अलीकडच्या काळातील रुपयाच्या स्थितीमुळे हिरे व्यापाऱ्यांना काळजी वाटते. १९९१ मध्ये रुपयाचं अवमूल्यन झालं. ९२ मध्ये तो अंशतः परिवर्तनीय करण्यात आला. १९९३ पासून डॉलरवर रुपया अवलंबून राहू लागल्यानं 'वित्त अभियांत्रिकी' (Financial Engineering) कठीण बनले आणि कर सवलतींचा तितकासा प्रभाव राहिला नाही. स्पर्धेमुळे नफा घटला, तसंच कच्च्या हिऱ्यांच्या किंमती चंचल तर पॉलिश्ड हिऱ्यांच्या किंमती मात्र जागतिक मंदीमुळे खालच्या पातळीवर राहिल्या. त्या सुधारायला खूप वेळ लागेल. भरत शहा म्हणतात, "गेली काही वर्षे हा व्यवसाय करणं अवघड होऊन बसलंय. आज या व्यवसायातील उलाढाल आवाढव्य असली तरी नफ्याचं प्रमाण अन्य उद्योगाच्या तुलनेनं खूप कमी झालंय असं मला वाटतं."

यावर त्यांचा तोडगा काय? जडजवाहिऱ्याच्या या उद्योगात सरळ उभं एकात्मीकरण व्हायला हवं, कारण त्याला भरपूर वाव आहे.

जागतिक जड जवाहिऱ्याची बाजारपेठ ५००० कोटी डॉलर्सची असून त्यात भारताचा वाटा केवळ ०.५ टक्के आहे. भारतीय कारागिरीचा दर्जा पाहता दहा टक्के बाजारपेठ काबीज करणं शक्य आहे असं पालनपूरच्या मंडळींना वाटतं. गेल्या दशकाच्या वळणावर अन्य डझनभर व्यापाऱ्यांप्रमाणं शहा बंधूही जडजवाहिऱ्याचे अलंकार बनवू लागले. त्यांचा हा प्रयत्न छोटासाच होता. फार धोका पत्करायचा नाही म्हणून सुरेश मेहता या छोट्या जवाहिऱ्याबरोबर ५०-५० टक्के भागीदारीत त्यांनी फॅशनेबल अलंकार निर्यात करण्यासाठी एक कारखाना सुरू केला. तो चांगला चालला. "जड जवाहिराच्या निर्यात क्षेत्रात मी शिरलो तेव्हा माझं उद्दिष्ट दोन कोटी रुपये होतं. प्रत्यक्षात त्या वर्षात आठ कोटीचा धंदा झाला." असं भरत शहा म्हणाले. शहांनी न्यूयॉर्क इथंही छोटा कारखाना काढला, त्याचं उत्पादन दरवर्षी वाढत आहे.

१९९० मध्ये जुलमी सुवर्ण नियंत्रण कायदा रद्द करण्यात आल्यामुळे या व्यवसायाला जादा प्रोत्साहन मिळालं. "या सुवर्ण कायद्याची आम्हाला काहीशी भीतीच वाटे. त्याच्या तरतुदी फारच कडक होत्या. क्षुल्लक निष्काळजीपणामुळे आपल्या प्रतिष्ठेला धक्का पोचू नये असं वाटायचं. आता ती भीती राहिली नाही." असं भरत म्हणतात.

आपला हा प्रयोग यशस्वी झाल्यावर मेहता व शहांनी मुंबईच्या सहार विमानतळाजवळील 'सीप्झ' या केवळ निर्यातमाल बनवणाऱ्या कारखान्यांच्या औद्योगिक वसाहतीत अलंकार निर्मितीचा अत्याधुनिक कारखाना उभारला. सध्या या कारखान्याच्या क्षमतेच्या १/३ उत्पादन होत आहे. परंतु पूर्ण उत्पादन सुरू होईल

तेव्हा “ ‘बीव्ही जुवेल्स’ मधून ७०० कोटी रुपये किंमतीचे हिऱ्यांनी मढवलेले सुवर्णालंकार तयार होतील. इटलीकडून सारं जग असे अलंकार खरेदी करते, पण हे अलंकार इटली आमच्याकडून खरेदी करत असते.” असं मेहता मोठ्या विश्वासानं सांगतात.

‘सीप्झ’ औद्योगिक पट्ट्यातील सहा मजली कारखान्याची रचना अँटवर्प येथील एका वास्तुशास्त्रज्ञानं केली आहे. अन्य कारखान्यांपेक्षा तो वेगळाच दिसतो. त्याच्या अवती भवती छान बाग असून त्यात एक तळेही आहे. कार्यालयाच्या एका टोकाला आयात केलेल्या संगमरवराची भव्य सजावट आहे. तो भाग बहुतेक वेळ रिकामाच असतो. परदेशी ग्राहकांवर प्रभाव पडावा एवढाच त्याचा हेतू. एरवी कंपनीचे वरिष्ठ अधिकारी हे एका मोठ्या, लांब दालनाच्या टोकाशी बसतात, समोरच्या बाजूला छोट्या, चिंचोळ्या जागांतून कारागीर काम करत बसलेले दिसतात.

इतर मजले जवळपास अशाच धर्तीचे आहेत. अर्थात सोनं शुद्धीकरण विभाग, साचे बनवणारी भट्टी आणि ऱ्होडियम प्लेटिंग विभाग सोडून. एक विभाग प्रशिक्षणार्थींसाठी राखून ठेवलेला आहे. एकेकाळी जडजवाहिराचे अलंकार बनवण्यासाठी बंगाली कारागिरांची मक्तेदारी होती. या कारखान्यात मात्र कोणालाही प्रशिक्षण मिळू शकतं. स्थानिक महाराष्ट्रीय कारागीर ही कामं पटकन आत्मसात करू लागले आहेत. या कारखान्यात फक्त एअरकंडिशनिंग यंत्राचा सौम्य आवाज येत असतो. (सोन्याची धुळीने हानी होऊ नये म्हणून एअरकंडिशनिंगची गरज असते) कारखान्यातील शांतता ही खटकणारीच बाब, सर्वत्र कारखाना एकदम चकाचक, कुठंही तेलाचे डाग नाहीत की कचरा नाही. एकदम झकपक आणि उत्तम देखभाल जाणवते. “कामगारांसाठी मी जर्मनीहून खुर्च्या मागवल्या. एकाच अवस्थेत आठ तास बसून राहाव्या लागणाऱ्या कामगाराला थकवा येऊ नये हा त्या मागचा माझा हेतू होता.” असं मेहता म्हणतात. त्यांची स्वतःची खुर्ची मात्र भारतीय आहे!

बीव्ही जुवेल्स यशस्वी झाली तर, आंतरराष्ट्रीय फॅशनेबल अलंकार क्षेत्रात ती लघुक्रांतीच ठरेल! ‘प्रत्येक महिलेसाठी हिरा’ हे डि बिअर्सचं अनेक वर्षांचं घोषवाक्य आहे. परंतु आमचं घोषवाक्य आहे, “अगदी सामान्य कामगारांनीही आमच्या अंगठ्या वापराव्यात!” असं शहा व मेहता मोठ्या उत्साहानं सांगतात.

हे उद्दिष्ट गाठण्यासाठी उत्पादन खर्च एकतृतीयांशावर आणण्यात आला आहे. तसंच घाऊक व्यापाऱ्यांना डावलून किंमत आणखी कमी केली जाते. अमेरिकेतील वॉलमार्ट आणि अन्य बड्या डिपार्टमेंटल भांडारांशी थेट संपर्क साधून भारतीय बनावटीचे अलंकार विकावेत म्हणून शहा त्यांचे मन वळवण्याचा प्रयत्न करीत आहेत. अंधेरी येथील कारखान्यात तयार होणाऱ्या अंगठीचे अमेरिकेतील मूल्य ३५० डॉलर्स आहे. ती इथं ६५ डॉलर्सला उपलब्ध आहे.

अमेरिकन बाजारपेठेवर लक्ष केंद्रित करताना तेथील चढ-उतारांना सामोरं जावं लागतं. अमेरिकन सरकारनं १९९२ मध्ये भारतीय हिऱ्यांच्या दागिन्यांवर ६.५ टक्के आयात कर लादला. 'बीव्ही ज्युवेल्स' आपले सारे उत्पादन अमेरिकेला पाठवत असल्याने त्यांना याचा मोठाच फटका बसला. हा कराचा बोजा सामावून घेईल एवढं यात नफ्याचं प्रमाण नाही'' असं सुरेश मेहता म्हणतात. या करातून सवलत मिळावी म्हणून भारत सरकारने प्रयत्न करावेत असं भारतीय हिरे उद्योगाला आरंभी वाटत होतं पण नंतर या कराची त्यांना हळूहळू सवय झाली. सुकून मेहता (सुरेशचे चिरंजीव) म्हणाले, ''आमच्या अमेरिकन ग्राहकांनी अगदी अतिपूर्वेच्या उत्पादकांच्या मालाचीही पाहणी केली पण तुलनेनं भारतीय मालच स्वस्त आहे हे त्यांना आढळून आले.''

किंमतीत मोठ्या प्रमाणावर कपात केल्यानं हिऱ्यांचं महत्त्व कमी नाही का होणार? हिऱ्यांची झळाळती श्रीमंत प्रतिमा टिकवण्यासाठी डि बिअर्सनं अब्जावधी डॉलर्स दशकानुदाराने खर्चले आहेत, डि बिअर्स व सेंट्रल सेलिंग ऑर्गनायझेशन यांचं मुख्य कामच हिऱ्यांच्या किंमती उच्च पातळीवर स्थिर राखणं हेच आहे. लंडनच्या व द. आफ्रिकेच्या फूटपाथखालील भूमिगत तिजोऱ्यात कच्च्या हिऱ्यांचे प्रचंड साठे पडून असतात. हिरे हे महाग राहावेत हा त्यामागं हेतू असतो. जर 'बीव्ही ज्युवेल्स' सोन्यात मढवलेले खऱ्या हिऱ्यांचे दागिने कॉस्च्यूम ज्युवेलरीच्या भावानं विकू लागले तर हिऱ्यांचं रूपांतर साध्या वस्तूत नाही का होणार?

असं विचारता 'नाही' असं उत्तर भरत आत्मविश्वासानं देतात. ते म्हणतात, ''आम्ही केवळ आणखी एक निवडीचा पर्याय उपलब्ध करून देतोय, इतकंच. दशलक्ष डॉलर्सचा गळ्यातला हार खरेदी करणारी मंडळी ही असणारच, तसंच काहींना छोटी हिऱ्याची अंगठी हवी असेल. काहींना वेगवेगळ्या समारंभासाठी या दोन्हीही गोष्टी खरेदी कराव्याशा वाटतील.'' अँटवर्पच्या हिऱ्याच्या केंद्राचे संचालक म्यूस हे शहांच्या मताशी सहमत आहेत. ''बाजारपेठेचं नवं दालन ते उघडत आहेत'' असं ते म्हणतात, जून १९९४ मध्ये इंडो अर्गायल डायमंड कौन्सिलनं अमेरिकेत भारतीय हिऱ्यांच्या अलंकारांची झलक दाखवणारी प्रदर्शनं भरवली. ''आम्ही २५ हजार डॉलर्स एवढे नाममात्र सदस्य शुल्क भरले. एकूण सदस्यांचे शुल्क ४ लाख डॉलर्स गोळा झाले असेल, पण अर्गायल कौन्सिलनं या प्रकल्पावर ४० लक्ष डॉलर्स खर्च केले असं मेहता म्हणतात.

हिऱ्यांचा व्यापार पुन्हा झळाळून उठावा म्हणून नव्या बाजारपेठेची आवश्यकता आहे. खुल्या बाजारात रशियन स्वस्त मालाची मोठी आवक होत असून कच्च्या हिऱ्यांची किंमत हळूहळू घसरत आहे. बाजारातील चढउतार, अस्थिरता ही घातक असून त्यामुळे हा सारा व्यापारच नामशेष होईल असं डि बिअर्सला वाटतं. हिरे ही

महागडी, विश्वासार्ह गुंतवणूक आहे अशी प्रतिमा त्यांनी दशकानुदशके बनवली. 'स्त्रीचा सर्वोत्कृष्ट मित्र म्हणजे हिरा' अशी दंतकथा तयार व्हावी म्हणून अब्जावधी डॉलर्स खर्च केले. खरं सांगायचं तर जगात चमचमणारे हे कार्बनचे तुकडे मुबलक आहेत पण मूठभर मंडळी खाणमजूर, कटर्स, पॉलिशर्स, जवाहिरे व दुकानदार यांना फायदा होईल अशा रितीने भावाची पातळी राखतात. डीटीसीच्या मक्तेदारीला जर रशियनांनी यशस्वी आव्हान दिले– (आणि तशी ताकद त्यांच्यात आहे) तर हा सारा झगमगता देखावा कोसळू शकतो.

डीटीसी कडून तसेच खुल्या बाजारातून खरेदी करणाऱ्या शहांनी आतापर्यंत रशियनांच्या अनुनयाकडं दुर्लक्ष केलं आहे. विजय म्हणतात, "१९९४ च्या जानेवारीत रशियनांनी आम्हाला संधी दिली होती. मोठ्या आकारांचे खडे मोठ्या प्रमाणावर त्यांनी खास किंमतीला देऊ केले तसेच रशियात कारखाना काढण्याचं आमंत्रणही दिलं होतं. परंतु किंमती कोसळल्या तर ते कोणाच्याच हिताचं ठरणार नाही. रशियन खुल्या बाजारपेठेत माल विकतात त्यांची विक्रीची एक 'चॅनेल' नाही. एक 'चॅनेल' असली की स्थैर्य असतं आणि एवढी वर्षे आम्ही हे स्थैर्य अनुभवत आहोत. तेव्हा मला डीटीसीला पाठिंबा द्यायला हवा.

योगायोग म्हणजे हे बोलणं चालू असतानाच फोन घणघणला, डीटीसीच्या एका ज्येष्ठ संचालकाचा फोन होता. पुढच्या आठवड्यात लिलाव व्हायचा होता नि हिऱ्यांच्या आकाराबाबत दर्जा व किंमतीबाबत विजय शहा नादान आहेत असं त्यांच्या कानावर आलं होतं म्हणून त्यांनी फोन केला होता. अर्धा तास फोनवर हुज्जत चालू होती. मग विजय यांचा आवाज सौम्य झाला अगदी ताजमहाल हॉटेलातील व्हॅनिला आइस्क्रीमसारखा मुलायम. "ठीक आहे मला ६ ग्रेनर्सचे काही लाख द्या व दहाचे काही लाख द्या, आणि मोठ्या आकारांचं काय? ते पण काही लाख द्या, आणि किंमतींचं काय! मला काही सवलती वगैरे नकोयत हे तुम्ही जाणता पण तरी किंमतीचं काय? डीटीसी कडूनच मी खरेदी करतो म्हणून मला शिक्षा का? एवढ्याच साठी का मी रशियनांना नकार दिला? तुम्ही माझे जुने दोस्त, तेव्हा जरा न्याय द्या..." या बोलण्याचा इष्ट तो परिणाम झाला. चार तासानंतर एक दलाल त्या लिलावाची सुधारित यादी घेऊन हजर झाला. विजय शहांच्या निर्विकार चेहऱ्यावर त्या वेळी विजयाची रेषा देखील उमटली नाही, पण सायंकाळी घरी आरामात पत्नी दीप्ती हिच्याशी गप्पा मारताना मात्र त्यांच्या चेहऱ्यावर विजयाची छटा होती.

या छोट्याशा हुज्जतीमुळे विजय शहांच्या नफ्यात काही लाखांची भर पडली असली तरी आता या व्यापारातील 'सुवर्णयुग' संपलं आहे याची दोघांनाही जाणीव आहे. १९८० च्या दशकात हिऱ्यांच्या व्यापारात जसा भरमसाट नफा होत असे, आता तसे दिवस येणार नाहीत आणि भविष्य अनिश्चितच आहे हे त्यांना ठाऊक

आहे. तेव्हा दुसऱ्या क्षेत्रात शिरकाव करायला हवा पण कोठल्या?

मोटारीसाठी विजेच्या बॅटऱ्यांचे उत्पादन करणे, गोव्यातील शहरांना पाईपनं गॅसचा पुरवठा करणे, कार्यालयांसाठी खुर्च्या, गुलाब, पेन्स आणि निकामी बोटींची विल्हेवाट अशा व्यवसायात दोघा बंधूंनी गेली काही वर्षे गुंतवणूक करण्याचं साहस केलं. या बहुतेक उद्योगात शहा पैसे पुरवतात, सर्व भागभांडवलावर कबजा ठेवतात आणि भागीदारांना नफ्यात १५ टक्के वाटा देतात. तोट्याचं काय? त्यावर 'आम्ही कार्यक्षम भागीदारच निवडतो' असं विजय शहा सांगतात.

हे बहुतेक उद्योग लघु वा मध्यम आकाराचे आहेत. कोणत्याही क्षेत्रात नेतृत्व राखायचं तर शहांना बड्या प्रकल्पात पैसा गुंतवायला हवा, खाजगी क्षेत्राला सरकार नवी दालनं खुली करत असल्यानं निवडीलाही मोठा वाव आहे तेव्हा कोणता प्रकल्प निवडायचा हे ते कसं ठरवणार?

त्यावर विजय शहांचं उत्तर काहीसं गूढ असतं. ते म्हणतात, ''त्यासाठी तुम्हाला सर्वत्र शोध घ्यायला हवा, आत्मविश्वास हवा, स्वतःला त्यातील तांत्रिक ज्ञान हवं. कारण एखाद्या उद्योगाबद्दल प्रत्येकाचं सारखंच मत असेल असं नाही. मग गुप्तता अशी काही राहणारच नाही. प्रत्येक बाब खुली असली तरी काही हुकमी पत्ते असतातच. सारं काही खुलं आहे असं मानणं चुकीचं ठरेल. काही तरी हातचं राखून ठेवायलाच पाहिजे. त्यामुळेच तुम्हाला तुमचा व्यवसाय वाढवता येईल.''

भरत शहांचं उत्तर मात्र इतकं गूढ नाही. ते म्हणतात, ''पूर्वी गुंतवणूक करताना दोन-तीन वर्षांत त्यावर कमाई होईल की नाही याचा आम्ही विचार करत असू. परंतु आता अमुक एवढं भांडवल गुंतवायचं तर मोठ्याच प्रकल्पाचा विचार करावा लागतो नाहीतर छोट्याच गोष्टीवर समाधान मानायची पाळी येते.'' त्यांच्याशी सहमत होत विजय म्हणतात, ''लोकांनी नेहमी एकाच पद्धतीनं विचार करता कामा नये. अल्पकालीन गुंतवणूक व झटपट कमाई व्हावी यासाठी काही उद्योगधंदे आहेत. तुम्हाला बड्या खूप मोठ्या प्रकल्पांचा विचार करायला पाहिजे. त्यासाठी अल्पकालीन गुंतवणूक करून चालत नाही. दीर्घकालीन गुंतवणूक असली तरी तुम्हाला भवितव्य दिसत असतं आणि पाच, सात, दहा वर्षांत त्याची फळं मिळतात.''

गुजरातच्या सागर किनाऱ्यावर हजिरासारखा बारमाही भव्य पिपवाव बंदर उभारण्याचा प्रकल्प शहांच्या मनात आहे. २५० कोटी रुपयांच्या या प्रकल्पाच्या परिसरात एल अ‍ॅन्ड टी ला सिमेंट प्रकल्प तर लंडनच्या मेटडिस्टचे बागडी यांना कॉपर स्मेल्टर व अंबानींना वीजनिर्मिती केंद्र उभारायचे आहे. या प्रकल्पाचा अहवाल टाईप होऊन तयार असून सरकारच्या अनुमतीची प्रतीक्षा आहे. शहांचे नाव या लंब्याचवड्या अहवालात मात्र क्वचितच दिसेल. या अहवालात व्हाईस अ‍ॅडमिरल्स प्रभृतींचे भरपूर उल्लेख आहेत. परंतु गुंतवणूकविषयक तपशीलात हा संयुक्त

क्षेत्रातील प्रकल्प असून सी किंग इंजिनिअर्सच्या मार्फत निखिल गांधी व भरत शहा हे प्रवर्तक आहेत असा एका ओळीचा उल्लेख आढळेल. ही कंपनी जवळपास त्यांचीच आहे. अंबानी, बिर्ला व टाटा यांच्याशी थेट स्पर्धा असलेल्या दळणवळण क्षेत्रातील प्रकल्पांसाठीही शहा प्रयत्नशील आहेत.

अशा गुंतवणूकीतून विपुल कमाई मिळेल अशी आशा त्यांना वाटते. त्याचप्रमाणे गाभ्याच्या मूलभत क्षेत्रातही गुंतवणूक करण्यास ते उत्सुक आहेत. त्यामुळे देशात व परदेशात मान्यता लाभेल असा त्यांचा होरा आहे. हिरे आणि बांधकाम क्षेत्रात आम्ही अग्रेसर आहोत. तेव्हा उद्योगक्षेत्रातही नाव मिळवण्याजोगं काही मिळत असेल तर ते आम्ही अवश्य करू. जर भला मोठा प्रकल्प असेल तर आमचं नाव आंतरराष्ट्रीय क्षेत्रातही चमकेल. समजा एखादा मोठा वीजनिर्मिती प्रकल्प आम्हाला मिळाला व तो यशस्वी झाला तर आमची आंतरराष्ट्रीय प्रतिमा बनेल. गुजरातमधील बंदराचा प्रकल्प यशस्वी झाला तर त्यामुळे जागतिक ख्याती लाभेल.'' असं भरत शहा म्हणतात.

त्यांचा अर्ज मंजूर झाला तर त्यांना जनतेकडून भांडवल उभारणी करावी लागेल. त्यासाठी त्यांची अजून मानसिक तयारी झालेली नाही. हिरा बाजारातील बऱ्याच कंपन्या सार्वजनिक भाग-भांडवल उभारून भारतातील 'कॉर्पोरेट कल्चर'मध्ये सामील होत आहेत पण बी. विजयकुमार यांनी मात्र आपल्या नावाचं 'भांडवल' करण्याचा मोह अजून टाळला आहे.

भरत शहा म्हणतात, ''अजून तरी तशी गरज निर्माण झालेली नाही. जोवर बँकांकडून कर्ज मिळत आहे तोवर जनतेकडे जाण्याची गरज काय? निर्यातभिमुख प्रकल्पांसाठी बँका ७.५ ते ८ टक्के दराने कर्ज देते. खेरीज आमचं स्वतःचं भांडवल आहेच. १९८० च्या दशकाच्या अखेरच्या काळापासून आम्हाला नफ्यावर कर भरावा लागला नसल्यानं हे भांडवल वाढलं आहे. या क्षेत्रात आम्ही थेट शिखरस्थानी आहोत, त्यापुढं आम्ही जाऊ शकत नाही म्हणून वेगळ्या क्षेत्राकडं वळायला हवं. आम्हाला उद्योगक्षेत्रात प्रवेश करायचा आहे व तसा आम्ही केला तर त्या कंपन्या पब्लिक लिमिटेड असू शकतील. आम्ही याचा अजून विचार करीत आहोत.''

कंपनीची व्यवस्थापकीय रचना कुशल, आधुनिक असावी अशी अपेक्षा जनता बाळगणार नाही का? असं विचारता विजय निषेधाचा सूर काढीत म्हणाले, ''आम्ही व्यावसायिकच आहोत की! आमच्या संघटनेत किमान दोन-तीन तरी एम.बी.ए. असतील, परंतु हिऱ्यांच्या अथवा बांधकामाच्या व्यवसायात काहीसं वेगळं असतं. अर्थात एकदा उद्योगक्षेत्रात शिरलो की आम्ही उत्तम माणसांचा शोध घेऊ.'' खऱ्या अर्थानं अशा मंडळींच्या हातात अधिकार सोपविले जाण्याचा संभव मात्र कमी आहे. बँकॉक येथील कारखान्याचे सर्वोच्च व्यवस्थापन कुटुंबाच्याच हातात आहे असं

विजय शहांनी म्हटलं आहे. ते म्हणाले, ''आमच्या कुटुंबातील दोघेजण आहेत, माझ्या काकांची मुलं– म्हणजे माझे चुलत भाऊ आहेत. कारण आपल्या स्वतःच्याच माणसांच्या हाती नेहमी किल्ल्या असाव्यात असं माझं मत आहे.'' जोवर जबाबदारी इतरांवर सोपवण्यास ते तयार होणार नाहीत तोवर त्यांना बड्या प्रकल्पांसाठी आवश्यक असलेल्या पात्रतेची माणसं मिळणं अवघड जाईल. परंतु या झाल्या भविष्यातल्या गोष्टी. आज वातावरण आशावादानं भरलेले आहे. ''आम्ही खूप विचार केलाय, पण आकाश ही सीमारेषा असते, यावर माझा ठाम विश्वास आहे.'' विजय शहा यांचे हे उद्गार म्हणजे शहा बंधूंच्या विचारांचं सारच!

□

रतन टाटा

बॉम्बे हाउस २२ मार्च, १९९१

'कोण डॉलीच ना? सोमवारी पालखीवाला मुंबईत आहेत का? काय? सांगता येत नाही? चौकशी करून मला कळवशील?''

''शीला? येत्या सोमवारी रतन टाटा मुंबईत आहेत का? श्री. टाटांना संचालक मंडळाची बैठक दोन दिवस आधी घ्यायची आहे.''

''श्री. पालनजी? मी जे. आर. डी. टाटांकडून बोलतोय. 'टाटा सन्स'ची २७ ला बोलवलेली बैठक त्यांना २५ ला घ्यायची आहे. ही नवी तारीख तुम्हाला सोईची आहे ना?''

असे अनेक फोन करून थकलेल्या त्या शालीन पारशी महिलेनं आपल्या सहायकाला जमशेदपूरला फोन जोडून द्यायला सांगितलं. ''हे रुसीमोदींचे ऑफिसच ना? सोमवारी मोदी मुंबईला येऊ शकतील का हे मला जरा चौकशी करून सांगा. कशासाठी? त्या बद्दल मला वाटतं, श्री. टाटाच श्री. मोदींशी बोलतील...''

तो दिवस होता शुक्रवार, २२ मार्च १९९१. त्या दिवशी असे कितीतरी फोन केले जात होते, फॅक्सवरून संदेश पाठवले जात होते. आपल्या 'बॉसेस'च्या कार्यक्रमांची फेरआखणी करण्यात १८ सचिव गुंतले होते. २७ मार्च रोजी टाटा सन्सची ठरलेली बैठक जे. आर. डीं ना दोन दिवस आधी घ्यायची होती. या बैठकीची कार्यक्रमपत्रिका हे टाटा व त्यांचे संचालक यांच्यातलं गुपित होतं.

'बॉम्बे हाऊस'च्या चौथ्या मजल्यावरील बोर्डरूममध्ये ही बैठक भरली. किरमिजी रंगाच्या या साध्या इमारतीत आणखी किमान दोन बोर्डरूम्स आहेत परंतु चौथ्या मजल्यावरची बोर्डरूम सर्वात आकर्षक आहे. या दालनाच्या भिंतीच्या पॅनेलिंगला गडद मधाळ रंग व छत बदामी रंगाचं आहे. दालनाच्या एका टोकाला उद्योगसमूहाचे संस्थापक सर जमशेदजी टाटा यांचा संगमरवरी अर्धपुतळा आहे. भिंतीवर टाटांच्या तीन पिढ्यांच्या प्रमुखांची तैलचित्रे आहेत, तसंच टाटा घराण्यातील नसलेले कंपनीचे अध्यक्ष सर नौरोजी सकलानवाला यांचेही तैलचित्र आहे. किरमिजी रंगाच्या १८ खुर्च्या एका बड्या टेबलाभोवती मांडलेल्या आहेत. टेबलाच्या मध्यभागी हस्तीदंती सिगारबॉक्स आहे. ती शतकाच्या अखेरीस इथं ठेवली गेली असावी, आता मात्र ती रिकामी आहे, या दालनात कितीतरी जुन्या आठवणी दाटून येतात.

नऊ फूट उंचीच्या दुहेरी दरवाज्याच्या अगदी समोर अन्य खुर्च्यांपेक्षा जरा उंच

असलेली खुर्ची अध्यक्षांची आहे. जेआरडी टाटा तरुण, चपळ होते तेव्हा त्यांच्या कार्यशक्तीच्या दृष्टीनं १९३० साली ही खुर्ची छोटीच वाटत असणार. आता १९९० मध्ये मात्र ती मोठी झाल्यासारखी वाटते, किंवा जेआरडी हे लहान वाटतात. ते कधीच उंचे पुरे व जाडजूड नव्हते. आजारी प्रकृती आणि वार्धक्य यांच्या खुणा त्यांच्या पोलादी व्यक्तित्वावर दिसू लागल्या आहेत.

त्यांच्या शेजारी बसलेली मध्यमवयीन वयाची व्यक्ती त्यांच्या तुलनेने बळकट प्रकृतीची आहे. रतन टाटा हे चांगलेच उंचेपुरे– निदान सहा फूट उंच आणि चांगले भरदार खांदे असलेले आहेत. नाक खास पारशी ठेवणीचे. सौम्य करड्या हिरव्या रंगाचे डोळे व देखणा चेहरा. केस काळेभोर. रतन टाटा त्यांच्या वयाच्या मानानं तरुण दिसतात. त्यांच्या सौम्य पण काहीशा खरखर आवाजात अमेरिकन टणत्कार आहे. तो त्यांच्या कॉलेजच्या दिवसांपासून आलेला असावा. मात्र त्या दिवशीच्या बैठकीत रतन टाटांनी बोलण्यापेक्षा ऐकायचं ठरवलं होतं.

जुलै १९३८ पासून टाटा समूहाचे अध्यक्ष असलेले जेआरडी यांनी बैठकीची सुरुवात करताना टाटा उद्योगातील आपली ६० वर्षे आणि अनुभव याबद्दल ते बोलले. ते भाषण म्हणजे एक हेलावून टाकणाराच अनुभव होता. ''त्या वेळी आपल्यापाशी टेपरेकॉर्डर असता तर किती बरं झालं असतं!'' असं एक संचालक नंतर म्हणाले देखील. 'आता दुसऱ्याकडं सूत्रं सुपूर्द करण्याची वेळ आलीय' असं म्हणत शेजारीच उजवीकडं शांतपणं बसलेल्या रतन टाटा यांच्या नावाचा प्रस्ताव जेआरडींनी मांडला.

टाटांपेक्षाही टाटा सन्समध्ये ज्यांचे अधिक शेअर्स आहेत अशा व बांधकाम क्षेत्रातील एक दिग्गज पालनजी शापुरजी मिस्त्री यांनी या प्रस्तावाला अनुमोदन दिलं. आज एका पर्वाची अखेर आपण पाहात आहोत याची अन्य संचालकांना जाणीव झाली, जेआरडी उभे राहिले. त्यांनी सौजन्यानं आपली खुर्ची नव्या वारसदाराला 'ऑफर' केली. रुसी मोदी या बैठकीत अनुपस्थित राहिले हे सूचक होतं. त्यामुळे रतन टाटांची निवड बिनविरोध झाली.

जेआरडींच्या सिंहासनाचा वारस कोण असेल याबाबत गेली दोन दशके व्यक्त केले जाणारे तर्क कुतर्क आता थांबणार होते. १९८० च्या दशकाच्या मध्यापासून या पदासाठी वरिष्ठ टाटा संचालकात अहमहमिका चालू होती.

टाटा स्टीलचे (टिस्को) प्रमुख रुसी मोदी हे जेआरडींचे एक अत्यंत आवडते सहकारी होते. तरीही वारस म्हणून त्यांचे नाव त्यांनी घेतले नाही. १९८० च्या दशकात टाटा टी व टाटा केमिकल्सचे अध्यक्ष दरबारी सेठ हे पण त्यांना आवडणाऱ्यांपैकी एक होते. उद्योगसमूहाचे कायदा सल्लागार व एसीसी या बड्या सिमेंट कंपनीचे अध्यक्ष नानी पालखीवालाही त्यांना आवडणाऱ्यांपैकी एक होते. ही

मंडळी बुद्धिमान होती व त्यापैकी कोणीही जेआरडींची जागा घेऊ शकले असते. तसेच बॉम्बे डाईंगचे अध्यक्ष व जेआरडींचे मानसपुत्र नस्ली वाडिया हे पण ही जागा घेऊ शकले असते. बिर्लांसारखे मुलाबाळांनी भरलेले टाटांचे कुटुंब नाही. जेआरडींना मूलबाळ नव्हते व त्यांच्या आधीच्या पिढीत तीच स्थिती होती. जेआरडी व रतन टाटा यांच्यातील रक्ताचं नातं संदिग्ध होतं. रतन टाटांकडे संभाव्य वारसदार अशा दृष्टीनं पाहिलं जात होतं, कायदेशीर वारसदार म्हणून नव्हे.

ढासळत्या प्रकृतीमुळे जेआरडींना आपलं सिंहासन सोडणं भागच पडलं. अनिश्चिततेनं भरलेल्या त्या दशकात रतन टाटांचं वर्तन अत्यंत सभ्य, शालीनतेचं होतं. भारतातील परिपूर्ण सद्‌गृहस्थ अशी त्यांची एकदा निवड झाली होती ती काही उगाच नव्हे. प्रतिस्पर्ध्यांप्रमाणं त्यांनी कंपनीची अंतर्गत माहिती कधी मुद्दाम फोडली नाही की, कधी सूचक वक्तव्यं केली नाहीत. आपल्या मनातल्या गोष्टी त्यांनी आपल्यापाशीच ठेवल्या, त्यांची कधी वाच्यता केली नाही. आपल्या भोवताली चाललेल्या कुजबुजींवर त्यांनी कधी प्रतिक्रिया व्यक्त केली नाही. परंतु त्या प्रचार मोहिमेचे व्रण त्यांच्यावर उमटलेच. १९८९ मध्ये 'बिझिनेस वर्ल्ड'ने १९९० मधील व्यक्ती म्हणून त्यांच्यावर लेख प्रसिद्ध केला. मुखपृष्ठावर हसऱ्या मुद्रेतील रतन टाटांचं छायाचित्रं छापलं. १९९३ मध्ये पुन्हा रतन टाटा मुखपृष्ठावर झळकले. परंतु चार वर्षात त्यांचं वय वाढलंय हे दिसत होतं! तोंडाजवळ गांभीर्य दर्शवणाऱ्या नव्या सुरकुत्या उमटल्या होत्या व डोळ्यांनजीक तणावाच्या छटा जाणवत होत्या, बुजरेपणा व निष्पाप स्मिताची जागा आता निग्रही, कठोर वाटणाऱ्या जबड्यानं घेतली होती.

जेआरडींनी रतन टाटांकडे ८४ कंपन्यांची सूत्रे सोपवली. त्यापैकी ३९ या शेअरबाजारात नोंदणी असलेल्या कंपन्या आहेत. या औद्योगिक साम्राज्याची एकूण विक्री २४००० कोटी व करपूर्व नफा २१२० कोटी रुपये होता. राष्ट्रीय जीडीपीत हा समूह तीन टक्के भर टाकतो आणि ३५०० कोटी रुपये कर भरतो– म्हणजे सरकारच्या एकूण महसूलापैकी ३.२ टक्के उत्पन्न टाटांकडून येते. टाटा कंपन्यांचे एकूण २६ लाख भागधारक आहेत (म्हणजे देशातील एकूण गुंतवणूकदारांपैकी १६ टक्के) व शेअरबाजारातील भांडवलीकरणाच्या आठ टक्के वाटा टाटांचा आहे. त्यांच्या एकूण विक्रीत १६ टक्के केमिकल्सचा, २३ टक्के पोलाद व ३० टक्के ट्रक्सचा वाटा आहे, टेल्कोच्या प्रत्येक ट्रकमागं अक्षरं असतात- हॉर्न ओके प्लीज! टाटा! प्रत्येक दहा ट्रक्सपैकी सात ट्रक्सच्या मागं हा संदेश लिहिलेला आढळतो. सामानानं अव्वाच्या सव्वा भरलेले हे ट्रक्स अनेकदा धोकादायक रीतीने चाललेले दिसतात.

१९९१ मध्ये अध्यक्ष बनल्यापासून रतन टाटा आपल्या उद्योगसमूहाला

आणखी वेगानं पुढे नेण्याचा प्रयत्न करत आहेत, या समूहाच्या १२५ वर्षांच्या इतिहासात हा काळ पतनाचा आहे हे त्यांना ठाऊक आहे. त्याचप्रमाणं सुमारे २,७०,००० कर्मचारी असलेल्या व पोलादापासून ते लिपस्टिकपर्यंत विविध उत्पादनं करणाऱ्या आपल्या उद्योग समूहाबाबत एकही चुकीचं पाऊल उचलणं परवडणारं नाही याची त्यांना जाणीव आहे.

अमेरिकेच्या 'फॉच्युन ५००' यादीतील कंपन्यांपैकी मॅक्डॉनेल डग्लस कंपनीचे अध्यक्ष व प्रमुख कार्यकारी अधिकारी हॅरी सी. स्टोन सायफर यांनी एकदा टाटांचं वर्णन असं केलं होतं– जुन्या वळणाच्या युएस स्टील, जे केमिकल्स व फोर्ड; सेवा क्षेत्रातील हिल्टन हॉटेल्स, महत्त्वाच्या उपयोगी क्षेत्रातील कॉमनवेल्थ एडिसन आणि अत्यंत कल्पक अशा नव्या मायक्रोसॉफ्ट व कॉम्पॅक या सर्व कंपन्यांचे गुणधर्म असलेली टाटा ही एक कंपनी आहे, त्या वेळी टाटांच्या स्वतःच्या संकल्पित विमान कंपनीकरिता मॅक्डॉनेल डग्लस आपली विमाने विकण्याचा प्रयत्न करत होते. त्याच्याशी या प्रशंसेचा काही संबंध नाही. टाटांकडे खरंच एवढे सारे गुणधर्म खरंच असते तर आपण बदल करायला हवा अशी या समूहाला गरज वाटली नसती. अर्थात हा बदल कसा घडवून आणायचा ही सर्वस्वी वेगळी बाब आहे.

आपल्या उद्योगसमूहानं आळस झटकावा आणि दिवसेंदिवस स्पर्धात्मक बनत चाललेल्या वातावरणात आक्रमक भूमिका पार पाडावी असं रतन टाटांना वाटतं. आपला समूह अधिक चपळ, तंत्रज्ञान व व्यवस्थापन पद्धतीत अधिक आधुनिक, अधिक ग्राहकाभिमुख व अधिक संघटित त्यांना करावयाचा आहे. टाटा समूह कसा असला पाहिजे, याबद्दलची त्यांची कल्पना स्पष्ट आहे. १९८३ साली त्यांनी एक नियोजनात्मक निबंध तयार केला होता, तर अलीकडे ते २००० सालाविषयी (व्हिजन २०००) अनौपचारिकरित्या मुलाखतीतून, अध्यक्षांच्या निवेदनातून बोलत असतात. ते अंमलात आणणं हे फार कठीणच आव्हान आहे.

केवळ जेआरडींकडून सूत्रं घेतली या बाबीचा रतन टाटांना उपयोग होणार नव्हता. त्यांच्या पावलावर पाऊल टाकणं कठीण होतं. जहांगीर रतनजी दादाभॉय जे. आर. डी. टाटा (१९०४-१९९३) हे मित्रमंडळीत 'जेह' म्हणून ओळखले जात. अर्धे फ्रेंच व अर्धे भारतीय असलेले टाटा हे 'भारत रत्न' सन्मान मिळालेले एकमेव उद्योगपती. टाटा हा भारतातील कायमच सर्वात मोठा उद्योगसमूह राहिला आहे. टाटांनी ५० वर्षांच्या काळात सचोटी आणि व्यवस्थापन कौशल्याचे अत्यंत उच्च मानदंड निर्माण करून आपले श्रेष्ठ स्थान प्रस्थापित केले आहे.

जे. आर. डी. नी रतन टाटांसाठी आखून दिलेला मार्ग सफाईदार नव्हे तर कठीण वळणांनी भरलेला होता. जे. आर. डी. चे वलय इतके प्रभावी, त्याचे तेज एवढे प्रखर होते की त्यामुळे त्यांच्या उणिवा, त्यांची अपयशे ही काळोखात

ढकलली गेली होती. भारत बदलत होता, वेगानं बदलत होता आणि टाटा हा 'डायनॉसॉर' आहे असं वर्णन काही लोक करू लागले होते.

निकटची नाती

सूनू व नवल होरमसजी टाटा यांचे पुत्र असलेले रतन टाटा यांचा जन्म मुंबईत २८ डिसेंबर १९३७ रोजी झाला. या दांपत्याचा तो पहिलाच मुलगा. त्याच्यानंतर दोन वर्षांनी जिमीचा जन्म झाला. हे घराणं जुनं, धनाढ्य. रोल्स रॉईस गाडीमधून ब्रिटिश ड्रायव्हर लहानग्या रतनला कॅम्पियन स्कूलमध्ये सोडत असे. संपत्तीच्या प्रदर्शनानं रतन टाटा अस्वस्थ, बेचैन होऊन जाई. आजसुद्धा ताजमहाल हॉटेलातील कॉकटेल पार्टीत रममाण होण्यापेक्षा समुद्रकिनाऱ्यावर फेरफटका मारावयाला त्यांना जास्त आवडतं.

टाटा हे प्रख्यात आडनाव असलेल्या घराण्यात जन्म झाला या पलीकडं नवल टाटांच्या गाठीशी फारशी शिदोरी नव्हती. भारतातील अत्यंत श्रीमंत व शक्तिशाली औद्योगिक कुटुंबाशी त्यांचे दूरचे नाते होते. नवल टाटांच्या लहानपणीच त्यांच्या पालकांचे निधन झालं. त्यामुळे त्यांना अनाथालयात ठेवण्यात आलं होतं. विधवा व निपुत्रिक असलेल्या नवाजबाई टाटा यांनी तेरा वर्षे वयाच्या नवलला अनाथालयातून आपल्या घरी आणलं. नवाजबाईंचे पती सर रतन टाटा यांनी या उद्योगसमूहातील काही बड्या कंपन्या सुरू केलेल्या होत्या.

नवाजबाईंनी बॉम्बे जिमखान्याजवळील 'टाटा हाऊस'मध्ये नवलला आपल्याबरोबर राहायला आणलं. 'टाइम्स ऑफ इंडिया'च्या जवळ असलेली ही इमारत टाटा पॅलेस म्हणून ओळखली जायची. खरं तर तो भव्य प्रासादच म्हणावयाला हवा, मखमली वेल्वेटचे पडदे, रेशमी कापडं मढवलेले आलीशान सोफे, उंच छत व प्लास्टर ऑफ पॅरिसचं नक्षीकाम, मोठमोठ्या खोल्या असलेल्या या ऐश्वर्य वास्तूत नवल टाटांची मुलं वाढली.

नवल आणि सुनू यांचं एकमेकांशी पटत नसे. त्यामुळे रतनचा बालपणचा काळ ताणतणावाने भरलेला होता. अखेर १९४० च्या दशकात नवल आणि सूनू विभक्त झाले. त्या वेळी रतन सात वर्षांचा तर जिमी पाच वर्षांचा होता. आई-वडिलांच्या घटस्फोटाचा परिणाम बालमनावर झाला असणारच. सुनू घर सोडून निघून गेल्या. रतन व जिमी लेडी नवाजबाईंच्या देखरेखीखाली टाटा पॅलेसमध्येच राहिले. नवाजबाई एकदम बाहुलीसारख्या होत्या. त्या नीटनेटका पोशाख करीत. अनेकदा पारशी साडी 'घारा' त्या नेसत असं टाटा उद्योगसमूहाचे जनसंपर्क सल्लागार के. ए. दिवेचा म्हणतात. लेडी नवाजबाईंचा आयुष्याच्या संध्याकाळात काढलेला कृष्ण-धवल फोटो दिवेचा दाखवतात. फोटो जुनाट झाला असला तरी

नवाजबाईंची सुंदर कांती व नाजूक वैशिष्ट्ये लपत नाहीत. रतन टाटा त्यांची आठवण काढताना जिव्हाळ्यानं म्हणतात, ''जुन्या जमान्यातील अतिशय छान, भली व्यक्ती असं तिचं वर्णन करावं लागेल. भारत व इंग्लंडमधील अत्यंत संपन्न अनुभव तिच्या गाठीशी होता व तिच्यापासून खूप काही शिकण्यासारखं होतं. माझ्यासाठी तिनं जे केलं त्याबद्दल मी सदैव कृतज्ञच राहीन. तिनं माझ्यावर खूप माया केली. माझ्या जीवनावर तिचा खूप प्रभाव होता. तिनं शिकवलेली मूल्ये मी आजही फार मोलाची मानतो.''

प्रतिष्ठेचे महत्त्व, वचन पाळणे आणि विश्वासार्हता हे गुण रतन टाटांनी आपल्या आजीकडून घेतले. लेडी नवाजबाई या केवळ खंबीर आणि कर्तृत्ववानच नव्हत्या तर त्या कुशल गृहिणीही होत्या. 'टाटा पॅलेस' हे घर त्या अत्यंत कार्यक्षमतेनं चालवत, नोकरांच्या ताफ्यावर देखरेख करीत. सुनू टाटांची अनुपस्थिती त्यांनी भरून काढली व त्यामुळं रतन टाटांशी घटस्फोट घेतल्यावर जवळ जवळ दहा वर्षांनी नवल टाटांनी १९५५ मध्ये स्विस महिला सिमोन हिच्याशी विवाह केला. पुढच्याच वर्षी रतन व जिमी यांना नोएल हा सावत्रभाऊ लाभला.

दरम्यान सुनू टाटांनी सर जमशेटजी जीजीयॉय यांच्याशी विवाह केला. त्यांना शिरीन, डिलना व गीता या तीन कन्या झाल्या. सवड मिळेल तेव्हा रतन टाटा त्यांच्याबरोबर वेळ घालवी. कॉर्नेलहून (तेथून १९६२ मध्ये स्ट्रक्चरल इंजिनिअरिंग विषयात आर्किटेक्टची बी. एस्सी. पदवी त्यांनी घेतली) परतल्यावर रतन टाटा जमशेदपूर येथे टाटा कंपनीत काम करू लागले. सहा वर्षांनी मुंबईत परतल्यावर नवल व सिमॉन यांच्याबरोबर टाटा पॅलेसमध्ये ते काही काळ राहिले. नंतर कुलाब्यात ब्रह्मचाऱ्याच्या एका फ्लॅटमध्ये ते राहू लागले. ही जागा छोटी असली तरी ती त्यांची स्वतःची, स्वतंत्र होती.

खऱ्या अर्थानं रतन टाटा यांचे निकटचे कौटुंबिक संबंध आई व आजीशी होते. आईवर त्यांची फार निष्ठा होती. सुनू टाटांना कॅन्सर झाला तेव्हा त्यांच्या शय्येजवळ बसून ते तास न् तास घालवीत. न्यूयॉर्क येथील स्लोन केटरिंग रुग्णालयात त्यांचे निधन झालं त्या वेळी रतन टाटाच त्यांच्याजवळ होते.

सुनू टाटांबद्दल रतन टाटा बोलू लागले की त्यांचे डोळे चमकू लागतात. ते म्हणतात, ''ती माझी केवळ आई नव्हती तर ती माझी जणू मैत्रीण होती. किशोरवयात असताना आणि विशीत प्रवेश करताना, स्वतःचा शोध घेताना जिच्यापाशी मन खुलं करावं अशी तीच व्यक्ती होती. एकमेकांच्या सुख-दुःखात आम्ही सहभागी व्हायचो. आम्ही खूप खूप चांगले मित्र होतो. घराची दुरुस्ती चालू होती तेव्हा मी तिला व तिच्या मुलींना माझ्या फ्लॅटवर राहायला बोलावलं. छोट्या जागेत जास्तच गर्दी झाल्यानं तिथं राहणं गैरसोयीचं असलं तरी वर्षभर ती माझ्या

फ्लॅटवर राहिली. एवढ्या अडचणी असूनही कधी विसंवाद, संघर्ष निर्माण झाला नाही.'' मुंबईच्या पेडर रोडवर सुनू टाटांचं घर परत उभारलं जात होतं. त्याची वास्तुरचना रतन टाटांनी केली; उभारणीवर देखरेख केली, कॉर्नेल इथं घेतलेल्या वास्तुशास्त्राच्या शिक्षणाचा रतन टाटांनी केलेला हा एकमेव वापर असावा.

पदवी घेतल्यावर अमेरिकेतच राहण्याचा रतन टाटांचा विचार होता. भारतात परतावं असं काही आकर्षण नव्हतं. लॉसएंजल्स येथील एका छानदार फ्लॅटमध्ये ते राहात होते. कॉलनीत पोहण्याचा तलाव होता. कॉर्नेल मधील पदवीमुळं त्यांना नोकरी सहज मिळाली असती व तेथेच आयुष्याची पुढील वाटचाल करणं त्यांना शक्य होतं. परंतु लेडी नवाजबाईंना मात्र तसं वाटत नव्हतं. त्यांच्या विनंतीला नकार देणं रतन टाटांना शक्य नव्हतं. लॉसएंजल्स त्यांनी सोडलं. त्यांची एक अमेरिकन मैत्रीण त्यांच्या पाठोपाठ भारतात येणार होती. परंतु ती अखेर आली नाही.

रतन टाटांनी विवाह केला नाही. मुंबईत एखाद-दुसऱ्या मैत्रीणीबरोबर ते क्वचित भटकत. एकदा तर त्यांचा वाङ्‌निश्चयही झाला होता परंतु निमंत्रण पत्रिका छापण्याआधीच हे लग्न मोडलं. संसार, मुलं नाहीत मग कार्य करत राहण्यामागं तुमची प्रेरणा कोणती? असं विचारता ते म्हणाले, ''स्वतःला हा प्रश्न मी अनेकदा विचारला आहे. ज्या कंपनीत मी काम करतो त्याची आर्थिक मालकी माझी नाही, तसेच स्वतःचे स्थान वाढवण्याची माझी वृत्ती नाही. आपण हे सारं का करतो असा प्रश्न मला पडतो. बहुधा या कामातील आव्हान मला आकर्षित करत असावं. भारतातील जनतेच्या उन्नतीसाठी काहीतरी करावं असं मला वाटतं. पैसे कमवण्याची माझी प्रबळ इच्छा नाही तर जेथे आनंद, समाधान नसेल तेथे ते निर्माण करावं असं मला वाटतं.''

टाटा समूहात सामील होण्याचं जेआरडींनी औपचारिक पत्र रतन टाटांना पाठवलं. त्याला दिलेल्या उत्तरात रतन टाटांनी म्हटलं होतं– 'तुमच्या या निर्णयाबद्दल कृतज्ञता व्यक्त करण्यासाठी माझ्याजवळ पुरेसे शब्द नाहीत. कंपनीची मला शक्य होईल तेवढी उत्तम सेवा करण्याचा माझा प्रयत्न राहील व तुम्हाला तुमच्या निर्णयाचा पश्चात्ताप करण्याची पाळी येऊ देणार नाही.'' त्या वेळी रतन टाटा हे कधी टाटा समूहात सर्वोच्चपदी पोहोचण्याचा प्रश्नच नव्हता.

रतन टाटांची पहिली नेमणूक बिहारमध्ये करण्यात आली. अमेरिकेतील कॉलेज जीवनानंतरची ही नेमणूक म्हणजे खरंच मोठं आव्हान असणार. जमशेदपूरच्या टेल्को व टिस्को कंपन्यात त्यांनी सहा वर्षे घालवली. त्या काळाबद्दल ते म्हणतात, ''१९६२ मध्ये मी टिस्कोत दोन वर्षे शॉप-फ्लोअरवर काढली. त्यानंतर काही प्रकल्पांच्या इंजिनिअरिंग विभागात काम केलं. अखेर मी 'डायरेक्टर' इनचार्ज नानावटी यांचा तंत्रविषयक सहायक म्हणून काम पाहू लागलो. त्या काळात प्रमुख कार्यकारी अधिकाऱ्याला 'डायरेक्चर इनचार्ज' म्हणत असत.

रतन टाटांच्याबद्दल त्यांच्या वरिष्ठ अधिकाऱ्यांनी जे. आर. डींना चांगले अहवाल पाठवले असणार. कारण त्यांना मुंबईला बोलावून घेण्यात आलं. आणि ऑस्ट्रेलियाला काही काळ कामगिरीवर पाठवण्यात आलं. तेथून एक वर्षानं ते मुंबईला परतले. पोलाद उत्पादनाचा अनुभव घेतल्यावर रतन टाटांना कापड उद्योगात उडी घ्यावी लागली. प्रख्यात उद्योगपती नस्ली वाडिया व त्या वेळी नवखे असलेले धीरूभाई अंबानी यांच्याशी त्यांची स्पर्धा होती. नवल टाटा हे समूहाच्या कापड उद्योगात होते त्यामुळं रतन यांच्याकडं ते काम येणं हे स्वाभाविक असलं तरी तो अनुभव काही सुखद नव्हता. रतन टाटा म्हणतात, ''माझं प्रशिक्षण व्हावं म्हणून दोन आजारी कपंन्याचं काम माझ्याकडं सोपवण्यात आलं. पहिली नेल्को आणि दुसरी सेंट्रल इंडिया टेक्स्टाईल्स. सेंट्रल इंडियानं नवं वळण घेतलं होतं. कंपनीचा साचलेला तोटा भरून निघाला होता आणि अनेक वर्षे कंपनी लाभांश देत होती. त्यानंतर कापड उद्योगात मंदीची लाट आली. तेव्हा या कंपनीला आर्थिक आधार देण्याचं 'टाटा सन्स'नं ठरवलं. तेव्हा तिचं स्वेच्छेनं दिवाळं काढायचं ठरवण्यात आलं होतं.''

'नेल्को'च्या अडचणीच्या, तणावमय इतिहासानं टाटांच्या प्रतिष्ठेला जेवढा धक्का पोचला तेवढा कापड उद्योग गुंडाळल्यामुळे पोचला नाही. ''मी सर्वप्रथम संचालक झालो तो नेल्को कंपनीत. माझ्यावर टीका करणारे नेहमी माझ्या या पदाचा उल्लेख करतात. पण आज ती २०० कोटी रुपयांची कंपनी बनली आहे याचा मात्र त्यांना विसर पडतो'' असं रतन टाटा म्हणतात.

रेडिओ व टीव्ही संचाचे उत्पादन करणारी ही कंपनी आर. पी. गोएंकांच्या अडचणीत असलेल्या मर्फीच्या तुलनेत चमकून उठेलही परंतु वेणुगोपाल धूत यांच्या 'व्हिडिओकॉन' व गुलू मीरचंदानी यांच्या 'ओनिडा' या नव्या कंपन्यांपुढे मात्र ती निस्तेज भासेल. परंतु हा दृष्टिकोण ही एक बाजू झाली असं टाटाचं म्हणणं. ''हे अन्यायकारक आहे. नेल्कोला नफा होऊ लागला याकडं कोणी लक्ष देऊ इच्छित नाही. बाजार पेठेत नेल्कोचा दोनच टक्के हिस्सा होता. तो वाढून २५ टक्क्यावर गेला याचा त्यांना विसर पडतो.'

१९८२ मध्ये नेल्कोच्या कामगिरीचं विश्लेषण करताना रतन टाटा म्हणाले, ''१९७२ ते १९७५ या तीन वर्षात नेल्कोनं नफा कमावला व पूर्वीचा तोटा अंशतः भरून काढला. १९७५ मध्ये आणीबाणी आली व 'कंझ्युमर गुडसची' मागणीच नाहीशी झाली. केवळ नेल्कोचीच नव्हे तर सर्वांचीच अशी परिस्थिती झाली. त्या वेळी कंपनी प्रगतीच्या टप्प्यावर होती आणि बिगर-उपभोक्ता वस्तूंच्या उत्पादनात आम्ही मुबलक पैसा ओतत होतो. त्यामुळं बराच पैसा लागत होता. त्यानंतर १९७७ मध्ये औद्योगिक संबंधांच्या समस्या निर्माण झाल्या. त्यामुळं

मागणी वाढली तरी उत्पादन घटलं. अखेर कामगार संघटनेशी सामना घ्यावा लागला, संप झाला आणि सात महिने आम्हाला टाळेबंदी पुकारावी लागली.''

रतन टाटांच्या नेमणुकीनंतर लौकरच टाटा सन्सच्या बैठकीत नेल्कोला होत असलेल्या प्रचंड तोट्याचा विषय चर्चेस आला. त्यात झालेल्या टीकेनं रतन टाटा साहजिकच अस्वस्थ झाले. भूतकाळात घडलेल्या घटनांना ते जबाबदार नव्हते तरी त्यांच्या माथी दोषांचे खापर फोडले जात होते. त्या वेळी जे. डी. माझ्या मदतीला धावून आले. आणि हळूहळू चर्चेचा सारा रोखच त्यांनी बदलून टाकला. तुम्ही कॉन्फिडन्ट असाल तर ते तुम्हाला प्रश्न विचारतील. त्यांचा भडिमारही करतील पण जर तुम्ही निकरानं झुंजत असाल, तर ते तुमच्यासोबत लढतील'' असं रतन टाटा म्हणतात.

नेल्को प्रकरणात रतन टाटा यांचा खंबीर निर्धार बहुधा जे. आर. डींना पाहायला मिळाला असावा, कारण अनेक ज्येष्ठांचा विरोध असतानाही रतन टाटांच्या कंपनीच्या विकासाच्या योजनेस त्यांनी पाठिंबा दिला. १९७१ मध्ये त्यांनी नेल्कोची सूत्रं हाती घेतली तेव्हा विक्री तीन कोटी रुपयांपर्यंतच होती. १९९२ मध्ये विक्री २०० कोटींवर पोचली. त्या वेळी करपूर्व नफा एक कोटी ३५ लक्ष रुपये होता. १९९५ मध्ये विक्री ११३ कोटींवर आली पण नफा वाढून तीन कोटी २० लाखांवर गेला.

नेल्कोच्यामुळं रतन टाटांच्या अंगी कणखर वृत्ती संचारली. ते म्हणतात, ''त्या काळात मी बरंच शिकलो. नेल्कोत परिश्रमाचे जे धडे मला मिळाले ते अन्यत्र मिळाले असते असं मला वाटत नाही. तीन वर्षे झुंज देण्याची, अत्यंत स्पर्धात्मक बाजारपेठेत लढत राहण्याची मला संधी देणाऱ्यांचा खरंच मी कृतज्ञ आहे. खरं पाहिलं तर काहीतरी करून दाखवण्याची संधी मला सर्वप्रथम नेल्कोत मिळाली. अन्य कंपन्यांत माझ्याकडं अग्निशामक दलाचीच भूमिका होती.''

महत्त्वपूर्ण योजना

रतन टाटा तोवर मागं मागं राहूनच काम करत होते पण १९८१ च्या ऑक्टोबरमध्ये अचानक ते प्रकाशझोतात आले. 'टाटा इंडस्ट्रीज'च्या अध्यक्षपदाची सूत्र जे. आर. डीकडून (त्या वेळी ते ७८ वर्षांचे होते.) त्यांच्याकडं आली, त्यामुळे नस्ली वाडिया, नानी पालखीवाला, रुसी मोदी, सुमंत मुळगावकर, दरबारी सेठ आणि जे. आर. डींच्या संभाव्य वारसदारांच्या बरोबर त्यांचं नाव घेतलं जाऊ लागलं. त्यांच्या नियुक्तीच्या घोषणेमुळे 'बॉम्बे हाऊस'मध्ये व बाहेर तर्क कुतर्कांना उधाण आलं. त्यांची मुलाखत मिळावी म्हणून पत्रकारांत अहमहमिका लागली, फोन सतत घणघणू लागला, अचानक प्रसिद्धीचा झोत त्यांच्यावर वळला तरी रतन टाटा हुरळून गेले नाहीत. ते म्हणतात, ''टाटा इंडस्ट्रीजचं अध्यक्षपद तसं शोभेचं

आहे. या कंपनीभोवती वलय होतं पण ती केवळ ६० लाखाची कंपनी आणि तिच्यापाशी व्यावसायिक कामे काही नव्हती. आरंभी माझ्याजवळ काही योजना नव्हत्या. आत्मपरीक्षण करण्याची ती वेळ होती.''

रतन टाटांच्या व्यक्तिगत जीवनातील तो काळ खूप उलथापालथीचा होता. काही महिन्यानंतर सुनू टाटांना कॅन्सर झाल्याचं आढळलं. त्यांना न्यूयॉर्कला नेण्यात आलं. त्यांच्याबरोबर रतन टाटा चार महिने रुग्णालयात राहिले. त्याच काळात त्यांनी (१९८३ मध्ये) 'टाटा स्ट्रॅटेजिक प्लॅन' नावाची योजना तयार केली. नंतर एक व्यवस्थापन तज्ज्ञ एस. के. भट्टाचार्य यांनी तिच्यात आणखी तपशीलाची भर टाकली.

ती योजना 'टाटा संस्कृती'ला नवखी, परकी होती. १९७० च्या दशकात टाटा उद्योग समूहाला पेंग आली होती, सरकारच्या निर्बंधात्मक नियमांमुळे धडाडीची ऊर्मीच चिरडली गेली होती. समूहाचा विस्तारच होत नव्हता. कंपन्यांचं उत्पादन विकलं जात होतं. पण सुधारण्याकडं फारसा कल नव्हता. फारच गोष्टी गृहीत धरल्या जात आहेत अशी चिंता त्या वेळी न्यूयॉर्कमध्ये असलेल्या रतन टाटांना वाटत होती. ''भविष्याचा विचार करून पूर्वीपेक्षा त्याचं अधिक चांगलं नियोजन करण्याची गरज आहे. तसंच व्यवसायाच्या नव्या क्षेत्राचा शोध घ्यायला हवा.'' असं त्यांना वाटत होतं.

भारत ही केवळ विक्रेत्यांची बाजारपेठ राहणार नाही. हे त्यांना उमजलं होतं आणि आपल्या उद्योगसमूहानं जर तत्काळ नियोजन केलं नाही, धोरण आखलं नाही तर हानी होईल असं त्यांना वाटत होतं. आपल्या योजनेमागची भूमिका स्पष्ट करताना त्यांनी म्हटलं होतं, ''जर महत्त्वपूर्ण (स्ट्रॅटेजिक) नियोजन केलं नाही तर बाजारातील कंपनीच्या सध्याच्या स्थानावर परिणाम होऊ शकतो. किंबहुना कंपन्यांच्या बऱ्याच प्रश्नांचे मूळ असं नियोजन न करण्यात असू शकतं.''

टाटा समूहाची निष्क्रिय प्रतिमा बदलून तंत्रज्ञानाच्या आघाडीवर तिला नेण्याचा रतन टाटांचा विचार होता. आघाडीचे उद्योग सुरू करण्याची टाटांची परंपरा आहे. ज्या काळात पोलाद, वीजनिर्मिती याचा कोणी विचार करत नव्हतं, त्या काळात या क्षेत्रात जमशेटजी टाटांनी कारखाने उभारले. मग १९७० च्या दशकातही टाटांनी तसं का करू नये? असं रतन टाटांचं मत होतं.

''१९७० च्या दशकाच्या अखेरीस पाश्चिमात्य देशात नफा तंत्रज्ञानाची लाटच आली होती. उदाहरणार्थ– मायक्रोप्रोसेसरच्या प्रगतीवर चालणारे सुपर, मिनि व व्यक्तिगत संगणक, कृत्रिम बुद्धिमत्ता, दळणवळण, हिशेबपद्धती यांचे माहिती तंत्रज्ञानात होत असलेले परिवर्तन आणि बायोटेक्नॉलॉजी. तेव्हा या क्षेत्रात टाटांनी असायला हवं असं मी ठरवलं. तत्काळ कमाईची अपेक्षा न ठेवता या क्षेत्रात गुंतवणूक करू इच्छिणारे मोजकेच लोक असणार. आम्ही त्यापैकी एक असू असं

मत मी मांडलं. भारतात वाव असलेल्या तंत्रज्ञानाच्या या क्षेत्रात टाटांनी प्रवेश करू नये? असा माझा सवाल होता.''

जे. आर. डी. माझ्याशी सहमत झाले. त्या वेळी ते म्हणाले, ''उच्च तंत्रज्ञानाच्या क्षेत्रात, जास्त धोका असलेल्या उद्योगात टाटांना संधी मिळणं हे आदर्शच ठरेल. केवळ बडेच उद्योगसमूह हा धोका पत्करू शकतात तेव्हा ते आपलं कर्तव्यच आहे. कधी ना कधी सर्वच उद्योगांना उच्च तंत्रज्ञान (हाय-टेक) आत्मसात करावंच लागेल. भारताला याबाबत मागं राहणं परवडणारच नाही.'' त्यांचे हे शब्द रतन टाटांना प्रोत्साहन देणारेच होते.

दळणवळण, तेल उत्खनन सेवा, संगणक व त्याच्याशी संबंधित उद्योग, खास धातू व कॉम्पोझिटस्, बायोटेक्नॉलॉजी आणि ऊर्जा संचय करणाऱ्या पद्धती या उच्चतंत्राच्या क्षेत्रावर रतन टाटांना लक्ष केंद्रित करायचं होतं. या बहुतेक क्षेत्रांचे दरवाजे तेव्हा खाजगी उद्योगांना बंद होते. ''तरीही भारतातील हे भविष्यातले उद्योगधंदे असल्यानं टाटांनी या क्षेत्रात शिरलंच पाहिजे अशी माझी खात्री पटली होती. यात टाटांनी सर्वप्रथन प्रवेश का करू नये? असं माझं म्हणणं होतं. राजीव गांधींच्या नेतृत्वाखाली उदारीकरणाचे जे निर्णय पहिल्या फेरीत झाले त्यात नेमक्या याच क्षेत्रांवर भर देण्यात आला होता. त्यामुळं या क्षेत्रात आम्हाला परवाने मिळवण्यात शंभर टक्के यश आलं! तेव्हा त्यासाठी निधी उभारणे, व्यवस्थापन उपलब्ध करणे या कामांच्यामागे आम्ही लागलो.''

रतन टाटांच्या या योजनेला कंपनीत काही शक्तिशाली संचालकांची स्वीकृती मिळेना ही योजना अमलात आली तर आपल्या हितांना दुय्यम दर्जा प्राप्त होईल अशी भीती त्यांना वाटत होती. तात्त्विक पातळीवर त्यांची ही भीती थोडीबहुत सार्थही होती. आपला दृष्टिकोण मांडताना रतन टाटा म्हणाले होते, ''टाटा इंडस्ट्रीजमध्ये टाटा कंपन्यांचे प्रमुख कार्यकारी अधिकारी आहेत. तेव्हा काहीतरी नावीन्यपूर्ण करायला वाव आहे. संधीची क्षेत्रे हुडकण्यासाठी स्ट्रॅटेजिक नियोजनाची गरज आहे. अशी संधी विविध कंपन्यांना उपलब्ध असून त्यावर मध्यवर्ती लक्ष केंद्रित करण्याची गरज आहे.''

प्रत्यक्षात मात्र उद्योगसमूहाच्या चौकटीत स्वातंत्र्य उपभोगणाऱ्या संचालकांना समूहाच्या छत्रीखाली आपल्या कंपन्यांचे हित यत्किंचितही दुय्यम ठरू नये असं वाटत होतं. वैयक्तिक कंपन्या स्वतःच्या बळावर चांगली कामगिरी करत होत्या त्यामुळे आपल्या स्वातंत्र्याला बाधा येईल अशी कोणतीही योजना त्यांना मान्य होण्याजोगी नव्हती.

आरंभीच आपल्या योजनेला फसलेल्या या फटक्यातून रतन टाटा सावरले व त्यांनी तिची फेररचना आपल्या खिशाला परवडेल अशी केली. नेल्कोकडं अत्यंत

अल्प शिल्लक होती आणि टाटा इंडस्ट्रीजची निधी उभारण्याची क्षमता मोठ्या प्रमाणात छाटण्यात आली होती तेव्हा अल्प भांडवली गुंतवणूक लागेल अशी क्षेत्रे धुंडाळणं त्यांना भाग पडलं. आणि कल्पक साधने वापरून टाटा इंडस्ट्रीजच्या छत्राखाली पाच कंपन्या उभारण्यात ते यशस्वी झाले. टाटा हनिवेल, टाटा टेलिकॉम, हायटेक ड्रिलिंग, टाटा केल्ट्रॉन व टाटा फायनान्स या त्या पाच कंपन्या. त्यात नंतर आणखी चार कंपन्यांची भर टाकण्यात आली व आणखी सहा कंपन्यांच्या उभारणीची तयारी चालू आहे. या सर्व कंपन्यांचा मिळून उत्पादनाच्या विक्रीचा आकडा १९९५ मध्ये ५८७ कोटी रुपये होता. अशा प्रकारे तंत्रज्ञान आणि अन्य नव्या उद्योगक्षेत्रात टाटा इंडस्ट्रीजचे नाव प्रामुख्यानं झळकू लागलं.

उद्योगसमूहाची आठ विभागात वाटणी करणे हे रतन टाटांच्या भावी योजनेचे एक वैशिष्ट्य होते. हे विभाग असे- धातू व त्यासंबंधीचे उद्योग (एस. ए. साबावाला यांच्या नेतृत्वाखाली.), इंजिनिअरिंग (जे. ई. तळौलीकर), रसायने व कृषी आधारित उद्योग (दरबारी सेठ), उपयोगिता (के. एम. चिनप्पा), ग्राहकोपयोगी उत्पादने (मिनू मोदी), विविध सेवा (फ्रेडी मेहता) आणि उच्च तंत्रज्ञान उद्योग व आंतरराष्ट्रीय व्यवसाय (दोन्ही रतन टाटांच्या हाताखाली)

आरंभीच्या काळात आपण जे करू शकलो नाही ते अंमलात आणण्याची जबाबदारी भावी काळात आपल्यावरच पडणार आहे याची रतन टाटांना कल्पना आली नसावी. टेल्कोचे उपाध्यक्षपद योगायोगाने त्यांच्याकडे चालत आले व तेथूनच सारी सुरुवात झाली.

जुलै १९८८ मध्ये टेल्कोच्या उपाध्यक्षपदी रतन टाटांची नेमणूक करण्याच्या आधी काही महिने जे. आर. डींनी अखेर आपल्या वारसाबाबत मनोमनी नाव पक्कं केलं होतं. त्यांनी मोदींची निवड केली हे हस्तांतरण सुलभ, सहज व्हावं म्हणून जे. आर. डींनी तपशीलवार योजना आखली होती. मोदी टेल्कोचे अध्यक्ष होतेच. टेल्कोचे अध्यक्ष सुमंत मुळगावकर आजारी होते. तेव्हा मोदींना टेल्कोचे अध्यक्ष करण्यात येणार होते. याचा अर्थ टाटा समूहातील दोन सर्वात बड्या कंपन्यांचे ते अध्यक्ष बनणार होते. या कंपन्यांची मिळून एकूण विक्री तीन हजार कोटी रुपयांची होती म्हणजेच सबंध टाटासमूहाच्या विक्रीच्या निम्म्याहून अधिक विक्री या दोन कंपन्यांची होती. या प्रचंड कंपन्यांचे प्रमुख बनल्यावर जे. आर. डींच्या निवृत्तीनंतर मोदींना समूहाच्या अध्यक्षपदी दावा सांगणं सुलभ बनणार होतं. एकदा मोदी टेल्कोचे अध्यक्ष झाले की रतन टाटांना त्याचे उपाध्यक्ष करायचे अशी जे. आर. डींची योजना होती.

बुद्धिबळाच्या या भव्य खेळात जे. आर. डींनी पहिले पाऊल उचलले तेव्हा मोदींना अत्यानंद झाला खरा पण त्यांनी या आनंदाला थोडा आवर घातला असता

तर त्यांना सारं काही मिळालं असतं. परंतु मोदींनी 'बिझिनेस स्टँडर्ड'ला एक मुलाखत दिली. एवढंच नव्हे तर मोदी टेल्कोच्या समस्या किती चुटकीसरशी सोडवू शकतील हे त्यांचे समर्थक ज्याला त्याला सांगू लागले. त्या वेळी टेल्कोच्या विस्ताराला महत्त्वाकांक्षी कार्यक्रम आखल्यानं कंपनीचा नफा घटला होता व कंपनी कठीण स्थितीतून जात होती (१२०० कोटी रु. विक्री असलेल्या टेल्कोला मार्च १९८७ मध्ये अवघा २ कोटी ९३ लाख रुपये नफा झाला होता.) मोदींच्या दृष्टिकोणामुळे टेल्कोचे अनेक अधिकारी सावध झाले. एकदा का त्यांनी सूत्रं घेतली तर ते सारं उलटं पालटंच करतील अशी भीती हे अधिकारी वर्तवू लागले.

ही कुजबूज कानावर आल्यानं मुळगावकर चिडले व त्यांनी अध्यक्षपद सोडण्यास नकार दिला. आपण पूर्वीसारखंच काम करत राहू असं त्यांनी जाहीर केलं. टेल्कोचे कार्यकारी उपाध्यक्ष म्हणून रतन टाटांची तत्काळ नियुक्ती करावी आणि कंपनीच्या दैनंदिन कामकाजाची जबाबदारी त्यांच्यावर सोपवावी असा आग्रह त्यांनी धरला. त्या वेळी उपाध्यक्ष असलेले पालखीवाला यांनी स्वेच्छेनं आपल्या पदाचा राजीनामा दिला. मात्र संचालकपदी ते राहिले, आपल्या म्हणण्याला खोडसाळपणानं प्रसिद्धी दिली गेली होती असं सांगून मोदींनी सारवासारव करण्याचा प्रयत्न केला खरा पण झालेली हानी भरून येणारी नव्हती.

रतन टाटांनी राजीनामा द्यावा आणि मोदी यांच्याच नेतृत्वाखाली आपण उपाध्यक्षपद स्वीकारू असं जाहीर करावं म्हणून त्यांचं मन वळवण्याचा जे. आर. डी व मोदींनी प्रयत्न केला परंतु रतन टाटांनी नकार दिला. वचन पाळण्याची आजीनं दिलेली शिकवण ते विसरले नव्हते. टेल्कोची उभारणी मुळगावकरांनी केली होती तेव्हा त्यांना अपमानित करण्याची रतन टाटांची इच्छा नव्हती.

वरवर मोदी शांत वाटत असले तरी आतून ते नुसते खदखदत होते. त्यामुळं टेल्कोत संप झाल्याच्या वृत्तानं ते काहीसे सुखावलेच असणार.

टेल्कोतील संप

रतन टाटांनी सूत्रं हाती घेण्याच्या आधीपासूनच टेल्कोच्या पुणे येथील कारखान्यात असंतोष खदखदत होता. हळूहळू त्याचे परिवर्तन अलीकडील काळातील सर्वात हिंसक अशा संपात झालं. ७ एप्रिल १९८८ रोजी टाटांची टेल्कोचे उपाध्यक्ष म्हणून नेमणूक झाली त्या दिवशी सारं कसं आलबेल होतं, परंतु डिसेंबर ८८ मध्ये जेव्हा ८२ वर्षांच्या सुमंत मुळगांवकर यांच्याकडून त्यांनी अध्यक्षपदाची सूत्रे हाती घेतली तेव्हा वातावरण तणावानं भरलेलं होतं.

तरीही परिस्थिती अगदी चिघळेल असं कोणालाच वाटलं नव्हतं. कंपनीच्या सिंहासनाकडं जाणाऱ्या शिडीवर रतन टाटांनी पहिलं पाऊल ठेवलं या घटनेवर

रुसी मोदी यांची काय प्रतिक्रिया असेल यावर सर्वांचं लक्ष होतं. परंतु रतन टाटांवर रुसी मोदी नव्हे तर कोणा अज्ञात कामगार नेत्याकडून हल्ला होईल असं कोणालाच वाटलं नव्हतं.

त्या नेत्याचं नाव होतं कृष्णन पुष्पराजन नायर. ते राजन नायर म्हणून ओळखले जात. एका कामगार नेत्याच्या आठ मुलांपैकी सर्वांत थोरले असलेले राजन नायर हे सप्टेंबर १९७६ मध्ये टेल्कोत मशिन मिलर म्हणून दाखल झाले. त्यापूर्वी फिलिप्स मध्ये ते नोकरी करीत होते. सहा वर्षांनंतर ते टेल्को कामगार संघटनेचे (टीकेएस) सरचिटणीस बनले. नायर मूळचे केरळचे असले तरी ते अस्खलित मराठी बोलू शकत. ढंगदार वक्ता व नाट्यमय, आवेशपूर्ण बोलण्याची लकब असा त्यांचा लौकिक होता. एका सुरक्षा कर्मचाऱ्याला जिवे ठार करण्याची धमकी दिली म्हणून मार्च १९८८ मध्ये त्यांना निलंबित करण्यात आले होते. काही महिन्यांनंतर त्यांना नोकरीवरून काढूनच टाकण्यात आलं.

ज्या दिवशी त्यांना काढून टाकण्यात आलं त्या दिवशी 'मी टेल्कोत गुडघे टेकायला लावीन' असा इशारा त्यांनी दिला. तो प्रत्यक्षात उतरवण्यासाठी त्यांनी आटोकाट प्रयत्न केले. वेतन कराराचा प्रश्न भिजत पडला होता. तेव्हा त्यावरून व्यवस्थापनाशी नायर यांनी संघर्ष सुरू केला. 'मला कामगारांचा नेता म्हणून आधी मान्यता दिली तरच वाटाघाटी सुरू करता येतील' अशी शर्त त्यांनी घातली. परंतु गुन्हेगारी पार्श्वभूमी असलेल्या व कामावरून बडतर्फ केलेल्या कामगाराला नेता म्हणून मान्यता कशी देणार? असं व्यवस्थापनाचं म्हणणं होतं. संघटनेच्या दुसऱ्या कोणत्याही नेत्याशी बोलायला व्यवस्थापन तयार होतं. त्या वेळी पुण्याच्या कारखान्यात ८५२५ कामगार होते. त्यांच्या दोन मोठ्या संघटना होत्या. नोव्हेंबर १९८८ मध्ये व्यवस्थापन व कामगार संघटना यांच्यातील तेढ वाढत गेली. टाळेबंदी होणार या अफवेने त्यात भरच पडली. नेल्कोमध्ये असताना अशा प्रकारची परिस्थिती हाताळण्याचा अनुभव असणारे रतन टाटा याबाबत काही नवखे नव्हते. परंतु टेल्कोत आपलं असं स्वागत होईल अशी त्यांची अपेक्षा नव्हती. व्यवहारात पारदर्शकता असणारे रतन टाटा वाटाघाटींना तयार होते, पण राजन नायर यांचा अहंकार उफाळून आला होता व कंपनीच्या नव्या अध्यक्षांना आपण नमवू अशी घमेंड त्यांना होती. परंतु त्यांचा हा समज चुकीचा होता. टाटा वरवर सौम्य वाटत असले तरी अनेक वर्षांच्या अनुभवानं ते चांगलेच खंबीर, कणखर बनलेले होते.

३१ जानेवारी १९८९ रोजी स्थिती अगदी निकराला पोचली. टाटांनी पुण्याच्या कारखान्याला भेट दिली तेव्हा शॉप फ्लोअरवर अवजारं बंद ठेवून कामगारांनी त्यांचं स्वागत केलं. त्याच दिवशी स्थानिक पोलिस अधिकाऱ्यांनी राजन नायरला अटक करून प्रतिबंधक कोठडीत ठेवलं. हे वृत्त समजताच दुसऱ्या पाळीच्या कामगारांनी

पिंपरीला कारखान्याकडे जाणाऱ्या बसेसचे अपहरण करून त्या जिल्हा न्यायालयाकडे नेल्या, तेथे कामगारांनी न्यायालयाला घेराव घातलेला होता. नायर यांची सुटका करण्यात आली. नायर यांचा एक जवळचा सहकारी पवार व इतरांबरोबर कारखान्यावर एका बैठकीत आपण चर्चा करत असल्यानं या घटनांची आपल्याला काहीही कल्पना नव्हती असं रतन टाटा म्हणतात. "माझ्या सांगण्यावरून नायर यांना अटक झाली असं ते म्हणतात परंतु मी त्यांना अटक करायला सांगितलं नाही. त्यांना जर अटक व्हावी असं वाटत असतं तर मी त्यांच्याच सहकाऱ्यांबरोबर चर्चा त्या वेळी करत बसलो नसतो. त्या वेळी मी कामगार नेत्यांना भेटलो तो शेवटचाच कारण त्यांनी या बैठकीचा गैरअर्थ लावला."

महाराष्ट्राचे मुख्यमंत्री शरद पवार व इतरांनी सबंध उन्हाळा व पावसाळाभर मध्यस्थीचे प्रयत्न केले तरी परिस्थिती मात्र संपाच्या दिशेनं आगेकूच करत होती. नायर यांच्या सदस्यांनी व्यवस्थापनाचे कर्मचारी आणि प्रतिस्पर्धी संघटनेच्या २२ जणांवर १५ मार्च रोजी शहराच्या विविध भागात हल्ले केले व त्यांना भोसकले. या प्रकारांबद्दल नायरना विचारता ते म्हणाले, "शॉप फ्लोअरवर आमच्या एका सदस्याला थोबाडीत लगावण्यात आले तेव्हा व्यवस्थापनानेच चिथावणी दिली आहे!"

आता मात्र हद्दच झाली होती. यापुढे नायर यांचा दबाव सहन न करण्याचा टाटांनी निर्धार केला. दरम्यान त्यांनी व्यवस्थापन व कामगार यांच्यात सेतू उभारण्याचे प्रयत्न केले. काहीही गाजावाजा न करता पिंपरी-चिंचवड पट्ट्याच्या विकासासाठी ते साहाय्य करत होते. कारखान्यात परिस्थिती बिघडली असताना स्थानिक जनतेच्या पाठिंब्याची कंपनीला जरुरी होती. तेव्हा टेल्कोनं प्रथमच प्रसार माध्यमांचा वापर करून जनमत संघटित केलं. प्रत्येक कामगाराशी व्यवस्थापनानं संपर्क प्रस्थापित करून कंपनीची भूमिका समजावून दिली, या प्रयत्नांमुळं हळूहळू मत बदलू लागले.

नायर यांच्या समर्थकांना आपल्याकडं वळवावं या हेतूनं व्यवस्थापनाने टेल्को एम्प्लॉईज युनियनशी (टीईसी) वेतनवाढीचा करार केला त्यानुसार वेतनात ५८५ रुपयांची वाढ व एकूण सात हजार रुपये थकबाकी कामगारांना मिळणार होती. तरीही असंतोषाची स्थिती अशीच चालू राहिली तर पुण्यात गुंतवणूक करण्याच्या योजनेचा व्यवस्थापनाला फेरविचार करावा लागेल असा इशारा प्रत्येक कामगाराला लिहिलेल्या पत्रात देण्यात आला होता. वेतन करार १५७० जणांनी मान्य केला व आणखी काही कामगार तो स्वीकारतील असं कंपनीनं जाहीर केलं. या घडामोडींमुळे नायर काळजीत पडले व पुढील कारवाईंचा विचार करू लागले.

आपण व आपले समर्थक शनिवारवाड्याजवळ बेमुदत उपोषण सुरू करतील असं दोन दिवसांनंतर नायर यांनी जाहीर केले.

डोक्याला तांबडी पट्टी बांधून सुमारे तीन हजार कामगार शनिवारड्यासमोर

उपोषणास बसले. तांबड्या पट्टीवर टीकेएस लिहिलेलं नव्हतं तर त्यावर 'आरएनपी' (राजन नायर पॅनेल) अशी अक्षरं होती! हे सूचक होतं याचा अर्थ हा प्रश्न केवळ व्यवस्थापन आणि कामगार संघटनेतील नव्हता तर वैयक्तिक प्रतिष्ठेचा होता. शक्ती प्रदर्शन करण्याच्या हेतूनं पिंपरी-चिंचवड भागात एक दिवसाचा बंद आयोजित करण्यात आला. मुंबईहून डॉ. दत्ता सामंत हे पाठिंबा व्यक्त करण्यासाठी नायर यांच्या मदतीला पुण्याला धावून गेले.

उपोषणाच्या तिसऱ्या दिवशी भुकेपायी कामगार बेशुद्ध पडू लागले. आठवड्याच्या अखेरीस एखादा कामगार मृत्युमुखी पडण्याची भीती वाटू लागली व तसं झालं तर हिंसेचा उद्रेक होण्याचा संभव होता. शरद पवार यांनी हा पेचप्रसंग सुटावा म्हणून उभयतांनी एकत्र बसून बोलणी करावीत असा दबाव आणला. अखेर उभयतांनी तो मान्य केला.

२७ सप्टेंबर, बुधवारी सकाळी टाटा अमेरिकेहून मुंबईला आले. नायर पुण्याहून आदल्याच दिवशी सायंकाळी मुंबईला येऊन दाखल झाले होते. मुख्यमंत्र्यांच्या 'वर्षा' या अधिकृत निवासस्थानी टाटा, नायर व शरद पवार अशी त्रिपक्षीय बैठक ठरली होती. त्या आधी डॉ. दत्ता सामंत यांनी बॉम्बे हाऊसवर मोर्चा काढला तर नायर यांनी सभा घेतल्या व पत्रकार परिषदांतून निवेदने दिली. त्यामुळं वातावरण आधीच दूषित झालं होतं. टाटांचा अपमान करण्यासाठी नायर व त्यांचे सहकारी बैठकीत मुद्दामच उशिरा आले. सायं ४ ला बैठक ठरली होती. पण प्रत्यक्षात ती सुरू झाली सायं. ५.३० वा. बैठकीतील चर्चा अपुरीच राहिली. नायर आपल्याच भूमिकेशी अडून बसले होते.

दरम्यान या संपाच्या राजकीय परिणामांची शरद पवारना चिंता वाटत होती. पिंपरी-चिंचवड हा पट्टा म्हणजे महत्त्वाची मतपेढीच होती. या भागात सुमारे अडीच लक्ष कामगार होते. आणि एकूण ३५०० कोटी रुपयांची उलाढाल करणारे सुमारे दोन हजार छोटे-मोठे कारखाने होते. संधिसाधू राजकारणी नायर यांची तळी उचलून धरत होते. जनता दलाचे नेते संभाजीराव काकडे यांनी नायर यांना पाठिंबा व्यक्त केला होता. जॉर्ज फर्नांडिस व मधू दंडवते हे समाजवादी नेते संपकऱ्यांशी सतत संपर्क साधून होते. २४ नोव्हेंबरला लोकसभा निवडणुका होणार होत्या. त्यामुळे दिल्लीचे राजकीय पुढारी व पुण्याचे उद्योगपती नायर यांना सरकार ज्या प्रकारे मवाळ वागणूक देत आहे त्याबद्दल पवारांना बोल लावीत होते. तसंच त्या भागातील टेल्को ही सर्वात मोठी कंपनी होती आणि त्यात वाद दीर्घकाळ चालू राहिला तर त्याचे आर्थिक दुष्परिणाम भोगावे लागणार होते. तेव्हा पवारांना काहीतरी कारवाई करणं आवश्यकच होतं.

२९ सप्टेंबर रोजी पहाटे २.३० वाजता दाट काळोखात राज्य राखीव दलाच्या व पुणे शहर पोलिसांच्या तुकड्यांनी संपकऱ्यांविरुद्ध मोहीम उघडली. ८० बसेस

शनिवारवाड्यावर येऊन दाखल झाल्या. त्यातून भराभरा पोलिस उतरले व त्यांनी शनिवारवाड्याला वेढाच घातला. कामगारांची धरपकड सुरू झाली.

पहाटे चारवाजेपर्यंत ही कारवाई चालू होती. शहरातील विविध पोलिस ठाण्यांवर कामगारांना नेण्यात आले. राजन नायर व त्यांच्या काही जवळच्या सहकाऱ्यांना रत्नागिरी येथील तुरुंगात पाठवण्यात आलं. दुसऱ्या दिवशी नायर यांची जामिनावर सुटका झाली खरी परंतु संपाचा प्रभावीरीत्या बिमोड करण्यात आला आहे हे प्रत्येकाच्या लक्षात आलं.

टेल्कोमधील संप हा टाटांच्या दृष्टीनं त्यांच्या व्यवस्थापन कौशल्याची कसोटीच होती. नायर यांचा उघड उघडच पराभव झाल्यानं प्रसिद्धी माध्यमांनी टाटांच्या विजयाची प्रशंसा केली. जी ध्येये व तत्त्वे वर्षानुवर्षे आपण जतन केली त्याचाच हा विजय आहे.

संपाच्या काळात एकदिलानं काम करण्याची संघीय भावना रुजली. ''धाकदपटशामुळं भूक हरताळ सुरू झाला असला तरी संपकाळात कामगार हळूहळू कामावर येऊ लागले. बाहेर आपल्याला धमकावले जाईल या भीतीने ते कारखान्यातच राहू लागले, कार्यालयातील कर्मचारी यंत्रे चालवू लागले आणि हिशेब खात्यातील कर्मचारी सामान वाहू लागले. 'झालं तेवढं पुरे' अशी भावना निर्माण होऊन उद्विग्न झालेले कामगार पुन्हा कामावर येऊ लागले. ८०० मजुरांच्या साहाय्यानं आम्ही वाहनाचं उत्पादन सुरू केलं. पुण्याच्या कारखान्यात हे वातावरण निर्माण झालं ते संघर्षातून तयार झालं होतं. त्या परिस्थितीमुळं मंडळी यशस्वी झाली. आणि विसंगती म्हणजे ही परिस्थिती निर्माण झाली होती राजन नायर यांच्यामुळे!''

''आज कारखान्यात मैत्रीपूर्ण वातावरण आहे. मी शॉप फ्लोअरवर भटकू शकतो, तेथील कामगारांशी बोलू शकतो, तेही माझ्याकडं येऊन बोलतात. आपलं म्हणणं मांडतात. आमच्यात खेळीमेळीचं वातावरण असतं. कामगार संघटना ही कंपनीचंच उत्पादक व विधायक अंग बनलं आहे असं मला वाटतं. कदाचित आम्ही आमच्या कामगारांना गृहीत धरून चाललो असू. त्यांच्यासाठी शक्य ते सारं आपण करतोय् असा आमचा समज झाला असावा परंतु प्रत्यक्षात तसं नव्हतं. आम्हीच राजन नायर अथवा तत्सम कोणालाही येऊन त्याला हवं ते करण्याची संधी उपलब्ध करून दिली होती!''

रुसी मोदी जमशेदपूर इथं बसून राजन नायर यांनी निर्माण केलेल्या पेचप्रसंगावर विचार करत होते. टाटा समूहातील कामगार तज्ज्ञ असा त्यांचा लौकिक होता. त्यांच्या नेतृत्वाखाली 'टिस्को'मध्ये अर्ध्या शतकात मजूर असंतोषाचे साधे तरंगही उठले नव्हते. रतन टाटा हे खंबीर व्यवस्थापक आहेत. कठीण परिस्थिती ते

कुशलतेने हाताळतात. वृत्तपत्रातील असं वर्णन वाचून आपल्या स्थानाला धक्का तर पोचणार नाही ना अशी भीती मोदींना वाटू लागली होती.

टाटांना आपल्या भोवतीच्या शक्तींची जाणीव तरी नसावी किंवा त्याबाबत ते उदास असावेत. कामगारांशी असलेले संबंध सुधारण्याचे, व्यवस्थापन व कामगार यांच्यात विश्वासाचे वातावरण निर्माण करण्याचे प्रयत्न त्यांनी सुरू केले. ३१ मार्च १९९१ हा कंपनीच्या इतिहासातील सुवर्णदिनच ठरला! टिस्कोवर टेल्कोनं मात केली व ती खाजगी क्षेत्रातील विक्रीच्या बाबतीत देशातील सर्वात मोठी कंपनी झाली. टेल्कोची विक्री १/३ ने वाढली व ती २६०० कोटी रुपयांवर पोचली. करपूर्व नफा ५८ टक्क्यांनी वाढून २३५ कोटी रुपये झाला. वाहनांचे उत्पादनात २६ टक्के वाढ झाली व ८१९३१ वाहनांचे उत्पादन झाले. टिस्कोची विक्री २३३० कोटी रुपये होती. टेल्कोच्या या नेत्रदीपक कामगिरीमुळं एक अत्यंत कर्तबदार व्यवस्थापक म्हणून रतन टाटांचा लौकिक झाला. त्यामुळे मोदींच्या मनातील भीती आणखीच गडद झाली.

रुसी मोदी

संचालक मंडळ सांगेल तेव्हाच आपण राजीनामा देऊ असं रुसी मोदी संधी मिळेल तेव्हा जाहीर करीत असत. संचालक मंडळानं १९ एप्रिल १९९३ रोजी त्यांना जायला सांगितलं व या उद्योगसमूहाच्या इतिहासातील एक मर्मभेदक पर्व संपले. एकेकाळी एक अत्यंत कुशल व्यवस्थापक म्हणून गणल्या जाणाऱ्या मोदींचा पद्मभूषण किताब देऊन गौरव करण्यात आलेला होता. त्यांनी अनेक पायंडे पाडले, नव्या प्रथा सुरू केल्या. परंतु अखेरची घटना ही काही त्यांच्या कीर्तीत भर टाकणारी नव्हती. त्यापूर्वी टाटा कंपनीच्या कोणाही अध्यक्षाची हकालपट्टीच काय, कोणालाही राजीनामा देण्यास देखील भाग पाडण्यात आलं नव्हतं. २१ मे रोजी ते सेवानिवृत्त होणार होते. त्या आधीच त्यांना काढून टाकण्यात आलं. उद्योगक्षेत्रात एकेकाळी तळपणाऱ्या एका दुर्मिळ व्यक्तिमत्त्वाच्या दृष्टीनं ही घटना अत्यंत अवमानकारक होती.

चष्मा लावणारे, रंगेल वृत्तीचे रुसी मोदी यांची १९७४ मध्ये टिस्कोच्या व्यवस्थापकीय संचालकपदी नियुक्ती झाली. खाजगी क्षेत्रातील या सर्वात मोठ्या कंपनीचे १९८४ मध्ये ते अध्यक्ष झाले. ''या शतकात हॅरो स्कूलमधून तीन महान व्यक्ती बाहेर पडल्या त्या म्हणजे– जवाहरलाल नेहरू, विन्स्टन चर्चिल व रुसी मोदी!'' अशी ते नेहमी बढाई मारीत.

देशातील सर्वोत्कृष्ट व्यवस्थापक समजल्या जाणाऱ्या रुसी मोदींची जे. आर. डींनी हकालपट्टी का केली? कारण त्यांच्यापुढं दुसरा पर्यायच उरला नव्हता.

मोदींनीच ही कारवाई आपल्यावर ओढवून घेतली. टाटांबरोबरच्या आपल्या अखेरच्या वर्षात त्यांनी अगदी ताळतंत्रच सोडलं होतं. ते जर शालीनतेनं, सौजन्यानं वागले असते तर त्यांना साजेसा निरोप देण्यात आला असता व टाटांच्या इतिहासात मानाचं स्थान प्राप्त झालं असतं.

रुसी मोदींनी 'हिंदू'ला दिलेली मुलाखत ही जणू उंटाच्या पाठीवरची अखेरची काडीच ठरली. या मुलाखतीत रुसी मोदींनी रतन टाटा (त्या वेळी टिस्कोचे उपाध्यक्ष) आणि जमशेद जे. इराणी (टिस्कोचे व्यवस्थापकीय संचालक) यांनी संयुक्त कंपनीचा कारभार गलथानपणे चालवला त्यामुळे कंपनीच्या शेअर्सचा भाव कोसळला असा आरोप केला होता. तसेच भागधारक व वित्तीय संस्था यांचा स्वतःला पाठिंबा मिळवण्यासाठी त्यांना संघटित करू असा इशाराही त्यांनी दिला होता.

१९ एप्रिल १९९३ रोजी तातडीनं बोलावण्यात आलेल्या बैठकीत मोदींच्या या विधानाबद्दल संताप व नाराजी प्रकट करण्यात आली. रतन टाटा म्हणाले की, "व्यवस्थापनाच्या धोरणाशी अध्यक्षांनी सहमत तरी व्हायला हवं नाहीतर संचालक मंडळातून बाहेर तरी पडायला हवं" मोदींचं एकूणच गैरवर्तन आणि त्यांच्याविरुद्ध खदखदणारा असंतोष पाहता संचालक मंडळ त्यांची हकालपट्टी करणार हे स्पष्टच दिसत होतं. त्यामुळं तसा प्रस्ताव जेव्हा मांडण्यात आला तेव्हा तो बिनविरोध मंजूर झाला. त्या दिवसापासून रतन टाटा हे टिस्कोचे अध्यक्ष झाले.

२५ मार्च १९९१ रोजी टाटा सन्सच्या संचालक मंडळाच्या ज्या बैठकीत रतन टाटांची टाटा सन्सच्या अध्यक्षपदी नियुक्ती झाली त्या बैठकीत रुसी मोदी हजर राहिले नाहीत. ज्या दिवशी जे. आर. डींनी आपली सूत्रे रतन टाटांकडे सुपूर्द केली तेव्हा मात्र रुसी मोदींना काळजी वाटू लागली. ३१ जानेवारी १९८५ रोजी टाटा टिस्कोचे उपाध्यक्ष बनले होते. आता सबंध उद्योगसमूहाचे ते अध्यक्ष बनल्यावर मोदींच्या निवृत्तीनंतर तेच टिस्कोचे अध्यक्ष होतील, हे उघड होते. व्यवस्थापकीय संचालक म्हणून मोदींची मुदत १४ जून १९९३ रोजी संपणार होती. त्यानंतर हे पद आपल्या मर्जीतील आदित्य कश्यप यांना मिळावं अशी रुसी मोदींची इच्छा होती. परंतु एक अडचण होती व ती म्हणजे दुसऱ्या क्रमांकावर आधीच इराणी होते!

मोदींनी २६ नोव्हेंबर १९९१ रोजी एक परिपत्रक काढून मोठ्या प्रमाणावर व्यवस्थापनात फेरबदल जाहीर केले. टिस्कोत आता चार व्यवस्थापकीय संचालक असतील असे त्यात म्हटलं होतं. व्यवस्थापकीय संचालक इराणी यांची पदावनती करून त्यांना अतिरिक्त व्यवस्थापकीय संचालक करण्यात आले तर कार्यकारी संचालक (कार्पोरेट) पदावरून कश्यप यांना इराणींच्या आधीच्या जागेवर म्हणजे संयुक्त व्यवस्थापकीय संचालक पदावर नेमण्यात आले. आर्थिक बाबींचे प्रमुख कार्यकारी संचालक इशान हुसेन यांची उपव्यवस्थापकीय संचालक म्हणून नेमणूक

करण्यात आली. पदांच्या या फिरवाफिरवीत मोदींचा उद्देश स्पष्ट होता. चाळीशीत असलेले कश्यप आणि हुसेन यांना बढती देणे, नंतर कश्यप यांना टिस्कोचे अध्यक्ष करणे आणि दुसऱ्या क्रमांकाच्या स्थानावर हुसेनना आणणे असा त्यांचा डाव होता.

आपला हा आदेश अमलात येईलच याची मोदींना इतकी खात्री वाटत होती की हे परिपत्रक काढल्यावर दुसऱ्याच दिवशी सायंकाळी ते कश्यप यांच्या समवेत एक महिन्याच्या सुटीवर युरोपला रवाना झाले.

ही बंडात्मक कारवाई करताना रतन टाटांची प्रतिक्रिया काय होईल याचा मोदींनी विचार केला नव्हता. टाटा अस्वस्थ झाले. "खाजगी क्षेत्रातील सर्वात मोठ्या कंपनीत ज्येष्ठ पातळीवर/संचालक मंडळाच्या पातळीवर फेरबदल करताना तो निर्णय कोणा एका व्यक्तीचा नव्हे तर सामूहिक असणं अत्यावश्यक असतं" असं ते म्हणाले.

२७ नोव्हेंबर रोजी टिस्कोच्या संचालक मंडळाच्या बैठकीत तसंच त्यानंतरही मोदींनी व्यवस्थापकीय बदलांना समंती घेण्याचा वा चर्चा करण्याचा प्रयत्न केला नव्हता. याकडे लक्ष वेधून आपल्या भूमिकेचा पुनरुच्चार करताना रतन टाटा म्हणाले, "संचालक मंडळ म्हणजे स्वतंत्र विचारांच्या व्यक्तींचा समूह असतो. आणि अमक्याच्या बाजूने वा विरुद्ध नव्हे तर आपले स्वतंत्र विचार मांडण्याचा त्याला अधिकार असतो."

मोदींच्या विरुद्ध आणखीही काही मुद्दे मांडण्यात आले. व्यवस्थापकीय कौशल्यानं चालविल्या जाणाऱ्या कंपनीत कोणावर मर्जी, मेहेरबानी दाखविली जाणार नाही याची अधिक काळजी घेतली पाहिजे. घटस्फोटित मोदींनी कश्यप आपले कायदेशीर वारस आहेत ही बाब लपवून ठेवली नव्हती तरी ज्या पद्धतीनं कश्यप यांची एकदम बढती करण्यात आली त्यामुळं टिस्कोच्या संचालकांना धक्काच बसला. मोदींनी अतिरेकच चालवला होता व त्यांच्यावर नियंत्रण ठेवणं आवश्यक झालं होतं. त्यातून इराणींना अनुभव नसला तरी ते कार्यक्षम नव्हते असं नव्हे. उलट स्टील ऑथारिटी ऑफ इंडियाचे त्यांनी अध्यक्ष बनावं म्हणून केंद्रसरकार प्रयत्न करीत होतं. रतन टाटांनी घेतलेल्या खंबीर भूमिकेला पालखीवाला व नस्ली वाडिया यांनी पाठिंबा दिला. परिपत्रक पाठवताना या फेरबदलांची संचालक मंडळाला माहिती न देऊन मोदींनी कंपनीच्या नियमांचा भंग केला आहे असं उद्योगसमूहाचे कायदेतज्ज्ञ पालखीवाला यांना आढळून आलं.

या सर्व घडामोडींची मोदींना लंडनमध्ये त्यांचे मित्र माहिती पुरवीत होते. तरी आपल्या अनुपस्थितीत आपल्या विरोधी घोंघावणाऱ्या वादळाची त्यांना कल्पना आली नाही. २९ डिसेंबर रोजी लंडनहून ते दिल्लीस आले. पंतप्रधान पी. व्ही. नरसिंह राव व अर्थमंत्री मनमोहन सिंग यांना त्यांनी भेटण्याचा प्रयत्न केला परंतु

यश आलं नाही. ३१ डिसेंबरला मोदी दुपारी मुंबईला आले आणि थेट बॉम्बे हाऊसमध्ये जे. आर. डींना भेटावयास गेले. बाहेरील संचालकांचा पाठिंबा मिळवायचे मोदींनी जोरदार प्रयत्न सुरू केले परंतु आपल्याला फारसं कोणी वाली उरलेलं नाही हे त्यांच्या लक्षात आलं.

१ जानेवारीला दुपारी २.३० वाजता तोडगा निघाला. त्यानुसार मोदींनी संचालक मंडळाची माफी मागावी, इराणी यांचे स्थान दुसऱ्या क्रमांकाचेच राहील, मोदी व इराणी हे दोघेच व्यवस्थापकीय संचालक असतील. बाकीचे कार्यकारी संचालक असतील असे ठरले. टिस्कोच्या बैठकीत अपेक्षित वादावादी झाली नाही. सायं. ४.५५ पर्यंत बैठक आटोपली. रतन टाटांचा विजय झाला.

एवढा फटका खाऊनही मोदींची विनोदबुद्धी शाबूत होती. टिस्कोच्या विशेष सर्वसाधारण सभेत एका भागधारकानं 'बिझनेस इंडिया'ने रतनना 'बिझनेसमॅन ऑफ द इयर', इराणींना 'स्टीलमॅन ऑफ द इयर' म्हटलंय, तेव्हा तुम्हाला काय पुरस्कार दिला जावा? असं मोदींना विचारलं त्यावर ते उत्तरले, ''मला बांबू ऑफ द इयर हा पुरस्कार मिळालाय्!''

त्या क्षणापासून मोदींचा तारा अस्तंगत होऊ लागला. त्याच सुमारास रतन टाटांनी सेवानिवृत्तीचं आपलं धोरण पुढे रेटलं. टाटांच्या संचालकांनी वयाच्या ६५ व्या वर्षी आणि नॉनएक्झिक्युटिव्ह अध्यक्षांनी ७५ व्या वर्षी सेवानिवृत्त व्हावं असं या धोरणात म्हटलं होते. टाटा उद्योगसमूहात विविध पदांच्या वारसाविषयीचं धोरण स्पष्ट व्हावं म्हणून आखलेल्या या योजनेचा मोदींवर थेट परिणाम होणार होता. कारण ते लौकरच ७५ वर्षांचे होणार होते.

आता मोदींना असुरक्षित वाटू लागलं. व्यवस्थापकीय संचालकपदाचा राजीनामा आपण दिला तर कार्यकारी अध्यक्ष म्हणून पाच वर्षांसाठी आपली नियुक्ती होईल काय याबाबत त्यांनी चाचपणी सुरू केली. परंतु 'बॉम्बे हाऊस' मधून त्यांना ठाम नकार मिळाला.

मोदी खळखळ करू लागले. तेव्हा भोजनाच्या सुट्टीतच नस्ली वाडियांनी तुम्ही जर कराराशी जुळतं घेतलं नाही तर संचालक मंडळाच्या भोजनोत्तर बैठकीत मी स्वतः तुम्हाला व्यवस्थापकीय संचालक पदावरून काढून टाकण्याचा ठराव मांडीन असं सांगितलं. तेव्हा कुठं मोदींनी आपला हट्ट सोडला. चर्चा, बोलणी होऊन तडजोडीचा तपशील तत्काळ ठरला. भोजनानंतर जे. आर. डी. डुलकी काढत होते. वाडियांनी त्यांना उठवलं आणि तडजोड झाली. संचालक मंडळाची दु. २.४५ वाजता बैठक भरली तेव्हा मोदींनी शँपेनची ऑर्डरच दिली!

या तडजोडीनुसार उद्योग समूहाशी असलले दीर्घकालीन संबंध व त्यांनी बजावलेली कामगिरी पाहता त्यांना दोन सवलती देण्यात आल्या. जून १९९३

पर्यंत तेच अध्यक्षपदी राहतील व टिस्कोच्या आंतरराष्ट्रीय व्यापाराची सूत्रे त्यांच्याकडे असतील. तसेच टाटा कंपन्यांचे अध्यक्ष व संचालक यांच्याबद्दल टाटा सन्सचे आखलेले सेवानिवृत्तीचे धोरण सध्या स्थगित ठेवले जाईल असे या तडजोडीचे स्वरूप होते, परंतु या तडजोडीमुळं संघर्ष मिटण्याऐवजी कंपनीत अस्वस्थता धुमसतच राहिली. तेढ वाढत जाऊन तिला लढाईचं स्वरूप आलं व त्याचा कंपनीच्या कारभारावर परिणाम होऊ लागला.

जमशेदपूर येथे मार्च १९९३ मध्ये संस्थापकदिन समारंभाच्या वेळी जे. आर. डी. व रतन यांनी टाटा सन्सचे सेवानिवृत्ती धोरण टिस्कोने स्वीकारण्याचा मुद्दा मोदींजवळ काढला. १७ जानेवारी १९९३ रोजी मोदींनी वयाची पंच्याहत्तरी ओलांडलेली होती. टिस्कोत हे धोरण अमलात आणायंच झालंच तर त्यातून सध्याच्या मंडळींना वगळावं असं मोदींनी सांगितलं. आपल्या आधीचे अध्यक्ष जे. आर. डी यांनी दीर्घकाल पद उपभोगलं तर मग मलाही ती संधी का मिळू नये? असं त्यांचं म्हणणं होतं.

जे.आर.डींची केस ही खास बाब आहे. तसंच तेव्हा सेवानिवृत्तविषयक धोरणही नव्हतं याकडं रतन टाटांनी लक्ष वेधलं. यापुढे वैयक्तिक विचार करण्यापेक्षा मुदतवाढ, संचालकांची सेवानिवृत्ती याबाबत धोरण असायला हवं, असंही त्यांनी सांगितलं. 'समजा मी निवृत्त व्हायचं ठरवलं तर मला काय काय फायदे मिळतील याचा प्रस्ताव पाठवा तो पाहून मी काय ते ठरवीन' असं मोदींनी सांगितलं.

त्यांना दिलेला प्रस्ताव आकर्षक, उदार होता परंतु निवृत्तीचा प्रश्न मोदी टोलवतच राहिले. अखेर ११ मार्च रोजी भरलेल्या संचालक मंडळीच्या बैठकीत जे. आर. डींनी सेवानिवृत्तीच्या धोरणाचा प्रस्ताव मांडला. तेव्हा कागदपत्रं गोळा करीत मोदींनी बैठक संपली आहे असं जाहीर केलं व ते बाहेर पडले. त्यानंतर काही मिनिटं कंपनीचे उपाध्यक्ष रतन टाटा यांच्या अध्यक्षतेखाली बैठक चालू राहिली. मोदींच्या सभात्यागानं अस्वस्थ झालेल्या संचालकांनी मोदींच्या या वर्तनाचा तीव्र आक्षेप घेतला. सेवानिवृत्तीचं धोरण बिनविरोध मंजूर करण्यात आलं. पुढचा प्रश्न होता हे धोरण कधीपासून अमलात आणायचं? पुढच्या वार्षिक सर्वसाधारण सभेपूर्वी (ती जुलैला भरणार होती.) मोदींनी निवृत्त व्हायला हवं याबाबत संचालक मंडळाचं एकमत झालं. परंतु प्रत्यक्ष तारीख ठरवण्याची व ती जाहीर करण्याची मुभा त्यांना द्यावी असंही ठरलं. निवडीचं हे स्वातंत्र्य मोदींना मिळालं हे सुदैवच. नंतर जे. आर. डींनी फोन करून मोदींना संचालक मंडळाचा निर्णय कळवला. तेव्हा निवृत्तीबाबत आपल्याला दिल्या जाणाऱ्या सोयी-सवलतीचा प्रस्ताव आपण सेवानिवृत्तीची तारीख जाहीर करण्यापूर्वी मंजूर करावा असं मोदींनी सांगितलं.

संचालक मंडळाची पुढची बैठक १३ एप्रिल रोजी भरली. तिला हजर न राहता

मोदींनी दिल्लीला जाणं पसंत केलं. बैठकीत मोदींच्या निषेधाला अधिकच धार आली. कारण टिस्कोवर वृत्तपत्रातून, दूरदर्शनवरून मोदी वाटेल तशी टीका करत होते. मोदींना १७ जुलै पूर्वी नव्हे तर १ मे पूर्वीच जावं लागेल असा ठराव करून संचालक मंडळानं त्यांना प्रत्युत्तर दिलं. दोन अडीच तासांच्या चर्चेनंतर हा निर्णय घेण्यात आला. जे. आर. डींनी मोदींना त्याची कल्पना फोनवरून दिली तेव्हा २१ मे हा आपल्या दृष्टीनं शुभ दिवस असून तोवर आपल्याला वेळ द्यावा अशी मोदींनी विनंती केली. त्यानंतर 'हिंदू'मध्ये मोदींची जी मुलाखत आली ती प्राणघातकच ठरली कारण त्याचमुळे मोदींची हकालपट्टी करण्याचा निर्णय झाला. रतन टाटांची तत्त्वनिष्ठा व बांधिलकी यापुढं अखेर मोदींना झुकावं लागलं आणि आपल्या उच्च पदावरून पायउतार व्हावं लागलं.

महासंघापासून ते युनियनपर्यंत

टाटांचे त्यांच्या कंपन्यांतील शेअर होल्डिंग्जचं प्रमाण घटलं. त्याला ऐतिहासिक कारणं आहेत. उदा १९८० च्या सुमारास टाटांचे टिस्कोत २.४ टक्के, टेल्कोत ३ टक्के, इंडियन हॉटेल्समध्ये १२ टक्के, व्होल्टासमध्ये १८ टक्के, टॉमकोमध्ये १९ टक्के आणि टाटा केमिकल्समध्ये १९ टक्के शेअर्स होते. टाटा सन्सच्या बाबतीत ८१ टक्के मालकी विविध ट्रस्टस्‌कडे होती, पालनजी मिस्त्रींकडे १७.५ टक्के व टाटांकडे केवळ १.५ टक्के शेअर्स होते, गंमत म्हणजे टिस्कोत पिलानी इन्व्हेस्टमेन्टच्या मार्फत बिर्लांचे ६ टक्के शेअर्स होते! (म्हणजे टाटा सन्सचे टिस्कोत असलेल्या शेअर्सच्या दुप्पट!) एसीसीत मिस्त्रींचे शेअर्स टाटांपेक्षा अधिक होते. केवळ टाटा टी व टाटा केमिकल्समध्ये टाटांचा वाटा मोठा होता. तोही उद्योगसमूहानं दिलेल्या आदेशामुळे नव्हे तर दरबारी सेठ यांच्या दूरदृष्टीमुळं. महत्त्वाचे ठराव रोखण्यासाठी २६ टक्के शेअर्स असावे लागतात. टाटांचे फारच थोड्या कंपनीत एवढे (२६ टक्के) शेअर्स आहेत.

टाटांच्या या कमकुवत स्थानाच्या तुलनेनं अनेक टाटा कंपन्यांत विशेषतः महत्त्वाच्या कंपन्यात सरकार मोठे भागधारक आहे त्यात काही विशेष नाही. कारण गेल्या अनेक वर्षात आयुर्विमा महामंडळ, युटीआय, आयसीआयसीआय, आयडीबीआय व जीआयसी या वित्तीय संस्थांनी भारतातील बऱ्याच बड्या कंपन्यांचे मोठ्या प्रमाणावर शेअर्स मिळवले आहेत. व्यवस्थापनांना कमी काळात निधी मिळावा म्हणून वित्तीय संस्थांकडून पैसे कर्जाऊ घ्यावे लागतात व त्याच्या बदल्यात या संस्था भागभांडवल घेतात, संचालक मंडळावर प्रतिनिधित्व मिळवतात. यामुळे चिंतित झालेल्या उद्योगपतींनी उदा. आदित्य बिर्लासारख्यांनी केंद्रीय अर्थखात्याकडं ही पद्धत बदलून काही पर्याय काढावा म्हणून जोरदार प्रयत्न केले परंतु अजूनपर्यंत

तरीही कोणाही अर्थमंत्र्यानं अशा प्रयत्नांना प्रतिसाद दिलेला नाही.

या प्रश्नाची जे. आर. डींना विशेष काळजी वाटत नव्हती. भारतीय अर्थव्यवस्थेत कंपन्या ताब्यात घेण्याच्या संभाव्य प्रयत्नांना रोखून ठेवता येईल. अशी काही सुरक्षा योजना नव्हती. पण टाटा कंपन्यांची प्रतिष्ठा व लौकिक एवढा मोठा आहे की, त्यामुळे सरकार वा छोटे गुंतवणूकदार टाटांना त्यांच्या व्यवस्थापनाखालील कंपन्यातून कधीच काढू शकणार नाहीत असा दृढविश्वास जे. आर. डींना वाटत होता.

समजा शत्रुत्वानं कोणी कंपनी ताब्यात घेण्याचा प्रयत्न केला तर सरकार वा छोटे भागधारक तो यशस्वी होऊ देणार नाहीत अशीही त्यांना खात्री होती. एस्कॉर्टस व डी. सी. एम. ताब्यात घेण्याचे स्वराज पॉल यांचे प्रयत्न निष्फळ ठरले. तेव्हा टाटांना आपल्या शेअर्ससंबंधी फेरविचार करावा असे वाटले आणि टिस्कोमधील हिस्सा त्यांनी २.४ टक्क्यांवरून ८ टक्क्यांवर (१९८९ मध्ये) नेला. परंतु त्यानंतर धास्ती संपली.

रतन टाटांना छोटा हिस्सा राखून मोठ्या कंपन्या चालवणं मान्य नव्हतं. विशेषतः अर्थव्यवस्थेचे मोठ्या प्रमाणावर उदारीकरण झाल्यावर उद्योगसमूहाने शेअर्सचा आपला हिस्सा मोठ्या प्रमाणावर वाढवला पाहिजे असं त्यांना वाटत होतं. कंपन्यांचा हिस्सा अगदीच अल्प असणं धोक्याच ठरेल असं त्यांचं मत होतं. अनेक टाटा कंपन्या गुंतवणुकीच्या नव्या योजनांसाठी शेअरबाजारात उतरणार होत्या. उद्योगसमूहाचे नियंत्रण आणखी कमी होण्याचा संभव होता. ''जे. आर. डी. टाटांनी व्यवस्थापनात विश्वस्तपणाची (ट्रस्टीशिप) जी नवी कल्पना राबवली त्याबद्दल आम्हाला अभिमान आहे. परंतु एखाद्या कंपनीचं व्यवस्थापन आम्ही पाहात असू तर त्यातील आमचा हिस्सा हा केवळ प्रतीकात्मक असता कामा नये'' असं रतन टाटांचं म्हणणं होतं.

१९८३ च्या आपल्या 'स्ट्रॅटेजिक प्लॅन' मध्ये संचालकांचं याकडे लक्ष वेधताना रतन टाटांनी केवळ आपल्या व्यवस्थापनाखालील कंपन्यांतील शेअर्सचा हिस्सा वाढवावा एवढंच नव्हे तर 'टाटा सन्स'सह कंपन्यांत परस्परांच्या भांडवली हिश्श्याला उत्तेजन द्यावं असंही म्हटलं होतं. बिर्लांनी हे अत्यंत यशस्वीरीत्या केलं होतं, त्यामुळे त्यांची कोणतीही कंपनी गिळंकृत करणं कोणालाही शक्य नव्हतं. तेव्हा आपला हिस्सा असा वाढवण्यानं उद्योगसमूहात आलेला काहीसा विस्कळीतपणा जाऊन त्यांच्यात घट्ट वीण निर्माण झाली असती.

जे. आर. डींचा स्पष्ट पाठिंबा मिळाला नाही तर रतन टाटांच्या या योजनेला काहीच अर्थ नव्हता. टाटा सन्सच्या अध्यक्षपदी नियुक्ती झाल्यावर आपल्या अधिपत्याखालील कंपन्यात समूहाचा हिस्सा वाढवण्याच्या दृष्टीने रतन टाटांनी १३ महिन्यांनी पावले उचलली. त्यांचा १९९२ चा प्रस्ताव हा मुख्यत्वे १९८३ मधील

योजनेचीच सुधारित आवृत्ती होती.

टाटा सन्सच्या एप्रिल १९९२ मध्ये भरलेल्या संचालक मंडळाच्या बैठकीत जे. आर. डींनी २२ कोटी रुपयांच्या 'राइटस शेअरविक्रीचा' प्रस्ताव मांडला. विविध विश्वस्त मंडळे (ट्रस्टस्) व मिस्त्री हे आपले हक्क अन्य टाटा कंपन्यांसाठी उदा. टिस्को, टेल्को, टाटा केमिकल्स, टाटा इलेक्ट्रिक कंपनीज्, इंडियन हॉटेल्स, टाटा ऑईल, फोर्ब्स कॅम्पबेल आणि व्होल्टास द्यावेत अशी योजना होती. संचालक मंडळातील काही सदस्यांनी या योजनेबाबत प्रश्न उपस्थित केले.

एका संचालकानं या घडामोडींचा तपशील 'इकॉनॉमिक टाइम्स' ला दिला. ८ मे १९९२ च्या 'इकॉनॉमिक टाइम्स'नं आपल्या कठोर संपादकीयात म्हटले, ''एखाद्या महासंघासारखी असलेली सध्याची काहीशी सैल असलेली रचना बदलून त्याचे रूपांतर केंद्रीय कौटुंबिक उद्योगात करण्याच्या जे. आर. डी. व रतन टाटांच्या योजनेचा लक्षावधी भागधारक व सरकारी संस्थांवर परिणाम होईल... समजा टाटा सन्सचे खरे मूल्य निदान १५०० कोटी रुपये असेल तर परवडण्यायोग्य मूल्याच्या राइटस शेअर्स विक्रीसाठी अन्य टाटा कंपन्यांना ५०० कोटी रुपये गुंतवावे लागतील, ही फार मोठी रक्कम आहे. नव्या कारखान्यात व उपकरणात पैसे गुंतवण्यापेक्षा रतन टाटांच्या भूमिकेला उचलून धरण्यासाठी भागधारकांचे पैसे वापरणं हे उचित आहे काय? टाटा सन्स जे शेकडो कोटी रुपये गोळा करणार त्याचं काय करणार? हाही प्रश्न आहेच... या योजनेत मिस्त्रीचा मर्यादित प्रभावही कमी करण्याचा हेतू आहे, खरं तर त्यांना संपूर्ण विकत घेण्याचाच टाटा कुटुंबियांचा उद्देश आहे... विविध टाटा कंपन्यांतच भागधारकांच्या असलेल्या पैशाचा वापर मिस्त्रींना त्यांच्या शेअर्ससाठी अव्वाच्या सव्वा रक्कम देण्यासाठी केला जाता कामा नये... टाटांमुळे नवा पायंडा पडेल तो चांगला असायला पाहिजे.''

संपादकीयातील ही टीका रतन टाटांना झोंबली. त्यांनी तत्काळ 'इकॉनॉमिक टाइम्स'ला पाठवलेल्या पत्रात लिहिलं– 'गेल्या काही दशकात टाटा कंपन्यांचे अध्यक्ष व संचालक यांनी नेहमीच भागधारकांचं हित जपलं आहे, टाटा सन्सच्या मार्फत टाटा कंपन्यांचं नियंत्रण हातात यावं म्हणून त्यांच्या पैशाचा कधीच गैरवापर केलेला नाही. तेव्हा जे. आर. डी. आणि माझ्यावर असा हेत्वारोप करण्यास माझा तीव्र आक्षेप आहे. तसेच 'सध्याची एखाद्या महासंघासारखी सैल असलेली रचना बदलून त्याचे रूपांतर केंद्रीय कौटुंबिक उद्योगात करण्याचा हेतू आहे, या संपादकीयातील विधानालाही माझा आक्षेप आहे. 'टाटा सन्स' ही कंपनी तज्ज्ञ संचालक मंडळ चालवते. तुम्ही म्हणता त्याप्रमाणे ''कौटुंबिक सदस्य'' नव्हे. जी मूल्ये व ज्या तत्त्वांवर टाटा उद्योगसमूह उभारलेला आहे. त्यांनाच काळोखी फासण्याचा तुमचा प्रयत्न दिसतो. टाटांची मूल्ये व तत्त्वे टिकवून ठेवण्यासाठीच मी झटत राहीन.''

अखेर नोव्हेंबर १९९५ मध्ये टाटांनी राइट्स शेअर्स बाजारात विक्रीला आणले व महिन्यानंतर विक्री बंद करण्यात आली. टिस्को, टेल्को, टाटा टी व इंडियन, हॉटेल्स या टाटा समूहातील मोठ्या कंपन्यांनी त्यात भाग घेतला, रतन टाटांचा हा आणखी एक विजय होता. त्या आधी जुलै ९४ मध्ये टिस्कोचे प्राधान्य शेअर विक्रीला काढले त्याला यश आलं. त्यामुळं या कंपनीतील टाटांचा हिस्सा दुपटीनं वाढून १६ टक्क्यांवर जाणार होता.

त्यानंतर बऱ्याच टाटा कंपन्या भांडवली बाजारात उतरत आहेत. जुन्या व नव्या भागीदारांना राइट्स, शेअर्स, परिवर्तनीय डिबेंचर्स, युको शेअर्स, फ्लोटिंग रेट बॉन्डस आणि वॉरंटस 'ऑफर' केले गेले. नफा प्रकल्पातील ताज्या भांडवली गुंतवणुकीसाठी हा पैसा उभारला जात असला तरी उद्योगसमूहातील आपला भांडवली हिस्सा वाढवणे आणि 'क्रॉस होल्डिंग' यासाठी त्यातील काही रक्कम रतन टाटांनी वापरली.

रतन टाटांनी केलेली आटोपशीर सुरुवात प्रोत्साहक असली तरी प्रत्येक मोठ्या कंपन्यातील आपला हिस्सा २६ टक्क्यांवर नेण्याचं उद्दिष्ट फार मोठं होतं. १९९३ च्या टाटा सन्सच्या राईट्स शेअर्सवरून जी वादावादी झाली त्या वेळी दरबारी सेठ यांनी म्हटल्याप्रमाणे, पाच वा सहा मोठ्या कंपन्यांच्या भांडवलीकरणाची रक्कम २० हजार कोटी होती. त्याचा एक टक्का म्हटलं तरी २०० कोटी रुपये होतात.

टाटा एवढे पैसे कोठून आणणार? यावर 'वाट पहा नि पहा' एवढंच उत्तर ते देत.

कोबी, राजे नि रतन

एक्झिक्युटिव्ह वर्गातून प्रवास करणारा आपला सर्वात आवडता प्रवासी कोणता याची चर्चा एकदा इंडियन एअरलाईन्सच्या फ्लाईट अटेन्डटस करत होते. त्यांच्या या अनौपचारिक पाहणीत राहुल बजाज, हास्यविनोद करणारे धीरूभाई अंबानी अथवा जे. आर. डी. नव्हे तर रतन टाटा हे सर्वात आवडते प्रवासी ठरले. व्हीआयपीसाठी असलेल्या आसनांचा रतन टाटा वापर करतात पण त्यांच्यासमवेत खाजगी सचिव वा अन्य सहकारी नसतात. बहुतेक वेळ ते कागदपत्र चाळण्यात गढून जातात. ते जेवणाची फिकीर करत नाहीत. त्यांना दूध घातलेली बिनसाखरेची कडक कॉफी लागते. "त्यांना हवी तशी कॉफी जमली नाही तर त्याबद्दल ते तक्रार करत नाहीत." असं एका हवाईसुंदरीनं सांगितलं.

मुंबई-दिल्ली या उड्डाणमार्गावर काम करणाऱ्या विमान कर्मचाऱ्यांना रतन टाटांच्या छोट्या छोट्या सवयी लक्षात यायला भरपूर वेळ मिळतो. मुंबई-दिल्ली असा प्रवास त्यांना नेहमीच करावा लागतो. आवडीनं नव्हे तर कामानिमित्त त्यांना

जावं लागतं म्हणून. खुद्द रतन टाटा अनुभवी वैमानिक असून विमानोड्डाणाची आवड हा रतन टाटा व जे. आर. डी. यांच्यातील समान दुव्यांपैकी एक. खाजगी विमान स्वतः चालवीत पुणे अथवा देशाच्या अन्य कोणत्याही विभागात त्यांना भ्रमंती करता येईल. पण त्याऐवजी त्यांना कामानिमित्त बऱ्याचदा दिल्लीला जावं लागतं.

'परवाना राज' शिथिल करण्याचे नरसिंह राव यांचे प्रशासन कसोशीने प्रयत्न करीत असले तरी सरकारची विविध खाती, मंत्रालयं यांची उद्योगांवर विशेषतः मूलभूत क्षेत्रातील उद्योगांवर तापदायक नियंत्रणं होती. जे. आर. डींनी परवाना मिळवण्यासाठी टेबलाखालून पैसे देण्यास नकार दिला होता, रतन टाटांनी ही परंपरा चालू ठेवली असून टाटा समूहाच्या तत्त्वांशी असलेल्या या बांधिलकीमुळे त्यांना काहीशी किंमतही मोजावी लागते. टाटांना नाकारले गेलेले परवाने अन्य उद्योगगृहांना दिले जात असताना जे. आर. डी. असहायपणे पाहात होते. अन्य उद्योगपती मोठमोठे कारखाने उभारत होते पण टाटांना मात्र तसं करता येत नव्हतं. असं असलं तरी त्यांचा उत्साह टिकून होता. व भारतातील त्यांचं अग्रगण्य स्थान कायम होतं. जमशेठजी टाटा यांचा दृष्टिकोण राष्ट्रीय होता व त्यामुळे मुलभूत क्षेत्रात आम्ही टिकून होतो असं सांगून रतन टाटा म्हणतात, "स्वातंत्र्यानंतर साहजिकच या क्षेत्रात सार्वजनिक क्षेत्राचे प्रभुत्व निर्माण झालं. १९६० व १९७० च्या दशकात सरकारचे अतिनिर्बंध व मक्तेदारी निर्बंध मंडळामुळं टाटांच्या वाढीला खीळ बसली. आमच्या मोटार निर्मितीचे प्रस्ताव फेटाळण्यात आले. टिस्कोला हवी तशी विस्ताराला परवानगी मिळाली नाही आणि खास पोलादाच्या क्षेत्रात शिरकाव करण्याच्या मनसुब्यावर पाणी पडले."

१९८० च्या मध्याला टाटांनी होन्डाशी करार केला परंतु सरकारनं एवढी टोलवाटोलवी चालवली की अखेर होंडांची सहनशक्ती संपुष्टात आली. दरबारी सेठना एक तेलशुद्धीकरण कारखाना, पेट्रोकेमिकल्स कारखाना व खत कारखाना उभारायचा होता. टाटा वीज कंपन्यांचा विस्तार करण्याची अत्यंत निकड होती. १९८० च्या दशकात घड्याळाच्या क्षेत्रातील पदार्पण (टायटन) एवढाच काय तो नवा प्रकल्प हाती घेता आला. इंदिरा गांधींच्या सरकारनं टाटांचे जवळजवळ सर्वच अर्ज नामंजूर केले होते. त्यामुळे राजीव गांधींचा टाटा समूहाबद्दलचा दृष्टिकोण पाहून टाटांना सुखद आश्चर्यच वाटलं. राजीव गांधींच्या मृत्यूनंतर रतन टाटांनी त्यांना श्रद्धांजली वाहताना म्हटलं होतं. "आमच्या दोघात निकट मैत्री नव्हती तरी मी त्यांना माझा मित्र मानत होतो. त्यांच्या सरकारनं सी. एस. आय. आर; सेमिकन्डक्टर्स लि. आदि सरकारी संस्थांवर माझी संचालक म्हणून नेमणूक केली किंवा प्रकल्प अंमलबजावणी अहवालाच्या तयारीवर देखरेख ठेवायला सांगितलं होतं. तरी राजीव गांधी यांच्या समवेत सारख्या बैठका किंवा थेट चर्चा फारशी झाली नाही.

श्रीमती इंदिरा गांधी व जे. आर. डी यांच्या संबंधाला एक थंडपणा होता. राजीव व रतन टाटा यांचे संबंध मात्र ऊबदार होते. याचं कारण अनेक बाबतीत रतन टाटा व राजीव गांधी यांची भाषा, विचार एकच होते, दोघंही तसे पाश्चिमात्य वळणाचे, तंत्रज्ञानास अनुकूल वृत्ती आणि विमानउड्डाणाची आवड असलेले होते. दोघांनाही आपल्या कामाची काही खास भुरळ पडलेली नव्हती. अत्याधुनिक संगणक कार्यक्रम ते सहजगत्या हाताळू शकत होते, परंतु देशातील सध्याच्या निराशाजनक स्थितीत त्यांना काम करावं लागत होतं. आपण खूपच मनमोकळे आहोत, लोकांवर फारच विश्वास टाकतो, ते म्हणतील ते सकृत्‌दर्शनी खरं मानतो व मग आपली निराशा होते असं दोघांनाही वाटत होतं.''

संजीव गांधी यांचं १९८० मध्ये विमान अपघातात निधन झाल्यावर काही दिवसांनी राजीव गांधींची श्रीमती इंदिरा गांधी बरोबर जमशेदपूर इथं माझी भेट झाली असं सांगून टाटा म्हणतात, ''आम्ही रात्रीचं भोजन एकत्र घेतलं. राजीव गांधींचा प्रामाणिक स्वभाव व विनयशीलवृत्ती यानं मी प्रभावित झालो. त्यानंतर काही वर्षे आमची भेट झाली नाही. ते पंतप्रधान झाले तेव्हा आर्थिक व राजकीय गोष्टींकडे पाहण्याची त्यांची ताजीतवानी दृष्टी आणि वेळोवेळी ते व्यक्त करत असलेले विचार याचं मला खूप औत्सुक्य वाटत होतं. आपल्या जमान्याचा हा पंतप्रधान आहे असं मला वाटत होतं. त्यामुळं काही मागण्या घेऊन मी त्यांना भेटलो नाही तर देशाला नवीन दिशेनं नेण्याचा ते करीत असलेल्या प्रयत्नांबद्दल आनंद व्यक्त करण्यासाठी भेटलो. त्यांचं शालीन वागणं, प्रामाणिकपणा व स्पष्टवक्तेपणा यामुळं मी पुन्हा प्रभावित झालो.''

या दोघातील स्नेह व परस्परांबद्दल वाटणारा आदर यामुळं टाटा उद्योग समूह व सरकार यांच्या एकमेकांच्याकडं पाहण्याच्या दृष्टिकोणात फरक पडला. त्याचं एक उदाहरण म्हणजे एअर इंडियाच्या अध्यक्षपदी रतन टाटांची झालेली नेमणूक! 'माझ्या नेमणुकीविषयी मला वृत्तपत्रातूनच समजलं!' असं रतन टाटा म्हणतात. ते राजीव गांधींचे सल्लागारही बनले. 'विज्ञान व तंत्रज्ञान मंत्रालयाबरोबर काम करायला मला आवडे' असं सांगून ते म्हणतात, 'अमेरिकेला पाठवलेल्या एका तंत्रज्ञानविषयक मंडळात माझा समावेश होता, तेथे जाऊन अत्याधुनिक 'हाय-टेक' कंपन्या खरेदी करण्यासाठी एक भांडवली कंपनी स्थापन करण्याचा विचार होता. एलेक्झीबाबत टाटांनी जे केलं त्याच धर्तीवर हा प्रस्ताव होता.''

या काळात टाटांचे पडून राहिलेले अर्ज मंजूर झाले. १९८३ च्या आपल्या योजनेत महत्त्वाच्या हाय-टेक क्षेत्रात टाटांना प्रवेश मिळाला पाहिजे असं रतन टाटांनी म्हटलं होतं. राजीव गांधी यांनी उदारीकरणाच्या पहिल्या फेरीत ज्या क्षेत्रांची द्वारे खुली केली ती नेमकी हीच क्षेत्रे होती. ''परवाने मिळवण्याच्या आमच्या

प्रयत्नांना एकाएकी शंभर टक्के यश येऊ लागलं.'' असं टाटामधील एका वरिष्ठ अधिकाऱ्यानं सांगितलं. टाटांना पेट्रोकेमिकल्स व पेट्रोलियम क्षेत्रात प्रवेश मिळावा म्हणून दरबारी सेठ दशकानुदशके प्रयत्न करत होते. परंतु त्यांना यश येत नव्हतं. दरबारी सेठ यांचे चिरंजीव मनुसेठ म्हणाले, ''कर्नाल येथील तेलशुद्धीकरण कारखान्यासाठी खाजगी क्षेत्रातील भागीदाराच्या शोधात सरकार आहे असं समजताच रतन टाटांनी मला नोव्हेंबर १९८६ मध्ये दिल्लीला पाठवून या प्रकल्पासाठी प्रयत्न करायला सांगितलं. त्या वेळी 'शेल'चेही या प्रकल्पासाठी जोरदार प्रयत्न चालू होते पण शेवटी टाटांना हा प्रकल्प मिळाला.

रतन टाटांच्या या यशाचं कौतुक करताना जे. आर. डी. म्हणाले, ''किमान दोन वर्षे ज्या प्रकल्पांना सरकारची संमती मिळत नव्हती त्यावर आता ते निदान विचार तरी करू लागले!''

राजीव गांधी यांच्या हत्येनंतर मात्र रतन टाटांचे सरकारशी निर्माण झालेले सलोख्याचे संबंध राहिले नाहीत. विश्वनाथ प्रताप सिंग असो किंवा पी. व्ही. नरसिंह राव असो टाटांचे सरकारशी असलेले संबंध पूर्वी होते त्या पातळीवर आले. बराच प्रयत्न करूनही विमान कंपनी सुरू करण्याचा प्रस्ताव, ओरिसात खनिजांच्या खाणींच्या हक्काचे नूतनीकरण करणे यांना मान्यता न मिळणं ही याची उदाहरणे.

'बॉम्बे हाऊस'मध्ये फेरफटका मारला तर सारा जुना काळ उभा राहतो. भेटायला येणाऱ्या मंडळींना दुपारचा चहा छोट्या लाकडी ट्रे मधून येतो. शुभ्र रंगाचे टॉवेल्स, जाड आच्छादनातील स्टीलच्या किटल्या, सोबत केक्स असा सारा जामानिमा असतो. 'बॉम्बे हाऊस'मध्ये जशा वृद्ध महिला ये-जा करताना दिसतात त्याचप्रमाणं कंपनीची महत्त्वाची कागदपत्र घेऊन चाललेले तरुण व्यवस्थापकही भेटतात.

जवळच असलेल्या बॉम्बे स्टॉक एक्सेंज या शेअरबाजारातील वातावरणापेक्षा बॉम्बे हाऊसमधील वातावरण कितीतरी वेगळं, जुन्या अतिथ्यानं, आदबीनं भरलेलं असतं. तळमजल्यावरील महिलांसाठी असलेलं दालन बॉम्बे जिमखान्यातील दालनासारखंच आहे, शांत व शहराच्या आधुनिक तणावाच्या वातावरणात ओॲसिस असल्यासारखं. दुपारचं भोजन घेण्यासाठी तिथं टेबलं आहेत, आराम करण्यासाठी खुर्च्या आहेत, ताजतवानं होण्यासाठी प्रसाधनगृह आहे.

सुमारे २४००० कोटी रुपयांचे उद्योग असलेल्या समूहाच्या या मुख्य कार्यालयाला जगातील अन्य कार्यालयांच्या पातळीवर आणण्याचा प्रयत्न केला जातो. गतवर्षी रतन टाटांच्या संगणक अधिकाऱ्यांनी या कार्यालयात अतिशय अद्ययावत सुरक्षा यंत्रणा उभारली. प्रवेश करण्यासाठी आधुनिक कार्डस, संगणकीकृत 'ओळख संकेत' आदींचा त्यात अंतर्भाव आहे. परंतु लिफ्टस, सुरक्षा प्रवेशद्वारे येथील शिपायांना प्रशिक्षित केलेलं नाही त्यामुळे अत्याधुनिक उपकरणं, संगणक कार्ड

यानं ते बावचळून गेल्यासारखे वाटतात. वर्षानुवर्षे नोकरी केल्यावर आता आपण कुचकामी ठरणार अशी भीती त्यांना वाटत असावी. तसंच जुनी असो वा नवी पूर्णतः सुरक्षित अशी सुरक्षा व्यवस्था तिथं नाही.

जुनं व नवं याचं एकमेकांवर अतिक्रमण, संघर्ष याची झलक या इमारतीच्या चौथ्या मजल्यावरही पाहावयास मिळते. हा चौथा मजला ज्येष्ठ अधिकाऱ्यांसाठी आहे. त्यातील पॅसेजमध्ये जाडजूड गालिचा आहे आणि दिमाखदार पॅनेलिंग केलेलं आहे. रतन टाटांच्या कार्यालयाचा दरवाजा उघडला तर तेथील निखालस ताठर वातावरण पाहून धक्काच बसेल.

टाटांचं कार्यालय त्यांच्यासारखंच आहे. मुख्य बोर्डरूमपासून काही पायऱ्या उतरून गेलं की हे कार्यालय लागतं. १९८२ मध्ये टाटा इंडस्ट्रीजचे प्रमुख म्हणून रतन टाटांची नियुक्ती झाली तेव्हा त्यांना हे कार्यालय देण्यात आलं. जे. आर. डींचं कार्यालय कोपऱ्यात आहे. ते निवृत्त झाले तेव्हा तसंच त्यांच्या निधनानंतरही त्या कार्यालयाचा वापर करण्याचा रतन टाटांनी विचार केला नाही. जे. आर. डींचं कार्यालय सध्या वापरलं जात नसलं तरी त्याची टापटीप मात्र ठेवली जाते. तेथे असलेल्या एका उपखोलीत जे. आर. डींचे सचिव अजूनही बसतात. पुण्याला टाटा संग्रहालय उभारलं जात असून तिथे टाटांच्या या कार्यालयाची प्रतिकृती उभी केली जाणार आहे. तोवर टेबलावरचं पोरकं घड्याळ टिकटिक करत राहणार.

रतन टाटांचं कार्यालय सतत गजबजलेलं असतं. तीनं वर्षांपूर्वी या कार्यालयाचं नूतनीकरण करून ८०० ते १००० चौरस फूट आकाराच्या या कार्यालयात छोट्या छोट्या क्युबिकल्स उभारण्यात आल्या. स्वागतदालनाखेरीज त्यांच्या राजीव दुबे या सहायकासाठी एक अत्यंत लहानशी केबिन आहे. तसंच शीला शास्त्री व के. डी. स्कंदन या दोन्ही सेक्रेटरीजच्या इवल्याशा केबिन्स आहेत. आठजण बसू शकतील असं परिषद दालन आहे. टाटाचं स्वतःचं कार्यालय प्रवेशद्वारासमोर आहे. ते स्वागत दालनापेक्षा मोठं असलं तरी फार मोठं नाही. जेट विमानाच्या कॉकपिटचं एक भलं मोठं चित्र तिथं लावलेलं आहे.

स्वागत दालनातील टेबलावर वाचण्यासाठी नाना प्रकारची मासिकं, नियतकालिकं आहेत. त्यात 'टाटा स्फिअर' आणि 'टिस्को न्यूज'चे अंक फोर्ब्स, फॉर्च्युन, द इकॉनॉमिस्ट व फार ईस्टर्न इकॉनॉमिक रिव्ह्यू यांच्याबरोबर ठेवलेले असतात. त्याखेरीज कॉम्प्युटरवर्ल्ड, सेमिकंडक्टर, ल फिगारो आणि इंटरनॅशनल हेरॉल्ड ट्रिब्यून यांचेही अंक असतात.

या कार्यालयाची सजावट कामाच्या दृष्टीनं सोयीची आहे. पांढरी लॅमिनेटेड पार्टिशन्स व साधे काळ्या कापडाचे सोफे, राखाडी रंगाचा गालिचा यामुळं वाटणारा करडेपणा स्वागतिकेच्या टेबलाच्या पाठीशी लावलेल्या बेंद्रे यांच्या

निसर्गचित्रानं कमी होत नाही. झाडांच्या कुंड्या आहेत पण रुग्णालयात असतात तशा दिव्यांच्या प्रखर शुभ्र उजेडामुळं ती झाडं कशी दबलेली भासतात. या कार्यालयात कलावस्तू नाहीत, ॲश ट्रेज नाहीत, कागदांचे कपटे नाहीत. दंतवैद्याच्या प्रतीक्षा दालनात असतात. त्यापेक्षा जास्त वस्तू तिथं नाहीत, परिषद दालनात मात्र रतन टाटांच्या विमानोड्डाणाच्या छंदाची झलक पाहावयास मिळते. तेथे कपाटात हवाई स्मृतिचिन्हं हारीनं मांडून ठेवली आहेत.

टाटांच्या १२५ वर्षांच्या इतिहासात सध्याचा काळ बदलाचा, महत्त्वाचा आहे. टाटा समूहाच्या अध्यक्षांना कठोर निर्णय घेण्याची गरज आहे. भूत आणि भविष्यकाळाला जोडणारा नेता समूहाला हवा आहे. रतन टाटा हे योग्य वेळी, योग्य काम करायला, योग्य व्यक्ती आहेत काय? व्यवस्थापनात सर्वात कुशाग्र आणि हुशार मंडळींचा भरणा करून नेत्याला आवश्यक असणारा कठोरपणा व निग्रहीपणा आपल्याजवळ आहे हे त्यांनी सिद्ध केले असले तरी काही ज्येष्ठ मंडळींना त्यांच्या योग्यतेबद्दल शंका वाटत असते. सावत्र आई सावत्र मुलाबद्दल जशी कुरकुर करत असते तशी ते करत असतात.

रतन टाटा यांचा एकाकी स्वभाव याचं कारण असू शकेल.

परिस्थिती आणि व्यक्तिमत्त्व यामुळं ते एकाकी बनले असावेत. बोर्डरूममधील संघर्षाचे घाव गहिरे आहेत व त्यामुळं दुसऱ्यावर विश्वास टाकण्याची त्यांची वृत्ती लोप पावली आहे. ते कोणावरही विश्वास टाकत नाहीत. अगदी बालपणचे मित्र असलेल्या नस्ली वाडिया यांच्यावर देखील. आज त्यांचा सर्वात जवळचा सोबती म्हणजे त्यांचा अल्सेशियन कुत्रा 'टिटो' हा आहे!

भारतात कोणत्याही कंपनीचा अध्यक्ष विशेषतः आक्रमक अध्यक्ष हा नेहमीच उपलब्ध असावा, मोबाईल फोनच्या आसपास सतत असायला हवा असा समज आहे. ऑफिसात नसतानाही त्याने सतत संपर्क ठेवावा अशी अपेक्षा असते. पण रतन टाटा वेगळे आहेत. गायब व्हायची त्यांची सवय असून त्यांचा शोध घेणं त्यांच्या पाठीराख्यांनाही कधीकधी मुश्किल होऊन बसते! सहजासहजी रतन टाटा भेटणं शक्य नाही, असा त्यांचा लौकिक आहे. महिन्यातून १५ दिवस ते मुंबईबाहेरच असतात. सायं ६.३० वाजता ते कार्यालय सोडतात. कार्यालयीन कामासाठी घरी संपर्क साधलेला त्यांना आवडत नाही. शनिवार-रविवार पण असाच विनाव्यत्यय असावा असं त्यांना वाटतं. परंतु कामापासून असं अलिप्त राहणं शक्य होत नाही, आठवडा अखेरच्या सुटीत रात्री उशिरापर्यंत ते अहवाल वाचत बसतात असं त्यांचे एक निकटवर्ती मित्र म्हणतात. "टाटांचा रोजचा दिवस इतका धावपळीचा, गडबडीचा व कामानं भरलेला असतो की ऐनवेळी त्यात बदल करणं शक्य होत नाही. परंतु अनेकदा गैरसोय सहन करून एखाद्या बैठकीला ते हजर राहतात.

एखाद्या कर्मचाऱ्याचं वा भागधारकाचं गाऱ्हाणं दूर करण्यासाठी वेळ काढतात. शक्य तितकं ते लोकांना भेटण्याचा प्रयत्न करतात परंतु तरीही काहींना ते भेटत नाहीत असं वाटतं.'' असं त्यांच्या कार्यालयातील कर्मचाऱ्यांचं म्हणणं आहे.

या बाबतीत खुद्द टाटा म्हणतात. ''काही बाबतीत असं घडतही असेल तर इतरांचा अनुभव यापेक्षा वेगळाही असेल. माझ्याबद्दल तक्रार करणाऱ्या मंडळींनी ऐनवेळी माझ्या कार्यालयात प्रवेश करून ते किती बोजा माझ्यावर टाकत असतात याचा स्वतःशीच विचार करावा असं मला वाटतं. अखेर दिवसाला चोवीसच तास असतात आणि माझ्यावर कामाचा कितीतरी ताण असतो. तुमच्याबरोबर इथं मी बसतो तेव्हा दुसऱ्या कोणाची तरी संधी हिरावून घेतली जात असते. माझ्याबद्दल तक्रार करणाऱ्यांत आमच्या कंपन्यांपेक्षा बाहेरचेच लोक असतात.''

परंतु लोकांना भेटणं हा अध्यक्षाच्या कामाचाच एक भाग नाही का? असं विचारता ते म्हणतात, ''असं काही नाही. भारताबद्दल, टाटांबद्दल माहिती हवी असणाऱ्या एखाद्या शिष्टमंडळाला अधूनमधून भेटायला माझी हरकत नसते. परंतु मला तेवढं एकच काम आहे असं समजता कामा नये. खरं तर ही भूमिका वठवताना मला आवडत नाही. आपण उगाच वेळ वाया घालवत आहोत असं मला वाटतं.''

आपल्यावर होणारी टीका, आपल्या पाठीमागं केली जाणारी कुजबुज यांची जाणीव असलेल्या रतन टाटांना आपल्या पुढील आव्हानांचं भान आहे. आज आपण घेत असलेले निर्णय उद्याचं भविष्य ठरणार आहेत याचं भान त्यांना असतं. टाटा समूह हा डायनॉसॉर आहे असं केलं जाणारं वर्णन थांबवायला हवं असं त्यांना वाटतं. 'टाटा संस्कृती'चा पूर्ण कायापालट करून ती स्पर्धात्मक, अधिक चपळ बनवण्याचा त्यांचा निर्धार आहे.

''धोका पत्करण्याचा त्यांचा स्वभाव आहे काय?'' असं विचारता ते म्हणतात, ''काही वेळा मी तसा वागलो आहे. काही बाबतीत जरा जास्तच व काही बाबतीत कमी धोका मी पत्करलेला आहे. तुम्ही त्याकडं कसं पाहता यावर ते अवलंबून आहे. काही यशस्वी उद्योगपती जसा जुगार खेळतात तसा माझा स्वभाव नाही.''

रतन टाटा व टाटा समूहाचं भवितव्य याबद्दल विचारता कै. आदित्य बिर्ला म्हणाले होते, ''तुमच्या इथे कार्यपद्धती नसतील तर कोणीही व्यक्ती अयशस्वी ठरेल. तसंच तुमच्याकडे कार्यपद्धती आहेत पण त्यांचं नेतृत्व करणारा नेता नसेल तर त्या पद्धती अयशस्वी ठरतील. दोन्ही घटक महत्त्वाचे आहेत. ठरवून दिलेली यंत्रणा चालू राहण्यासाठी प्रेरणा देणारी, गती देणारी, नेतृत्व देणारी व्यक्ती प्रमुख पदी असली पाहिजे. टाटांकडे फार चांगली कार्यपद्धती आहे अशी मला खात्री आहे!''

कार्यपद्धतीत बदल घडवून त्या काटेकोर कार्यक्षम करायला हव्यात असं रतन टाटांना वाटतं. ते हे बदल कसे घडवून आणणार? ''केवळ बंधने घालून बदल

होणार नाहीत. उद्योगसमूहातील कंपन्यांना केवळ पत्रं लिहून बदल होणार नाहीत. सध्याच्या वातावरणातून निर्माण होणाऱ्या स्पर्धेतून हे बदल घडून येतील. अस्तित्वासाठी ज्यांना पहिल्यांदा लढा द्यावा लागत आहे अशा मंडळींकडून हे बदल घडून येतील. जी मंडळी आपली उद्दिष्टे पुरी करत नाहीत त्यांच्याबाबत मी कठोर राहिलो तर बदल होतील. कंपन्यांना निश्चित उद्दिष्टे, कामे ठरवण्यास भाग पाडले व त्याची पूर्ती करायला लावली तर हे बदल होतील.'' असं सांगून टाटा म्हणाले, ''उदाहरणच द्यायचं झालं तर 'टाटा स्टील'चं देता येईल. या कंपनीला कधी नफ्याचा विचार करावा लागत नसे. उत्पादनाची पातळी वाढली की सरकारी फॉर्म्युलानुसार किंमतही वाढे व त्यामुळं नफ्याची काळजी करावी लागत नसे. परंतु एकदम स्पर्धा निर्माण झाली. सार्वजनिक क्षेत्रातील अत्यंत आक्रमक पोलाद कंपनीशी तोंड देण्याची पाळी आली आणि टाटा स्टीलला प्रथमच नफ्यासाठी झगडण्याची पाळी आली. संघभावनेनं आम्ही प्रयत्न केले आणि संकट टळलं. सर्वांनी एकवटून प्रयत्न केल्यानं हे शक्य झाले. परंतु हे समाधान अल्पकाळच टिकले. तेव्हा दृष्टिकोणातच कायमचा बदल होणं आवश्यक आहे, त्यांच्यामागं सतत जास्त आक्रमक व्हा असा लकडा लावायला हवा. मला वाटतं माझी ही भूमिका आहे. म्हणून माझं म्हणणं असतं की जे प्रश्नातीत आहे त्याबद्दल प्रश्न विचारत जा! गेली पंचवीस वर्षे आम्ही अमुक बाब अशी अशी हाताळत होतो ही बोलण्याची पद्धत थांबवायला हवी.''

टाटा जे काही करत आहेत ते केवळ प्रश्नार्थकच नव्हे तर वेदनाकारक आहे असं टाटा समूहातील काहीजणांचं मत आहे. उद्योगाच्या शाखांची काटछाट करण्याचा रतन टाटांचा विचार असून त्याबद्दल या मंडळींना शंका आहे. त्यासंबंधात टाटा म्हणतात, ''वेगवेगळ्या उद्योगात गुंतलेल्या आमच्या सुमारे ८० कंपन्या आहेत. मुक्त बाजारपेठ व स्पर्धा या काळातून जात असताना टाटांनी आपल्या दृष्टिकोणात बदल करण्याची गरज आहे. आवश्यकतेपेक्षा जास्तच उद्योगात आम्ही शिरकाव केलेला असून या प्रत्येक उद्योगाच्या बाजारपेठेतील आमच्या स्थानाचा आम्ही विचार करत नाही. कोणत्या उद्योगात आपण असायला हवं याचा अधिक नीटसपणे विचार करावा असं मला वाटतं. विस्कळीत असण्यापेक्षा सुसंघटित असायला हवं. बाजारपेठेचा, ग्राहकांच्या समाधानाचा अधिक विचार करणारे, अधिक आक्रमक आम्ही बनायला हवं.''

टाटांच्या बड्या साम्राज्यात 'टाटा स्ट्रॅटेजिक मॅनेजमेन्ट ग्रुप' नावाचं एक छोटंसं पथक असून त्याचे प्रमुख राजू भिंगे आहेत. स्वागत कक्षानजीकच तळमजल्याला त्यांचं कार्यालय आहे. समूहातील कंपन्यांची बलस्थाने, त्यांची दुर्बलता याचं विश्लेषण करून त्यांच्या फेररचनेची योजना आखण्याचं काम रतन टाटा प्रसन्न व्यक्तिमत्त्वाच्या तिशीतील भिंगे यांच्यावर सोपवतात. १९८३ च्या आपल्या

योजनेत टाटांनी साबण उत्पादन क्षेत्रातून बाहेर पडावं असं रतन टाटांनी सुचवलं होतं. अध्यक्षपदाची सूत्रं हाती घेतल्यावर त्यांनी तत्काळ 'टॉम्को' कंपनी युनिलिव्हर उद्योगसमूहाला विकून टाकली. या पुढची पाळी कोणाची?

हिंदुस्थान लिव्हरचे एस. एम. दत्ता यांच्याशी टाटा विचारविनिमय करत असतानाच दरबारी सेठ यांनी धुण्याच्या पावडर क्षेत्रात उतरण्याची टाटा केमिकल्सची योजना जाहीर केली हे आश्चर्यच. दरम्यान सिमेंट कारखाने उभारण्यासाठी टाटांच्या तीन विविध कंपन्यांनी अर्ज केले. समूहातील काही कंपन्या स्वतंत्रपणे काम करत असल्याची व एकमेकांशी स्पर्धा करीत असल्याचीही काही उदाहरणं आहेत. हा दृष्टिकोण बदलायला हवा असं रतन टाटांना वाटतं.

सध्यातरी हे प्रश्न बाजूला ठेवून टिस्को व टेल्कोवर या उद्योग समूहाने लक्ष केंद्रित केलं आहे. कारण एकूण उलाढालीत त्यांचा वाटा ५० टक्के आहे. इतर कंपन्यांच्या दृष्टीने या कंपन्या आदर्श आहेत. जर या कंपन्यांनी उत्पादनावर केंद्रीकरण करणाऱ्या विक्रेताभिमुख कंपन्या ही आपली प्रतिमा बदलून खरेदीदारभिमुख अशी प्रतिमा निर्माण केली तर समूहातील अन्य कंपन्यांत हा संदेश अधिक वेगानं पोहोचू शकेल."

या दोन कंपन्यांच्या अलीकडील अपूर्व कर्तबगारीसारखी कामगिरी बजावयाची असेल तर समूहातील अन्य कंपन्यांना वेगानं प्रयत्न करावे लागतील. याबाबतीत रतन टाटांचं धोरण योग्य वाटतं. या कंपन्यांबाबत ते समाधानी असले तरी या कंपन्या जितक्या वेगानं चालायला हव्यात तशा चाललेल्या नाहीत असं ते म्हणतात. रतन टाटांच्या व्यवस्थापन तत्त्वज्ञानाचं सर्वात जास्त प्रतिबिंब 'टेल्को' त पडलेलं दिसतं. किंबहुना सर्वात प्रथम मला काहीतरी करून दाखवता आलं ते टेल्कोतच असं सांगून ते म्हणतात, "अन्य कंपन्यांत माझ्याकडं कायमच जणू अग्निशामक दलाची कामगिरी सोपवण्यात आली. मग मी आधी सांगितलं त्यानुसार टेल्कोत मी खूप काही शिकलो." ट्रक उत्पादन करणाऱ्या टेल्कोने ग्राहकांच्या गरजांबाबत अधिक जागरूक राहावं म्हणून गेले दशकभर रतन टाटांनी प्रयत्न केले. मुळगांवकर यांच्या अधिपत्याखाली टेल्को ही केवळ एकच उत्पादन करणारी, एकाच मॉडेलची निर्मिती करणारी कंपनी होती. आता कंपनीच्या उत्पादनांची संख्या वाढली आहे. मोटारी, मध्यम आकाराची व्यापारी वाहने, हलक्या वजनाची व्यापारी वाहने यांचा त्यात अंतर्भाव आहे." मी सिएरा व इस्टेट यांची कल्पना विकसित करण्यात मदत केली. ही वाहने व्यापारी वाहने व प्रवासी मोटारी यातील सेतू आहेत." असं टाटा म्हणतात. "व्यापारी वाहनात आराम, फिनिश यापेक्षा टिकाऊपणा व विश्वसनीयता यावर जास्त भर दिला जातो. प्रवासी मोटारगाड्यांबाबत ग्राहक वेगळ्या प्रकारच्या विश्वसनीयतेचा विचार करतात. तसंच फिनिश, फिटिंग्ज याकडं त्यांचं लक्ष असतं. कमी किंमतीची मोटार निर्माण करावयाची की वरच्या पातळीवरील

उत्पादन असा प्रश्न होता. आम्ही आंतरराष्ट्रीय दर्जाची मोठ्या आकाराची 'अपमार्केट' मोटार उत्पादन करण्याचं ठरवलं. हा मार्ग तसा अवघड, कारण ग्राहकाला जादा पैसे मोजावे लागत असल्याने त्याच्या अपेक्षाही जादा असतात. स्वस्त किंमतीची मोटार अयशस्वी झाली तर मॉडेल चाललं नाही असं लोक म्हणतात. पण महागड्या किंमतीची मोटार अयशस्वी झाली तर मात्र कंपनीच्या प्रतिष्ठेला धक्का बसतो.''

टाटांची योजना फसणार असं भाकित वर्तवणाऱ्यांची टंचाई नव्हती. या बाबतीत नेहमीच्या शहाणपणाला धरून टाटांचं वागणं नाही, लोक एवढे पैसे मोजणार नाहीत असं म्हटलं जात होतं. पण टाटांनी आग्रह सोडला नाही. मोटारीत सेंट्रल लॉकिंग, विद्युत खिडक्या व इतर सुविधा त्यांनी उपलब्ध केल्या. मोटारीसाठी नाव नोंदवणाऱ्यांची रांग लागली.

या धोरणामुळं टेल्कोला आपल्या कारखान्यातील इंजिनिअरिंग विभागाचा दर्जा सुधारण्याची संधी मिळाली. मुळगावकरांनी कंपनीचा पाया घातला खरा परंतु दर्जाबाबत दृष्टिकोणात बदल करण्याचा आग्रह टाटांनी धरला. बदलांविषयी टेल्कोचा प्रतिसाद थंड असे. आता मात्र टेल्को अधिक झकपक, ताजीतवानी वाटू लागली आहे.

याचप्रमाणे टिस्कोतही महत्त्वपूर्ण बदल झाले आहेत. पोलादाचं उत्पादन करणारी खाजगी क्षेत्रातील सर्वात मोठी आणि चांगली कंपनी असल्याचा लौकिक होताच पण रतन टाटांच्या नेतृत्वाखाली कंपनीचा फायदा प्रचंड प्रमाणात वाढला. त्यामुळे आणि उद्योगसमूहात खदखदणाऱ्या वादांची यशस्वीपणे हाताळणी केल्यामुळं रतन टाटांचं स्थान दृढ झालं. पाच वर्षांपूर्वी कंपनीतील इतर ज्येष्ठ अधिकाऱ्यांचं वर्णन 'शक्तिकेंद्रे', 'आघाडीचे दीपस्तंभ', 'महान व्यवस्थापक' असं केलं जाई व रतन टाटा हे 'शालीन व्यक्ती' आहेत असं म्हटलं जाई. आज मात्र नेल्को व सेंट्रल इंडिया मिल्सच्या छायेतील आपल्या प्रतिमेतून रतन टाटा बाहेर पडले असून त्यांनी उद्योगाच्या विविध क्षेत्रांत आपली कर्तबगारी सिद्ध केली आहे. बोर्डरूमच्या आत व बाहेर त्यांनी भारतातील उद्योगातील अनेक रथी-महारथींवर मात केली आहे. बहुउपयोगी, पूर्णतया भारतीय बनावटीच्या मोटारीची रचना व उत्पादन यांचा पाया त्यांनी घातला आहे. अलीकडच्या काळातील सर्वात निकराच्या व्यवस्थापन-मजूर संघर्षानंतर कामगार नेत्यांतही त्यांनी मान्यता मिळवली आहे.

तज्ज्ञांच्या विरुद्ध यशस्वीपणं उभं राहून आपल्याला योग्य वाटणाऱ्या धोरणाचा पाठपुरावा करण्याचं कौशल्य रतन टाटांनी साध्य केलं आहेत. आज केवळ मार्गदर्शनापेक्षा काही दिशा देणं महत्त्वाचं आहे. अर्थात ते 'डिक्टेशन' वाटता कामा नये. आज काही कठोर निर्णय घेण्याची गरज आहे व असे निर्णय काही केवळ

मार्गदर्शनातून येत नसतात.'' हे उद्गार काही वर्षांपूर्वी रतन टाटा काढू शकले नसते!

यशामुळं रतन टाटा यांच्यात विश्वास निर्माण झाला आहे हे खरंच!

□

जी.डी.बिर्ला

वालचंद हिराचंद दोशी

कस्तुरभाई लालभाई

जे.आर्.डी.टाटा

या जीवंतपणीच 'आख्यायिका' बनलेल्या
भारतातील चार महान उद्योगपतींची वेधक शब्दचित्रे

मूळ लेखिका
गीता पिरामल

अनुवाद
अशोक जैन

जी. डी. बिर्ला, वालचंद हिराचंद दोशी, कस्तुरभाई लालभाई व जे. आर्. डी. टाटा या आपल्या आयुष्यातच 'आख्यायिका' ठरलेल्या भारतातील चार महान उद्योगपतींच्या आयुष्याचा व अफाट कर्तृत्वाचा अत्यंत वेधक व विस्मयचकित करून टाकणारा पट येथे उलगडला आहे.

ही या चार उद्योगमहर्षींची व्यक्तिचित्रं आहेत.

त्यांचं व्यक्तिगत जीवन – त्यांच्या सवयी, जीवनशैली, त्यांची वैचारिक धारणा, अचूक निर्णयक्षमता, त्यांच्या आयुष्यातले चढउतार, भोवतालचे ताणतणाव यांचे मनोज्ञ, दुर्मिळ रंग भरता भरता, त्यांची पायाभूत काम करण्याची जिद्द कशी अफाट होती, ब्रिटिश राजवटीत – प्रतिकूल परिस्थितीत कोणकोणते संघर्ष करीत त्यांनी उद्योग उभारले, अडचणींचे 'संधी'त रूपांतर करण्याचे त्यांचे सामर्थ्य किती प्रचंड होते, वैयक्तिक संपत्ती जमविण्याच्या पार पलीकडची त्यांची देशभक्तीमय उद्योजकता व आर्थिक राष्ट्रवादाची दुर्मिळ दूरदृष्टी किती प्रखर होती, याचे लेखिकेने चैतन्यमय व गहिरे चित्र येथे रेखाटले आहे.

त्यांच्या काळाच्या – देशाच्या राजकीय, आर्थिक, सामाजिक ताणाबाणाच्या विस्तृत अवकाशावर हे चित्र उभं केलं आहे, हा या लेखनाचा विशेष आहे.

लेखिकेनं आजवर अस्पर्श राहिलेल्या अनेक स्रोतांतून तपशील मिळवून संशोधनपूर्वक केलेलं हे लेखन नव्या उद्योजकांना प्रेरक ठरेल.

Please contact us at **Mehta Publishing House,** Pune 411030.
✆ +91 020-24476924 / 24460313
Email : production@mehtapublishinghouse.com
author@mehtapublishinghouse.com
Website : www.mehtapublishinghouse.com

www.ingramcontent.com/pod-product-compliance
Ingram Content Group UK Ltd.
Pitfield, Milton Keynes, MK11 3LW, UK
UKHW021708190726
13853UKWH00001B/466